ദി
മിഡ്നൈറ്റ്
ലൈബ്രറി

ദി
മിഡ്നൈറ്റ്
ലൈബ്രറി

മാറ്റ് ഹെയ്ഗ്

വിവർത്തനം : ഹരിത സി കെ

MANJUL

മഞ്ജുൾ പബ്ലിഷിങ് ഹൗസ്

First published in India by

MANJUL

Manjul Publishing House
Corporate and Editorial Office
•2nd Floor, Usha Preet Complex, 42 Malviya Nagar, Bhopal 462 003 – India
Sales and Marketing Office
•C-16, Sector 3, Noida, Uttar Pradesh 201301 – India
Website: www.manjulindia.com

Distribution Centres
Ahmedabad, Bengaluru, Bhopal, Kolkata, Chennai,
Hyderabad, Mumbai, New Delhi, Pune

Malayalam translation of *The Midnight Library* by *Matt Haig*

This Malayalam edition published by
arrangement with Canongate Books Ltd, Edinburgh.

Malayalam edition first published in 2024

ISBN 978-93-5543-564-4

Translated by: HARITHA .C.K

Printed and bound in India by Sanat Printers

എല്ലാ ആരോഗ്യപ്രവർത്തകർക്കും.
ഒപ്പം, ശുശ്രൂഷിക്കുന്ന എല്ലാവർക്കും.
നന്ദി.

ഞാൻ ഇഷ്ടപ്പെടുന്ന വ്യക്തിത്വങ്ങളെല്ലാമായി മാറാനോ, ഞാൻ ഇഷ്ടപ്പെടുന്ന ജീവിതങ്ങൾ ജീവിക്കാനോ എനിക്കൊരിക്കലും കഴിയില്ല. എനിക്കാഗ്രഹമുള്ള പാടവങ്ങൾക്ക് വേണ്ടി എന്നെ പരിശീലിപ്പിക്കാൻ എനിക്കൊരിക്കലും കഴിയില്ല. ഞാൻ എന്തിനത് ചെയ്യണം? എന്റെ ജീവിതത്തിൽ സാധ്യമായ എല്ലാ നിറഭേദങ്ങളും, സ്വരഭേദങ്ങളും, മാനസികവും ശാരീരികവുമായ അനുഭവങ്ങളുടെ ഏറ്റക്കുറച്ചിലുകളും അനുഭവിച്ച് ജീവിച്ചാൽ മതിയെനിക്ക്.

– സിൽവിയ പ്ലാത്ത്

"ജീവിതത്തിനും മരണത്തിനുമിടയിൽ ഒരു ലൈബ്രറിയുണ്ട്," അവർ പറഞ്ഞു. "ആ ലൈബ്രറിയിൽ, പുസ്തകത്തട്ടുകൾ അനന്തമാണ്. ഓരോ പുസ്തകവും, നിങ്ങൾ ജീവിച്ചിരുന്നിരിക്കാമായിരുന്ന മറ്റൊരു ജീവിതത്തിലേയ്ക്കുള്ള അവസരം നിങ്ങൾക്ക് നൽകുന്നു. നിങ്ങളുടെ തീരുമാനങ്ങളും തിരഞ്ഞെടുപ്പുകളും മറ്റൊന്നായിരുന്നുവെങ്കിൽ, *നിങ്ങളുടെ* ജീവിതം എത്ര കണ്ട് വ്യത്യസ്തമായിരുന്നേനെ എന്നറിയാൻ. നിങ്ങളുടെ കുറ്റബോധങ്ങളെയും സങ്കടങ്ങളെയും ഇല്ലാതാക്കാൻ ഒരവസരം ലഭിച്ചാൽ, നിങ്ങൾ എന്തെങ്കിലുമൊക്കെ വ്യത്യസ്തമായി ചെയ്തിരിക്കുമോ?"

മഴയെക്കുറിച്ചുള്ള സംഭാഷണം

മരിക്കാൻ തീരുമാനിക്കുന്നതിന് പത്തൊൻപത് വർഷങ്ങൾക്ക് മുൻപ്, ബെഡ്ഫോർഡ് പട്ടണത്തിലെ ഹേസൽഡീൻ സ്കൂളിന്റെ കുഞ്ഞു ഗ്രന്ഥശാലയുടെ ഇളംചൂടിൽ ഇരിക്കുകയായിരുന്നു നോറാ സീഡ്. പൊക്കം കുറഞ്ഞ ഒരു മേശയ്ക്കു മുകളിൽ നിരത്തിയിരുന്ന ചെസ്സ് ബോർഡിലേയ്ക്ക് ഉറ്റുനോക്കുകയായിരുന്നു അവളപ്പോൾ.

"നോറാ, മോളെ, ഭാവിയെക്കുറിച്ചോർത്തുള്ള നിന്റെ ആശങ്കകൾ സ്വാഭാവികമായ ഒന്നാണ്," തിളങ്ങുന്ന കണ്ണുകളുള്ള ലൈബ്രേറിയൻ ശ്രീമതി എൽമ് പറഞ്ഞു.

ആദ്യത്തെ കരു നീക്കിയത് ശ്രീമതി എൽമ് ആയിരുന്നു. ക്രമമായി നിരത്തി വച്ചിരുന്ന വെള്ള കാലാൾപ്പടയ്ക്ക് മുകളിലൂടെ ചാടിക്കടന്നു വന്ന കുതിരപ്പോരാളി. "എന്തായാലും പരീക്ഷയെക്കുറിച്ച് നിനക്ക് ആശങ്കകളുണ്ടാകും എന്ന് തീർച്ചയാണ്. പക്ഷെ, നിനക്ക്, നീയാഗ്രഹിക്കുന്നതുപോലെ എന്തു വേണമെങ്കിലും ആകാൻ കഴിയും, നോറാ. ആ സാധ്യതകളെക്കുറിച്ച് ഒന്നാലോചിച്ചു നോക്കിക്കേ, എന്ത് രസമായിരിക്കും അത്."

"അതെ. എനിക്കും അങ്ങനെ തോന്നുന്നു."

"മുഴുവൻ ജീവിതവും നിന്റെ മുന്നിലിങ്ങനെ പരന്നു കിടക്കുന്നു."

"മുഴുവൻ ജീവിതം."

"നിനക്ക് എന്തു വേണമെങ്കിലും ചെയ്യാം, എവിടെ വേണമെങ്കിലും ജീവിക്കാം. തണുപ്പും ഈർപ്പവും അൽപ്പം കുറഞ്ഞ എവിടെയെങ്കിലും."

നോറ ഒരു കാലാളിനെ രണ്ടു കള്ളികൾ മുന്നിലേയ്ക്ക് നീക്കി.

നോറായുടെ തെറ്റുകൾ തിരുത്തപ്പെടേണ്ടതാണെന്ന് വിശ്വസിക്കുന്ന അവളുടെ അമ്മയോട് ശ്രീമതി എൽമിനെ താരതമ്യം ചെയ്യാതിരിക്കാൻ അവൾക്ക് കഴിഞ്ഞില്ല. ഉദാഹരണത്തിന്, അവൾ കുഞ്ഞായിരിക്കുമ്പോൾ അമ്മയുടെ ഏറ്റവും വലിയ വിഷമം അവളുടെ ഇടതു ചെവി, വലതു ചെവിയേക്കാൾ ഉന്തി നിൽക്കുന്നു എന്നുള്ളതായിരുന്നു. ഒട്ടിക്കുന്ന ടേപ്പ് ഉപയോഗിച്ചാണ് അവർ ആ പ്രശ്നം പരിഹരിക്കാൻ ശ്രമിച്ചത്. ഒട്ടിച്ച ശേഷം, കമ്പിളിത്തൊപ്പിക്കുള്ളിൽ അവളുടെ തല പൊതിഞ്ഞ് അവരത് മറച്ചു വച്ചു.

"ഈ തണുപ്പും ഈർപ്പവും എനിക്ക് *വെറുപ്പാണ്*," ശ്രീമതി എൽമ് ഊന്നിപ്പറഞ്ഞു.

വെട്ടിയൊതുക്കിയ നരച്ച കുറ്റിത്തലമുടിയും, ചെറിയ ചുളിവുകൾ നിറഞ്ഞ ദീർഘവൃത്താകൃതിയിലുള്ള മുഖവുമായിരുന്നു ശ്രീമതി എൽമിന്. ഉയർന്ന, ഒട്ടിച്ചേർന്ന കോളറുള്ള പച്ച ടീഷർട്ടായിരുന്നു അവർ ധരിച്ചി രുന്നത്. അവർക്ക് നല്ല പ്രായമുണ്ടായിരുന്നു. ആ സ്കൂളിൽ നോറായുടെ ചിന്തകളോട് പൊരുത്തപ്പെടുന്ന ഒരേയൊരാൾ അവരായിരുന്നു. മഴ പെയ്യാത്ത ദിവസങ്ങളിൽപ്പോലും, നോറാ തന്റെ ഉച്ചനേരത്തെ ഇടവേ ളകൾ ആ കൊച്ചു ലൈബ്രറിയ്ക്കുള്ളിലാണ് കഴിച്ചുകൂട്ടിയത്.

"തണുപ്പും ഈർപ്പവും ഒന്നിച്ച് വരുന്നത് അത്ര സുഖമുള്ള ഒന്നല്ല," നോറാ അവരോടു പറഞ്ഞു. "ഭൂമിയിലെ ഏറ്റവും വരണ്ട പ്രദേശം അന്റാർ ട്ടിക്കയാണ്. സാങ്കേതികമായി പറയുകയാണെങ്കിൽ, അതൊരു മരുഭൂമി യാണ്."

"അപ്പൊ, നിനക്ക് ചേരുന്ന സ്ഥലമാണെന്ന് അർത്ഥം."

"അത്ര ദൂരമൊന്നും പോരാ എന്നാണ് എനിക്ക് തോന്നുന്നത്."

"എങ്കിൽപ്പിന്നെ നിനക്കൊരു ബഹിരാകാശ യാത്രിക ആയിക്കൂടെ? സൗരയൂഥത്തിലൂടെ ഇങ്ങനെ സഞ്ചരിക്കാമല്ലോ."

നോറാ പുഞ്ചിരിച്ചു. "മറ്റുള്ള ഗ്രഹങ്ങളിൽ മഴ ഇതിനേക്കാൾ മോശ മാണ്."

"ബെഡ്ഫോർഡ്ഷെയറിനേക്കാൾ മോശമോ?"

"വീനസിലൊക്കെ ആസിഡ് മഴയാണ് പെയ്യുന്നത്."

ശ്രീമതി എൽമ് ഒരു പേപ്പർ ടിഷ്യു എടുത്ത് പതുക്കെ മൂക്കു ചീറ്റി. "കണ്ടോ? നിന്റേതുപോലെയുള്ള ബുദ്ധികൊണ്ട് ആർക്കും എന്തും സാധിക്കും."

മഴത്തുള്ളികൾ പറ്റിപ്പിടിച്ചിരുന്ന ജനലിനപ്പുറത്തുകൂടി, നോറായ്ക്ക് പരിചയമുള്ള, അവളെക്കാൾ രണ്ടു ക്ലാസ്സുകൾ താഴെയുള്ള ഒരു സ്വർണ്ണമുടി ക്കാരൻ കുട്ടി ഓടിപ്പോയി. ഒന്നുകിൽ അവൻ ആരെയോ പിന്തുടരുന്നുണ്ട്; അല്ലെങ്കിൽ ആരോ അവനെ പിന്തുടരുന്നുണ്ട്. സഹോദരൻ ആ സ്കൂളിൽ നിന്നും പോയതോടു കൂടി, അവൾക്കൊരു തരം അരക്ഷിതാവസ്ഥ തോന്നാ റുണ്ടായിരുന്നു. ആ ലൈബ്രറിയെന്നത് അവളെ സംബന്ധിച്ച് സംസ്കാരമുള്ള ഒരു കുഞ്ഞ് അഭയകേന്ദ്രമായിരുന്നു.

"ഞാൻ എല്ലാ അവസരങ്ങളും നഷ്ടപ്പെടുത്തി എന്നാണ് അച്ഛൻ കരു തുന്നത്. ഇപ്പോൾ ഞാൻ നീന്തലും നിർത്തി."

"ഞാൻ പറയുന്നത് ശരിയാണോ എന്നെനിക്കറിയില്ല. പക്ഷെ, വേഗ ത്തിൽ നീന്തുക എന്നതിനേക്കാൾ വലിയ പല കാര്യങ്ങളും ഈ ഭൂമിയിൽ ഉണ്ട്. നിനക്ക് മുന്നിൽ ജീവിതത്തിന്റെ ഒരുപാട് സാധ്യതകൾ തുറന്നു കിടക്കുന്നുണ്ട്. ഞാൻ കഴിഞ്ഞ ആഴ്ച പറഞ്ഞത് പോലെ, നിനക്ക് വേണ മെങ്കിൽ ഒരു ഗ്ലേഷിയോളജിസ്റ്റ് ആവാം. ഞാൻ അതിനെക്കുറിച്ച് ഒരു ഗവേഷണം തന്നെ നടത്തി. അതിൽ–"

അപ്പോഴാണ് അവരുടെ ഫോൺ ബെല്ലടിച്ചത്.

"ഒരു നിമിഷം," ശ്രീമതി എൽമ് മൃദുവായി പറഞ്ഞു, "ഞാൻ ഇതൊന്ന് എടുത്തിട്ട വരാം."

അടുത്ത ക്ഷണത്തിൽ ശ്രീമതി എൽമ് ആ ഫോണിൽ സംസാരിക്കുന്നത് നോറാ കണ്ടു. "അതെ. അവളിവിടെയുണ്ട്." ആ ലൈബ്രേറിയന്റെ മുഖം ഞെട്ടൽകൊണ്ട് ചുവന്നു. അവർ നോറായിൽനിന്നും അകന്നുമാറി മുഖം തിരിഞ്ഞു നിന്നുവെങ്കിലും, ആ മുറിയിലെ നിശ്ശബ്ദതയിലൂടെ അവരുടെ ശബ്ദം നോറായ്ക്ക് കേൾക്കാമായിരുന്നു : "അയ്യോ. അയ്യോ. എന്റെ ദൈവമേ. അതേ, തീർച്ചയായും..."

പത്തൊൻപത് വർഷങ്ങൾക്ക് ശേഷം

വാതിൽക്കലെത്തിയ വ്യക്തി

മരിക്കാൻ തീരുമാനിക്കുന്നതിന് ഇരുപത്തിയേഴ് മണിക്കൂറുകൾക്ക് മുൻപ്, തന്റെ പഴകി ദ്രവിച്ച സോഫയിൽ, മറ്റുള്ളവരുടെ സന്തോഷം നിറഞ്ഞ ജീവിതങ്ങൾ കൊണ്ടലങ്കരിച്ച മൊബൈലിനുള്ളിൽ കണ്ണുനട്ടിരുന്ന്, എന്തെങ്കിലും സംഭവിക്കാൻ വേണ്ടി കാത്തിരിക്കുകയായിരുന്നു നോറാ സീഡ്. അപ്പോഴാണ്, പൊടുന്നനെ, ഒരു സംഭവമുണ്ടായത്.

എന്തിനോ വേണ്ടി വന്ന ആരോ ഒരാൾ വാതിൽമണി അടിച്ചു.

വാതിൽ തുറക്കാതിരുന്നാലോ എന്നാണ് അവൾ ആദ്യം ചിന്തിച്ചത്. ഒൻപത് മണിയേ ആയിട്ടുള്ളായിരുന്നുള്ളുവെങ്കിലും, അവൾ അതിനോടകം തന്നെ നിശാവസ്ത്രങ്ങൾ ധരിച്ചു കഴിഞ്ഞിരുന്നു. തന്റെ റ്റാർട്ടൻ പൈജാമ പാന്റിനെക്കുറിച്ചും, ഒരുപാട് വലിയ സൈസിലുള്ള ഇക്കോ വാരിയർ ബ്രാൻഡിന്റെ ടീഷർട്ടിനെക്കുറിച്ചും അവൾക്ക് പെട്ടെന്ന് അപകർഷത തോന്നി.

കാണാൻ ഒരൽപ്പം മെച്ചം തോന്നിക്കോട്ടെ എന്ന് കരുതി അവൾ ചെരുപ്പുകൾ അണിഞ്ഞു. വാതിൽക്കലെത്തി നോക്കിയപ്പോൾ, പുറത്തു നിൽക്കുന്നത് ഒരു പുരുഷനായിരുന്നു. അവൾ അയാളെ തിരിച്ചറിഞ്ഞു.

നന്നേ മെലിഞ്ഞുണങ്ങിയ ഒരാളായിരുന്നു അയാൾ. മുഖത്ത് കരുണ നിറഞ്ഞിരുന്നുവെങ്കിലും, ആ കണ്ണുകൾ തീക്ഷ്ണതയോടെ തിളങ്ങിയിരുന്നു. എന്തിനെയും തുളച്ചു കയറിപ്പോകാൻ ശേഷിയുണ്ട് എന്ന് തോന്നിപ്പിക്കുന്ന നോട്ടമായിരുന്നു അയാളുടേത്.

അയാളെ കണ്ടപ്പോൾ അവൾക്ക് സന്തോഷം തോന്നി. കൂടെ ഒരൽപ്പം അതിശയവും – കാരണം, തണുപ്പും മഴയും നിറഞ്ഞ ആ കാലാവസ്ഥയിലും, ഒരു സ്പോർട്സ് വെയർ ധരിച്ചിരുന്ന അയാൾ, നന്നേ വിയർക്കുന്നുണ്ടായിരുന്നു. അവർ രണ്ടുപേരും തമ്മിലുള്ള വൈരുദ്ധ്യം ശ്രദ്ധയിൽപ്പെട്ടപ്പോൾ, അൽപ്പം മുൻപ് തോന്നിയിരുന്നതിനേക്കാൾ വൃത്തികേട് തനിക്കുണ്ടെന്ന് അവൾക്ക് തോന്നി.

പക്ഷെ അവൾക്ക് വല്ലാത്ത ഏകാന്തത തോന്നുന്നുണ്ടായിരുന്നു. ഏറെക്കുറെ നിരർത്ഥകമായ ഈ പ്രപഞ്ചത്തിൽ മനുഷ്യനെന്ന നിലനിൽപ്പിന്റെ അടിസ്ഥാനപരമായ ഘടകമാണ് ഏകാന്തത എന്ന് മനസ്സിലാക്കാൻ തക്ക അസ്തിത്വപരമായ തത്വശാസ്ത്രം അവൾ പഠിച്ചിട്ടുണ്ടായിരുന്നു, എങ്കിലും, അയാളെ കണ്ടപ്പോൾ അവൾക്ക് ആശ്വാസം തോന്നി.

"ആഷ്," അവൾ ചിരിച്ചുകൊണ്ട് വിളിച്ചു. "ആഷ് അല്ലേ?"

"അതെ. അതുതന്നെ."

"നിങ്ങളെന്താ ഇവിടെ? കണ്ടതിൽ ഒരുപാട് സന്തോഷമുണ്ട്."

ഏതാനും ആഴ്ചകൾക്ക് മുൻപ് അവൾ തന്റെ ഇലക്ട്രിക് പിയാനോ വായിച്ചുകൊണ്ടിരുന്നപ്പോൾ, ബാൻക്രോഫ്റ്റ് അവന്യുവിലൂടെ പോവുകയായിരുന്ന അയാൾ, 33A-യുടെ ജനലരികിൽ അവളെ കാണുകയും, അവൾക്ക് നേരെ കൈവീശുകയും ചെയ്തിരുന്നു. ഒരിക്കൽ, വർഷങ്ങൾക്ക് മുൻപ്, അയാൾ അവളെ കോഫി കുടിക്കാൻ പോകാൻ ക്ഷണിച്ചിരുന്നു. ഒരുപക്ഷെ അതയാൾ ഇന്ന് വീണ്ടും ചോദിച്ചേക്കാം.

"നിങ്ങളെ കണ്ടതിലും എനിക്ക് വളരെ സന്തോഷമുണ്ട്," അയാൾ പറഞ്ഞു. പക്ഷെ അയാളുടെ വലിഞ്ഞു മുറുകിയ നെറ്റിത്തടം അങ്ങനെയല്ല സൂചിപ്പിച്ചത്.

അന്ന് കടയിൽ അയാളോട് വർത്തമാനം പറഞ്ഞിരിക്കുമ്പോൾ, നല്ലൊരു പ്രസരിപ്പുള്ളയാളാണ് അയാൾ എന്നവൾക്ക് തോന്നിയിരുന്നു. പക്ഷെ ഇപ്പോൾ, ആ സ്വരത്തിൽ എന്തോ കനം തൂങ്ങിക്കിടക്കുന്നു. അയാൾ പുരികം ഒന്നു ചൊറിഞ്ഞു. എന്തോ പറയാനാഞ്ഞെങ്കിലും, ഒരു വാക്കു പോലും പുറത്തു വന്നില്ല.

"ഓടുകയായിരുന്നോ?" അർത്ഥശൂന്യമായ ഒരു ചോദ്യം. അയാൾ ഓടാനായി ഇറങ്ങിയതാണെന്ന് വ്യക്തമാണ്. പക്ഷെ, നിസ്സാരമായ എന്തെങ്കിലും സംസാരിക്കാൻ കിട്ടിയത് അയാൾക്ക് ആശ്വാസം നൽകി എന്നവൾക്ക് തോന്നി.

"അതെ. ഞാൻ ബെഡ്ഫോർഡ് ഹാഫ്-മാരത്തോണിൽ പങ്കെടുക്കുന്നുണ്ട്. ഈ വരുന്ന ഞായറാഴ്ചയാണ്."

"അതെയതെ. വളരെ നല്ലത്. ഞാനും ഒരു ഹാഫ്-മാരത്തോൺ ചെയ്യണം എന്നൊക്കെ ആലോചിച്ചിരുന്നു. പക്ഷെ പിന്നീടാണോർത്തത് എനിക്ക് ഓടാൻ തീരെ ഇഷ്ടമല്ല എന്ന്."

സത്യത്തിൽ, വാക്കുകളിലൂടെ പ്രകടിപ്പിച്ചതിനേക്കാൾ അവളുടെ തലയ്ക്കുള്ളിൽക്കിടക്കുമ്പോഴായിരുന്നു ആ ചിന്തയ്ക്ക് കൂടുതൽ രസം. അവൾക്ക് ഓടുന്നതിനോട് അത്ര വെറുപ്പൊന്നുമില്ലായിരുന്നു. എന്നിരുന്നാലും, അയാളുടെ മുഖത്തെ ഗൗരവഭാവം അവളെ അസ്വസ്ഥമാക്കുന്നുണ്ടായിരുന്നു. മൗനം അരോചകതയും കടന്ന് മറ്റെന്തോ ആയി മാറി.

"നിങ്ങൾക്ക് ഒരു പൂച്ചയുണ്ടെന്നോ മറ്റോ അന്ന് പറഞ്ഞിരുന്നില്ലേ?" ഒടുവിൽ അയാൾ പറഞ്ഞു.

"ഉവ്വ്. എനിക്കൊരു പൂച്ചയുണ്ട്."

"എനിക്കതിന്റെ പേര് ഓർമ്മയുണ്ട്. വോൾട്ടയർ. ഒരു ജിഞ്ചർ ടാബ്ബി ഇനമായിരുന്നില്ലേ, അത്?"

"അതെ. ഞാനവനെ വോൾട്സ് എന്നാണ് വിളിക്കാറ്. വോൾട്ടയർ എന്നുള്ളത് ഇച്ചിരി ജാഡയുള്ള പേരാണെന്നാണ് അവന്റെ വിചാരം. പതിനെട്ടാം നൂറ്റാണ്ടിന്റെ ഫ്രഞ്ച് ഫിലോസഫിയോടും സാഹിത്യത്തി

നോട്ടം അത്ര മമതയൊന്നും ഇല്ലെന്നാണ് തോന്നുന്നത്. ഒരു പൂച്ചയെ സംബന്ധിച്ചിടത്തോളം, തികച്ചും വിനീതനാണവൻ."

ആഷ് തല താഴ്ത്തി അവളുടെ സ്ലിപ്പറുകളിലേയ്ക്ക് നോക്കി.

"എനിക്ക് തോന്നുന്നത് അവൻ മരിച്ചു പോയിട്ടുണ്ടാകും എന്നാണ്."

"എന്താ പറഞ്ഞത്?"

"റോഡരുകിൽ അവൻ അനക്കമറ്റ് കിടക്കുന്നുണ്ട്. അവന്റെ കോളറിൽ ഞാൻ പേരു കണ്ടു. ഏതെങ്കിലും കാറോ മറ്റോ ഇടിച്ചതാവണം. എനിക്ക് ദുഃഖമുണ്ട് നോറാ."

മുഖത്തെ വികാരങ്ങൾ പെട്ടെന്ന് മാറ്റുവാൻ ഭയന്ന്, അവൾ പുഞ്ചിരിച്ചു കൊണ്ടേയിരുന്നു. ഒരു പക്ഷേ അങ്ങനെ പുഞ്ചിരിച്ചുകൊണ്ടേയിരിക്കുമ്പോൾ, അൽപ്പം മുൻപുവരെ തനിക്കു ചുറ്റും നിലനിന്നിരുന്ന ലോകത്തെ – വോൾട്സ് ജീവനോടെയുണ്ടായിരുന്ന – താൻ വിറ്റിരുന്ന ഗിറ്റാർ പുസ്തകങ്ങൾ വാങ്ങിയിരുന്ന ഈ മനുഷ്യൻ മറ്റെന്തോ ആവശ്യത്തിനായി വന്നു വാതിൽമണിയടിച്ച, ആ ലോകത്തെ – അതേപടി നിലനിർത്താനായേക്കും എന്നവൾ വെറുതെ മോഹിച്ചു.

ആഷ് ഒരു സർജൻ ആയിരുന്നു എന്നവൾ ഓർത്തു. മൃഗങ്ങളുടെയല്ല; മനുഷ്യരുടെ. എന്തെങ്കിലുമൊന്നിന് ജീവനില്ല എന്ന് അദ്ദേഹം പറയുന്നുണ്ടെങ്കിൽ, അത് തികച്ചും സത്യമാവാനാണ് സാധ്യത.

"എനിക്ക് വലിയ വിഷമമുണ്ട്."

സുപരിചിതമായ ഒരു ദുഃഖം തന്നെ വന്നു മൂടുന്നത് അവൾ തിരിച്ചറിഞ്ഞു. പക്ഷെ കഴിച്ചിരുന്ന സെർട്രാലിൻ ഗുളിക കാരണം, അവൾക്ക് കരച്ചിൽ വന്നില്ല. 'എന്റെ ദൈവമേ!'

ബാൻക്രോഫ്റ്റ് അവന്യുവിന്റെ നനഞ്ഞ നടപ്പാതയിലേയ്ക്ക് അവൾ ഇറങ്ങി. ശ്വാസം കിട്ടാൻ അവൾ നന്നെ വിഷമിക്കുന്നുണ്ടായിരുന്നു. നടപ്പാതയ്ക്കരികിൽ, മഴ കഴുകി വെടിപ്പാക്കിയിട്ട സിമന്റു പ്രതലത്തിൽ, തന്റെ പാവം ഇഞ്ചിനിറക്കാരൻ പൂച്ച കിടക്കുന്നത് അവൾ കണ്ടു. ആ നടപ്പാതയുടെ വശത്ത് അവന്റെ തല ചേർത്തു വച്ചിരുന്നു. ഏതോ സാങ്കൽപ്പിക പറവയ്ക്ക് പിന്നാലെ ഓടാൻ ഭാവിച്ചിട്ടെന്ന പോലെ, കാലുകൾ പിന്നിലേയ്ക്ക് മടങ്ങിയിരുന്നു.

"അയ്യോ. എന്റെ ദൈവമേ. എന്റെ വോൾട്സ്."

തന്റെ പ്രിയപ്പെട്ട മാർജ്ജാരസുഹൃത്തിനെക്കുറിച്ചോർത്തുള്ള അനുതാപവും നിരാശയും അധികം വൈകാതെ തന്നിൽ ഉടലെടുക്കും എന്നവൾക്കറിയാമായിരുന്നു. അത് തുടങ്ങിയിരുന്നു താനും. പക്ഷേ മറ്റൊന്ന് അവൾക്ക് സമ്മതിക്കേണ്ടി വന്നു. നിശ്ചലവും, ശാന്തവുമായ വോൾട്ടയറിന്റെ മുഖത്ത് നോക്കി നിൽക്കുമ്പോൾ, അതിൽ നിന്നുമൊഴിഞ്ഞു പോയ വേദന കണ്ടപ്പോൾ, അകറ്റി നിർത്താൻ കഴിയാത്ത ഒരു ഭാവം അവൾക്കുള്ളിൽ തിളച്ചു പൊന്തി വരുന്നത് അവളറിഞ്ഞു.

അസൂയാഭാവം.

സ്ട്രിംഗ് തിയറി

മരിക്കാൻ തീരുമാനിക്കുന്നതിന് ഒൻപതര മണിക്കൂർ മുൻപ്, സ്ട്രിംഗ് തിയറിയിലെ തന്റെ ഉച്ച ഷിഫ്റ്റിന്, വൈകിയാണ് നോറാ എത്തിച്ചേർന്നത്.

"എന്നോട് ക്ഷമിക്കൂ," ആ ഓഫീസിലെ ജനലുകളില്ലാത്ത, മുഷിഞ്ഞ, കുടുസ്സുമുറിയിലിരിക്കുകയായിരുന്ന നീലിനോട് അവൾ ക്ഷമാപണം നടത്തി. "എന്റെ പൂച്ച മരിച്ചുപോയി. കഴിഞ്ഞ ദിവസം രാത്രിയിൽ. അവനെ മറവു ചെയ്യേണ്ടതുണ്ടായിരുന്നു. ഒരാളെന്നെ അതിന് സഹായിച്ചിരുന്നു. പക്ഷെ അതിനു ശേഷം, ഫ്ളാറ്റിൽ ഒറ്റയ്ക്കായിപ്പോയതിനാൽ എനിക്ക് ഉറങ്ങാൻ കഴിഞ്ഞില്ല. അലാറം വയ്ക്കാൻ മറക്കുകയും ചെയ്തു. ഉണർന്നപ്പോൾ ഉച്ചയായി. പിന്നീട് തിടുക്കപ്പെട്ടു ഇങ്ങോട്ടു പോരുകയായിരുന്നു."

ഇതെല്ലാം സത്യം തന്നെയായിരുന്നു. അവൾ സ്വന്തം രൂപം മനസ്സിലൊന്നോർത്തു നോക്കി – മേക്കപ്പിടാത്ത മുഖവും, അയച്ചു കെട്ടിവച്ച മുടിയും, നിത്യവും ജോലിയ്ക്ക് വരുമ്പോൾ അണിഞ്ഞിരുന്ന അതേ പച്ച കോഡുറോയ് പിനഫോ ഡ്രസ്സും, എല്ലാത്തിനും മേമ്പൊടിയായി മൊത്തത്തിൽ ഉണ്ടായിരുന്ന നിരാശാഭാവവും – എല്ലാം അവളുടെ അവസ്ഥയെ കൃത്യമായി അവതരിപ്പിക്കുന്നുണ്ട് എന്നവൾക്ക് തോന്നി.

നീൽ കമ്പ്യൂട്ടറിൽ നിന്നും മുഖമുയർത്തി, കസേരയിലേയ്ക്ക് ചാഞ്ഞിരുന്നു. ചൂണ്ടുവിരലുകൾ മാത്രം ഉയർന്നു സ്തൂപം പോലെ നിൽക്കുന്ന തരത്തിൽ, അയാൾ കൈവിരലുകൾ കൊരുത്തു പിടിച്ചു. ആ ഉയർന്നു നിൽക്കുന്ന ചൂണ്ടുവിരലുകളിൽ താടി ചേർത്തുള്ള ഇരുപ്പ് കണ്ടപ്പോൾ, ഈ പ്രപഞ്ചത്തിലെ ഏതോ സുപ്രധാന തത്വശാസ്ത്രത്തെക്കുറിച്ച് അഗാധമായ ചിന്തയിലാണ്ടിരിക്കുന്ന കൺഫ്യൂഷ്യസ്സിനെയാണ് അവൾക്ക് ഓർമ്മ വന്നത്. ജോലിക്കെത്താൻ താമസിച്ച ജീവനക്കാരിയെ കൈകാര്യം ചെയ്യുന്ന ഒരു സംഗീതോപകരണക്കടയുടെ മുതലാളിയാണ് എന്നു തോന്നുകയേ ഇല്ലായിരുന്നു. അയാൾക്ക് പിറകിലെ ചുവരിൽ ഫ്ളീറ്റ്വുഡ് മാക്കിന്റെ ഒരു വലിയ പോസ്റ്റർ ഉണ്ടായിരുന്നു. അതിന്റെ മുകളിൽ വലതുവശത്തെ മൂലയിലെ പശ ഇളകി, ഒരു നായ്ക്കുട്ടിയുടെ ചെവി പോലെ, ഒരൽപം മടങ്ങി തൂങ്ങിക്കിടന്നു.

"നോക്കൂ നോറാ – എനിക്ക് നിന്നെ ഇഷ്ടമാണ്."

നീൽ ഒരു നിരുപദ്രവകാരിയാണ്. അൻപതിനടുത്ത് പ്രായം വരുന്ന ഒരു ഗിറ്റാർ പ്രേമി. അറുബോറൻ തമാശകൾ പറയുന്നതും, ഡൈലന്റെ തരക്കേടില്ലാത്ത ചില പഴയ പാട്ടുകളുടെ കവർ പതിപ്പുകൾ കടയിലിരുന്ന് ലൈവായി പാടുന്നതുമാണ് ആളിന്റെ പ്രധാന വിനോദങ്ങൾ.

"നിനക്ക് ചില മാനസിക പ്രശ്നങ്ങളൊക്കെ ഉണ്ടെന്ന് എനിക്കറിയാം."

"മാനസികമായ പ്രശ്നങ്ങളൊക്കെ എല്ലാവർക്കും ഉണ്ടാവാറുള്ളതാണ്."

"ഞാൻ ഉദ്ദേശിച്ചതെന്താണെന്ന് നിനക്കറിയാം."

"പൊതുവേ എനിക്കിപ്പോൾ നല്ല ഭേദം തോന്നുന്നുണ്ട്," അവൾ നുണ പറഞ്ഞു. "ഇത് ക്ലിനിക്കലല്ല. ഡോക്ടർ പറയുന്നത് ഇത് സാഹചര്യപരമായ ഡിപ്രഷൻ ആണ് എന്നാണ്. അതിപ്പോ ഓരോ തവണയും അതിനുവേണ്ട എന്തെങ്കിലും പുതിയ.... സാഹചര്യങ്ങൾ അഥവാ സന്ദർഭങ്ങൾ ഒക്കെ ഉണ്ടാകുന്ന എന്നുള്ളതേ ഉള്ളൂ. പക്ഷേ എന്നിട്ടും ഒരിക്കൽപ്പോലും ഞാൻ അസുഖത്തിന്റെ പേരും പറഞ്ഞ് ഒരവധി പോലും എടുത്തിട്ടില്ല. അമ്മയുടെ കാരണമൊഴിച്ച്.... അപ്പൊ മാത്രം ഒരിക്കൽ. അതല്ലാതെ ഇല്ല."

നീൽ ദീർഘമായി ഒന്ന് നിശ്വസിച്ചു. അങ്ങനെ നിശ്വസിക്കുമ്പോൾ, അയാളുടെ മൂക്കിൽ നിന്നും ചൂളമടിക്കുന്നതു പോലെ ഒരു ശബ്ദം പുറപ്പെട്ടിരുന്നു. വ്യക്തമായും അതൊരു ബി-ഫ്ളാറ്റ് ആണ്. "നോറ, നീ ഇവിടെ ജോലി ചെയ്യാൻ തുടങ്ങിയിട്ട് എത്ര നാളായി?"

"പന്ത്രണ്ട് വർഷവും, പിന്നെ...." – അവൾക്കത് ഹൃദിസ്ഥമായിരുന്നു – "പതിനൊന്നു മാസവും, മൂന്നു ദിവസവും. പലപ്പോഴായി."

"അതൊരു നീണ്ട കാലയളവാണ്. നിനക്ക് ഇതിനേക്കാൾ നല്ല ഭാവിയുണ്ട് എന്നാണ് ഞാൻ വിശ്വസിക്കുന്നത്. നീ നിന്റെ മുപ്പതുകളുടെ അവസാനത്തിലാണ്."

"എനിക്കിപ്പോൾ മുപ്പത്തിയഞ്ചാണ്."

"നിനക്ക് ഒരുപാട് കഴിവുകളുണ്ട്. നീ പിയാനോ പഠിപ്പിക്കുന്നുണ്ട്..."

"ഒരാളെ മാത്രം."

അയാൾ സ്വെറ്ററിൽ പറ്റിപ്പിടിച്ചിരുന്ന റൊട്ടിയുടെ ചെറിയ പൊടികൾ തൂത്തുകളഞ്ഞു.

"സ്വന്തം നാട്ടിലെത്തന്നെ ഒരു കടയിൽ ജോലി ചെയ്ത് അവിടെത്തന്നെ കുടുങ്ങിക്കിടക്കുന്നത് നീ എന്നെങ്കിലും മനസ്സിൽ ആലോചിച്ചിട്ടുണ്ടോ? ഒരു പതിനാല് വയസ്സൊക്കെയുള്ളപ്പോൾ...? നീ എന്താണ് മനസ്സിൽ സ്വപ്നം കണ്ടിരുന്നത് അന്നൊക്കെ?"

"പതിനാല് വയസ്സുള്ളപ്പോഴോ? ഒരു നീന്തൽക്കാരി." ബ്രെസ്റ്റ്സ്ട്രോക്കിൽ രാജ്യത്തെ തന്നെ മികച്ച വേഗക്കാരിയായ പതിനാല് വയസ്സുകാരി അവളായിരുന്നു; ഫ്രീസ്റ്റൈലിൽ രണ്ടാമത്തെ മികച്ച വേഗക്കാരിയും. നാഷണൽ സ്വിമ്മിങ് ചാമ്പ്യൻഷിപ്പിന്റെ പോഡിയത്തിൽ നിന്നത് അവൾക്കോർമ്മ വന്നു.

"എന്നിട്ട്, എന്തു സംഭവിച്ചു?"

അവൾ ചുരുക്കിപ്പറഞ്ഞു. "അത് വല്ലാതെ സമ്മർദ്ദമുണ്ടാക്കിയിരുന്നു."

"അങ്ങനെ നോക്കിയാൽ, സമ്മർദ്ദം നമ്മളെ ശക്തരാക്കും. വെറുമൊരു കൽക്കരിയായി തുടക്കം കുറിക്കുന്ന നീ, സമ്മർദ്ദത്തിലൂടെ കടന്നുപോകുമ്പോൾ ഒരു വൈരമായി രൂപാന്തരം പ്രാപിക്കും."

വൈരത്തെക്കുറിച്ചുള്ള അയാളുടെ അറിവ് തിരുത്താൻ അവൾ മുതിർന്നില്ല. കൽക്കരിയും വൈരവും – രണ്ടും പ്രാഥമികമായി കാർബൺ ആണെങ്കിലും, കൽക്കരി അങ്ങേയറ്റം അശുദ്ധമായ ഒന്നാണ്. എത്ര തന്നെ സമ്മർദ്ദത്തിലൂടെ കടന്നു പോയാലും, അതിനൊരിക്കലും വൈരമാകാൻ സാധിക്കില്ല. ശാസ്ത്രം പറയുന്നത്, കൽക്കരിയായി ജീവിതം തുടങ്ങിയാൽ, കൽക്കരിയായിത്തന്നെ ഒടുങ്ങേണ്ടി വരും, എന്നാണ്. ഒരുപക്ഷെ, അതായിരിക്കും യഥാർത്ഥ ജീവിതപാഠം.

മുഖത്തേയ്ക്ക് വീണുകിടന്ന ഒരു നീണ്ട മുടിയിഴ, അവൾ മുടിക്കെട്ടിലേയ്ക്ക് ഒതുക്കിവച്ചു.

"നിങ്ങൾ എന്താണ് പറഞ്ഞുവരുന്നത് നീൽ?"

"നിന്റെ സ്വപ്നം പിന്തുടരാൻ ഇപ്പോഴും വൈകിയിട്ടില്ല."

"ആ സ്വപ്നം പിന്തുടരാൻ എന്തായാലും വൈകി എന്നുറപ്പാണ്."

"നല്ല യോഗ്യതയുള്ള ഒരാളാണ് നോറാ നീ. തത്വശാസ്ത്രത്തിൽ ബിരുദവും...."

നോറാ തന്റെ ഇടതുകൈയിലെ ചെറിയ മറുകിലേയ്ക്ക് നോക്കിനിന്നു. അവൾ കടന്നുപോയിട്ടുള്ളതിൽക്കൂടിയെല്ലാം, ആ മറുകും കടന്നുപോയിട്ടുണ്ട്. എന്നിട്ടും, ഇതൊന്നും തന്നെ ബാധിക്കുന്നില്ല എന്ന മട്ടിൽ അത് അവിടെ ത്തന്നെ നിലകൊണ്ടു. വെറുമൊരു മറുകായി.

"നേരു പറഞ്ഞാൽ, ബെഡ്ഫോർഡിൽ തത്വശാസ്ത്രം പഠിച്ചവർക്ക് അത്ര അവസരങ്ങളൊന്നുമില്ല നീൽ."

"നീ യൂണിവേഴ്സിറ്റിയിൽ പോയി, ലണ്ടനിൽ ഒരു വർഷം ഉണ്ടായിരുന്നു, എന്നിട്ടാണ് തിരികെ വന്നത്."

"എനിക്ക് വേറെ വഴിയുണ്ടായിരുന്നില്ല."

മരിച്ചുപോയ അമ്മയെക്കുറിച്ച് ഒരു സംഭാഷണം നോറാ ആഗ്രഹിച്ചിരുന്നില്ല. ഡാനിനെ കുറിച്ചുപോലും, അവൾക്കതിൽ താല്പര്യമില്ലായിരുന്നു. കാരണം, കുർട്ടിന്റെയും കോർട്ട്നിയുടെയും പ്രണയകഥയ്ക്ക് ശേഷം, കല്യാണത്തിന് രണ്ടു ദിവസം മാത്രം ബാക്കിയുള്ളപ്പോൾ നോറാ അതിൽ നിന്ന് പിന്മാറിയത്, നീലിന് അറിയാമായിരുന്നു.

"നമുക്കെല്ലാം വഴികളുണ്ട് നോറാ. സ്വതന്ത്രമായി തീരുമാനങ്ങളെടുക്കാനുള്ള കഴിവ് എന്നൊന്നുണ്ട്."

"എന്തായാലും പ്രപഞ്ചത്തെക്കുറിച്ച് നിർണ്ണായകമായ കാഴ്ചപ്പാട് പിന്തുടരുന്നവർക്ക് അത് സാധ്യമല്ല."

"പക്ഷെ എന്തുകൊണ്ടാണ് നീ *ഇവിടെ?*"

"ഒന്നുകിൽ ഇവിടെ, അല്ലെങ്കിൽ തെരുവു മൃഗങ്ങളുടെ ശരണാലയ കേന്ദ്രത്തിൽ. അത്രയേ ഉള്ളൂ. ഇവിടെ ശമ്പളം കൂടുതലായിരുന്നു. മാത്രവുമല്ല, നിങ്ങൾക്കറിയാമല്ലോ...... സംഗീതം."

“നീ സഹോദരനൊപ്പം ഒരു ബാൻഡിൽ ഉണ്ടായിരുന്നു.”

“ഉണ്ടായിരുന്നു. ദി ലാബിറിന്ത്സ്. അതുകൊണ്ട് വലിയ കാര്യമൊന്നും ഉണ്ടായിരുന്നില്ല.”

“പക്ഷെ നിങ്ങളുടെ സഹോദരൻ പറയുന്നത് മറ്റൊന്നാണ്.”

ഇത് നോറായെ അമ്പരപ്പിച്ചു. “ജോ? നിങ്ങൾക്കെങ്ങനെ –”

“അയാൾ ഒരു ആംപ്ലിഫയർ വാങ്ങിയിരുന്നു. Marshall DSL40.”

“എപ്പോൾ?”

“വെള്ളിയാഴ്ച.”

“അവൻ ബെഡ്ഫോർഡിൽ ഉണ്ടായിരുന്നോ?”

“അല്ലെങ്കിൽപ്പിന്നെ ഞാൻ കണ്ടത് അയാളുടെ ഹോളോഗ്രാം ചിത്രം ആയിരുന്നിരിക്കണം. ആ പാട്ടുകാരൻ ടൂപാക്കിന്റേത് പോലെ.”

അവൻ ചിലപ്പോൾ രവിയെ കാണാൻ വന്നതായിരിക്കും എന്ന് നോറാ ആലോചിച്ചു. അവളുടെ സഹോദരന്റെ അടുത്ത സുഹൃത്താണ് രവി. തന്റെ പ്രിയപ്പെട്ട ഗിറ്റാർ ഉപേക്ഷിച്ച് ജോ ലണ്ടനിലേയ്ക്ക് പോയത്, അയാൾക്ക് ഏറ്റവും വെറുപ്പുള്ള ഒരു ഐടി ജോലിയ്ക്ക് വേണ്ടിയായിരുന്നു. എന്നിട്ടും രവി ബെഡ്ഫോർഡിൽ തന്നെ തുടർന്നു. പട്ടണത്തിലെ പബ്ബുകളിൽ ചെറിയ പരിപാടികളൊക്കെ നടത്തുന്ന, കവർ ഗാനങ്ങൾ പാടുന്ന, സ്ലോട്ടർ ഹൗസ് എന്ന ബാൻഡിലായിരുന്നു അയാൾ.

“കൊള്ളാം. നന്നായിട്ടുണ്ട്.”

തനിക്ക് വെള്ളിയാഴ്ച അവധിയാണ് എന്നുള്ളത് സഹോദരനറിയാം എന്ന് നോറായ്ക്ക് ഉറപ്പായിരുന്നു. ആ ചിന്ത അവളുടെ ഉള്ളിൽ തുളഞ്ഞുകയറി.

“ഞാനിവിടെ സന്തുഷ്ടയാണ്.”

“ഇല്ല, നീ അത്രയ്ക്ക് സന്തുഷ്ടയല്ല.”

അയാൾ പറഞ്ഞത് ശരിയായിരുന്നു. അവൾക്കുള്ളിൽ, ദേഷ്യം നര പൊന്തി. അവൾക്ക് മനം പിരട്ടി. അവൾ നിറഞ്ഞൊന്നു ചിരിച്ചു.

“അതായത്, ഞാനീ ജോലിയിൽ സന്തുഷ്ടയാണ് എന്നാണ് പറഞ്ഞത്. സന്തോഷം എന്ന് പറഞ്ഞാൽ, സംതൃപ്തിയുണ്ട് എന്നാണ്. നീൽ, എനിക്കീ ജോലി വേണം.”

“നീ ഒരു നല്ല വ്യക്തിയാണ്. നിനക്ക് ഈ ലോകത്തിനെക്കുറിച്ച് ഒരുപാട് വ്യാകുലതകളുണ്ട്. അശരണരെക്കുറിച്ച്, പ്രകൃതിയെക്കുറിച്ചൊക്കെ.”

“എനിക്കൊരു ജോലി വേണം.”

അയാൾ വീണ്ടും പഴയ കൺഫ്യൂഷ്യസിന്റെ ശരീരഭാഷയിലേയ്ക്ക് ചേക്കേറി. “നിനക്ക് വേണ്ടത് സ്വാതന്ത്ര്യമാണ്.”

“എനിക്ക് സ്വാതന്ത്ര്യം വേണ്ട.”

“ഇതൊരു സാമൂഹിക സേവന സ്ഥാപനമൊന്നുമല്ല. എന്നാലും, വളരെ വേഗം അതുപോലെയായിക്കൊണ്ടിരിക്കുന്ന ഒന്നാണെന്ന് എനിക്ക് പറയേണ്ടി വരും.”

“നീൽ, നോക്കൂ, ഞാൻ കഴിഞ്ഞ ആഴ്ച പറഞ്ഞതിനെക്കുറിച്ചാണോ

ഇത്? നീ കാര്യങ്ങളെ കുറച്ചുകൂടി ആധുനീകരിക്കുന്നതിനെപ്പറ്റി? എന്റെ കൈയിലും കുറച്ച് ആശയങ്ങളുണ്ട്, എങ്ങനെ നമുക്ക് –"

"അല്ല," അയാൾ പ്രതിരോധിച്ചുകൊണ്ട് പറഞ്ഞു. "ഇവിടം ഗിറ്റാറുകൾക്ക് വേണ്ടി മാത്രമുള്ളതായിരുന്നു. 'സ്ട്രിംഗ് തിയറി' എന്നാണ് പേര് തന്നെ, അറിയാമല്ലോ? ഞാൻ വൈവിധ്യങ്ങൾ പരീക്ഷിച്ചു തുടങ്ങി. കഷ്ടപ്പെട്ട് അതിനെ വിജയത്തിലെത്തിച്ചു. പക്ഷെ, ബുദ്ധിമുട്ടുള്ള ഈ സമയത്ത്, ഇവിടെ വരുന്നവർ നിന്റെ ദുഃഖപൂർണ്ണമായ ഭാവം കണ്ടുകൊണ്ടു വാങ്ങാതെ തിരിച്ചുപോകുന്നതിന് നിനക്ക് പണം തരാൻ എനിക്ക് സാധിക്കില്ല."

"എന്ത്?"

"നോറാ, എനിക്ക് പറയുന്നതിൽ ബുദ്ധിമുട്ടുണ്ട്," അയാൾ ഒന്നു നിർത്തിയിട്ട് ശേഷം പറഞ്ഞു – "നിനക്ക് ഈ ജോലി വിടേണ്ടി വരും."

ജീവിതം എന്നാൽ സഹനവും കൂടിയാണ്

മരിക്കാൻ തീരുമാനിക്കുന്നതിന് ഒൻപത് മണിക്കൂർ മുൻപ്, നോറാ ബെഡ്ഫോർഡിലൂടെ വെറുതെ അലഞ്ഞുതിരിഞ്ഞു നടന്നു. നിരാശയുടെ ഒരു കൺവേയർ ബെൽറ്റു പോലെയായിരുന്നു ആ പട്ടണം. ഉരുളൻകല്ലുകളും സിമന്റും കുഴച്ച് പാകിയ നടപ്പാതകളുള്ള സ്പോർട്സ് സെന്ററിലെ പൂളിലായിരുന്നു, അവളുടെ മരിച്ചുപോയ അച്ഛൻ അവളുടെ നീന്തൽ കണ്ടത്. ഡാനിനെ, ഫഹീറ്റാ എന്ന വിഭവം കഴിക്കാൻ അവൾ കൂട്ടിക്കൊണ്ടു പോയ മെക്സിക്കൻ റെസ്റ്റോറന്റ് ഇവിടെയായിരുന്നു. അവളുടെ അമ്മ അവളുടെ ചികിത്സ നടത്തിയ ആശുപത്രിയും ഇവിടെയായിരുന്നു.

ഡാൻ ഇന്നലെ അവൾക്ക് സന്ദേശം അയച്ചിട്ടുണ്ടായിരുന്നു.

നോറാ, ഞാൻ നിന്റെ സ്വരം വല്ലാതെ മിസ്സ് ചെയ്യുന്നു. നമുക്ക് ഒന്ന് സംസാരിക്കാൻ പറ്റുമോ?

അതിഭീകര തിരക്കിലാണ് എന്നവൾ മറുപടി നൽകി. അതിൽക്കൂടുതൽ ഒന്നും അയയ്ക്കാൻ അവൾക്ക് കഴിഞ്ഞില്ല. അത് അവനോട് ഇഷ്ടം ഇല്ലാത്തതു കൊണ്ടല്ല; മറിച്ച്, ഇപ്പോഴും അവനോട് ഇഷ്ടമുള്ളതുകൊണ്ടാണ്. വീണ്ടും അവനെ വേദനിപ്പിക്കാനാവില്ല. അവന്റെ ജീവിതത്തിൽ ഇതിനോടകം തന്നെ നിരവധി പരിക്കുകൾ അവൾ ഏൽപ്പിച്ചിട്ടുണ്ടായിരുന്നു. വിവാഹത്തിന് രണ്ടു ദിവസം മുൻപ് അതിൽനിന്നും പിന്മാറിയതിനു ശേഷം, അധികം വൈകാതെ, മദ്യലഹരിയിൽ അവൾ അവനു സന്ദേശം അയച്ചത് *എന്റെ ജീവിതം മൊത്തം അലങ്കോലമാണ്* എന്നാണ്.

ഈ പ്രപഞ്ചത്തിന് കോലാഹലത്തിനോടും ക്രമരാഹിത്യത്തിനോടുമാണ് ചായ്‌വ്. അത് അടിസ്ഥാനപരമായ താപഗതികശാസ്ത്രമാണ്. ഒരുപക്ഷെ അടിസ്ഥാനപരമായ നിലനിൽപ്പും അതുതന്നെയാവാം.

ജോലിയും കൂടി പോയിക്കഴിഞ്ഞാൽ, പിന്നെ പറയേണ്ട കാര്യവുമില്ല.

കാറ്റ്, മരങ്ങൾക്കിടയിലൂടെ എന്തോ മുറുമുറുത്തു കൊണ്ട്, ഒഴുകിനടന്നു.

മഴ പെയ്യാൻ തുടങ്ങി.

ഒരു പത്രം ഏജന്റിന്റെ മേൽക്കൂരയ്ക്ക് കീഴിലേക്ക് അവൾ ഓടിക്കയറി. ആ നിമിഷം തന്നെ, കാര്യങ്ങൾ കൂടുതൽ വഷളാകാൻ പോകുന്നു എന്നൊരു *ശക്തമായ* ചിന്ത, അവൾക്കുണ്ടായി. ആ ചിന്ത *ശരിയുമായിരുന്നു.*

വാതിലുകൾ

മരിക്കാൻ തീരുമാനിക്കുന്നതിന് എട്ടു മണിക്കൂർ മുൻപ്, നോറാ ആ പത്ര ഏജന്റിന്റെ മേൽക്കൂരയ്ക്കു കീഴിലേയ്ക്കു ഓടിക്കയറി.

"മഴയിൽ നനയാതിരിക്കാൻ വന്നതാണോ?" കൗണ്ടറിനു പുറകിലിരിക്കുന്ന സ്ത്രീ ചോദിച്ചു.

"അതെ," നോറ തല താഴ്ത്തി നിന്നു. അവളുടെ നിരാശ, അവൾക്ക് താങ്ങാനാവാത്ത ഒരു ഭാരമായി അവൾക്കുള്ളിൽ വളർന്നുകൊണ്ടിരുന്നു.

അവിടെ *നാഷണൽ ജിയോഗ്രാഫിക്കി*ന്റെ ഒരു മാസിക വച്ചിട്ടുണ്ടായിരുന്നു.

അതിന്റെ പുറംചട്ടയിൽ തമോഗർത്തത്തിന്റെ ഒരു ചിത്രമുണ്ടായിരുന്നു. അതിൽ നോക്കിനിൽക്കേ, താൻ തന്നെയാണത് എന്നവൾക്ക് തോന്നി. ഒരു തമോഗർത്തം. ആയുസ്സറ്റ ഒരു നക്ഷത്രം, താഴേയ്ക്കു ഛിന്നഭിന്നമായി പതിക്കുന്നതു പോലെ.

അവളുടെ അച്ഛൻ സ്ഥിരമായി ആ മാസിക വാങ്ങുമായിരുന്നു. നോർവീജിയൻ ദ്വീപുസമൂഹമായ സ്വാൽബാഡിനെക്കുറിച്ച് അതിൽ വന്ന ഒരു ലേഖനം വായിച്ച് ഭ്രമിച്ചുപോയത് അവളോർത്തു. അത്രയ്ക്കു *വിദൂരമായ* ഒരു സ്ഥലം അതിനുമുൻപ് അവൾ കണ്ടിട്ടില്ലായിരുന്നു. ഒഴുകിനടക്കുന്ന മഞ്ഞുകട്ടകളെക്കുറിച്ചും, മലനിരകൾക്കിടയിൽ തണുത്തുറഞ്ഞു കിടക്കുന്ന ജലാശയങ്ങളെക്കുറിച്ചും, പഫ്ഫിൻ പക്ഷികളെക്കുറിച്ചും പഠനങ്ങൾ നടത്തുന്ന ഗവേഷകരെക്കുറിച്ച് അവൾ വായിച്ചിട്ടുണ്ടായിരുന്നു. ഒപ്പം, ശ്രീമതി എൽമിന്റെ പ്രേരണ കൂടിയായപ്പോൾ ഒരു ഗ്ലേഷിയോളജിസ്റ്റ് ആവണം എന്നവൾ തീരുമാനിച്ചിരുന്നു.

അപ്പോഴാണ്, അവളുടെ സഹോദരന്റെ സുഹൃത്തും, അവരുടെ ഇരുവരുടെയും മുൻ-ബാൻഡ് അംഗവുമായ രവിയുടെ മുഷിഞ്ഞു കൂനിക്കൂടിയ രൂപം അവളുടെ ശ്രദ്ധയിൽപ്പെട്ടത്. സംഗീതമാസികകളുടെ ഇടയിൽ, ഏതോ ഒരു ലേഖനത്തിൽ തല പൂഴ്ത്തി ഇരിക്കുകയായിരുന്നു അയാൾ. ഒരല്പനേരം അതേ നിൽപ്പ് തുടർന്നതിന് ശേഷമാണ് അവൾ തിരിഞ്ഞു നടക്കാൻ തുടങ്ങിയത്. അപ്പോഴേയ്ക്കും അയാളുടെ ശബ്ദം അവൾ കേട്ടു, "നോറായാണോ?"

"രവി. ഹായ്. ജോ കഴിഞ്ഞ ദിവസം ബെഡ്ഫോർഡിൽ ഉണ്ടായിരുന്നതായി കേട്ടല്ലോ."

അയാൾ ചെറുതായി ഒന്ന് തലകുലുക്കി, "അതെ."

"ഉം... അവൻ... നീ അവനെ കണ്ടിരുന്നോ?"

"അതെ, കണ്ടിരുന്നു."

ഒരു നിശബ്ദത അവരിലൂടെ കടന്നുപോയി. ആ നിശബ്ദത നോറായെ അല്പം വേദനിപ്പിച്ചു. "വരുന്നുണ്ട് എന്ന് അവൻ എന്നോട് പറഞ്ഞിരുന്നില്ല."

"പെട്ടെന്നുള്ള ഒരു വരവും പോക്കുമായിരുന്നു."

"അവന് കുഴപ്പമൊന്നുമില്ലല്ലോ."

രവി തെല്ലിട നിശബ്ദനായി. നോറായ്ക്ക് ഒരിക്കൽ അയാളെ വലിയ ഇഷ്ടമായിരുന്നു. അയാളാകട്ടെ, അവളുടെ സഹോദരന്റെ ആത്മാർത്ഥ സുഹൃത്തുമായിരുന്നു. പക്ഷെ, ജോയുടെ കാര്യം പറയുകയാണെങ്കിൽ, അവർക്കിടയിൽ ഒരൽപ്പം അകൽച്ചയുണ്ട്. അത്ര രമ്യമായല്ല അവർ തമ്മിൽ പിരിഞ്ഞത്. (നോറാ ബാൻഡ് വിടുകയാണ് എന്ന് പറഞ്ഞ നിമിഷം, കൈയിലിരുന്ന ഡ്രംസിന്റെ കോലുകൾ നിലത്തേയ്ക്ക് വലിച്ചെറിഞ്ഞ്, കലിതുള്ളിയാണ് അവൻ ആ റിഹേഴ്സൽ മുറിയിൽ നിന്നും പുറത്തേയ്ക്ക് പോയത്).

"അവന് വല്ലാത്ത വിഷമം ഉണ്ടെന്ന് തോന്നുന്നു."

അവളെപ്പോലെത്തന്നെയായിരിക്കണം അവളുടെ സഹോദരനും കടന്നുപോയിക്കൊണ്ടിരിക്കുന്നത് എന്ന ചിന്തയിൽ അവളുടെ മനസ്സിന്റെ ഭാരം കൂടി.

"അവനെന്തൊക്കെയോ കുഴപ്പങ്ങളുണ്ട്," ദേഷ്യം കലർന്ന ശബ്ദത്തിൽ രവി തുടർന്നു. "ഷെപ്പേർഡ്സ് ബുഷിലെ ആ കുടുസ്സുമുറിയിൽ നിന്നും അവൻ മാറിത്താമസിക്കാൻ പോവുകയാണത്രേ. നല്ലൊരു റോക്ക് ബാൻഡിലെ ലീഡ് ഗിറ്റാറിസ്റ്റ് ആകാമായിരുന്നല്ലോ അവന്. നോക്ക്, എന്റെ കൈയിലും അത്ര പണമൊന്നുമില്ല. പബ്ബിലെ പാട്ടുപാടൽ കൊണ്ട് അത്ര വരുമാനമൊന്നുമില്ല. ശുചിമുറികൾ വൃത്തിയാക്കിക്കൊടുക്കാം എന്ന് പറഞ്ഞിട്ടുപോലും. നീ പൊതുശുചിമുറികൾ വൃത്തിയാക്കിയിട്ടുണ്ടോ, നോറാ?"

"നമ്മളിങ്ങനെ പ്രാരാബ്ധങ്ങളുടെ ഒളിമ്പിക്സിൽ പങ്കെടുക്കാനാണ് ഉദ്ദേശ്യമെങ്കിൽ എനിക്കുമുണ്ട്, കുറെ പറയാൻ."

രവി ചുമച്ചുകൊണ്ടു ചിരിച്ചു. പെട്ടെന്ന് ആ മുഖത്ത് ഒരു നിഴൽ വീണു മാഞ്ഞു.

"ലോകത്തിലെ ഏറ്റവും ചെറിയ വയലിൻ വാദനമുണ്ട്."

അവൾ അതിനുള്ള ഒരു മാനസ്സികാവസ്ഥയിൽ ആയിരുന്നില്ല. "ഇത് ദി ലാബിറിന്ത്സിനെക്കുറിച്ചാണോ? ഇപ്പോഴുമുണ്ടോ അത്?"

"അതെനിക്കെല്ലാമായിരുന്നു. നിന്റെ സഹോദരനും അതെ. നമുക്കെല്ലാവർക്കും അതെ. യൂണിവേഴ്സൽ സ്റ്റുഡിയോയുമായി നമുക്കൊരു കരാറു പോലുമുണ്ടായിരുന്നു. ആൽബംസ്, സിംഗിളുകൾ, ടൂറുകൾ, പ്രമോകൾ. ഇതിനോടകം നമ്മൾ കോൾഡ്പ്ലേ പോലെ ആയേനെ."

"നിനക്ക് കോൾഡ്പ്ലേ ഇഷ്ടമല്ലായിരുന്നല്ലോ."

"അതല്ല ഇവിടുത്തെ കാര്യം. മാലിബു പോലെ ഒരു ആഡംബര നഗരത്തിൽ താമസിക്കാമായിരുന്നു നമുക്ക്. പകരം : *ബെഡ്ഫോർഡ്*. അതു കൊണ്ട്, നിന്നെ കാണാൻ നിന്റെ സഹോദരൻ തയ്യാറല്ല."

"എനിക്ക് ഇടയ്ക്കിടെ *പാനിക് അറ്റാക്കുകൾ* ഉണ്ടാവാറുണ്ടായിരുന്നു. ഒടുക്കം ഞാൻ എല്ലാവരെയും നിരാശപ്പെടുത്തിയേനെ. ഞാനില്ലാതെ, നിന്നെയും കൂട്ടി മുന്നോട്ടു പോകാൻ ഞാൻ പറഞ്ഞിരുന്നതാണ്. പാട്ടുകൾ എഴുതി തന്നുകൊള്ളാം എന്നും ഞാൻ സമ്മതിച്ചിരുന്നു. അതിനോടകം എന്റെ വിവാഹം നിശ്ചയിക്കപ്പെട്ടത് എന്റെ കുറ്റമല്ല. ഞാൻ ഡാനിനൊപ്പം ആയിരുന്നു. അതുതന്നെ നമ്മുടെ ബന്ധത്തിലുണ്ടായ വിള്ളലാണ്."

"ങ്ഹാ, അതുശരിയാ. എന്നിട്ട് അതെങ്ങനെയുണ്ടായിരുന്നു?"

"രവി, ഇത് ന്യായമല്ല."

"ന്യായം. നല്ല വാക്ക്."

കൗണ്ടറിനു പുറകിലെ സ്ത്രീ താൽപര്യത്തോടെ തുറിച്ചുനോക്കി.

"ബാൻഡുകൾക്കൊന്നും അത്ര ആയുസ്സുണ്ടാവാറില്ല. വാൽനക്ഷത്രങ്ങളെപ്പോലെ ആയേനെ നമ്മൾ. തുടങ്ങും മുൻപേ ഒടുങ്ങിയേനെ."

"വാൽനക്ഷത്രങ്ങൾക്കൊക്കെ ഒടുക്കത്തെ ഭംഗിയാണ്."

"അത് പോട്ടെ. നീ ഇപ്പോഴും എലായുടെ കൂടെയാണ്, അല്ലെ?"

"എനിക്ക് എലായുടെ കൂടെയിരിക്കുമ്പോൾത്തന്നെ, വിജയകരമായ ഒരു ബാൻഡിൽ പ്രവർത്തിച്ച്, നിറയെ പണത്തോടെ ജീവിക്കാൻ സാധിച്ചേനെ. അതിനുള്ള അവസരം നമുക്കുണ്ടായിരുന്നു. അന്നേ തന്നെ." അയാൾ ഉള്ളംകൈയിലേയ്ക്ക് വിരൽ ചൂണ്ടിപ്പിടിച്ചു. "നമ്മുടെ പാട്ടുകളൊക്കെ *തീപ്പൊരികളായിരുന്നു.*"

'നമ്മുടെ' എന്നതിനെ 'എന്റെ' എന്ന് നിശബ്ദമായി തിരുത്തിയ മനസ്സിനെ നോറാ ശകാരിച്ചു.

"സ്റ്റേജിനോടുള്ള ഭയമായിരുന്നു നിന്റെ പ്രശ്നം എന്ന് എനിക്ക് തോന്നിയിട്ടില്ല. കല്യാണത്തിനെക്കുറിച്ചുള്ള ഭയവുമല്ല. എനിക്ക് തോന്നുന്നത് നിന്റെ പ്രശ്നം ജീവിതത്തിനെക്കുറിച്ചുള്ള ഭയം തന്നെയാണ് എന്നാണ്."

അത് ഉള്ളിൽ കോറി മുറിവേൽപ്പിച്ചു. ആ വാക്കുകൾ അവളെ അടിമുടി ഉലച്ച് കീഴ്പ്പെടുത്തിക്കളഞ്ഞു.

"എനിക്ക് തോന്നുന്നത്, സ്വന്തം കോഞ്ഞാട്ട ജീവിതത്തിന് മറ്റുള്ളവരെ പഴി ചാരുന്നതാണ് *നിന്റെ* പ്രശ്നം എന്നാണ്," അവൾ തിരിച്ചടിച്ചു.

മുഖത്ത് അടിയേറ്റതുപോലെ അവൻ തലയാട്ടി. കൈയിലിരുന്ന പുസ്തകം തിരികെ വച്ചു.

"പിന്നീട് കാണാം നോറാ."

"ജോയെ ഞാൻ അന്വേഷിച്ചതായി പറയണം. പ്ലീസ്," അയാൾ കടയിൽ നിന്നുമിറങ്ങി പുറത്തെ മഴയിലേയ്ക്ക് നടക്കുമ്പോൾ അവൾ വിളിച്ചു പറഞ്ഞു.

യുവർ ക്യാറ്റ് എന്ന മാസികയുടെ പുറംചട്ട അവളുടെ കണ്ണിലുടക്കി. അതൊരു ജിഞ്ചർ ടാബി ആയിരുന്നു. സ്റ്റെർമ് അൺട് ഡ്രാഗിന്റെ സിംഫണി പോലെയോ, അവളുടെ തലയ്ക്കുള്ളിൽ എങ്ങനെയോ അകപ്പെട്ട ഒരു ജർമ്മൻ സംഗീതജ്ഞന്റെ പ്രേതം ചടുലതാളങ്ങൾ വായിക്കുന്നതു പോലെയോ – അവളുടെ ഉള്ളം ഉറക്കെ ശക്തമായി മിടിച്ചു.

കൗണ്ടറിനു പിന്നിലെ സ്ത്രീ എന്തോ പറഞ്ഞെങ്കിലും അവളത് കേട്ടില്ല.

"എന്താ പറഞ്ഞത്?"

"നോറാ സീഡ് അല്ലെ?"

നീളം കുറച്ചു വെട്ടിയിട്ട വെള്ളിത്തലമുടിയും, സ്വയം തവിട്ടു നിറമാക്കിയ ചർമ്മവുമുള്ള ഒരു സ്ത്രീ. നോറയ്ക്ക് അതിനോടകം കൈമോശം വന്നിരുന്ന ഒരു സന്തോഷവും സ്വസ്ഥതയും അവർക്കുണ്ടായിരുന്നു. മേശയ്ക്ക് മുകളിൽ കൈമുട്ടുകളൂന്നി, മുന്നോട്ടാഞ്ഞ് അവർ നോറായുടെ മുഖത്തു നോക്കി; മൃഗശാലയിലെ ഒരു കുരങ്ങനെ നോക്കുന്നതുപോലെ.

"അതെ."

"ഞാൻ കെറി-ആൻ. സ്കൂൾ കാലത്ത് നിങ്ങളെ കണ്ട ഓർമ്മയുണ്ട്. ആ നീന്തൽക്കാരി. അതിബുദ്ധിമതി. മിസ്റ്റർ ബ്ലാൻഡ്ഫോർഡെന്നോ മറ്റോ പേരുള്ള അങ്ങേര് അസ്സംബ്ലിയിൽ ഒരിക്കൽ നിങ്ങളെ പരിചയപ്പെടുത്തിയിരുന്നില്ലേ? നിങ്ങൾ ഒരു ഒളിംബിക്സ് വാഗ്ദാനമാണെന്നോ മറ്റോ അല്ലെ അന്ന് പറഞ്ഞത്?"

നോറാ തലയാട്ടി.

"എന്നിട്ട് എത്തിച്ചേർന്നോ?"

"അത്... ഞാൻ... ഞാനത് വിട്ടു. പിന്നീട് കൂടുതൽ സമയവും സംഗീതത്തിലായിരുന്നു. പിന്നെ ജീവിതം മാറിമറിഞ്ഞു വന്നു."

"ഇപ്പോൾ എന്തു ചെയ്യുന്നു?"

"ഞാൻ... ഇപ്പൊ ഒരിടവേളയിലാണ്."

"ആരെങ്കിലും കൂടെയുണ്ടോ? ഭർത്താവ്, കുട്ടികൾ...?

നോറാ തലയാട്ടി. സ്വന്തം തല താഴേയ്ക്ക് അറ്റു വീണിരുന്നെങ്കിൽ എന്നവൾ കൊതിച്ചു. എങ്കിൽ, അപരിചിതരുമായി ഒരിക്കൽപ്പോലും ഒരു സംസാരം ഉണ്ടാവാതെ രക്ഷപ്പെടാമായിരുന്നു.

"വെറുതെ സമയം കളയല്ലെന്നേ. സമയമിങ്ങനെ വേഗത്തിൽ ഓടിപ്പൊയ്ക്കൊണ്ടിരിക്കുകയാണ്."

"എനിക്ക് *മുപ്പത്തിയഞ്ചായി.*" ഇസ്സി കൂടെ ഉണ്ടായിരുന്നെങ്കിൽ എന്നവൾ ആഗ്രഹിച്ചു. ഇസ്സി ഒരിക്കലും ഇത്തരത്തിലുള്ള അസംബന്ധങ്ങൾക്ക് നിന്നു കൊടുക്കില്ല. "അതു മാത്രവുമല്ല, എനിക്കങ്ങനെയൊന്ന് വേണമോ എന്നതിനെക്കുറിച്ച് എനിക്കത്ര —"

"ഞാനും ജെയ്ക്കും ഒരു അന്തോം കുന്തോം ഇല്ലാതെയാണ് തുടങ്ങിയത്. പക്ഷെ ഞങ്ങൾ എങ്ങനെയൊക്കെയോ ലക്ഷ്യം കണ്ടു. രണ്ടു കുഞ്ഞു ഭീകരജീവികളെ ഉണ്ടാക്കി. പക്ഷെ ആ കഷ്ടപ്പാടിനെല്ലാം ഗുണമുണ്ടായി.

ഞാൻ പൂർണ്ണയായതു പോലെ എനിക്കു തോന്നുന്നു. എന്റെ കൈയിൽ കുറച്ചു ചിത്രങ്ങളുണ്ട് അവരുടെ. കാണിച്ചു തരാം."

"എനിക്ക്... ഫോണിൽ നോക്കുമ്പോൾ എനിക്ക് തലവേദന വരും."

ഡാനിന് കുട്ടികൾ വേണം എന്നുണ്ടായിരുന്നു. പക്ഷെ നോറായ്ക്കാകട്ടെ, അതിനെക്കുറിച്ച് വ്യക്തമായ ഒരു തീരുമാനം എടുക്കാൻ കഴിഞ്ഞിരുന്നില്ല. മാതൃത്വം എന്നത് അവളെ വല്ലാതെ മരവിപ്പിച്ചിരുന്നു. ആഴമേറിയ ഒരു വിഷാദം പോലെ. അവൾക്ക് സ്വയം നോക്കാൻ തന്നെ കഴിയുമായിരുന്നില്ല; പിന്നെയല്ലേ മറ്റുള്ളവരെക്കൂടി നോക്കാൻ.

"ഇപ്പോഴും ബെഡ്ഫോർഡിൽ തന്നെയാണോ?"

"ഉം..."

"നിങ്ങളെങ്കിലും രക്ഷപ്പെട്ടിട്ടുണ്ടാവും എന്നു കരുതി."

"ഞാൻ തിരിച്ചു വന്നതാണ്. അമ്മയ്ക്ക് സുഖമില്ലായിരുന്നു."

"ഓ അതെയോ? ഇപ്പോൾ ഭേദമുണ്ടെന്ന് കരുതുന്നു."

"ഞാനെന്നാൽ ഇറങ്ങട്ടെ."

"മഴ തോർന്നിട്ടില്ല."

കടയിൽ നിന്നും രക്ഷപ്പെടുമ്പോൾ നോറ ചിന്തിച്ചത് അവൾക്ക് മുൻപിൽ വാതിലുകളല്ലാതെ മറ്റൊന്നുമുണ്ടാകരുതേ എന്നാണ്. എങ്കിൽ, എല്ലാം ഉപേക്ഷിച്ച്, അതിലോരോന്നിലൂടെയും അവൾക്ക് നടന്നകലാമായിരുന്നു.

എങ്ങനെ ഒരു തമോഗർത്തമാകാം?

മരിക്കാൻ തീരുമാനിക്കുന്നതിന് ഏഴു മണിക്കൂർ മുൻപ്, നോറായുടെ മനസ്സ് മെല്ലെ മുങ്ങിത്താഴ്ന്നുകൊണ്ടിരിക്കുകയായിരുന്നു. മനസ്സു തുറന്നൊന്നു സംസാരിക്കാൻ അവൾക്കാരും ഉണ്ടായിരുന്നില്ല.

അവളുടെ പഴയ അടുത്ത സുഹൃത്തായിരുന്ന ഇസ്സിയായിരുന്നു അവളുടെ അവസാന പ്രതീക്ഷ. അവളിൽ നിന്നും ആയിരക്കണക്കിനു മൈലുകൾ അകലെ ആസ്ട്രേലിയയിൽ ആയിരുന്നു ഇസ്സി. അവർക്കിടയിലും എല്ലാം പതുക്കെ അസ്തമിച്ചിരുന്നു.

അവൾ ഫോണെടുത്ത് ഇസ്സിയ്ക്ക് ഒരു സന്ദേശം അയച്ചു.

ഹായ് ഇസ്സി. എത്ര നാളായി നിന്നോടൊന്ന് ചാറ്റ് ചെയ്തിട്ട്. നിന്നെ മിസ്സ് ചെയ്യുന്നു, ചങ്ങാതീ. നിന്നോടൊന്ന് വീണ്ടും കൂടാൻ പറ്റിയാൽ ഒത്തിരി സന്തോഷമാവും. X

മറ്റൊരു 'X' കൂടി ചേർത്ത ശേഷം അവൾ ആ സന്ദേശം അയച്ചു. അടുത്ത ഞൊടി തന്നെ ഇസ്സി ആ മെസ്സേജ് കണ്ടു. മറുപടി ടൈപ്പ് ചെയ്യുന്നു എന്ന മൂന്നു കുത്തുകൾ പ്രത്യക്ഷപ്പെടാൻ വേണ്ടി നോറാ വൃഥാ കാത്തിരുന്നു.

റയാൻ ബെയ്‌ലിയുടെ പുതിയ സിനിമ ഓടുന്ന തിയറ്റർ താണ്ടി അവൾ നടന്നു. *ലാസ്റ്റ് ചാൻസ് സലൂൺ* എന്നു പേരുള്ള ഒരു മുഷിപ്പൻ കൗബോയ് റൊമാന്റിക് കോമഡി.

റയാൻ ബെയ്‌ലിയുടെ മുഖം കണ്ടാൽ, *സുപ്രധാനമായ കാര്യങ്ങളെക്കുറിച്ച് ആഴത്തിൽ അറിവുള്ള* ഒരാളാണെന്നു തോന്നും. പണ്ട് ടിവിയിൽ വന്നിരുന്ന *ദി അഥീനിയൻസ്* എന്ന പരിപാടിയിൽ ചിന്താമഗ്നനായ പ്ലാറ്റോയുടെ റോൾ ചെയ്തതു തൊട്ട് നോറായ്ക്ക് അയാളെ വലിയ ഇഷ്ടമായിരുന്നു. മാത്രവുമല്ല, താൻ തത്വശാസ്ത്രം പഠിച്ചിട്ടുണ്ടെന്ന് ഒരു അഭിമുഖത്തിൽ അദ്ദേഹം പറയുകയുമുണ്ടായി. വെസ്റ്റ് ഹോളിവുഡിലുള്ള അദ്ദേഹത്തിന്റെ വീട്ടിലെ ഇളം ചൂടുവെള്ളം നിറഞ്ഞ കുളിത്തൊട്ടിയിൽ നിന്നുമുയരുന്ന നീരാവിയുടെ മൂടുപടത്തിനുള്ളിലൂടെ ഹെൻറി ഡേവിഡ് തോറോയെക്കുറിച്ച് അവർ ഗഹനമായ ചർച്ചകൾ നടത്തുന്നത് അവൾ പലതവണ മനസ്സിൽ സങ്കൽപ്പിച്ചു നോക്കിയിട്ടുണ്ട്.

"നിങ്ങളുടെ സ്വപ്നങ്ങളുടെ ദിശയിലേയ്ക്ക് ആത്മവിശ്വാസത്തോടെ

നടക്കൂ," എന്നാണ് തോറോ പറഞ്ഞിട്ടുള്ളത്. "നിങ്ങൾ ആഗ്രഹിച്ചിരുന്ന ജീവിതം ജീവിക്കൂ."

അവൾക്ക് വായിക്കാൻ ഏറ്റവും ഇഷ്ടമുള്ള തത്വചിന്തകൻ തോറോ ആയിരുന്നു. പക്ഷെ ശരിക്കും ആര് പോകാനാണ് സ്വന്തം സ്വപ്നങ്ങളുടെ ദിശയിൽ? കാര്യം, ചിലപ്പോ തോറോ പോയിട്ടുണ്ടാകും. അല്ലാതെ മറ്റാരും പോയിട്ടുണ്ടാകില്ല. അദ്ദേഹം നാടുവിട്ടു പോയി കാട്ടിൽ ജീവിച്ച കക്ഷി യാണ്. പുറംലോകവുമായി ഒരു ബന്ധവുമില്ലാതെ, വെറുതെ അവിടെ ഇരിക്കുക, എന്തെങ്കിലുമൊക്കെ എഴുതിക്കൂട്ടുക, മരം വെട്ടുക, മീൻ പിടിക്കുക. അത്ര തന്നെ. പക്ഷെ ബെഡ്ഫോർഡ്ഷയറിലെ ബെഡ്ഫോർഡ് പട്ടണ ത്തിലെ ആധുനിക ജീവിതവുമായി താരതമ്യം ചെയ്താൽ, ഏകദേശം രണ്ട് നൂറ്റാണ്ടുമുൻപ് മസ്സാച്ചുസെറ്റ്സിലെ കോൺകോർഡിലൊക്കെ ജീവിതം അത്രയേറെ ലളിതമായിരുന്നിരിക്കണം.

അല്ലെങ്കിലൊരുപക്ഷേ, അങ്ങനെ ആയിരുന്നിരിക്കില്ല.

ചിലപ്പോൾ ജീവിതത്തിന്റെ കാര്യത്തിൽ അവളൊരു ഒന്നാന്തരം വിഡ്ഢിയാണ്.

മണിക്കൂറുകൾ കഴിഞ്ഞുപോയി. അവൾക്ക് ഒരു ലക്ഷ്യം വേണ്ടിയി രുന്നു; നിലനിൽപ്പിനായി ഒരു കാരണം. പക്ഷെ അങ്ങനെ യാതൊന്നും അവൾക്കുണ്ടായിരുന്നില്ല. ശ്രീ ബാനർജിയുടെ മരുന്ന് വാങ്ങിവരിക എന്ന ചെറിയ കാര്യംപോലും ഉണ്ടായിരുന്നില്ല, അതവൾ രണ്ടു ദിവസം മുമ്പേ ചെയ്തുകഴിഞ്ഞിരുന്നു. ഭിക്ഷക്കാരനായ ഒരാൾക്ക് അൽപ്പം പണം കൊടുത്താലോ എന്നവൾ ആലോചിച്ചു, അപ്പോഴാണ് തന്റെ കൈയിൽ പണമില്ലല്ലോ എന്നവൾ ഓർത്തത്.

"സന്തോഷിക്കൂ പ്രിയേ, അത് ഒരിക്കലും നടക്കാൻ പോകുന്നില്ല," ആരോ പറഞ്ഞു.

ഒന്നും ഒരിക്കലും നടന്നില്ല, അവൾ സ്വയം പറഞ്ഞു. *അതായിരുന്നു എല്ലാ പ്രശ്നവും.*

പ്രതിദ്രവ്യം

മരിക്കാൻ തീരുമാനിക്കുന്നതിന് അഞ്ചു മണിക്കൂർ മുൻപ്, അവൾ വീട്ടിലേയ്ക്ക് നടക്കാനൊരുങ്ങുമ്പോൾ, കൈയിലിരുന്ന ഫോൺ വൈബ്രേറ്റ് ചെയ്യാൻ തുടങ്ങി.

ചിലപ്പോൾ ഇസ്സി ആയിരിക്കും. ചിലപ്പോൾ രവി, സഹോദരനോട് എന്നെ വിളിക്കാൻ പറഞ്ഞതാവാം.

അല്ല.

"ഓ, ഹായ്, ഡോറീൻ"

പ്രക്ഷുബ്ധമായ സ്വരം. "നീ എവിടെയായിരുന്നു?"

അവളത് മറന്നേ പോയിരുന്നു. *എത്ര സമയം ആയി?*

"എനിക്കിന്ന് ആകപ്പാടെ ഒരു മോശം ദിവസമായിരുന്നു. എന്നോട് ക്ഷമിക്കൂ."

"നിന്റെ ഫ്ളാറ്റിന്റെ പുറത്ത് ഒരു മണിക്കൂറാണ് ഞങ്ങൾ കാത്തു നിന്നത്"

"ദേ ഞാനിപ്പോ അഞ്ചു മിനിറ്റിൽ എത്തും. ഞാൻ വന്നയുടനെ തന്നെ ലിയോയ്ക്ക് ക്ളാസ്സ് എടുക്കാം."

"ഒത്തിരി വൈകിപ്പോയി. അവൻ ഇനിയുള്ള മൂന്നു ദിവസങ്ങൾ അവന്റെ അച്ഛന്റെ കൂടെയായിരിക്കും."

"ഓ, *ഐ ആം സോറി. ഐ ആം സൊ സോറി.*"

ക്ഷമാപണത്തിന്റെ ഒരു കുത്തൊഴുക്കായി അവൾ മാറി. എന്നിട്ട് സ്വയം അതിൽ മുങ്ങിത്താണു.

"സത്യം പറഞ്ഞാൽ, ഇതെല്ലാം വിട്ടാലോ എന്നാണ് അവൻ ആലോചിക്കുന്നത്, നോറാ."

"പക്ഷെ അവൻ മിടുക്കനാണല്ലോ."

"അവനത് ശരിക്കും ആസ്വദിക്കുന്നുണ്ടായിരുന്നു. പക്ഷെ അവന് വല്ലാത്ത തിരക്കാണ്. പരീക്ഷകൾ, സുഹൃത്തുക്കൾ, ഫുട്ബോൾ. ഇതിൽ എന്തെങ്കിലുമൊന്ന്...."

"അവന് ശരിക്കും നല്ല കഴിവുണ്ട്. ഞാൻ അവനെ ചോപ്പിന്റെ പാഠം വരെ എത്തിച്ചതാണ്. പ്ലീസ് ..."

ദീർഘ ദീർഘമായ ഒരു നിശ്വാസം. "വയ്ക്കട്ടെ നോറാ."

ഭൂമി പിളർന്ന് താഴേയ്ക്ക് പതിച്ച്, ലിത്തോസ്ഫിയറും മാന്റിലും കടന്ന്, ഭൂമിയുടെ ഏറ്റവും ഉൾക്കാമ്പിലെത്തി, കട്ടകട്ടിയായ ഒരു ലോഹമായി താൻ ഞെരുങ്ങിയമർന്ന് പോയെങ്കിൽ എന്നവൾ സങ്കൽപ്പിച്ചു.

മരിക്കാൻ തീരുമാനിക്കുന്നതിന് നാലു മണിക്കൂർ മുൻപ്, നോറാ, ശ്രീ ബാനർജി എന്ന തന്റെ വൃദ്ധനായ അയൽക്കാരനെ കടന്നുപോയി.

ശ്രീ ബാനർജിയ്ക്ക് എൺപത്തിനാലു വയസ്സുണ്ടായിരുന്നു. മെല്ലിച്ച ഒരു മനുഷ്യനായിരുന്നു അദ്ദേഹം. പക്ഷെ ഇടുപ്പെല്ലിന്റെ ശസ്ത്രക്രിയയ്ക്ക് ശേഷം അദ്ദേഹത്തിന്റെ ചലനക്ഷമത ഒരൽപ്പം മെച്ചപ്പെട്ടിരുന്നു.

"പുറത്ത് കാലാവസ്ഥ ഭയങ്കര മോശം, അല്ലേ?"

"അതെ," നോറാ പതുക്കെ പറഞ്ഞു.

അദ്ദേഹം തന്റെ പൂന്തോട്ടത്തിലേയ്ക്ക് നോക്കി. "എന്തായാലും ഐറിസുകൾ എല്ലാം പൂവിട്ടു തുടങ്ങിയിട്ടുണ്ട്."

ധൂമ്രനൂൽ നിറമുള്ള പൂക്കളുടെ വൃന്ദത്തിലേയ്ക്ക് നോക്കിക്കൊണ്ട്, അവളൊരു ചിരി വരുത്താൻ ശ്രമിച്ചു. അവയ്ക്ക് എന്ത് സമാധാനമായിരിക്കും മനുഷ്യന് തരാൻ കഴിയുക എന്നവൾ ആലോചിച്ചു നോക്കി.

കണ്ണടയ്ക്ക് പിറകിൽ, അദ്ദേഹത്തിന്റെ കണ്ണുകളിൽ ക്ഷീണം ഉറഞ്ഞു കിടന്നു. താക്കോൽ തപ്പിത്തടഞ്ഞ് എടുക്കാൻ ശ്രമിച്ചുകൊണ്ട് വാതിൽക്കൽ നിൽക്കുകയായിരുന്നു അദ്ദേഹം. കൈസഞ്ചിയിലെ പാലിന്റെ കുപ്പിയ്ക്ക് വല്ലാത്ത ഭാരമുണ്ടെന്ന് തോന്നി. അദ്ദേഹം വീടിനു പുറത്തേയ്ക്ക് അപൂർവ്വമായേ ഇറങ്ങാറുണ്ടായിരുന്നുള്ളൂ. ഇവിടെ വന്ന ആദ്യത്തെ മാസം അവൾ സന്ദർശിച്ച വീടായിരുന്നു അദ്ദേഹത്തിന്റേത്. ഒരു ഓൺലൈൻ ഗ്രോസറി ഷോപ്പ് ശരിയാക്കിക്കൊടുക്കാൻ സഹായിക്കുകയായിരുന്നു അവളന്ന്.

"പിന്നെ," അദ്ദേഹം പറഞ്ഞു തുടങ്ങി. "നിനക്കൊരു സന്തോഷവാർത്തയുണ്ട്. ഇനി നീ എനിക്കുള്ള മരുന്നു വാങ്ങിത്തരേണ്ടതില്ല. ആ മരുന്നുകടയിലെ പയ്യൻ ഇവിടെ അടുത്തേയ്ക്ക് താമസം മാറിയിട്ടുണ്ട്. അവൻ വരുമ്പോൾ ആവശ്യമുള്ളത് കൊണ്ടുവന്നു തന്നോളും."

നോറാ മറുപടി പറയാൻ ശ്രമിച്ചുവെങ്കിലും, വാക്കുകളൊന്നും പുറത്തേയ്ക്ക് വന്നില്ല. അവൾ വെറുതെ തലയാട്ടി.

അദ്ദേഹം എങ്ങനെയൊക്കെയോ വാതിൽ തുറന്ന് അകത്തു കയറി വാതിൽ ചേർത്തടച്ച ശേഷം, മരിച്ചു പോയ ഭാര്യയുടെ സ്മരണകളുറങ്ങുന്ന അകത്തളത്തിന്റെ ഏകാന്തതയിലേയ്ക്ക് പിൻവാങ്ങി.

അത്ര തന്നെ. ആർക്കും അവളെ വേണ്ട. ഈ പ്രപഞ്ചത്തിന് അവളൊരു അധികപ്പറ്റാണ്.

ഫ്ളാറ്റിനുള്ളിൽ കയറിയപ്പോഴാകട്ടെ, നിശ്ശബ്ദതയ്ക്കായിരുന്നു ശബ്ദകോലാഹലത്തിനേക്കാൾ ഒച്ച കൂടുതൽ. പൂച്ചയുടെ ഭക്ഷണത്തിന്റെ മണം. വോൾട്ടയറിനു വേണ്ടി എടുത്തു വച്ച ഭക്ഷണം, ഇപ്പോഴും പാതി മാത്രം തിന്ന നിലയിൽ അവിടെയുണ്ട്.

അവൾ കുറച്ച് വെള്ളമെടുത്ത് രണ്ട് ആന്റി-ഡിപ്രസ്സന്റ് ഗുളികകൾ കഴിച്ചു. മേശപ്പുറത്തിരുന്ന ബാക്കി ഗുളികകളിലേയ്ക്ക് നോക്കി എന്തു ചെയ്യണമെന്നറിയാതെ മിഴിച്ചു നിന്നു.

മരിക്കുന്നതിന് മൂന്നു മണിക്കൂർ മുൻപ് കുറ്റബോധം കൊണ്ട് അവൾക്ക് അടിമുടി വേദനിച്ചു. മനസ്സിന്റെ നിരാശ, എങ്ങനെയൊക്കെയോ ഉടലിനെയും സന്ധികളെയും ബാധിച്ചപോലെയായിരുന്നു അത്. അവളുടെ ഓരോ കോശങ്ങളിലും അത് കുടിയേറിപ്പാർക്കുന്നതു പോലെയായിരുന്നു അത്.

അവളില്ലാതിരിക്കുന്നതാണ് മറ്റുള്ളവർക്ക് കൂടുതൽ സൗകര്യം എന്ന് അവൾ ഓർമ്മിച്ചു. നിങ്ങളൊരു തമോഗർത്തത്തിനരികിൽ എത്തിപ്പെട്ടപ്പോൾ, ഗുരുത്വാകർഷണം നിങ്ങളെ അതിന്റെ ശൂന്യമായ ഇരുണ്ട യാഥാർത്ഥ്യത്തിലേയ്ക്ക് വലിച്ചിടുന്നു.

ഇടതടവില്ലാതെ മനസ്സിലുള്ള ഒരു കൊളുത്തിപ്പിടിത്തം പോലെയായിരുന്നു ആ ചിന്ത. താങ്ങാൻ കഴിയാത്ത, എന്നാൽ അവഗണിക്കാനാവാത്ത ഒന്ന്.

നോറാ അവളുടെ സാമൂഹ്യമാധ്യമങ്ങളിലൂടെ ഒന്നു കണ്ണോടിച്ചു. സന്ദേശങ്ങളില്ല, കമന്റുകളില്ല, പുതിയ അനുയായികളില്ല, ഫ്രണ്ട് റിക്വസ്റ്റുകൾ ഇല്ല. ഒരൽപ്പം ആത്മാനുകമ്പ കൂട്ടിക്കലർത്തിയ ഒരു ആന്റിമാറ്റർ, അഥവാ പ്രതിദ്രവ്യമായിരുന്നു അവൾ.

ഇൻസ്റ്റാഗ്രാമിൽ കയറിയപ്പോൾ, അവളൊഴികെ മറ്റെല്ലാവരും എങ്ങനെ ജീവിക്കണം എന്നത് മനസ്സിലാക്കിയിരിക്കുന്നതായി അവൾ കണ്ടു. പരസ്പരബന്ധമില്ലാത്ത എന്തോ ഒന്ന് അവൾ മുഖപുസ്തകത്തിൽ എഴുതിയിട്ടു. അവൾ അങ്ങനെ ഉപയോഗിക്കാത്ത ഒരു മാധ്യമമായിരുന്നു മുഖപുസ്തകം.

മരിക്കാൻ തീരുമാനിക്കുന്നതിന് രണ്ടു മണിക്കൂർ മുൻപ്, അവളൊരു വൈൻ കുപ്പി എടുത്തു തുറന്നു.

പഴയ തത്വശാസ്ത്ര പുസ്തകങ്ങൾ അലമാരയിലിരുന്ന് അവളെ തുറിച്ചു നോക്കി. ജീവിതത്തിന്റെ സാധ്യതകൾ മങ്ങിയിട്ടില്ലാത്ത ഒരു കാലത്തിന്റെ, യൂണിവേഴ്സിറ്റി നാളുകളുടെ, ബാക്കിപത്രങ്ങൾ. യക്ക എന്ന ഇനത്തിൽപ്പെട്ട ഒരു ചെടിയും, മൂന്നു കുള്ളൻ കള്ളിമുൾച്ചെടികളുടെ ചെറിയ ചട്ടികളും. നിർജ്ജീവമായ ഒരു വസ്തുവായി ദിവസം മുഴുവൻ ആ ചട്ടിയിൽ ഇരിക്കുന്നതായിരിക്കണം താരതമ്യേന എളുപ്പമുള്ള ഒരു ജീവിതരീതി എന്നവൾക്ക് തോന്നി.

അവൾ ചെറിയ ഇലക്ട്രിക്ക് പിയാനോയ്ക്കരികിൽ ഇരുന്നെങ്കിലും, ഒന്നും വായിച്ചില്ല. ലിയോയ്ക്കരികിൽ ഇരുന്ന്, ചോപ്പിന്റെ മംഗളഗാനം, ഇ-മൈനറിൽ പഠിപ്പിക്കുന്നത് അവൾ ഓർത്തുനോക്കി. കാലക്രമത്തിൽ, സന്തോഷനിമിഷങ്ങൾ വേദനകളായി പരിണമിക്കുന്നു.

പിയാനോയിൽ തെറ്റായ നോട്ട്സ് ഉണ്ടാവാറേയില്ല എന്ന് പഴയ സംഗീതജ്ഞരുടെ ഇടയിൽ ഒരു പ്രയോഗമുണ്ട്. പക്ഷെ അവളുടെ ജീവിതം അസംബന്ധങ്ങളുടെ അപസ്വര ശബ്ദകോലാഹലമാണ്. എത്രയോ നല്ല

മനോഹരങ്ങളായ ഇടങ്ങളിലേയ്ക്ക് എത്തിച്ചേരാമായിരുന്ന ഒന്ന്; പക്ഷെ അത് എങ്ങുമെങ്ങും എത്തിച്ചേരാതെ പോയി.

സമയം ഇഴഞ്ഞു നീങ്ങി. അവൾ ശൂന്യതയിലേയ്ക്ക് തുറിച്ചുനോക്കിയിരുന്നു.

വൈൻ കുടിച്ചു കഴിഞ്ഞപ്പോൾ, പൂർണ്ണമായ തെളിച്ചത്തോടെ ഒരു തിരിച്ചറിവ് അവളുടെ തലയിൽ പതിച്ചു. ഈ ജീവിതം അവൾക്ക് പറ്റിയതല്ല.

എല്ലാ ഉദ്യമങ്ങളും പാളിപ്പോകുന്ന, എല്ലാ തീരുമാനങ്ങളും ദുരന്തങ്ങളാകുന്ന, താൻ ആരായിത്തീരണം എന്ന് അവൾ കൊതിച്ചതിൽ നിന്നും അവൾ ഓരോ ദിവസവും അകലേയ്ക്ക് നീങ്ങുന്നു.

നീന്തൽ താരം. പാട്ടുകാരി. തത്വശാസ്ത്ര വിദഗ്ധ. പങ്കാളി. യാത്രിക. *ഗ്ലേഷിയോളജിസ്റ്റ്.* സന്തുഷ്ട. പ്രിയങ്കരി.

ഒന്നുമായില്ല.

ഒരു 'പൂച്ചയുടെ ഉടമസ്ഥ' എന്നതുപോലും അവളെക്കൊണ്ട് കൈകാര്യം ചെയ്യാൻ കഴിയുന്നില്ല. അല്ലെങ്കിൽ, 'ആഴ്ചയിൽ-ഒരിക്കൽ-ഒരു മണിക്കൂർ പിയാനോ അദ്ധ്യാപിക' എന്നത്. അതുമല്ലെങ്കിൽ, 'സംഭാഷണം ചെയ്യാൻ പറ്റിയ ഒരു മനുഷ്യജീവി' എന്നത്.

ഗുളികകൾ സഹായകമാകുന്നില്ല.

അവളാ വൈൻ മുഴുവനും കുടിച്ചുതീർത്തു.

"*ഐ മിസ്സ് യൂ,*" അവൾ പതുക്കെ പറഞ്ഞു. നാളിതുവരെ അവൾ സ്നേഹിച്ചിരുന്ന എല്ലാ ആത്മാക്കളും ആ മുറിയിലുണ്ട് എന്നവണ്ണമായിരുന്നു അവളത് മൃദുവായി പറഞ്ഞത്.

അവൾ സഹോദരനെ വിളിക്കാൻ ശ്രമിച്ചു. ഫോൺ എടുക്കാതെയായപ്പോൾ അയാൾക്ക് അവളൊരു ശബ്ദസന്ദേശം അയച്ചു.

"എനിക്ക് നിന്നെ ഇഷ്ടമാണ് ജോ. നിന്നോട് അതൊന്നു പറയണമെന്നു തോന്നി. നിന്നെക്കൊണ്ടൊന്നും ചെയ്യാൻ കഴിയുമായിരുന്നില്ല. ഇത് എന്നെക്കുറിച്ചാണ്. എന്റെ സഹോദരനായിരുന്നതിന് ഒത്തിരി നന്ദി. *ഐ ലവ് യൂ. ബൈ.*"

വീണ്ടും മഴ പെയ്യാൻ തുടങ്ങി. ജനൽക്കർട്ടനുകൾ തുറന്നിട്ട്, കണ്ണാടിയ്ക്ക് മുകളിൽ പതിയ്ക്കുന്ന മഴത്തുള്ളികളെ നോക്കിക്കൊണ്ട്, അവൾ ഇരുന്നു.

സമയം, പതിനൊന്നു മണി കഴിഞ്ഞ് ഇരുപത്തിരണ്ട് മിനുട്ട്.

അവൾക്ക് അത്രമേൽ തീർച്ചയോടെ തോന്നിയിരുന്നത് ഒന്നു മാത്രമാണ് : അവൾക്ക് നാളെയിലേയ്ക്ക് എത്തിച്ചേരണം എന്നില്ല. അവൾ എഴുന്നേറ്റു. ഒരു പേപ്പറും പേനയും അവൾ കണ്ടുപിടിച്ചു.

അത്, മരിക്കാൻ നല്ലൊരു സമയമാണെന്ന്, അവൾ തീരുമാനിച്ചു.

പ്രിയപ്പെട്ട ഏവരുമേ,

ജീവിതം കൊണ്ട് എന്തെങ്കിലുമൊക്കെ കെട്ടിപ്പടുക്കാൻ പറ്റിയ ധാരാളം അവസരങ്ങൾ എനിക്ക് ലഭിച്ചിട്ടുണ്ട്; ഞാൻ അവയൊക്കെ നശിപ്പിച്ചു. എന്റെ തന്നെ ശ്രദ്ധക്കുറവും നിർഭാഗ്യവും മൂലം ലോകം എന്നിൽ നിന്നും പിന്തിരിഞ്ഞ് അകന്നു പോയിരിക്കുന്നു. അതുകൊണ്ട്, ഞാൻ ഈ ലോകത്തിൽനിന്നും പിന്തിരിയുക എന്നത് തികച്ചും ഉചിതമായ ഒന്നാണ്.

ഇവിടെ നിൽക്കാൻ സഹായകമായ എന്തെങ്കിലും ഉണ്ടായിരുന്നു എങ്കിൽ, ഞാൻ നിൽക്കുമായിരുന്നു. പക്ഷെ അങ്ങനെയൊന്നില്ല. അതുകൊണ്ട് എനിക്കതിന് കഴിയില്ല. ഞാൻ മറ്റുള്ളവരുടെ ജീവിതം കൂടി വഷളാക്കുന്നു.

തരാൻ എന്റെ കൈയിൽ ഒന്നുമില്ല. എന്നോടു ക്ഷമിക്കൂ.

പരസ്പരം കരുണയുള്ളവരായിരിക്കൂ.

വിടപറയുന്നു,

നോറാ

00 : 00 : 00

ആദ്യം, എങ്ങും പരന്നു കിടക്കുന്ന മൂടൽമഞ്ഞായിരുന്നു. അവൾക്കൊന്നും കാണാൻ പറ്റുന്നുണ്ടായിരുന്നില്ല. പതുക്കെ, അവൾ നിന്നിരുന്നതിന്റെ മറു വശത്ത്, തൂണുകൾ തെളിഞ്ഞു വരാൻ തുടങ്ങി. അവൾ ഒരു വഴിയ്ക്കരികിൽ നിൽക്കുകയായിരുന്നു; കൂറ്റൻ തൂണുകൾ വരിയിട്ട ഒരു വഴിയ്ക്കരികിൽ. ഇടയ്ക്കിടെ കരിനീല രാശികൾ പടർന്ന, ചാരനിറമുള്ള തൂണുകൾ. കാഴ്ചയിൽപ്പെടാതിരിക്കാൻ മറഞ്ഞു നീങ്ങുന്ന പ്രേതാത്മാക്കളെപ്പോലെ, മൂടൽമഞ്ഞ് പതുക്കെ ഒഴുകിനീങ്ങിത്തുടങ്ങിയപ്പോൾ, അവൾക്ക് മുന്നിൽ ഒരു രൂപം തെളിഞ്ഞു വന്നു.

ദീർഘചതുരാകൃതിയിൽ ഉറപ്പുള്ള ഒരു രൂപം.

ഒരു കെട്ടിടത്തിന്റെ രൂപം. ഒരു പള്ളിയുടെയോ, ഒരു ചെറിയ സൂപ്പർ മാർക്കറ്റിന്റേയോ വലിപ്പമുണ്ടാവും. കെട്ടിടത്തിന്റെ മുൻവശം കരിങ്കല്ലു കൊണ്ടുള്ളതായിരുന്നു. തൂണുകളുടെ അതേ വർണ്ണശബളിമ. നടുക്ക് ഒരു വലിയ തടിവാതിൽ. പ്രതാപത്തിന്റെ ഗാംഭീര്യം വിളിച്ചുപറയണമെന്ന് ഉൽക്കടമായി ആഗ്രഹിക്കുന്ന, വളരെയധികം കൊത്തുപണികളുള്ള, ഒരു മേൽക്കൂര. ത്രികോണാകൃതിയിലുള്ള മട്ടച്ചുവരിലാകട്ടെ, കറുത്ത നിറത്തിലുള്ള ചായം കൊണ്ട് റോമൻ അക്കങ്ങൾ എഴുതിയ, അർദ്ധരാത്രിയായി എന്ന് സൂചിപ്പിക്കുന്ന സൂചികളുള്ള, ഭീമാകാരനായ ഒരു ഘടികാരമുണ്ടായിരുന്നു. നീണ്ട, കറുത്ത, മുകളറ്റം വളച്ചെടുത്ത കരിങ്കല്ലുകൾ കൊണ്ട് കട്ടിള തീർത്ത ജനലുകൾ, ആ മുൻവശത്തെ ചുവരിൽ, കൃത്യമായ അകലങ്ങളിൽ നിലകൊണ്ടു. ആദ്യം നോക്കുമ്പോൾ അവൾക്ക് തോന്നിയത് നാല് ജനലുകൾ ഉണ്ടെന്നായിരുന്നു. പക്ഷെ അടുത്ത നിമിഷം തന്നെ, അവ അഞ്ചെണ്ണമുണ്ടെന്ന് തീർച്ചയായി. അവൾക്ക് എണ്ണം തെറ്റിയതായിരിക്കും എന്നവൾ കരുതി.

ചുറ്റും മറ്റൊന്നുമില്ലാതിരുന്നതു കൊണ്ടും, പോകാൻ മറ്റൊരിടമില്ലാതിരുന്നതുകൊണ്ടും, നോറാ ശ്രദ്ധാപൂർവ്വം അതിനു നേർക്ക് നടന്നു.

അവൾ വാച്ചിന്റെ ഡിജിറ്റൽ ഡിസ്പ്ലേയിൽ നോക്കി.

00 : 00 : 00

അർദ്ധരാത്രി – അങ്ങനെയാണ് ആ ക്ലോക്ക് അവളോട് പറഞ്ഞത്.

സമയം മാറി, അടുത്ത സെക്കൻഡ് ആവാൻ അവൾ കാത്തുനിന്നു. പക്ഷെ അത് മാറിയില്ല. അവളാ കെട്ടിടത്തിന്റെ അടുത്തെത്താറായിട്ടും, അതിന്റെ വാതിലുകൾ തുറന്നിട്ടും, അകത്തേയ്ക്ക് കയറിയിട്ടും, ആ ഡിസ്പ്ലേ മാറിയില്ല. ഒന്നുകിൽ വാച്ചിനെന്തോ കുഴപ്പമുണ്ട്. അല്ലെങ്കിൽ സമയത്തിനെന്തോ കുഴപ്പമുണ്ട്. സാഹചര്യം വച്ച് നോക്കുകയാണെങ്കിൽ, ഇത് രണ്ടുമാകാൻ സാദ്ധ്യതയുണ്ട്.

എന്താ സംഭവിക്കുന്നത്? അവൾ ആശ്ചര്യപ്പെട്ടു. *എന്തു കോപ്പാണിവിടെ നടക്കുന്നത്?*

അകത്തേയ്ക്ക് നടക്കുമ്പോൾ, ചിലപ്പോൾ ഇവിടം തനിക്ക് വേണ്ട ഉത്തരങ്ങളെ ഒളിപ്പിച്ചിട്ടുണ്ടായിരിക്കാം എന്നവൾ ആലോചിച്ചു. അവിടം പ്രകാശപൂർണ്ണമായിരുന്നു. ഇളം നിറത്തിലുള്ള കല്ല് പാകിയിരുന്നു നിലത്ത്. ഇളം മഞ്ഞയ്ക്കും, ഇളം തവിട്ടു നിറത്തിനും ഇടയിലുള്ള ഒരു നിറം. പഴയ പുസ്തകത്താളിന്റെ നിറം. പക്ഷേ പുറത്തുനിന്നും അവൾ കണ്ട ജനാലകൾ, അകത്തുണ്ടായിരുന്നില്ല. സത്യത്തിൽ, ഏതാനും അടികൾ മാത്രം മുന്നോട്ടു വച്ചപ്പോഴേയ്ക്കും അവൾക്ക് ചുവരുകൾ കാണുന്നുണ്ടായിരുന്നില്ല. പകരം, പുസ്തകത്തട്ടുകളായിരുന്നു മുഴുവനും. നിറയെ നിറയെ പുസ്തകത്തട്ടുകൾ. അവ മാനം മുട്ടെ നിറഞ്ഞു നിൽക്കുന്നു. അവൾ നടക്കുന്ന ഇടനാഴിയിലൂടെ അവ ശാഖകൾ പോലെ പടർന്നു കിടക്കുന്നു. എണ്ണമറ്റ പുസ്തകങ്ങൾ പരന്നു കിടക്കുന്ന തട്ടുകൾ നോക്കി അവൾ നിർന്നിമേഷയായി നിന്നു.

ആ പുസ്തകങ്ങൾ എല്ലായിടത്തും ഉണ്ടായിരുന്നു. അദൃശ്യമാണെന്ന് തോന്നിപ്പിക്കുന്ന അത്രയും നേരിയ തട്ടുകളിലായിരുന്നു അവ. എല്ലാ പുസ്തകങ്ങൾക്കും പച്ചനിറമായിരുന്നു. പച്ചകളുടെ പല വകഭേദങ്ങൾ. ചിലത് അടഞ്ഞ പച്ച; മറ്റു ചിലത് തെളിഞ്ഞ ഇളം പച്ച; വേറെ ചിലത് കടുത്ത മരതകപ്പച്ച; പിന്നെ ചിലതാകട്ടെ, സമൃദ്ധമായ പുൽത്തകിടിയുടെ ഇലത്തഴപ്പിന്റെ പച്ച.

പുസ്തകങ്ങൾ പഴയതായിരുന്നുവെങ്കിലും, ആ പുസ്തകപ്പുരയ്ക്കുള്ളിലെ കാറ്റിന് ഒരു നവോന്മേഷമുണ്ടായിരുന്നു. അറുബോറൻ തടിയൻ പുസ്തകങ്ങളുടെ പൊടിമണത്തിനു പകരം, നിറഞ്ഞു സമൃദ്ധമായ പുൽമേടുകളുള്ള ഭൂപ്രദേശത്തിന്റെ മണം.

ആ ഷെൽഫുകൾ അനന്തമായി, അങ്ങു ദൂരെ ചക്രവാളം വരെ, നീണ്ടു നീണ്ടു കിടക്കുന്നതുപോലെതന്നെ തോന്നി. സ്കൂൾ ആർട്ട് പ്രോജക്ടുകളിൽ നമ്മൾ വരയ്ക്കാറുള്ള ചില ചിത്രങ്ങളില്ലേ – അകലം കൂടുംതോറും കാഴ്ചകൾ ചെറുതായി വരുന്നതരം ചിത്രങ്ങൾ. അതുപോലെ. ഇടയ്ക്കിടെയുള്ള ഇടനാഴികൾ മാത്രം അവയെ മുറിച്ചുകൊണ്ടിരുന്നു.

അവൾ പെട്ടെന്നൊരു ഇടനാഴി തിരഞ്ഞെടുത്ത് അതിലൂടെ നടക്കാൻ ആരംഭിച്ചു. അടുത്ത വളവെത്തിയപ്പോൾ അവൾ ഇടത്തേയ്ക്ക് തിരിഞ്ഞു. അപ്പോഴവൾക്ക് വഴി തെറ്റി. അവൾ പുറത്തേയ്ക്കുള്ള വഴി അന്വേഷിച്ചുവെങ്കിലും, അതിനെ സൂചിപ്പിക്കുന്ന ഒന്നും അവിടെ ഉണ്ടായിരുന്നില്ല. വന്ന വഴിയിലൂടെ തിരിച്ചു നടക്കാനൊരു ശ്രമം കൂടി അവൾ നടത്തിയെങ്കിലും, അത് പരാജയപ്പെട്ടു.

ഒടുവിൽ, ഒരിക്കലും താൻ പുറത്തേയ്ക്കുള്ള വാതിൽ കണ്ടുപിടിക്കാൻ പോകുന്നില്ല എന്നവൾ തീർപ്പാക്കി.

"ഇത് വിചിത്രമാണ്," സ്വന്തം ശബ്ദമെങ്കിലും കേട്ട് സമാധാനിക്കാനെന്നോണം അവൾ പറഞ്ഞു. "ഉറപ്പായും ഇത് വിചിത്രം തന്നെ."

നോറാ ഒന്നു നിന്നു. അവൾ കുറച്ചു പുസ്തകങ്ങൾക്കരികിലേയ്ക്ക് നീങ്ങി.

അവയുടെ ചട്ടയുടെ വശങ്ങളിൽ, പുസ്തകത്തിന്റെ പേരോ, കഥാകൃത്തിന്റെ പേരോ ഉണ്ടായിരുന്നില്ല. നിറത്തിലുള്ള വ്യതിയാനങ്ങൾ ഒഴിച്ചു നിർത്തിയാൽ, പിന്നെയുള്ളത് വലിപ്പത്തിലുള്ള ഏറ്റക്കുറച്ചിലുകളായിരുന്നു : എല്ലാ പുസ്തകങ്ങൾക്കും ഒരേ പൊക്കമായിരുന്നുവെങ്കിലും, അവയുടെ വീതി വ്യത്യസ്ഥമായിരുന്നു. ചില പുസ്തകങ്ങൾക്ക് രണ്ടിഞ്ചോളം വലിപ്പമുണ്ടായിരുന്നുവെങ്കിൽ, ചിലത് തീരെ ചെറുതായിരുന്നു. ഒന്നു രണ്ടെണ്ണമാകട്ടെ, ചെറിയ ലഘുലേഖകളുടെ വലിപ്പമേ ഉണ്ടായിരുന്നുള്ളൂ.

ഒലിവു പച്ച നിറത്തിൽ, അത്ര വലിപ്പമില്ലാത്ത ഒരു പുസ്തകം അവളെടുക്കാനൊരുങ്ങി. അത് പഴകി, പൊടി പിടിച്ച്, പിഞ്ചിത്തുടങ്ങിയിരുന്നു.

ഷെൽഫിൽ നിന്നും അത് പുറത്തെടുക്കും മുൻപേ, തൊട്ടു പിറകിൽ നിന്നും ഒരു ശബ്ദം കേട്ട് അവൾ ഞെട്ടി പിറകിലേയ്ക്ക് ചാടി.

"സൂക്ഷിക്കണം," ആ ശബ്ദം പറഞ്ഞു.

ആരാണതെന്നറിയാൻ നോറാ തിരിഞ്ഞുനോക്കി.

ലൈബ്രേറിയൻ

"നീ ദയവ് ചെയ്ത് സൂക്ഷിക്കണം."

ശൂന്യതയിൽ നിന്നെന്നോണം ഒരു സ്ത്രീ പ്രത്യക്ഷപ്പെട്ടു. വൃത്തിയായി വസ്ത്രം ധരിച്ചിരുന്ന അവരുടെ വേഷം ഉയർന്ന, ഒട്ടിച്ചേർന്ന കോളറുള്ള പച്ച ടീഷർട്ടായിരുന്നു. അവരുടെ തലയിലെ നരച്ച മുടി മുഴുവൻ ഭംഗിയായി വെട്ടിയൊതുക്കി വച്ചിരുന്നു. ഏകദേശം അറുപത് വയസ്സ് – നോറാ മനസ്സിൽ കണക്കുകൂട്ടി.

"നിങ്ങളാരാണ്?"

പക്ഷെ ആ ചോദ്യം മുഴുമിപ്പിക്കുന്നതിന് മുൻപ് തന്നെ, അതിന്റെ ഉത്തരം തനിക്കറിയാമായിരുന്നു എന്നവൾ തിരിച്ചറിഞ്ഞു.

"ഞാൻ ലൈബ്രേറിയൻ," ആ സ്ത്രീ മടിച്ചുമടിച്ചെന്നോണം പറഞ്ഞു.

കരുണയുള്ളതും, എന്നാൽ അറിവിന്റെ കാർക്കശ്യം നിറഞ്ഞതുമായിരുന്നു ആ മുഖം. എന്നത്തേയും പോലെ, നല്ല വൃത്തിയിൽ വെട്ടിയൊതുക്കി നിർത്തിയിരുന്ന നരച്ച തലമുടിയായിരുന്നു അവർക്കിപ്പോഴും. നോറായുടെ മനസ്സിൽ എന്നുമുണ്ടായിരുന്ന അതേ മുഖം.

അവൾക്ക് മുൻപിൽ നിൽക്കുന്നത് അവളുടെ പഴയ സ്കൂൾ ലൈബ്രേറിയൻ ആയിരുന്നു.

"ശ്രീമതി എൽമ്."

ശ്രീമതി എൽമ് ചെറുതായൊന്നു പുഞ്ചിരിച്ചു. "ആയിരിക്കാം."

ചെസ്സ് കളിച്ചിരുന്ന, മഴയുള്ള ഉച്ചനേരങ്ങൾ നോറായ്ക്ക് ഓർമ്മവന്നു.

അവളുടെ അച്ഛൻ മരിച്ച ദിവസം, ആ വാർത്ത അങ്ങേയറ്റം ശാന്തമായി തന്നോട് ശ്രീമതി എൽമ് അവതരിപ്പിച്ചത് അവളോർത്തു. അവളുടെ അച്ഛൻ, താൻ പഠിപ്പിച്ചിരുന്ന ബോയ്സ് ബോർഡിങ് സ്കൂളിലെ റഗ്ബി ഗ്രൗണ്ടിൽ വച്ച്, ഹൃദയാഘാതം വന്ന് പെട്ടെന്ന് മരണപ്പെടുകയായിരുന്നു. ഏകദേശം അര മണിക്കൂറോളം, പൂർത്തിയാകാത്ത ചെസ്സ് കളിയുടെ കരുക്കളിലേയ്ക്ക് തുറിച്ചു നോക്കി, അവൾ മരവിച്ചിരുന്നു. ആദ്യം, അവൾക്ക് ഉൾക്കൊള്ളാനാവാത്തത്ര വലുതായിരുന്നു ആ സത്യം. പക്ഷെ പിന്നീടത് അവളെ കീഴ്മേൽ മറിച്ച്, ഉലച്ചുകളഞ്ഞു. ശ്രീമതി എൽമിനെ കെട്ടിപ്പിടിച്ച്, അവരുടെ ടീഷർട്ടിന്റെ ഉയർന്ന കോളറിന് മേൽ അവൾ

കണ്ണീർവാർത്തു. കണ്ണീരും, ആ തുണിയുടെ പരുപരുപ്പും ചേർന്ന് അവളുടെ മുഖം തുടുത്തു ചുവക്കുന്നത് വരെ, അവൾ നിർത്താതെ കരഞ്ഞു.

ശ്രീമതി എൽമ്, ഒരു കുഞ്ഞിനെയെന്നവണ്ണം, അവളെ നെഞ്ചോട് ചേർത്ത് പിടിച്ച്, പതുക്കെ അവളുടെ തലയിൽ തലോടിക്കൊണ്ടിരുന്നു. വിരസമായ ഉപദേശങ്ങളോ, അർത്ഥശൂന്യമായ ആശ്വാസവാക്കുകളോ ഒന്നും അവർ പറഞ്ഞില്ല. അന്ന്, ആ സമയത്ത്, ശ്രീമതി എൽമ് പറഞ്ഞ വാക്കുകൾ അവൾ ഓർത്തു : "എല്ലാം ശരിയാവും നോറാ. എല്ലാം പതുക്കെ ശരിയായിക്കൊള്ളും."

അവളുടെ അമ്മ അവളെ വിളിക്കാൻ വരുന്നതിന് ഒരു മണിക്കൂറോളം മുൻപായിരുന്നു അത്. വണ്ടിയുടെ പുറകിലത്തെ സീറ്റിൽ, മരവിച്ച്, ബാധ കൂടിയവനെപ്പോലെ അവളുടെ സഹോദരൻ ഇരിക്കുന്നുണ്ടായിരുന്നു. ഒന്നും മിണ്ടാതെ വിറച്ച് കൊണ്ടിരിക്കുന്ന അമ്മയുടെ അടുത്ത്, മുൻപിലത്തെ സീറ്റിലാണ് നോറാ ഇരുന്നത്. അമ്മയെ തനിക്ക് ഒരുപാടിഷ്ടമാണ് എന്ന് അവൾ പറയുന്നുണ്ടായിരുന്നു എങ്കിലും, അവർ മറുപടിയൊന്നും പറഞ്ഞില്ല.

"ഇതേതാണ് സ്ഥലം? ഞാനിത് എവിടെയാണ്?"

ഔപചാരികമെന്ന് തോന്നിപ്പിക്കുന്ന രീതിയിൽ ശ്രീമതി എൽമ് ഒന്നു ചിരിച്ചു. "സംശയം വേണ്ട, ഇതൊരു ലൈബ്രറി ആണ്."

"ഇത് സ്കൂൾ ലൈബ്രറി അല്ല. ഇവിടെ പുറത്തേയ്ക്കുള്ള വാതിൽ ഇല്ലല്ലോ. ഞാൻ മരിച്ചോ? ഇതെന്റെ മരണാനന്തര ജീവിതമാണോ?"

"അങ്ങനെ പറയാൻ പറ്റില്ല," ശ്രീമതി എൽമ് പറഞ്ഞു.

"എനിക്ക് മനസ്സിലായില്ല."

"എങ്കിൽ ഞാൻ വിശദമായി പറയാം."

ദി മിഡ്നൈറ്റ് ലൈബ്രറി

അവർ സംസാരിച്ചുകൊണ്ടിരിക്കേ, ശ്രീമതി എൽമിന്റെ കണ്ണുകളിൽ ജീവൻ തുടിയ്ക്കാൻ തുടങ്ങി. നിലാവെളിച്ചത്തിൽ ജലമെന്ന പോലെ, അത് തിളങ്ങി.

"ജീവിതത്തിനും മരണത്തിനുമിടയിൽ ഒരു ലൈബ്രറിയുണ്ട്," അവർ പറഞ്ഞു. "ആ ലൈബ്രറിയിൽ, പുസ്തകത്തട്ടുകൾ അനന്തമാണ്. ഓരോ പുസ്തകവും, നീ ജീവിച്ചിരുന്നിരിക്കാമായിരുന്ന മറ്റൊരു ജീവിതത്തിലേയ്ക്കുള്ള അവസരം നിനക്ക് നൽകുന്നു. നിന്റെ തീരുമാനങ്ങളും തിരഞ്ഞെടുപ്പുകളും മറ്റൊന്നായിരുന്നുവെങ്കിൽ, നിന്റെ ജീവിതം എത്ര കണ്ട് വ്യത്യസ്തമായിരുന്നേനെ എന്നറിയാൻ. നിന്റെ കുറ്റബോധങ്ങളെയും സങ്കടങ്ങളെയും ഇല്ലാതാക്കാൻ ഒരവസരം ലഭിച്ചാൽ, നീ എന്തെങ്കിലുമൊക്കെ വ്യത്യസ്തമായി ചെയ്യുമായിരിക്കുമോ?"

"അപ്പോൾ, ഞാൻ മരിച്ചിരിക്കുന്നു, അല്ലേ?" നോറാ ചോദിച്ചു.

ശ്രീമതി എൽമ് തലയാട്ടി. "അല്ല. ശ്രദ്ധിച്ചു കേൾക്കു. ജീവിതത്തിനും മരണത്തിനും *ഇടയിൽ.*" ഇടനാഴിയിൽ, വിദൂരതയിലേയ്ക്ക് ഒഴുക്കൻ മട്ടിൽ കൈ കാട്ടിക്കൊണ്ട് അവർ പറഞ്ഞു. "മരണം പുറത്തുണ്ട്."

"എങ്കിൽപ്പിന്നെ ഞാൻ അങ്ങോട്ട് പോകാം. കാരണം, എനിക്ക് മരിക്കണം," നോറാ നടക്കാൻ തുടങ്ങി.

പക്ഷെ ശ്രീമതി എൽമ് തലയാട്ടി. "മരണം അങ്ങനെയല്ല ഭവിക്കുന്നത്."

"എന്തുകൊണ്ടല്ല?"

"നിനക്ക് ഒരിക്കലും മരണത്തിലേയ്ക്ക് പോകാനാവില്ല. മരണം നിന്നിലേയ്ക്കാണ് വരുക."

മരിക്കുക എന്നത് പോലും വൃത്തിയായി ചെയ്യാൻ നോറായ്ക്ക് കഴിയുന്നില്ല, എന്ന പോലെയായിരുന്നു അത്.

അത് പരിചിതമായ ഒരു അനുഭവമായിരുന്നു. എല്ലാ അർത്ഥത്തിലും അപൂർണ്ണമായ ഒരു അനുഭവം. മനുഷ്യന്റെ, പൂർത്തിയാക്കാനാവാത്ത ഒരു ജീവിതത്തിലും അപൂർണ്ണം, മരണത്തിലും അപൂർണ്ണം.

"പിന്നെ എന്തുകൊണ്ടാണ് ഞാൻ മരിക്കാത്തത്? എന്തുകൊണ്ടാണ്

മരണം എന്റടുത്ത് വരാത്തത്? ഞാനതിന് തുറന്ന ക്ഷണം നൽകിയതാണ്. എനിക്ക് മരിക്കണം എന്നായിരുന്നു. പക്ഷെ ദേ ഇവിടെ, ഞാൻ ഇപ്പോഴും നിലനിൽക്കുന്നു. എനിക്കിപ്പോഴും കാര്യങ്ങൾ മനസ്സിലാക്കാൻ പറ്റുന്നു."

"ശരി. നിനക്ക് സമാധാനമാകുമെങ്കിൽ ഒരു കാര്യം പറയാം – നീ മരിക്കാറായി എന്നതിന് എല്ലാ സാധ്യതകളുമുണ്ട്. ഈ ലൈബ്രറിയിലൂടെ കടന്നുപോകുന്ന ആളുകൾ, പിന്നെ അധികം നാൾ ഉണ്ടാവാറില്ല; എല്ലാ അർത്ഥത്തിലും."

അതിനെക്കുറിച്ച് ചിന്തിച്ചപ്പോൾ – ചിന്തകൾ കൂടിക്കൂടി വന്നപ്പോൾ – അവൾക്ക് അവളെപ്പറ്റി ആലോചിക്കാൻ കഴിഞ്ഞത് മുഴുവൻ അവളിതുവരെ ആയിട്ടില്ലാത്ത കാര്യങ്ങളെപ്പറ്റിയാണ്. അവൾക്ക് ആയിത്തീരാൻ കഴിയാത്ത കാര്യങ്ങളെപ്പറ്റി. അങ്ങനെ അവൾക്ക് ആയിത്തീരാൻ പറ്റാത്ത കാര്യങ്ങൾ അനവധിയായിരുന്നു. അവളുടെ മനസ്സിനെ നിരന്തരം അലട്ടിയിരുന്ന സങ്കടങ്ങൾ. *ഞാൻ ഒരു ഒളിംപിക്സ് നീന്തൽത്താരമായില്ല. ഞാൻ ഒരു ഗ്ലേഷിയോളജിസ്റ്റായില്ല. ഞാൻ ഡാനിന്റെ ഭാര്യയായില്ല. ഞാനൊരമ്മയായില്ല. ഞാൻ ദി ലാബിറിന്ത്സിന്റെ പ്രധാന ഗായികയായില്ല. ഒരു നല്ല വ്യക്തിയാവാനോ, ഒരു സന്തോഷമുള്ള വ്യക്തിയാവാനോ എനിക്ക് സാധിച്ചില്ല. വോൾട്ടയറിനെ നോക്കി വളർത്താൻ എനിക്ക് സാധിച്ചില്ല.* എന്നിട്ടിപ്പോൾ, എല്ലാറ്റിനും ഒടുവിൽ, ഒന്ന് മരിക്കാൻപോലും അവളെക്കൊണ്ട് സാധിച്ചില്ല. അവൾ നശിപ്പിച്ചു കളഞ്ഞ അവസരങ്ങളെക്കുറിച്ചോർക്കുമ്പോൾ തന്നെ കഷ്ടം തോന്നി.

"ഈ മിഡ്നൈറ്റ് ലൈബ്രറി നിലനിൽക്കും വരെ, നീ മരണത്തിൽ നിന്നും സുരക്ഷിതയായിരിക്കും, നോറാ. ഇനി, എങ്ങനെ ജീവിക്കണം എന്ന് നിനക്ക് തീരുമാനിക്കാം."

നീങ്ങുന്ന ഷെൽഫുകൾ

നോറായുടെ ഇരുവശങ്ങളിലുമുള്ള ഷെൽഫുകൾ അനങ്ങാൻ തുടങ്ങി. അവ സ്ഥാനം മാറുകയായിരുന്നില്ല; പകരം, തിരശ്ചീനമായി അവ ഒഴുകിനീങ്ങുകയായിരുന്നു. ഒരുപക്ഷെ ആ ഷെൽഫുകൾ ആയിരുന്നിരിക്കില്ല അനങ്ങുന്നത്; ആ പുസ്തകങ്ങൾ ആയിരുന്നിരിക്കണം. പക്ഷെ എന്തുകൊണ്ടാണെന്നോ, എങ്ങനെയാണെന്നോ പോലും വ്യക്തമായിരുന്നില്ല. ഇത് സാധ്യമാക്കുന്ന തരത്തിലുള്ള യാതൊരു യന്ത്രസംവിധാനവും പ്രത്യക്ഷത്തിൽ അവിടെ ഉണ്ടായിരുന്നില്ല. ഷെൽഫ് തീരുന്ന അറ്റത്തെവിടെയും പുസ്തകങ്ങൾ ഷെൽഫിൽ നിന്നു വീണു പോകുന്നതായി കാണുകയോ, അങ്ങനെയൊരു ശബ്ദം കേൾക്കുകയോ ഉണ്ടായിരുന്നില്ല. ഷെൽഫിന്റെ തുടക്കത്തിലും അതെ. ഇരിക്കുന്ന ഷെൽഫിന് അനുസരിച്ച് വ്യത്യസ്ത വേഗതയിലാണ് ആ പുസ്തകങ്ങൾ ഒഴുകിനീങ്ങിയിരുന്നത്. പക്ഷെ എല്ലാം സാവധാനത്തിലാണ് നീങ്ങിയിരുന്നത്.

"എന്താണ് സംഭവിക്കുന്നത്?"

ശ്രീമതി എൽമിന്റെ മുഖം പെട്ടെന്ന് കടുത്തു. അവർ നിവർന്നു നിന്നു. അവരുടെ കീഴ്ത്താടി കഴുത്തിലേയ്ക്ക് അൽപ്പം വലിഞ്ഞു. അവർ നോറായ്ക്കരികിലേയ്ക്ക് നീങ്ങി നിന്ന്, അവളുടെ കൈകൾ ചേർത്തുപിടിച്ചു. "തുടങ്ങാൻ സമയമായി, മോളേ."

"ചോദിക്കുന്നതു കൊണ്ടൊന്നും തോന്നരുത് – *എന്തു തുടങ്ങാൻ*?"

"ഓരോ ജീവിതയാത്രയിലും അടങ്ങിയിരിക്കുന്നത്, ലക്ഷോപലക്ഷം തീരുമാനങ്ങളാണ്. ചിലത് വലുത്; ചിലത് ചെറുത്. പക്ഷെ ഏതെങ്കിലും തീരുമാനം ഒന്ന് മാറ്റിയെടുക്കേണ്ടി വരുന്ന ഓരോ തവണയും, അവയുടെ പരിണതഫലവും അതിനോടനുബന്ധമായി മാറുന്നു. പിൻവലിക്കാനാകാത്ത വ്യതിയാനങ്ങൾ സംബന്ധിക്കുന്നു. അവയിൽ നിന്നും വേറെയും പല വ്യത്യാസങ്ങളും സംഭവിക്കുന്നു. നിനക്ക് ജീവിക്കാമായിരുന്ന എല്ലാ ജീവിതങ്ങളിലേയ്ക്കുമുള്ള സഞ്ചാരപഥങ്ങളാണ് ഈ പുസ്തകങ്ങൾ."

"എന്ത്?"

"നിനക്ക് മുന്നിൽ സാധ്യതകളുള്ളത്രയും തന്നെ ജീവിതങ്ങളുമുണ്ട്. നീ വ്യത്യസ്തമായ തിരഞ്ഞെടുപ്പുകൾ നടത്തുന്ന ജീവിതങ്ങളുണ്ട്. ആ തിര

ഞ്ഞെടുപ്പുകൾ കൊണ്ടുവരുന്നത് വേറെ ഫലങ്ങളായിരിക്കും. നിങ്ങളുടെ പ്രവർത്തികളിൽ ഏതെങ്കിലും ഒന്ന് വ്യത്യസ്ഥമായിരുന്നുവെങ്കിൽ, നിങ്ങളുടെ ജീവിതകഥ തന്നെ മറ്റൊന്നായിരുന്നേനെ. അവയെല്ലാം തന്നെ ഈ മിഡ്നൈറ്റ് ലൈബ്രറിയിലുണ്ട്. ഈ ജീവിതം പോലെതന്നെ യാഥാർത്ഥ്യമാണ് അവയെല്ലാം."

"സമാന്തര ജീവിതങ്ങളാണോ?"

"എപ്പോഴും സമാന്തരമാണ് എന്ന് പറയാൻ പറ്റില്ല. ചിലതൊക്കെ അൽപ്പം കൂടി... *ലംബമാണ്*. അപ്പൊ, നീ ജീവിച്ചിരുന്നേക്കാമായിരുന്ന ഒരു ജീവിതം നിനക്ക് വേണോ? എന്തെങ്കിലുമൊന്ന് വ്യത്യസ്തമായി ചെയ്യണമെന്നുണ്ടോ നിനക്ക്? എന്തെങ്കിലും മാറ്റണം എന്നാഗ്രഹമുണ്ടോ? നീ ചെയ്തതിൽ എന്തെങ്കിലും തെറ്റുണ്ടോ?"

അത് അങ്ങേയറ്റം എളുപ്പമായിരുന്നു. "ഉവ്വ്. മൊത്തത്തിൽ എല്ലാം."

ആ ഉത്തരം കേട്ടിട്ടാവണം, ലൈബ്രേറിയനു മൂക്കു ചൊറിഞ്ഞു.

ആ ടീഷർട്ടിന്റെ കൈക്കുള്ളിൽ കയറ്റിവച്ചിരുന്ന ടിഷ്യു പേപ്പർ പെട്ടെന്ന് തപ്പിയെടുത്ത്, അവരതിലേയ്ക്ക് തുമ്മി.

"ദൈവം അനുഗ്രഹിക്കട്ടെ," നോറാ പറഞ്ഞു. അപ്പോഴാണ് അവരുടെ കൈയിലിരുന്ന ടിഷ്യൂ ഉപയോഗം കഴിഞ്ഞയുടനെ അപ്രത്യക്ഷമാവുന്നത് അവൾ ശ്രദ്ധിച്ചത്. വിചിത്രമായ ഒരു ശുചിത്വ കൺകെട്ട് പോലെയുണ്ടായിരുന്നു അത്.

"വിഷമിക്കണ്ട. ടിഷ്യൂ പേപ്പറുകളും ജീവിതങ്ങൾ പോലെയാണ്. എപ്പോഴും ഒരുപാടുണ്ടാവും." ശ്രീമതി എൽമ് അവരുടെ ചിന്താസരണയിലേയ്ക്ക് മടങ്ങിപ്പോയി. "ഏതെങ്കിലും ഒരു കാര്യം വ്യത്യസ്തമായി ചെയ്യുക എന്നത്, *എല്ലാ കാര്യങ്ങളും* വ്യത്യസ്തമായി ചെയ്യുക എന്നതു പോലെതന്നെയാണ്. ഒരു ജന്മത്തിനുള്ളിൽ നമ്മൾ ചെയ്യുന്ന പ്രവർത്തികൾ നമുക്ക് തിരിച്ചെടുക്കാനാവില്ല. എത്രയൊക്കെ ശ്രമിച്ചാലും അതിനു കഴിയില്ല. പക്ഷെ നീയിപ്പോൾ *ജന്മത്തിനുള്ളിലല്ല*. നീ അതിനു പുറത്തു കടന്നു. കാര്യങ്ങൾ എങ്ങനെയൊക്കെ ആയിരുന്നിരിക്കാം എന്ന് മനസ്സിലാക്കാൻ നിനക്കുള്ള ഒരവസരമാണിത് നോറാ."

ഇത് യഥാർത്ഥ്യമല്ല, നോറാ തന്നോടുതന്നെ പറഞ്ഞു.

അവൾ ചിന്തിക്കുന്നത് എന്താണെന്ന് ശ്രീമതി എൽമിന് മനസ്സിലാകുന്നുണ്ടെന്നു തോന്നി.

"ഇത് യഥാർത്ഥമാണ് നോറാ സീഡ്. പക്ഷെ നീ മനസ്സിലാക്കാൻ ശ്രമിച്ചാൽ, ഇത് മാത്രമല്ല യാഥാർത്ഥ്യം എന്നു നിനക്ക് മനസ്സിലാവും. കുറച്ചുകൂടി മെച്ചപ്പെട്ട ഒരു വാക്ക്, *മദ്ധ്യേ* എന്നുള്ളതാവും. ഇത് ജീവിതമല്ല. ഇത് മരണവുമല്ല. കീഴ്വഴക്കമനുസരിച്ച് നോക്കിയാൽ ഇതൊരു യഥാർത്ഥ ലോകമല്ല. എന്നാൽ ഇതൊരു സ്വപ്നവുമല്ല. ഇതിനെ, ഏതെങ്കിലുമൊന്നാണെന്ന് നിജപ്പെടുത്താനാവില്ല. ചുരുക്കിപ്പറഞ്ഞാൽ, ഇത് മിഡ്നൈറ്റ് ലൈബ്രറിയാണ്."

പതുക്കെ നീങ്ങിക്കൊണ്ടിരുന്ന ഷെൽഫുകൾ പെട്ടെന്ന് നിന്നു. അവ

ളൂടെ വലതു വശത്ത്, തോൾ പൊക്കത്തിനടുത്തായുള്ള ഒരു ഷെൽഫിൽ, ഒരു വലിയ വിടവ് നോറാ ശ്രദ്ധിച്ചു. ഷെൽഫിലെ ബാക്കി പുസ്തകങ്ങളെല്ലാം ഒന്നിനോടൊന്നൊട്ടി, തിങ്ങി ഞെരുങ്ങി ഇരിക്കുന്നുണ്ടായിരുന്നു. പക്ഷെ ആ വിടവിൽ, നേരിയ വെളുത്ത ഷെൽഫിൽ തിരശ്ചീനമായി കിടന്നിരുന്നത് ഒരേയൊരു പുസ്തകമായിരുന്നു.

മറ്റു പുസ്തകങ്ങളെപ്പോലെ, അതിന് പച്ചനിറമായിരുന്നില്ല. ആ പുസ്തകം ചാരനിറത്തിലുള്ളതായിരുന്നു. നോറാ പുറത്തു നിന്ന് മഞ്ഞിലൂടെ ഈ കെട്ടിടം കണ്ടപ്പോൾ, അതിന്റെ മുൻവശത്തെ കരിങ്കല്ലുകൾക്കുണ്ടായിരുന്ന അതേ ചാരനിറം.

ശ്രീമതി എൽമ് ഷെൽഫിൽ നിന്നും ആ പുസ്തകമെടുത്ത് നോറായ്ക്ക് നൽകി. അത് കൈമാറുമ്പോൾ, ഒരു ക്രിസ്തുമസ്സ് സമ്മാനം കൈമാറുമ്പോ ളെന്ന പോലെ, അവരുടെ മുഖത്ത് മുൻകൂറായി ഒരു അഭിമാനമുണ്ടായിരുന്നു.

ശ്രീമതി എൽമിന്റെ കൈയിൽ കണ്ടപ്പോൾ അതിന് അധികം ഭാരമുള്ളതായി തോന്നിയിരുന്നില്ല എങ്കിലും, നല്ല ഭാരമുണ്ടായിരുന്നു അതിന്. നോറാ അത് തുറക്കാനൊരുങ്ങി.

ശ്രീമതി എൽമ് തലയാട്ടി.

“എപ്പോഴും എന്റെ സമ്മതത്തിന് വേണ്ടി നീ കാത്തിരിക്കണം.”

“അതെന്താ അങ്ങനെ?”

“ഇവിടെയുള്ള എല്ലാ പുസ്തകങ്ങളും, ഈ ലൈബ്രറിയിലെ എല്ലാ പുസ്തകങ്ങളും, നിന്റെ ജീവിതത്തിന്റെ വകഭേദങ്ങളാണ് – ഒന്നൊഴികെ. ഇത് നിന്റെ ലൈബ്രറിയാണ്. ഇത് നിനക്കു വേണ്ടിയുള്ളതാണ്. നോക്കു, എല്ലാ ജീവിതങ്ങൾക്കും അനന്തമായ സാധ്യതകളുണ്ട്. ഈ ഷെൽഫിലുള്ള പുസ്തകങ്ങളെല്ലാം നിന്റെ ജീവിതങ്ങളാണ്. എല്ലാം തുടങ്ങുന്നത് കാലത്തിന്റെ ഒരേ ബിന്ദുവിൽ നിന്നുമാണ്. ഇപ്പോൾ മുതൽ. അർദ്ധരാത്രി മുതൽ. ഏപ്രിൽ ഇരുപത്തിയെട്ടാം തീയതി, ചൊവ്വാഴ്ച മുതൽ. പക്ഷെ ഈ അർദ്ധരാത്രി-സാധ്യതകൾ എല്ലാം ഒരുപോലെയല്ല. ചിലവയ്ക്ക് സാമ്യമുണ്ടാവാം. ചിലവ വ്യത്യസ്തമാവാം.”

“ഇത് ഭ്രാന്താണ്,” നോറാ പറഞ്ഞു. “*ഒന്നൊഴികെയോ?* ഈ ഒന്നാണോ?” അവൾ ആ ചാരനിറത്തിലുള്ള പുസ്തകം ശ്രീമതി എൽമിനു നേരെ ചരിച്ചു കാണിച്ചു.

ശ്രീമതി എൽമ് ഒരു പുരികം അൽപ്പമൊന്നുയർത്തി. “അതെ. അതു തന്നെ. ഒരു വാക്കുപോലും ടൈപ്പ് ചെയ്യാതെതന്നെ, നീ എഴുതിയ പുസ്തകമാണത്.”

“എന്ത്?”

“നിന്റെ എല്ലാ പ്രശ്നങ്ങളുടെയും സ്രോതസ്സും, അവയുടെയെല്ലാം ഉത്തരവും ഈ പുസ്തകമാണ്.”

“പക്ഷെ എന്താണത്?”

“മോളെ, അതിന്റെ പേരാണ് *കുറ്റബോധത്തിന്റെ പുസ്തകം.*”

കുറ്റബോധത്തിന്റെ പുസ്തകം

നോറാ അതിലേയ്ക്ക് തുറിച്ചുനോക്കി. അവൾക്കിപ്പോൾ അത് കാണാം. അതിന്റെ പുറംചട്ടയിൽ എഴുന്നുനിൽക്കുന്ന ചെറിയ അച്ചടിയക്ഷരങ്ങൾ.

കുറ്റബോധത്തിന്റെ പുസ്തകം

"നീ ജനിച്ചപ്പോൾ മുതൽ നിനക്കുണ്ടായിരുന്ന എല്ലാ കുറ്റബോധങ്ങളും ഇവിടെ രേഖപ്പെടുത്തിയിരിക്കുന്നു," ആ പുറംചട്ടയിൽ വിരലുകൊണ്ട് മെല്ലെ തട്ടി, ശ്രീമതി എൽമ് പറഞ്ഞു. "ഇത് തുറക്കാനുള്ള അനുവാദം ഞാനിപ്പോൾ നിനക്ക് തന്നിരിക്കുന്നു."

പുസ്തകത്തിന് നല്ല ഭാരമുണ്ടായിരുന്നതിനാൽ നോറാ കല്ലുപാകിയ നിലത്ത് ചമ്രം പടിഞ്ഞിരുന്ന് അതു തുറന്നു. അവളതിലൂടെ ഓടിച്ചുനോക്കാൻ തുടങ്ങി.

അവളുടെ ജീവിതത്തിലെ വർഷങ്ങൾക്കനുസരിച്ച്, അതേ കാലക്രമത്തിൽ അദ്ധ്യായങ്ങളായി തിരിച്ചിരുന്ന പുസ്തകമായിരുന്നു അത്. 0, 1, 2, 3 മുതൽ 35 വരെ. വർഷങ്ങൾ കഴിയുംതോറും, അദ്ധ്യായങ്ങൾക്ക് നീളം കൂടിക്കൂടി വന്നു. പക്ഷെ അവൾക്കുണ്ടായിരുന്ന കുറ്റബോധങ്ങൾ ആ പ്രത്യേക വർഷത്തിന്റേതാണ് എന്ന് തീർത്തു പറയാൻ കഴിയുമായിരുന്നില്ല.

"കുറ്റബോധങ്ങൾക്ക് കാലക്രമമില്ല. അവയിങ്ങനെ പൊങ്ങിപ്പരന്നു കിടക്കും. ഈ പട്ടികയുടെ ക്രമം എപ്പോഴും മാറിക്കൊണ്ടിരിക്കും."

"ഓ അങ്ങനെ. ഇപ്പൊ മനസ്സിലാവുന്നുണ്ട്."

നിത്യേന തോന്നാറുള്ള ചെറിയ കാര്യങ്ങൾ ('ഇന്ന് വ്യായാമം ചെയ്യാത്തതിൽ എനിക്ക് വിഷമമുണ്ട്') മുതൽ, ദൃഢമായ കാര്യങ്ങൾ ('അച്ഛൻ മരിക്കുന്നതിന് മുൻപ് അദ്ദേഹത്തെ ഞാൻ സ്നേഹിച്ചിരുന്നു എന്ന് പറയാഞ്ഞതിൽ ഞാൻ ഖേദിക്കുന്നു') വരെ അത് വിപുലമായിക്കിടക്കുന്നു എന്ന് അവൾ പെട്ടെന്ന് തിരിച്ചറിഞ്ഞു.

സദാ പിന്നണിയിൽ ഓടിക്കൊണ്ടേയിരുന്ന ചില കുറ്റബോധങ്ങളുണ്ട്; അവ പല പേജുകളിലും ആവർത്തിക്കുന്നുണ്ടായിരുന്നു. 'ദി ലാബിറിന്ത്സിൽ ഞാൻ നിൽക്കാഞ്ഞതിൽ എനിക്ക് കുറ്റബോധമുണ്ട്; കാരണം ഞാനെന്റെ

സഹോദരനെ നിരാശപ്പെടുത്തി.' 'ദി ലാബിറിന്ത്സിൽ ഞാൻ നിൽക്കാഞ്ഞതിൽ എനിക്ക് കുറ്റബോധമുണ്ട്; കാരണം ഞാനെന്നെത്തന്നെ നിരാശപ്പെടുത്തി.' 'പരിസ്ഥിതിയ്ക്ക് വേണ്ടി കൂടുതലൊന്നും ചെയ്യാത്തതിൽ എനിക്ക് കുറ്റബോധമുണ്ട്.' 'സോഷ്യൽ മീഡിയയിൽ ചെലവഴിച്ച സമയത്തെക്കുറിച്ച് ഞാൻ പശ്ചാത്തപിക്കുന്നു.' 'ഇസ്സിയ്ക്കൊപ്പം ആസ്ട്രേലിയയിൽ പോകാത്തതിൽ എനിക്ക് കുറ്റബോധമുണ്ട്.' 'ചെറുപ്പകാലം കുറച്ചുകൂടി ആസ്വദിക്കാത്തതിൽ എനിക്ക് കുറ്റബോധമുണ്ട്.' 'അച്ഛനുമായുണ്ടായിരുന്ന വാഗ്വാദങ്ങൾ എന്നിൽ കുറ്റബോധമുണ്ടാക്കുന്നു.' 'മൃഗങ്ങൾക്ക് വേണ്ടി പ്രവർത്തിക്കാത്തത് എന്നിൽ കുറ്റബോധം നിറയ്ക്കുന്നു.' 'യൂണിവേഴ്സിറ്റിയിൽ തത്വശാസ്ത്രത്തിനു പകരം ജിയോളജി പഠിക്കാത്തതിൽ എനിക്ക് കുറ്റബോധമുണ്ട്.' 'കുറച്ചും കൂടി സന്തോഷമുള്ള ഒരാളാവാൻ പരിശ്രമിക്കാത്തതിൽ എനിക്ക് കുറ്റബോധമുണ്ട്.' 'ഇത്രയ്ക്ക് കുറ്റബോധം ഉള്ളിൽക്കൊണ്ടു നടക്കുന്നതിൽ എനിക്ക് കുറ്റബോധമുണ്ട്.' 'സ്പാനിഷ് പഠനത്തിൽ ഉറച്ചുനിൽക്കാത്തതിൽ എനിക്ക് കുറ്റബോധമുണ്ട്.' 'എന്റെ A-ലെവൽ ക്ലാസ്സുകളിൽ ശാസ്ത്രവിഷയങ്ങൾ എടുക്കാത്തതിന് എനിക്ക് കുറ്റബോധമുണ്ട്.' 'ഒരു ഗ്ലേഷിയോളജിസ്റ്റ് ആകാത്തതിൽ എനിക്ക് കുറ്റബോധമുണ്ട്.' 'വിവാഹം കഴിക്കാത്തതിൽ എനിക്ക് കുറ്റബോധമുണ്ട്.' 'കേംബ്രിഡ്ജിൽ തത്വശാസ്ത്രത്തിൽ ബിരുദാനന്തര ബിരുദം ചെയ്യാൻ അപേക്ഷിക്കാത്തതിൽ എനിക്ക് കുറ്റബോധമുണ്ട്.' 'ആരോഗ്യം കാത്തുസൂക്ഷിക്കാത്തതിൽ എനിക്ക് കുറ്റബോധമുണ്ട്.' 'ലണ്ടനിലേയ്ക്ക് താമസം മാറിയതിൽ എനിക്ക് കുറ്റബോധമുണ്ട്.' 'പാരിസിൽ പഠിപ്പിക്കാൻ പോകാത്തതിൽ എനിക്ക് കുറ്റബോധമുണ്ട്.' 'യൂണിവേഴ്സിറ്റിയിൽ വച്ച് എഴുതിത്തുടങ്ങിയ നോവൽ പൂർത്തിയാക്കാത്തതിൽ എനിക്ക് കുറ്റബോധമുണ്ട്.' 'ലണ്ടനിൽ നിന്ന് താമസം മാറിയതിൽ എനിക്ക് കുറ്റബോധമുണ്ട്.' 'വളരാൻ അവസരങ്ങളില്ലാത്ത ഈ ജോലിയിൽ എനിക്ക് കുറ്റബോധമുണ്ട്.' 'കുറച്ചുകൂടി നല്ലൊരു സഹോദരിയാവാത്തതിൽ എനിക്ക് കുറ്റബോധമുണ്ട്.' 'യൂണിവേഴ്സിറ്റി പഠനം കഴിഞ്ഞ് ഒരു വർഷത്തെ ഇടവേള എടുക്കാഞ്ഞതിൽ എനിക്ക് കുറ്റബോധമുണ്ട്.' 'എന്റെ അച്ഛനെ നിരാശപ്പെടുത്തിയതിൽ എനിക്ക് കുറ്റബോധമുണ്ട്.' 'ഞാൻ പിയാനോ വായിക്കുന്നത്, പിയാനോ പഠിപ്പിക്കുന്നതിനേക്കാൾ കുറഞ്ഞുപോയതിൽ എനിക്ക് കുറ്റബോധമുണ്ട്.' 'എന്റെ സാമ്പത്തിക അച്ചടക്കമില്ലായ്മയിൽ എനിക്ക് കുറ്റബോധമുണ്ട്.' 'ഒരു ഗ്രാമത്തിൽ ജീവിക്കാത്തതിൽ എനിക്ക് കുറ്റബോധമുണ്ട്.'

ചില കുറ്റബോധങ്ങളുടെ അക്ഷരങ്ങൾ മറ്റുള്ളവയെക്കാൾ ദുർബലമായിരുന്നു. അവ ആദ്യം കാഴ്ചയിൽ നിന്നു മറഞ്ഞും, പിന്നെ ശക്തമായി തെളിഞ്ഞും, പിന്നെയും മറഞ്ഞും കാണപ്പെട്ടു. നോക്കിക്കൊണ്ടിരിക്കെ, തെളിഞ്ഞും മങ്ങിയും കാണുന്നതു പോലെയായിരുന്നു അത്. ആ കുറ്റബോധം എന്നു പറയുന്നത്, 'ഇനിയും കുട്ടികളുണ്ടാവാത്തതിൽ എനിക്ക് കുറ്റബോധമുണ്ട്'' എന്നതായിരുന്നു.

"'ഈ കുറ്റബോധം ചിലപ്പോൾ ഉണ്ടാകും, ചിലപ്പോൾ ഉണ്ടാകില്ല,"

വീണ്ടും അവളുടെ മനസ്സ് വായിച്ചിട്ടെന്ന പോലെ ശ്രീമതി എൽമ് വിശദീകരിച്ചു. “അങ്ങനത്തെ കുറച്ചു സംഭവങ്ങളുണ്ട്.”

മുപ്പത്തിനാല് വയസ്സിന് ശേഷമുള്ളവ രേഖപ്പെടുത്തിയിരുന്ന, പുസ്തകത്തിന്റെ ഒടുവിലുണ്ടായിരുന്ന നീളമേറിയ അദ്ധ്യായത്തിൽ, കൂടുതലും ഉണ്ടായിരുന്നത് ഡാൻ-സംബന്ധപ്പെട്ട കുറ്റബോധങ്ങളാണ്. അവ താരതമ്യേന ശക്തവും, സ്പഷ്ടവുമായിരുന്നു. ഹെയ്ഡന്റെ സംഗീതമേളയിലെ ഉച്ചസ്ഥായിയിലുള്ള ഏതോ സ്വരം പോലെ, അത് തലയ്ക്കുള്ളിൽ ആഞ്ഞടിച്ചു കൊണ്ടേയിരുന്നു.

‘ഡാനിനോട് ക്രൂരയായതിൽ എനിക്ക് കുറ്റബോധമുണ്ട്.’ ‘ഡാനുമായുള്ള ബന്ധം അറുത്തുമാറ്റിയതിൽ എനിക്ക് കുറ്റബോധമുണ്ട്.’ ‘ഡാനിനൊപ്പം ഒരു ഗ്രാമത്തിലെ പബ്ബിൽ ജീവിക്കാൻ കഴിയാത്തതിൽ എനിക്ക് കുറ്റബോധമുണ്ട്.’

ആ പേജിലേയ്ക്ക് നോക്കിയിരിക്കുമ്പോൾ, വിവാഹത്തിനടുത്തു വരെ എത്തിനിന്ന ആ മനുഷ്യനെക്കുറിച്ചായിരുന്നു അവൾ ചിന്തിച്ചതു മുഴുവൻ.

കുറ്റബോധത്തിന്റെ അമിതഭാരം

ടൂട്ടിങ്ങിൽ ഇസ്സിയ്ക്കൊപ്പം താമസിക്കുമ്പോഴായിരുന്നു അവൾ ഡാനിനെ പരിചയപ്പെട്ടത്. വലിയ ചിരിയും, ചെറിയ താടിരോമങ്ങളും. കാഴ്ചയിൽ, ടിവി പരിപാടികളുടെ നടത്തിപ്പിനെക്കുറിച്ച് ധാരാളം അനുഭവജ്ഞാനമുള്ള ഒരാളെപ്പോലെ. രസികൻ, കൗതുകമുണർത്തുന്നവൻ. അന്നയാൾ ഒരുപാട് മദ്യപിച്ചിരുന്നുവെങ്കിലും, ഒരിക്കലും മദ്യലഹരിയ്ക്ക് അയാളെ കീഴ്പ്പെടുത്താൻ കഴിഞ്ഞിരുന്നില്ല.

കലാ ചരിത്രം ആയിരുന്നു അയാൾ പഠിച്ചത്. റൂബെൻസിനെക്കുറിച്ചും ടിന്റോറെറ്റോയെക്കുറിച്ചും ആഴത്തിലുള്ള അറിവ് ഒന്നാന്തരമായി ഉപയോഗിച്ച്, പ്രോട്ടീൻ അപ്പങ്ങൾ ഉണ്ടാക്കുന്ന ഒരു കമ്പനിയിലെ പിആർ തലവനായി അയാൾ. എന്നിരിക്കിലും, അയാൾക്കൊരു സ്വപ്നമുണ്ടായിരുന്നു. ഏതെങ്കിലുമൊരു ഗ്രാമപ്രദേശത്ത് ഒരു പബ്ബ് നടത്തണം എന്നതായിരുന്നു അത്. അവൾക്കൊപ്പം, നോറായ്ക്കൊപ്പം, പങ്കുവയ്ക്കാൻ അയാൾ കൊതിച്ച ഒരു സ്വപ്നമായിരുന്നു അത്.

അയാളുടെ ഊർജ്ജസ്വലത അവളെ വല്ലാതെ സ്വാധീനിച്ചു. അവരുടെ വിവാഹനിശ്ചയം കഴിഞ്ഞു. പക്ഷെ പെട്ടെന്നാണ്, അയാളെ വിവാഹം ചെയ്യണ്ട എന്നവൾ തീരുമാനിച്ചത്.

ഉള്ളിന്റെയുള്ളിൽ, അവൾക്ക് അവളുടെ അമ്മയെപ്പോലെയാകണ്ടായിരുന്നു. അവളുടെ മാതാപിതാക്കളുടെ വിവാഹം പോലെയൊന്ന് ആവർത്തിക്കാൻ അവൾക്ക് താൽപര്യമുണ്ടായിരുന്നില്ല. ആ *കുറ്റബോധത്തിന്റെ പുസ്തകത്തിലേയ്ക്ക്* ഉറ്റുനോക്കിയിരിക്കുമ്പോൾ, അവളുടെ അച്ഛനും അമ്മയും എപ്പോഴെങ്കിലും പ്രണയിച്ചിട്ടുണ്ടായിരിക്കുമോ എന്നവൾക്ക് അതിശയം തോന്നി. അതോ, കല്യാണം കഴിക്കേണ്ട ആ പ്രായമെത്തിയപ്പോൾ തൊട്ടടുത്ത് ലഭ്യമായിരുന്ന ഒരാളെ അങ്ങ് കല്യാണം കഴിച്ചതായിരിക്കുമോ. കസേരകളിയ്ക്കിടയിൽ പാട്ടു നിൽക്കുമ്പോൾ, തൊട്ടടുത്തുള്ള ഒരാളെ ചാടിപ്പിടിക്കുന്നതു പോലെ.

അവൾക്കൊരിക്കലും ആ കളിയിൽ പങ്കെടുക്കണമെന്നില്ലായിരുന്നു.

ബെർട്രാൻഡ് റസ്സൽ ഒരിക്കൽ പറഞ്ഞത് ഇങ്ങനെയാണ് – "പ്രണയത്തിനെ ഭയപ്പെടുകയെന്നാൽ ജീവിതത്തെ ഭയപ്പെടുക എന്നാണ്. മാത്ര

വുമല്ല, ജീവിതത്തെ ഭയപ്പെടുന്നവർ മൂന്നിലൊന്ന് മരിച്ചു കഴിഞ്ഞു." ചിലപ്പോൾ അതായിരിക്കും അവളുടെ പ്രശ്നം. ചിലപ്പോൾ അവൾക്ക് ജീവിക്കാൻ ഭയമായിരുന്നിരിക്കണം. പക്ഷെ, ചായ കുടിക്കുന്നതിനേക്കാൾ കൂടുതൽ കല്യാണങ്ങളും, പ്രണയബന്ധങ്ങളും കൊണ്ടുനടന്ന കക്ഷിയാണ് ബെർട്രാൻഡ് റസ്സൽ. അതുകൊണ്ട് അത്തരമൊരു ഉപദേശം തരാനുള്ള യോഗ്യതയൊന്നും പുള്ളിയ്ക്കുണ്ടെന്ന് തോന്നുന്നില്ല.

വിവാഹത്തിന് മൂന്നു മാസം മുൻപ് അവളുടെ അമ്മ മരിച്ചപ്പോൾ നോറായ്ക്ക് ദുഃഖം താങ്ങാൻ കഴിഞ്ഞില്ല. വിവാഹം മാറ്റിവയ്ക്കാം എന്നവൾ നിർദ്ദേശിച്ചുവെങ്കിലും, എന്തുകൊണ്ടോ അത് നടക്കുമായിരുന്നില്ല. നോറായുടെ ദുഃഖം, വിഷാദവും ഉത്കണ്ഠയുമായി കൂടിക്കലർന്ന്, ജീവിതം സ്വന്തം കൈയിലല്ല എന്നൊരു തോന്നൽ അവളിൽ ഉണ്ടാക്കി. കലങ്ങിമറിഞ്ഞ മാനസികാവസ്ഥയുടെ ഒരു പ്രതിഫലനം പോലെയായിരുന്നു ആ വിവാഹം അവൾക്കനുഭവപ്പെട്ടത്. ഒരു തീവണ്ടിപ്പാതയിൽ ആരോ തന്നെ ചേർത്തു കെട്ടിവച്ചിരിക്കുന്നത് പോലെ അവൾക്ക് തോന്നി. ആ കെട്ടുകളിൽ നിന്ന് മുക്തയായി സ്വതന്ത്രയാവാൻ ഒരേയൊരു പോംവഴിയായി അവൾക്ക് തോന്നിയത് വിവാഹം നിർത്തിവയ്ക്കുക എന്നതാണ്. സത്യസന്ധമായി പറഞ്ഞാൽ, ബെഡ്ഫോർഡിൽ തന്നെ അവിവാഹിതയായി തുടരുന്നതും, ആസ്ട്രേലിയയ്ക്ക് പോകാൻ ഇസ്സിയുമായി ഉണ്ടാക്കിയ പദ്ധതിയിൽ നിന്നും പിന്മാറി അവളെ നിരാശപ്പെടുത്തിയതും, സ്ട്രീംഗ് തിയറിയിൽ ജോലി ചെയ്യാൻ തുടങ്ങിയതും, ഒരു പൂച്ചയെ വാങ്ങിയതും എല്ലാം സ്വാതന്ത്ര്യത്തിന്റെ വിപരീതങ്ങളായാണ് അവൾക്ക് തോന്നിയത്.

"ഓ വേണ്ട" അവളുടെ ചിന്തകളെ മുറിച്ചുകൊണ്ട് ശ്രീമതി എൽമ് പറഞ്ഞു, "ഇതൊക്കെ നിനക്ക് താങ്ങാവുന്നതിലും അപ്പുറമാണ്."

പെട്ടെന്ന്, എല്ലാ കുറ്റബോധങ്ങളും വീണ്ടും അവളിലേയ്ക്ക് ഇരച്ചുകയറി – സ്വയവും മറ്റുള്ളവരെയും നിരാശപ്പെടുത്തിയതിലുള്ള വേദന; ഏകദേശം ഒരു മണിക്കൂർ മുൻപ് അവൾ രക്ഷപ്പെടാൻ ശ്രമിച്ച അതേ വേദന. ആ കുറ്റബോധങ്ങളെല്ലാം അവളിൽ പെറ്റുപെരുകാൻ തുടങ്ങി. സത്യത്തിൽ ബെഡ്ഫോർഡിൽ അലഞ്ഞുതിരിയുമ്പോൾ ഉണ്ടായിരുന്നതിനേക്കാൾ എത്രയോ മടങ്ങ് അധികമായിരുന്നു ആ പുസ്തകത്തിന്റെ താളുകളിലേയ്ക്ക് ഉറ്റുനോക്കുമ്പോൾ അവളനുഭവിച്ച വേദന. ആ പുസ്തകത്തിൽ നിന്നും ഒന്നിച്ച് ഉയിർത്തെണീറ്റു വന്ന കുറ്റബോധങ്ങളെല്ലാം കൂടിച്ചേർന്ന് അവളുടെ ഹൃദയത്തെ വരിഞ്ഞുമുറുക്കി വേദനിപ്പിച്ചു. കുറ്റബോധത്തിന്റെയും മനോവേദനയുടെയും വ്യസനത്തിന്റെയുമെല്ലാം ഭാരം അവളുടെയുള്ളിൽ ഉരുണ്ടുകൂടി കനം വയ്ക്കാൻ തുടങ്ങി. കൈമുട്ടുകൾ പിന്നിലേയ്ക്ക് കുത്തി, കണ്ണുകൾ ഇറുക്കിയടച്ച് അവൾ ചാരിയിരുന്നു. ആ തടിച്ച പുസ്തകം അവളുടെ കൈയിൽ നിന്നും നിലത്തുവീണു. അദൃശ്യമായ ഏതോ കൈകൾ അവളുടെ കഴുത്തിനെ ഇറുക്കിപ്പിടിച്ചിരിക്കുന്നത് പോലെ, അവൾക്ക് ശ്വാസം മുട്ടി.

"ഇതൊന്നു നിർത്തിത്തരൂ!"

"അത് അടയ്ക്ക്. ഇപ്പോൾത്തന്നെ," ശ്രീമതി എൽമ് നിർദ്ദേശിച്ചു. "ആ

പുസ്തകം അടയ്ക്ക്. നിന്റെ കണ്ണുകൾ മാത്രം അടച്ചാൽപ്പോരാ. *അത് അടയ്ക്ക്.* അത് നീ തന്നെ ചെയ്തേ തീരൂ."

അങ്ങനെ, മോഹാലസ്യപ്പെട്ടു വീണേക്കും എന്ന് തോന്നിച്ച നിമിഷത്തിൽ നിന്നും എഴുന്നേറ്റിരുന്ന നോറാ, ആ പുസ്തകത്തിന്റെ പുറംചട്ടയ്ക്ക് കീഴിൽ കൈകൾ ചേർത്ത്, അത് അടയ്ക്കാൻ ശ്രമിച്ചു. മുൻപുണ്ടായിരുന്നതിനേക്കാൾ ഭാരം അപ്പോഴതിനുണ്ടെന്ന് അവൾക്ക് തോന്നി. എങ്ങനെയൊക്കെയോ ബുദ്ധിമുട്ടി അതടച്ച ശേഷം അവൾ കിതയ്ക്കാൻ തുടങ്ങി.

എല്ലാ ജീവിതവും ഇപ്പോൾ തുടങ്ങുന്നു

"എന്നിട്ടിപ്പോൾ?"

ശ്രീമതി എൽമ് കൈകൾ നെഞ്ചിൽ പിണച്ചു വച്ചു. നോറായ്ക്കറിയാമായിരുന്ന ശ്രീമതി എൽമിന്റെ അതേ രൂപസാദൃശ്യമായിരുന്നു എങ്കിലും, അവരെക്കാൾ വളരെയധികം പരുക്കൻ മട്ടായിരുന്നു ഇവർക്ക്. ഇവർ ശ്രീമതി എൽമ് ആയിരുന്നു എങ്കിലും, എവിടെയൊക്കെയോ ഇവർ ശ്രീമതി എൽമ് ആയിരുന്നില്ല. അതവളെ അൽപ്പം ചിന്താക്കുഴപ്പത്തിലാക്കി.

"എന്ത് എന്നിട്ട്?" നോറാ അപ്പോഴും കിതയ്ക്കുന്നുണ്ടായിരുന്നു. എങ്കിലും, എല്ലാ കുറ്റബോധങ്ങളുടെയും തീവ്രവേദനകൾ ഒന്നിച്ചനുഭവിക്കണ്ടല്ലോ എന്നത് അവളെ ആശ്വസിപ്പിച്ചു.

"ഏത് കുറ്റബോധമാണ് വേറിട്ട് നിൽക്കുന്നത്? ഏത് തീരുമാനമാണ് മാറ്റിയെഴുതാൻ നീ ആഗ്രഹിക്കുന്നത്? ഏത് ജീവിതമാണ് ശ്രമിച്ചു നോക്കാൻ നീ താൽപര്യപ്പെടുന്നത്?"

'ശ്രമിച്ചു നോക്കാൻ' എന്നത് അവർ എടുത്തുപറഞ്ഞു. ഇതൊരു വസ്ത്രശാലയാണെന്നും, അതിൽ നിന്നും ഒരു ടീഷർട്ട് എടുത്ത് അണിഞ്ഞു നോക്കുന്ന ലാഘവത്തോടെയാണ് മറ്റൊരു ജീവിതം ശ്രമിച്ചുനോക്കാൻ അവർ പറയുന്നതെന്നും നോറയ്ക്ക് തോന്നി. ക്രൂരമായ ഒരു വിനോദം പോലെയായിരുന്നു അത്.

"അങ്ങേയറ്റം മനോവേദനയായിരുന്നു അത്. ആരോ എന്നെ വരിഞ്ഞു മുറുക്കി ശ്വാസം മുട്ടിച്ചു കൊല്ലാൻ ശ്രമിക്കുന്നത് പോലെ തോന്നി എനിക്ക്. എന്താണ് ഇതുകൊണ്ട് ഉദ്ദേശിക്കുന്നത്?"

മുകളിലേയ്ക്ക് നോക്കിയ നോറാ അപ്പോഴാണ് അവിടെ തൂങ്ങിക്കിടക്കുന്ന വിളക്കുകൾ കണ്ടത്. അതീവ സാധാരണമായ ഇളം ചാരനിറത്തിലെ മച്ചിൽനിന്ന് വയറുകളിൽ തൂങ്ങിക്കിടക്കുന്ന തുറന്ന ബൾബുകൾ. ആ മച്ച് ചുവരുകളോട് ബന്ധിച്ചിരുന്നില്ല എന്നു മാത്രം. ഈ നിലം പോലെ, അത് അനന്തമായി നീണ്ടുകിടക്കുന്നുണ്ടായിരുന്നു.

"നിന്റെ പഴയ ജന്മം തീർന്നു എന്നതിന് ശക്തമായ ഒരു സാധ്യത ഉണ്ട് എന്നുള്ളതാണ് കാര്യം. നിനക്ക് മരിക്കണമായിരുന്നു. ചിലപ്പോൾ നീ മരിക്കുമായിരിക്കാം. നിനക്ക് എങ്ങോട്ടെങ്കിലും പോകേണ്ടി വന്നേക്കാം.

എവിടെയെങ്കിലും എത്തിപ്പെടണം. മറ്റൊരു ജന്മം. അതുകൊണ്ട്, നീ നന്നായി ആലോചിക്കു. വാഗ്ദാനം ചെയ്യപ്പെടുന്ന ഓരോ പുതിയ ജന്മവും തുടങ്ങുന്നത് ഇവിടെ നിന്നാണ്. അതുകൊണ്ടാണ് ഇവിടം മിഡ്നൈറ്റ് ലൈബ്രറി എന്നറിയപ്പെടുന്നത്. ഇപ്പോൾ പാതിരാവാണ്. അത് ഇപ്പോൾ തുടങ്ങും. ഭാവികളെല്ലാം. അതാണ് നിന്റെ പുസ്തകം പ്രതിനിധാനം ചെയ്യുന്നത്. തൊട്ടടുത്തായി നടക്കാൻ പോകുന്ന വർത്തമാനകാലത്തിലും, ഇപ്പോൾ നടന്നുകൊണ്ടിരിക്കുന്ന ഭാവിയിലും നിനക്കെന്തൊക്കെ ഉണ്ടായിരിക്കാം എന്നതും ഇതിലടങ്ങിയിരിക്കുന്നു."

"അപ്പോൾ അതിൽ ഭൂതകാലങ്ങളില്ലേ?"

"ഇല്ല. അവയുടെ പ്രത്യാഘാതങ്ങൾ മാത്രം. പക്ഷെ ആ പുസ്തകങ്ങളും എഴുതപ്പെട്ടിരിക്കുന്നു. അവയെല്ലാം എനിക്കറിയാം. നിനക്ക് വായിക്കാനുള്ളവയല്ല അവ."

"എപ്പോഴാണ് ഓരോ ജന്മവും അവസാനിക്കുക?"

"ചിലപ്പോൾ സെക്കൻഡുകൾ മാത്രം മതിയാവും അതിന്. ചിലപ്പോൾ മണിക്കൂറുകൾ. മറ്റു ചിലപ്പോൾ മാസങ്ങൾ. ചിലപ്പോഴൊക്കെ അതിലും കൂടുതൽ. നിനക്ക് ശരിക്കും ജീവിക്കണം എന്നു തോന്നുന്ന ഒരു ജീവിതം തിരഞ്ഞെടുത്താൽ, പിന്നെ വാർദ്ധക്യം വന്നു മരിക്കുന്നതു വരെ ആ ജന്മം തന്നെ ജീവിച്ചുതീർക്കണം. ഏതെങ്കിലും ഒരു ജീവിതത്തിനോട് ഇഷ്ടം തോന്നി, അതിൽ ജീവിച്ചേ തീരൂ എന്നാണെങ്കിൽ നീ അതിൽ സങ്കടപ്പെടേണ്ട കാര്യമേയില്ല. പല കാലങ്ങളായി അവിടെ ഉണ്ടായിരുന്നതുപോലെത്തന്നെ നിലനിൽക്കാം. കാരണം, ഒരു പ്രപഞ്ചത്തിൽ നിലനിൽക്കുമ്പോൾ, എപ്പോഴൊക്കെയോ നീ അവിടെ ഉണ്ടായിരുന്നിരിക്കണം. പറഞ്ഞു വരുന്നത്, ആ പുസ്തകം ഒരിക്കലും തിരിച്ചെടുക്കപ്പെടുകയില്ല. ഒരു വായ്പ എന്നതിലുപരിയായി, അതൊരു സമ്മാനമാണ്. ആ ഒരു ജന്മം വേണം എന്ന് നീ തീരുമാനിക്കുന്ന നിമിഷം മുതൽ ഈ പാതിരാ പുസ്തകപ്പുരയടക്കം നിന്റെ തലയ്ക്കുള്ളിൽ ഇപ്പോൾ ഉള്ളതെല്ലാം തന്നെ ഒരു സ്വപ്നമെന്ന വണ്ണം അപ്രത്യക്ഷമാവും; ഓർത്തെടുക്കാൻ പറ്റാത്തത്ര, മങ്ങിയ, അസ്പഷ്ടമായ ഒരു സ്വപ്നം."

തലയ്ക്ക് മുകളിൽ തൂങ്ങിക്കിടന്ന പ്രകാശങ്ങളിൽ ഒരെണ്ണം, ഒന്നു മിന്നിത്തെളിഞ്ഞു.

"ഒരേയൊരു അപകടം," ശ്രീമതി എൽമ് ശ്രദ്ധാപൂർവ്വം തുടർന്നു, "നീ ഇവിടെയായിരിക്കുമ്പോഴാണ്. *രണ്ടു ജന്മങ്ങൾക്കിടയിൽ.* മുന്നോട്ടു പോകാനുള്ള ഇച്ഛ നിനക്ക് നഷ്ടമായാൽ, അത് നിന്റെ പ്രാഥമികജന്മത്തെ – നിന്റെ യഥാർത്ഥ ജന്മത്തെ – ബാധിക്കും. അത് ഈ സ്ഥലത്തിന്റെ നാശത്തിലേയ്ക്ക് നയിക്കും. നീ എന്നെന്നേയ്ക്കുമായി ഇല്ലാതാവും. നീ മരണപ്പെടും. അതുപോലെ തന്നെ ഈ സ്ഥലത്ത് നിനക്കുള്ള സ്വാധീനവും നഷ്ടപ്പെടും."

"അതാണ് എനിക്ക് വേണ്ടത്. എനിക്ക് മരിക്കണം. എനിക്ക് മരിക്കണം എന്നുള്ളതുകൊണ്ട് ഞാൻ മരണപ്പെടും. അതുകൊണ്ടാണ് ഞാൻ അമിത അളവിൽ മരുന്നുകളെടുത്തു കഴിച്ചത്. എനിക്ക് മരിക്കണം."

"എങ്കിൽ ആയിരിക്കാം. ചിലപ്പോൾ ആയിരിക്കില്ല. എന്തായാലും, നീയിപ്പോഴും ഇവിടെയുണ്ട്."

നോറാ കാര്യങ്ങൾക്ക് കുറച്ചു കൂടി വ്യക്തത വരുത്താൻ ശ്രമിച്ചു. "ഒരു പക്ഷെ ഞാൻ തിരഞ്ഞെടുക്കാൻ പോകുന്ന ജീവിതം, കഴിഞ്ഞതിനേക്കാൾ മോശമായ ഒന്നാണെങ്കിൽ, പിന്നെ എനിക്ക് തിരികെ ഈ ലൈബ്രറിയിലേയ്ക്ക് പ്രവേശിക്കാൻ കഴിയുമോ?"

"അത് പറഞ്ഞു മനസ്സിലാക്കിത്തരാൻ കുറച്ചു ബുദ്ധിമുട്ടാണ്. നിരാശ പൂർണ്ണമായും അനുഭവിക്കുമ്പോൾ നീ തിരികെ ഇവിടെയെത്തും. ചിലപ്പോൾ അത്തരമൊരു തോന്നൽ, വളരെപ്പതുക്കെയാവും നിന്നിൽ ആവേശിക്കുക. എന്നാൽ മറ്റു ചിലപ്പോൾ, അത് നിന്നെ ഒറ്റയടിയ്ക്ക് കീഴ്പ്പെടുത്തിയേക്കാം. അത് ഒരിക്കലും വന്നില്ല എങ്കിൽ, നീ അവിടെത്തന്നെ തുടരും; സന്തുഷ്ടയായിത്തന്നെ, എന്ന് നിസ്സംശയം പറയാം. ഇത്രയ്ക്ക് ലളിതമായേ അതിനെ പറഞ്ഞുതരാൻ കഴിയുകയുള്ളൂ. അതുകൊണ്ട് : നീ വ്യത്യസ്തമായി ചെയ്തിരിക്കാമായിരുന്ന ഒരു ജീവിതം തിരഞ്ഞെടുക്കൂ. അതിന്റെ പുസ്തകം ഞാൻ കണ്ടുപിടിച്ചുതരാം. അതായത്, അതിന്റെ ജീവിതത്തെ."

മഞ്ഞയും ബ്രൗണും കലർന്ന ടൈലുകൾ പതിപ്പിച്ച നിലത്ത് അടഞ്ഞു കിടന്നിരുന്ന *കുറ്റബോധത്തിന്റെ പുസ്തകത്തി*ലേയ്ക്ക് നോറ തുറിച്ചുനോക്കി.

ഗ്രാമത്തിൽ, നിശബ്ദമായ ഒരു ചെറിയ പബ്ബ് സ്വന്തമാക്കണം എന്ന ഡാനിന്റെ സ്വപ്നത്തെ പറ്റി അവളോർത്തു. അതിനെക്കുറിച്ച് രാത്രി വൈകിയും അവർ ചർച്ച ചെയ്യാറുണ്ടായിരുന്നു. അവന്റെ ഉത്സാഹം അവളിലേയ്ക്കും പകർന്ന് അതവളുടെ കൂടെ സ്വപ്നമായി മാറിയിരുന്നു. "ഞാനൊരിക്കലും ഡാനിനെ വിട്ടു കളയാൻ പാടില്ലായിരുന്നു. ഞാൻ അപ്പോഴും അവന്റെയൊപ്പം ഒരു ബന്ധത്തിലായിരുന്നു. ഞങ്ങൾ ഒന്നിച്ച് ജീവിച്ച്, അവന്റെയാ സ്വപ്നത്തിനു വേണ്ടി ഒന്നിച്ചു പ്രവർത്തിച്ചില്ല എന്നതിൽ എനിക്ക് കുറ്റബോധമുണ്ട്. ഞങ്ങൾ ഒന്നിച്ചുള്ള ഒരു ജീവിതം ഇപ്പോഴുമുണ്ടോ?"

"തീർച്ചയായും," ശ്രീമതി എൽമ് പറഞ്ഞു.

അവിടുത്തെ പുസ്തകങ്ങൾ, ഷെൽഫുകൾ കൺവേയർ ബെൽറ്റുകളായി മാറിയിട്ടെന്നോണം, വീണ്ടും നീങ്ങാൻ തുടങ്ങി. ഇത്തവണ പക്ഷെ, ഒരു കല്യാണസംഘം നടക്കുന്നതുപോലെ സാവധാനത്തിലായിരുന്നില്ല; മറിച്ച്, പുസ്തകങ്ങൾ കാണാൻ പോലും കഴിയാത്തത്ര വേഗതയിലായിരുന്നു അവ നീങ്ങിയിരുന്നത്. പച്ചനിറത്തിലുള്ള പുഴ ഒഴുകും പോലെ, അവ, അവർക്കു ചുറ്റും കറങ്ങിക്കൊണ്ടിരുന്നു.

അപ്പോൾ, നിനച്ചിരിക്കാതെ, അത് നിന്നു.

ശ്രീമതി എൽമ് കുനിഞ്ഞിരുന്ന്, അവരുടെ ഇടതുവശത്ത്, ഏറ്റവും താഴത്തെ തട്ടിൽ നിന്നും ഒരു പുസ്തകമെടുത്തു. ഇരുണ്ട പച്ചനിറമുള്ള ഒന്നായിരുന്നു അത്. അവരത് നോറായ്ക്ക് നൽകി. *കുറ്റബോധത്തിന്റെ പുസ്തകത്തി*നോളം വലിപ്പമുണ്ടായിരുന്നു എങ്കിലും, അതിനേക്കാൾ ഭാരം കുറവായിരുന്നു ഇതിന്. ഇതിന്റെയും വശത്ത് പേരുവിവരം എഴുതിയിരുന്നില്ല എങ്കിലും,

മുൻവശത്ത്, മറ്റെല്ലാ പുസ്തകങ്ങളിലും ഉള്ളതുപോലെ അച്ചടിമഷിയിൽ, ചെറിയ അക്ഷരങ്ങളിൽ ഇങ്ങനെ എഴുതിയിരുന്നു : *എന്റെ ജീവിതം.*

"പക്ഷെ ഇത് എന്റെ ജീവിതമല്ല..."

"ഓ നോറാ, ഇതെല്ലാം നിന്റെ ജീവിതങ്ങളാണ്."

"ഞാനിപ്പോൾ എന്താണ് ചെയ്യേണ്ടത്?"

"നീ ആ പുസ്തകം തുറന്ന് അതിന്റെ ആദ്യത്തെ പേജ് എടുക്കൂ."

നോറാ അതേപോലെ ചെയ്തു.

"*ശ-രി,*" ശ്രീമതി എൽമ് സൂക്ഷ്മതയോടെ പറഞ്ഞു. "ഇനി ആദ്യത്തെ വരി വായിക്കൂ."

നോറാ ശ്രദ്ധയോടെ വായിച്ചു.

അവൾ പബ്ബിൽനിന്നും ഇറങ്ങി,
തണുത്തുറഞ്ഞ രാത്രിയിലേയ്ക്ക് നടന്നു...

"പബ്ബോ?" എന്നൊന്ന് സ്വയം ചിന്തിക്കാനുള്ള സമയമേ നോറായ്ക്ക് കിട്ടിയുള്ളൂ. അപ്പോഴേയ്ക്കും അത് സംഭവിച്ചു. ആ അക്ഷരങ്ങൾ അവൾക്ക് ചുറ്റും ഭ്രമണം ചെയ്യാൻ തുടങ്ങി. വൈകാതെ അവൾക്കത് വായിക്കാൻ കഴിയാതെ വന്നു. അവൾക്ക് തല ചുറ്റുന്നതു പോലെ തോന്നി. അറിഞ്ഞു കൊണ്ട് അവൾ പുസ്തകം കൈയിൽ നിന്നും വിട്ടില്ല എങ്കിലും, അടുത്ത നിമിഷം അവളത് വായിക്കുന്ന ആൾ അല്ലാതെയായി മാറി. നിമിഷങ്ങൾക്കുള്ളിൽ, അവിടെ ആ പുസ്തകമോ, ലൈബ്രറി പോലുമോ ഇല്ലാതെയായി.

ദി ത്രീ ഹോഴ്സ്ഷൂസ്

പുറത്തെ തെളിഞ്ഞ പ്രസന്നമായ അന്തരീക്ഷത്തിൽ നിൽക്കുകയായിരുന്നു നോറാ. എന്നാൽ, ബെഡ്ഫോർഡിനെ അപേക്ഷിച്ച്, ഇവിടെ മഴ പെയ്യുന്നുണ്ടായിരുന്നില്ല.

"ഞാൻ എവിടെയാണ്?" അവൾ സ്വയം മന്ത്രിച്ചു.

മെല്ലെ വളഞ്ഞു പോകുന്ന പാതയുടെ അങ്ങേ വശത്തായി, പഴയ മാതൃകയിലുള്ള, ഓട് പാകിയ, ഭംഗിയുള്ള വീടുകളുടെ ഒരു നിരയുണ്ടായിരുന്നു. വിളക്കുകളെല്ലാം അണച്ച, നിശബ്ദമായ പഴയ വീടുകൾ ഗ്രാമത്തിന്റെ അതിരിലായി, നാട്ടിൻപുറത്തിന്റെ നിശബ്ദതയിൽ ലയിച്ചുനിന്നു. തെളിഞ്ഞ ആകാശം, പരന്നുകിടക്കുന്ന നക്ഷത്രജാലം, പാതിമാഞ്ഞ ചന്ദ്രക്കല. പാടത്തിന്റെ ചേറുമണം. മഞ്ഞനിറമുള്ള മൂങ്ങകളുടെ മൂളൽ–സംവാദങ്ങൾ. വീണ്ടും നിശബ്ദത. കാറ്റിലെ പ്രതാപമായി, സാന്നിദ്ധ്യമറിയിക്കുന്ന ഒരു നിശബ്ദത.

എല്ലാം എത്ര വിചിത്രം.

അവൾ ബെഡ്ഫോർഡിൽ ഉണ്ടായിരുന്നു. പിന്നെയാ വിചിത്രമായ ലൈബ്രറിയിൽ. പിന്നെ, ദേ ഇവിടെ, ഈ നിസർഗ്ഗസുന്ദരമായ ഗ്രാമപാതയിൽ. എന്നാൽ, ഒരടി പോലും അനങ്ങിയിട്ടില്ല താനും.

പാതയുടെ ഇങ്ങേവശത്തുള്ള ഇരുനിലക്കെട്ടിടത്തിന്റെ താഴേനിലയിലെ ഒരു ജനാലയിലൂടെ സ്വർണ്ണം ചാലിച്ച പോലെയുള്ള വെളിച്ചം മെല്ലെ അരിച്ചിറങ്ങുന്നുണ്ടായിരുന്നു. തലയുയർത്തി നോക്കിയപ്പോൾ, കാറ്റിൽ മെല്ലെ ഇളകിയാടുന്ന ഒരു പലകയിൽ, പബ്ബിലേയ്ക്കുള്ള വഴി സൂചിപ്പിക്കുന്ന ഭംഗിയുള്ള ഒരു നാമപലക കണ്ടു. പരസ്പരം ഒട്ടിച്ചേർന്ന മട്ടിൽ അടുക്കിയിരുന്ന കുതിരലാടങ്ങൾക്ക് മുകളിലായി, ശ്രദ്ധയോടെ ചരിച്ചെഴുതിയ അക്ഷരങ്ങൾ : *ദി ത്രീ ഹോഴ്സ്ഷൂസ്.*

അവൾക്ക് തൊട്ടുമുന്നിലായി, നടപ്പാതയിൽ, ഒരു കറുത്ത ബോർഡുണ്ടായിരുന്നു. പരമാവധി ഭംഗി വരുത്തി എഴുതിയ തന്റെ സ്വന്തം കൈപ്പട അവൾ തിരിച്ചറിഞ്ഞു.

ദി ത്രീ ഹോഴ്സ്ഷൂസ്

ചൊവ്വാഴ്ച രാത്രി – പ്രശ്നോത്തരിയുടെ രാത്രി

സമയം രാത്രി 8.30

"നമുക്ക് ഒന്നുമറിയില്ല എന്ന് തിരിച്ചറിയുന്നതിലാണ് യഥാർത്ഥ വിജ്ഞാനം"

– സോക്രട്ടീസ് (ഈ പ്രശ്നോത്തരിയിൽ പരാജയപ്പെട്ട ശേഷം !!!!)

അവൾ നാല് ആശ്ചര്യചിഹ്നങ്ങൾ ഒന്നിച്ച് നിരത്തിയിടുമായിരുന്ന ഒരു ജന്മമായിരുന്നു അത്. ഒരുപക്ഷെ, സന്തുഷ്ടരായ പിരിമുറുക്കം കുറഞ്ഞ ആളുകൾ അങ്ങനെ ആയിരുന്നിരിക്കണം.

നല്ല ലക്ഷണമൊത്ത ശകുനം.

അവൾ കുനിഞ്ഞ് സ്വന്തം വസ്ത്രങ്ങളിലേയ്ക്ക് നോക്കി. കൈകൾ, മുട്ടു വരെ പകുതി തെറുത്തു കയറ്റി വച്ചിരിക്കുന്ന ഒരു ഡെനിം ഷർട്ടും, ജീൻസും. ഒപ്പം, ശരിക്കുള്ള ജീവിതത്തിൽ ഒരിക്കൽപ്പോലും ധരിച്ചിട്ടില്ലാത്ത തരം, പൊങ്ങിയ ഉപ്പൂറ്റികൾ ഉള്ള ഷൂസും. തണുപ്പിൽ അവളുടെ രോമങ്ങൾ എഴുന്നു നിന്നു. അധികനേരം ആ തണുപ്പിൽ അങ്ങനെ നിൽക്കാൻ പാകത്തിലുള്ള തായിരുന്നില്ല അവളുടെ വസ്ത്രങ്ങൾ എന്ന് തീർച്ച.

അവളുടെ മോതിരവിരലിൽ രണ്ടു മോതിരങ്ങൾ ഉണ്ടായിരുന്നു. ലളിതമായ ഒരു വെള്ളിവളയത്തിൽ ഇന്ദ്രനീലക്കല്ലു പതിപ്പിച്ച അവളുടെ പഴയ വിവാഹനിശ്ചയ മോതിരം അതിലൊന്നായിരുന്നു – ഏകദേശം ഒരു വർഷം മുൻപ്, വിറയ്ക്കുന്ന കൈകളോടെ ഏങ്ങിക്കരഞ്ഞുകൊണ്ടു അവൾ ഊരിമാറ്റിയ അതേ മോതിരം.

ഭ്രാന്ത്.

അവൾ ഒരു വാച്ച് ധരിച്ചിട്ടുണ്ടായിരുന്നു. ഈ ജന്മത്തിൽ എന്തായാലും ഡിജിറ്റൽ വാച്ചല്ല. റോമൻ അക്കങ്ങളുള്ള, മെലിഞ്ഞു സുന്ദരമായ ഒരു അനലോഗ് വാച്ചായിരുന്നു അത്. പാതിരാത്രി കഴിഞ്ഞ് ഒരു നിമിഷമായിരുന്നു സമയമപ്പോൾ.

ഇതെങ്ങനെയാണ് സംഭവിക്കുന്നത്?

ഈ ജന്മത്തിൽ അവളുടെ കൈകൾ അതീവ മൃദുലമായിരുന്നു. ചിലപ്പോൾ അവൾ എന്തെങ്കിലും ലേപനങ്ങൾ കൈയിൽ പുരട്ടുന്നുണ്ടാവാം. വിരൽനഖങ്ങളിൽ വൃത്തിയായി തിളങ്ങുന്ന നെയിൽപോളിഷ് ഉണ്ടായിരുന്നു. ഇടതുകൈയിലെ സുപരിചിതമായ ചെറിയ കറുത്ത മറുക് കണ്ടപ്പോൾ അവൾക്ക് ആശ്വാസം തോന്നി.

ചരലിൽ കാൽപ്പെരുമാറ്റം. നടപ്പാതയിലൂടെ ആരോ അവൾക്ക് നേരെ നടന്നുവരുന്നു. ഏകാന്തമായ തെരുവുവിളക്കിന്റെയും, പബ്ബിന്റെ ജനാലയിലൂടെ അരിച്ചിറങ്ങുന്ന വെളിച്ചത്തിലും, അതൊരു പുരുഷനാണ് എന്നവൾക്ക് മനസ്സിലായി. തുടുത്ത റോസ് നിറത്തിലുള്ള കവിളുകളും, ഡിക്കെൻസിയൻ ശൈലിയിലുള്ള ചാരനിറത്തിലുള്ള മീശയും, വാക്സ് ജാക്കറ്റും. ടോബി ജഗ്ഗ് പ്രതിമയ്ക്ക് ജീവൻ വച്ചതുപോലെയുണ്ട്. അതീവശ്രദ്ധയോടെയുള്ള അയാളുടെ നടത്തം കണ്ടപ്പോൾ, അയാളല്പം മദ്യപിച്ചിരുന്നതുപോലെ തോന്നി.

"ശുഭരാത്രി നോറാ. ഞാൻ വെള്ളിയാഴ്ച വരാം. ആ നാടോടി ഗായകനെ കേൾക്കാൻ. അയാളുടെ പാട്ടു കൊള്ളാമെന്ന് ഡാൻ പറഞ്ഞു."

ഈ ജന്മത്തിൽ അവൾക്ക് ആ ആളുടെ പേര് അറിയുമായിരിക്കണം. "അതെയതെ. തീർച്ചയായും. വെള്ളിയാഴ്ച. നല്ലൊരു രാത്രിയായിരിക്കും അത്."

ഒന്നുമില്ലെങ്കിലും, അവളുടെ ശബ്ദത്തിനു മാത്രം മാറ്റമൊന്നുണ്ടായിരുന്നില്ല. റോഡിൽ വണ്ടികളൊന്നുമില്ലാതിരുന്നിട്ടുകൂടി, പലതവണ ഇടതും വലതും വശങ്ങൾ നോക്കി ഉറപ്പുവരുത്തി, റോഡ് മുറിച്ചുകടന്ന്, വീടുകൾക്കിടയിൽ ഏതോ തെരുവിൽ അയാൾ അപ്രത്യക്ഷനാവുന്നതും നോക്കി അവൾ നിന്നു.

അത് സംഭവിക്കുന്നു. അത് ശരിക്കും സംഭവിക്കുന്നു. ഇതാണാ പബ്ബ് ജീവിതം. യാഥാർത്ഥ്യമായ സ്വപ്നം.

"ഇത് അങ്ങേയറ്റം വിചിത്രം തന്നെ," അവൾ ആ രാത്രിയോടെന്നവണ്ണം പറഞ്ഞു. "വളരെ... അധികം... വിചിത്രം."

രണ്ടു സ്ത്രീകളും ഒരു പുരുഷനുമടങ്ങുന്ന മൂന്നുപേരുടെ ഒരു സംഘം അപ്പോഴും പബ്ബിൽ നിന്ന് ഇറങ്ങി. നോറായെ കടന്നുപോകുമ്പോൾ അവർ അവളെ നോക്കി പുഞ്ചിരിച്ചു.

"അടുത്ത തവണ നമ്മളെന്തായാലും ജയിക്കും," അതിലൊരു സ്ത്രീ പറഞ്ഞു.

"അതെ," നോറാ മറുപടി പറഞ്ഞു. "എപ്പോഴും ഒരു അടുത്ത തവണയുണ്ടല്ലോ."

അവൾ പബ്ബിനരികിലേയ്ക്ക് നടന്ന്, ജനലിലൂടെ എത്തിനോക്കി. അകം ശൂന്യമായിരുന്നെങ്കിലും, വെളിച്ചം അണഞ്ഞിരുന്നില്ല. ഇപ്പോൾ പോയ സംഘമായിരുന്നിരിക്കണം അവസാനത്തെ ആളുകൾ.

ആകർഷകമായ ഒരു പബ്ബായിരുന്നു അത്. വ്യക്തിത്വമുള്ള, ഊഷ്മളമായ അന്തരീക്ഷം. ചെറിയ മേശകൾ, മച്ചിലെ തടികൊണ്ടുള്ള കഴുക്കോലുകൾ, ഭിത്തിയിൽ ഉറപ്പിച്ചിരുന്ന ഒരു കാളവണ്ടിച്ചക്രം. വിലയേറിയ ചുവപ്പ് പരവതാനി, ഭംഗിയിൽ ബിയർ പമ്പുകൾ അടുക്കി വച്ചിരിക്കുന്ന തടിയലമാര.

അവൾ ജനാലയ്ക്കൽ നിന്ന് പതുക്കെ അകന്നു നീങ്ങി. നടപ്പാത അവസാനിച്ച് പുല്ലുകൾ വളർന്നു നിൽക്കുന്നിടത്ത്, പബ്ബിൽ നിന്നും അൽപ്പം അകലെയായി അവളൊരു ബോർഡ് കണ്ടു.

പെട്ടെന്ന് അവൾ അങ്ങോട്ട് നടന്നുചെന്ന്, അതിലെഴുതിയിരുന്നത് വായിച്ചു.

ലിറ്റിൽവർത്ത്
ശ്രദ്ധാലുക്കളായ ഡ്രൈവർക്ക് സ്വാഗതം

അതിനുമുകളിലായുണ്ടായിരുന്ന ക്രൂപ്പുകൈയുടെ ആകൃതിയ്ക്ക് ചുറ്റും കണ്ട അക്ഷരങ്ങൾ അവൾ വായിച്ചു: *ഓക്സ്ഫോർഡ്ഷയർ കൗണ്ടി കൗൺസിൽ.*

"നമ്മളത് ചെയ്തുകാണിച്ചു," അവൾ സ്വയം പറഞ്ഞു. "*നമ്മൾ ശരിക്കും* അത് ചെയ്തുകാണിച്ചു."

പാരിസിലെ സിയേൻ പട്ടണത്തിലെ സെയിന്റ് മൈക്കൽ നടപ്പാതയിലൂടെ മാക്കറൂണുകളും കഴിച്ചുകൊണ്ട് നടക്കുമ്പോൾ ഡാൻ ആദ്യമായി അവളോട് പങ്കുവച്ച സ്വപ്നമായിരുന്നു അത്.

പാരിസിനെക്കുറിച്ചല്ല, മറിച്ച് ഉൾനാടൻ ഇംഗ്ലണ്ടിനെക്കുറിച്ചായിരുന്നു അത്; അവിടെ അവർ ഒന്നിച്ചു ജീവിക്കുന്നതിനെക്കുറിച്ചായിരുന്നു അത്.

ഓക്സ്ഫോർഡ്ഷയറിലെ ഗ്രാമപ്രദേശത്ത് ഒരു പബ്ബ്.

നോറായുടെ അമ്മയുടെ കാൻസർ പൂർവ്വാധികം ശക്തിയോടെ തിരിച്ചുവന്ന് ലസികാഗ്രന്ഥികളെയും കൂടി കാർന്നു തിന്ന് ശരീരത്തിൽ നിലയുറപ്പിക്കാൻ തുടങ്ങിയപ്പോൾ, അവരാ സ്വപ്നത്തിന് താൽക്കാലിക വിരാമമിട്ടു. ഡാൻ ലണ്ടനിൽ നിന്നും അവൾക്കൊപ്പം തിരികെ ബെഡ്ഫോർഡിലേയ്ക്ക് താമസം മാറ്റി. അവരുടെ വിവാഹനിശ്ചയത്തെപ്പറ്റി അറിയാമായിരുന്ന അമ്മ, വിവാഹം വരെ ജീവനോടെ ഉണ്ടാവുമെന്ന് വിശ്വസിച്ചിരുന്നു. പക്ഷെ നാലുമാസങ്ങൾക്കുള്ളിൽ അവർ മരിച്ചുപോയി.

ചിലപ്പോൾ ഇതായിരിക്കുമത്. ഇതായിരിക്കും ആ ജീവിതം. ഭാഗ്യത്തിന്റെ ഒരു കളിയായിരിക്കണം ഇത്.

അവൾ സങ്കോചത്തോടെ ഒന്ന് ചിരിച്ചു.

ആ നടപ്പാതയിലൂടെ, ചരൽക്കല്ലുകളെ ചവിട്ടിമെതിച്ചുകൊണ്ട്, അവൾ തിരികെ നടന്നു. വാക്സ് ജാക്കറ്റിട്ട മീശക്കാരനായ മദ്യപൻ അൽപ്പം മുൻപ് ഇറങ്ങിപ്പോയ, പബ്ബിന്റെ വശത്തുള്ള വാതിലിനടുത്തേയ്ക്ക് അവൾ നീങ്ങി. ദീർഘശ്വാസം എടുത്തുകൊണ്ട് അവൾ അകത്തേയ്ക്ക് കയറി.

ഉള്ളിൽ ഇളംചൂടായിരുന്നു.

നിശബ്ദവും.

ഏതോ ഒരു ഇടനാഴിയിൽ നിൽക്കുകയായിരുന്നു അവളപ്പോൾ. ടെറാക്കോട്ടയുടെ ടൈൽസായിരുന്നു നിലം മുഴുവൻ. തടികൊണ്ടുള്ള പാനലിങ്ങും, സികമോർ ഇലകളുടെ ചിത്രങ്ങൾ ആലേഖനം ചെയ്ത വാൾ പേപ്പറുകളും.

അവൾ ആ ചെറിയ ഇടനാഴിയിലൂടെ നടന്ന്, അൽപ്പം മുൻപ് ജനലിലൂടെ എത്തിനോക്കിയപ്പോൾ കണ്ട, പബ്ബിന്റെ പ്രധാന ഭാഗത്തേക്കെത്തി. എവിടുന്നോ ചാടിവീണ ഒരു പൂച്ചയെക്കണ്ട് അവൾ ഭയന്ന് പിന്നോട്ടുചാടി.

മെലിഞ്ഞു ഭംഗിയുള്ള, ചോക്കലേറ്റ് നിറമുള്ള, ബർമീസ് ഇനം പൂച്ചയായിരുന്നു അത്. അവൾ കുനിഞ്ഞ് മെല്ലെ അതിനെ തലോടി. അതിന്റെ കഴുത്തിൽ ഇട്ടിരുന്ന കോളറിൽ പതിപ്പിച്ചിരുന്ന പേര് അവൾ വായിച്ചു. *വോൾട്ടയർ.*

അതേ പേരിലുള്ള, വേറെ ഒരു പൂച്ച. അവളുടെ പ്രിയപ്പെട്ട ജിൻജർ ടാബിയെപ്പോലെയല്ല; മറിച്ച് ഇതിനെ ആരോ രക്ഷപ്പെടുത്തി വളർത്തുന്നതാവണം എന്നവൾ ഊഹിച്ചു. പൂച്ച കുറുകാൻ തുടങ്ങി. "ഹലോ വോൾട്സ് രണ്ടാമനേ. നീയിവിടെ സന്തുഷ്ടനാണെന്ന് തോന്നുന്നല്ലോ. ഇവിടെ ഞങ്ങളും നിന്നെപ്പോലെതന്നെ സന്തുഷ്ടരാണോ?"

അത് ശരിവയ്ക്കുന്ന എന്ന മട്ടിൽ പൂച്ച ഒന്ന് മുരണ്ട ശേഷം, നോറായുടെ കാലിൽ തല ഉരസാൻ തുടങ്ങി. അവൾ അവനെയും എടുത്തുകൊണ്ട് ബാറിലേയ്ക്ക് നടന്നു. അവിടെ പലതരം ബിയറുകൾ അടുക്കി വച്ചിട്ടുണ്ടായിരുന്നു. *വികാർസ് ഫേവറിറ്റ്. ലോസ്റ്റ് ആൻഡ് ഫൗണ്ട്. മിസ്സ് മാർപ്പിൾ. സ്ലീപ്പിങ് ലെമൺസ്. ബ്രോക്കൻ ഡ്രീം.*

ചിത്രശലഭങ്ങളുടെ സംരക്ഷണത്തിനു ധനസമാഹരണം നടത്തുന്നതിനായി വച്ചിരുന്ന ഒരു ചാരിറ്റി ബോക്സ് ഉണ്ടായിരുന്നു ആ ബാറിൽ.

ഗ്ലാസ്സുകൾ കൂട്ടിമുട്ടുന്ന ഒരു ശബ്ദം അവൾ കേട്ടു. ഡിഷ്-വാഷറിൽ ആരോ പാത്രങ്ങൾ നിറയ്ക്കുകയാവണം. ഏതോ ഒരു അങ്കലാപ്പ് നെഞ്ചിൻകൂടിനെ വരിഞ്ഞുമുറുക്കുന്നതു പോലെ അവൾക്ക് തോന്നി. പരിചിതമായ ഒരു പ്രകമ്പനം. അപ്പോഴാണ്, റഗ്ബി കളിക്കാർ ധരിക്കാറുള്ളത് പോലെയുള്ള അയഞ്ഞ ടീഷർട്ട് ധരിച്ച, നന്നേ ശോഷിച്ച, പ്രായം ഇരുപതുകളിലുള്ള ഒരു മനുഷ്യൻ ബാറിനു പുറകിൽ നിന്നും അങ്ങോട്ടേയ്ക്ക് കയറിവന്നത്. നോറായെ ശ്രദ്ധിക്കാതെ, മേശപ്പുറത്തുണ്ടായിരുന്ന അവസാനത്തെ ഗ്ലാസ്സുകളും പെറുക്കിയെടുത്തുകൊണ്ടു പോയി അയാൾ ഡിഷ്-വാഷറിലിട്ടു. അത് ഓൺ ആക്കിയ ശേഷം, ചുവരിലെ ആണിയിൽ തൂക്കിയിട്ടിരുന്ന തന്റെ കോട്ടെടുത്ത് ധരിച്ച്, കാറിന്റെയോ മറ്റോ താക്കോലുമെടുത്ത് പുറത്തേയ്ക്ക് നടന്നു.

"ബൈ നോറാ. ഞാൻ കസേരകളൊക്കെ മടക്കി വച്ച്, മേശപ്പുറമൊക്കെ തുടച്ചിട്ടുണ്ട്. ഡിഷ്-വാഷർ ഓൺ ആണ് കേട്ടോ."

"ങാ, നന്ദി."

"ഇനി വ്യാഴാഴ്ച കാണാം."

"അതെ," മുഖംമൂടി അഴിഞ്ഞുവീണേക്കാമെന്ന ഭയത്തിൽ നിൽക്കുന്ന ഒരു ചാരയെപ്പോലെ ജാഗ്രതയോടെ അവൾ പറഞ്ഞു "കാണാം."

അയാൾ പോയിക്കഴിഞ്ഞ് തൊട്ടടുത്ത നിമിഷത്തിൽ, താഴെ എവിടെ നിന്നോ ആരോ നടന്നുവരുന്ന കാൽപ്പെരുമാറ്റം അവൾ കേട്ടു. അവൾ കയറി വന്ന വഴിയിലൂടെ, പബ്ബിന്റെ പുറകിൽ നിന്നും അത് അടുത്തടുത്തു വന്നു. ഒടുവിൽ, അവൻ അവളുടെ മുൻപിലെത്തി.

കാഴ്ചയിൽ അവന് എന്തോ വ്യത്യാസമുണ്ടായിരുന്നു.

അവനിപ്പോൾ താടിയില്ല. കണ്ണിനു ചുറ്റുമുള്ള കറുപ്പും, മുഖത്തെ ചുളിവുകളും മുൻപത്തേതിനേക്കാൾ കൂടുതലാണ്. ഡാർക്ക് ബിയറിന്റെ തീരാറായ ഒരു പൈന്റ് അവന്റെ കൈയിലുണ്ടായിരുന്നു. ഇപ്പോഴും കണ്ടാൽ, കുറച്ച് അധ്യായങ്ങൾ കൂടി ചെയ്തുതീർക്കാൻ ബാക്കിയുള്ള, ഒരു ടിവി പ്രവർത്തകനെപ്പോലെതന്നെയുണ്ട്.

"ഡാൻ," ചോദിച്ച മനസ്സിലാക്കേണ്ട എന്തോ ആണ് അവനെന്ന മട്ടിലാണ് അവൾ വിളിച്ചത്. വഴിയരുകിൽ കണ്ടുമുട്ടിയ മുയൽക്കുഞ്ഞിനെപ്പോലെ. "നിന്നെക്കുറിച്ചോർക്കുമ്പോൾ, നമ്മളെക്കുറിച്ചോർക്കുമ്പോൾ, എനിക്ക് അഭിമാനമാണ്. എന്തോ, അത് പറയണമെന്ന് തോന്നി."

അവൻ ശൂന്യമായ ഒരു നോട്ടം അവളുടെ നേർക്കയച്ചു. "ചില്ലറിന്റെ യൂണിറ്റുകൾ അണയ്ക്കാൻ പോയതായിരുന്നു. അത് നാളെ വൃത്തിയാക്കിക്കണം. കുറെ നാളായി അതങ്ങനെ കിടക്കാൻ തുടങ്ങിയിട്ട്."

അവൻ എന്നതിനെക്കുറിച്ചാണ് പറഞ്ഞുകൊണ്ടിരിക്കുന്നത് എന്ന് ഒരെത്തും പിടിയും ഉണ്ടായിരുന്നില്ല നോറായ്ക്ക്. അവൾ വെറുതെ പൂച്ചയെ തലോടിക്കൊണ്ടിരുന്നു. "അതെ. ശരിയാണ്."

അവളുടെ ഭർത്താവ് – ഈ ജന്മത്തിൽ അതാണല്ലോ അയാളുടെ വേഷം – ചുറ്റുമുള്ള മേശകളിലൂടെയും, അതിനുമുകളിൽ കമിഴ്ത്തി വച്ചിരിക്കുന്ന കസേരകളിലൂടെയും കണ്ണോടിച്ചു. ജാവ്സിന്റെ, മങ്ങിത്തുടങ്ങിയ ഒരു ടീഷർട്ടായിരുന്നു അവൻ ധരിച്ചിരുന്നത്. "ബ്ലെയ്ക്കും സോഫിയും വീട്ടിൽപ്പോയോ?"

നോറാ ഒന്നു ശങ്കിച്ചു. അവിടെ ജോലി ചെയ്യുന്നവരെക്കുറിച്ചായിരിക്കും അവൻ പറഞ്ഞത് എന്നവൾ ഊഹിച്ചു. അയഞ്ഞ റഗ്ബി ടീഷർട്ട് ധരിച്ച ആളായിരുന്നിരിക്കണം ബ്ലെയ്ക്ക്. മറ്റാരും അവിടെ ഉള്ളതിന്റെ ലക്ഷണമൊന്നും അവിടെ കണ്ടില്ല.

"ഉവ്വ്." സാഹചര്യങ്ങളിൽ അടിസ്ഥാനപരമായി നിലനിൽക്കുന്ന ഒരുതരം അപരിചിതത്വം അത്ര കണ്ടു പ്രതിഫലിക്കാത്ത രീതിയിൽ ശബ്ദം ക്രമീകരിച്ചുകൊണ്ട് അവൾ മറുപടി പറഞ്ഞു. "അവര് പോയിട്ടുണ്ടാകണം. അവർ തന്നെ എല്ലാം ഭംഗിയായി ചെയ്തിട്ടുണ്ട്."

"നന്ന്."

അവന്റെ ഇരുപത്തിയാറാമത്തെ പിറന്നാളിന് ആ ജാവ്സിന്റെ ടീഷർട്ട് വാങ്ങിക്കൊടുത്തത് അവളോർത്തു. പത്തുവർഷങ്ങൾക്കു മുൻപ്.

"ഇന്ന് വന്ന ഉത്തരങ്ങളൊക്കെ ബഹുരസമായിരുന്നു. എല്ലാം മാറിപ്പോയി. പീറ്റും ഷോളിയും ഒക്കെയുള്ള സംഘം, പറഞ്ഞുവന്നപ്പോൾ, സിസ്റ്റീൻ പള്ളിയുടെ മച്ചിലെ ചിത്രം വരച്ചത് മറഡോണയാണ് എന്നായിപ്പോയി."

നോറാ തലയാട്ടിക്കൊണ്ട്, വോൾട്സ് രണ്ടാമനെ തലോടിക്കൊണ്ടിരുന്നു. ഈ പീറ്റും ഷോളിയും ആരാണെന്ന് അവൾക്കൊരു പിടിയും ഇല്ലായിരുന്നു എന്നതാണ് വാസ്തവം.

"നേരു പറയുകയാണെങ്കിൽ, ഇന്നത്തേത് അൽപ്പം കുഴഞ്ഞുമറിഞ്ഞ ചോദ്യങ്ങളായിരുന്നു. അടുത്ത തവണ വേറെ ഏതെങ്കിലും വെബ്സൈറ്റിൽ നിന്നും എടുക്കണം. അതിപ്പം, ആ കാര – എന്നൊക്കെ വരുന്ന ഏതോ പർവ്വതനിരയിലെ ഏറ്റവും ഉയരം കൂടിയ കൊടുമുടി ഏതാണ് എന്നൊക്കെ ചോദിച്ചാൽ ആർക്കറിയാനാണ്?"

"കാരക്കോറം ആണോ?" നോറാ ചോദിച്ചു. "അത് K2 ആണെന്ന് തോന്നുന്നു."

"ശരിയാ, നിനക്കറിയാൻ സാധ്യതയുണ്ട്," അവൻ പൊട്ടന്നനേ പറഞ്ഞു. മദ്യലഹരിയിൽ കുഴഞ്ഞ് അയാൾ തുടർന്നു, "നിനക്ക് ഇങ്ങ നത്തെ കാര്യങ്ങളൊക്കെയാണല്ലോ അറിയാവുന്നത്. കാരണം, മിക്കവാറും ഞങ്ങളൊക്കെ റോക്ക് സംഗീതത്തിന്റെ പുറകേ പോയപ്പോൾ, നീ ശരിക്കു മുള്ള റോക്കുകളും, പാറകളും ഒക്കെയാണല്ലോ അന്വേഷിച്ചു നടന്നത്."

"എടോ, ഞാൻ ശരിക്കും ഒരു ബാൻഡിലുണ്ടായിരുന്ന ആളാണ്," അവൾ പറഞ്ഞു.

അവൾ ബാൻഡിന്റെ ഭാഗമായിരുന്നു എന്നതാണ് ഡാൻ ഏറ്റവും വെറുത്തിരുന്ന ഒന്ന് എന്ന് പെട്ടെന്നവൾ ഓർത്തു.

അവൻ ഉറക്കെ ചിരിച്ചു. ആ ചിരിയുടെ അർത്ഥം അവൾ തിരിച്ചറിഞ്ഞു എങ്കിലും, അവൾക്കാ ചിരി അത്ര ഇഷ്ടമായില്ല. മുൻപ് അവരുടെ പ്രണയ കാലത്ത്, ഡാനിന്റെ നർമ്മഭാവനകൾ എത്രത്തോളം മറ്റുള്ളവരെ, പ്രത്യേ കിച്ച് നോറായെ, ആശ്രയിച്ചിരുന്നു എന്നത് അവൾ മറന്നിരിക്കുക യായിരുന്നു. അവർ ഒന്നിച്ചുണ്ടായിരുന്നപ്പോൾ, ഡാനിന്റെ ഈയൊരു സ്വഭാവത്തിന് അത്രയ്ക്ക് പ്രാധാന്യമൊന്നും കൊടുക്കാതിരിക്കാൻ നോറാ ശ്രദ്ധിച്ചിരുന്നു. അവന് മറ്റൊരുപാട് നല്ല വശങ്ങളുണ്ടായിരുന്നു – അവന്റെ അമ്മ രോഗബാധിതയായിരുന്ന സമയം മുഴുവൻ ഒത്തിരി സ്നേഹത്തോടെ അവരെ നോക്കിയിരുന്നത്, എന്തിനെക്കുറിച്ചും അനായാസേന സംസാരി ക്കാൻ കഴിയുന്നത്, ഭാവിയെക്കുറിച്ചുള്ള നിറഞ്ഞ പ്രതീക്ഷകൾ, സൗന്ദര്യം, ആളുകൾക്ക് അവനോട് എളുപ്പം അടുക്കാൻ കഴിയുന്നത്, കലയോടുള്ള അഭിനിവേശം, അശരണരെ കാണുമ്പോഴൊക്കെ അവരോട് എന്തെങ്കിലു മൊന്ന് സംസാരിക്കാൻ ശ്രദ്ധിക്കുന്നത്. അവന് ഈ ലോകത്തിനെക്കുറിച്ച് നല്ല മതിപ്പായിരുന്നു. ഓരോ മനുഷ്യനും ഓരോ നഗരമാണ്. ചില കോണു കളും, അരികുകളും ഇഷ്ടമല്ല എന്ന് വച്ച്, ആ നഗരത്തിനെ മുഴുവനായി വെറുക്കാനാവില്ലല്ലോ. നമുക്ക് ഇഷ്ടമില്ലാത്ത ചില ഇടങ്ങളും, ഇരുണ്ട തെരുവുകളും ഒക്കെയുണ്ടാവും. എങ്കിലും, ആ നഗരത്തിൽ നമ്മുടെ ഇഷ്ടം പിടിച്ചുപറ്റിയവയാകും കൂടുതലും.

അസഹനീയമായ നിരവധി പോഡ്കാസ്റ്റുകൾ അവൻ കേൾക്കാറുണ്ടാ യിരുന്നു. എന്ന് മാത്രമല്ല, അവയൊക്കെ നോറായും കേൾക്കേണ്ടതാണ് എന്നാണ് അവന്റെ പക്ഷം. അവളെ ശുണ്ഠിപിടിപ്പിക്കാനെന്നോണം ഉറ ക്കെയുറക്കെ ചിരിക്കുകയും, മൗത്ത്-വാഷ് കൊണ്ട് ഉച്ചത്തിൽ വാ കുലു ക്കൊഴിയുകയും ചെയ്യുമായിരുന്നു. അവൻ ഉറക്കത്തിനിടയിൽ പുതപ്പു മുഴുവൻ വലിച്ച് കൊണ്ടുപോകുമായിരുന്നു എന്നത് ശരിയാണ്. മാത്രവുമല്ല, കലയെയും, സംഗീതത്തെയും, സിനിമയെയും കുറിച്ചുള്ള ചില നേരത്തെ അഭിപ്രായപ്രകടനങ്ങൾ കേട്ടാൽ എന്തൊരു കണ്ണിൽച്ചോരയില്ലാത്തവ നാണ് എന്നു തോന്നുകയും ചെയ്യും. എന്നിരിക്കിലും, മൊത്തത്തിൽ നോക്കി യാൽ അവനിൽ കുറവുകളൊന്നുമുണ്ടായിരുന്നില്ല. പറഞ്ഞുവരുമ്പോൾ, അവളുടെ സംഗീതജീവിതത്തിന് അത്ര കണ്ട് പിന്തുണ നൽകിയിരുന്ന ഒരാളല്ല അവൻ എന്നവൾക്ക് പറയേണ്ടിവരും. ദി ലാബിറിന്ത്സിനൊപ്പം

ചേരുന്നതും, പുതിയ പദ്ധതികളിൽ പങ്കാളിയാവുന്നതുമൊക്കെ അവളുടെ മാനസികാരോഗ്യത്തെ ബാധിക്കുമെന്നും, അവളുടെ സഹോദരൻ സ്വന്തം കാര്യത്തെക്കുറിച്ചു മാത്രമേ ആലോചിക്കുന്നുള്ളുവെന്നും അവൻ പറഞ്ഞിട്ടുണ്ട്. അന്നൊക്കെ പക്ഷെ അതൊക്കെ ആപൽസൂചനകളായിട്ടല്ല, മറിച്ച്, സ്നേഹസൂചനകളായിട്ടാണ് അവൾക്ക് തോന്നിയിരുന്നത്. അവളാലോചിച്ചത് ഇങ്ങനെയായിരുന്നു : അവന് എന്നോട് കരുതലുണ്ട്. അത്തരത്തിൽ കരുതലുള്ള, പ്രശസ്തിപോലെ ഉപരിപ്ലവമായ കാര്യങ്ങൾ ഒരിക്കലും സ്വാധീനിക്കാത്ത ഒരാൾ, ജീവിതത്തിലൂടെ മുന്നോട്ട് തുഴയാൻ ഒപ്പമുള്ളത് എത്ര നല്ലതാണ്. അതുകൊണ്ടു തന്നെയാണ് ഓസ്ലോ ടവറിന്റെ ഏറ്റവും മുകളിലുള്ള കോക്ടെയ്ൽ ബാറിൽ വച്ച് തന്നെ വിവാഹം കഴിക്കാമോ എന്നവൻ ചോദിച്ചപ്പോൾ അവൾ സമ്മതിച്ചതും. അന്ന് അവളെ സംബന്ധിച്ചിടത്തോളം അത് സ്വീകരിച്ചത് തന്നെയായിരുന്നു ശരി.

അവൻ മുറിയിലേയ്ക്ക് കയറി, കൈയിലുണ്ടായിരുന്ന പൈന്റ് ഒന്ന് താഴെ വച്ച്, പബ്ബിലെ പ്രശ്നോത്തരിയ്ക്ക് വേണ്ടുന്ന കുറച്ചുകൂടി നല്ല ചോദ്യങ്ങൾ മൊബൈലിൽ തിരയാൻ തുടങ്ങി.

അവൻ എത്രത്തോളം മദ്യപിച്ചിട്ടുണ്ടാവും എന്നവൾക്ക് ആശങ്ക തോന്നി. സ്വന്തമായി ഒരു പബ്ബ് തുടങ്ങണം എന്ന സ്വപ്നം, ശരിക്കും, സ്വന്തം ഇഷ്ടത്തിന് കുടിക്കാൻ അളവറ്റ മദ്യം എന്ന സ്വപ്നമായി മാറിയോ എന്നവൾ ഭയന്നു.

“ഇരുപത് വശങ്ങളുള്ള ഒരു ബഹുഭുജത്തിനെ എന്തു വിളിക്കാം?”

“എനിക്കറിയില്ല,” ഒരു നിമിഷത്തിനു മുൻപ് കിട്ടിയ പ്രതികരണം ഓർത്തതുകൊണ്ടും, അത് വീണ്ടും ആവർത്തിക്കാൻ താല്പര്യമില്ലാതിരുന്നത് കൊണ്ടും, നോറാ നുണ പറഞ്ഞു.

അവൻ ഫോൺ പോക്കറ്റിലേക്കിട്ടു.

“പക്ഷെ നമ്മളത് നന്നായിത്തന്നെ കൈകാര്യം ചെയ്തു കേട്ടോ. അവരെല്ലാം ഇന്ന് ടൺ കണക്കിനാണ് കുടിച്ചുതീർത്തത്. ചൊവാഴ്ചയാണ് എന്നത് കണക്കിലെടുക്കുമ്പോൾ, അത് നല്ല ഒരു കാര്യമായേ തോന്നുന്നുള്ളൂ. കാര്യങ്ങൾ മെച്ചപ്പെടുന്നുണ്ട്. തൽക്കാലം ബാങ്കിനോട് പറയാൻ ഒരു സമാധാനം കിട്ടി, എന്നാണ് എനിക്ക് തോന്നുന്നത്. അവർ ചിലപ്പോൾ വായ്പാ കാലാവധി കുറച്ചുകൂടി നീട്ടിത്തന്നേക്കും...”

അവൻ കൈയിലെ ഗ്ലാസ്സിലേയ്ക്ക് കുറച്ചുനേരം നോക്കിനിന്ന ശേഷം, അത് ഒന്ന് ചുഴറ്റി, വായിലേക്കൊഴിച്ചു.

“എന്തായാലും ഉച്ചഭക്ഷണത്തിന്റെ മെനു മാറ്റാൻ എ.ജെ-യോട് പറയേണ്ടതുണ്ട്. ഈ ബീറ്റ്റൂട്ട് വഴറ്റിയതും, വാളരിപ്പയർ സാലഡും, ചോളത്തിന്റെ കേക്കുമൊന്നും ലിറ്റിൽവർത്ത് പട്ടണത്തിൽ ആർക്കും തന്നെ വേണ്ട. ഇത് മറ്റേടത്തെ ഫിറ്റ്സ്റോവിയ ഒന്നുമല്ലല്ലോ. നമുക്കിവിടെ നല്ല സ്വീകാര്യതയൊക്കെയുണ്ട്. പക്ഷെ നീ തിരഞ്ഞെടുത്ത ആ വൈനുകളില്ലേ, പ്രത്യേകിച്ചും കാലിഫോർണിയൻ വൈനുകൾ, അവ അത്ര പോരാ.”

"ശരി."

അവൻ പുറകിലേയ്ക്ക് തിരിഞ്ഞ് നോക്കി, "ബോർഡ് എവിടെ?"

"എന്താ?"

"ചോക്ക് കൊണ്ടെഴുതുന്ന ബോർഡ്. നീ അതെടുത്തു കൊണ്ടു വന്നി ട്ടുണ്ടാകും എന്നാണ് ഞാൻ കരുതിയത്."

അപ്പൊ *അതിനാണ്* അവൾ പുറത്തേയ്ക്ക് ഇറങ്ങിയത്.

"ഇല്ലില്ല. ഞാനത് ഇപ്പോൾ കൊണ്ടുവരാം."

"നീ പുറത്തേയ്ക്ക് പോകുന്നത് കണ്ടതുപോലെ തോന്നി."

നോറാ അവളുടെ ചങ്കിടിപ്പിനെ ഒരു ചിരി കൊണ്ടു മറച്ചുപിടിച്ചു. "ഉവ്വ്. അതെ. ഞാൻ പോയി. ഞാൻ എടുക്കേണ്ടതാണ്.... ഞാൻ പൂച്ചയെ ക്കുറിച്ച് ബേജാറായി. വോൾട്സ്. വോൾട്ടയർ. അവനെ കാണാതായപ്പോൾ ഞാൻ അവനെ അന്വേഷിച്ച് പുറത്തേക്കിറങ്ങിയതാണ്. അപ്പോഴാണ് അവനെ കണ്ടത്. അല്ലേടാ?"

ഡാൻ വീണ്ടും ബാറിലേയ്ക്ക് പോയി, ഒരു സ്കോച്ച് എടുത്തു.

അവൾ അവനെ ശ്രദ്ധിക്കുന്നുണ്ടെന്ന് അവനു തോന്നി. "ഇത് മൂന്നാ മത്തേതാണ്. അല്ലെങ്കിൽ, നാലായിരിക്കും. ഇന്ന് പ്രശ്നോത്തരി രാവായി രുന്നു. പരിപാടി അവതരിപ്പിക്കാൻ കയറിയാൽ എനിക്ക് ഒരു ധൈര്യക്കു റവാണ്. നിനക്കറിയാമല്ലോ. ഇതുണ്ടെങ്കിൽ കുറച്ചു തമാശയൊക്കെ പറയാൻ പറ്റും. ഞാൻ നല്ല രസകരമായി ചെയ്തു എന്നത് നീ വിസ്മരിച്ചുവോ പ്രിയേ?"

"ഉവ്വ്. ഭയങ്കര രസമായിരുന്നു. മൊത്തം രസത്തോട് രസമായിരുന്നു."

അവന്റെ മുഖത്തെ ചിരി മാഞ്ഞു. "നീ എറിനോട് സംസാരിക്കുന്നത് ഞാൻ കണ്ടു. അവൾ എന്താണ് പറഞ്ഞത്?"

ഇതിന് എങ്ങനെ കൃത്യമായി മറുപടി പറയണമെന്ന് നോറായ്ക്ക് അറി യില്ലായിരുന്നു. "ഓ അങ്ങനെ പ്രത്യേകിച്ചൊന്നുമില്ല. സാധാരണ ഉള്ള തൊക്കെ തന്നെ. എറിൻ എങ്ങനെയാണെന്ന് നിനക്കറിയാമല്ലോ."

"സാധാരണ ഉള്ളതൊക്കെയോ? നീ ഇതിനു മുൻപ് അവളോട് സംസാരിച്ചിട്ടേയുണ്ടാവില്ല എന്നാണ് എനിക്ക് തോന്നുന്നത്."

"സാധാരണ ആളുകൾ സംസാരിക്കുന്നതൊക്കെ എന്നാണ് ഞാൻ ഉദ്ദേശിച്ചത്. എറിൻ പറയുന്നത് എന്നല്ല. പൊതുവെ ആളുകൾ സംസാരി ക്കുന്നത്...."

"എന്താണ് വില്ലിന്റെ വിശേഷം?"

"ങാ... നന്നായിരിക്കുന്നു. നിന്നോട് ഹായ് പറയാൻ പറഞ്ഞു," അവൾ ഊഹിച്ചു പറഞ്ഞു.

ഡാനിന്റെ കണ്ണുകൾ അത്ഭുതം കൊണ്ട് പുറത്തേയ്ക്ക് തെറിച്ചുവന്നു. "ശരിക്കും?"

എന്തു പറയണം എന്ന് നോറായ്ക്ക് യാതൊരു രൂപവും ഉണ്ടായിരുന്നില്ല. ചിലപ്പോൾ വിൽ എന്ന് പറയുന്നത് ഒരു കുഞ്ഞായിരിക്കും. അല്ലെങ്കിൽ

ചിലപ്പോൾ അയാളൊരു കോമാ സ്റ്റേജിലായിരിക്കും. "ക്ഷമിക്ക്... ഇല്ല... അയാൾ ഹായ് പറഞ്ഞില്ല. ഞാൻ വേറെന്തോ പെട്ടെന്ന് ആലോചിച്ചപ്പോ... ഞാൻ... ഞാൻ പോയി ബോർഡ് എടുത്തുകൊണ്ട് വരാം."

അവൾ പൂച്ചയെ നിലത്തു നിർത്തിയിട്ട്, പുറത്തേയ്ക്കിറങ്ങി. ഉള്ളിലേയ്ക്ക് വരുമ്പോൾ ശ്രദ്ധയിൽപ്പെടാതിരുന്ന ഒന്ന് അവൾ ഇപ്പോൾ കണ്ടു.

ത്രീ ഹോഴ്സ്ഷൂസ്-ന് വെളിയിൽ നിൽക്കുന്ന നോറായുടെയും ഡാനിന്റെയും ചിത്രമുള്ള, *ഓക്സ്ഫോർഡ് ടൈംസ്*-ന്റെ ഒരു ലേഖനം അവിടെ ഫ്രെയിം ചെയ്തു വച്ചിരിക്കുന്നു. ഡാൻ അവളുടെ തോളിലൂടെ കൈയിട്ട് അവളെ ചേർത്തു പിടിച്ചിട്ടുണ്ട്. അവൾ മുൻപ് കണ്ടിട്ടില്ലാത്ത ഒരു സ്യൂട്ടാണ് അവൻ ധരിച്ചിരുന്നത്. അവളാകട്ടെ, ഒരു നല്ല ബിസിനസ്സുകാരിയ്ക്ക് ചേരും വിധം വൃത്തിയായി വസ്ത്രം ധരിച്ച് അണിഞ്ഞൊരുങ്ങിയിരിക്കുന്നു. യഥാർത്ഥ ജീവിതത്തിൽ അത്തരം വസ്ത്രങ്ങളൊന്നും ഒരിക്കൽപ്പോലും അവൾ അണിഞ്ഞിരുന്നില്ല.

സ്വപ്നം യാഥാർത്ഥ്യമാക്കിയ പബ്ബ് ഉടമകൾ

ആ ലേഖനത്തിൽ എഴുതിയിരിക്കുന്നത് പ്രകാരം, അനാഥമായിക്കിടന്ന പബ്ബ് കുറഞ്ഞ തുകയ്ക്ക് അവർ വാങ്ങി നവീകരിക്കുകയായിരുന്നു. അതിനുവേണ്ടി (ഡാനിന്റെ) കൈയിലുണ്ടായിരുന്ന അൽപം പാരമ്പര്യ സ്വത്തും, നീക്കിയിരിപ്പും, ബാങ്ക് വായ്പകളും അവരെ സഹായിച്ചു. രണ്ടു വർഷം മുൻപത്തെ ലേഖനമായിരുന്നു എങ്കിലും, അവരുടെ വിജയത്തിന്റെ കഥ എന്ന മട്ടിലുള്ളതായിരുന്നു അത്.

പുറത്തേക്കിറങ്ങുമ്പോൾ അവളാലോചിച്ചത് മുഴുവൻ, ഏതോ ഒരു ചൊവ്വാഴ്ച അർദ്ധരാത്രി കഴിഞ്ഞുള്ള ഏതാനും നിമിഷങ്ങളെ മുൻനിർത്തി, ഒരു ജീവിതം എങ്ങനെയുള്ളതാണെന്ന് കണക്കാക്കാൻ പറ്റുമോ എന്നതായിരുന്നു. അല്ലെങ്കിലൊരുപക്ഷേ, നിങ്ങൾക്ക് വേണ്ടത് അത് മാത്രമായിരുന്നിരിക്കും.

കാറ്റിന് ശക്തി കൂടുകയായിരുന്നു. വിജനമായ ഗ്രാമവീഥിയിൽ നിന്നിരുന്ന ബോർഡ് കാറ്റിന്റെ ശക്തിയിൽ മുന്നിലേക്കാഞ്ഞ്, താഴേയ്ക്ക് വീഴാൻ തുടങ്ങി. അത് എടുക്കാൻ തുനിയുമ്പോൾ, അവളുടെ പോക്കറ്റിലിരുന്ന് ഫോൺ മുരണ്ടു. അത് അവിടെയുണ്ട് എന്ന് അപ്പോഴാണവൾ തിരിച്ചറിഞ്ഞത്. അവളത് പുറത്തെടുത്തു. ഇസ്സി അയച്ച ഒരു സന്ദേശം ആയിരുന്നു അത്.

അവളും ഡാനും ഏതോ സ്ഥലത്ത് കെട്ടിപ്പുണർന്നു നിൽക്കുന്ന ഒരു പടമായിരുന്നു ഫോണിന്റെ വാൾപേപ്പർ എന്നവൾ ശ്രദ്ധിച്ചു. മുഖം കാണിച്ചുകൊണ്ടുള്ള തിരിച്ചറിയൽ നടത്തി അവളെ ഫോൺ അൺലോക്ക് ചെയ്തു. ശേഷം, മെസ്സേജ് എടുത്തു. അതൊരു ചിത്രമായിരുന്നു – ഒരു തിമിംഗലം സമുദ്രത്തിൽനിന്നും കുതിച്ചു പൊങ്ങുമ്പോൾ, അതിനു ചുറ്റും, ഒരു ഷാമ്പെയ്ൻ

കുപ്പി പൊട്ടിച്ചതുപോലെ ചിതറിത്തെറിക്കുന്ന വെളുത്ത ജലകണങ്ങൾ. മനോഹരമായ ഒരു ചിത്രം. അത് കണ്ട മാത്രയിൽത്തന്നെ അവളിൽ ഒരു പുഞ്ചിരി വിരിഞ്ഞു.

ഇസ്സി എന്തോ ടൈപ്പ് ചെയ്യുന്നുണ്ട്.

മറ്റൊരു മെസ്സേജ് വന്നു :

ഇന്നലെ ബോട്ടിൽ നിന്നും ഞാനെടുത്തതിൽ ഒരു ചിത്രമാണിത്.

പിന്നെ മറ്റൊന്ന് :

ഹംപ്ബാക്ക് തിമിംഗലയമ്മ.

പിന്നെ മറ്റൊരു ചിത്രം : ഇത്തവണ രണ്ടു തിമിംഗലങ്ങൾ ഉണ്ടായിരുന്നു. അവ വെള്ളത്തെ കീറിമുറിച്ചിട്ടെന്നോണം പുറത്തേയ്ക്ക് കുതിക്കുന്നു .

കുട്ടിത്തിമിംഗലത്തിനൊപ്പം.

അവസാനത്തെ സന്ദേശത്തിന്നൊപ്പവും തിമിംഗലങ്ങളുടെയും, തിരകളുടെയും ഇമോജികൾ ഉണ്ടായിരുന്നു.

നോറായ്ക്ക് പെട്ടെന്നൊരു ഉന്മേഷം അനുഭവപ്പെട്ടു. ചിത്രങ്ങൾ അതിമനോഹരങ്ങളായിരുന്നുവെങ്കിലും, അതിനേക്കാളുപരിയായി ഇസ്സിയുമായുള്ള ആ സംഭാഷണമായിരുന്നു അതിനു കാരണം.

ഡാനുമായുള്ള വിവാഹത്തിൽ നിന്നും നോറാ പിന്മാറിയപ്പോൾ, അവൾ തനിക്കൊപ്പം ഓസ്ട്രേലിയയിലേയ്ക്ക് വരണമെന്ന് ഇസ്സി നിർബന്ധിച്ചതാണ്.

ബൈറൺ ബേയ്ക്ക് സമീപം താമസിച്ചുകൊണ്ട്, തിമിംഗലങ്ങളെ നിരീക്ഷിക്കുന്ന സഞ്ചാരബോട്ടുകളിലൊന്നിൽ ഒരു ജോലി കണ്ടുപിടിക്കണമെന്നും ഒക്കെ അവർ കരുതിയിരുന്നു. അതിനുവേണ്ട പദ്ധതികളെല്ലാം അവർ ഓരോന്നായി തയ്യാറാക്കിയതുമാണ്.

ഈ പുതിയ സാഹസികമായ ഉദ്യമത്തിന് മുന്നോടിയെന്നോണം ഹമ്പ്ബാക്ക് തിമിംഗലങ്ങളുടെ ഒരുപാട് വിഡിയോകൾ അവർ നിരന്തരം കൈമാറുമായിരുന്നു. പക്ഷെ പിന്നീട് നോറാ പതുക്കെ തീരുമാനം മാറ്റുകയും, അതിൽനിന്നും പിന്മാറുകയും ചെയ്തു. നീന്തൽ താരമാകുന്നതിൽ നിന്നും, ബാൻഡിൽ നിന്നും, കല്യാണത്തിൽ നിന്നുമൊക്കെ പിന്മാറിയതുപോലെതന്നെ. പക്ഷെ മറ്റുള്ളവയിൽ നിന്നും വ്യത്യസ്തമായി, ഇതിൽ ചൂണ്ടിക്കാണിക്കാൻ അവൾക്ക് തക്കതായ ഒരു കാരണം പോലുമുണ്ടായിരുന്നില്ല. സ്ട്രിംഗ് തിയറിയിൽ ജോലി ചെയ്യാൻ തുടങ്ങിയതും, അച്ഛനമ്മമാരുടെ ശവകുടീരങ്ങളെ പരിപാലിക്കണമെന്ന് തോന്നിയതും ഒക്കെ ശരി തന്നെ. പക്ഷെ ബെഡ്ഫോർഡിൽ തന്നെ തുടരുക എന്ന തീരുമാനം അത്ര മികച്ച ഒന്നായിരുന്നില്ല എന്നവൾക്കറിയാമായിരുന്നു. എന്നിട്ടും

അവൾ അതുതന്നെ തിരഞ്ഞെടുത്തു. കടുത്ത വിഷാദത്തിനൊപ്പം പൊട്ടി മുളച്ച് വ്രണമായി മാറിയ, വിചിത്രവും പ്രവചിക്കാനാവുന്നതുമായ ഒരുതരം ഗൃഹാതുരത്വവും കൂടി ചേർന്നപ്പോൾ, അവൾ യാതൊരു കാരണവശാലും സന്തോഷത്തിനർഹയല്ല എന്ന് അവളുടെ മനസ്സ് അവളോട് വിളിച്ചുപറഞ്ഞു. ഒപ്പം, അവൾ ഡാനിനെ വേദനിപ്പിച്ചു എന്നും, ചാറ്റൽ മഴയും വിഷാദവും എപ്പോഴും തളംകെട്ടിക്കിടക്കുന്ന ജീവിതവുമായി ജന്മനാട്ടിൽ കഴിയുക എന്നത് അവൾക്കുള്ള ശിക്ഷയാണെന്നും, എന്തെങ്കിലുമൊക്കെ ചെയ്യാനുള്ള മനസ്സാന്നിധ്യമോ, മനഃശക്തിയോ, ഊർജ്ജമോ പോലും അവൾക്കുണ്ടാ യിരിക്കില്ല എന്നും.

അങ്ങനെ, തത്വത്തിൽ, അവൾ ഒരു പൂച്ചയെ തന്റെ ആത്മാർത്ഥ സുഹൃത്തായി അവരോധിച്ചു.

യഥാർത്ഥ ജീവിതത്തിൽ അവൾ ഒരിക്കലും ഇസ്സിയുമായി തെറ്റിപ്പിരി ഞ്ഞിരുന്നില്ല. അത്ര നാടകീയത അവർക്കിടയിൽ ഉണ്ടായിരുന്നില്ല. പക്ഷെ ഇസ്സി ഓസ്ട്രേലിയയിലേയ്ക്ക് പോയതിനു ശേഷം അവരുടെ സൗഹൃദത്തിന് മങ്ങലേൽക്കാൻ തുടങ്ങി. ഒടുവിൽ, വല്ലപ്പോഴുമുള്ള ഫേസ്ബുക്കിലെയും ഇൻസ്റ്റാഗ്രാമിലേയും ലൈക്കുകളിലേയ്ക്കും, ഇമോജികൾ നിറഞ്ഞ പിറന്നാൾ സന്ദേശങ്ങളിലേയ്ക്കും അത് ചുരുങ്ങി.

ഇസ്സിയുമായുണ്ടായിരുന്ന മെസ്സേജുകളിലൂടെ അവൾ കണ്ണോടിച്ചു. അപ്പോഴാണ്, പതിനായിരക്കണക്കിന് മൈലുകൾക്കിരുവശമാണെങ്കിലും അവർക്കിടയിൽ പല കാര്യങ്ങളിലും വല്ലാത്തൊരടുപ്പമുണ്ടെന്ന് അവൾ തിരിച്ചറിഞ്ഞത്.

ആ സൈൻബോർഡുമെടുത്ത് അവൾ പബ്ബിലേയ്ക്ക് തിരിച്ചെത്തിയപ്പോൾ ഡാൻ അവിടെയെങ്ങും ഉണ്ടായിരുന്നില്ല. പടിക്കെട്ടുകൾ എവിടെയായിരിക്കും എന്നാലോചിച്ചുകൊണ്ട്, പബ്ബിന്റെ ഇടനാഴിയിൽ അവൾ തെല്ലിട ശങ്കിച്ചു നിന്നു. ഏറെക്കുറെ മദ്യലഹരിയിലായിക്കഴിഞ്ഞിരിക്കുന്ന ഭർത്താവിനൊപ്പം മുകളിലേയ്ക്ക് കയറിച്ചെല്ലണോ എന്നവൾക്ക് തീർച്ച പോരായിരുന്നു.

കെട്ടിടത്തിന് പുറകുവശത്തായി, *ജീവനക്കാർക്ക് മാത്രം* എന്നെഴുതി വച്ചിരുന്ന ഒരു വാതിലിനുള്ളിലായി അവൾ പടിക്കെട്ടു കണ്ടെത്തി. പടി കളിലേയ്ക്ക് നയിക്കുന്ന ഇളം തവിട്ടു നിറത്തിലെ പരവതാനിയിലേയ്ക്ക് കടന്നതും, *തിങ്ങ്സ് യൂ ലേൺ ഇൻ ദി ഡാർക്* എന്ന റയാൻ ബെയ്‌ലി പടത്തിന്റെ ഫ്രെയിം ചെയ്ത ഒരു പോസ്റ്റർ അവൾ കണ്ടത്. ബെഡ്ഫോർ ഡിലെ ഓഡിയോണിൽ അവർ ഒന്നിച്ചു കണ്ട, അവർക്കേറ്റവും ഇഷ്ടപ്പെട്ട ഒരു റയാൻ ബെയ്‌ലി പടമായിരുന്നു അത്. ആ പോസ്റ്ററിന് തൊട്ടടുത്തായി, ഭംഗിയുള്ള ചെറിയൊരു ജനൽപ്പടിയിൽ മറ്റൊരു കുഞ്ഞു ചിത്രം അവൾ ശ്രദ്ധിച്ചു.

അത് അവരുടെ വിവാഹചിത്രമായിരുന്നു. റിപ്പോർട്ടാഷ് ശൈലിയി ലുള്ള, ഒരു ബ്ലാക്ക് ആൻഡ് വൈറ്റ് ചിത്രമായിരുന്നു അത്. ഉത്സവപ്രതീതി നിറച്ചുകൊണ്ട് ചിതറിയ വർണ്ണക്കടലാസ്സുകൾക്കിടയിലേയ്ക്ക്, പള്ളിയിൽ നിന്നും ഇറങ്ങി വരുന്ന അവർ. അവരുടെ മുഖം കാണാൻ ബുദ്ധിമുട്ടായിരുന്നു

എങ്കിലും, അവർ അത്യന്തം സന്തുഷ്ടരായിരുന്നുവെന്ന് അതിൽനിന്നും വ്യക്തമാണ്. അവർ പങ്കുവച്ച നിറഞ്ഞ സന്തോഷം കാണുമ്പോൾ തന്നെ അവർ എത്രമാത്രം പ്രണയബദ്ധരായിരുന്നു എന്ന് മനസ്സിലാക്കാം. അവളുടെ അമ്മ ഡാനിനെക്കുറിച്ച് പറഞ്ഞത് അവളോർത്തു. ('അവൻ നല്ലവനാണ്. എല്ലാം നിന്റെ ഭാഗ്യം. അവനെ വിട്ടുകളയരുത്.')

മൊട്ടയടിച്ച തലയും, കൈയിൽ ഷാമ്പെയ്ൻ ഗ്ലാസ്സുമായി, ഉള്ളു നിറഞ്ഞ സന്തോഷവുമായി നിൽക്കുന്ന അവളുടെ സഹോദരൻ ജോയും അതിലുണ്ടായിരുന്നു. അവന്റെ അടുത്ത്, കുറച്ചു നാൾ മാത്രം അവന്റെ ആൺ സുഹൃത്തായിരുന്ന ലൂയിസും ഉണ്ടായിരുന്നു. ഇസ്സിയും രവിയും ഉണ്ടായിരുന്നു. ഈ ചിത്രത്തിൽ രവിയെ കാണുമ്പോൾ, ഒരു ഡ്രമ്മർ എന്നതിനേക്കാൾ ഒരു കണക്കെഴുത്തുകാരൻ എന്നാണ് തോന്നുക. അവളിതിനുമുൻപ് കണ്ടിട്ടില്ലാത്ത, കണ്ണാടി ധരിച്ച ഒരു യുവതിയും രവിയ്ക്കൊപ്പം നിൽക്കുന്നുണ്ടായിരുന്നു.

ഡാൻ കുളിമുറിയിലായിരുന്നപ്പോഴാണ് നോറാ കിടപ്പുമുറി കണ്ടെത്തിയത്. അവർക്ക് അല്ലറചില്ലറ സാമ്പത്തിക പ്രശ്നങ്ങൾ ഉണ്ടെന്നുള്ളത് വ്യക്തമായിരുന്നു എങ്കിലും – ബാങ്കിനെക്കുറിച്ച് പറഞ്ഞപ്പോഴുണ്ടായിരുന്ന അധൈര്യം അത് സൂചിപ്പിക്കുന്നുമുണ്ട് – ആ മുറി ഒരൽപ്പം ആഡംബരം കലർത്തിയാണ് സജ്ജീകരിച്ചിരുന്നത്.

മികച്ച ജനൽ ബ്ലൈൻഡുകൾ. നല്ല വീതിയുള്ള, സൗകര്യപ്രദമായ കട്ടിൽ. വെണ്മയുള്ളതും, വൃത്തിയുള്ളതും, വെടിപ്പുള്ളതുമായ കിടക്കവിരി.

കട്ടിലിന്റെ ഇരുവശങ്ങളിലുമുള്ള മേശകൾക്ക് മുകളിൽ നിറയെ പുസ്തകങ്ങൾ. അവളുടെ യഥാർത്ഥ ജീവിതത്തിൽ, കട്ടിലിനരികിൽ ഒരു പുസ്തകമെങ്കിലും വച്ചിട്ട് ആറു മാസങ്ങൾക്ക് മേൽ ആയിരുന്നു. ആറു മാസത്തോളം അവൾ ഒന്നും തന്നെ വായിച്ചിരുന്നില്ല. ഒരുപക്ഷെ, ഈ ജന്മത്തിൽ അവളുടെ ഏകാഗ്രത അൽപം കൂടി മെച്ചപ്പെട്ടതാവണം.

മെഡിറ്റേഷൻ ഫോർ ബിഗിന്നേഴ്സ് എന്ന പുസ്തകം അവൾ കൈയിലെടുത്തു. അതിനടിയിൽ, അവളുടെ ഏറ്റവും പ്രിയപ്പെട്ട തത്വജ്ഞാനിയായ ഹെൻറി ഡേവിഡ് തോറോയുടെ ജീവിതകഥയായിരുന്നു. കട്ടിലിൽ ഡാനിന്റെ വശത്തിനരികിലെ മേശപ്പുറത്തും പുസ്തകങ്ങളുണ്ടായിരുന്നു. അവളുടെ ഓർമ്മയിൽ അവൻ അവസാനം വായിച്ച പുസ്തകം ട്ടൂസ് ലാട്രകിന്റെ ജീവിതകഥയാണ് – *ടൈനി ജയന്റ്*. പക്ഷെ ഈ ജന്മത്തിൽ അവൻ വായിക്കുന്നത് ബിസിനസ്സ് സംബന്ധപ്പെട്ട ഒരു പുസ്തകമാണ് – *സീറോ ടു ഹീറോ : ഹാർണസിങ് സക്സസ് ഇൻ ലൈഫ്*. അതിനൊപ്പം, *ദി ഗുഡ് പബ്ബ് ഗൈഡ്*-ന്റെ ഏറ്റവും പുതിയ പതിപ്പും.

ശരീരത്തിൽ എന്തോ ഒരു വ്യത്യാസം അവൾക്കനുഭവപ്പെട്ടു. അൽപ്പം കൂടി ആരോഗ്യവും, അൽപ്പം കൂടി ശക്തിയും, എന്നാൽ അൽപ്പം കൂടി പിരിമുറുക്കവും കൂടിയതുപോലെ. വയറ്റിലൂടെ വിരലോടിച്ചപ്പോൾ, ഈ ജന്മത്തിൽ അവൾ അൽപ്പം കൂടുതൽ വ്യായാമമൊക്കെ ചെയ്തിരുന്നതായി

അവൾക്ക് മനസ്സിലായി. മുടിയ്ക്കും എന്തോ ഒരു വ്യത്യാസം ഉണ്ടായിരുന്നു. കട്ടിയുള്ള മുടി, നെറ്റിയ്ക്ക് മുകളിലേയ്ക്ക് വെട്ടിയിട്ടിരുന്നു. മുടിതൊട്ടുനോക്കുമ്പോൾ, പുറകിൽ അതിന് നല്ല നീളമുണ്ടെന്ന് അവൾക്ക് മനസ്സിലായി. തലയ്ക്കൊരു മന്ദിപ്പ് അവൾക്കനുഭവപ്പെട്ടു. കുറഞ്ഞത് രണ്ടു ഗ്ലാസ്സ് വൈനെങ്കിലും അവൾ കുടിച്ചിട്ടുണ്ടാവണം.

ഒരു നിമിഷത്തിന് ശേഷം, ടോയ്‌ലറ്റിൽ ഫ്ലഷ് അടിക്കുന്ന ശബ്ദം അവൾ കേട്ടു. പിന്നെ, വായ കുലുക്കി ഉഴിയുന്ന ശബ്ദം. ആവശ്യത്തിലുമധികം ഒച്ചയാണതിന് എന്നാണ് അവൾക്ക് തോന്നിയത്.

"നിനക്ക് കുഴപ്പമൊന്നുമില്ലല്ലോ?" കിടപ്പുമുറിയിലേയ്ക്ക് കയറിവരുമ്പോൾ ഡാൻ ചോദിച്ചു. അവൾ കേട്ടിട്ടുള്ള, ഓർമ്മയുള്ള സ്വരമായിരുന്നില്ല അവന്റേത് എന്ന് അവൾ തിരിച്ചറിഞ്ഞു. അതിൽ ശൂന്യത നിറഞ്ഞിരുന്നു. അത് കുറച്ച് നിർവ്വികാരമായിരുന്നു. ക്ഷീണം കൊണ്ടാവാം. അല്ലെങ്കിൽ, മാനസിക പിരിമുറുക്കം കൊണ്ടുമാവാം. ചിലപ്പോൾ ബിയർ ആവാം കാരണം. അല്ലെങ്കിൽ ചിലപ്പോൾ, കല്യാണം.

ചിലപ്പോൾ ഇതൊന്നുമല്ലാത്ത മറ്റെന്തെങ്കിലുമാവാം.

മുൻപ് അവൻ സംസാരിച്ചിരുന്നത് എങ്ങനെയാണെന്ന് കൃത്യമായി ഓർത്തെടുക്കാൻ ബുദ്ധിമുട്ടായിരുന്നു. മുൻപ് അവൻ എങ്ങനെയുള്ള ആളായിരുന്നുവെന്നത് മനസ്സിലാവുന്നുണ്ടായിരുന്നില്ല. പക്ഷെ, ഓർമ്മയുടെ പ്രകൃതം അങ്ങനെയൊക്കെത്തന്നെയാണ്. യൂണിവേഴ്സിറ്റിയിൽ പഠിക്കുമ്പോൾ, 'ഓർമ്മയുടെയും, സങ്കൽപ്പത്തിന്റെയും ഹോബിസിയൻ സിദ്ധാന്തങ്ങൾ' എന്ന ആക്ഷേപഹാസ്യരൂപത്തിലുള്ള തലക്കെട്ടിൽ അവൾ ഒരു ഉപന്യാസം ചെയ്തിരുന്നു. ഹോബ്സിന്റെ കാഴ്ചപ്പാടിൽ ഓർമ്മയും, സങ്കൽപ്പവും ഏറെക്കുറെ ഒരേ സംഭവങ്ങളാണ്. അത് അറിഞ്ഞതു മുതൽ അവൾ ഒരിക്കലും ഓർമ്മകളെ മുഴുവനായും കണ്ണടച്ച് വിശ്വസിച്ചിരുന്നില്ല.

ജനലിനു പുറത്ത് തെരുവുവിളക്കിന്റെ മഞ്ഞവെളിച്ചം, ഏകാകിയായ ഗ്രാമപാതയെ ജ്വലിപ്പിച്ചുകൊണ്ടിരുന്നു.

"നോറാ? നീ എന്തോ വിചിത്രമായി പെരുമാറുന്നതുപോലെ. നീയെന്താ മുറിയുടെ ഒത്ത നടുക്ക് ഇങ്ങനെ ഇടിവെട്ടിയത് പോലെ നിൽക്കുന്നത്? കിടക്കാൻ ഉദ്ദേശ്യമൊന്നുമില്ലേ? അതോ വല്ല നിൽപ്പൻ-ധ്യാനവും ചെയ്യാൻ പോകുവാണോ?"

അവൻ ഉറക്കെ ചിരിച്ചു. അവനൊരു ഭയങ്കര തമാശക്കാരനാണെന്നാണ് അവന്റെ പക്ഷം.

അവൻ ജനലിനരികിലേയ്ക്ക് നടന്നുചെന്ന്, വിരികൾ അടച്ചു. പിന്നീട് അവൻ ജീൻസ് അഴിച്ച് കസേരയ്ക്ക് മുകളിലേക്കിട്ടു. ഒരിക്കൽ അവനു മേൽ തോന്നിയിരുന്ന അഗാധമായ പ്രിയം ഇപ്പോഴും തോന്നുന്നുണ്ടോ എന്നാലോചിച്ച്, അവനെത്തന്നെ തുറിച്ചുനോക്കിക്കൊണ്ട് അവൾ നിന്നു. എന്നാൽ ഇന്ന് അത് അത്യന്തം ദുഷ്കരമായ ഒന്നായി അവൾക്ക് തോന്നി. ഇതവൾ പ്രതീക്ഷിച്ചിരുന്നില്ല.

ഓരോരുത്തരുടെയും ജീവിതത്തിന് കടന്നുപോകാൻ അനന്തസാധ്യതകളുണ്ട്.

ഒരു തിമിംഗലം സമുദ്രത്തിൽ പതിക്കുന്നത് പോലെ, അവൻ ആ കട്ടിലിലേയ്ക്ക് വീണു. *സീറോ ടു ഹീറോ* കൈയിലെടുത്തു. അതിലേയ്ക്ക് ശ്രദ്ധ കേന്ദ്രീകരിക്കാൻ ശ്രമിച്ചു. അത് താഴെവച്ചു. കട്ടിലിനരികിൽ ഇരുന്ന ലാപ്ടോപ്പ് എടുത്ത് മടിയിൽ വച്ച്, അതിന്റെ ഇയർഫോൺ ചെവിയിൽ തിരുകി. അവൻ ഏതെങ്കിലും പോഡ്കാസ്റ്റ് കേൾക്കാൻ തുടങ്ങുകയാവണം.

"ഞാൻ ഒരു കാര്യം ആലോചിക്കുകയായിരുന്നു."

അവൾക്ക് തലകറങ്ങുന്നതുപോലെ തോന്നി. പകുതി മാത്രമേ അവിടുള്ളൂ എന്നതുപോലെ. അവൾ എടുക്കുന്ന ഏതെങ്കിലുമൊരു ജന്മത്തിൽ അവൾക്ക് നിരാശപ്പെടേണ്ടി വരുകയാണെങ്കിൽ അതവളെ തിരികെ ആ ലൈബ്രറിയിൽ എത്തിക്കുമെന്ന് ശ്രീമതി എൽമ് പറഞ്ഞത് അവളോർത്തു. രണ്ട് വർഷത്തോളം കാണാതിരുന്ന ഒരു മനുഷ്യനോടൊത്ത് കിടക്ക പങ്കിടേണ്ടി വരുന്നതിൽ എന്തോ അപാകതയുള്ളതു പോലെ അവൾക്ക് തോന്നി.

ഡിജിറ്റൽ അലാം ക്ലോക്കിലെ സമയം അവൾ ശ്രദ്ധിച്ചു – 12:23.

ഇയർഫോൺ കാതിൽ വച്ചുകൊണ്ടു തന്നെ അവൻ വീണ്ടും അവളെ നോക്കി. "ശരി, ഇത് നോക്ക്, ഇന്ന് രാത്രി ഒരു കുട്ടിയ്ക്ക് വേണ്ടി ശ്രമിക്കാൻ നിനക്ക് തോന്നുന്നില്ലെങ്കിൽ, നിനക്കത് തുറന്നു പറഞ്ഞുകൂടേ?"

"എന്താ?"

"എന്നു വെച്ചാൽ, നിന്റെ അണ്ഡോൽപ്പാദനം നടക്കുന്ന സമയത്തിനായി ഇനിയും ഒരു മാസം കൂടി നമുക്ക് കാത്തിരിക്കേണ്ടി വരും എന്നെനിക്കറിയാം..."

"നമ്മൾ ഒരു കുട്ടിയ്ക്ക് വേണ്ടി ശ്രമിക്കുകയാണോ? എനിക്കൊരു കുഞ്ഞിനെ വേണമെന്നോ?"

"നോറാ, നിനക്കെന്താണിന്ന് പറ്റിയത്? നീയെന്താ വല്ലാതെ പെരുമാറുന്നത്?"

അവൾ ഷൂസ് അഴിച്ചു വച്ചു. "ഞാൻ അങ്ങനൊന്നും പെരുമാറുന്നില്ല."

അവന്റെ *ജാവ്സ്* ടീഷർട്ടിനെ കുറിച്ചുള്ള ഒരു ഓർമ്മ അവളിലേയ്ക്ക് വന്നു.

സത്യത്തിൽ അതൊരു ഈണമായിരുന്നു. "സുന്ദരാകാശം."

ഡാനിന് *ജാവ്സ്*-ന്റെ ആ ടീഷർട്ട് വാങ്ങിക്കൊടുത്ത അന്നാണ്, അവൾ ദി ലാബിറിന്ത്സിനുവേണ്ടി എഴുതിയ ഒരു പാട്ട് അവനെ കേൾപ്പിച്ചത്. 'സുന്ദരാകാശം'. അവളെഴുതിയിട്ടുള്ളതിൽ ഏറ്റവും മനോഹരമായ ഗാനമാണത് എന്നവൾക്ക് ഉറപ്പായിരുന്നു. മാത്രവുമല്ല, അതിനേക്കാളുപരി, ആ കാലഘട്ടത്തിൽ അവൾ ജീവിതത്തോട് വച്ചു പുലർത്തിയിരുന്ന ശുഭാപ്തിവിശ്വാസത്തിന്റെ നേർച്ചിത്രം കൂടിയായിരുന്നു ആ ഗാനം. ഡാനുമൊത്തുള്ള പുതുജീവിതത്തിൽ നിന്നും പ്രചോദനമുൾക്കൊണ്ട് എഴുതിയതാ

യിരുന്നു അത്. പ്രത്യേകിച്ച് ഭാവഭേദമൊന്നുമില്ലാതെ, അലക്ഷ്യമായിരുന്നാണ് അവനത് കേട്ടത്. അന്ന് അതവളെ വല്ലാതെ വേദനിപ്പിച്ചിരുന്നു. ഒരുപക്ഷെ അന്നവന്റെ പിറന്നാൾ അല്ലായിരുന്നു എങ്കിൽ അവളതിനെക്കുറിച്ച് അവനോട് ചോദിച്ചേനെ.

"കൊള്ളാം, കുഴപ്പമില്ല" എന്നാണ് അവൻ പറഞ്ഞത്.

അവന്റെ ടീഷർട്ടിലെ വെള്ളസ്രാവിനെ പോലെ കുടിച്ചുപൊങ്ങാൻ വേണ്ടി മാത്രമായി ഇത്രയും കാലം ആ ഓർമ്മ ഉള്ളിൽ കുഴിച്ചുമൂടപ്പെട്ടു കിടക്കുകയായിരുന്നുവോ എന്നവൾ അതിശയപ്പെട്ടു.

മറ്റു ചില കാര്യങ്ങൾ കൂടി അവളുടെ ഉള്ളിലേയ്ക്ക് അപ്പോൾ തികട്ടി വന്നു. സ്ട്രിംഗ് തിയറിയിൽ ഇടയ്ക്ക് പാട്ടുപുസ്തകം വാങ്ങാൻ വരാറുള്ള സർജനും, ഗിറ്റാറിലെ തുടക്കക്കാരനുമായ ആഷ് എന്ന ആൾ കോഫിയ്ക്ക് വരുന്നോ എന്ന് ചോദിച്ചത് അവനോട് പറഞ്ഞപ്പോൾ, അതിനവൻ കൊടുത്ത അനാവശ്യവും അമിതവുമായ പ്രതികരണം.

('ഞാൻ ഇല്ല എന്ന് തന്നെയാണ് പറഞ്ഞത്. ഒച്ചയിടൽ നിർത്തു').

എന്നാൽ അതിലും മോശം വരാനിരിക്കുന്നതേയുണ്ടായിരുന്നുള്ളൂ. അത് പുറത്ത് വന്നത്, പുതിയ നവ സംഗീത ബാൻഡുകളെ കണ്ടെത്തി പ്രമുഖ മ്യൂസിക് കമ്പനികളുമായി കോർത്തിണക്കുന്ന ഒരു എ & ആർ വ്യക്തി ദി ലാബിറിന്ത്സിനെ സമീപിച്ചപ്പോഴായിരുന്നു (യൂണിവേഴ്സൽ സ്റ്റുഡിയോസായിരുന്നു അവർക്ക് പിന്നിൽ എന്നും പറയാം). ഒരു ദമ്പതികൾ എന്ന നിലയ്ക്ക് അവർ അധികനാൾ മുന്നോട്ട് പോകില്ല എന്ന് ഡാൻ പറഞ്ഞു. ഇത്തരത്തിൽ വൻകിട കമ്പനികളുമായി പ്രവർത്തിച്ചുവന്ന ഒരു ബാൻഡിനെ, ഒടുവിൽ ആ കമ്പനി പിച്ചിച്ചീന്തിയതും, അതിലെ അംഗങ്ങൾ ഒടുവിൽ ജോലിയും കൂലിയുമില്ലാത്ത വെറും മദ്യപാനികളായി പരിണമിച്ചതുമായ ദുരന്ത കഥ, യൂണിവേഴ്സിറ്റിയിലെ ഏതോ സുഹൃത്ത് പറഞ്ഞത് അവനോർത്ത് പറഞ്ഞു.

"എനിക്ക് നിന്നെയും കൂടെ കൊണ്ടുപോകാം. കരാറിൽ അങ്ങനെ എഴുതാൻ പറയാം. നമുക്ക് എല്ലായിടത്തും ഒരുമിച്ച് പോകാമല്ലോ," അവൾ പറഞ്ഞുനോക്കി.

"ക്ഷമിക്കു നോറാ. ഇത് നിന്റെ സ്വപ്നമാണ്. എന്റെ സ്വപ്നമല്ല."

പിന്നീട് ആലോചിച്ചു നോക്കിയപ്പോൾ അതവളെ ഒരുപാട് വേദനിപ്പിച്ചു. കാരണം – കല്യാണത്തിന് മുൻപുള്ള കാലത്ത് – ഓക്സ്ഫോർഡ്ഷെയർ ഗ്രാമത്തിൽ ഒരു പബ്ബ് തുടങ്ങണം എന്ന അവന്റെ സ്വപ്നത്തെ തന്റേതെന്നപോലെയായിരുന്നു അവൾ കൊണ്ടുനടന്നിരുന്നതും, യാഥാർത്ഥ്യമാക്കാൻ ശ്രമിച്ചുകൊണ്ടിരുന്നതും.

തന്റെ കരുതൽ മുഴുവനും നോറായെക്കുറിച്ചാണ് എന്നാണ് എപ്പോഴും ഡാൻ പറയാറ് : ബാൻഡിലായിരിക്കുമ്പോഴൊക്കെയും, പ്രത്യേകിച്ചും സ്റ്റേജിൽ കയറേണ്ടി വരുന്ന സന്ദർഭങ്ങളിലൊക്കെയും, അവൾക്ക് അമിതമായ ഉൽക്കണ്ഠ ഉണ്ടാവാറുണ്ടായിരുന്നു. പക്ഷെ അതിന്റെ പേരിൽ കരുതൽ

ഉണ്ടെന്നൊക്കെ പറഞ്ഞത് ഒരൽപ്പം കെട്ടിച്ചമച്ചതു പോലെയാണ് ഇപ്പോൾ ആലോചിക്കുമ്പോൾ അവൾക്ക് തോന്നുന്നത്.

അവൻ സംസാരിച്ചു തുടങ്ങി, "ഞാൻ കരുതിയത്, നിനക്ക് എന്നിൽ വീണ്ടും വിശ്വാസമുണ്ടായി എന്നാണ്."

"വിശ്വാസമോ? ഡാൻ, നിന്നെ ഞാൻ എന്തിന് അവിശ്വസിക്കണം?"

"കാരണം നിനക്കറിയാമല്ലോ."

"കാരണമൊക്കെ എനിക്കറിയാം. എന്നാലും അത് നീ പറഞ്ഞ് എനിക്ക് കേൾക്കണം," അവൾ നുണ പറഞ്ഞു.

"അതിപ്പോ, എറിനുമായുള്ള ആ സംഭവത്തിനുശേഷം."

റോഷാക്കിന്റെ ടെസ്റ്റിന് കാണിക്കുന്ന അവ്യക്ത രൂപത്തിലേക്കെന്ന പോലെ അവൾ അവനെ തുറിച്ചുനോക്കിക്കൊണ്ടിരുന്നു.

"എറിൻ. ഞാൻ കുറച്ചു മുൻപ് സംസാരിച്ച എറിൻ."

"മദ്യലഹരിയിൽ ഒരു നിമിഷത്തിൽ പറ്റിപ്പോയ ഒരേയൊരു തെറ്റിന്റെ പേരിൽ ഞാൻ ജീവിതാവസാനം വരെ ശിക്ഷ ഏറ്റുവാങ്ങേണ്ടി വരുമോ?"

പുറത്തെ തെരുവിൽ, കാറ്റ് ശക്തി പ്രാപിക്കുന്നുണ്ടായിരുന്നു. മരക്കൂട്ട ങ്ങൾക്കിടയിലൂടെ അത് എന്തൊക്കെയോ പുലമ്പിക്കൊണ്ട് പാഞ്ഞുപോയി.

അവൾ വിലപിച്ചത് ഈയൊരു ജീവിതത്തിന് വേണ്ടിയായിരുന്നു. ജീവിക്കാൻ കഴിഞ്ഞില്ലല്ലോ എന്നവൾ പതംപറഞ്ഞു കരഞ്ഞത് ഈ ജീവിതത്തിന് വേണ്ടിയായിരുന്നു. ശ്രമിച്ചു നോക്കിയില്ലല്ലോ എന്നവൾ പശ്ചാത്താപത്തോടെ ഓർത്തത് ഈ ജീവിതചര്യയെക്കുറിച്ചായിരുന്നു.

"ഒരു നിമിഷത്തിൽ പറ്റിപ്പോയ ഒരേയൊരു തെറ്റോ?" അവൾ പ്രതിധ്വനിച്ചു.

"ശരി, രണ്ടു തവണ മാത്രം."

അത് ഉണ്ണനപ്പട്ടിക പോലെ പെരുകിക്കൊണ്ടിരുന്നു.

"രണ്ടു മാത്രമോ?"

"ഞാനൊരു വല്ലാത്ത മാനസികാവസ്ഥയിലായിരുന്നു. നിനക്കറിയാ മല്ലോ ഞാൻ അനുഭവിക്കുന്ന സമ്മർദ്ദം. പ്രത്യേകിച്ചും ഇവിടുത്തെ കാര്യ ങ്ങളിൽ. മാത്രവുമല്ല, ഞാൻ നന്നേ മദ്യപിച്ചിരുന്നു."

"നീ മറ്റൊരാളുമായി ലൈംഗികബന്ധത്തിൽ ഏർപ്പെട്ടു. പക്ഷെ അതിൽ നിനക്ക് അത്രയ്ക്കൊന്നും... അത്രയ്ക്ക് കുറ്റബോധമൊന്നും ഉള്ളതായി തോന്നുന്നില്ല."

"നീ ശരിക്കും എന്തിനാ ഇപ്പൊ ഇതൊക്കെ വെറുതെ വലിച്ചിഴയ്ക്കുന്നത്? നമ്മൾ ഇതൊക്കെ അന്നേ തീർത്തതല്ലേ. ആ കൗൺസലർ പറഞ്ഞത് ഓർമ്മയുണ്ടല്ലോ. നമ്മൾ എവിടെയായിരുന്നു എന്നതിനേക്കാൾ, നമുക്ക് എങ്ങോട്ടാണ് പോകേണ്ടത് എന്നതിൽ ശ്രദ്ധ ചെലുത്താൻ പറഞ്ഞില്ലേ?"

"നമ്മൾ രണ്ടുപേരും ഒന്നിച്ചു ജീവിക്കേണ്ടവരല്ല എന്ന് നിനക്കെപ്പോ ഴെങ്കിലും തോന്നിയിട്ടുണ്ടോ?"

"എന്താ?"

“എനിക്ക് നിന്നെ ഒരുപാട് ഇഷ്ടമാണ് ഡാൻ. നീ അത്രയ്ക്ക് കനിവുള്ള ഒരാളാണ്. മാത്രവുമല്ല, എന്റെ അമ്മയെ നീ നന്നായിത്തന്നെ സ്നേഹിച്ചു. പിന്നെ നമുക്കിടയിൽ ഒരുപാട് നല്ല സംഭാഷണങ്ങൾ ഉണ്ടായിരുന്നു; അല്ല, ഉണ്ട്. പക്ഷെ നമ്മൾ നിൽക്കേണ്ട ഇടവും താണ്ടി നമ്മൾ മറ്റെവിടെയോ എത്തിച്ചേർന്നതായി, നമ്മൾ വല്ലാതെ മാറിപ്പോയതായി, നിനക്ക് തോന്നിയിട്ടില്ലേ?”

അവൾ കട്ടിലിന്റെ ഒരു ഓരത്തായി, അവനിൽ നിന്നും പരമാവധി അകലത്തിൽ ഇരുന്നു.

“എന്നെ ലഭിച്ചത് നിന്റെ ഭാഗ്യമാണെന്ന് എപ്പോഴെങ്കിലും നിനക്ക് തോന്നിയിട്ടുണ്ടോ? കല്യാണത്തിന് വെറും രണ്ടു ദിവസം മുൻപ്, അതിൽ നിന്നും പിന്മാറാൻ ഞാൻ തുനിഞ്ഞതാണെന്ന് നിനക്കറിയാമോ? കല്യാണസ്ഥലത്ത് ഞാൻ കൃത്യസമയത്ത് എത്തിയില്ലായിരുന്നു എങ്കിൽ, നിന്റെ അവസ്ഥ എന്താകുമായിരുന്നു എന്ന് നീ ആലോചിച്ചു നോക്കിയിട്ടുണ്ടോ?”

“അടിപൊളി. ശരിക്കും? നിനക്ക് നിന്നെപ്പറ്റി ഭയങ്കര മതിപ്പാണല്ലേ, നോറാ?”

“അങ്ങനെ ആയിക്കൂടെ? എല്ലാവരും അങ്ങനെ വേണ്ടേ? ആത്മാഭിമാനം ഉണ്ടാവുക എന്നതിൽ എന്താണ് തെറ്റ്? മാത്രവുമല്ല, അത് ശരിയാണു താനും. ഞാനില്ലാതെ നിന്റെ ജീവിതം ആകെ താറുമാറായിക്കിടക്കുന്നു എന്നു പറഞ്ഞ് നീയെനിക്ക് വാട്സാപ്പ് സന്ദേശങ്ങൾ അയച്ചിരുന്ന ഒരു ലോകം ഉണ്ടായിരുന്നു. പിന്നെ നീ മദ്യത്തിലേയ്ക്ക് തിരിഞ്ഞു. ഏതായാലും, മദ്യത്തിലേയ്ക്ക് നീ എന്നെയും കൂടെ കൊണ്ടാണ് തിരിഞ്ഞത്. എന്റെ ശബ്ദം കേൾക്കാൻ കൊതിയാവുന്നു എന്നു പറഞ്ഞ് നീ എനിക്ക് മെസ്സേജുകൾ അയക്കുന്നു.”

ചിരിയ്ക്കും മുരൾച്ചയ്ക്കും ഇടയിൽ നിൽക്കുന്ന ഒരു ശബ്ദം, നിരാകരണത്തിനെന്നോണം അവൻ പുറപ്പെടുവിച്ചു. “എന്തായാലും, ഇപ്പോൾ, എനിക്ക് നിന്റെ ശബ്ദം കേൾക്കാൻ കൊതിയൊന്നുമില്ല എന്ന് എനിക്കുറപ്പാണ്.”

ഷൂസല്ലാതെ മറ്റെന്തെങ്കിലും ഒന്ന് അവന്റെ മുന്നിൽ വച്ച് അഴിച്ചുമാറ്റാൻ അവൾക്ക് സങ്കോചം തോന്നി.

“എന്റെ കുടിയെപ്പറ്റി പറഞ്ഞുകൊണ്ടിരിക്കുന്നത് നിർത്തിയേക്ക്.”

“മറ്റൊരാൾക്കൊപ്പം കിടക്കാൻ കുടിയെ നീയൊരു കാരണമായി പറയുകയാണെങ്കിൽ, എനിക്കും കുടിയെപ്പറ്റി എത്രവേണമെങ്കിലും പറയാം.”

“ഞാനൊരു നാട്ടിൻപുറ ജന്മിയാണ്. നാട്ടിൻപുറത്തുള്ള ജന്മിമാർ അങ്ങനെയൊക്കെയാണ്. ഞങ്ങൾ വിൽക്കുന്ന വിവിധതരം മദ്യങ്ങളെല്ലാം തന്നെ സന്തോഷത്തോടെ, ആർമ്മാദിച്ച്, ആശിച്ചു തന്നെ ഞങ്ങളും കുടിക്കും....”

എപ്പോൾ മുതലാണ് ഇവൻ ഇങ്ങനെ സംസാരിക്കാൻ തുടങ്ങിയത്? ഇവൻ എപ്പോഴും ഇങ്ങനെതന്നെയാണോ സംസാരിച്ചിരുന്നത്?

“കോപ്പാണ്, ഡാൻ.”

യാതൊന്നും അവനെ അലട്ടുന്നതേ ഇല്ലായിരുന്നു എന്നു തോന്നി. അവൻ നിലനിൽക്കുന്ന ഈ ലോകത്തിനോട് നന്ദിയുണ്ടായിരിക്കാൻ. പകുതിയ്ക്ക് വച്ച് കളഞ്ഞിട്ടുപോന്നല്ലോ എന്ന് താൻ വല്ലാതെ പശ്ചാത്തപി ച്ചിരുന്ന ലോകം. ലാപ്ടോപ്പ് കിടക്കവിരിയ്ക്ക് മേൽ വച്ചുകൊണ്ടു തന്നെ, അവൻ ഫോൺ കൈയിലെടുത്തു. അവൻ അതിലൂടെ കണ്ണോടിക്കുന്നത് നോറാ നോക്കിനിന്നു.

"ഇതായിരുന്നോ നിന്റെ സങ്കൽപ്പത്തിലുണ്ടായിരുന്ന ലോകം? നിന്റെ സ്വപ്നം നന്നായി നടക്കുന്നുണ്ടോ?"

"നോറാ, മതിയാക്കാം ഈ മാരണങ്ങൾ. നാശം പിടിക്കാനായിട്ട്, ഒന്ന് പോയിക്കിടന്നുറങ്ങാമോ?"

"നീ സന്തുഷ്ടനാണോ, ഡാൻ?"

"ആരും സന്തുഷ്ടരല്ല നോറാ."

"ചിലർ അങ്ങനെയാണ്. നീ സന്തുഷ്ടനായിരുന്നു മുൻപൊക്കെ. ഇതിനെക്കുറിച്ച്, ഈ പബ്ബിനെക്കുറിച്ച് സംസാരിക്കുമ്പോഴൊക്കെ നിന്റെ മുഖത്തൊരു പ്രകാശം നിറയുമായിരുന്നു. മുൻപ് നിനക്കതുണ്ടായിരുന്നു. നീ സ്വപ്നം കണ്ട ജീവിതമാണിത്. നിനക്ക് എന്നെയും വേണമായിരുന്നു, *ഇതും* വേണമായിരുന്നു. എന്നിട്ടും നീ നെറികേട് കാണിച്ചു. നീ ഒരു മുഴക്കുടിയനായി. ഞാൻ നിന്റെ കൂടെ ഇല്ലാത്തപ്പോ മാത്രമേ നീ എന്റെ വിലയറിയുന്നുള്ളൂ. അത് അത്ര നല്ലതല്ല. അപ്പോൾ *എന്റെ* സ്വപ്നങ്ങളോ?"

അവൻ കേൾക്കുന്നുണ്ടായിരുന്നില്ല. അഥവാ, കേൾക്കുന്നില്ല എന്ന് ഭാവിക്കുകയായിരുന്നു.

"കാലിഫോർണിയയിൽ വൻ അഗ്നിബാധ," സ്വയമെന്നവണ്ണം അവൻ പറഞ്ഞു.

"എന്തായാലും, നമ്മളവിടെയല്ലല്ലോ ഉള്ളത്."

അവൻ ഫോൺ മാറ്റിവച്ചു. ലാപ്ടോപ്പ് മടക്കിവച്ചു. "നീ കിടക്കാൻ വരുന്നുണ്ടോ ഇല്ലയോ?"

അവൾ ഒരറ്റത്തേയ്ക്ക് ചുരുണ്ടു കൂടിയിട്ടു പോലും, അവനു സ്ഥലം തികയുന്നുണ്ടായിരുന്നില്ല.

"ഐക്കോസഗോൺ."

"എന്താത്?"

"അൽപം മുൻപത്തെ പ്രശ്നോത്തരി ചോദ്യത്തിന്റെ ഉത്തരം. ഇരുപത് വശങ്ങളുള്ള ബഹുഭുജം. അതായത്, ഇരുപത് വശങ്ങളുള്ള ഒരു ബഹു ഭുജത്തിനെയാണ് നമ്മൾ ഐക്കോസഗോൺ എന്ന് പറയുന്നത്. എനിക്ക് ഉത്തരം അറിയാമായിരുന്നു. പക്ഷെ നീ എന്നെ കളിയാക്കിയാലോ എന്ന് കരുതി ഞാൻ പറയാഞ്ഞതാണ്. പക്ഷെ ഇനി ഞാനത് സാരമാക്കുന്നില്ല. കാരണം, നിനക്കറിയാത്ത പലതും എനിക്കറിയാമെന്നത് നിന്നെ ബാധി ക്കേണ്ട കാര്യമേയില്ലെന്നാണ് എനിക്ക് തോന്നുന്നത്. പിന്നെ, ഞാനൊന്ന് ബാത്ത്റൂം വരെ പോകുന്നു."

വായ തുറന്നു കിടന്നുറങ്ങുന്ന ഡാനിനെ വിട്ട്, വലിയ നിലപ്പലകകൾക്ക് മുകളിലൂടെ, മെല്ലെ അവൾ മുറിയ്ക്ക് പുറത്തേയ്ക്ക് നടന്നു.

അവൾ ബാത്റൂമിൽ കയറി, ലൈറ്റിട്ടു. അവളുടെ കൈകളിലും, കാലുകളിലും, ഉടലിലും ഒരു തരിപ്പനുഭവപ്പെട്ടു. വൈദ്യുതി പ്രവഹിക്കുന്നത് പോലെ ഒരു തരിപ്പ്. അവളുടെ ബോധം മറയുകയാണെന്ന് അവൾക്കുറപ്പായി. ഇനിയിവിടെ അധികനേരം ബാക്കിയില്ല. നിരാശ പൂർണ്ണമായിരിക്കുന്നു.

ഭംഗിയുള്ള ഒരു ബാത്ത്റൂം ആയിരുന്നു അത്. അവിടെ ഒരു കണ്ണാടിയുണ്ടായിരുന്നു. അതിലെ തന്റെ പ്രതിഫലനം നോക്കി, അവൾ ശ്വാസം വലിച്ചുവിട്ടു. അവൾ കുറച്ചുകൂടി ആരോഗ്യവതിയായി കാണപ്പെട്ടു. എങ്കിലും, അവൾക്ക് പ്രായാധിക്യം തോന്നുന്നുണ്ടായിരുന്നു. ആ മുടിയുടെ ശൈലിയിൽ, മുന്നിൽ നിൽക്കുന്നത് അപരിചിതയായ ആരോ ആണെന്ന് അവൾക്ക് തോന്നി.

അവൾ വിഭാവനം ചെയ്ത തരം ഒരു ജീവിതമായിരുന്നില്ല അത്.

കണ്ണാടിയിലെ തന്റെ രൂപത്തെ നോക്കി നോറാ പറഞ്ഞു, “മംഗളാശംസകൾ.”

തൊട്ടടുത്ത നിമിഷത്തിൽ, മിഡ്നൈറ്റ് ലൈബ്രറിയുടെ ഉള്ളറകളിലെവിടെയോ അവൾ എത്തിപ്പെട്ടു. അൽപ്പം അകലെ, കൗതുകത്തോടെ അവളെ നോക്കി ഊറിച്ചിരിച്ചുകൊണ്ട് ശ്രീമതി എൽമ് നിൽക്കുന്നുണ്ടായിരുന്നു.

“എങ്ങനെയുണ്ടായിരുന്നു?”

ജീവിതത്തിനും മരണത്തിനുമിടയിൽ എത്തിപ്പെടുന്നതിന് തൊട്ടുമുൻപ് നോറാ എഴുതി വച്ച ഉപാന്ത്യക്കുറിപ്പ്

'ഞാൻ എങ്ങനെ ഇവിടെയെത്തിപ്പെട്ടു?' എന്ന് നിങ്ങൾ എപ്പോഴെങ്കിലും ചിന്തിക്കാറുണ്ടോ? ചുറ്റുവേലിച്ചെടികൾക്കിടയിലെ സങ്കീർണ്ണമായ വളഞ്ഞു തിരിഞ്ഞുള്ള വഴിയിലൂടെ നടക്കുമ്പോൾ നിങ്ങൾക്ക് വഴി തെറ്റുകയും, ആ യാത്രയിൽ എങ്ങോട്ടൊക്കെ തിരിയണമെന്ന തീരുമാനം എടുത്തത് നിങ്ങളായതുകൊണ്ടു തന്നെ അത് നിങ്ങളുടെ മാത്രം കുറ്റമായിത്തീരുകയും ചെയ്യുന്നതുപോലെ. ആ ചുറ്റുവേലിയ്ക്കപ്പുറം, അവിടെനിന്നും പുറത്തുകടന്ന ആളുകൾ ചിരിക്കുന്നതിന്റെയും സംസാരിക്കുന്നതിന്റെയും ശബ്ദങ്ങൾ നിങ്ങൾക്ക് കേൾക്കാം. അതുകൊണ്ടുതന്നെ അവിടെനിന്നും പുറത്തുകടക്കാൻ പല മാർഗ്ഗങ്ങളും ഉണ്ടാകും എന്നും നിങ്ങൾക്കറിയാം. വേലിയ്ക്ക് മുകളിലൂടെ ചിലരെ ഒരു നോക്ക് കാണാൻ കഴിഞ്ഞെന്നും വരാം. ഇലകൾക്കിടയിലൂടെ കാണുന്ന, നീങ്ങുന്ന രൂപങ്ങൾ. വിജയകരമായി പുറത്തിറങ്ങിയതിൽ അവർക്ക് അതിയായ സന്തോഷമാണ്. നിങ്ങൾക്ക് അവരോട് വെറുപ്പും വിദ്വേഷവുമില്ല; മറിച്ച്, എങ്ങനെയാണ് പുറത്തിറങ്ങേണ്ടത് എന്ന് കണ്ടുപിടിക്കാൻ കഴിയാത്തതിനാൽ, നിങ്ങൾക്ക് നിങ്ങളോട് തന്നെയാണ് വെറുപ്പും വിദ്വേഷവും മുഴുവൻ. നിങ്ങൾക്കങ്ങനെയാണോ? അതോ ഈ ചുറ്റുവേലിയിൽ കുടുങ്ങിക്കിടക്കുന്നത് ഞാൻ മാത്രമാണോ?

ഒന്നുകൂടി : എന്റെ പൂച്ച മരിച്ചു.

ചെസ്സ്ബോർഡ്

ഇനി ഒരിക്കലും ഒരു ചലനം സാധ്യമേയല്ലെന്ന മട്ടിൽ, ആ മിഡ്നൈറ്റ് ലൈബ്രറിയുടെ തട്ടുകൾ അനക്കമറ്റു കിടന്നു.

ആ ലൈബ്രറിയുടെ മറ്റൊരു ഭാഗത്താണ് തങ്ങളപ്പോൾ നിൽക്കുന്നതെന്ന് നോറാ ഊഹിച്ചു. പറയത്തക്ക വ്യത്യാസമൊന്നുമുണ്ടായിരുന്നില്ല. അനന്തമായി നീണ്ടുകിടക്കുന്ന വിശാലമായ ഒരു മുറി പോലെ. മുൻപത്തേതിനെ അപേക്ഷിച്ച്, ഒരു വരാന്തയോട് വളരെ അടുത്താണ് അവൾ നിന്നിരുന്നതെങ്കിലും, പുസ്തകങ്ങൾക്കെല്ലാം പച്ചനിറം തന്നെയായിരുന്നതുകൊണ്ട്, ഇത് ലൈബ്രറിയുടെ മറ്റൊരു ഭാഗം തന്നെയാണോ എന്ന് തീർച്ചപ്പെടുത്തി പറയാൻ ബുദ്ധിമുട്ടായിരുന്നു. ഇവിടെ നിൽക്കുമ്പോൾ, തട്ടുകൾക്കിടയിലൂടെ പുതിയൊരു കാഴ്ച അവളുടെ ദൃഷ്ടിയിൽപെട്ടു – തട്ടുകൾക്കിടയിലെ ഇടനാഴിയിൽ വച്ചിരിക്കുകയായിരുന്ന പെട്ടെന്ന് തട്ടിക്കൂട്ടിയിട്ടെന്ന പോലെയുള്ള ഒരു ഓഫീസ് ഡെസ്കും, കമ്പ്യൂട്ടറും.

ആ ഓഫീസ് ഡെസ്കിൽ ശ്രീമതി എൽമ് ഉണ്ടായിരുന്നില്ല. നോറായ്ക്ക് തൊട്ടുമുൻപിൽ, പൊക്കം കുറഞ്ഞ ഒരു തടിമേശയ്ക്കരികിൽ ചെസ്സ് കളിക്കുകയായിരുന്നു അവരപ്പോൾ.

"ഞാൻ മനസ്സിൽ കരുതിയിരുന്നതിനേക്കാൾ വ്യത്യസ്തമായിരുന്നു അത്," നോറാ പറഞ്ഞു.

ശ്രീമതി എൽമ് ആ കളിയിൽ പകുതിയോളമെത്തിയെന്ന് തോന്നി.

"മുൻകൂട്ടി പറയാൻ വളരെ ബുദ്ധിമുട്ടാണ്, അല്ലേ?" മുന്നിലെ കരുക്കളിലേയ്ക്ക് ശൂന്യമായി നോക്കിക്കൊണ്ട് അവർ ചോദിച്ചു. കറുത്ത തേരിനെ മുന്നിലേയ്ക്ക് നീക്കി അവർ ഒരു വെളുത്ത കാലാളിനെ വെട്ടി. "നമ്മളെ സന്തോഷിപ്പിക്കുന്ന കാര്യങ്ങൾ."

ശ്രീമതി എൽമ് ആ ചെസ്സ്ബോർഡ് 180 ഡിഗ്രി കറക്കി തിരിച്ചു വച്ചു. അവർ, അവർക്കെതിരെ തന്നെയാണ് കളിക്കുന്നത് എന്ന് തോന്നുന്നു.

"അതെ. ശരിയാണ്. പക്ഷെ അവൾക്കെന്തു സംഭവിക്കും? *എനിക്ക്?* അവളുടെ അവസ്ഥ എന്തായിത്തീരും?" നോറാ ചോദിച്ചു.

"എനിക്കെങ്ങനെയറിയാം. എനിക്ക് ഇന്നിനെക്കുറിച്ചു മാത്രമേ അറിയാവൂ. ഇന്നിനെക്കുറിച്ച് ഒരുപാട് കാര്യങ്ങൾ അറിയാം. പക്ഷെ നാളെ എന്താണ് സംഭവിക്കുക എന്ന് എനിക്കറിയില്ല."

“പക്ഷെ അവളിപ്പോഴും ആ ബാത്ത്റൂമിൽ നിൽക്കുകയാണ്. അവൾ അവിടെ എങ്ങനെ എത്തിപ്പെട്ടു എന്ന് അവൾക്കൊരു രൂപവും കാണില്ല.”

“ഇതുവരെ ഒരു മുറിയിലേയ്ക്ക് കയറിയ ഉടനെ, എന്തിനാണ് വന്നത് എന്നോർത്ത് നീ അന്തിച്ച് നിന്നിട്ടില്ലേ? തൊട്ടുമുൻപ് എന്താണ് ചെയ്തത് എന്ന് നീ ഒരിക്കലെങ്കിലും മറന്നുപോയിട്ടില്ലേ? ചെയ്തുകൊണ്ടിരിക്കുന്ന കാര്യം തന്നെ മറന്നുപോകുകയോ, തെറ്റായി ഓർക്കുകയോ ചെയ്തിട്ടില്ലേ?”

“ഉവ്വ്. പക്ഷെ ആ ജീവിതത്തിൽ ഞാൻ അരമണിക്കൂർ ജീവിച്ചിരുന്നു.”

“ആ ആളിന് ഇത് അറിയാൻ സാധ്യതയില്ല. നീ ചെയ്തതും പറഞ്ഞതുമൊക്കെ അവൾ ഓർക്കും. പക്ഷെ അതൊക്കെ അവൾ തന്നെ ചെയ്തതും പറഞ്ഞതുമായിട്ടായിരിക്കും അവൾ ഓർക്കുക.”

നോറാ ദീർഘമായി ഒന്ന് നിശ്വസിച്ചു. “ഡാൻ ഇങ്ങനെയേ ആയിരുന്നില്ല.”

“ആളുകൾ മാറും,” ചെസ്സ്ബോർഡിൽ നിന്ന് കണ്ണെടുക്കാതെ ശ്രീമതി എൽമ് പറഞ്ഞു. അവരുടെ കൈ തേരിനു മുകളിൽ നിന്നു.

നോറാ വീണ്ടും ആലോചിച്ചു. “അല്ലെങ്കിലൊരുപക്ഷേ അവൻ അങ്ങനെതന്നെ ആയിരുന്നിരിക്കണം. ഞാൻ ശ്രദ്ധിക്കാഞ്ഞതാവാം.”

“അപ്പോൾ, എന്താണ് നിനക്ക് തോന്നുന്നത്?” നോറായ്ക്ക് മേൽ ദൃഷ്ടിയൂന്നിക്കൊണ്ട് ശ്രീമതി എൽമ് ചോദിച്ചു.

“എന്നുവെച്ചാൽ, എനിക്ക് ഇപ്പോഴും മരിക്കണം എന്നാണ്. കുറെ നാളുകളായി എനിക്ക് മരിക്കണം എന്ന് തന്നെയാണ് തോന്നിയിരുന്നത്. ഇങ്ങനെയൊരു ലോകദുരന്തമായി ഞാൻ ജീവിക്കുന്നതിലും ഭേദം, മരിക്കുന്നത് തന്നെയാണ്. ഞാൻ മരിച്ചുപോകുമ്പോൾ മറ്റുള്ളവർക്ക് ഉണ്ടാകാവുന്ന വേദനയേക്കാൾ പതിന്മടങ്ങു കൂടുതലാണ് ഞാൻ ഇങ്ങനെ ജീവിക്കുമ്പോൾ ഉള്ള വേദന. മാത്രവുമല്ല, അത് ഒരു ആശ്വാസമാകും എന്ന് എനിക്കുറപ്പാണ്. എന്നെക്കൊണ്ട് ആർക്കും ഒരുപകാരവും ഇല്ല. ഞാൻ ജോലിയിൽ ഒരു പരാജയമാണ്. ഞാൻ എല്ലാവരെയും നിരാശപ്പെടുത്തി. സത്യം പറഞ്ഞാൽ, ഈ ഭൂമിയ്ക്ക് തന്നെ ഞാൻ അനാവശ്യമായ ഒരു ഭാരമാണ്. ഞാൻ ആളുകളെ വേദനിപ്പിക്കുന്നു. എനിക്കിനി ആരുമില്ല. എന്റെ പാവം വോൾട്സ് പോലും. ഒരു പൂച്ചയെപ്പോലും മര്യാദയ്ക്ക് നോക്കാനറിയാത്ത എന്റെ പിടിപ്പുകേട് കൊണ്ടാണ് അവൻ മരിച്ചത്. എനിക്ക് മരിക്കണം. എന്റെ ജീവിതം ഒരു ദുരന്തമാണ്. എനിക്കത് എങ്ങനെയും അവസാനിപ്പിക്കണം. ജീവിക്കാൻ ഞാൻ അർഹയല്ല. ഇതൊക്കെ അനുഭവിക്കുന്നതിൽ ഒരർത്ഥവുമില്ല. കാരണം, മറ്റുള്ളവരുടെ ജീവിതത്തിൽപ്പോലും ദുഃഖം നിറയ്ക്കുക എന്നത് മാത്രമാണ് എന്റെ വിധി. ഞാൻ അത് മാത്രമാണ്. ഞാൻ ഒന്നും നൽകുന്നില്ല. എന്നോടു തന്നെയുള്ള സഹതാപത്തിന്റെ ചെളിക്കുണ്ടിൽ വീണ് കുഴയുകയാണ് ഞാൻ. എനിക്ക് മരിക്കുക തന്നെ വേണം.”

ശ്രീമതി എൽമ്, നോറായെ സസൂക്ഷ്മം വീക്ഷിച്ചു. ഏതോ പുസ്തകത്തിൽ മുൻപ് വായിച്ചിട്ടുള്ള ഒരു ഭാഗത്തിന് പുതിയൊരു അർത്ഥതലം ഉണ്ടെന്ന് കണ്ടെത്തിയതു പോലെ. “വേണം, എന്നത് രസകരമായ ഒരു

വാക്കാണ്," അവർ ശ്രദ്ധാപൂർവ്വം പറഞ്ഞു, "എന്തിന്റെയോ അഭാവത്തിനെയാണ് അത് സൂചിപ്പിക്കുന്നത്. ചിലപ്പോഴൊക്കെ, ആ അഭാവത്തിനെ മറ്റെന്തെങ്കിലും കൊണ്ട് നികത്തിയാൽ, യഥാർത്ഥത്തിലുള്ള ആവശ്യം തന്നെ പൂർണ്ണമായും ഇല്ലാതായേക്കാം. ചിലപ്പോൾ, എന്തെങ്കിലും വേണം എന്നതിനേക്കാൾ, എന്തിന്റെയോ അഭാവമായിരിക്കാം നിനക്കുള്ളത്. ചിലപ്പോൾ, നിനക്ക് ശരിക്കും ജീവിക്കണം എന്നുള്ള ഒരു ജീവിതമുണ്ടാകാം."

"അതാണെന്നാണ് ഞാൻ കരുതിയത്. ഡാനിന്റെ ഒപ്പമുള്ളത്. പക്ഷെ അതായിരുന്നില്ല."

"അല്ല, അതായിരുന്നില്ല. പക്ഷെ അത് നിനക്കുള്ള അനേക ജീവിത സാധ്യതകളിൽ ഒന്ന് മാത്രമാണ്. അനന്തതയിൽ ഒന്ന് എന്നത് വളരെ ചെറിയ ഒരു കണിക മാത്രമാണ്."

"എനിക്ക് ലഭിക്കാവുന്ന എല്ലാ ജീവിത സാധ്യതകളിലും ഞാനുണ്ട്. അതുകൊണ്ട് അതെല്ലാം ജീവിതസാധ്യതകളാണ് എന്ന് പറയാനാവില്ല." ശ്രീമതി എൽമ് അതിന് ചെവികൊടുത്തതേയില്ല. "ഇപ്പോൾ നിനക്ക് എവിടെയാണ് പോകേണ്ടത് എന്ന് പറയൂ."

"ദയവ് ചെയ്ത് എനിക്കെങ്ങും പോകണ്ട."

"*കുറ്റബോധത്തിന്റെ പുസ്തകം* ഒന്നുകൂടി നോക്കണമെന്നുണ്ടോ?"

നോറായുടെ മുഖം കടുത്തു. അവൾ തല ചെറുതായി കുലുക്കി. പശ്ചാത്താപത്തിന്റെ വേലിയേറ്റത്തിൽ ശ്വാസം വിലങ്ങിയത് അവളോർത്തു. "വേണ്ടാ."

"നിന്റെ പൂച്ചയോ? എന്തായിരുന്നു അവന്റെ പേര്?"

"വോൾട്ടയർ. ആ പേരിനു ഒരൽപ്പം ഗമയുണ്ടായിരുന്നു. പക്ഷെ അവൻ അത്ര ഗമക്കാരനൊന്നുമായിരുന്നില്ല. അതുകൊണ്ട് ഞാനവനെ ചുരുക്കി വോൾട്സ് എന്നാണ് വിളിച്ചിരുന്നത്. ചിലപ്പോഴൊക്കെ സന്തോഷം വരുമ്പോൾ, വോൾട്സി എന്നും വിളിക്കാറുണ്ട്. അത് വിരളമായിരുന്നു. പൂച്ചയ്ക്ക് നല്ലൊരു പേരു വയ്ക്കാൻ പോലും എന്നെക്കൊണ്ട് കഴിഞ്ഞില്ല."

"എന്തായാലും, ഒരു പൂച്ചയെപ്പോലും നന്നായി നോക്കാൻ കഴിഞ്ഞില്ല എന്ന് നീ പറഞ്ഞു. നീ എന്തായിരിക്കും വ്യത്യസ്തമായി ചെയ്തിട്ടുണ്ടാവുക?"

നോറാ ആലോചിച്ചു നോക്കി. ശ്രീമതി എൽമ് അവളെ വച്ച് ഒരു വിനോദത്തിലേർപ്പെടുകയാണ് എന്ന തോന്നൽ അവൾക്കുണ്ടായി. പക്ഷെ അവൾക്ക് അവളുടെ പൂച്ചയെ വീണ്ടും കാണണം എന്നുണ്ടായിരുന്നു. അതേ പേരുള്ള മറ്റൊരു പൂച്ചയെയല്ല; മറിച്ച്, അതേ പൂച്ചയെത്തന്നെ. സത്യത്തിൽ, മറ്റെന്തിനേക്കാളും അവളപ്പോൾ ആഗ്രഹിച്ചത് അതാണ്.

"ശരി. വോൾട്ടയറിനെ വീടിനുള്ളിൽ തന്നെയുള്ള ആ ജീവിതം എനിക്ക് കാണണം. *എന്റെ* വോൾട്ടയറിനെ. ഞാൻ എന്നെത്തന്നെ കൊല്ലാൻ ശ്രമിക്കാതിരിക്കുന്ന ഒരു ജീവിതത്തിനെ. അവനെ തലേരാത്രി പുറത്തിറങ്ങാൻ വിടാത്ത ഒരു നല്ല പൂച്ച ഉടമയായുള്ള ജീവിതത്തെ. ഒരല്പനേരത്തേക്കെങ്കിലും എനിക്കാ ജീവിതം വേണം. ആ ജീവിതം ഉണ്ടാവുമല്ലോ, അല്ലെ?"

പഠിക്കുവാനുള്ള ഒരേയൊരു മാർഗ്ഗം ജീവിക്കുക എന്നതാണ്

ചുറ്റും നോക്കിയ നോറാ കണ്ടത്, താൻ തന്റെ സ്വന്തം കട്ടിലിൽ കിടക്കുന്ന തായാണ്.

അവൾ വാച്ചിലേയ്ക്ക് നോക്കി. അർദ്ധരാത്രി കഴിഞ്ഞ് ഒരു നിമിഷമായി രിക്കുന്നു. അവൾ ലൈറ്റിട്ടു. ഇത് കൃത്യം അവളുടെ പഴയ ജീവിതം തന്നെയാ യിരുന്നു. പക്ഷെ ഇത് മെച്ചപ്പെട്ട ഒന്നായിരിക്കും; കാരണം ഇതിൽ വോൾ ട്ടയർ ജീവനോടെ ഉണ്ടാവും. അവളുടെ യഥാർത്ഥ വോൾട്ടയർ.

പക്ഷെ അവനെവിടെ?

"വോൾട്സ്?"

അവൾ കട്ടിലിൽ നിന്നും താഴെയിറങ്ങി.

"വോൾട്സ്?"

അവൾ ആ ഫ്ലാറ്റ് മുഴുവൻ തിരഞ്ഞെങ്കിലും അവനെ കണ്ടെത്താനാ യില്ല. ജനാലയ്ക്ക് പുറത്ത് മഴത്തുള്ളികൾ ചന്നംപിന്നം വീഴുന്നു – അതി നൊന്നും മാറ്റമില്ല. ആന്റി-ഡിപ്രസന്റ് മരുന്നുകളുടെ പുതിയ പെട്ടി അടുക്കള വശത്തുണ്ടായിരുന്നു. ഇലക്ട്രിക് പിയാനോ, ചുവരിനോട് ചേർന്ന് നിശബ്ദം നിലകൊണ്ടു.

"വോൾട്സി?"

യക്ക എന്ന ഇനത്തിൽപ്പെട്ട ഒരു ചെടിയും, മൂന്നു കള്ളൻ കള്ളിമുൾ ച്ചെടികളുടെ ചെറിയ ചട്ടികളും, പുസ്തക അലമാരകളും, അതിൽ കൃത്യമായ അനുപാതത്തിൽ നിറഞ്ഞിരുന്ന തത്വശാസ്ത്ര പുസ്തകങ്ങളും, നോവലുകളും, ഇതുവരെ ശ്രമിച്ചു നോക്കാത്ത യോഗയെക്കുറിച്ചുള്ള സഹായ ഗ്രന്ഥങ്ങളും, റോക്ക് താരങ്ങളെക്കുറിച്ചുള്ള ജീവചരിത്രങ്ങളും, പോപ്പ് സയൻസിനെ ക്കുറിച്ചുള്ള പുസ്തകങ്ങളും. പുറം ചട്ടയിൽ സ്രാവിന്റെ ചിത്രമുള്ള, *നാഷണൽ ജിയോഗ്രാഫിക്ക്*-ന്റെ പഴയൊരു മാസികയും, റയാൻ ബെയ്‌ലിയുടെ അഭിമുഖം വായിക്കാൻ വേണ്ടി വാങ്ങിയ അഞ്ചു മാസം പഴക്കമുള്ള *എല്ലെ* മാസികയും അവിടെയുണ്ടായിരുന്നു. പിന്നീട് ഒരുപാട് നാളുകളായി പുതി യതായി ഒന്നും വാങ്ങിയിരുന്നില്ല.

ഒരു പാത്രം നിറയെ പൂച്ചയുടെ ഭക്ഷണം അപ്പോഴും അവിടെ ഉണ്ടായിരുന്നു.

അവന്റെ പേരു വിളിച്ചുകൊണ്ട് അവൾ അവിടെയെല്ലാം തിരഞ്ഞു നടന്നു. തിരികെ മുറിയിലേയ്ക്ക് പോയി, കട്ടിലിനടിയിൽ നോക്കിയപ്പോഴാണ് അവൾ അവനെ കണ്ടത്.

"വോൾട്സ്!"

ആ പൂച്ച അനക്കമറ്റ് കിടക്കുകയായിരുന്നു.

കൈ കൊണ്ട് എത്തിപ്പിടിക്കാൻ കഴിയാഞ്ഞതിനാൽ, അവൾ കട്ടിൽ പൊക്കി മാറ്റി വച്ചു.

"വോൾട്സി! വാ, വോൾട്സി!," അവൾ പതുക്കെ പറഞ്ഞു.

പക്ഷെ അവന്റെ തണുത്തുറഞ്ഞ ദേഹത്ത് കൈ വച്ച ആ നിമിഷം തന്നെ അവൾ ആ സത്യം മനസ്സിലാക്കി. ദുഃഖവും, സംഭ്രമവും അവളിലേയ്ക്കിരച്ചു കയറി. അടുത്ത നിമിഷം തന്നെ, മിഡ്നൈറ്റ് ലൈബ്രറിയിലേയ്ക്ക്, അവിടെ ഒരു സോഫയിലിരുന്ന് ഏതോ പുസ്തകം ഗഹനമായി വായിച്ചുകൊണ്ടിരുന്ന ശ്രീമതി എൽമിന്റെ മുന്നിലേയ്ക്ക്, അവൾ എത്തിപ്പെട്ടു.

"എനിക്കൊന്നും മനസ്സിലാകുന്നില്ല," നോറാ അവരോടു പറഞ്ഞു.

"അങ്ങനെ നിനക്ക് മനസ്സിലാകാത്തതായി പലതും ഉണ്ടാവും," വായിച്ചുകൊണ്ടിരുന്ന പേജിൽനിന്നും കണ്ണുകളെടുക്കാതെ ശ്രീമതി എൽമ് പറഞ്ഞു.

"വോൾട്ടയർ ജീവനോടെ ഉണ്ടായിരുന്ന ഒരു ജീവിതമാണ് ഞാൻ ചോദിച്ചത്."

"സത്യത്തിൽ, അതങ്ങനെയല്ല."

"എന്താ?"

അവർ ആ പുസ്തകം താഴെവച്ചു. "അവൻ വീടിനുള്ളിൽ തന്നെയുള്ള ജീവിതം വേണമെന്നാണ് നീ ചോദിച്ചത്. അത് തികച്ചും മറ്റൊരു സംഗതി തന്നെയാണ്."

"അങ്ങനെയാണോ?"

"അതെ. തികച്ചും. നോക്ക്, അവൻ ജീവനോടെയുള്ള ഒരു ജീവിതമാണ് നീ ചോദിച്ചിരുന്നത് എങ്കിൽ എനിക്ക് നിന്നോട് സാധ്യമല്ല എന്ന് പറയേണ്ടി വന്നേനെ."

"പക്ഷെ അതെന്താ അങ്ങനെ?"

"കാരണം, അതിപ്പോൾ ജീവിച്ചിരിക്കുന്നില്ല എന്നതുകൊണ്ടു തന്നെ."

"എല്ലാ ജീവിതവും നിലനിൽക്കുന്നുണ്ട് എന്നാണ് ഞാൻ കരുതിയത്."

"സാദ്ധ്യതയുള്ള എല്ലാ ജീവിതങ്ങളും നിലനിൽക്കുന്നുണ്ട്. നോക്കു, വോൾട്ടയറിന് അതിമാരകമായ" – അവർ പുസ്തകം നോക്കി ശ്രദ്ധാപൂർവ്വം വായിച്ചു – "*റെസ്ട്രിക്റ്റീവ് കാർഡിയോമയോപ്പതി* ആയിരുന്നു. അത് അതീവ ഗുരുതരമായ അവസ്ഥയിലായിരുന്നു. ജന്മനാ ഉള്ള ഒരു അവസ്ഥയായിരുന്നു

അത്. നന്നേ ചെറുപ്പത്തിൽ തന്നെ അവന്റെ ഹൃദയം നിലച്ചുപോകാനുള്ള എല്ലാ സാധ്യതകളും ഉണ്ടായിരുന്നു."

"പക്ഷെ ഒരു കാർ ഇടിച്ചാണ് അവൻ മരിച്ചത്."

"റോഡിൽ വീണുമരിക്കുന്നതും, കാറു തട്ടി മരിക്കുന്നതും തമ്മിൽ വ്യത്യാസമുണ്ട് നോറാ. നിനക്ക് കിട്ടാവുന്ന മറ്റേതൊരു ജീവിതത്തിനേക്കാളും നീണ്ട ആയുസ്സാണ് നിന്റെ മൂലജീവിതത്തിൽ അവനു കിട്ടിയിരുന്നത്. അതിന് ഒരേയൊരു അപവാദം എന്ന് പറയുന്നത്, തൊട്ടുമുൻപ് നിനക്ക് കിട്ടിയ ജീവിതമാണ് – അതിൽ വെറും മൂന്നു മണിക്കൂർ മുൻപാണ് അവൻ മരണപ്പെട്ടത്. അവന്റെ ജീവിതത്തിന്റെ ആദ്യകാലങ്ങൾ അവനു ക്ലേശങ്ങൾ നിറഞ്ഞതായിരുന്നു എങ്കിലും, നിന്റെയടുത്തുണ്ടായിരുന്ന ആ ഒരു കൊല്ലമാണ് അവന്റെ ജീവിതത്തിലെ ഏറ്റവും നല്ല കാലഘട്ടം. വോൾട്ടയറിന് അതിനേക്കാൾ മോശമായ ജീവിതകാലഘട്ടങ്ങൾ ഉണ്ടായിരുന്നു. നിനക്കെന്നെ വിശ്വസിക്കാം."

"ഒരു നിമിഷം മുൻപു വരെ നിങ്ങൾക്ക് അവന്റെ പേര് പോലും അറിയില്ലായിരുന്നു. ഇപ്പോൾ അവന് റെസ്ട്രിക്റ്റീവ് കാർഡിയോ – അങ്ങനെയെന്തോ ഉണ്ടെന്ന് എങ്ങനെയാ നിങ്ങൾ പറയുന്നത്?"

"എനിക്കവന്റെ പേര് അറിയാമായിരുന്നു. മാത്രവുമല്ല, അത് ഒരു നിമിഷം മുൻപാണ്. അതേ നിമിഷം തന്നെയാണ്. നിന്റെ വാച്ച് നോക്കു."

"എന്തിനാണ് നിങ്ങൾ കള്ളം പറഞ്ഞത്?"

"ഞാൻ കള്ളം പറഞ്ഞതല്ല. നിന്റെ പൂച്ചയുടെ പേര് എന്തായിരുന്നു എന്നാണ് ഞാൻ ചോദിച്ചത്. നിന്റെ പൂച്ചയുടെ പേര് എനിക്കറിയില്ല എന്ന് ഞാൻ ഒരിക്കലും പറഞ്ഞിട്ടില്ല. നിനക്കതിന്റെ വ്യത്യാസം മനസ്സിലായോ? നീ അവന്റെ പേര് പറയണം എന്നേ എനിക്കുണ്ടായിരുന്നുള്ളൂ. അങ്ങനെയാവുമ്പോൾ, നിനക്ക് അതിനോടൊരു അടുപ്പം തോന്നുമല്ലോ."

നോറ അസ്വസ്ഥത കൊണ്ടു പുളഞ്ഞു. "അത് അതിനേക്കാൾ മോശമായി ഭവിച്ചു! വോൾട്ട്സ് മരിച്ചിട്ടുണ്ടാകും *എന്നറിഞ്ഞുകൊണ്ടുതന്നെ* നിങ്ങൾ എന്നെ ആ ജീവിതത്തിലേയ്ക്ക് പറഞ്ഞയച്ചു. വോൾട്ട്സ് മരിക്കുകയും ചെയ്തു. അപ്പൊ, മൊത്തത്തിൽ, ഒന്നും മാറിയില്ല."

ശ്രീമതി എൽമിന്റെ കണ്ണുകൾ ഒന്നു തിളങ്ങി, "നീ ഒഴികെ."

"നിങ്ങൾ എന്താ ഉദ്ദേശിച്ചത്?"

"നീയൊരു മോശം പൂച്ച ഉടമയാണ് എന്ന തോന്നൽ ഇപ്പോൾ നിനക്കില്ല. നീ അവനെ നന്നായിത്തന്നെ നോക്കി. നീയവനെ സ്നേഹിച്ച അത്രയും തന്നെ അവൻ നിന്നെയും സ്നേഹിച്ചു. ചിലപ്പോൾ ഒരുപക്ഷേ അവൻ മരിക്കുന്നത് നീ കാണരുത് എന്നായിരിക്കും അവൻ ആഗ്രഹിച്ചിട്ടുണ്ടാകുക. പൂച്ചകൾക്ക് ഇത് മുൻകൂട്ടി അറിയാൻ കഴിയും എന്ന് നിനക്കറിഞ്ഞൂടെ? അവരുടെ സമയമടുത്താൽ അവർക്ക് മനസ്സിലാകും. അവന്റെ മരണമടുത്തിരുന്നു. അത് അവനറിയാമായിരുന്നു. അതുകൊണ്ടാണ് അവൻ പുറത്തുപോയത്."

നോറാ ആ വസ്തുതയെ ഉൾക്കൊള്ളാൻ ശ്രമിച്ചു. ഇപ്പോൾ

ആലോചിക്കുമ്പോൾ, തന്റെ പൂച്ചയുടെ ദേഹത്ത് പരിക്കുകളൊന്നുമില്ലായിരുന്നു എന്നവൾ ഓർത്തു. ആഷ് ചിന്തിച്ച അതേ വഴികളിലൂടെ അവളും ചിന്തിക്കുകയായിരുന്നു. അതായത്, വഴിയരുകിൽ കാണപ്പെടുന്ന ഒരു ചത്ത പൂച്ച, വണ്ടിയിടിച്ച് മരിച്ചിരിക്കാനാണ് സാദ്ധ്യത എന്ന്. മാത്രവുമല്ല, ഒരു സർജൻ അങ്ങനെയാണ് ആലോചിക്കുന്നത് എങ്കിൽ, ഒരു സാധാരണ മനുഷ്യനും അങ്ങനെയേ ആലോചിക്കുകയുള്ളൂ. അതും ഇതും കൂടി ഒത്തുചേർന്നപ്പോൾ കാറപകടം എന്ന് തന്നെ തീർച്ചയാക്കി.

"പാവം വോൾട്സ്," വിലപിച്ചുകൊണ്ട് നോറാ പിറുപിറുത്തു.

പഠിപ്പിച്ചുകൊണ്ടിരുന്ന പാഠം വിദ്യാർത്ഥിയ്ക്ക് പിടികിട്ടുന്നുണ്ട് എന്ന് മനസ്സിലാക്കുന്ന അധ്യാപികയെപ്പോലെ ശ്രീമതി എൽമ് പുഞ്ചിരിച്ചു.

"അവനു നിന്നെ ഒത്തിരി ഇഷ്ടമായിരുന്നു നോറാ. മറ്റാര് അവനെ നോക്കുന്നതിനേക്കാൾ നന്നായിട്ടാണ് നീയവനെ നോക്കിയത്. പോയി *കുറ്റബോധത്തിന്റെ പുസ്തകം* എടുത്ത് അതിന്റെ അവസാനത്തെ പേജ് നോക്കൂ."

ആ പുസ്തകം നിലത്തുകിടക്കുന്നത് നോറായ്ക്ക് കാണാമായിരുന്നു. അതിനടുത്തേയ്ക്ക് അവൾ മുട്ടുകുത്തിയിരുന്നു.

"എനിക്കിത് വീണ്ടും തുറക്കേണ്ട."

"വിഷമിക്കണ്ട. കുഴപ്പമൊന്നും ഉണ്ടാവില്ല. സുരക്ഷിതയായിരിക്കും നീ. അവസാനത്തെ പേജ് മാത്രം തുറന്നാൽ മതി."

അവസാനത്തെ പേജ് തുറന്നപ്പോൾ അവളുടെ അവസാന പശ്ചാത്താപങ്ങളിൽ ഒന്ന് – "വോൾട്ടയറിനെ ഞാൻ നന്നായി നോക്കിയില്ല" എന്നത് – പതുക്കെ ആ പേജിൽനിന്നും മായുന്നത് അവൾ കണ്ടു. മൂടൽമഞ്ഞിൽ മറയുന്ന അപരിചിതരെപ്പോലെ അവ പതുക്കെ മായുന്നു.

മോശമായത് എന്തെങ്കിലും സംഭവിക്കുമോയെന്ന ഭയത്തിൽ നോറാ പുസ്തകം അടച്ചുവച്ചു.

"ദേ കണ്ടില്ലേ? ചിലപ്പോഴൊന്നും പശ്ചാത്താപങ്ങൾ യാഥാർത്ഥ്യങ്ങളിൽ ഊന്നിയുള്ളവ ആയിരിക്കില്ല. ചിലപ്പോഴൊക്കെ പശ്ചാത്താപങ്ങൾ എന്നു പറയുന്നത്..." അവർ യോജിച്ച ഒരു പദത്തിനായി തിരഞ്ഞ്, ഒടുവിൽ കണ്ടെത്തി. "...വെറും കോപ്പാണ്."

ശ്രീമതി എൽമ് "കോപ്പ്" എന്നൊരു വാക്ക് മുൻപ് ഉപയോഗിച്ചിരുന്ന ആളാണോ എന്നറിയാൻ, നോറാ സ്കൂൾ കാലഘട്ടം മനസ്സിലോർത്തു. ഒരിക്കലും അത്തരം വാക്കുകൾ അവർ പറഞ്ഞിട്ടില്ല എന്ന് അവൾക്കുറപ്പായിരുന്നു.

"പക്ഷെ എന്തായാലും വോൾട്സ് മരിക്കും എന്നറിഞ്ഞിട്ടും നിങ്ങളെന്തിനാണ് എന്നെ അങ്ങോട്ടയച്ചതെന്ന് എനിക്ക് ഇപ്പോഴും മനസ്സിലാവുന്നില്ല. നിങ്ങൾക്കത് എന്നോട് പറയാമായിരുന്നു. ഞാനൊരു മോശം പൂച്ചയുടമ അല്ലായെന്ന് നിങ്ങൾ തന്നെ എന്നോട് പറഞ്ഞാൽ മതിയായിരുന്നു. അതെന്താ നിങ്ങൾ അങ്ങനെ ചെയ്യാഞ്ഞത്?"

"കാരണം, *ജീവിക്കുക* എന്നതാണ് പഠിക്കുവാനുള്ള ഒരേയൊരു മാർഗ്ഗം, നോറാ."

"ഭയങ്കര ബുദ്ധിമുട്ടുള്ള ഒന്നാണെന്ന് തോന്നുന്നു."

"ഇരിക്കൂ," ശ്രീമതി എൽമ് അവളോട് പറഞ്ഞു. "കയറി ഇരിക്കൂ. നീ ഇങ്ങനെ നിലത്ത് മുട്ടുകുത്തിയിരിക്കുന്നത് ശരിയല്ല." പുറകിലേയ്ക്ക് തിരിഞ്ഞപ്പോൾ, അത്ര നേരവും അവിടെ ശ്രദ്ധിക്കാതിരുന്ന ഒരു കസേര നോറാ കണ്ടു. മഹാഗണിത്തടിയിൽ, ലെതർ കൊണ്ടു ബട്ടൺ പോലെ രൂപകൽപ്പന ചെയ്ത, എഡ്വേഡിയൻ ശൈലിയിലുള്ള, ഒരു കസേര കൈയിൽ പുസ്തകം വയ്ക്കാൻ പിച്ചളകൊണ്ടുള്ള തട്ടുള്ള ഒരു കസേര. "ഒരു നിമിഷം ഒന്നു സ്വസ്ഥമായിരിക്കൂ."

നോറാ ഇരുന്നു.

അവൾ വാച്ചിലേയ്ക്ക് നോക്കി. അവൾ എത്രയൊക്കെ സമയം സ്വയം അനുവദിച്ചാലും ശരി, വാച്ചിലെ സമയം അർദ്ധരാത്രി തന്നെയായിരുന്നു.

"എനിക്കിപ്പോഴും ഈ പദ്ധതിയോട് വലിയ താല്പര്യമൊന്നുമില്ല. ദുഃഖം നിറഞ്ഞ ഒരു ജീവിതം കൊണ്ടുതന്നെ മതിയായി എനിക്ക്. പിന്നെയും എന്തിനാണ് വീണ്ടും സാഹസത്തിനു തുനിയുന്നത്?"

"എങ്കിൽ ശരി" ശ്രീമതി എൽമ് ചുമൽ കുലുക്കി.

"എന്താ?"

"എങ്കിൽ നമുക്ക് ഒരു കാര്യം ചെയ്യാം. നമുക്കിവിടെ ഈ പുസ്തക പ്പുരയിൽ ഇരിക്കാം. നിന്റെ ജീവിതങ്ങളെല്ലാം നിനക്ക് വേണ്ടി ഈ പുസ്തക ത്തട്ടുകളിൽ കാത്തിരിക്കട്ടെ. നീ ഒന്നും തിരഞ്ഞെടുക്കണ്ട."

ശ്രീമതി എൽമ് മറ്റൊരു പുതിയ നേരമ്പോക്ക് തുടങ്ങാൻ പോകുക യാണ് എന്ന് നോറായ്ക്ക് തോന്നി. അവൾ അതിനൊപ്പം ഒഴുകാൻ തീരുമാനിച്ചു.

"ശരി."

ശ്രീമതി എൽമ് വീണ്ടും അവളുടെ പുസ്തകം എടുക്കുമ്പോൾ, നോറാ വെറുതെ അവിടെ നിന്നു.

അതിലേയ്ക്ക് വീണുപോകാതെ തന്നെ, ജീവിതങ്ങൾ വായിക്കാൻ ശ്രീമതി എൽമിനു കഴിയുന്നത് ന്യായമല്ല എന്ന് നോറായ്ക്ക് തോന്നി.

സമയം കടന്നുപോയി.

സാങ്കേതികമായി പറയുകയാണെങ്കിൽ, തീർച്ചയായും അങ്ങനെയല്ല.

വിശപ്പോ, ദാഹമോ, ക്ഷീണമോ ഇല്ലാതെ എന്നെന്നേയ്ക്കുമായി അങ്ങനെ നിൽക്കാൻ നോറായ്ക്ക് കഴിയുമായിരുന്നു. പക്ഷെ, അവൾക്ക് ചിലപ്പോൾ മടുപ്പ് തോന്നിയേക്കാം.

സമയം അങ്ങനെ നിശ്ചലമായി നിൽക്കുമ്പോൾ, ചുറ്റുമുള്ള ജീവിത ങ്ങളെക്കുറിച്ചുള്ള കൗതുകം നോറായിൽ പതുക്കെ വളരാൻ തുടങ്ങി. തട്ടു കളിൽനിന്നും ഒന്നും എടുക്കാതെ ഒരു പുസ്തകപ്പുരയ്ക്കുള്ളിൽ നിൽക്കുക എന്നത് അസാധ്യമായ ഒന്നാണ് എന്നവൾക്ക് തോന്നാൻ തുടങ്ങി.

"കൊള്ളാം എന്ന് തോന്നുന്ന ഒന്ന് നിങ്ങൾ തന്നെ തിരഞ്ഞെടുത്ത് തന്നുകൂടെ?" അവൾ പെട്ടെന്ന് ചോദിച്ചു.

"ഒരു ലൈബ്രറി അങ്ങനെയല്ല പ്രവർത്തിക്കുന്നത്."

നോറായ്ക്ക് മറ്റൊരു ചോദ്യം കൂടിയുണ്ടായിരുന്നു.

"ഇവിടെയുള്ള മിക്കവാറും എല്ലാ ജീവിതങ്ങളിലും ഞാനിപ്പോൾ ഉറങ്ങുകയായിരിക്കും, അല്ലേ?"

"മിക്കവാറും എല്ലായിടത്തും അതെ."

"അപ്പോൾ എന്താണ് സംഭവിക്കുക?"

"നീ ഉറങ്ങും. എന്നിട്ട് പുതിയ ജീവിതത്തിലേയ്ക്ക് നീ ഉണരും. അതിൽ വിഷമിക്കാനൊന്നുമില്ല. അതല്ല നിനക്കൊരുപക്ഷേ അതിലൊരു സങ്കോച മുണ്ടെങ്കിൽ, മറ്റൊരു സമയമുള്ള ഒരു ജീവിതം തിരഞ്ഞെടുത്തുകൊള്ളൂ."

"എന്താ നിങ്ങൾ ഉദ്ദേശിക്കുന്നത്?"

"അല്ല, ഇപ്പൊ എല്ലായിടത്തും രാത്രി തന്നെയാവണം എന്നില്ലല്ലോ."

"എന്താ?"

"നീ ജീവിക്കാൻ സാധ്യതയുള്ള അനേകം ലോകങ്ങളുണ്ട്. അവയെല്ലാം തന്നെ ഗ്രീൻവിച്ച് രേഖയിലാണ് സ്ഥിതി ചെയ്യുന്നത് എന്നാണോ നീ പറഞ്ഞുവരുന്നത്?"

"ഒരിക്കലുമല്ല," നോറാ പറഞ്ഞു. അതിനു വഴങ്ങി താൻ മറ്റൊരു ജീവിതം തിരഞ്ഞെടുക്കാൻ പോവുകയാണ് എന്ന് അവൾക്ക് മനസ്സിലായി. അവൾ ഹംപ്ബാക്ക് തിമിംഗലങ്ങളെക്കുറിച്ചോർത്തു. മറുപടി നൽകാത്ത മെസ്സേജിനെക്കുറിച്ചോർത്തു. "ഇസ്സിയ്ക്കൊപ്പം ആസ്ട്രേലിയയിൽ പോയി രുന്നെങ്കിൽ നന്നായിരുന്നേനെ എന്നെനിക്ക് തോന്നാറുണ്ട്. ആ ജീവിതം അനുഭവിച്ചു നോക്കണം എന്നെനിക്കുണ്ട്."

"വളരെ നല്ല തീരുമാനം."

"എന്താ? അതൊരു നല്ല ജീവിതമാണോ?"

"ഓ ഞാൻ അങ്ങനെയല്ല പറഞ്ഞത്. *തിരഞ്ഞെടുപ്പുകൾ* നടത്തു ന്നതിൽ നീ അൽപ്പം മെച്ചപ്പെടുന്നുണ്ടാവാം എന്നാണ് ഞാൻ സൂചിപ്പിച്ചത്."

"അപ്പൊ, അതൊരു നന്നല്ലാത്ത ജീവിതമാണോ?"

"ഞാൻ അങ്ങനെയും പറഞ്ഞിട്ടില്ല."

പുസ്തകത്തട്ടുകൾ വേഗത്തിൽ അനങ്ങാൻ തുടങ്ങി. ഏതാനും സെക്കൻ ഡുകൾക്കുള്ളിൽ, അവ നിന്നു.

"ങാ ദേ ഇവിടുണ്ട്," താഴെയുള്ള രണ്ടാമത്തെ തട്ടിൽ നിന്നും ഒരു പുസ്തകമെടുത്തുകൊണ്ട് ശ്രീമതി എൽമ് പറഞ്ഞു. മറ്റുള്ളവരുടെ കണ്ണുകൾക്ക് ഏറെക്കുറെ ഒരുപോലെ തോന്നിക്കുന്ന പുസ്തകങ്ങൾക്കിടയിൽ നിന്നും ഒരെണ്ണം അവർ ഞൊടിയിടകൊണ്ട് കണ്ടെത്തുന്നത് വിചിത്രമായിരുന്നു.

ഒരു പിറന്നാൾ സമ്മാനമെന്നവണ്ണം, അവരത് നോറായ്ക്ക് സ്നേഹ ത്തോടെ നൽകി.

"അങ്ങനെ പുസ്തകം കിട്ടി. ഇനി എന്താണ് ചെയ്യേണ്ടത് എന്ന് നിനക്കറിയാം."

നോറാ ഒന്ന് സംശയിച്ചു നിന്നു.

"ഞാൻ മരിച്ചുപോയിരുന്നു എങ്കിലോ?"

"എന്താ?"

"അതായത്, മറ്റുള്ള ജീവിതത്തിൽ. മറ്റേതെങ്കിലുമൊരു ജീവിതത്തിൽ ഞാൻ ഇതിനും മുൻപേ മരിച്ചുപോയിരിക്കാനും സാധ്യതയുണ്ടാവില്ലേ?"

ശ്രീമതി എൽമിൽ ജിജ്ഞാസ ഉണർന്നു. "അതല്ലേ നിനക്ക് വേണ്ടിയിരുന്നത്?"

"അത്, ശരിയാണത്, പക്ഷെ..."

"ശരിയാണ്, ഇതിനുമുൻപ് നീ എത്രയോ തവണ മരിച്ചിട്ടുണ്ടാകണം. കാറപകടം, മരുന്ന് അളവിലധികമായി ഉള്ളിൽച്ചെന്ന്, വെള്ളത്തിൽ മുങ്ങി, മാരകമായ ഒരു ഭക്ഷ്യവിഷബാധയേറ്റ്, ആപ്പിൾ തൊണ്ടയിൽ കുടുങ്ങി, ഒരു ബിസ്ക്കറ്റ് തൊണ്ടയിൽ കുടുങ്ങി, ഒരു വീഗൻ ഹോട്ട് ഡോഗ് തൊണ്ടയിൽ കുടുങ്ങി, ഒരു നോൺ-വീഗൻ ഹോട്ട് ഡോഗ് തൊണ്ടയിൽ കുടുങ്ങി, നിനക്ക് വരാനും, പകരാനും സാധ്യതയുള്ള എല്ലാ അസുഖങ്ങളും... എപ്പോൾ വേണമെങ്കിലും, ഏതു മാർഗ്ഗത്തിലൂടെ വേണമെങ്കിലും നീ മരിച്ചിരിക്കാം."

"അങ്ങനെയെങ്കിൽ, ഏതെങ്കിലും ഒരു പുസ്തകം തുറക്കുന്ന ഉടനെ ഞാൻ മരിച്ചുപോകുമോ?"

"ഇല്ല. ഉടനെ ഇല്ല. വോൾട്ടയറിന്റെ കാര്യത്തിലെന്നപോലെ, ഇവിടെ ലഭിക്കുന്ന ജീവിതങ്ങൾ എന്ന് പറയുന്നത്, വെറും *ജീവിതങ്ങളാണ്*. അതായത്, ആ ജീവിതങ്ങളിൽ നീ മരിക്കുന്നുണ്ടാകാം. പക്ഷെ ആ ജീവിതത്തിലേയ്ക്ക് കടക്കുന്നതിനു മുൻപ് നീ മരിച്ചുപോകില്ല. കാരണം, ഈ മിഡ്നൈറ്റ് ലൈബ്രറി എന്നത് പ്രേതങ്ങളുടേതല്ല. ഇത് ജഡങ്ങളുടെ ഗ്രന്ഥശാലയല്ല. ഇത് സാധ്യതകളുടെ പുസ്തകശാലയാണ്. മരണം എന്നത്, സാധ്യതയുടെ നേർവിപരീതമാണ്. മനസ്സിലായോ?"

"ആണെന്ന് തോന്നുന്നു."

തന്റെ കൈയിലേക്ക് വെച്ചുതന്ന ആ പുസ്തകത്തിലേയ്ക്ക് നോറാ ഉറ്റുനോക്കി. അരണ്ട പച്ചനിറം. മിനുസ്സമായ പുറം ചട്ടയ്ക്കു മേൽ, വലിയ, അലോസരപ്പെടുത്തുന്ന അക്ഷരങ്ങളിൽ വീണ്ടും ഇങ്ങനെ എഴുതിയിരുന്നു : **എന്റെ ജീവിതം.**

അവൾ അത് തുറന്നപ്പോൾ കാലിയായ ഒരു പേജ് കണ്ടു. അതുകൊണ്ടു തന്നെ, എന്താണ് സംഭവിക്കാൻ പോകുന്നത് എന്ന അങ്കലാപ്പോടെ അവൾ അടുത്ത പേജിലേയ്ക്ക് നീങ്ങി. **"നീന്തൽക്കുളത്തിൽ അന്ന് പതിവിലധികം തിരക്കുണ്ടായിരുന്നു...."**

ഒരു ഞൊടികൊണ്ട് അവളവിടെയെത്തി.

തീ

അവൾ ശ്വാസമടക്കിപ്പിച്ചു. ഇന്ദ്രിയങ്ങളൊക്കെ വളരെപ്പെട്ടെന്നായിരുന്നു ഉണർന്നത്. അവിടത്തെ ഒച്ചയും, വെള്ളവും. വായ തുറന്നിരുന്നതു കൊണ്ട് അവൾക്ക് ശ്വാസം മുട്ടി. ഉപ്പുവെള്ളത്തിൽ ചുവയും, കുത്തലും.

വെള്ളത്തിനിടയിലേയ്ക്ക് കൈനീട്ടി കാൽപ്പാദത്തിൽ തൊടാനവൾ ശ്രമിച്ചു. പക്ഷേ നിലതെറ്റി പെട്ടെന്നവൾ ബ്രെസ്റ്റ്-സ്ട്രോക്ക് ചെയ്യുന്ന സ്ഥിതിയിൽ എത്തിച്ചേർന്നു.

അതൊരു നീന്തൽക്കുളമായിരുന്നു എങ്കിലും, അതിൽ നിറയെ ഉപ്പു വെള്ളമായിരുന്നു. ദുറസ്സായ സ്ഥലത്ത്, കടലിനരികിലായിരുന്നു അത്. തീരത്ത് ഉന്തിനിൽക്കുന്ന ഭീമൻ പാറയിൽനിന്നും രൂപപ്പെടുത്തി എടുത്തതാവണം. ശരിക്കുമുള്ള സമുദ്രത്തെ അകലെയല്ലാതെ അവൾക്ക് കാണാമായിരുന്നു. സൂര്യൻ തലയ്ക്ക് മുകളിൽ ജ്വലിച്ചുനിൽക്കുന്നുണ്ടായിരുന്നു. വെള്ളത്തിന് നല്ല തണുപ്പുണ്ടായിരുന്നു. പക്ഷെ അന്തരീക്ഷത്തിലെ ചൂടിനെ വച്ച് നോക്കുമ്പോൾ, ആ തണുപ്പ് എന്തുകൊണ്ടും നല്ലതായി അവൾക്ക് തോന്നി.

പണ്ട് പണ്ട് പണ്ട്, ബെഡ്ഫോർഡ്ഷയറിലെ പതിന്നാലു വയസ്സുള്ള ഏറ്റവും മികച്ച നീന്തൽക്കാരി അവളായിരുന്നു.

ദേശീയ ജൂനിയർ നീന്തൽ ചാമ്പ്യൻഷിപ്പുകളിൽ, അവളുടെ സമപ്രായക്കാരുമൊത്തുള്ള രണ്ടു മത്സരങ്ങൾ അവൾ ജയിച്ചിട്ടുണ്ട്. ഫ്രീസ്റ്റൈൽ 400 മീറ്ററും, ഫ്രീസ്റ്റൈൽ 200 മീറ്ററും. അവളുടെ അച്ഛനായിരുന്നു അവളെ എന്നും നീന്തൽ പരിശീലനത്തിനുവേണ്ടി വണ്ടിയിൽ കൊണ്ടുവന്ന് വിട്ടിരുന്നത്. ചിലപ്പോഴൊക്കെ സ്കൂളിൽ പോകുന്നതിന് മുൻപും, അതിനു ശേഷവും പരിശീലനം ഉണ്ടായിരുന്നു. പക്ഷെ അപ്പോഴാണ് അവളുടെ സഹോദരൻ ഗിറ്റാറിൽ പൊളിച്ചടുക്കി പതുക്കെ നിർവാണ എന്ന ബാൻഡിൽ കയറിക്കൂടിയത്. അവൾക്കാകട്ടെ അതിന്റെ സ്വരക്രമങ്ങളൊക്കെ കീറാമുട്ടികളായിരുന്നു. എന്നിട്ടും നന്നേ ബുദ്ധിമുട്ടി അവളത് പഠിച്ചെടുത്തു. ചോപ്പിൻ സംഗീതം മാത്രമല്ല, 'ലെറ്റ് ഇറ്റ് ബി' യും, 'റെയ്നി ഡേയ്സ് ആൻഡ് മൺഡേ'യ്സും പോലുള്ള മഹത്തായ ഗാനങ്ങൾ പോലും വായിക്കാൻ അവൾ സ്വയം പഠിച്ചെടുത്തു. ദി ലാബിറിന്ത്സ് എന്ന സംഘം സഹോദ

രന്റെ വിദൂരസ്വപ്നങ്ങളിൽപ്പോലും ഇല്ലാതിരുന്ന കാലത്തുപോലും ഞാൻ സ്വന്തമായി ഈണങ്ങൾ ചിട്ടപ്പെടുത്തിയിരുന്നു.

പക്ഷെ അപ്പോഴും അവൾ നീന്തലിനെ പൂർണ്ണമായും വിട്ടുകളഞ്ഞിരുന്നില്ല. അതിനെ ചുറ്റിപ്പറ്റിയുള്ള സമ്മർദ്ദത്തിൽ നിന്നും അകന്നു എന്നേ ഉണ്ടായിരുന്നുള്ളൂ.

അവൾ നീന്തൽക്കുളത്തിന്റെ വശത്തെത്തി. ഒന്നു നിന്ന ശേഷം അവൾ ചുറ്റും കണ്ണോടിച്ചു. ഒരൽപം അകലെ, താഴെയായി അവൾക്ക് ബീച്ച് കാണാമായിരുന്നു. തന്റെ മണൽത്തരികളിൽ വന്നു വീഴുന്ന തിരമാലകളെ പുണരാൻ കൈവിടർത്തി നിൽക്കുന്നതുപോലെ, തീരം അർദ്ധവൃത്താകൃതിയിൽ വളഞ്ഞു കിടന്നു. കുറച്ചപ്പുറത്ത്, തീരത്തായി ഒരു പുൽത്തകിടി പോലെ തോന്നിച്ചു. പട്ടിയെ നടത്താൻ കൊണ്ടുവരുന്നവരും, പനമരങ്ങളും നിറഞ്ഞ ഒരു പാർക്കായിരുന്നു അത്.

അതിനപ്പുറം, വീടുകളും, പൊക്കം കുറഞ്ഞ അപ്പാർട്ട്മെന്റുകളും, നിരത്തിലൂടെ അനുസ്യൂതം ഒഴുകുന്ന വണ്ടികളും. ബൈറൺ ബേയുടെ ചിത്രങ്ങൾ അവൾ മുൻപ് കണ്ടിട്ടുണ്ട്. ഇത് ബൈറൺ ബേയാണെന്ന് തോന്നുന്നില്ല. ഇത് ഏത് സ്ഥലമാണെങ്കിലും, കുറച്ചു നന്നായി നിർമ്മിച്ചിട്ടുള്ള ഒരിടമാണ്. സമുദ്രത്തിനോട് ചേർന്ന്, എന്നാൽ നാഗരികമായ ഒരു സ്ഥലം.

തിരികെ കുളത്തിലേയ്ക്ക് ശ്രദ്ധ തിരിക്കുമ്പോഴാണ്, നീന്തൽക്കണ്ണട ഉറപ്പിച്ചുവയ്ക്കുന്നതിനിടയിൽ തന്നെ നോക്കി ചിരിക്കുന്ന ഒരാളെ അവൾ കണ്ടത്. അവൾക്ക് ഈ മനുഷ്യനെ അറിയാമായിരിക്കുമോ? ഇത്തരമൊരു പുഞ്ചിരിയെ ഈ ജീവിതത്തിൽ അവൾക്ക് അഭിമുഖീകരിക്കേണ്ടതായുണ്ടോ? അവൾക്കൊരു രൂപവും ഉണ്ടായിരുന്നില്ല. അതുകൊണ്ടുതന്നെ, ഉള്ളതിൽ വച്ച് ഏറ്റവും വിനീതമായ ഒരു പുഞ്ചിരി അവൾ തിരികെ നൽകി. പരിചിതമല്ലാത്ത ഏതോ നാട്ടിലെ കറൻസി നോട്ടുകളുമായി നിൽക്കവേ, എത്ര രൂപ ടിപ്പായി നൽകണം എന്നറിയാതെ കുഴങ്ങുന്ന ഒരു സഞ്ചാരിയെപ്പോലെയായിരുന്നു അവളപ്പോൾ.

അപ്പോഴാണ് അവൾക്ക് നേരെ നീന്തിവന്ന, നീന്തൽതൊപ്പിയിട്ട മുതിർന്ന ഒരു സ്ത്രീ അവളെ നോക്കി ചിരിച്ചത്.

"സുപ്രഭാതം നോറാ," നീന്തൽ നിർത്താതെ അവർ പറഞ്ഞു.

നോറാ അവിടുത്തെ ഒരു പതിവുകാരിയാണ് എന്ന് സൂചിപ്പിക്കുന്ന ഒന്നായിരുന്നു അത്.

"സുപ്രഭാതം," നോറാ പറഞ്ഞു.

അനാവശ്യമായ സംഭാഷണങ്ങൾ ഒഴിവാക്കുന്നതിനായി അവൾ കടലിലേയ്ക്ക് നോക്കിനിന്നു. ഇന്ദ്രനീല നിറത്തിലുള്ള തിരമാലകൾക്കൊരു സലാം പറയാനായി, തങ്ങളുടെ സർഫിങ് ബോർഡുകളിൽ നീന്തിപ്പോകുന്ന ഒരു പറ്റം ആളുകളുടെ കുഞ്ഞൻ രൂപങ്ങൾ.

അവളുടെ ഓസ്ട്രേലിയൻ ജീവിതത്തിന് മികച്ചൊരു തുടക്കമായിരുന്നു അത്. അവൾ വാച്ചിലേയ്ക്ക് നോക്കി. അത്ര വിലയൊന്നുമില്ലാത്ത, കടും ഓറഞ്ചു നിറത്തിലെ ഒരു കാസിയോ വാച്ചായിരുന്നു അത്. കാണുമ്പോൾ

സന്തോഷം തോന്നുന്ന ആ വാച്ച്, സന്തോഷമുള്ള ഒരു ജീവിതത്തിനെക്കുറിച്ചുള്ള സൂചനയാണെന്നവൾ പ്രത്യാശിച്ചു. സമയം രാവിലെ ഒൻപതുമണി കഴിഞ്ഞിട്ടേ ഉണ്ടായിരുന്നുള്ളൂ. കൈത്തണ്ടയിൽ വാച്ചിനൊപ്പം, ഒരു താക്കോൽ കൊരുത്തിട്ട പ്ലാസ്റ്റിക്കിന്റെ ഒരു വളയമുണ്ടായിരുന്നു.

അപ്പൊ ഇതാണ് ഇവളുടെ ഇവിടുത്തെ പ്രഭാതചര്യ. ബീച്ചിനോടു ചേർന്ന്, തുറസ്സായ സ്ഥലത്തുള്ള ഒരു നീന്തൽക്കുളം. ഇവിടെ താൻ തനിച്ചാണോ വന്നിരിക്കുന്നത് എന്നവൾ സംശയിച്ചു. ഇസ്സി എവിടെയെങ്കിലും ഉണ്ടോയെന്നറിയാൻ അവൾ പ്രതീക്ഷയോടെ പരിസരം വീക്ഷിച്ചു. പക്ഷെ അവളെ കണ്ടില്ല.

അവൾ കുറച്ചു നേരം കൂടെ നീന്തി.

നീന്തുമ്പോൾ അവൾക്കേറ്റവും ഇഷ്ടപ്പെട്ട ഒന്ന്, അതിനോടൊപ്പം ചിലവയൊക്കെ അപ്രത്യക്ഷമാകുന്നു എന്നതാണ്. വെള്ളത്തിലായിരിക്കുമ്പോൾ, മറ്റൊന്നിലേയ്ക്കും ശ്രദ്ധ മാറാതെ, പരിപൂർണ്ണമായും അതിൽത്തന്നെ ശ്രദ്ധ ചെലുത്താൻ അവൾക്ക് കഴിഞ്ഞിരുന്നു. സ്‌കൂളിനെക്കുറിച്ചോ, ഗൃഹപാഠങ്ങളെക്കുറിച്ചോ ഉള്ള വേവലാതികളെല്ലാം അപ്രത്യക്ഷമാകുമായിരുന്നു. നീന്തൽ എന്ന കല – മറ്റേതൊരു കലയെയും പോലെ – പരിശുദ്ധമായിരുന്നു. ആ ഒരു പ്രവർത്തിയിൽ എത്രത്തോളം മുഴുകുന്നുവോ, അത്രത്തോളം മറ്റുള്ളവയിൽ നിന്നും ശ്രദ്ധ മാറ്റിനിർത്താമായിരുന്നു. നിങ്ങൾ സ്വയം ഇല്ലാതാവുകയും, ചെയ്തുകൊണ്ടിരിക്കുന്ന പ്രവർത്തിയായി പരിണമിക്കുകയും ചെയ്യുന്നു.

ശ്രദ്ധ ചെലുത്താൻ ബുദ്ധിമുട്ടായപ്പോഴാണ്, കൈകളും നെഞ്ചും കഴയ്ക്കുന്ന എന്ന് നോറാ മനസ്സിലാക്കിയത്. താൻ ഒരുപാട് നേരം നീന്തിയിട്ടുണ്ടാവുമെന്നും, അങ്ങനെയെങ്കിൽ കുളത്തിൽ നിന്നും കയറാനുള്ള നേരമായിട്ടുണ്ടാവുമെന്നും അവൾ ഊഹിച്ചു. അവളൊരു സൈൻബോർഡ് കണ്ടു. *ബ്രോണ്ടീ ബീച്ച് സ്വിമ്മിങ് പൂൾ.* പഠനത്തിനിടയിൽ കിട്ടിയ ഒരു വർഷത്തെ ഇടവേളസമയത്ത് ഡാൻ ഈ സ്ഥലത്തിനെക്കുറിച്ചു പറഞ്ഞത് അവൾ അവ്യക്തമായി ഓർത്തു. ബ്രോണ്ടീ ബീച്ച് എന്നത് ഓർക്കാൻ എളുപ്പമുള്ള പേരായിരുന്നത് കൊണ്ടാണ് എളുപ്പം പിടികിട്ടിയത്. സർഫ് ബോർഡിൽ നീന്തിക്കളിക്കുന്ന ജെയ്ൻ അയറിനെ ഓർത്താൽ മതി.

പക്ഷെ അവൾക്ക് തോന്നിയ സംശയം സ്ഥിരീകരിക്കപ്പെടുകയായിരുന്നു.

ബ്രോണ്ടീ ബീച്ച് സിഡ്നിയിലാണ്. അതൊരിക്കലും ബൈറൺ ബേയുടെ ഭാഗമാകില്ല.

അപ്പോൾ രണ്ടുകാര്യങ്ങൾക്കാണ് സാധ്യത. ഒന്നുകിൽ, ഈ ജീവിതത്തിലുള്ള ഇസ്സി ബൈറൺ ബേയിൽ അല്ല താമസിക്കുന്നത്. അല്ലെങ്കിലൊരുപക്ഷേ, നോറയും ഇസ്സിയും ഒന്നിച്ചല്ല ഉള്ളത്.

ദേഹം മുഴുവൻ വെയിലുകൊണ്ട് ഇളം ബ്രൗൺ നിറമായിരുന്നു എന്നത് അവൾ ശ്രദ്ധിച്ചു.

അല്ല, സ്വന്തം വസ്തുങ്ങൾ എവിടെയായിരിക്കും എന്നത് അവൾക്കറിയാൻ സാധ്യതയൊന്നും ഏതായാലും ഇല്ല. പക്ഷെ കൈയിൽ കിടക്കുന്ന, ഒരു താക്കോൽ തൂക്കിയിട്ടിരിക്കുന്ന പ്ലാസ്റ്റിക് വളയം അവളപ്പോൾ ഓർത്തു.

57 അവളുടെ ലോക്കറിന്റെ നമ്പർ ആയിരുന്നു. അവൾ വസ്ത്രം മാറുന്ന സ്ഥലം കണ്ടെത്തി, തന്റെ ചെറിയ, ചതുരാകൃതിയിലുള്ള ലോക്കർ തുറന്നു. ഈ ജന്മത്തിലെ തന്റെ വസ്തുങ്ങളും, വാച്ചുകളുമെല്ലാം വർണ്ണശബളമാണെന്ന് അവൾ തിരിച്ചറിഞ്ഞു. പൈനാപ്പിൾച്ചിത്രമുള്ള ഒരു ടീഷർട്ട് ആയിരുന്നു അവളുടേത്. സമൃദ്ധിയുടെ പ്രതീകം പോലെ നിറഞ്ഞു നിന്ന പൈനാപ്പിളുകൾ. പിങ്കും പർപ്പിളും ഇടകലർന്ന, ഡെനിമിന്റെ ഷോർട്സ്. അൽപം മടമ്പ് പൊങ്ങിയ, ചെക്ക് ഡിസൈൻ ഉള്ള ചെരുപ്പ്.

എന്താണാവോ എന്റെ വേഷം? അവൾ അന്തിച്ചു. *ഇനി വല്ല കുട്ടികളുടെ ടിവി പരിപാടിയുടെയും അവതാരകയോ മറ്റോ ആയിരിക്കുമോ ആവോ?*

ലോക്കറിനുള്ളിൽ, ചെമ്പരത്തിമണമുള്ള ലിപ്പ് ബാമും, സൺസ്ക്രീൻ ലോഷനും ഉണ്ടായിരുന്നു. മറ്റ് പറയത്തക്ക മേക്കപ്പ് വസ്തുക്കളൊന്നും അവിടെ ഉണ്ടായിരുന്നില്ല.

ടീഷർട്ട് ധരിക്കുമ്പോഴാണ് കൈയിൽ ചില അടയാളങ്ങൾ അവൾ ശ്രദ്ധിച്ചത്. എന്തിന്റെയോ വടുക്കൾ. ഒരുപക്ഷെ സ്വയം വേദനിപ്പിച്ചതിന്റെ അടയാളങ്ങളാവുമോ അവയൊക്കെ എന്ന് ഒരുനിമിഷം അവളൊന്നു സംശയിച്ചു. തോളിന് തൊട്ടു താഴെയായി പച്ചകുത്തിയിരുന്നു. തീജ്വാലയിൽ നിന്നും ഉയർന്നുവരുന്ന ഫീനിക്സ് പറവ. കണ്ടാൽ സഹിക്കുല്ല; അത്ര മോശം. ഈ ജീവിതത്തിൽ, യാതൊരു അഭിരുചിയും തനിക്കില്ല എന്ന സത്യം അവൾ തിരിച്ചറിഞ്ഞു. പക്ഷെ എപ്പോൾ മുതലാണ് താൽപര്യങ്ങളും സന്തോഷവും പരസ്പരപൂരകങ്ങളാവാൻ തുടങ്ങിയത്?

വസ്ത്രം ധരിച്ച ശേഷം അവൾ ഷോർട്ട്സിന്റെ പോക്കറ്റിൽ നിന്നും ഒരു ഫോൺ പുറത്തെടുത്തു. പബ്ബിലെ-ഭാര്യ എന്ന ജീവിതത്തിൽ ഉണ്ടായിരുന്നതിനേക്കാൾ പഴയ മോഡലിലുള്ള ഒരു ഫോണായിരുന്നു ഇത്. ഭാഗ്യത്തിന്, വിരലടയാളം വച്ചപ്പോൾ അത് തുറന്നു.

അവൾ അവിടെനിന്നുമിറങ്ങി, കടൽത്തീരത്തിനു സമീപമുള്ള വഴിയിലൂടെ നടക്കാൻ തുടങ്ങി. ഇളംചൂടുള്ള ഒരു പകലായിരുന്നു അത്. ഒരുപക്ഷെ ഏപ്രിലിൽ, ആത്മവിശ്വാസത്തോടെ തിളങ്ങുന്ന സൂര്യന്റെ സാന്നിധ്യമുള്ളപ്പോൾ, ജീവിതം സ്വയമേവ മെച്ചപ്പെടുന്നതാവാം. ഇംഗ്ലണ്ടിനേക്കാൾ നിറപ്പകിട്ടും, വൈവിധ്യവും, സചേതനത്വവും ഇവിടെയുണ്ടെന്ന് തോന്നി.

അവൾ ഒരു തത്തയെ കണ്ടു – ആകാശനീലയും, കടും മഞ്ഞയും നിറങ്ങൾ ചേർന്ന ഒരു മക്കാവു – ഒരു ബെഞ്ചിനു മുകളിൽ ഇരിക്കുകയായിരുന്നു അത്. സമീപത്തു നിന്ന ചില സഞ്ചാരികൾ അവയുടെ ചിത്രമെടുക്കുന്നുണ്ടായിരുന്നു. സർഫിങ് ചെയ്യുന്നവരെപ്പോലെ തോന്നിക്കുന്ന ഒരാൾ,

തന്റെ ഓറഞ്ചു സ്മൂത്തിയുമായി, സൈക്കിളിൽ അവളെ കടന്നുപോയി. അയാൾ ചിരിച്ചുകൊണ്ട് ശരിക്കും പറഞ്ഞു "നല്ല ദിനം നേരുന്നു."

എന്തായാലും ഇത് ബെഡ്ഫോർഡ് അല്ലെന്ന് ഉറപ്പായി.

തന്റെ മുഖത്ത് എന്തോ ഒരു മാറ്റം സംഭവിക്കുന്നത് നോറാ തിരിച്ചറിഞ്ഞു. അവൾക്ക്... അവൾ... *പുഞ്ചിരിക്കുന്നു.* ഇത് സത്യം തന്നെയാണോ? ആരും നിർബന്ധിച്ചിട്ടല്ലാതെ, തികച്ചും നൈസർഗ്ഗികമായ ഒരു പുഞ്ചിരി.

പൊക്കം കുറഞ്ഞ ഒരു ചുവരിൽ 'ലോകത്തിന് തീപിടിക്കുന്നു' എന്നും, കുറച്ചപ്പുറത്തായി 'ഒരു ഭ്രമി – ഒരേയൊരവസരം' എന്നും കലാപരമായി എഴുതി വച്ചിരിക്കുന്നത് അവളുടെ ശ്രദ്ധയിൽപ്പെട്ടത്. അവളുടെ പുഞ്ചിരി മാഞ്ഞു. എന്തായാലും, വ്യത്യസ്തമായ ഒരു ജീവിതം എന്നതിന്റെ അർത്ഥം, വ്യത്യസ്തമായ ഒരു ഗ്രഹം എന്നാവണമെന്നില്ല.

അവളെവിടെയാണ് താമസിച്ചിരുന്നത് എന്നോ, എന്താണ് ചെയ്തിരുന്നത് എന്നോ, നീന്തൽക്കുളത്തിൽ നിന്നും ഇറങ്ങി എങ്ങോട്ടാണ് പോകേണ്ടതെന്നോ അവൾക്ക് യാതൊരു ബോധവും ഉണ്ടായിരുന്നില്ല. പക്ഷെ അതിലൊക്കെയും എന്തോ ഒരു സ്വാതന്ത്ര്യം ഒളിഞ്ഞിരിക്കുന്നുണ്ടായിരുന്നു. ആരുടേയും പ്രതീക്ഷയ്ക്കൊത്തു ജീവിക്കേണ്ടല്ലോ; സ്വന്തം പ്രതീക്ഷയ്ക്കൊത്തു പോലും. നടന്നുകൊണ്ടിരിക്കുമ്പോൾ അവൾ ഗൂഗിൾ എടുത്ത്, തന്റെ പേരിനൊപ്പം 'സിഡ്നി' എന്നുകൂടി ടൈപ്പ് ചെയ്തു നോക്കി – എന്തെങ്കിലും ആശയ്ക്ക് വകയുണ്ടോയെന്ന്.

കിട്ടിയ വിവരങ്ങളിലൂടെ കണ്ണോടിയ്ക്കുന്നതിന് മുൻപ്, തലയൊന്നുയർത്തിയപ്പോൾ, അതേ വഴിയിലൂടെ ചിരിച്ചുകൊണ്ടു നടന്നുവരുന്ന ഒരു മനുഷ്യനെ അവൾ കണ്ടു. പൊക്കം കുറഞ്ഞ, വെയിൽ തട്ടി നിറം കറുത്ത, കരുണാമയമായ കണ്ണുകളുള്ള ഒരു മനുഷ്യൻ. നീണ്ടു, കനം കുറഞ്ഞ മുടി, പിന്നിൽ അയച്ചു കെട്ടി വച്ചിരുന്നു. അയാൾ, തന്റെ ഷർട്ടിന്റെ ബട്ടൺസുകൾ നേരെ ഇട്ടിരുന്നില്ല.

"ഹായ് നോറാ."

"ഹായ്," തന്റെ സംഭ്രമത്തെ പുറത്തു കാട്ടാതെ അവൾ പറഞ്ഞു.

"നീയിന്ന് എത്ര മണിക്കാണ് തുടങ്ങിയത്?"

അവളതിന് എങ്ങനെ മറുപടി പറയാനാണ്? "ങാ... അത്... കുന്തം... ഞാനത് മറന്നുപോയി കേട്ടോ."

ഈ മറവി അവളുടെ ഒരു സ്ഥിരം സംഭവമാണെന്ന മട്ടിൽ, അതിനെ മനസ്സിലാക്കിയിട്ടെന്നോണം, അയാൾ ചിരിച്ചു.

"ഞാൻ ആ പേരുകൾ എഴുതിയിരിക്കുന്ന പട്ടികയിൽ കണ്ടു. പതിനൊന്നാണെന്ന് തോന്നുന്നു."

"രാവിലെ പതിനൊന്നു മണിക്കോ?"

ആ കരുണാമയൻ വീണ്ടും ചിരിച്ചു. "നീ എന്തുവാ വലിച്ചത്? കുറച്ച് എനിക്കുംകൂടി താ."

"ഏയ് ഒന്നുമില്ല. ഞാനൊന്നും വലിച്ചതൊന്നുമില്ല. ഞാൻ രാവിലെ ഒരാത്തൽ കഴിച്ചില്ല," അവൾ പെട്ടെന്നു പറഞ്ഞു.

“എന്നാൽ ശരി. പിന്നെ കാണാം. അർവോ...”

“അതെയതെ അവിടെത്തന്നെ. ആ സ്ഥലത്തു. അത് എവിടെയാന്നാ പറഞ്ഞത്?”

അയാൾ നെറ്റി ചുളിച്ച് ചിരിച്ചുകൊണ്ട് നടത്തം തുടർന്നു. ചിലപ്പോൾ സിഡ്നിയിൽ പ്രവർത്തിക്കുന്ന, തിമിംഗലങ്ങളെ നിരീക്ഷിക്കുന്ന ഏതെങ്കിലും നൗകയിലായിരിക്കും അവൾ ജോലി ചെയ്യുന്നത്. ചിലപ്പോൾ ഇസ്സിയും അവിടെയായിരിക്കും.

അവൾ (അഥവാ അവർ) എവിടെയാണ് താമസിക്കുനന്ത് എന്ന് അവൾക്കൊരു പിടിയും കിട്ടിയില്ല. ഗൂഗിളിൽ നിന്നും പ്രത്യേകിച്ചൊന്നും കിട്ടിയില്ല. പക്ഷെ സമുദ്രത്തിനെതിർവശത്തേയ്ക്കുള്ളതായിരിക്കണം ശരിയായ വഴി. ചിലപ്പോൾ അവൾ അവിടത്തുകാരിയായിരിക്കും. ചിലപ്പോൾ അവൾ അതുവഴി നടന്നു വന്നതാവാം. ചിലപ്പോൾ കുളത്തിനടുത്തുള്ള കഫേയ്ക്കു മുന്നിൽ പൂട്ടിവച്ചിരുന്ന സൈക്കിളുകളിൽ ഒന്ന് അവളുടേതാവാം. അവളുടെ ചെറിയ പഴ്സിനുള്ളിലും പോക്കറ്റിനുള്ളിലും ഒരു താക്കോലുണ്ടോ എന്ന് അവൾ അരിച്ചുപെറുക്കി നോക്കി. അതിൽ കാറിന്റെയോ, സൈക്കിളിന്റെയോ ഒന്നും ഒരു താക്കോലും ഉണ്ടായിരുന്നില്ല. ആകെയുണ്ടായിരുന്നത് വീടിന്റെ താക്കോൽ മാത്രമാണ്. അതിലാണെങ്കിൽ യാതൊരു വിവരവും ഉണ്ടായിരുന്നില്ല. അവൾ നടന്നോ ബസ്സിലോ ആയിരിക്കണം അവിടെ വന്നിട്ടുണ്ടാവുക. ഒരു ബെഞ്ചിൽ, സൂര്യനു പുറംതിരിഞ്ഞ് ഇരുന്നുകൊണ്ട് അവൾ ആ ഫോണിലെ മെസ്സേജുകൾ എടുത്തുനോക്കാൻ തുടങ്ങി. സൂര്യരശ്മികൾ, അവളുടെ മുതുകിലും, പിൻകഴുത്തിലും ആഞ്ഞുപതിക്കുന്നുണ്ടായിരുന്നു.

അവൾക്കറിഞ്ഞുകൂടാത്ത ഏതൊക്കെയോ പേരുകൾ അതിലുണ്ടായിരുന്നു.

എയ്മി. റോധ്രി. ബെല്ല. ലൂസി പി. കെമല. ലൂക്ക്. ലൂസി എം.

ഇവരൊക്കെ ആരാണാവോ?

ഒപ്പം, പ്രത്യേകിച്ച് ഒരുപകാരവുമില്ലാത്ത, വെറുതെ ‘വർക്ക്’ എന്ന് വച്ചിരുന്ന ഒരു നമ്പറുണ്ടായിരുന്നു. ആ ‘വർക്കി’ൽ നിന്നും, ഒരേയൊരു സന്ദേശമേ അടുത്തിടെ വന്നിട്ടുള്ളൂ : *ഇതെവിടെയാണ്?*

അതിൽ ഒരു പേര് അവൾ തിരിച്ചറിഞ്ഞു.

ഡാൻ.

അവനയച്ച ഏറ്റവുമൊടുവിലെ സന്ദേശം തുറക്കുമ്പോൾ അവളുടെ ഹൃദയം നിർത്താതെ മിടിച്ചു.

ഹേയ് നോർ! ആസ്ട്രേലിയയിൽ നിനക്ക് സുഖമാണെന്ന് വിശ്വസിക്കുന്നു. ഞാനീ പറയാൻ പോകുന്നത് ഒരൽപം പഴഞ്ചനാണെന്നോ ആവശ്യമില്ലാത്തതാണെന്നോ ഒക്കെ നിനക്ക് ചിലപ്പോ തോന്നുമായിരിക്കും. പക്ഷെ എന്നാലും, എല്ലാ ധൈര്യവും സംഭരിച്ച് ഞാനങ്ങു പറയാൻ പോകുവാ. കഴിഞ്ഞൊരു ദിവസം നമ്മുടെയാ

പബ്ലിനെക്കുറിച്ച് ഞാൻ സ്വപ്നം കണ്ടു. നല്ലൊരു സ്വപ്നം. നമുക്കെന്തൊരു സന്തോഷമായിരുന്നു അതിൽ! അതുപോട്ടെ. ഒരു വട്ട്. അങ്ങനെ കരുതി മറന്നേക്ക്. ഞാൻ പറയാൻ വന്നത് എന്താണെന്ന് വെച്ചാൽ : ഈ വരുന്ന മെയ് മാസത്തിൽ ഞാൻ എവിടെയായിരിക്കും എന്ന് നിനക്കറിയാമോ? ഓസ്ട്രേലിയയിൽ. ഒരു പത്തുകൊല്ലമെങ്കിലും ആയിട്ടുണ്ടാകും അവിടെപ്പോയിട്ട്. ഞാൻ ജോലിയുടെ ഒരു കാര്യത്തിനായിട്ടാണ് വരുന്നത്. ഞാൻ എംസിഎ യിലാണ് ജോലി ചെയ്യുന്നത്. നിന്നെ ഒന്ന് കാണാൻ പറ്റിയാൽ ഒത്തിരി സന്തോഷമാകും. പറ്റിയാൽ, വിരോധമില്ലെങ്കിൽ, നമുക്ക് ഒരു കോഫി കുടിക്കാൻ പോകാം. ഡി എക്സ്

അവൾക്കത് വായിച്ചപ്പോൾ ചിരി വന്നു. പക്ഷെ ചിരിക്കുന്നതിനു പകരം, അവൾക്ക് ചുമയ്ക്കുകയാണ് ചെയ്തത്. (ഒരുപക്ഷെ ഈ ജീവിതത്തിന് ഞാൻ അത്രയ്ക്ക് ചേർന്ന ഒരാളായിരിക്കില്ല, എന്നാണ് അവളുടെ മനസ്സിലൂടെ അപ്പോൾ പോയത്). കൈയിൽ കിട്ടിക്കഴിയുമ്പോൾ പ്രിയം നഷ്ടപ്പെടുന്നവയെ സ്വപ്നം കൊണ്ടുനടക്കുന്ന എത്ര ഡാൻമാർ ഉണ്ടാവും ഈ ലോകത്ത് എന്നവൾ അത്ഭുതപ്പെട്ടു. സന്തോഷത്തെക്കുറിച്ച് അവർക്കുള്ള കപടമായ ഈ ആശയത്തിലേയ്ക്ക് എത്ര പേരെ അവർ തള്ളിയിടുന്നുണ്ടാവും?

അവൾക്ക് അതിലുണ്ടായിരുന്ന ഒരേയൊരു സാമൂഹ്യമാധ്യമം ഇൻസ്റ്റാഗ്രാം ആയിരുന്നു. അതിലാണെങ്കിൽ, കവിതകൾ അടങ്ങിയ ചിത്രങ്ങൾ മാത്രമേ അവൾ പോസ്റ്റ് ചെയ്തിട്ടുള്ളൂ.

അവൾ അതിലൊരെണ്ണം വായിക്കാനെടുത്തു :

തീ

അവളുടെ ഓരോ ഭാഗവും
അത് ചുരണ്ടിമാറ്റി കളഞ്ഞുകുളിച്ചു
സ്കൂൾ മുറ്റത്തെ ചിരി കാരണം
അല്ലെങ്കിൽ മുതിർന്നവരുടെ ഉപദേശം മൂലം
ആ കാലം കഴിഞ്ഞുപോയി -
ഒപ്പം സുഹൃത്തുക്കളുടെ വേദനയും
ഇതിനകം മരിച്ചു.
അവൾ ആ കഷണങ്ങൾ
തറയിൽ നിന്ന് പറക്കിയെടുത്തു
മരത്തടികൾ പോലെ.
അവൾ അവയെ ഇന്ധനമാക്കി.
തീയിലേക്ക്.
ഒപ്പം കത്തിച്ചു.
എന്നെന്നേക്കുമായി കാണാൻ
ഇത്രയും വെളിച്ചം ധാരാമായിരുന്നു.

വല്ലാതെ അസ്വസ്ഥതപ്പെടുത്തുന്ന ഒന്നായിരുന്നു അത്. പക്ഷെ, എന്നിരിക്കിലും, അത് വെറുമൊരു കവിത മാത്രമാണ്. ഈമെയിലുകളിലൂടെ കണ്ണോടിക്കുമ്പോൾ, അവൾ ഷാർലറ്റിന് അയച്ച ഒരു മെയിൽ കണ്ടു. നോറാ സ്റ്റിംഗ് തിയറിയിൽ ജോലി ചെയ്യുമ്പോൾ, അവിടെ അവൾക്കുണ്ടായിരുന്ന ഒരേയൊരു സുഹൃത്തായിരുന്നു ഷാർലറ്റ്. കെയ്‌ലി ഗണത്തിലുള്ള ബാൻഡിലെ പുല്ലാങ്കുഴൽ വിദഗ്ധയായ അവർ, പിന്നീട് സ്കോട്ട്ലാൻഡിലേയ്ക്ക് മടങ്ങിപ്പോയി.

ഹലോ ചാൾ!

അവിടെ നിനക്ക് സുഖമാണെന്ന് കരുതുന്നു.

പിറന്നാൾ ആഘോഷങ്ങൾ നന്നായി നടന്നു എന്നറിഞ്ഞതിൽ വളരെ സന്തോഷമുണ്ട്. ക്ഷമിക്കണം, എനിക്ക് വരാൻ കഴിഞ്ഞില്ല. ഇവിടെ, പ്രസന്നമായ സിഡ്നിയിൽ എല്ലാം നന്നായി പോകുന്നു. ഒടുവിൽ, താമസിക്കാൻ ഒരു പുതിയ സ്ഥലം കണ്ടുപിടിച്ചു. ബ്രോണ്ടി ബീച്ചിന്റെ (സുന്ദരമായ സ്ഥലമാണിത്) തൊട്ടടുത്താണിത്. ചുറ്റിലും ഒരുപാട് കഫേകളും ഒക്കെയുണ്ട്. എനിക്ക് ഒരു പുതിയ ജോലിയും കിട്ടി.

എന്നും രാവിലെ ഞാനിവിടെയുള്ള ഉപ്പുവെള്ളം നിറഞ്ഞ നീന്തൽക്കുളത്തിൽ നീന്താൻ പോകും. വൈകുന്നേരങ്ങളിൽ, വെയിൽ കായാനിരിക്കുമ്പോൾ, ഒരു ഗ്ലാസ്സ് ഓസ്ട്രേലിയൻ വൈനും കഴിക്കും. ജീവിതം നന്നായി പോകുന്നു!

ഇതാണ് എന്റെ മേൽവിലാസം:
2/29, ഡാർലിംഗ് സ്ട്രീറ്റ്,
ബ്രോണ്ടി
എൻ എസ് ഡബ്ള്യൂ 2024
ഓസ്ട്രേലിയ

നോറാ എക്സ്

എന്തോ ഒരു അപാകത. പണ്ടെന്നോ നഷ്ടപ്പെട്ട ഒരു അമ്മായിയ്ക്ക് കത്തെഴുതുന്നത് പോലെ, അവ്യക്തമായ ലേശം പൊങ്ങച്ചമുള്ള ഒരു ശൈലി. *ഒരുപാട് കഫേകളൊക്കെയുണ്ട്* എഴുതിയിരിക്കുന്നത് വായിച്ചാൽ, ഒരു ട്രിപ്പ് അഡ്വൈസർ നിരൂപണം പോലെയുണ്ട്. അവൾ അങ്ങനെയൊന്നും ഷാർലറ്റിനോട് സംസാരിച്ചിട്ടില്ല – ആരോടും തന്നെ അങ്ങനെ ഉണ്ടായിട്ടില്ല.

മാത്രവുമല്ല, അതിൽ ഇസ്സിയെക്കുറിച്ച് ഒരക്ഷരം പോലും എഴുതിയിട്ടില്ല. *ഒടുവിൽ, താമസിക്കാൻ ഒരു പുതിയ സ്ഥലം കണ്ടുപിടിച്ചു.* അത് ആര് കണ്ടുപിടിച്ചു – ഞാനോ അതോ ഞങ്ങളോ? ഷാർലറ്റിന് ഇസ്സിയെ അറിയാം. എന്നിട്ടും, എന്താ അവളെക്കുറിച്ച് ഒന്നും എഴുതാഞ്ഞത്?

അവൾ ഉടനെ തന്നെ അത് കണ്ടെത്തും. ഇരുപത് നിമിഷങ്ങൾക്ക് ശേഷം, അവൾ തന്റെ വീടിന്റെ വരാന്തയിൽ എത്തിപ്പെട്ടു. നാല് ദിവസത്തെ മാലിന്യം അവൾക്ക് മുന്നിൽ ഇരിക്കുന്നുണ്ടായിരുന്നു. സ്വീകരണമുറി ചെറുതും ഉത്സാഹമറ്റതുമായിരുന്നു. സോഫയാകട്ടെ പരിതാപകരമായ അവസ്ഥയിലുള്ള പഴയ ഒന്നായിരുന്നു. ചെറിയൊരു പൂപ്പൽ മണം അവിടെ തങ്ങിനിൽക്കുന്നുണ്ടായിരുന്നു.

ചുവരിൽ, *ഏഞ്ചൽ* എന്ന വീഡിയോ ഗെയിമിന്റെ ഒരു പോസ്റ്റർ ഉണ്ടായിരുന്നു. കോഫി ടേബിളിനു മുകളിൽ, മറുവാനാ ഇലയുടെ സ്റ്റിക്കർ പതിപ്പിച്ച ഒരു വേപ് പെൻ കിടന്നിരുന്നു. ചുവരിൽ പതിഞ്ഞ ഗെയിം സ്ക്രീനിൽ കണ്ണുനട്ട്, അതിലെ വേതാളങ്ങളെ കൊന്നുതള്ളിക്കൊണ്ട്, ഒരു സ്ത്രീ അവിടെ ഇരിക്കുന്നുണ്ടായിരുന്നു.

അവർക്ക് നീളം കുറഞ്ഞ നീല മുടിയായിരുന്നു. അത് ഇസ്സി ആയിരിക്കുമോ എന്ന് ഒരു നിമിഷം അവളൊന്ന് സംശയിച്ചു.

"ഹായ്," നോറാ പറഞ്ഞു.

ആ സ്ത്രീ തിരിഞ്ഞുനോക്കി. അത് ഇസ്സി ആയിരുന്നില്ല. അവരുടെ കണ്ണുകളിൽ ഉറക്കം ഉറഞ്ഞുകൂടി കിടക്കുന്നുണ്ടായിരുന്നു. അവർ കൊന്നുതള്ളിയ വേതാളങ്ങളിൽ ഒന്ന് അവരുടെ ദേഹത്ത് കയറിക്കൂടിയ പോലെ, ശൂന്യമായ ഒരു ഭാവമായിരുന്നു അവരുടെ മുഖത്തിന്. ചിലപ്പോൾ ഒരു പക്ഷെ അവരൊരു മര്യാദക്കാരിയായ, നല്ല വ്യക്തി ആയിരിക്കാം. പക്ഷെ എന്തായാലും നോറ ഇതുവരെ അവരെ കണ്ടിട്ടില്ല എന്നുറപ്പാണ്. അവൾ ചിരിച്ചു.

"ആ പുതിയ കവിത എവിടം വരെയെത്തി?"

"ങാ, ഉവ്വുവ്, നല്ല പുരോഗമനമുണ്ട്."

മന്ത്രിച്ചുവിട്ട ഒരു കോഴിയെപ്പോലെ നോറാ ആ ഫ്ലാറ്റിലൂടെ നടന്നു. തൊട്ടടുത്ത് കണ്ട വാതിലുകളിലൊന്ന് അവൾ പെട്ടെന്ന് വലിച്ചു തുറന്നു. അതൊരു ബാത്ത്റൂം ആയിരുന്നു. അവൾക്കപ്പോൾ ടോയ്‌ലറ്റിൽ പോകണം എന്നില്ലായിരുന്നു. എങ്കിലും, ആലോചിക്കാൻ കുറച്ചുനേരം സ്വസ്ഥമായി എവിടെയെങ്കിലും ഇരിക്കണമായിരുന്നു അവൾക്ക്. അതുകൊണ്ട് അവൾ അകത്തുകടന്ന് വാതിലടച്ച ശേഷം, കൈകൾ കഴുകി. വളഞ്ഞുചുറ്റി സിങ്കിലൂടെ താഴേയ്ക്ക് ഒഴുകുന്ന വെള്ളത്തിനെ അവൾ വെറുതെ നോക്കി നിന്നു.

അവൾ ഷവറിലേയ്ക്ക് ഒന്ന് പാളിനോക്കി. കോളേജ് കുട്ടികൾ താമസിക്കുന്ന ഇടങ്ങളിൽ കാണാറുള്ളത് പോലുള്ള നിറം മങ്ങിയ ഒരു മഞ്ഞ കർട്ടനായിരുന്നു അവിടെ ഉണ്ടായിരുന്നത്. ഈ സ്ഥലം മൊത്തത്തിൽ അവൾക്ക് അങ്ങനെയാണ് തോന്നിയത്. കോളേജ് കുട്ടികൾ താമസിക്കുന്ന ഇടം. മുപ്പത്തിയഞ്ചാം വയസ്സിൽ, ഈ ജീവിതത്തിൽ, ഒരു കോളേജ് കുട്ടിയായിട്ട് ജീവിക്കുക. വാഷ്ബേസിനു സമീപം, ഫ്ലൂവോക്സിറ്റീൻ പോലുള്ള കുറച്ച് ആന്റി-ഡിപ്രസന്റ് മരുന്നുകൾ കണ്ടപ്പോൾ, അവളാ പെട്ടി കൈയിലെടുത്തു. അതിനു മുകളിലായി, *എൻ.സീഡിനുള്ള മരുന്നു കുറിപ്പടി* എന്ന്

രേഖപ്പെടുത്തിയിരുന്നു. അവൾ കൈയിലെ വടുവിലേയ്ക്ക് വീണ്ടും നോക്കി. ഏതോ നിഗൂഢതയിലേയ്ക്കുള്ള സൂചനകൾ തന്റെ ശരീരം തന്നെ നൽകുന്നു വെന്നത് അവൾക്ക് വിചിത്രമായി തോന്നി.

കുപ്പത്തൊട്ടിയ്ക്കരികിൽ, നിലത്തായി, ഒരു മാസിക കിടക്കുന്നുണ്ടായിരുന്നു. പുറംചട്ടയിൽ തമോഗർത്തമുള്ള ഒരു *നാഷണൽ ജിയോഗ്രഫിക്* മാസിക. കഴിഞ്ഞ ജന്മത്തിൽ, മറ്റേതോ രാജ്യത്തിരുന്ന് അവൾ വായിച്ച അതേ മാസിക; അതും, ഇന്നലെ. അത് വായിക്കാൻ അവൾക്ക് എപ്പോഴുമുണ്ടായിരുന്ന താൽപര്യം കണക്കിലെടുത്ത് നോക്കിയപ്പോൾ, അത് തന്റെ മാസികയായിരിക്കും എന്നവൾ ഊഹിച്ചു. ഓൺലൈൻ മാസികയിലെ ചിത്രങ്ങൾക്ക് മിഴിവ് പോരാ എന്നും പറഞ്ഞ്, യാതൊരു പ്രകോപനവുമില്ലാതെ തന്നെ ഈ മാസിക അവൾ വാങ്ങാറുണ്ട് എന്ന് പലരും പറയാറുണ്ട്.

പതിനൊന്നു വയസ്സുള്ളപ്പോൾ, അച്ഛന്റെ കൈയിലിരുന്ന ഒരു മാസികയിൽ, ആർട്ടിക്ക് പ്രദേശത്തെ നോർവീജിയൻ ദ്വീപുസമൂഹമായ സ്വാൽബാർഡിന്റെ ചിത്രം കണ്ടത് അവൾക്കിപ്പോഴും ഓർമ്മയുണ്ട്. അവ വിശാലമായും, ഒറ്റപ്പെട്ടും, ശക്തമായും കാണപ്പെട്ടു. ആ ലേഖനത്തിൽ വന്ന പര്യവേക്ഷണ-ശാസ്ത്രജ്ഞന്മാരെപ്പോലെ, വേനൽക്കാലത്ത് എന്തെങ്കിലും ജിയോളജിക്കൽ ഗവേഷണങ്ങളൊക്കെ നടത്തി, അവർക്കൊപ്പം കഴിയുന്നത് എങ്ങനെയുണ്ടാവും എന്ന് അവൾ ചിന്തിച്ചുനോക്കി. അവൾ ആ ചിത്രങ്ങൾ വെട്ടിയെടുത്ത്, മുറിയിലെ പിൻബോർഡിൽ കുത്തിവച്ചു. പിന്നീട് സ്കൂളിൽ ഒരുപാട് വർഷങ്ങൾ ശാസ്ത്രവും, ഭൂമിശാസ്ത്രവും അവൾ മെനക്കെട്ടു പഠിച്ചു. ആ ശാസ്ത്രജ്ഞന്മാരെപ്പോലെ, പഫ്ഫിൻ പക്ഷികൾ പറന്നുനടക്കുന്ന, മഞ്ഞുറഞ്ഞ മലനിരകളിലും, ഉൾക്കടലുകളിലും വേനൽക്കാലങ്ങൾ ചെലവഴിക്കണം എന്ന ഉദ്ദേശത്തിലായിരുന്നു അത്.

പക്ഷെ അച്ഛന്റെ മരണശേഷം, നീച്ചായുടെ *ബിയോണ്ട് ഗുഡ് ആൻഡ് ഈവിൾ* വായിച്ചതിനു ശേഷം, അവൾ രണ്ടു തീരുമാനങ്ങൾ എടുത്തു : (1) അവൾക്ക് പെട്ടെന്നുണ്ടായ തീക്ഷ്ണമായ ആന്തരിക പ്രഭാവത്തിനോട് പൊരുത്തപ്പെട്ടുപോകുന്ന ഒരേയൊരു വിഷയം തത്വശാസ്ത്രമാണ്. (2) എന്തായാലും ഒരു ശാസ്ത്രജ്ഞ എന്നതിനേക്കാൾ, അവൾക്ക് താൽപര്യം ഒരു റോക്ക് താരം ആകാനായിരുന്നു.

ബാത്ത്റൂമിൽ നിന്നും ഇറങ്ങി, വിചിത്രയായ സഹമുറിയത്തിയുടെ അടുത്തേയ്ക്ക് അവൾ ചെന്നു.

സോഫയിൽ അവൾക്കടുത്തിരുന്ന്, കുറച്ചുനേരം അവൾ ചെയ്യുന്നത് നോക്കിക്കൊണ്ടിരുന്നു.

അവരുടെ പ്രതിനിധിയായ കളിക്കാരന് തലയിൽ വെടിയേറ്റു.

“പോയി ചാവെടാ വേട്ടാവളിയാ,” അവർ സ്ക്രീനിൽ നോക്കി സന്തോഷത്തോടെ ചീറി.

അവർ ആ വേപ് പെൻ കൈയിലെടുത്തു. ഇവരെ തനിക്കെങ്ങനെയാവും പരിചയം എന്ന് നോറായ്ക്ക് ഒരു പിടിയും കിട്ടിയില്ല. ഒരുപക്ഷെ അവർ ഫ്ലാറ്റിൽ ഒന്നിച്ച താമസിക്കുന്നവരായിരിക്കണം.

"നീ പറഞ്ഞതിനെക്കുറിച്ച് ഞാൻ ആലോചിക്കുകയായിരുന്നു."

"ഞാൻ എന്തു പറഞ്ഞു?" നോറാ ചോദിച്ചു.

"ഒരു പൂച്ചയെ വളർത്തുന്നതിനെപ്പറ്റി. നിനക്ക് ഒരു പൂച്ചയെ വളർത്തണമെന്നുണ്ടെന്നു പറഞ്ഞല്ലോ?"

"ഉവ്വുവ്വ്. എനിക്കോർമ്മയുണ്ട്."

"കോപ്പിലെ പന്ന ആശയമായിപ്പോയി അത്."

"ആണോ?"

"പൂച്ചകൾ."

"അവയ്ക്കെന്താ?"

"അവരുടെ ദേഹത്തൊക്കെ ചെള്ളുകളുണ്ടാവും. ടോക്സോപ്ലാസ് – അങ്ങനെയെന്തോ ഒന്ന്."

നോറായ്ക്ക് അതറിയാമായിരുന്നു. കൗമാരക്കാലത്ത്, ബെഡ്ഫോർഡിലെ മൃഗസംരക്ഷണകേന്ദ്രത്തിൽ സന്നദ്ധസേവനം ചെയ്യുന്ന കാലം മുതൽ അവൾക്കതറിയാമായിരുന്നു. 'ടോക്സോപ്ലാസ്മോസിസ്'.

"അതുതന്നെ. ഞാനുണ്ടല്ലോ, ഈ പോഡ്കാസ്റ്റ് കേൾക്കുവായിരുന്നേ... അതിൽ പറയുന്നുണ്ടായിരുന്നു, കോടീശ്വരന്മാരുടെ ഒരു അന്താരാഷ്ട്ര സംഘം പൂച്ചകൾക്കിടയിൽ ഈ ചെള്ളുകളെ വ്യാപിപ്പിച്ചു എന്ന്. അങ്ങനെ മനുഷ്യരുടെ ബുദ്ധിയെ മന്ദിപ്പിച്ച്, പതുക്കെ ലോകം കീഴടക്കാനാണ് അവരുടെ ഉദ്ദേശം. ഒന്നാലോചിച്ചു നോക്കിക്കേ. പൂച്ചകൾ *എല്ലായിടത്തുമുണ്ട്.* ഞാൻ ജാറെഡിനോട് ഇതിനെക്കുറിച്ച് സംസാരിച്ചു. അവൻ ചോദിച്ചു, "ജോജോ, നീ എന്താ വലിക്കുന്നത്?" എന്ന്. "നീ എനിക്കുതന്ന സാധനം തന്നെ" എന്ന് ഞാനും. അപ്പൊ അവൻ പറയുവാ, "ങാ എനിക്ക് തോന്നി," എന്ന്. എന്നിട്ടവൻ പുൽച്ചാടികളെക്കുറിച്ചു പറഞ്ഞു."

"പുൽച്ചാടികളോ?"

"അതെ. പുൽച്ചാടികൾ. അവരുടെ സംഭവം നീ അറിഞ്ഞില്ലേ?" ജോജോ ചോദിച്ചു.

"അവരുടെ എന്ത് സംഭവം?"

"അവരൊക്കെ ആത്മഹത്യ ചെയ്യുവാണ്. കാരണം, അവരുടെ ഉള്ളിൽ വളരുന്ന ഒരു ചെറിയ പരാന്നഭോജിയായ കീടം, വളർന്ന് ഒരു നല്ല ജലജീവിയായി മാറുന്നു. അത് ഈ പുൽച്ചാടിയുടെ തലച്ചോറിന്റെ പ്രവർത്തനങ്ങളെ കീഴടക്കും. തന്മൂലം, പുൽച്ചാടി ആലോചിക്കും, 'ഹോ, എനിക്ക് വെള്ളം ഒത്തിരി ഇഷ്ടമാണ്' എന്ന്. അങ്ങനെ അവർ വെള്ളത്തിലേക്ക് കുതിച്ചു ചാടുകയും, മരിക്കുകയും ചെയ്യും. ഇത് എപ്പഴും നടക്കുന്ന ഒന്നാണ്. ഗൂഗിൾ ചെയ്തു നോക്ക്. 'പുൽച്ചാടികളുടെ ആത്മഹത്യ' എന്നടിച്ചു നോക്കിയാൽ മതി. എന്തായാലും, പറഞ്ഞു വന്നത് എന്താണെന്ന് വെച്ചാൽ, പ്രമാണിവർഗ്ഗം, പൂച്ചകൾ മുഖാന്തിരം നമ്മളെ കൊല്ലാൻ തിട്ടമിട്ടി

രിക്കുകയാണ്. അതുകൊണ്ട് നീ പൂച്ചകൾക്കട്ടത്തേയ്ക്കൊന്നും പോവണ്ട കേട്ടോ."

താൻ സങ്കൽപ്പിച്ചിരുന്നതിനേക്കാൾ എത്ര വ്യത്യസ്തമായ ഒരു ജീവിതമാണിതെന്ന് ആലോചിക്കാതിരിക്കാൻ നോറായ്ക്ക് കഴിഞ്ഞില്ല. ബൈറൺ ബേയ്ക്ക് സമീപം ഒരു ബോട്ടിലിരുന്ന്, ഹംപ്ബാക്ക് തിമിംഗലങ്ങളുടെ സൗന്ദര്യം ആസ്വദിക്കുന്ന തന്നെയും ഇസ്സിയെയുമായിരുന്നു അവൾ മനസ്സിൽ കണ്ടത്. എന്നാൽ, സിഡ്നിയിലെ കഞ്ചാവ് മണക്കുന്ന ഏതോ ഒരു ചെറിയ ഫ്ലാറ്റിൽ, നിഗൂഢ-സിദ്ധാന്തങ്ങളെക്കുറിച്ച് വാ തോരാതെ സംസാരിക്കുന്ന, ഒരു പൂച്ചയുടെ ഏഴയലത്തു പോലും പോകാൻ തന്നെ സമ്മതിക്കാത്ത, ഒരു സഹവാസിയോടൊപ്പമാണ് അവളിപ്പോൾ ഉള്ളത്.

"ഇസ്സിയ്ക്ക് എന്തുപറ്റി?"

ഓർക്കാപ്പുറത്ത് അവൾ ഉറക്കെ പറഞ്ഞുപോയെന്ന്, പറഞ്ഞതിന് ശേഷമാണ് അവൾ തിരിച്ചറിഞ്ഞത്.

ജോജോയുടെ മുഖത്ത് ആശയക്കുഴപ്പം നിഴലിച്ചു. "ഏത് ഇസ്സി? നിന്റെയാ പഴയ സുഹൃത്തോ?"

"അതെ."

"ആ മരിച്ചുപോയ കക്ഷിയോ?"

അവളെന്താണ് പറഞ്ഞത് എന്ന് മനസ്സിലാക്കാൻ നോറായ്ക്ക് കുറച്ചു സമയമെടുത്തു.

"ങേ... എന്താ?"

"ആ കാറപകടത്തിലെ കുട്ടിയല്ലേ?"

"എന്താ?"

തെന്നി നീങ്ങുന്ന പുകച്ചുരുളുകൾക്കിടയിലൂടെ ജോജോയുടെ മുഖത്ത് ഒരു ആശയക്കുഴപ്പം നിറഞ്ഞു. "നിനക്ക് കുഴപ്പമൊന്നുമില്ലല്ലോ നോറാ?" അവൾ കഞ്ചാവ് അവൾക്ക് നേരെ നീട്ടി, "ഒന്ന് പുകയ്ക്കുന്നോ?"

"ഇല്ല, വേണ്ട, എനിക്ക് കുഴപ്പമൊന്നുമില്ല."

"മാറ്റങ്ങളുണ്ടാകും," ജോജോ അമർത്തിച്ചിരിച്ചു.

നോറാ ഫോണെടുത്ത് ഗൂഗിളിൽ 'ഇസബെൽ ഹിർഷ്' എന്ന് അടിച്ചു കൊടുത്തിട്ട്, അതിനെക്കുറിച്ചു വന്ന ന്യൂസുകൾ നോക്കി.

അവളതു കണ്ടു. വെയിലേറ്റ് മങ്ങിയ, ചിരി നിറഞ്ഞ ഇസ്സിയുടെ മുഖത്തിനു മുകളിലെ ഒരു തലക്കെട്ട്.

എൻഎസ്ഡബ്ല്യൂ റോഡിലെ അപകടത്തിൽ

ബ്രിട്ടീഷ് സ്ത്രീ മരിച്ചു

കോഫ്സ് ഹാർബറിന് തെക്കുഭാഗത്തായി ഇന്നലെ രാത്രിയുണ്ടായ അപകടത്തിൽ ഒരു സ്ത്രീ, 33, മരിക്കുകയും, മൂന്നു പേർക്ക് പരിക്കേൽക്കുകയും ചെയ്തു. സ്ത്രീയുടെ ടൊയോട്ട കൊറോള കാർ, പസിഫിക് ഹൈവേയിൽ എതിരെ വന്ന മറ്റൊരു കാറുമായി കൂട്ടിയിടിക്കുകയായിരുന്നു.

വണ്ടി ഓടിച്ചിരുന്ന ബ്രിട്ടീഷ് സ്ത്രീ ഇസബെൽ ഹിർഷ്, ഒൻപതുമണിയോട് കൂടി, സംഭവസ്ഥലത്തുവച്ചുതന്നെ മരണപ്പെട്ടു. കാറിൽ അവർ മാത്രമേ ഉണ്ടായിരുന്നുള്ളൂ.

നോറായുടെ പിറന്നാളാഘോഷത്തിൽ പങ്കെടുക്കാനായി ബ്രിസ്ബെയ്നിൽ നിന്നും ബൈറൺ ബേയിലേയ്ക്ക് തിരികെ വണ്ടിയിൽ വരുകയായിരുന്നു ഇസബെൽ എന്ന്, അവരുടെ ഫ്ലാറ്റ്-മേറ്റായ നോറാ സീഡ് പറഞ്ഞു. ബൈറൺ ബേ വെയ്ൽ വാച്ചിങ് ടൂർസ് എന്ന സ്ഥാപനത്തിൽ ഈയിടെയാണ് ഇസബെൽ ജോലിയ്ക്ക് ചേർന്നത്.

"ഞാൻ ആകെ തകർന്നു പോയി," നോറാ പറഞ്ഞു. "ഞങ്ങൾ ഒന്നിച്ച് ഓസ്ട്രേലിയയിൽ വന്നിട്ട് ഒരു മാസം ആകുന്നതേ ഉള്ളൂ. കഴിയുന്നത്ര കാലം ഇവിടെത്തന്നെ തുടരണം എന്നായിരുന്നു ഇസ്സിയ്ക്ക്. ജീവിതത്തെ വല്ലാതെ സ്വാധീനിച്ച ഒരു വ്യക്തിയായിരുന്നു അവൾ. അവളില്ലാത്ത ഈ ലോകം എങ്ങനെയുണ്ടാവും എന്ന് ചിന്തിക്കാൻ പോലും കഴിയുന്നില്ല. പുതിയ ജോലിയെക്കുറിച്ച് ഭയങ്കര സന്തോഷമായിരുന്നു അവൾക്ക്. ഇത് സഹിക്കാൻ പറ്റാത്ത സങ്കടമാണ്. ഉൾക്കൊള്ളാൻ കഴിയുന്നില്ല."

മറ്റേ കാറിലെ യാത്രക്കാർക്കെല്ലാം സാരമായ പരിക്കുകളുണ്ട്. വണ്ടി ഓടിച്ചിരുന്ന ക്രിസ് ഡെയ്ൽ എന്നയാളെ ബാരിങ്ങയിലെ ആശുപത്രിയിലേയ്ക്ക് അടിയന്തിരമായി മാറ്റി.

അന്വേഷണത്തിനെ സഹായിക്കാൻ തക്ക എന്തെങ്കിലും വിവരം കൈമാറാൻ തക്കവണ്ണം ദൃക്സാക്ഷികൾ ആരെങ്കിലുമുണ്ടോ എന്ന് സൗത്ത് വെയ്ൽസ് പോലീസ് അന്വേഷിക്കുന്നുണ്ട്.

"എന്റെ ദൈവമേ, ഇസ്സി, അയ്യോ," തല ചുറ്റുന്നതുപോലെ തോന്നുന്നതിനിടയിൽ, അവൾ പതുക്കെ പറഞ്ഞുകൊണ്ടിരുന്നു.

അവളുടെ ജീവിതങ്ങളിലൊന്നും ഇസ്സി മരിച്ചിട്ടില്ല എന്ന് അവൾക്കറിയാമായിരുന്നു. അല്ലെങ്കിൽ, മിക്കവാറും എണ്ണത്തിലും അവൾ മരിച്ചിട്ടില്ല എന്നു പറയാം. പക്ഷെ ഈ ജീവിതത്തിൽ, ഇത് യാഥാർത്ഥ്യമായിരുന്നു. അവൾക്ക് തോന്നിയ തീവ്രദുഃഖവും യാഥാർത്ഥ്യമായിരുന്നു. ആ തീവ്രദുഃഖം പരിചിതവും, ഭയാനകവും, കുറ്റബോധം കലർന്നതുമായിരുന്നു.

അതിനോട് പൊരുത്തപ്പെടുന്നതിനു മുൻപ് തന്നെ അവളുടെ മൊബൈൽ ബെല്ലടിച്ചു. അതിൽ 'വർക്' എന്ന നമ്പർ തെളിഞ്ഞു.

ഇഴഞ്ഞ മട്ടിൽ സംസാരിക്കുന്ന ഒരു പുരുഷസ്വരം. "നീയിതെവിടെയാണ്?"

"എന്താ?"

"അരമണിക്കൂർ മുൻപേ നീ ഇവിടെ എത്തേണ്ടതായിരുന്നു."

"എവിടെ?"

"ഫെറിയുടെ ടെർമിനലിൽ. ഇവിടെ ടിക്കറ്റ് കൊടുക്കുന്ന ആളല്ലേ? നമ്പർ മാറിപ്പോയില്ലല്ലോ, അല്ലേ? ഇത് നോറാ സീഡല്ലേ?"

"ഇത് അവരിൽ ഒരാളാണ്," നോറാ ദീർഘമായി ഒന്നു നിശ്വസിച്ചു. പിന്നെയവൾ പതുക്കെ മാഞ്ഞുപോയി.

ഫിഷ് ടാങ്ക്

കുശാഗ്രത നിറഞ്ഞ മിഴികളുമായി, ആ ലൈബ്രേറിയൻ, ചെസ്സ്ബോർഡിനരുകിൽ എത്തിയിട്ടുണ്ടായിരുന്നു. നോറാ തിരികെയെത്തി എന്ന് മനസ്സിലായ അവർ, അവളെയൊന്നു നോക്കിയെന്നു വരുത്തി.

"അത് അൽപ്പം ക്രൂരമായിപ്പോയി."

ശ്രീമതി എൽമ് ചുണ്ട് അൽപ്പം വക്രിപ്പിച്ച് ഒന്ന് ചിരിച്ചു. "അത് നിനക്ക് കൃത്യമായി മനസ്സിലാക്കിത്തന്നല്ലോ, അല്ലെ?"

"എന്തു മനസ്സിലാക്കിത്തന്നു എന്ന്?"

"അതായത്, നിനക്ക് തിരഞ്ഞെടുപ്പുകൾ നടത്താമെന്നും, എന്നാൽ അതിന്റെ പരിണിതഫലങ്ങൾ നിന്റെ കൈയിലല്ല എന്നും. പക്ഷെ ഞാൻ പറഞ്ഞതിൽത്തന്നെ ഞാൻ ഉറച്ചുനിൽക്കുന്നു. അതൊരു നല്ല തിരഞ്ഞെടുപ്പായിരുന്നു. അതിന്റെ പരിണിതഫലം പ്രതീക്ഷിച്ചതായിരുന്നില്ല എന്നു മാത്രം."

നോറാ, ശ്രീമതി എൽമിന്റെ മുഖത്തേയ്ക്ക് സൂക്ഷിച്ചു നോക്കി. അവരിത് ആസ്വദിക്കുന്നുണ്ടോ?

"ഞാൻ എന്താ അവിടെത്തന്നെ നിന്നത്? അവൾ മരിച്ചുകഴിഞ്ഞ്, ഞാൻ തിരികെ വീട്ടിലേയ്ക്ക് വരാതിരുന്നതെന്താ?" നോറാ ചോദിച്ചു.

ശ്രീമതി എൽമ് ചുമൽ കുലുക്കി. "നീയെവിടെ കുടുങ്ങി. നീ ആ തീവ്ര ദുഃഖത്തിൽ തന്നെയായിരുന്നു. വിഷാദം നിന്നെ വന്നു മൂടി. വിഷാദം എങ്ങനെയാവും എന്ന് നിനക്കറിയാമല്ലോ."

നോറായ്ക്കുതു പിടികിട്ടി. എവിടെയോ ഒരിക്കൽ മീനുകളെക്കുറിച്ചുള്ള ഒരു പഠനം വായിച്ചത് അവളോർത്തു. പലർക്കും അറിയുന്നതിനെക്കാൾ സാദൃശ്യം, മീനുകളും മനുഷ്യരും തമ്മിലുണ്ട്.

മീനുകൾക്കും വിഷാദമുണ്ട്. സീബ്രാഫിഷ് എന്ന ഇനത്തിൽ അവർ ചില പരീക്ഷണങ്ങൾ നടത്തിയിരുന്നു. ഒരു ഫിഷ് ടാങ്കിന്റെ വശത്ത്, അതിന്റെ നടുക്കായി, അവർ മാർക്കർ പേന കൊണ്ട് ഒരു തിരശ്ചീനരേഖ വരച്ചു. വിഷാദമുള്ള മീനുകൾ ആ വരയ്ക്ക് താഴെ മാത്രം നിന്നു. എന്നാൽ, അതേ മീനുകൾക്ക് അൽപ്പം പ്രോസാക്ക് നൽകുമ്പോൾ, അവ നവോന്മേഷത്തോടെ ടാങ്കിന്റെ മുകൾ പരപ്പിലേയ്ക്കും, താഴേയ്ക്കും ഊളിയിട്ടു കളിക്കുന്നു.

ഉന്മേഷം കുറയുമ്പോഴാണ് മീനുകൾക്ക് വിഷാദമുണ്ടാകുന്നത്. എല്ലാം കുറയുന്നത് പോലെയാവും അത്. സമാനതകളില്ലാത്ത ഒരു ടാങ്കിൽ അവരങ്ങനെ പൊങ്ങിക്കിടക്കുന്നു.

ഒരുപക്ഷെ, ഇസ്സി പോയതിനുശേഷം ഓസ്ട്രേലിയ അവളുടെ ഒഴിഞ്ഞ ഫിഷ് ടാങ്ക് ആയിരുന്നിരിക്കണം. ഒരുപക്ഷെ, ആ വരയ്ക്ക് മുകളിലേയ്ക്ക് നീന്താൻ പ്രേരകമായതൊന്നും അവൾക്കുണ്ടായിരുന്നിരിക്കില്ല. ഒരുപക്ഷെ, പ്രോസാക്കിനോ, അല്ലെങ്കിൽ ഫ്ലൂവോക്സിറ്റീനോ ഒന്നിനും അവളെ ഉത്തേജിപ്പിക്കാൻ കഴിഞ്ഞിട്ടുണ്ടാകില്ല. അതുകൊണ്ട് ആ രാജ്യത്തു നിന്നും അവർ പോകാൻ പറയുന്നത് വരെ, ആ ഫ്ലാറ്റിൽ ജോജോയ്ക്കൊപ്പം തന്നെ അവൾ തുടർന്നേനെ.

ഒരുപക്ഷെ, ആത്മഹത്യ ചെയ്യാൻ പോലും ഒരൽപ്പം *ചൊടിയും ചുണയും* വേണ്ടിയിരുന്നേനെ. ചിലപ്പോൾ ചില ജീവിതങ്ങളിൽ, ഒന്നും പ്രതീക്ഷിക്കാതെ, മാറാൻ പോലും ശ്രമിക്കാതെ നമ്മളിങ്ങനെ പൊങ്ങിക്കിടക്കും. ഒരുപക്ഷെ മിക്കവാറുമുള്ള ജീവിതങ്ങളൊക്കെ അങ്ങനെയാവണം.

"അതെ," ഒരൽപ്പം ഉറക്കെത്തന്നെ നോറാ പറഞ്ഞു. "ചിലപ്പോൾ ഞാൻ കുടുങ്ങിക്കിടക്കുകയായിരുന്നിരിക്കണം. ചിലപ്പോൾ എല്ലാ ജീവിതങ്ങളിലും ഞാൻ കുടുങ്ങിക്കിടക്കുകയാവാം. എനിക്ക് തോന്നുന്നത്, ചിലപ്പോൾ അതായിരിക്കും ഞാൻ എന്നാണ്. ഒരു നക്ഷത്രമൽസ്യം എല്ലാ ജന്മങ്ങളിലും നക്ഷത്രമൽസ്യം തന്നെയായിരിക്കും. ഒരു നക്ഷത്രമൽസ്യം, എയ്റോസ്പേസ് എൻജിനീയറിങ്ങിൽ പ്രൊഫസ്സർ ആവില്ലല്ലോ. അങ്ങനെ നോക്കുമ്പോൾ, ഞാൻ കുടുങ്ങിക്കിടക്കാത്ത ഒരു ജന്മവും എനിക്കുണ്ടാവില്ല."

"എനിക്ക് തോന്നുന്നത് നീ പറഞ്ഞത് തെറ്റാണെന്നാണ്."

"ശരി എങ്കിൽ. ഞാൻ കുടുങ്ങിക്കിടക്കാത്ത ഒരു ജീവിതം, എനിക്ക് ജീവിച്ചു നോക്കണം എന്നുണ്ട്. പറയ്, ഏതാണാ ജീവിതം?"

"നീ എന്നോടല്ലേ അത് പറയേണ്ടത്?"

ശ്രീമതി എൽമ് റാണിയെ നീക്കി, ഒരു കാലാളിനെ തട്ടി. ശേഷം അവർ ബോർഡ് വീണ്ടും തിരിച്ചു വച്ചു. "ഞാൻ വെറുമൊരു ലൈബ്രേറിയനല്ലേ?"

"ലൈബ്രേറിയന്മാർക്ക് നല്ല അറിവുണ്ടാകും. ശരിയായ പുസ്തകങ്ങളിലേയ്ക്ക് വഴികാട്ടാൻ അവർക്ക് കഴിയും. ശരിയായ ലോകങ്ങളിലേയ്ക്ക്. അവർ മികച്ച സ്ഥലങ്ങൾ കണ്ടെത്തും. ജീവനുള്ള സെർച്ച് എൻജിനുകൾ പോലെ."

"അതുതന്നെ. പക്ഷെ നിനക്കെന്താണ് ഇഷ്ടം എന്നത് നീയും അറിഞ്ഞിരിക്കണം. ഇപ്പൊ ആലങ്കാരികമായി പറഞ്ഞ ആ സെർച്ച് ബോക്സിലേയ്ക്ക് എന്താണ് അടിച്ചുകൊടുക്കേണ്ടത് എന്നറിയണ്ടേ? മാത്രവുമല്ല, ചിലപ്പോഴൊക്കെ, ശരിയായ ഉത്തരം കിട്ടുന്നതിന് മുൻപ് നമുക്ക് മറ്റെന്തെങ്കിലുമൊക്കെ ശ്രമിച്ചുനോക്കേണ്ടി വരും."

"എനിക്കതിനുള്ള ത്രാണിയില്ല. എനിക്കത് ചെയ്യാൻ പറ്റുമെന്ന് തോന്നുന്നില്ല."

"പഠിക്കാനുള്ള ഒരേയൊരു മാർഗ്ഗം ജീവിച്ചു നോക്കലാണ്."

"ഉവ്വ്. നിങ്ങൾ അങ്ങനെയാണ് ഇടയ്ക്കിടയ്ക്ക് പറയുന്നത്."

നോറാ ശക്തിയായി ഉച്ഛ്വസിച്ചു. ലൈബ്രറിയിൽ ഉച്ഛ്വസിക്കാം എന്നറിഞ്ഞതിൽ അവൾക്ക് രസം തോന്നി. അവൾക്ക് സ്വന്തം ശരീരം അവിടെ ഉണ്ട് എന്നു തോന്നി. അതും, വളരെ സ്വാഭാവികതയോടെ. കാരണം, ഈ സ്ഥലം എന്തായാലും അത്ര *സ്വാഭാവികമല്ല.* മാത്രവുമല്ല, ശരിക്കുമുള്ള അവളുടെ ഭൗതിക ദേഹം അവിടെയില്ല താനും. അങ്ങനെ ആവാൻ തരമില്ല. എന്നിട്ടും, പ്രത്യക്ഷത്തിൽ, അതവിടെ ഉണ്ടായിരുന്നു. കാരണം, ഏതൊക്കെയോ അർത്ഥങ്ങളിൽ, അവളവിടെ ഉണ്ടായിരുന്നു. ഗുരുത്വാകർഷണം നിലനിൽക്കുന്നത് പോലെ, നിലത്ത് കാലുറപ്പിച്ച് അവൾ നിൽക്കുന്നുണ്ട്.

"ശരി. ഞാൻ വിജയം വരിക്കുന്ന ഒരു ജീവിതം എനിക്ക് വേണം." അവൾ പറഞ്ഞു.

ശ്രീമതി എൽമ് വിസമ്മതിക്കുന്നെന്ന മട്ടിൽ തലയാട്ടി. "ഒരുപാട് പുസ്തകങ്ങൾ വായിച്ച ഒരാളെന്ന നിലയ്ക്ക്, നീ തിരഞ്ഞെടുത്ത വാക്കുകൾക്ക് വ്യക്തത പോരാ."

"മനസ്സിലായില്ല."

"വിജയം. എന്താണ് നീ ഇതുകൊണ്ട് അർത്ഥമാക്കുന്നത്? പണമാണോ?"

"അല്ല. ചിലപ്പോൾ, ആയിരിക്കാം. പക്ഷെ അതായിരിക്കില്ല വിജയത്തിനെ നിർണ്ണയിക്കുന്ന ഘടകം."

"ശരി, എങ്കിൽ എന്താണ് വിജയം?"

എന്താണ് വിജയം എന്നതിനെക്കുറിച്ച് നോറായ്ക്ക് ഒരു രൂപവും ഇല്ലായിരുന്നു. താനൊരു പരാജയമാണെന്ന് തോന്നിത്തുടങ്ങിയിട്ട് ഒരുപാട് നാളുകളായിരുന്നു.

ശ്രീമതി എൽമ് ക്ഷമയോടെ പുഞ്ചിരി തൂകി. "*കുറ്റബോധത്തിന്റെ പുസ്തക*ത്തിനോട് ഒന്നുകൂടി ചോദിക്കണമെന്നുണ്ടോ?" നീ വിജയം എന്ന് കരുതുന്നവയിൽനിന്നും നിന്റെ ശ്രദ്ധ മാറ്റിയ മോശം തീരുമാനങ്ങൾ ആലോചിച്ചു നോക്കണം എന്നുണ്ടോ?"

പെട്ടെന്നുതന്നെ നോറാ തലയാട്ടി; ദേഹത്തെ വെള്ളം തെറിപ്പിച്ചു കളയുന്ന ഒരു നായ്ക്കുട്ടിയെപ്പോലെ. തെറ്റുകളുടെയും, തെറ്റായ തീരുമാനങ്ങളുടെയും നീണ്ട അന്തമില്ലാത്ത ആ പട്ടികയുമായി വീണ്ടുമൊരു മുഖാമുഖം അവളാഗ്രഹിച്ചിരുന്നില്ല. ആവശ്യത്തിലധികം വിഷാദം അതിനോടകം തന്നെ അവൾക്കുണ്ടായിരുന്നു. അതുകൂടാതെ, അവളുടെ കുറ്റബോധങ്ങൾ എന്തൊക്കെയാണെന്ന് അവൾക്ക് കൃത്യമായി അറിയാമായിരുന്നു. കുറ്റബോധങ്ങൾ ഒരിക്കലും നമ്മെ വിട്ടു പോകില്ല. അവ വെറും കൊതുകുകടികൾ മാത്രമല്ല. കാലാകാലം അവ നമ്മുടെയുള്ളിൽ ഒരു ചൊറിച്ചിലായിത്തന്നെ കിടക്കും.

"അല്ല, അങ്ങനെയുണ്ടാവാറില്ല," അവളുടെ മനസ്സ് വായിച്ചിട്ടെന്നോണം ശ്രീമതി എൽമ് പറഞ്ഞു. "നീ നിന്റെ പൂച്ചയ്ക്കൊപ്പം കഴിച്ചുകൂട്ടിയ നാളു കളെക്കുറിച്ച് ഇപ്പോൾ നിനക്ക് കുറ്റബോധമില്ല. അതുപോലെതന്നെ, ഇസ്സിയ്ക്കൊപ്പം ഓസ്ട്രേലിയയിലേക്ക് പോകാത്തതിനെച്ചൊല്ലിയും ഇപ്പോൾ കുറ്റബോധമില്ല."

നോറാ തലകുലുക്കി. ശ്രീമതി എൽമ് ആ പറഞ്ഞത് നേരാണ്.

ബ്രോണ്ടി ബീച്ചിലെ കുളത്തിൽ നീന്തിയത് അവളോർത്തു. വിചി ത്രമായ ഒരു സുപരിചിതത്വവും കൊണ്ട്, അത് നല്ലൊരു അനുഭവമായിരുന്നു.

"നന്നേ ചെറുപ്പം മുതലേ തന്നെ നിനക്ക് നീന്താൻ നല്ല പ്രോത്സാഹനം ലഭിച്ചിരുന്നു," ശ്രീമതി എൽമ് പറഞ്ഞു.

"അതെ."

"നിന്നെ നീന്തൽ പരിശീലനത്തിന് കൊണ്ടാക്കാൻ നിന്റെ അച്ഛന് എപ്പോഴും നല്ല സന്തോഷമായിരുന്നു."

"അദ്ദേഹത്തെ സന്തോഷിപ്പിച്ചിരുന്ന ചുരുക്കം ചില സംഗതികളിൽ ഒന്നാണ് അത്," നോറാ ആലോചനാമഗ്നയായി.

അച്ഛന്റെ അംഗീകാരമുള്ള ഒന്നായിട്ടാണ് അവൾ നീന്തലിനെ കണ്ടി രുന്നത്. സ്വയം മറന്ന് വെള്ളത്തിലങ്ങനെ പൊങ്ങിക്കിടക്കുന്നത് അവൾ ആസ്വദിച്ചിരുന്നു. കാരണം, എപ്പോഴും പോരടിക്കുന്ന മാതാപിതാക്കളുടെ ചിത്രത്തിന് നേർവിപരീതമായിരുന്നു അവൾക്ക് ആ അനുഭവം.

"എന്താ പിന്നെ നീയത് വിട്ടത്?" ശ്രീമതി എൽമ് ചോദിച്ചു.

"നീന്തൽ മത്സരങ്ങളിൽ വിജയിക്കാൻ തുടങ്ങിയപ്പോഴേയ്ക്കും, ഞാൻ ആളുകളുടെ ശ്രദ്ധയിൽപ്പെടാൻ തുടങ്ങി. എനിക്ക് ആരും എന്നെ കാണരുത് എന്നായിരുന്നു. കാണരുത് എന്ന് മാത്രമല്ല; സ്വന്തം ശരീരത്തെക്കുറിച്ച് വല്ലാതെ ബോധവതിയായിരിക്കുന്ന ആ പ്രായത്തിൽത്തന്നെ നീന്തൽ വേഷത്തിൽ എന്നെ ആളുകൾ കാണുന്നത് എനിക്ക് യോജിക്കാൻ കഴി ഞ്ഞില്ല. എന്റെ തോളുകൾ ആണുങ്ങളുടേത് പോലെയാണ് എന്നാരോ ഒരിക്കൽ പറഞ്ഞു. അതൊരു മണ്ടൻ പ്രസ്താവനയാണ്. പക്ഷെ ആ പ്രായത്തിൽ, ഇത്തരത്തിലുള്ള മണ്ടത്തരങ്ങൾ ഒരുപാട് കേൾക്കുകയും, അവയെയൊക്കെ ഗൗരവത്തോടെ എടുക്കുകയും ചെയ്യും. ഒരു കൗമാര ക്കാരിയെന്ന നിലയിൽ, അപ്രത്യക്ഷയാകാനാണ് ഞാൻ ആഗ്രഹിച്ചത്. ആളുകൾ എന്നെ വിളിച്ചിരുന്നത് 'മീൻ' എന്നാണ്. അതൊരു സ്തുതിവാ ക്കായി പറഞ്ഞിരുന്നതൊന്നുമല്ല. എനിക്ക് വല്ലാത്ത സങ്കോചമായിരുന്നു. മൈതാനത്തുപോയി കളിക്കുന്നതിനു പകരം, ഞാൻ ലൈബ്രറിയിൽ വന്നിരിക്കാറുള്ളതിന്റെ പ്രധാന കാരണം ഇതാണ്. അതൊരു ചെറിയ സ്ഥലമാണെങ്കിലും, അത്തരമൊരു സ്ഥലം ഉണ്ടായിരുന്നത് വലിയൊരു അനുഗ്രഹമായിരുന്നു."

"ചെറിയ കാര്യങ്ങളിൽ നിന്നുള്ള വലിയ അനുഗ്രഹങ്ങളെ ഒരിക്കലും കണ്ടില്ലെന്ന് നടിക്കരുത്. അത് എപ്പോഴും ഓർമ്മയിലുണ്ടാവണം," ശ്രീമതി എൽമ് പറഞ്ഞു.

നോറാ ഓർമ്മകളിലൂടെ സഞ്ചരിച്ചു. സങ്കോചവും, മറ്റുള്ളവരുടെ ശ്രദ്ധയിൽപ്പെടലും എല്ലാംകൂടി കൂടിക്കുഴഞ്ഞ്, സങ്കീർണ്ണമായ ഒരു കൗമാരകാലമായിരുന്നു അവളുടേത്. പക്ഷെ ആരും അവളെയങ്ങനെ ഉപദ്രവിച്ചിട്ടൊന്നുമില്ല. അവളുടെ സഹോദരനെ എല്ലാവർക്കും അറിയാമായിരുന്നു എന്നതുകൊണ്ടാവാം. ജോയാകട്ടെ അത്ര കഠിനഹൃദയനൊന്നും അല്ലായിരുന്നു. പക്ഷേ, അവന്റെ സമചിത്തതയും, പ്രശസ്തിയും കാരണം, സ്കൂൾ പരിസരങ്ങളിലെ നിഷ്ഠുരവാഴ്ചകളൊന്നും ഒരിക്കലും അവനെ ബാധിച്ചിരുന്നേയില്ല എന്ന് അവനോട് വളരെയടുപ്പമുള്ളവർക്കൊക്കെ അറിയാമായിരുന്നു.

നാട്ടിലും, അന്തർദ്ദേശീയ തലങ്ങളിലും നടന്ന മത്സരങ്ങളിലെല്ലാം അവൾ വിജയം കൊയ്തു. പക്ഷെ പതിനഞ്ചു വയസ്സായപ്പോഴേയ്ക്കും അതവൾക്കൊരു ഭാരമായി. നീളെ നീളെ അവൾ നീന്തിക്കൊണ്ടേയിരിക്കണമായിരുന്നു.

"എനിക്കത് ഉപേക്ഷിക്കേണ്ടി വന്നു."

ശ്രീമതി എൽമ് തലയാട്ടി. "അതോടെ നീ അച്ഛനുമായുണ്ടാക്കിയിരുന്ന നല്ല ബന്ധം ഉലയുകയും, ഏറെക്കുറെ പൂർണ്ണമായും ഉടയുകയും ചെയ്തു."

"ഉവ്വ്."

ബെഡ്ഫോർഡ് ലെഷർ സെന്ററിനു പുറത്ത്, ചാറ്റൽ മഴ പൊടിഞ്ഞുകൊണ്ടിരുന്ന ഒരു ഞായറാഴ്ച രാവിലെ കാറിലിരിക്കുമ്പോഴാണ്, ഇനി മുതൽ മത്സരങ്ങളിൽ പങ്കെടുക്കാൻ തനിക്ക് താൽപര്യമില്ല എന്ന് അവൾ പറഞ്ഞത്. അപ്പോഴത്തെ അച്ഛന്റെ മുഖം ഇതെടുക്കാൻ അവൾ ശ്രമിച്ചു. അപ്പോൾ ആ മുഖത്തുണ്ടായിരുന്ന നിരാശയും, താങ്ങാനാവാത്ത ഇച്ഛാഭംഗവും.

"പക്ഷെ നിനക്ക് നിന്റെ ജീവിതം കൊണ്ട് വിജയിക്കാൻ സാധിക്കും," അദ്ദേഹം പറഞ്ഞിരുന്നു. അതെ. അവൾ ഇപ്പോഴത് ഓർക്കുന്നു. "നീ ഒരിക്കലും ഒരു പോപ്പ് താരമാകാൻ പോകുന്നില്ല. പക്ഷെ ഇത് *യഥാർത്ഥമായ* ഒന്നാണ്. നിന്റെ കൈക്കുമ്പിളിൽ ഇതുണ്ട്. നന്നായി പരിശീലിച്ചാൽ നിനക്ക് ഒളിമ്പിക്സ് വരെ വേണമെങ്കിലും എത്താം. എനിക്കുറപ്പാണ്."

അവൾക്ക് അച്ഛനോട് കുണ്ഠിതം തോന്നി. സന്തുഷ്ടമായ ഒരു ജീവിതത്തിലേയ്ക്ക് നേരിയ ഒരു പാത മാത്രമേ ഉള്ളുവെന്നും, അത് അച്ഛനാണ് അവൾക്ക് വേണ്ടി തിരഞ്ഞെടുത്തതെന്നുമുള്ള മട്ടിലായിരുന്നു അദ്ദേഹം സംസാരിച്ചത്. തന്റെ സ്വന്തം ജീവിതത്തിൽ അവൾക്കു സ്വയമുള്ള നിയന്ത്രണം തന്നെ സ്വാഭാവികമായും തെറ്റാണ് എന്ന മട്ടിൽ.

പക്ഷെ ആ പതിനഞ്ചാം വയസ്സിൽ അവൾക്ക് മനസ്സിലാകാതെ പോയ ഒന്ന്, നഷ്ടപ്പെടലിന്റെ വേദന എത്രത്തോളമാണ് എന്നതാണ്. അവളുടെ അച്ഛന്, വെറും ഒരു കൈപ്പാടകലെ വച്ച് സ്വപ്നം നഷ്ടപ്പെട്ടപ്പോഴുള്ള വേദന എത്രത്തോളമാണ് എന്നതാണ്.

ശരിയാണ്, നോറായുടെ അച്ഛൻ ഒരൽപ്പം കർക്കശക്കാരനായ മനുഷ്യനായിരുന്നു.

നീന്തലിന്റെ കാര്യങ്ങളിലൊഴികെ, നോറാ ചെയ്തിരുന്ന, നോറാ

ആഗ്രഹിച്ചിരുന്ന, നോറാ വിശ്വസിച്ചിരുന്ന എല്ലാത്തിനെയും അദ്ദേഹം നിശിതമായി വിമർശിച്ചിരുന്നു. അദ്ദേഹം ഉള്ളയിടങ്ങളിൽ എത്തിപ്പെടുക എന്നത് തന്നെ അക്ഷന്തവ്യമായ എന്തോ കുറ്റമായി അവൾ കരുതിപ്പോന്നു. അദ്ദേഹത്തിന്റെ റഗ്ബി സ്വപ്നങ്ങൾ തകർത്തെറിഞ്ഞ, ലിഗമെന്റിനുണ്ടായ ആ പരിക്കിനു ശേഷം, ഈ ലോകം മുഴുവൻ തനിക്കെതിരാണ് എന്നൊരു വിശ്വാസം അദ്ദേഹത്തിന്റെയുള്ളിൽ ഉറഞ്ഞുകിടന്നിരുന്നു. അതേ പദ്ധതിയുടെ ഒരു ഭാഗമായിട്ടാണ് അദ്ദേഹം നോറായെയും കണ്ടിരുന്നത് എന്നാണ്, അവളെങ്കിലും വിശ്വസിച്ചിരുന്നത്. കാർ പാർക്കിങ്ങിൽ വച്ച് നടന്ന ആ സംസാരത്തിനു ശേഷം, അദ്ദേഹത്തിന്റെ ഇടത് കാൽമുട്ടിലെ വേദനയുടെ ഒരു തുടർച്ച മാത്രമാണ് താനെന്നാണ് അവൾക്ക് തോന്നിയിട്ടുള്ളത്. ജീവനുള്ള ഒരു മുറിവ്.

പക്ഷെ ചിലപ്പോൾ എന്താണ് സംഭവിക്കുക എന്ന് അദ്ദേഹത്തിന് അറിയാമായിരുന്നിരിക്കണം. ചിലപ്പോൾ, ഒരു കുറ്റബോധത്തിൽ നിന്നും മറ്റൊന്നിലേയ്ക്ക് എന്ന മട്ടിൽ അതിങ്ങനെ തുടർന്ന് തുടർന്ന്, ഒടുവിൽ അവൾ അതുമാത്രമായി മാറും എന്നദ്ദേഹം മുൻകൂട്ടി കണ്ടിട്ടുണ്ടാവണം. കുറ്റബോധങ്ങളുടെ ഒരു വലിയ പുസ്തകം.

“ശരി ശ്രീമതി എൽമ്. അച്ഛന്റെ ആഗ്രഹപ്രകാരം ജീവിച്ചിരുന്നുവെങ്കിൽ എന്റെ ജീവിതത്തിൽ എന്തു സംഭവിച്ചിരിക്കും എന്നെനിക്കറിഞ്ഞാൽ കൊള്ളാം. എന്നെക്കൊണ്ടാവും വിധം നന്നായി ഞാൻ പരിശീലിക്കുന്നിടം. രാവിലെ അഞ്ചു മണിക്ക് തുടങ്ങുന്നതിനോ, രാത്രി ഒൻപത് മണിയ്ക്ക് മാത്രം തീരുന്നതിനോ ഞാൻ പരാതി പറയാത്തയിടം. ഒരിക്കലും ഉപേക്ഷിക്കില്ല എന്ന ഉറപ്പോടെ ഞാൻ നിത്യവും നീന്തിയിരുന്നിടം. സംഗീതമോ, എഴുതി പൂർത്തിയാക്കാത്ത നോവലുകളോ എന്നെ തടസ്സപ്പെടുത്താത്തയിടം. ഫ്രീസ്റ്റൈൽ നീന്തലിന്റെ അൾത്താരയ്ക്ക് മുന്നിൽ ഞാൻ എല്ലാം സമർപ്പിച്ചയിടം. ഒളിമ്പിക്സിൽ എത്താൻ വേണ്ടി, ഞാൻ എല്ലാം കൃത്യമായി, ശരിയായി ചെയ്തിരുന്നയിടം. ആ ജീവിതത്തിലേയ്ക്ക് എന്നെ കൊണ്ടുപോകു.”

നോറായുടെ ആ കുഞ്ഞു പ്രസംഗം ശ്രീമതി എൽമ് കേട്ടതുപോലുമില്ലേ എന്ന് തോന്നിപ്പോയി ഒരു നിമിഷം. തന്ത്രപരമായ സേനാമുന്നേറ്റത്തിലൂടെ തന്നെത്തന്നെ എങ്ങനെ തോൽപ്പിക്കാം എന്നാലോചിച്ചുകൊണ്ട് ചെസ്സ് ബോർഡിലേയ്ക്ക് മുഖം ചുളിച്ച് നോക്കിയിരിക്കുകയായിരുന്നു അവരപ്പോൾ.

“എനിക്കിതിൽ ഏറ്റവും ഇഷ്ടം തേരിനെയാണ്. നമ്മൾ പേടിക്കേണ്ടാത്ത ഒന്നാണ് അതെന്നാണ് നമ്മുടെയൊക്കെ ധാരണ. നേരെ വാ- നേരെ പോ മാർഗ്ഗമാണതിന്. നിങ്ങളുടെ കണ്ണ് എപ്പോഴും റാണിയിലും, കുതിരപ്പോരാളിയിലും, മന്ത്രിയിലുമൊക്കെയിരിക്കും; കാരണം, അവരൊക്കെ ഒളിഞ്ഞും മറഞ്ഞുമാണ് കളിക്കാറ്. എന്നാൽ മിക്കപ്പോഴും നിങ്ങളെ വളഞ്ഞുപിടിക്കുന്നത് തേര് തന്നെയായിരിക്കും. നേരെ വാ, നേരെ പോ മട്ടാണെന്നു കരുതി തള്ളിക്കളഞ്ഞത് അബദ്ധമാണെന്ന് തന്നെ തോന്നിപ്പോകും.”

ശ്രീമതി എൽമ് സംസാരിക്കുന്നത് ചെസ്സിനെക്കുറിച്ച് മാത്രമല്ല എന്ന് നോറായ്ക്ക് മനസ്സിലായി. പക്ഷെ പുസ്തകത്തട്ടുകൾ ചലിക്കാൻ തുടങ്ങി. ഒരു തീവണ്ടിയുടെയത്ര വേഗത്തിൽ.

"നീ ചോദിച്ച ജീവിതം, പബ്ബ് സ്വപ്നത്തിൽ നിന്നും, ഓസ്ട്രേലിയൻ ഉദ്യമത്തിൽ നിന്നുമൊക്കെ ഒരൽപ്പം അകലെയാണ്. അവ രണ്ടും വളരെ അടുത്തടുത്തുള്ളവയായിരുന്നു. പക്ഷെ ഇതിൽ, വേറെയും ഒരുപാട് വ്യത്യസ്തമായ തിരഞ്ഞെടുപ്പുകൾ ഉൾപ്പെട്ടിരിക്കുന്നു. മാത്രവുമല്ല, കാലഘട്ടം കുറച്ചുകൂടി പിന്നോട്ട് പോകേണ്ടതായും ഉണ്ട്. അതുകൊണ്ട് തന്നെ ആ പുസ്തകം കുറച്ചങ്ങ് അപ്പുറത്താണ്, കണ്ടില്ലേ?"

"അതെയോ."

"ലൈബ്രറികൾക്ക് ഒരു ചിട്ടയൊക്കെ ഉണ്ടായേ തീരൂ."

പുസ്തകങ്ങളുടെ വേഗം കുറഞ്ഞു. "ദാ, ദേ ഇരിക്കുന്നു."

ഇത്തവണ ശ്രീമതി എൽമ് എഴുന്നേറ്റില്ല. അവർ വെറുതെ ഇടം കൈയൊന്നുയർത്തിയപ്പോൾ, പുസ്തകം അവരിലേയ്ക്ക് പറന്നു ചെന്നു.

"അതെങ്ങനെയാണ് ചെയ്തത്?"

"എനിക്കറിയാൻ പാടില്ല. ഇതാ നീ ചോദിച്ച ജീവിതം. പോയാട്ടെ."

നോറാ ആ പുസ്തകം കൈയിൽ വാങ്ങി. ഇളം പച്ച നിറത്തിൽ, ഭാരം കുറഞ്ഞ, പുത്തനൊരു പുസ്തകം. അവളതിന്റെ ആദ്യത്തെ പേജ് തുറന്നു. ഇത്തവണ പക്ഷെ നിർവ്വികാരതയായിരിക്കും തോന്നുക എന്നവൾക്ക് പൂർണ്ണബോധ്യമുണ്ടായിരുന്നു.

ജീവിതത്തിനും മരണത്തിനുമിടയിൽ എത്തിപ്പെടുന്നതിന് തൊട്ടുമുൻപ് നോറാ എഴുതി വച്ച അവസാനത്തെ കുറിപ്പ്

എനിക്കെന്റെ പൂച്ചയെ വല്ലാതെ ഓർമ്മ വരുന്നു. എനിക്ക് വളരെയധികം ക്ഷീണം തോന്നുന്നു.

വിജയകരമായ ജീവിതം

അവൾ ഉറക്കത്തിലായിരുന്നു.

സ്വപ്നങ്ങളൊന്നുമില്ലാത്ത, ഗാഢമായ ഉറക്കം. എന്നിട്ടിപ്പോൾ, ഉറക്കമുണർന്ന്, എവിടെയാണെന്നു പോലും അറിയാതെ അവളിരിക്കുന്നുണ്ട് – ഫോൺ അലാറത്തിന് നന്ദി പറയണം.

ഫോണിൽ നോക്കിയപ്പോൾ, സമയം രാവിലെ 6.30 ആയിരുന്നു. ജനാലവിരിയിലൂടെ അരിച്ചിറങ്ങിയ വെളിച്ചത്തിൽ കട്ടിലിനരികിലെ സ്വിച്ച് അവൾ കണ്ടു. ലൈറ്റിട്ടപ്പോൾ അതൊരു ഹോട്ടൽ മുറിയാണെന്ന് അവൾക്ക് മനസ്സിലായി. ചാരയും നീലയും നിറങ്ങൾ നിറഞ്ഞ അകത്തളത്തിന് ഒരു കോർപ്പറേറ്റ് പ്രൗഢിയുണ്ടായിരുന്നു.

ചുവരിൽ, ഒരു ആപ്പിളിന്റെ (അതോ സബർജെല്ലിയോ) ചിത്രം, ഫ്രെയിം ചെയ്തു വച്ചിരുന്നു.

കട്ടിലിനരികിലെ, സിലിണ്ടർ ആകൃതിയിലുള്ള കണ്ണാടിക്കുപ്പിയിൽ പകുതിയോളം മിനറൽ വാട്ടർ ഇരിക്കുന്നുണ്ടായിരുന്നു. ഒപ്പം, തുറക്കാത്ത കുറച്ച് ബിസ്കറ്റ് പാക്കറ്റുകളും. അതിനടുത്തായി, ടൈംടേബിൾ എന്ന് തോന്നിക്കുന്ന, പ്രിന്റ് ചെയ്ത കുറിപ്പുകളടങ്ങിയ കുറച്ച് കടലാസുകൾ, വൃത്തിയായി പിൻ ചെയ്തു വച്ചിരുന്നു.

അവളതെടുത്തു നോക്കി.

നോറാ സീഡ് ഓബിഇ-യുടെ കാര്യപരിപാടി,
മുഖ്യാതിഥി, ഗള്ളിവർ റിസർച്ച് ഇൻസ്പയറിങ്
സക്സസ് സ്പ്രിംഗ് കോൺഫറൻസ്

രാവിലെ 8.45 – പ്രിയ നവ്വലുരി (ഗള്ളിവർ റിസർച്ച്), റോറി ലോങ്ഫോർഡ് (സെലിബ്രിറ്റി സ്പീക്കേഴ്സ്), ജെ എന്നിവരെ ഇന്റർനാഷണൽ ഹോട്ടലിന്റെ ലോബിയിൽ കാണുക.

രാവിലെ 9.00 – സൗണ്ട്ചെക്ക്

രാവിലെ 9.05 – അവസാനവട്ട ടെക്നിക്കൽ പരിശോധനകൾ

രാവിലെ 9.30 – നോറാ, വിഐപി ഏരിയയിൽ കാത്തിരിക്കുക,

ആദ്യത്തെ പ്രഭാഷണം കേൾക്കുക (ജെപി ബ്ലൈത്ത്, 'മീടൈം' എന്ന ആപ്പിന്റെ ഉപജ്ഞാതാവ്, *നിന്റെ ജീവിതം, നിന്റെ നിയമങ്ങൾ* എന്ന പുസ്തകത്തിന്റെ രചയിതാവ്).

രാവിലെ 10.15 – നോറായുടെ പ്രഭാഷണം

രാവിലെ 10.45 – ചോദ്യോത്തരവേള

രാവിലെ 11.00 – പരിചയപ്പെടൽ

രാവിലെ 11.30 – സമാപ്തം

നോറാ സീഡ് സുനിശ്ചിത വിജയം ഉറപ്പിച്ചുള്ള ക്ലാസ്സുകൾ.

അപ്പോൾ, അവൾ വിജയം വരിച്ച ഒരു ജീവിതം അവൾക്കുണ്ടായിരുന്നു. അതെന്തായാലും കൊള്ളാം.

ഈ 'ജെ' ആരായിരിക്കും എന്നവൾ ആലോചിച്ചു. അതുകൂടാതെ ലോബിയിൽ കാണേണ്ടവർ ആരൊക്കെയാവും. അവളാ കടലാസ്സ് തിരികെ വച്ച ശേഷം കട്ടിലിൽ നിന്നും എഴുന്നേറ്റു. ഇനിയും ഒരുപാടു നേരമുണ്ട്. എന്തിനായിരിക്കും രാവിലെ 6.30-ന് തന്നെ എഴുന്നേറ്റത്? ചിലപ്പോൾ, എല്ലാ പ്രഭാതങ്ങളിലും അവൾ നീന്താൻ പോകുന്നുണ്ടാവും. അത് ശരിയായിരിക്കാം എന്നവൾക്ക് തോന്നി. ഒരു ബട്ടൺ അമർത്തിയപ്പോൾ, ചെറിയൊരു മുരൾച്ചയോടെ കർട്ടനുകൾ തുറന്നു. ജലാശയത്തിന്റെയും, അംബരചുംബികളുടെയും, O2 അരീനയുടെ വെൺമകുടത്തിന്റെയും സുന്ദരമായ കാഴ്ച അവൾക്ക് മുൻപിൽ അനാവരണം ചെയ്യപ്പെട്ടു. ഈ കാഴ്ച, ഈയൊരു ഇടത്തു നിന്നും ഇതിനുമുൻപ് അവൾ കണ്ടിട്ടില്ല. ലണ്ടനിലെ കാനറി തുറമുഖം. ഏകദേശം ഇരുപതു നിലകൾക്ക് മുകളിലായിരുന്നു അവൾ നിന്നിരുന്നത്.

അവൾ ബാത്ത്റൂമിലേയ്ക്ക് നടന്നു. ഇളം തവിട്ടു നിറത്തിലെ ടൈലുകൾ, വലിയ ഷവർ ഏരിയ, പതുപതുത്ത വെള്ള ടവ്വലുകൾ. എല്ലാ പ്രഭാതങ്ങളിലും തോന്നുന്ന ഒരുതരം മൗഢ്യത തനിക്ക് തോന്നുന്നില്ല എന്ന് അവൾ തിരിച്ചറിഞ്ഞു. എതിർവശത്തിന്റെ ഏകദേശം മുക്കാൽഭാഗത്തോളം കാണാമായിരുന്നത്ര വലിയ ഒരു കണ്ണാടി അവിടെയുണ്ടായിരുന്നു. തന്റെ രൂപം നോക്കി അവൾ ഒരു നിമിഷം ശ്വാസമടക്കിപ്പിടിച്ച് നിന്നു. പിന്നീടവൾ പൊട്ടിച്ചിരിച്ചു. ഒടുക്കത്തെ ആരോഗ്യവും ശക്തിയുമായിരുന്നു അവളുടെ ശരീരത്തിന്. അവൾ അണിഞ്ഞിരുന്ന നിശാവസ്ത്രം കണ്ടപ്പോൾ (മഞ്ഞ കലർന്ന തവിട്ടുനിറവും പച്ചയും കൂടിച്ചേർന്ന, വരകളും ചതുരങ്ങളുമുള്ള വസ്ത്രം), ഈ ജീവിതത്തിൽ നല്ല അഭിരുചി തനിക്കുണ്ടെന്ന് അവൾ ഊഹിച്ചു.

സാമാന്യം വലിപ്പമുള്ള ഒരു കുളിമുറി ആയിരുന്നു അത്. വേണമെങ്കിൽ, തറയിൽ കിടന്ന് കുറച്ച് പുഷ്-അപ്പുകൾ എടുക്കാവുന്നത്ര വലുത്. കാൽമുട്ട് താഴെ മുട്ടാതെ, ശ്വാസം വിലങ്ങാതെ, പത്തെണ്ണം അവൾ ഒറ്റയടിയ്ക്ക് ചെയ്തു.

അതിനുശേഷം അവൾ പ്ലാങ്ക് ശ്രമിച്ചുനോക്കി. പിന്നെ ഒരു കൈയിൽ മാത്രം നിന്നു. കുറച്ചുകഴിഞ്ഞ്, മറുകൈയിൽ മാത്രം നിന്നു. അൽപ്പംപോലും

അവൾക്ക് വിറയൽ അനുഭവപ്പെട്ടില്ല. ശേഷം, അവൾ കുറച്ച് ബർപീസ് ചെയ്തു.

എല്ലാം സുഗമമായി നടന്നു.

അടിപൊളി.

എഴുന്നേറ്റുനിന്ന അവൾ, ദൃഢമായ വയറ്റിൽ കൈകൊണ്ടു മെല്ലെ തട്ടി. യഥാർത്ഥ ജീവിതത്തിൽ കുത്തനെയുള്ള കയറ്റം കയറുമ്പോൾ താൻ വല്ലാതെ അണയ്ക്കുമായിരുന്നല്ലോ എന്നവൾ ഓർത്തു. സാങ്കേതികമായി പറയുകയാണെങ്കിൽ, അത് ഇന്നലെയായിരുന്നു.

കൗമാരകാലത്തിന് ശേഷം ഇത്ര ആരോഗ്യവതിയായി അവൾക്ക് സ്വയം അനുഭവപ്പെട്ടിട്ടേയില്ല. സത്യത്തിൽ ജീവിതത്തിൽ ഒരിക്കലും ഇത്ര ആരോഗ്യവതിയായി അവൾക്ക് സ്വയം തോന്നിയിട്ടില്ല. ഉറപ്പായും, കരുത്തു കൂടിയിട്ടുണ്ട്.

ഫേസ്ബുക്കിൽ അവൾ 'ഇസബെൽ ഹിർഷ്' എന്ന് തിരഞ്ഞു. അവളുടെയാ പഴയ ആത്മാർത്ഥ സുഹൃത്ത് ജീവിച്ചിരിപ്പുണ്ടെന്നും, ഓസ്ട്രേലിയയിൽ താമസിക്കുന്നു എന്നും അവൾ കണ്ടു. അവൾക്ക് ഒരുപാട് സന്തോഷമായി. അവർ സാമൂഹ്യമാധ്യമത്തിൽ സുഹൃത്തുക്കളല്ല എന്നത് അവളെതെല്ലും അലട്ടിയില്ല. കാരണം, *ഈ* ജീവിതത്തിൽ നോറാ ബ്രിസ്റ്റോൾ യൂണിവേഴ്സിറ്റിയിൽ പോയിരിക്കാനുള്ള സാധ്യത വളരെ കുറവാണ്. ഒരു പക്ഷെ അവിടെ പോയിരുന്നു എങ്കിൽപ്പോലും, അവൾ അതേ വിഷയമായിരിക്കില്ല പഠിച്ചിട്ടുണ്ടാവുക. ഈ ഇസബെൽ ഹിർഷ്, നോറാ സീഡ് എന്ന വ്യക്തിയെ ഒരിക്കലും കണ്ടിരിക്കാൻ സാധ്യതയില്ല എങ്കിലും, നോറായുടെ യഥാർത്ഥ ജീവിതത്തിൽ ചെയ്യുകയായിരുന്ന അതേ കാര്യം തന്നെയാണ് അവർ ഇപ്പോഴും ചെയ്തുകൊണ്ടിരിക്കുന്നത് എന്നത് നോറായിൽ *ലേശം* അഭിമാനമുണർത്തി.

അവൾ ഡാനിനെയും തിരഞ്ഞു. അവൻ, ജിന എന്നു പേരുള്ള, ഒരു സ്പിൻ-ക്ലാസ്സ് പരിശീലകയെ വിവാഹം ചെയ്ത് സന്തോഷവാനായി കഴിയുന്നു (അങ്ങനെ തോന്നുന്നു). 'Gina Lord (née Sharpe)'. സിസിലി നഗരത്തിലായിരുന്നു അവരുടെ വിവാഹം.

അതിനു ശേഷം നോറാ, 'നോറാ സീഡ്' എന്ന് ഗൂഗിളിൽ തിരഞ്ഞു.

അവളുടെ വിക്കിപീഡിയ പേജ് (അവൾക്കൊരു വിക്കിപീഡിയ പേജൊക്കെ ഉണ്ട്!) പ്രകാരം, അവൾ ഒളിമ്പിക്സിൽ ഒക്കെ എത്തിയിട്ടുണ്ട്. അതും രണ്ടുതവണ. അവളുടെ മേഖല ഫ്രീസ്റ്റൈൽ നീന്തൽ ആണത്രേ. 800 മീറ്ററിന്റെ ഫ്രീസ്റ്റൈൽ, വെറും എട്ടു മിനിറ്റും അഞ്ചു സെക്കന്റുകളും കൊണ്ട് പൊളിച്ചടുക്കി അവൾ സ്വർണ്ണമെഡൽ നേടിയിട്ടുണ്ടത്രേ. മാത്രവുമല്ല, 400 മീറ്ററിൽ അവൾക്ക് വെള്ളിയുമുണ്ടത്രേ.

ഇതൊക്കെ അവൾക്ക് ഇരുപത്തിരണ്ട് വയസ്സുള്ളപ്പോൾ ആയിരുന്നു. ഇരുപത്തിയാറ് വയസ്സുള്ളപ്പോൾ 4 x 100 മീറ്റർ റിലേയിൽ പങ്കെടുത്ത് മറ്റൊരു വെള്ളിമെഡലും അവൾ നേടിയിട്ടുണ്ട്. ലോക അക്വാട്ടിക് ചാമ്പ്യൻ

ഷിപ്പിലെ 400 മീറ്റർ ഫ്രീസ്റ്റൈലിനുള്ള ലോക റെക്കോർഡ് കുറച്ചുനാൾ അവളുടെ പേരിലായിരുന്നു എന്ന് വായിച്ചപ്പോൾ അവൾക്ക് വിശ്വസിക്കാനായില്ല. അതിനുശേഷം അവൾ അന്താരാഷ്ട്ര മത്സരങ്ങളിൽ നിന്നും വിരമിച്ചു.

ഇരുപത്തിയെട്ടാമത്തെ വയസ്സിൽ അവൾ വിരമിച്ചു.

ബിബിസിയ്ക്കൊപ്പം ചേർന്ന് നീന്തൽ മത്സരങ്ങളുടെ റിപ്പോർട്ടുകൾ ചെയ്യുകയാണത്രേ അവളിപ്പോൾ. *കായികലോകത്തെക്കുറിച്ച്* ഒരു ചോദ്യം എന്ന ടെലിവിഷൻ പരമ്പരയിലും അവൾ പങ്കെടുത്തിട്ടുണ്ടത്രേ. *മുങ്ങുക അല്ലെങ്കിൽ നീന്തുക* എന്ന പേരിൽ അവൾ ആത്മകഥ എഴുതിയിട്ടുണ്ടത്രേ. ബ്രിട്ടീഷ് സ്വിമ്മിങ് ജി ബി യിൽ ഇടയ്ക്കൊക്കെ അവൾ അസിസ്റ്റന്റ് കോച്ചാണത്രേ. ഇപ്പോഴും അവൾ രണ്ടുമണിക്കൂർ നീന്താറുണ്ടത്രേ.

മേരി ക്യൂറി ക്യാൻസർ കെയർ പോലുള്ള ധർമ്മസ്ഥാപനങ്ങൾക്ക് അവൾ ധാരാളം പണം ദാനമായി നൽകാറുണ്ടത്രേ. മറൈൻ കൺസർവേഷൻ സൊസൈറ്റിയുടെ ധനസമാഹരണാർത്ഥം, ബ്രൈറ്റൺ കടൽപ്പാലത്തിനരികിലായി അവൾ ഒരു സ്വിമ്മത്തോൺ സംഘടിപ്പിച്ചിരുന്നു. കായികലോകത്തുനിന്നും വിരമിച്ച ശേഷം, അവൾ രണ്ടു തവണ ഇംഗ്ലീഷ് ചാനൽ നീന്തിക്കടന്നിരുന്നുവത്രേ.

കായികജീവിതത്തിൽ വേണ്ടുന്ന സ്റ്റാമിനയുടെ ആവശ്യകതയെക്കുറിച്ചും, പരിശീലനങ്ങളെക്കുറിച്ചും, ജീവിതത്തെക്കുറിച്ചുമൊക്കെ അവൾ നൽകിയ Ted പ്രസംഗത്തിന്റെ ലിങ്കും അതിലുണ്ടായിരുന്നു. ഒരു മില്യണിലധികം ആളുകൾ കണ്ട ഒരു വീഡിയോ ആയിരുന്നു അത്. കാണാൻ തുടങ്ങിയപ്പോൾ മുതൽ, അത് മറ്റാരോ ആണെന്ന് നോറായ്ക്ക് തോന്നിപ്പോയി. നല്ല ആത്മവിശ്വാസമുള്ള, വേദിയെ സ്വന്തം നിയന്ത്രണത്തിൽ നിർത്തുന്ന, നല്ല ആകാരസൗഷ്ഠവമുള്ള, സംസാരമദ്ധ്യേ നൈസർഗ്ഗികമായി പുഞ്ചിരിക്കുന്ന, ആളുകൾക്ക് ചിരിക്കാൻ തക്ക രസകരമായി സംസാരിക്കുന്ന, കൃത്യമായ സമയങ്ങളിൽ അവരെക്കൊണ്ട് തലയാട്ടിക്കുന്ന ഒരു സ്ത്രീ ആയിരുന്നു അത്.

അവൾക്കങ്ങനെ ആകാൻ കഴിയുമെന്ന് ഒരിക്കൽപ്പോലും അവൾ കരുതിയിരുന്നില്ല. ആ നോറാ എന്തൊക്കെയാവും ചെയ്തിട്ടുണ്ടാവുക എന്നോർത്തുനോക്കാൻ അവൾ ശ്രമിച്ചെങ്കിലും, അതിന് യാതൊരു മാർഗ്ഗവുമുണ്ടായിരുന്നില്ല.

"സ്റ്റാമിന ഉള്ള ആളുകളും മറ്റുള്ളവരെപ്പോലെതന്നെയാണ്," അവൾ പറയുകയായിരുന്നു. "മനസ്സിൽ വ്യക്തമായ ഒരു ലക്ഷ്യവും, അവിടെ ഏതാണ്ട് വേണ്ട കൃത്യമായ മനസ്സൊരുക്കവും അവർക്കുണ്ട് എന്നത് മാത്രമേ വ്യത്യാസമായിട്ടുള്ളൂ. ശ്രദ്ധ വ്യതിചലിച്ചു പോയേക്കാവുന്ന ജീവിതങ്ങളിൽ ഏകാഗ്രത ഉറപ്പുവരുത്താൻ തീർച്ചയായും വേണ്ടുന്ന ഒന്നാണ് സ്റ്റാമിന. ശരീരംകൊണ്ടും മനസ്സുകൊണ്ടും നമ്മൾ തളർന്നിരിക്കുന്ന ഒരു നിമിഷത്തിൽപോലും, ചെയ്തുകൊണ്ടിരിക്കുന്ന കാര്യത്തിൽ നിന്നും വ്യതിചലിക്കാതെ ഉറച്ചുനിൽക്കാനുള്ള കഴിവാണത്. തലയുയർത്താതെ,

നിങ്ങളുടെ ട്രാക്ക് വിട്ടു മാറാതെ, ചുറ്റും ആരൊക്കെയുണ്ടെന്നോ ആരെങ്കിലും നമ്മളെ കടന്ന് മുന്നോട്ടു പോകുന്നുണ്ടോ എന്നുമൊക്കെ ശ്രദ്ധിക്കാതെ നിലനിൽക്കാനുള്ള കഴിവ്..."

ഇത് ഏതവളായിരുന്നു?

അവൾ ആ വീഡിയോ കുറച്ചുകൂടി മുന്നോട്ടു നീക്കി. അവിടെ, അപ്പോഴും, തികഞ്ഞ ആത്മവിശ്വാസത്തോടെ, ജോൻ ഓഫ് ആർക്കിന്റെ സ്വയം പര്യാപ്തതയെക്കുറിച്ച് അവൾ വാചാലയാവുന്നുണ്ടായിരുന്നു.

"നിന്റെ താല്പര്യങ്ങളിലില്ലാത്ത ഒന്നായിത്തീരാൻ നീ ശ്രമിച്ചാൽ പരാജയപ്പെടുക തന്നെ ചെയ്യും. നീ നീയായിരിക്കാൻ പരിശ്രമിക്കു. കാഴ്ച യിലും, പെരുമാറ്റത്തിലും, ചിന്തകളിലും നീ നീയായിരിക്കാൻ വേണ്ടി പരിശ്രമിക്കു. നിന്റെ ഏറ്റവും സത്യസന്ധമായ ഒരു പതിപ്പായി മാറാൻ ലക്ഷ്യമിടൂ. നീയെന്ന സ്വത്വത്തെ മുറുകെപ്പിടിക്കു. അതിനുവേണ്ടി നില കൊള്ളൂ. അതിനെ സ്നേഹിക്കു. അതിനു വേണ്ടി കഠിനമായി പ്രയത്നിക്കു. ആളുകൾ അതിനെ പരിഹസിച്ചാലും, കളിയാക്കിയാലും അതൊന്നും കണ ക്കിലെടുക്കാതിരിക്കു. പരദൂഷണം എന്നത് മിക്കപ്പോഴും വേഷം മാറി നടക്കുന്ന അസൂയയാണ്. പ്രശ്നങ്ങളെ ഒഴിവാക്കു. സ്റ്റാമിന നിലനിർത്തു.... നീന്തിക്കൊണ്ടേയിരിക്കു..."

"നീന്തിക്കൊണ്ടേയിരിക്കു," ആ നോറാ പറഞ്ഞത് അതുപോലെ ആവർത്തിക്കാൻ അവൾ ശ്രമിച്ചു. ഈ ഹോട്ടലിൽ നീന്തൽക്കുളമുണ്ടാവുമോ എന്നവൾ ഒരു നിമിഷം ആലോചിച്ചു.

ഫോണിൽ നിന്നും വീഡിയോ മായുകയും, തൊട്ടടുത്ത നിമിഷം അത് ഇരമ്പാൻ തുടങ്ങുകയും ചെയ്തു.

ഒരു പേര് അതിൽ തെളിഞ്ഞു. 'നാദിയ'.

യഥാർത്ഥ ജീവിതത്തിൽ പരിചയമുള്ള നാദിയമാർ ആരും തന്നെയില്ല. ഈ പേര് കാണുമ്പോൾ, ഈ ജീവിതത്തിൽ, സന്തോഷം തോന്നണോ അതോ ഭയം തോന്നണോ എന്നുപോലും അവൾക്ക് ഒരു രൂപവും കിട്ടിയില്ല.

കണ്ടുപിടിക്കാൻ ഒരേയൊരു വഴിയേ ഉള്ളൂ.

"ഹലോ."

"പൊന്നേ," അവൾക്ക് തിരിച്ചറിയാനാകാത്ത ഒരു ശബ്ദം അതിലൂടെ യെത്തി. അടുപ്പമുള്ള, എന്നാൽ അത്ര പൊരുത്തമില്ലാത്ത സ്വരംപോലെ. അവരുടെ സംസാരത്തിന് ഒരു റഷ്യൻ ചായ്‌വുണ്ടായിരുന്നു. 'നിനക്ക് കുഴപ്പമൊന്നുമില്ലെന്ന് കരുതുന്നു."

"ഹായ് നാദിയ. എനിക്ക് കുഴപ്പമൊന്നുമില്ല. ചോദിച്ചതിൽ സന്തോഷം. ഞാനിവിടെ ഹോട്ടലിലാണ്. കോൺഫെറൻസിനു പോകാൻ തയ്യാറാവുന്നു."

"ഓ ശരിയാണ്. കോൺഫെറൻസ് ഉണ്ടല്ലോ. ഒരു പ്രസംഗത്തിന് പതിനയ്യായിരം പൗണ്ട്. മോശമല്ലല്ലോ."

അവൾക്കത് വിശ്വസിക്കാൻ കഴിഞ്ഞില്ല. അതിനോടൊപ്പം തന്നെ,

ഈ നാദിയ – അതാരായിരുന്നാലും – എങ്ങനെ ഇതറിഞ്ഞു എന്നവൾ അതിശയിച്ചു.

"ഓ അതെ."

"ജോ പറഞ്ഞതാണ് ഞങ്ങളോട്."

"ജോയോ?"

"അതെ. പിന്നെ, എനിക്ക് നിന്നോട് എപ്പോഴെങ്കിലും കുറച്ചു സംസാരിക്കാനുണ്ട്. അച്ഛന്റെ പിറന്നാൾ ആഘോഷങ്ങളെപ്പറ്റി."

"എന്താ പറഞ്ഞത്?"

"നീ ഞങ്ങളെയൊക്കെ കാണാൻ ഒന്നു വരുകയാണെങ്കിൽ പുള്ളിയ്ക്കത് വലിയ സന്തോഷമാകും എന്നെനിക്കറിയാം."

ഒരു പ്രേതത്തിനെ കണ്ടിട്ടെന്നപോലെ അവളുടെ ദേഹം മുഴുവൻ തണുത്തു, വിറപൂണ്ടു.

അവളുടെ അച്ഛന്റെ ശവസംസ്കാര ചടങ്ങുകളും, അപ്പോൾ സഹോദരനെ കെട്ടിപ്പിടിച്ച് പരസ്പരം തോളുകളിൽ മുഖം ചേർത്ത് കരഞ്ഞതും അവളോർത്തു.

"എന്റെ അച്ഛനോ?"

എന്റെ അച്ഛൻ. മരിച്ചുപോയ എന്റെ അച്ഛൻ.

"അദ്ദേഹം ദേ പൂന്തോട്ടത്തിൽനിന്നും അകത്തേയ്ക്ക് കയറി വന്നിട്ടേയുള്ളൂ. നിനക്ക് സംസാരിക്കണോ?"

ഇത് തികച്ചും അസാധാരണമായ ഒന്നാണ്. തികച്ചും അവിശ്വസനീയം. പക്ഷെ അവരുടെ സ്വരത്തിൽ അങ്ങനെയൊന്നും പ്രതിഫലിച്ചിരുന്നില്ല. ഇതൊരു വലിയ കാര്യമേയല്ല എന്ന മട്ടിൽ വളരെ സ്വാഭാവികമായിട്ടായിരുന്നു അവരത് പറഞ്ഞത്.

"എന്താ?"

"നിനക്ക് അച്ഛനോട് സംസാരിക്കണോന്ന്?"

ഒരു നിമിഷം അവൾക്കൊന്നും മിണ്ടാൻ കഴിഞ്ഞില്ല. ലോകം കീഴ്മേൽ മറിയുന്നതുപോലെ അവൾക്ക് തോന്നി.

"ഞാൻ –"

അവൾക്കൊന്നും മിണ്ടാൻ കഴിഞ്ഞില്ല. ശ്വാസംപോലും കഴിക്കാനാവാതെ അവൾ നിന്നു. എന്തു പറയണമെന്ന് അവൾക്കറിയില്ലായിരുന്നു. ഇതൊന്നും സത്യമായിരിക്കില്ല എന്നവൾക്ക് തോന്നി. മറ്റൊരു കാലത്തേയ്ക്ക് സഞ്ചരിക്കുന്നത് പോലെയായിരുന്നു അത്. രണ്ടു ദശാബ്ദമെങ്കിലും പുറകിലേയ്ക്ക് അവൾ എത്തിപ്പെട്ടിട്ടുണ്ടാവണം എന്ന പോലെ.

പക്ഷെ അവൾക്കെന്തെങ്കിലും പ്രതികരിക്കാനാവും മുൻപേ നാദിയ പറഞ്ഞു, "ദാ കൊടുക്കാം..."

നോറാ ഫോൺ വയ്ക്കാനൊരുങ്ങി. ഒരുപക്ഷെ അവളങ്ങനെ ചെയ്യേണ്ടതായിരുന്നു. പക്ഷെ അവൾ വച്ചില്ല. അതൊരുപക്ഷേ ഒരു അവസരമായിരിക്കും എന്നവൾക്ക് പെട്ടെന്നു തോന്നി. അദ്ദേഹത്തിന്റെ ശബ്ദം വീണ്ടും കേൾക്കാൻ അവൾ കാത്തിരുന്നു.

ആദ്യം കേട്ടത് അദ്ദേഹത്തിന്റെ ശ്വാസമായിരുന്നു.

പിന്നെ : "ഹായ് നോറാ. എന്തുണ്ട് വിശേഷം?"

പ്രത്യേകിച്ചൊന്നുമില്ലാതെ, സാധാരണ ഒരു ദിവസത്തിലെന്നപോലെ, അവിടെ അദ്ദേഹം. അദ്ദേഹത്തിന്റെ ശബ്ദം. അതേ ഉറച്ച ശബ്ദം. ഒരൽപം മയപ്പെട്ടത് പോലെ, അവശതയുള്ളതു പോലെ. കേട്ടിട്ടുള്ളതിനേക്കാൾ പതിനഞ്ചു വയസ്സെങ്കിലും കൂടിയിട്ടുണ്ട് ശബ്ദത്തിന്.

"അച്ഛാ," അവൾ വിളിച്ചു. അതിശയം കലർന്ന അവളുടെ സ്വരം താണിരുന്നു. "അച്ഛൻതന്നെയാണോ ഇത്?"

"നോറാ, നിനക്ക് കുഴപ്പമൊന്നുമില്ലല്ലോ? എന്താ, വിട്ടുവിട്ടാണോ കേൾക്കുന്നത്? ഫേസ്-ടൈം ചെയ്യണോ നിനക്ക്?"

ഫേസ്-ടൈം. അദ്ദേഹത്തിനെ കണ്ടുസംസാരിക്കാൻ. വേണ്ട. അതൊക്കെ താങ്ങാവുന്നതിനും അപ്പുറമാണ്. ഇപ്പൊത്തന്നെ താങ്ങാനാവുന്നതിനേക്കാൾ അധികമാണ്. ഫേസ്-ടൈം ഒക്കെ കണ്ടുപിടിച്ചതിനു ശേഷമുള്ള കാലത്തും അച്ഛൻ ജീവിച്ചിരിപ്പുണ്ട് എന്നത് തന്നെ വിശ്വസിക്കാൻ കഴിയുന്നില്ല. ലാൻഡ്ഫോണുകളുടെ കാലഘട്ടത്തിൽ ഉണ്ടായിരുന്ന ആളാണ് അച്ഛൻ. മരിക്കുമ്പോൾ, ഇമെയിലുകളോടും ടെക്സ്റ്റ് മെസ്സേജുകളോടും പൊരുത്തപ്പെട്ടു വരുന്നതേയുണ്ടായിരുന്നുള്ളൂ അദ്ദേഹം.

"വേണ്ട. ഞാൻ എന്തോ, പെട്ടെന്ന് വേറെ എന്തോ ആലോചിച്ചതാണ്. അത് പോട്ടെ. അച്ഛന് സുഖമാണോ?"

"സുഖം. ഇന്നലെ ഞങ്ങൾ സാലിയെ മൃഗഡോക്ടറുടെ അടുത്ത് കൊണ്ടുപോയി."

സാലി ഒരു പട്ടിയായിരിക്കണം എന്നവൾ ഊഹിച്ചു. അവളുടെ മാതാപിതാക്കൾക്ക് പട്ടിയോ, അങ്ങനെയുള്ള ഏതെങ്കിലും വളർത്തുമൃഗങ്ങളോ ഉണ്ടായിരുന്നില്ല. കുഞ്ഞായിരിക്കുമ്പോൾ ഒരു പട്ടിയോ പൂച്ചയോ വേണം എന്ന് പറഞ്ഞ് നോറാ കെഞ്ചിയിട്ടുണ്ട്. പക്ഷെ അച്ഛനായിരുന്നു അതിനെതിരു നിന്നിരുന്നത്.

"അവൾക്കെന്തു പറ്റി?" ശബ്ദത്തിലെ സ്വാഭാവികത മാറാതെ സൂക്ഷിച്ചുകൊണ്ട് നോറാ ചോദിച്ചു.

"ചെവിയുടെ ആ പ്രശ്നം തന്നെ. അണുബാധ പിന്നെയും വന്നു."

"ങാ ശരിയാ.." സാലിയെയും അവളുടെ പ്രശ്നബാധിതമായ ചെവികളെയും അടുത്തറിയുന്ന ഒരാളെപ്പോലെ അവൾ പറഞ്ഞു. "പാവം സാലി... ഞാൻ... എനിക്ക് നിങ്ങളെ ഒത്തിരി ഇഷ്ടമാണ് ഡാഡി. പറയണമെന്ന് തോന്നി –"

"നോറാ, നിനക്ക് കുഴപ്പമൊന്നുമില്ലല്ലോ? നീ കുറച്ച്.... വൈകാരികമായി സംസാരിക്കുന്നതുപോലെ."

"ഞാനതങ്ങനെ പറഞ്ഞിട്ടില്ലല്ലോ... അല്ല, പറയാറില്ലല്ലോ... എനിക്ക് നിങ്ങളെ ഒത്തിരി ഇഷ്ടമാണ് എന്ന് നിങ്ങൾ അറിഞ്ഞിരിക്കണം എന്ന് തോന്നി. നിങ്ങളൊരു നല്ല അച്ഛനാണ്. മറ്റൊരു ജീവിതത്തിൽ – ഞാൻ

നീന്തൽ ഉപേക്ഷിച്ച ജീവിതത്തിൽ – എനിക്കതിനെക്കുറിച്ച് വല്ലാത്ത കുറ്റബോധമായിരുന്നു."

"നോറാ?"

എന്തെങ്കിലും ചോദിക്കുന്നത് അബദ്ധമായിപ്പോയേക്കാം എന്നവൾക്കറിയാമായിരുന്നു എങ്കിലും, ചോദിക്കാതിരിക്കാൻ അവൾക്ക് കഴിഞ്ഞില്ല. തിളച്ച പാത്രത്തിൽ നിന്നും വെള്ളം പുറത്തേയ്ക്ക് ചാടും പോലെ, അവളിൽ നിന്നും ചോദ്യങ്ങൾ പ്രവഹിച്ചു.

"നിങ്ങൾക്ക് കുഴപ്പമൊന്നുമില്ലല്ലോ ഡാഡി?"

"അതെന്താ അങ്ങനെ ചോദിക്കാൻ?"

"വെറുതെ. മുൻപൊക്കെ നെഞ്ചുവേദനയെക്കുറിച്ച് ഇടയ്ക്കിടെ പറയാറില്ലായിരുന്നോ?"

"ആരോഗ്യം മെച്ചപ്പെട്ടതിന് ശേഷം എനിക്കത് ഉണ്ടായിട്ടേയില്ല. അതൊക്കെ വർഷങ്ങൾക്ക് മുൻപായിരുന്നു. എന്റെ ആരോഗ്യ ഉണർവ്വ് നിനക്കോർമ്മയില്ലേ? ഒളിമ്പ്യന്മാർക്കിടയിൽ ജീവിക്കുമ്പോൾ അങ്ങനെയും ചില ഗുണങ്ങളൊക്കെയുണ്ട്. റഗ്ബി-കാലത്തുണ്ടായിരുന്ന പോലെ നല്ല ആരോഗ്യസ്ഥിതിയാണ് എനിക്കിപ്പോൾ. കുടി നിർത്തിയിട്ടുതന്നെ പതിനാറ് വർഷങ്ങൾ ആവുന്നു. കൊളസ്ട്രോളും, രക്തസമ്മർദ്ദവുമെല്ലാം കുറഞ്ഞിട്ടുണ്ട് എന്നാണ് ഡോക്ടർ പറയുന്നത്."

"ഉവ്വ്... ശരിയാണ്... ആ ആരോഗ്യ ഉണർവ്വ് ഞാനോർക്കുന്നു." മറ്റൊരു ചോദ്യം അവളുടെ തൊണ്ടയിലേയ്ക്കിരച്ചു കയറിവന്നു. പക്ഷെ അതെങ്ങനെ ചോദിക്കണമെന്നറിയാതെ അവൾ കുഴങ്ങി. അതുകൊണ്ട്, വളച്ചുകെട്ടാതെ ചോദിക്കാൻ അവൾ തീരുമാനിച്ചു.

"നിങ്ങൾ നാദിയയുമായി ജീവിക്കാൻ തുടങ്ങിയിട്ട് എത്ര നാളായിട്ടുണ്ടാകും?"

"നിനക്ക് വല്ല മറവിരോഗവും പിടിപെട്ടോ?"

"ഇല്ലില്ല. അല്ല, ചിലപ്പോൾ പിടിപെട്ടുകാണും. കുറച്ചു നാളുകളായി ജീവിതത്തിനെക്കുറിച്ചൊക്കെ വല്ലാത്ത ചിന്തകളാണ്."

"നീയിപ്പോ തത്വചിന്തകയോ മറ്റോ ആണോ?"

"അതിപ്പോ, ഞാൻ അതല്ലേ പഠിച്ചത്?"

"അതെപ്പോ?"

"അത് വിട്. നിങ്ങൾ എങ്ങനെയാണ് കണ്ടുമുട്ടിയത് എന്ന് ഞാൻ മറന്നുപോയി, അതാണ്."

അസുഖകരമായ ഒരു ദീർഘനിശ്വാസം അവൾ അങ്ങേത്തലയ്ക്കൽ കേട്ടു. അദ്ദേഹം, പെട്ടെന്ന് പൊട്ടിത്തെറിച്ചു. "നിനക്കറിയാമല്ലോ ഞങ്ങൾ എങ്ങനെയാണ് കണ്ടുമുട്ടിയതെന്ന്... ഇപ്പൊ എന്തിനാ ഇതൊക്കെ നീ വീണ്ടും കുത്തിപ്പൊക്കുന്നത്? ഇതാ തെറാപ്പിസ്റ്റ് ചെയ്യുന്ന പണിയാണോ? കാരണം, ഇക്കാര്യത്തിൽ എനിക്കുള്ള വികാരം നിനക്കറിയാവുന്നതാണല്ലോ...?"

എനിക്കൊരു തെറാപ്പിസ്റ്റുണ്ട്.

“എന്നോട് ക്ഷമിക്കു ഡാഡി.”

“സാരമില്ല.”

“ഡാഡി സന്തുഷ്ടനാണ് എന്നറിഞ്ഞാൽ മതി എനിക്ക്.”

“ഉറപ്പായും. ഒരു ഒളിമ്പിക് ചാമ്പ്യനെയല്ലേ എനിക്ക് മകളായി ലഭിച്ചിരിക്കുന്നത്? പിന്നെ ഒടുവിൽ, ഞാൻ എന്റെ പ്രണയഭാജനത്തെ കണ്ടെത്തുകയും ചെയ്തു. നീ ജീവിതത്തിലേയ്ക്ക് തിരിച്ചു വന്നുകൊണ്ടിരിക്കുകയും ആണ്. മാനസികമായി, അതാ ഞാൻ ഉദ്ദേശിച്ചത്. പോർച്ചുഗലിലെ സംഭവത്തിനു ശേഷം.”

പോർച്ചുഗലിൽ എന്തു സംഭവിച്ചു എന്നറിയാൻ അവൾക്ക് ആഗ്രഹമുണ്ടായിരുന്നു. പക്ഷെ മറ്റൊരു ചോദ്യമാണ് ആദ്യം അവൾക്ക് ചോദിക്കാൻ തോന്നിയത്.

“അപ്പോൾ അമ്മയോ? അമ്മ നിങ്ങളുടെ പ്രേമഭാജനമായിരുന്നില്ലേ?”

“ഒരിക്കൽ ആയിരുന്നു. പക്ഷെ പിന്നീട് എല്ലാം മാറിപ്പോയില്ലേ നോറാ. നീ മുതിർന്നു. നിനക്ക് മനസ്സിലാകും.”

“ഞാൻ —”

നോറാ ഫോൺ ലൗഡ്സ്പീക്കറിൽ ഇട്ട ശേഷം ഫോണിൽ വീണ്ടും വിക്കിപീഡിയ തുറന്നു. യുക്രെയ്നിൽ നിന്നുള്ള യെഗോർ വാൻകോ എന്ന ആൺ നീന്തൽതാരത്തിന്റെ അമ്മയായ നാദിയ വാൻകോയുമായുള്ള അടുപ്പത്തെത്തുടർന്ന്, അവളുടെ മാതാപിതാക്കൾ വിവാഹബന്ധം വേർപെടുത്തിയിരുന്നു. അവളുടെ അമ്മ കുറെ മുൻപ്, 2011-ൽ മരിച്ചുപോയതായും അതിൽ കാണിക്കുന്നുണ്ട്.

ബെഡ്ഫോർഡിലെ ആ കാർപാർക്കിലിരുന്ന് തനിക്ക് ഒരു മത്സരനീന്തൽക്കാരിയാവണ്ട എന്നവൾ പറയാതിരുന്നതുകൊണ്ടു മാത്രമാണ് ഇതെല്ലം ഇത്രത്തോളം എത്തിയത്.

വീണ്ടും താൻ മാഞ്ഞുപോകുന്നത് പോലെ അവൾക്ക് തോന്നി. ഈ ജീവിതം തന്റേതല്ല എന്ന് തിരിച്ചറിഞ്ഞ്, തിരികെ ലൈബ്രറിയിലേയ്ക്ക് എത്തിപ്പെടുന്നതുപോലെ. പക്ഷെ അവൾ അവിടെത്തന്നെ നിന്നു. അച്ഛനോട് ബൈ പറഞ്ഞ് ഫോൺകാൾ അവസാനിപ്പിച്ച ശേഷം, അവൾ തന്നെക്കുറിച്ച് തുടർന്നു വായിച്ചു.

അമേരിക്കയിൽ നിന്നുള്ള ഒളിമ്പിക് *മെഡൽ* ജേതാവായ സ്കോട്ട് റിച്ചാർഡ്സുമായി മൂന്നുവർഷത്തോളം നീണ്ട പ്രണയബന്ധം അവൾക്കുണ്ടായിരുന്നു. അവരൊരുമിച്ച് കുറച്ചുനാൾ കാലിഫോർണിയയിൽ താമസിച്ചിരുന്നു. സാൻ ഡിയാഗോയിലെ ലാ ഹോയാ എന്ന സ്ഥലത്തായിരുന്നു അവർ താമസിച്ചിരുന്നത്. ഇപ്പോഴവൾ വെസ്റ്റ് ലണ്ടനിൽ തനിച്ചു താമസിക്കുന്നു.

ആ പേജു മുഴുവൻ വായിച്ചശേഷം, അവൾ ഫോൺ മാറ്റിവച്ചു. ഒരു നീന്തൽക്കുളമുണ്ടാവുമോ എന്ന് അന്വേഷിക്കാൻ അവൾ തീരുമാനിച്ചു. ഈ ജീവിതത്തിൽ തന്റെ കർമ്മം എന്താണോ, അതുതന്നെ ചെയ്തേക്കാം എന്നവൾ കരുതി. ഈ ജീവിതത്തിലെ അവളുടെ കർമ്മം നീന്തലാണ്.

മാത്രവുമല്ല, ചിലപ്പോൾ കുറച്ചുനേരം വെള്ളത്തിൽ കിടക്കുമ്പോൾ, എന്തു സംസാരിക്കണം എന്നതിനെക്കുറിച്ച് ഒരു രൂപം കിട്ടിയേക്കും.

അവിടെ നീന്തിയത് നല്ലൊരു അനുഭവമായിരുന്നു. പ്രത്യേകിച്ച് ക്രിയാത്മകമായൊന്നും തലയിൽ ഉദിച്ചില്ല എങ്കിലും, മരിച്ചുപോയ അച്ഛനോടു നടത്തിയ സംഭാഷണം നൽകിയ ഞെട്ടലിൽ നിന്നും അതവൾക്കൊരല്പം ആശ്വാസം നൽകി. കുളത്തിൽ അവൾ മാത്രമേ ഉണ്ടായിരുന്നുള്ളൂ. അതുകൊണ്ടുതന്നെ കൂടുതലൊന്നും ചിന്തിക്കാതെ, ആ കുളത്തിലുടനീളം, ബ്രെസ്റ്റ്-സ്ട്രോക്ക് ശൈലിയിൽ നീന്താൻ അവൾക്കു കഴിഞ്ഞു. അത്രയ്ക്ക് ആരോഗ്യവതിയായും കരുത്തോടെയും അത് ചെയ്യാൻ കഴിയുന്നതിനാലും, വെള്ളത്തിന് മേൽ സർവ്വാധിപത്യം വരിക്കാൻ കഴിയുന്നതിനാലും അവൾക്ക് ചെറുതല്ലാത്ത ആത്മവിശ്വാസം തോന്നി. തെല്ലിടനേരം അച്ഛനെക്കുറിച്ചും, യാതൊരു തയ്യാറെടുപ്പുകളും നടത്തിയിട്ടില്ലാത്ത പ്രസംഗത്തെക്കുറിച്ചുമുള്ള ആധികൾ അവളിൽ നിന്നുമൊഴിഞ്ഞു നിന്നു.

പക്ഷെ നീന്തുംതോറും അവളുടെ മനസ്സ് മാറാൻ തുടങ്ങി. അച്ഛൻ നേടിയതും, അമ്മയ്ക്ക് നഷ്ടമായതുമായ വർഷങ്ങളെക്കുറിച്ച് അവൾ ചിന്തിച്ചു നോക്കി. അതിനെക്കുറിച്ചു കൂടുതൽ ചിന്തിക്കും തോറും, അച്ഛനു മേൽ കോപം ഇരച്ചുപൊന്തി. അതിന്റെ കൂടിക്കൂടി വന്ന ആക്കത്തിൽ, അവൾ കൂടുതൽ വേഗത്തിൽ നീന്തി. വിവാഹമോചിതരായതിൽ തന്റെ മാതാപിതാക്കൾ അഭിമാനിക്കുന്നു എന്നാണ് അവൾ കരുതിയിരുന്നത്. അതുകൊണ്ടാണ് അവരുടെയുള്ളിലെ വിദ്വേഷത്തെ, അവരുടെ മക്കളിലേയ്ക്ക്, പ്രത്യേകിച്ച് നോറായിലേയ്ക്ക് അവർ നിക്ഷേപിച്ചത് എന്ന് അവൾ കരുതി. അവരുടെ അംഗീകാരം കിട്ടാനുള്ള ഏകമാർഗ്ഗം നീന്തൽ മാത്രമായിരുന്നു.

ഇപ്പോൾ, അവൾ ജീവിച്ചുകൊണ്ടിരിക്കുന്ന ഈ ജീവിതത്തിൽ, അദ്ദേഹത്തിനെ സന്തോഷിപ്പിക്കാൻ വേണ്ടി തിരഞ്ഞെടുത്ത ഒരു ജീവിതചര്യ ആയിരുന്നു അവൾക്കുണ്ടായിരുന്നത്. അതിനു വേണ്ടി, സ്വന്തം പ്രണയബന്ധങ്ങളെയും, സംഗീതത്തിനോടുള്ള ഇഷ്ടത്തെയും, ഒരു മെഡൽ എന്നതിൽക്കവിഞ്ഞുള്ള മറ്റെല്ലാ സ്വപ്നങ്ങളെയും, സ്വന്തം ജീവിതത്തെത്തന്നെയും അവൾ ബലികൊടുത്തു. എന്നിട്ട്, ഈ നാദിയ എന്നു പറയുന്ന വ്യക്തിയുമായി ഒരു പ്രണയബന്ധം ഉണ്ടാക്കിയെടുത്ത്, അമ്മയെ ഉപേക്ഷിച്ചുംകൊണ്ടാണ് അച്ഛൻ അവൾക്ക് പാരിതോഷികം നൽകിയത്. ഒടുവിൽ, അതിനെക്കുറിച്ചു ചോദിച്ചപ്പോൾ അദ്ദേഹം പൊട്ടിത്തെറിക്കുകയാണുണ്ടായത്.

അങ്ങേരെ കുറഞ്ഞത് ഈ പതിപ്പിലുള്ള അങ്ങേരെയെങ്കിലും, കഴുത്ത് ഞെരിച്ചു കൊല്ലണം.

ഫ്രീസ്റ്റൈൽ നീന്തലിലേയ്ക്കവൾ കടന്നു. അപ്പോഴാണ്, മറ്റുള്ള മാതാപിതാക്കളെപ്പോലെ ഉപാധികളില്ലാതെ അവളെ അവർക്ക് സ്നേഹിക്കാൻ കഴിയാതിരുന്നത് അവളുടെ കുറ്റമായിരുന്നില്ല എന്നവൾ തിരിച്ചറിഞ്ഞത്. ചെവികളുടെ അനുപാതവ്യത്യാസം മുതൽ, അവൾക്കുള്ള എല്ലാ കുറവുകളെക്കുറിച്ചും അവളുടെ അമ്മ അമിതമായി ബോധവതിയായിരുന്നതിന്

അവൾ കാരണക്കാരിയല്ല എന്ന്. അല്ല. അതൊക്കെ അതിനും മുൻപേ തുടങ്ങിയതായിരുന്നു. അവരുടെ വിവാഹജീവിതം ഏറെക്കുറെ ശിഥില മായിക്കൊണ്ടിരുന്ന ഒരു സമയത്തായിരുന്നു അവളുടെ വരവ് എന്നതാണ് ആദ്യത്തെ പ്രശ്നം. അമ്മ അതോടെ വിഷാദത്തിലേയ്ക്ക് വീണു. അച്ഛനാകട്ടെ, അളവില്ലാതെ കുടിക്കാനും തുടങ്ങി.

അവൾ മുപ്പത് തവണ കൂടി നീന്തി. അവളും ജലവും മാത്രമായതോടെ, അവളുടെ മനസ്സ് ശാന്തമാകാനും, സ്വതന്ത്രമാകാനും തുടങ്ങി.

ഒടുവിൽ, കുളത്തിൽ നിന്നും കയറി മുറിയിലെത്തിയ അവൾ, അവിടെ ഉണ്ടായിരുന്ന ഒരേയൊരു നല്ല വസ്ത്രം (നേവി നിറത്തിലുള്ള നല്ലൊരു ട്രൗസർ സ്യൂട്ട്) എടുത്തണിഞ്ഞ ശേഷം, പെട്ടിയുടെ ഉൾവശത്തേയ്ക്ക് തുറിച്ച് നോക്കി നിന്നു. പരമമായ ഏകാന്തത അതിൽനിന്നും പ്രവഹിക്കുന്നതായി അവൾക്ക് തോന്നി. അവൾ എഴുതിയ പുസ്തകത്തിന്റെ ഒരു പതിപ്പ് അതിലു ണ്ടായിരുന്നു. അതിന്റെ പുറംചട്ടയിൽ, കരളുറപ്പിന്റെ ഉരുക്കുദൃഷ്ടിയോടെ, ജി ബി ടീമിന്റെ നീന്തൽവസ്ത്രവുമണിഞ്ഞ് അവൾ നിൽക്കുന്നുണ്ടായിരുന്നു. അതെടുത്തു നോക്കിയപ്പോൾ, ചെറിയ ലിപികളിൽ, അത് അമാൻഡ സാൻഡ്സുമൊത്ത് എഴുതിയതാണെന്ന് അവൾ കണ്ടു.

ഇന്റർനെറ്റിൽ നോക്കിയപ്പോൾ കണ്ടത്, 'പേര് കേട്ട കായികതാ രങ്ങൾക്ക് വേണ്ടി ഗോസ്റ്റ് റൈറ്റിങ് ചെയ്യുന്ന വ്യക്തിയാണ് അമാൻഡ സാൻഡ്സ്' എന്നാണ്.

വാച്ചിലേയ്ക്ക് നോക്കിയപ്പോൾ, ലോബിയിൽ എത്തേണ്ട സമയമായി എന്നവൾ കണ്ടു.

വൃത്തിയായി വസ്ത്രം ധരിച്ച മൂന്നു പേരാണ് അവളെ കാത്തവിടെ ഉണ്ടായിരുന്നത്. അതിൽ രണ്ടുപേരെ അവൾക്ക് മനസ്സിലായില്ല എങ്കിലും, മൂന്നാമനെ അവൾക്ക് അറിയാതിരിക്കാൻ യാതൊരു സാധ്യതയും ഉണ്ടായി രുന്നില്ല. ഒരു സ്യൂട്ട് ധരിച്ച്, മുടി ഒരു വശം ചരിച്ച് ചീകിയ, ബിസിനസ്സ്മാനെ പ്പോലെ തോന്നിച്ച ആ വ്യക്തി ജോ ആയിരുന്നു. ഈ പുതിയ ജീവിതത്തിൽ അവനു താടിയും മീശയും ഉണ്ടായിരുന്നില്ല. അവന്റെ ഇരുണ്ട പുരികങ്ങൾ ഇടതൂർന്നു തന്നെ കിടന്നു. "അത് നിന്റെയുള്ളിലെ ഇറ്റാലിയൻ രക്തത്തിന്റെ ഗുണമാ" എന്നാണ് അതിനെക്കുറിച്ച് അമ്മ പറയാറ്.

"ജോ?"

അവൻ അവളെ നോക്കി ഭംഗിയായി, സാഹോദര്യം തുളുമ്പുന്ന മട്ടിൽ, പുഞ്ചിരിക്കുന്നുണ്ടായിരുന്നു.

"സുപ്രഭാതം സഹോ," അവളവനു നൽകിയ ആശ്ലേഷത്തിന്റെ പതി വിൽക്കവിഞ്ഞ ദൈർഘ്യത്തിൽ ഒരൽപ്പം അതിശയപ്പെട്ടും, പരുങ്ങിയും അവൻ പറഞ്ഞു.

അതിനുശേഷം മറ്റു രണ്ടുപേരെയും അവൻ പരിചയപ്പെടുത്തി.

"ഇത് പ്രിയ, ഗള്ളിവർ റിസേർച്ചിൽ നിന്നുമാണ്. അവരാണ് ഈ കോൺഫെറൻസ് സംഘടിപ്പിക്കുന്നത്. ഇത് റോറി, സെലിബ്രിറ്റി സ്പീക്കേ ഴ്സിൽ നിന്നുമാണ്."

"ഹായ് പ്രിയ. ഹായ് റോറി. പരിചയപ്പെടാൻ കഴിഞ്ഞതിൽ സന്തോഷം," അവൾ പറഞ്ഞു.

"ഉവ്വ്. അതെ. നിങ്ങളെ കൊണ്ടുവരാൻ കഴിഞ്ഞതിൽ ഞങ്ങൾക്കും വളരെ സന്തോഷമുണ്ട്," പ്രിയ പറഞ്ഞു.

"നമ്മൾ ഇതിനുമുൻപ് കണ്ടിട്ടേയില്ലെന്ന മട്ടിലാണ് നീയത് പറഞ്ഞത്," ഒരു പൊട്ടിച്ചിരിയുടെ അകമ്പടിയോടെ റോറി പറഞ്ഞു.

നോറാ പിൻവാങ്ങാൻ ഒരു ശ്രമം നടത്തി. "ഉവ്വ് എനിക്കറിയാം റോറി നമ്മൾ കണ്ടിട്ടുണ്ടെന്ന്. ഞാനൊരു കൊച്ചു തമാശ പറഞ്ഞതല്ലേ. എന്റെ നർമ്മബോധത്തെക്കുറിച്ച് നിനക്കറിവുള്ളതല്ലേ?"

"നിനക്ക് നർമ്മബോധമൊക്കെയുണ്ടോ?"

"അത് കൊള്ളാമായിരുന്നു റോറി!"

"ശരി," അവളെ നോക്കി ചിരിച്ചുകൊണ്ട് അവളുടെ സഹോദരൻ പറഞ്ഞു. "നിങ്ങൾക്ക് ആ സ്ഥലം ഒന്നു കാണണോ?"

അവൾക്ക് പുഞ്ചിരി അടക്കാനേ കഴിഞ്ഞില്ല. ഇതാ നിൽക്കുന്നു തന്റെ സഹോദരൻ. രണ്ടുവർഷമായി താൻ കണ്ടിട്ടില്ലാത്ത, അടുത്തിടെയെങ്ങും ഒരു നല്ല ബന്ധം ഉരുത്തിരിയുന്നു എന്നവൾ സ്വപ്നത്തിൽ പോലും കരുതിയിട്ടില്ലാത്ത തന്റെ സഹോദരൻ. സന്തുഷ്ടനാണ്, ആരോഗ്യവാനാണ്, അതിലെല്ലാമുപരി, തന്നെ ഒരുപാടിഷ്ടമുള്ളത് പോലെയുമാണ് അദ്ദേഹം കാണപ്പെട്ടത്. "സ്ഥലമോ?"

"അതെ. നീ പ്രസംഗിക്കാൻ പോകുന്ന ആ ഹാൾ."

"അവിടെ എല്ലാം തയ്യാറാണ്," സഹായിക്കാനായി പ്രിയ പറഞ്ഞു.

"ഒടുക്കത്തെ വലിപ്പമാണാ മുറിക്ക്," കൈയിൽ ഒരു പേപ്പർ കപ്പ് നിറയെ കോഫിയും പിടിച്ചുകൊണ്ട് നിന്ന റോറിയും പറഞ്ഞു.

അങ്ങനെ, വിശാലമായ ഒരു നീല കോൺഫെറൻസ് മുറിയിലേയ്ക്ക് നോറാ ആനയിക്കപ്പെട്ടു. വീതിയേറിയ നല്ലൊരു അരങ്ങും, ആയിരത്തോളം ഒഴിഞ്ഞ കസേരകളും അവിടെയുണ്ടായിരുന്നു. കറുപ്പ് വസ്ത്രങ്ങളണിഞ്ഞ ഒരു ടെക്നിഷ്യൻ അടുത്തേയ്ക്ക് വന്ന് അവളോട് ചോദിച്ചു," നിങ്ങൾക്ക് ഏതാണ് വേണ്ടത്? ലേപ്പലാണോ, ഹെഡ്സെറ്റാണോ, അതോ കൈയിൽ പിടിക്കുന്ന തരമാണോ?"

"എന്താ?"

"അവിടെ കയറുമ്പോൾ ഏത് തരം മൈക്കാണ് നിങ്ങൾക്ക് വേണ്ടത് എന്ന്."

"ഓ..."

"ഹെഡ്സെറ്റ് മതി," നോറായുടെ സഹോദരൻ അവൾക്ക് വേണ്ടി ഇടപെട്ടു.

"അതെയതെ. ഹെഡ്സെറ്റ് മതി."

"അന്ന് കാർഡിഫിൽ വച്ച് ആ മൈക്ക് കൊണ്ട് നമുക്കുണ്ടായ തലവേദനയെക്കുറിച്ചോർക്കുകയായിരുന്നു ഞാൻ," സഹോദരൻ പറഞ്ഞു.

"അതെയതെ. ശരിയാണ്. എന്തൊരു വലിയ തലവേദനയായിരുന്നു അത്."

എന്തോ ചോദിക്കാനുണ്ടെന്ന മട്ടിൽ, പ്രിയ അവളെ നോക്കി ചിരിക്കു ന്നുണ്ടായിരുന്നു. "നിങ്ങൾക്ക് മൾട്ടിമീഡിയ സംഭവങ്ങൾ ഒന്നും കാണിക്കാനില്ല എന്ന് ഞാൻ കരുതിക്കോട്ടെ? സ്ലൈഡുകളോ അങ്ങനെയുള്ള ഒന്നുമില്ലല്ലോ?"

"അത്, ഞാൻ –"

ഒരൽപ്പം അങ്കലാപ്പോടെ അവളുടെ സഹോദരനും റോറിയും അവളെ ത്തന്നെ നോക്കിനിൽക്കുന്നുണ്ടായിരുന്നു.

അവൾക്ക് വ്യക്തമായ മറുപടിയുണ്ടാവേണ്ട ഒരു ചോദ്യമായിരുന്നു അത്. പക്ഷെ അവൾക്കതില്ലായിരുന്നു.

"അതെ," എന്നവൾ പറഞ്ഞതും സഹോദരന്റെ മുഖത്തെ ഭാവം അവൾ ശ്രദ്ധിച്ചു. "ഞാൻ... ഇല്ല. അതെ, എന്റെ കൈയിൽ ഇല്ല. എന്റെ കൈയിൽ മൾട്ടിമീഡിയ സംഭവങ്ങൾ ഒന്നുമില്ല."

അവൾ പറഞ്ഞത് ശരിയല്ലല്ലോ എന്ന മട്ടിൽ അവരെല്ലാവരും അവളെത്തന്നെ നോക്കിനിന്നു. അവൾ ഒരു പുഞ്ചിരികൊണ്ടതിനെ നേരിട്ടു.

പെപ്പർമിന്റ് ചായ

പത്തു നിമിഷങ്ങൾക്ക് ശേഷം, തന്റെ സഹോദരനുമൊത്ത്, 'വിഐപി ബിസിനസ്സ് ലോഞ്ച്' എന്നോ മറ്റോ ഉള്ള ഒരിടത്ത് ഇരിക്കുകയായിരുന്നു അവൾ. കുറച്ചു കസേരകളും, ഒരു മേശയുമുള്ള, ഇന്നത്തെ ഒരുവിധം എല്ലാ ദിനപ്പത്രങ്ങളും ലഭ്യമാക്കിയ, കാറ്റുകയറാത്ത ഒരു ചെറിയ മുറിയായിരുന്നു അത്. സ്യൂട്ട് ധരിച്ച മധ്യവയസ്കരായ കുറച്ചുപേർ അവരവരുടെ ലാപ്ടോപ്പുകളിൽ എന്തൊക്കെയോ ടൈപ്പ് ചെയ്യുന്നുണ്ടായിരുന്നു.

സഹോദരൻ തന്റെ മാനേജരാണെന്ന് ഇതിനോടകം തന്നെ അവൾ മനസ്സിലാക്കിയിട്ടുണ്ടായിരുന്നു. അവൾ നീന്തൽ മത്സരങ്ങളിൽ നിന്നു വിരമിച്ചത് മുതൽ, ഏഴു വർഷത്തോളമായി അവൻ മാനേജരാണ്.

"നിനക്ക് എല്ലാം ഓകെ ആണല്ലോ അല്ലെ?" കോഫി മെഷീനിൽ നിന്നും രണ്ട് കപ്പുകളുമായി വരുമ്പോൾ അവൻ ചോദിച്ചു. ഒരു പാക്കറ്റ് തുറന്ന് അതിൽനിന്നും ഒരു ടീബാഗ് എടുത്തു. പെപ്പർമിന്റ് സ്വാദുള്ള ചായപ്പൊടിയായിരുന്നു അതിൽ. കോഫി മെഷീനിൽനിന്നും എടുത്തുകൊണ്ടുവന്ന ഒരു കപ്പിലെ ചൂടുവെള്ളത്തിലേയ്ക്ക് അത് ഇറക്കിവച്ചശേഷം അവനത് നോറായ്ക്ക് നൽകി.

ഇന്നേവരെ അവൾ പെപ്പർമിന്റ് ചായ കുടിച്ചിട്ടില്ലായിരുന്നു. "ഇത് എനിക്കാണോ?"

"ഉവ്വ്. അവിടെ ആകെ ഹെർബൽ ആയിട്ട് ഇതേ ഉണ്ടായിരുന്നുള്ളൂ."

അവൻ കോഫി കുടിക്കുന്നത് കണ്ടപ്പോൾ, അവൾക്ക് കൊതി തോന്നി. ഒരുപക്ഷെ ഈ ജീവിതത്തിൽ അവൾ കഫെയ്ൻ പൂർണ്ണമായും ഒഴിവാക്കിയിട്ടുണ്ടാവും.

"നിനക്ക് എല്ലാം ഓകെ ആണല്ലോ അല്ലെ?"

"എന്തിനെക്കുറിച്ച് ഓകെ ആണോന്ന്?" നോറാ അമ്പരന്നു.

"ഇന്നത്തെ പ്രസംഗത്തിനെക്കുറിച്ച്."

"ഓ... ങാ... അതെ. അത് എത്ര നേരമുണ്ടെന്നാ പറഞ്ഞേ?"

"നാൽപ്പത് നിമിഷം."

"ശരി."

"എന്തായാലും നല്ല കാശു കിട്ടും. ഞാൻ പത്തിൽ നിന്നും ഒറ്റയടിയ്ക്ക് അങ്ങ് കൂട്ടി."

"അത് നീ ചെയ്തത് നല്ല കാര്യം തന്നെ."

"എന്തായാലും എന്റെ ഇരുപത് ശതമാനത്തിന് മാറ്റമൊന്നുമില്ല. അതുകൊണ്ട് വലിയ കുഴപ്പമൊന്നുമില്ല."

അവർ പങ്കുവയ്ക്കുന്ന ചരിത്രത്തിന്റെ ചുരുൾ എങ്ങനെ നിവർത്തിയെടുക്കാം എന്ന് നോറാ ചിന്തിച്ചു നോക്കി. എന്തുകൊണ്ടാണവർ ഈ ജീവിതത്തിൽ ഒന്നിച്ചിരിക്കുന്നതെന്നും, സ്നേഹത്തിൽ കഴിയുന്നതെന്നുമുള്ളത് എങ്ങനെ കണ്ടുപിടിക്കാം എന്നവൾ ആലോചിച്ചു. അതിനുകാരണം പണമാവാമെങ്കിലും, അവളുടെ സഹോദരന് പണം ഒരു പ്രചോദനഘടകം ആയിരുന്നിട്ടേയില്ല. റെക്കോർഡു കമ്പനിയുമായുള്ള ഉടമ്പടിയിൽ നിന്നും നോറാ പിന്മാറിയപ്പോൾ അയാൾ വല്ലാതെ അസ്വസ്ഥനായി എന്നുള്ളത് നേരുതന്നെ. അത് പക്ഷേ ശിഷ്ടകാലം മുഴുവൻ ദി ലാബിറിന്ത്സിൽ ഗിറ്റാറിസ്റ്റായി നിന്ന്, ഒരു റോക്ക് സ്റ്റാർ ആകണം എന്ന ആഗ്രഹം കൊണ്ടായിരുന്നു.

കുറച്ചുനേരം മുക്കി തേയില അലിയിച്ച ശേഷം, അവൾ ആ ടീ ബാഗിനെ വെള്ളത്തിൽ സ്വതന്ത്രമായി വിട്ടു. "നമ്മുടെ ജീവിതം കുറച്ചുകൂടി വ്യത്യസ്തമായ പാതയിലായിരുന്നെങ്കിൽ എങ്ങനെയുണ്ടായിരുന്നിരിക്കും എന്ന് നീ ചിന്തിച്ചിട്ടുണ്ടോ? ഇപ്പൊ, ഞാൻ ഈ നീന്തലിൽത്തന്നെ നിന്നില്ലായിരുന്നില്ലെങ്കിൽ, അങ്ങനെ...?"

"അങ്ങനൊന്നും ആവില്ല."

"ഇപ്പൊ, നിങ്ങൾ എന്റെ മാനേജർ അല്ലായിരുന്നുവെങ്കിൽ, എന്തു ചെയ്യുമായിരുന്നിരിക്കും?"

"ഞാൻ മറ്റുള്ളവരെയും മാനേജ് ചെയ്യുന്നുണ്ടല്ലോ."

"ഉവ്വ്വ്. എനിക്കറിയാം അത്. ശരിയാണ്."

"പക്ഷെ നീയില്ലായിരുന്നെങ്കിൽ ഞാൻ ചിലപ്പോൾ മറ്റാരെയും മാനേജ് ചെയ്യില്ലായിരുന്നു എന്ന് തോന്നുന്നു. നീയാണല്ലോ തുടക്കം. അതാ ഞാൻ ഉദ്ദേശിച്ചത്. കയ്, നതാലി എന്നിവരെയൊക്കെ പരിചയപ്പെടുത്തിയത് നീയായിരുന്നല്ലോ. പിന്നെ എല്ലിയെയും. അതുകൊണ്ട്..."

കയ്നെയും, നതാലിയെയും, എല്ലിയെയുമൊക്കെ പണ്ടുപണ്ട് തൊട്ടേ അറിയാമെന്ന ഭാവത്തിൽ അവൾ തലകുലുക്കി. "ശരിയാണ്. പക്ഷെ എന്നാലും നിനക്ക് മറ്റൊരു മാർഗ്ഗം തിരഞ്ഞെടുക്കാമായിരുന്നല്ലോ."

"ആർക്കറിയാം. അറിയില്ല, ചിലപ്പോൾ ഞാൻ മാഞ്ചസ്റ്ററിൽ എത്തിയിട്ടുണ്ടാകും."

"മാഞ്ചസ്റ്ററിലോ?"

"അതെ. എനിക്കവിടെ, ആ യൂണിവേഴ്സിറ്റി എത്ര ഇഷ്ടമായിരുന്നുവെന്ന് നിനക്കോർമ്മയില്ലേ?"

ഇപ്പോൾ അവൾ ഇടപഴകുന്ന, ചേർന്നുനിന്നു പ്രവർത്തിക്കുന്ന ഈ സഹോദരൻ, യൂണിവേഴ്സിറ്റിയിലൊക്കെ പോയിട്ടുള്ള ആൾ കൂടിയാണ് എന്ന് കേട്ടപ്പോൾ മുഖത്ത് ആശ്ചര്യം വരാതെ സൂക്ഷിക്കാൻ അവൾ നന്നേ ബുദ്ധിമുട്ടി. അവളുടെ യഥാർത്ഥ ജീവിതത്തിലെ സഹോദരൻ, A-ലെവൽ

പഠനം പൂർത്തിയാക്കിയ ശേഷം മാഞ്ചസ്റ്ററിൽ ചരിത്രം പഠിക്കാൻ വേണ്ടി അപേക്ഷിച്ചിരുന്നു എങ്കിലും, അതിന് വേണ്ട മാർക്കില്ലാഞ്ഞതിനാൽ അവനത് കിട്ടിയില്ല. എന്നും രാത്രി രവിയുമൊത്ത് കള്ളും കഞ്ചാവുമടിച്ച് നടന്നിട്ടാണ്. അത് കഴിഞ്ഞപ്പോ പിന്നെ ഒരു യൂണിവേഴ്സിറ്റിയിലേയ്ക്കും പോകുന്നില്ല എന്നായി.

അവർ കുറച്ചുനേരം കൂടി വർത്തമാനം പറഞ്ഞുകൊണ്ടിരുന്നു.

ഇടയ്ക്ക് വച്ച് അവന്റെ ഫോൺ അടിച്ചപ്പോൾ, സംസാരം മുറിഞ്ഞു.

സന്തോഷം പ്രസരിക്കുന്ന മുഖമുള്ള, സുന്ദരനായ, പുഞ്ചിരിക്കുന്ന ഒരു പുരുഷന്റെ ചിത്രമായിരുന്നു അവന്റെ ഫോണിന്റെ സ്ക്രീൻസേവർ എന്ന് അവൾ ശ്രദ്ധിച്ചു. അയാളെ അതിനുമുൻപ് നോറാ കണ്ടിട്ടില്ല. അവന്റെ കൈയിലെ വിവാഹമോതിരം അവൾ കണ്ടു. ഒന്നും സംഭവിച്ചിട്ടില്ലാത്ത ഒരു ഭാവം അവൾ മുഖത്തു വരുത്തി.

"പിന്നെ, വിവാഹജീവിതമൊക്കെ എങ്ങനെ പോകുന്നു?"

ജോ ഒന്ന് പുഞ്ചിരിച്ചു. ഉള്ളു നിറഞ്ഞ ഒരു പുഞ്ചിരിയായിരുന്നു അത്. എത്രയോ വർഷങ്ങൾക്ക് ശേഷമാണ് അവന്റെ മുഖത്ത് അത്തരത്തിലൊരു ചിരി അവൾ കണ്ടത്. യഥാർത്ഥ ജീവിതത്തിൽ, പ്രണയബന്ധങ്ങളിൽ അത്ര രാശിയൊന്നുമില്ലാത്ത ആളായിരുന്നു ജോ. അവന്റെ കൗമാരകാലം മുതലേ അവൻ ഒരു സ്വവർഗ്ഗാനുരാഗിയാണെന്ന് അവൾക്കറിയാമായിരുന്നു വെങ്കിലും, ഇരുപത്തിരണ്ടാം വയസ്സുവരെ അവൻ അതിനെക്കുറിച്ച് പുറ ത്തൊന്നും പറഞ്ഞിരുന്നില്ല. സന്തോഷം നിറഞ്ഞതോ, ദീർഘകാലം നിലനിൽക്കുന്നതോ ആയ ബന്ധങ്ങളൊന്നും അവനുണ്ടായിരുന്നില്ല. തന്റെ ജീവിതത്തിന് തന്റെ സഹോദരന്റെ ജീവിതത്തിനെ ഇത്രയ്ക്കൊക്കെ നല്ല രീതിയിൽ മാറ്റിയെടുക്കാൻ കഴിയുന്നുണ്ടല്ലോ എന്നോർത്തപ്പോൾ അവൾക്ക് കുറ്റബോധം തോന്നി.

"ഓ ഇവാന്റെ പ്രകൃതം നിനക്കറിയാല്ലോ. അവനെപ്പോലെ മറ്റാർക്കും കഴിയില്ല."

ഇവാൻ ആരാണെന്നും അവന്റെ പ്രകൃതം എങ്ങനെയാണെന്നും കൃത്യ മായി അറിയാവുന്ന ഒരാളെപ്പോലെ നോറാ അവനെ നോക്കി പുഞ്ചിരിച്ചു. "അതെ. അവൻ നല്ലവനാണ്. നിങ്ങളെക്കുറിച്ചോർക്കുമ്പോൾ എനിക്കൊ ത്തിരി സന്തോഷമുണ്ട്."

അവൻ പൊട്ടിച്ചിരിച്ചു. "കല്യാണം കഴിഞ്ഞിട്ട് അഞ്ചു വർഷമായി. പക്ഷെ നീ പറയുന്നത് കേട്ടാൽ തോന്നും ഞാനും അവനും ഇപ്പോൾ കണ്ടുമുട്ടിയതേയുള്ളു എന്ന്."

"ഏയ് അല്ല. ഞാൻ വെറുതെ... ചിലപ്പോഴൊക്കെ ഞാൻ ആലോചി ക്കാറുണ്ട് നീ എത്ര ഭാഗ്യവാനാണ് എന്ന്. അത്രമേൽ പ്രണയത്തിലും സന്തോഷത്തിലുമാണു നീ."

"അവനിപ്പോ ഒരു പട്ടിയെ വേണം. അതാണ് ഇപ്പോഴത്തെ ഞങ്ങളുടെ സംസാരവിഷയം," അവൻ പുഞ്ചിരിച്ചു. "പട്ടിയെ വളർത്തു ന്നതിനോട് എനിക്ക് വിരോധമൊന്നുമില്ല. പക്ഷേ തെരുവിൽ നിന്നും

രക്ഷിച്ച ഒരു പട്ടിയെ മതി എന്നാണ് എനിക്ക്. അല്ലാതെ ആ പന്ന മാൾട്ടിപൂ ഇനവും, ബിഷൻ ഇനവുമൊന്നും വേണ്ട. ഒരു ചെന്നായയെ കണക്കുള്ള പട്ടിയെ വേണം. ഒരു ശരിക്കുള്ള പട്ടിയെ."

നോറാ വോൾട്ടയറിനെക്കുറിച്ചോർത്തു. "മൃഗങ്ങൾ നമുക്ക് നല്ല തുണയാണ്..."

"അതെ. നിനക്ക് ഇപ്പോഴും ഒരു പട്ടിയെ വേണമെന്നുണ്ടോ?"

"ഉണ്ട്. അല്ലെങ്കിൽ ഒരു പൂച്ചയെ."

"പൂച്ചകൾക്ക് തീരെ അനുസരണയില്ല. പട്ടികൾക്കാവുമ്പോ അവരുടെ സ്ഥാനമെന്താണെന്ന് കൃത്യമായി അറിയാം." അവളുടെ ഓർമ്മകളിലുള്ള ആ സഹോദരന്റെ ഭാവമായിരുന്നു അയാൾക്കപ്പോൾ.

"സ്വാതന്ത്ര്യത്തിന്റെ അടിസ്ഥാനംതന്നെ അനുസരണക്കേടാണ്. അനുസരണയുള്ളവർ അടിമകളാണ്."

അവന്റെ മുഖത്ത് ഒരു ആശയക്കുഴപ്പം നിഴലിച്ചു. "ഇത് എവിടുന്ന് വന്നു? നീ വായിച്ച ഏതെങ്കിലും ഉദ്ധരണിയാണോ?"

"അതെ. ഹെൻറി ഡേവിഡ് തോറോയുടെ. എന്റെ ഏറ്റവും പ്രിയപ്പെട്ട തത്വചിന്തകൻ."

"ങേ, നീയെപ്പോഴാ ഈ തത്വചിന്തയൊക്കെ ഇഷ്ടപ്പെടാൻ തുടങ്ങിയത്?"

അത് ശരിയാണല്ലോ. ഈ ജീവിതത്തിൽ അവൾ തത്വചിന്തയിൽ ബിരുദമെടുത്തിട്ടില്ലല്ലോ. അവളുടെ യഥാർത്ഥ ജീവിതം, ബ്രിസ്റ്റോളിലെ, പഠിക്കുന്ന പിള്ളേരുടെ ഒരു മോശം ഫ്ലാറ്റിലിരുന്ന് തോറോയുടെയും, ലാഓത്സുവിന്റെയും, സാത്രെയുടെയും പുസ്തകങ്ങൾ വായിക്കുമ്പോൾ, ഈ ജീവിതത്തിലെ അവൾ ബെയ്ജിങ്ങിലെ ഒളിമ്പിക് മെഡൽ വാങ്ങുന്നു. അതിശയമെന്നു പറയട്ടെ, തോറോ എഴുതിയ *വാൽഡൻ,* മാർക്കസ് ഒറീലിയസിന്റെ സ്റ്റോയിക്യവാദം സംബന്ധിച്ച ധ്യാനചിന്തകൾ എന്നിവയുടെയൊക്കെ സൗന്ദര്യത്തിനോട് പ്രണയം തോന്നാത്ത അവളോട് അവൾക്ക് സഹതാപം തോന്നി. മുൻപ്, ഒളിമ്പിക് സ്വപ്നങ്ങൾ പൂർത്തീകരിക്കാത്തതിൽ സ്വയം തോന്നിയ അതേ സഹതാപം.

"എന്തോ എനിക്കറിയില്ല... ഇത് ഞാൻ വെറുതെ എപ്പോഴോ ഇന്റർനെറ്റിൽ തിരയുമ്പോൾ കണ്ടതാണ്."

"ങാ. കൊള്ളാം അത്. ഞാനും നോക്കാം അയാളുടെ എഴുത്തുകളെപ്പറ്റി. വേണമെങ്കിൽ ഇതിൽ നിന്ന് ചിലതൊക്കെ നിന്റെ പ്രസംഗത്തിലും ഉൾപ്പെടുത്താമല്ലോ."

തന്റെ മുഖം വിളറുന്നത് നോറായ്ക്ക് മനസ്സിലായി. "ഉം... ഇന്ന് എന്തെങ്കിലും കുറച്ച് വ്യത്യസ്തമായി ചെയ്താലോ എന്ന് കരുതുവാണ്. ഞാൻ, ചിലപ്പോ കൈയിൽനിന്ന് എന്തെങ്കിലുമൊക്കെ ഇട്ടു സംസാരിച്ചേക്കും."

അവൾ നിരന്തരം പരിശീലിച്ചുകൊണ്ടിരിക്കുന്ന ഒരു കഴിവാണല്ലോ അത്.

"ഇന്നലെ രാത്രി ഗ്രീൻലാൻഡിനെ കുറിച്ച് ഞാനൊരു ഡോക്യുമെന്ററി കാണുകയായിരുന്നു. നിനക്ക് ആർട്ടിക്കിനോടുണ്ടായിരുന്ന ഭ്രാന്ത് എനിക്കപ്പോൾ ഓർമ്മ വന്നു. ഹിമക്കരടികളുടെയും മറ്റും പടങ്ങളൊക്കെ നീ വെട്ടിയെടുത്തു വയ്ക്കാറുണ്ടായിരുന്നല്ലോ."

"ഉവ്വ്. ആർട്ടിക്കിൽ ഒരു പര്യവേക്ഷകയാവാനുള്ള ഏറ്റവും നല്ല വഴി ഒരു ഗ്ലേഷിയോളജിസ്റ്റ് ആവുന്നതാണെന്ന് ശ്രീമതി എൽമ് പറയാറുണ്ടായിരുന്നു. അതുകൊണ്ട് അതാവണം എന്നായിരുന്നു എനിക്ക്."

"ശ്രീമതി എൽമ്... ഇത് എവിടെയോ കേട്ട് നല്ല പരിചയമുണ്ടല്ലോ," അവൻ പതുക്കെ പറഞ്ഞു.

"സ്കൂളിലെ ലൈബ്രേറിയൻ."

"അതുതന്നെ. നീ എപ്പൊ നോക്കിയാലും ആ ഗ്രന്ഥശാലയ്ക്കുള്ളിൽത്തന്നെയായിരുന്നു കിടപ്പ്, അല്ലെ?"

"ഏറെക്കുറെ."

"ഒന്നാലോചിച്ചു നോക്കിയേ – നീ നീന്തലിൽത്തന്നെ നിന്നില്ലായിരുന്നുവെങ്കിൽ, നീയിപ്പോ ഗ്രീൻലാൻഡിൽ ആയിരുന്നേനെ."

"സ്വാൽബാഡിൽ," അവൾ പറഞ്ഞു.

"എന്താ പറഞ്ഞത്?"

"അതൊരു നോർവീജിയൻ ദ്വീപുസമൂഹമാണ്. ആർട്ടിക് സമുദ്രത്തിൽ."

"ശരി, നോർവേ എങ്കിൽ നോർവേ. നീയിപ്പോ അവിടെയായിരുന്നേനെ."

"ആയിരിക്കാം. അല്ലെങ്കിൽ ചിലപ്പോൾ ബെഡ്ഫോർഡിൽത്തന്നെ ആയിരുന്നേക്കാം. ഒരു ജോലിയും കൂലിയുമില്ലാതെ, അവിടെയൊക്കെ ഇങ്ങനെ തെക്കുവടക്കു നടന്ന്, വാടക കൊടുക്കാൻ പോലും വഴിയില്ലാതെ ജീവിക്കുന്നുണ്ടാവും."

"പൊട്ടത്തരം പറയാതെ. നീ എന്തെങ്കിലും വലിയ കാര്യങ്ങൾ ചെയ്തിട്ടുണ്ടാവും."

തന്റെ ചേട്ടന്റെ നിഷ്കളങ്കതയിൽ അവൾ പുഞ്ചിരിച്ചു. "ചില ജീവിതങ്ങളിൽ നീയും ഞാനും ഒരിക്കലും ചേർന്നുപോകില്ല."

"വിഡ്ഢിത്തമാണത്."

"ആയിരിക്കട്ടെ."

ജോ വല്ലാതെ അസ്വസ്ഥനാവുന്നത് പോലെ തോന്നി. അവന് ആ വിഷയം എങ്ങനെയെങ്കിലും ഒന്ന് മാറിയാൽ മതിയെന്നായി.

"ങാ, ഞാൻ കഴിഞ്ഞ ദിവസം ആരെയാ കണ്ടത് എന്നറിയാമോ?"

അറിയില്ല എന്ന മട്ടിൽ അവൾ ചുമൽ കുലുക്കി. കേട്ടുകേൾവിയെങ്കിലും ഉള്ള ആരെങ്കിലുമായിരിക്കണേ എന്ന് മാത്രമായിരുന്നു അവൾ ആഗ്രഹിച്ചത്.

"രവി. നിനക്കോർമ്മയില്ലേ രവിയെ?"

ആ പത്രം ഏജന്റിന്റെ കടയിൽ വച്ച് തന്നെ ചീത്ത പറഞ്ഞു നടന്നു പോയ രവി. അതും ഇന്നലെ. "ഓ, രവി."

"ഞാൻ എന്തായാലും അവനെ അപ്രതീക്ഷിതമായി കണ്ടു."

"ബെഡ്ഫോർഡിലോ?"

"ഓ... അല്ല. കൊല്ലമെത്രയായി ഞാനവിടെ പോയിട്ട്. അവിടെയല്ല. ഇത് ബ്ളാക്ക്ഫ്രായേഴ്സ് സ്റ്റേഷനിൽ വച്ച്. ഒട്ടും പ്രതീക്ഷിച്ചില്ല. ഏതാണ്ട് പത്തുകൊല്ലമെങ്കിലും ആയിട്ടുണ്ടാവും അവനെ കണ്ടിട്ട്. *കറഞ്ഞത്.* അവൻ പബ്ബിൽ പോകാം എന്നു പറഞ്ഞു. പിന്നെ എനിക്കവനോട് വിശദീകരിക്കേണ്ടി വന്നു ഞാനിപ്പോൾ അതൊന്നും തൊടാറുപോലുമില്ല എന്നും, അതിനുമുൻപ് ഞാനൊരു വലിയ മദ്യപാനിയായിരുന്നു എന്നുമൊക്കെ. ഒരു ഗ്ലാസ്സ് വൈനോ, കഞ്ചാവിന്റെ ഒരു പുകയോ ഒക്കെ തൊട്ടിട്ട് വർഷങ്ങളായി എന്ന് ഞാൻ പറഞ്ഞു'. ഇതൊരു ആറ്റംബോംബല്ലല്ലോ എന്ന മട്ടിൽ അവൾ സാവധാനം തലകുലുക്കി. 'അമ്മ മരിച്ചതിനു ശേഷം ഞാൻ ആകപ്പാടെ ഒരു വല്ലാത്ത അവസ്ഥയിലായിരുന്നത് കൊണ്ടാണ്.' "ഇവനെന്താ ഇങ്ങനെ?" എന്നായിരിക്കും അവൻ ചിലപ്പോൾ ആലോചിച്ചത്. പക്ഷെ അവൻ പിന്നൊന്നും പറഞ്ഞില്ല. അവനിപ്പോൾ ഒരു ക്യാമറാമാൻ ആയി ജോലി ചെയ്യുകയാണ്. ഇപ്പോഴും കുറച്ച് സംഗീതമൊക്കെ കൂടെ കൊണ്ടുനടക്കുന്നുണ്ട്. റോക്ക് സംഗീതമൊന്നുമല്ല. ഡിജെ പരിപാടി എന്തോ ആണ്. കുറെ വർഷം മുൻപ് എനിക്കും അവനും ഒരു ബാൻഡുണ്ടായിരുന്നത് ഓർമ്മയുണ്ടോ? ദി ലാബിറിന്ത്സ്?"

തിട്ടമില്ലായ്മ നടിക്കൽ എന്നത് കുറച്ചുകൂടി അനായാസമായിത്തുടങ്ങി. "ഓ ശരിയാണല്ലോ. ദി ലാബിറിന്ത്സ്. ഓർമ്മയുണ്ട്. അടിച്ചുപൊളിച്ച ഭൂതകാലത്തിന്റെ ഓർമ്മ."

"അതുതന്നെ. അവനിപ്പോഴും ആ കാലത്തിനു വേണ്ടി ആഗ്രഹിക്കുന്നുണ്ടെന്ന് തോന്നുന്നു. അതൊരു പന്ന ബാൻഡുമായിരുന്നു, എനിക്കാണെങ്കിൽ മര്യാദയ്ക്ക് ഒരു പാട്ടു പോലും പാടാനൊട്ട് അറിയില്ലായിരുന്നു താനും."

"ദി ലാബിറിന്ത്സ് ഒരു വൻ സംഭവമായി മാറിയിരുന്നെങ്കിൽ നമ്മളൊക്കെ എവിടെയെത്തിയേനെ എന്ന് നീ എപ്പോഴെങ്കിലും ആലോചിച്ചിട്ടുണ്ടോ?"

സങ്കടം കലർന്ന ഒരു പുഞ്ചിരി അവന്റെ മുഖത്ത് നിറഞ്ഞു. "*എവിടെയെങ്കിലും എത്തിയിട്ടുണ്ടാകുമോ* എന്നെനിക്കറിഞ്ഞൂടാ."

"ചിലപ്പോൾ ഒരു പുതിയ ആളിനെക്കൂടി കൂട്ടിയിരുന്നെങ്കിൽ നിനക്ക് സഹായകമായേനെ. ഡാഡിയും മമ്മിയും നിനക്ക് തന്ന ആ കീബോർഡായിരുന്നു ഞാൻ ഉപയോഗിച്ചിരുന്നത്."

"നീയോ? നിനക്കതിനൊക്കെ എപ്പോഴായിരുന്നു സമയം?"

സംഗീതമില്ലാത്ത, അവൾക്കേറ്റവും പ്രിയപ്പെട്ട പുസ്തകങ്ങൾ വായിക്കാത്ത ഒരു ജീവിതം.

പക്ഷെ അതേസമയം : ചേട്ടനോട് സഹകരിച്ച് സന്തോഷമായി പോകുന്ന ജീവിതം. ചേട്ടനെ നിരാശപ്പെടുത്തേണ്ടാത്ത ജീവിതം.

“എന്തായാലും രവി അന്വേഷണം പറയാൻ പറഞ്ഞു നിന്നോട്. പറ്റിയാൽ കാണണം എന്നും പറയാൻ പറഞ്ഞു. ഇവിടുന്ന് മെട്രോയ്ക്ക് പോകാനുള്ള ദൂരമേയുള്ളൂ അവനിപ്പോൾ താമസിക്കുന്ന സ്ഥലത്തേയ്ക്ക്. അതുകൊണ്ട് പറ്റിയാൽ ഇന്നത്തെ പ്രസംഗം കേൾക്കാൻ വരാമെന്നു പറഞ്ഞു.”

“എന്താ? ഓ. അത്... അയാള് വരാതിരുന്നാൽ മതിയായിരുന്നു.”

“അതെന്താ?”

“എനിക്ക് പുള്ളിയെ അത്ര ഇഷ്ടമൊന്നുമായിരുന്നില്ല.”

ജോയുടെ മുഖം വിവർണ്ണമായി. “ആണോ? നീ അങ്ങനെ പറഞ്ഞു കേട്ടതായി ഓർക്കുന്നില്ലല്ലോ. അവൻ കുഴപ്പമില്ലാത്ത ഒരു നല്ല പയ്യനാണ്. അവൻ അന്നൊക്കെ ഒന്നിനും കൊള്ളാത്ത ഒരുത്തനായിരുന്നു എങ്കിലും, ഇപ്പോഴവൻ തരക്കേടില്ലാതെ പോകുന്നു എന്നാണ് തോന്നുന്നത്...”

നോറാ വല്ലാതെ അസ്വസ്ഥയായി. “ജോ?”

“പറയൂ.”

“അമ്മ മരിച്ച സമയത്തുണ്ടല്ലോ...”

“ശരി”

“ഞാനപ്പോ എവിടെയായിരുന്നു?”

“നീയെന്താ ഉദ്ദേശിച്ചത്? നീയിന്ന് ഓകെ ആണോ? ആ പുതിയ ഗുളികകൾകൊണ്ട് എന്തെങ്കിലും കാര്യമുണ്ടോ?”

“ഗുളികകളോ?”

അവൾ ബാഗിൽ നോക്കി പരതാൻ തുടങ്ങി. അതിൽ ആന്റി-ഡിപ്രെസന്റ്സ് ഗുളികകൾ അടങ്ങിയ ഒരു ചെറിയ പെട്ടിയുണ്ടായിരുന്നു. അവളുടെ ഹൃദയം നുറുങ്ങി.

“എനിക്കൊന്നറിയാൻ വേണ്ടിയിട്ടായിരുന്നു. അമ്മ മരിക്കുന്നതിന് മുൻപ് അവരെ ഞാൻ ഇടയ്ക്കിടയ്ക്ക് കാണുന്നുണ്ടായിരുന്നോ?”

ജോയുടെ മുഖം പിന്നെയും വിവർണ്ണമായി. അവനിപ്പോഴും ആ പഴയ ജോ തന്നെയാണ്. സ്വന്തം സഹോദരിയുടെ മനസ്സ് വായിക്കാൻ അവനു കഴിയുന്നില്ല. ഇപ്പോഴും യാഥാർത്ഥ്യത്തിൽ നിന്നും ഒളിച്ചോടാനാണ് അവന്റെ ശ്രമം. “നമ്മൾ അന്നവിടെ ഇല്ലായിരുന്നു. എല്ലാം വളരെ പെട്ടെന്നായിരുന്നല്ലോ. അവരുടെ രോഗം എത്രത്തോളം ഗുരുതരമാണെന്ന് അവർ നമ്മളോടൊന്നും പറഞ്ഞിരുന്നില്ല. നമുക്ക് വിഷമമാവണ്ട എന്ന് കരുതിയാണ്. അതോ നമ്മൾ കുടി നിർത്താൻ അവരോട് പറയുമോ എന്ന് പേടിച്ചാണോ ആവോ.”

“കുടിയോ? അമ്മ കുടിക്കുമായിരുന്നോ?”

ജോയുടെ വേവലാതി ഇരട്ടിക്കാൻ തുടങ്ങി. “സഹോ, നിനക്ക് വല്ല അംനേഷ്യയും പിടിപെട്ടോ? നാദിയയുടെ വരവോടു കൂടി, ദിവസവും ഒരു ബോട്ടിൽ ജിന്നെങ്കിലും അവർക്ക് വേണമായിരുന്നു.”

“ഉവ്വ്. ശരിയാണ്. എനിക്കോർമ്മയുണ്ട്.”

"മാത്രവുമല്ല, ആ സമയത്ത് നിന്റെയാ യൂറോപ്പിയൻ ചാമ്പ്യൻഷിപ്പം വരുന്നുണ്ടായിരുന്നല്ലോ. അതിനൊരു തടസ്സമുണ്ടാവരുത് എന്നും അവരുടെ മനസ്സിൽ ഉണ്ടായിരുന്നു."

"ജീസസ്. ഞാൻ അവിടെ നിൽക്കേണ്ടതായിരുന്നു. നമ്മളിൽ ആരെങ്കിലും ഒരാളെങ്കിലും അവിടെ കൂടെ നിൽക്കേണ്ടതായിരുന്നു ജോ. നമ്മളു രണ്ടും —"

അവന്റെ മുഖഭാവം പെട്ടെന്നു മാറി. "നീ ഒരിക്കലും അമ്മയോട് അത്ര അടുപ്പത്തിലല്ലായിരുന്നല്ലോ. പിന്നെ എന്താ പെട്ടെന്നിങ്ങനെ...?"

"നീ എന്തൊക്കെയാ ഈ പറയുന്നത്? നിനക്കെന്താ പറ്റിയത്?"

നോറാ തലയാട്ടി. "അതെ, ഞാൻ... ഞാൻ... നീ പറഞ്ഞത് ശരിയാണ്. ഈ ഗുളികകൾ കഴിച്ചപ്പോൾ എന്തോപോലെ..."

"നീ ഇല്ലായിരുന്നെങ്കിൽ ഞാൻ എന്തു ചെയ്യുമായിരുന്നു എന്നെനിക്കൊരു രൂപവുമില്ല," എന്ന്, തന്റെ അവസാന നാളുകളിൽ അമ്മ പറഞ്ഞത് നോറാ ഓർത്തു. അവർ ചിലപ്പോൾ, അത് ജോയോടും പറഞ്ഞിട്ടുണ്ടാവണം. പക്ഷെ, ഈ ജന്മത്തിൽ അവർക്ക്, രണ്ടുമക്കളും കൂടെയുണ്ടായില്ല.

അപ്പോൾ, കൈയിലൊരു ഫോണും, ഒരു ക്ലിപ്ബോർഡുമായി, ചിരിച്ചുകൊണ്ട്, പ്രിയ അങ്ങോട്ടു കയറി വന്നു.

"സമയമായി," അവൾ പറഞ്ഞു.

നമ്മുടെ ജീവിതമാകുന്ന മരം

അഞ്ചു നിമിഷങ്ങൾക്ക് ശേഷം, ആ ഹോട്ടലിന്റെ വിശാലമായ കോൺഫെറൻസ് റൂമിലേയ്ക്ക് എത്തി. ആദ്യത്തെ പ്രാസംഗിക തന്റെ പ്രെസന്റേഷൻ അവസാനിപ്പിക്കുന്നതും നോക്കി കുറഞ്ഞത് ഒരായിരം പേരെങ്കിലും അവിടെയപ്പോൾ സന്നിഹിതരായിരുന്നു. *സീറോ ടു ഹീറോ* എന്ന പുസ്തകത്തിന്റെ രചയിതാവ്. മറ്റൊരു ജീവിതത്തിൽ ഡാൻ തന്റെ കട്ടിലിനരികിലെ മേശപ്പുറത്ത് വച്ചിരുന്ന പുസ്തകമായിരുന്നു അത്. പക്ഷെ മുൻനിരയിൽ അവൾക്കായി റിസേർവ് ചെയ്തിരുന്ന കസേരയിൽ വന്നിരുന്ന നോറാ, അതൊന്നും കേൾക്കുന്നുണ്ടായിരുന്നില്ല. അമ്മയെക്കുറിച്ചോർത്തുള്ള സങ്കടവും, പ്രസംഗത്തിനെക്കുറിച്ചോർത്തുള്ള വേവലാതിയും എല്ലാം കൂടി അവളുടെ മനസ്സിനെ മഥിക്കുന്നുണ്ടായിരുന്നു. അതിൽനിന്നും ഒരാശ്വാസത്തിനെന്നോണം, മിനെസ്റ്റോണി സൂപ്പിൽ റൊട്ടിക്കഷണങ്ങൾ എന്ന കണക്കേ, മനസ്സിൽ പൊന്തിവരുന്ന ഒറ്റപ്പെട്ട വാക്കുകളെയോ പദങ്ങളെയോ ഒക്കെ നുള്ളിപ്പെറുക്കാൻ തുടങ്ങി. 'അറിയാത്ത വസ്തുതകൾ', 'ഉൽക്കടാഭിലാഷം', 'കേൾക്കുമ്പോൾ നിങ്ങൾക്ക് അതിശയം തോന്നിയേക്കാവുന്ന ഒന്ന്'', 'എനിക്കത് ചെയ്യാൻ കഴിയുമെങ്കിൽ', 'ദുരിതപർവ്വം' മുതലായവ.

ആ മുറിയിൽ ശ്വാസം കഴിക്കാൻ അവൾക്ക് ബുദ്ധിമുട്ടു തോന്നി. കസ്തൂരിഗന്ധവും, പുതിയ പരവതാനിയുടെ ഗന്ധവും അവിടെ കൂടിക്കുഴഞ്ഞു കിടന്നു.

അവൾ ശാന്തമായി ഇരിക്കാൻ ശ്രമിച്ചു.

ചേട്ടന്റെ അരികിലേയ്ക്ക് ചാഞ്ഞ് അവൾ പതുക്കെ പറഞ്ഞു, "എന്നെക്കൊണ്ടിതിന് കഴിയുമെന്ന് തോന്നുന്നില്ല."

"എന്താ?"

"എനിക്ക് അമിതമായ ഉൽക്കണ്ഠ പടർന്നു കയറുന്നു."

അവൻ പുഞ്ചിരി മായാതെ അവളെ നോക്കി. പക്ഷെ ആ കണ്ണുകളിൽ ഒരു കാർക്കശ്യമുണ്ടായിരുന്നു. അതിനെ മറ്റൊരു ജീവിതത്തിൽ കണ്ടിട്ടുണ്ടെന്ന് അവൾ പെട്ടെന്ന് തിരിച്ചറിഞ്ഞു. ദി ലാബിറിന്ത്സിന്റെ ആരംഭകാലത്ത്, ബെഡ്ഫോർഡിലെ ഒരു പബ്ബിൽവച്ച് ഇതുപോലെതന്നെ അമിത ഉൽക്കണ്ഠ കീഴ്പ്പെടുത്തിയ ഒരു ദിവസം, അവന്റെ കണ്ണിൽ കണ്ട അതേ കാർക്കശ്യം. "കുഴപ്പമൊന്നുമില്ല നിനക്ക്."

"എനിക്കിത് ചെയ്യാൻ കഴിയുമോയെന്ന് എനിക്കറിയില്ല. എല്ലാം ശൂന്യമായിപ്പോകുന്നത് പോലെ."

"നീ അനാവശ്യമായി ഓരോന്ന് ചിന്തിച്ചുകൂട്ടുകയാണ്."

"എനിക്കുള്ളത് ഉൽകണ്ഠയാണ്. മറ്റൊരു തരം ചിന്തയും ഇപ്പൊ എന്റെ തലയിൽ വരുന്നില്ല."

"*ഞങ്ങളെ നിരാശരാക്കരുത്.* ശ്രമിക്കൂ."

ഞങ്ങളെ നിരാശരാക്കരുത്.

'പക്ഷെ —'

അവൾ സംഗീതത്തെക്കുറിച്ച് ചിന്തിക്കാൻ ശ്രമിച്ചു.

സംഗീതത്തെക്കുറിച്ചുള്ള ചിന്തകൾ അവൾക്ക് എപ്പോഴും സമാധാനം നൽകിയിരുന്നു.

ഒരു ഈണം അവളുടെ ഉള്ളിൽ വന്നു. അത് 'സുന്ദരാകാശം' എന്ന ഗാനമാണെന്ന് തിരിച്ചറിഞ്ഞ അവൾ, അൽപ്പം വല്ലാതെയായി. പാടിയിട്ട് ഒരുപാട് നാളുകളായ, സന്തോഷവും, പ്രതീക്ഷയും നിറഞ്ഞ ഒരു പാട്ട്. *ആകാശമിരുളുന്നു/നിലയ്ക്ക് മേൽ കറുപ്പിന്റെ കമ്പളം/എന്നിട്ടും തെളിയാൻ തുനിയുന്ന താരങ്ങൾ/തിളങ്ങുന്നതോ —*

അപ്പോഴായിരുന്നു നോറായുടെ അടുത്തിരുന്ന — നന്നായി വേഷം ധരിച്ച, അമ്പതു വയസ്സോളം പ്രായം തോന്നിക്കുന്ന, ബിസിനസ്സുകാരിയായ, കസ്തൂരിമണത്തിന്റെ ഉറവിടമായ — ഒരു സ്ത്രീ, അവൾക്കരികിലേയ്ക്ക് ചാഞ്ഞ്, ശബ്ദം താഴ്ത്തി സംസാരിക്കാൻ തുടങ്ങിയത്, "നിങ്ങൾക്ക് സംഭവിച്ചതറിഞ്ഞതിൽ വലിയ വിഷമമുണ്ട്. ആ പോർച്ചുഗലിലെ സംഭവം..."

"എന്ത് സംഭവം?"

കാണികളുടെ കരഘോഷത്തിന്റെ പുറപ്പാടിൽ അവരുടെ മറുപടി മുങ്ങിപ്പോയി.

"എന്താണ്?" അവൾ വീണ്ടും ചോദിച്ചു.

പക്ഷെ അപ്പോഴേയ്ക്കും വൈകിപ്പോയിരുന്നു. നോറായെ അവർ വേദിയിലേയ്ക്ക് വിളിക്കുകയും, അതിനനുസരിച്ച് ജ്യേഷ്ഠൻ കൈമുട്ടുകൊണ്ട് തട്ടി അവളോട് പോകാൻ പറയുകയും ചെയ്തു.

"അവർ നിന്നെ വിളിക്കുന്നു. ചെല്ലൂ," ഏറെക്കുറെ അമർത്തിയ ഒച്ചയിൽ അവൻ പറഞ്ഞു.

അവൾ മടിച്ചുമടിച്ച് പ്രസംഗപീഠത്തിനടുത്തേയ്ക്ക് കയറിച്ചെന്നു. ആ വേദിയിൽ, അവൾക്ക് പിറകിലായി, കഴുത്തിൽ സ്വർണ്ണപ്പതക്കവുമണിഞ്ഞ്, വിജയശ്രീലാളിതയായി ചിരിച്ചുകൊണ്ടു നിൽക്കുന്ന അവളുടെ കൂറ്റൻ പടം ഉണ്ടായിരുന്നു.

ആളുകളുടെ ദൃഷ്ടിപഥത്തിൽ പെടുക എന്നത് അവൾക്ക് ഏറ്റവും വെറുപ്പുള്ള കാര്യങ്ങളിൽ ഒന്നായിരുന്നു.

"ഹലോ," അവൾ സങ്കോചത്തോടെ മൈക്കിലേയ്ക്ക് പറഞ്ഞു. "ഇന്നിവിടെ വരാൻ കഴിഞ്ഞതിൽ ഒരുപാട് സന്തോഷമുണ്ട്."

ആയിരത്തിനും മേൽ മുഖങ്ങൾ അവളെത്തന്നെ ഉറ്റുനോക്കി, കാത്തിരുന്നു.

ഒറ്റയടിയ്ക്ക് ഇത്രയധികം ആൾക്കാരോട് ഇതിനുമുൻപ് അവൾ സംസാരിച്ചിട്ടേ ഉണ്ടായിരുന്നില്ല. ദി ലാബിറിന്ത്സിൽ ഉള്ളപ്പോൾപോലും, പരമാവധി നൂറു പേരിൽക്കൂടുതൽ ഉള്ള സദസ്സിന് മുൻപിൽ അവർക്ക് പ്രകടനങ്ങൾ നടത്തേണ്ടി വന്നിട്ടില്ല. അന്നൊക്കെ, പാട്ടിനിടയിൽ സംസാരിക്കേണ്ടി വന്നാൽത്തന്നെയും, അത് എത്രയും കുറയ്ക്കാമെന്നതായിരുന്നു അവളുടെ ചിന്ത മുഴുവൻ. സ്ട്രിംഗ് തിയറിയിൽ ജോലി ചെയ്യുമ്പോൾ, സാധനങ്ങൾ വാങ്ങാൻ വരുന്നവരോട് എത്ര വേണമെങ്കിലും മിണ്ടാൻ അവൾക്ക് സാധിക്കുമായിരുന്നു. പക്ഷെ, സ്റ്റാഫ് മീറ്റിങ് പോലെയുള്ള ഇടങ്ങളിൽ, അഞ്ചു പേരിൽ താഴെ മാത്രം ആളുകൾ ഉള്ളപ്പോൾപോലും, അവൾ അപൂർവ്വമായേ സംസാരിച്ചിരുന്നുള്ളൂ. യൂണിവേഴ്സിറ്റി കാലത്ത്, ഇസ്സി സുഗമമായി പ്രസെന്റേഷനുകളിലൂടെ കടന്നുപോയപ്പോൾ, അവയൊക്കെ ആഴ്ചകളോളം അവളുടെ ഉറക്കം കെടുത്തി.

ജോയും റോറിയും അന്തംവിട്ട് അവളെത്തന്നെ നോക്കി ഇരിക്കുന്നുണ്ടായിരുന്നു.

ടെഡ് സംഭാഷണത്തിൽ അവൾ കണ്ട നോറായും ഈ നോറായുമായി വലിയ അന്തരങ്ങളുണ്ട്. ഇത്രയും നാൾ ചെയ്തിരുന്നതൊക്കെ വച്ചു നോക്കുമ്പോൾ, തനിക്ക് ഒരിക്കലും ആ നോറായാവാൻ കഴിയില്ല എന്നവൾക്ക് തോന്നി.

"ഹലോ, എന്റെ പേര് നോറാ സീഡ്."

അവൾ അതൊരു തമാശയ്ക്ക് വേണ്ടി പറഞ്ഞതായിരുന്നില്ല എങ്കിലും, ആ മുറി മുഴുവൻ അപ്പോൾ പൊട്ടിച്ചിരികൾ വീണു ചിതറി. അവിടെ അവൾ സ്വയം പരിചയപ്പെടുത്തേണ്ട സാഹചര്യമേ ഉണ്ടായിരുന്നില്ല.

"ജീവിതം വിചിത്രമാണ്," അവൾ പറഞ്ഞു. "എങ്ങനെയാണ് നമ്മൾ പല വേഷങ്ങൾ ഒന്നിച്ചാടിത്തീർക്കുന്നത് എന്നത് ഒരതിശയമാണ്. അതും, ഒരു നേർരേഖയിൽ. പക്ഷെ, യാഥാർത്ഥ ചിത്രം അതൊന്നുമല്ല. കാരണം, ജീവിതം എന്നു പറയുന്നത്, നമ്മൾ ചെയ്തു തീർത്ത കാര്യങ്ങളുടേത് മാത്രമല്ല, മറിച്ച്, ചെയ്യാൻ വിട്ടുപോയ കാര്യങ്ങളുടേതു കൂടിയാണ്. ജീവിതത്തിന്റെ ഓരോ നിമിഷങ്ങളും... ഒരു തരത്തിൽ, വഴിത്തിരുവകളാണ്."

ആരും അനങ്ങിയില്ല.

"ആലോചിച്ചു നോക്കൂ. നമ്മുടെ തുടക്കങ്ങളെക്കുറിച്ച് ആലോചിച്ചു നോക്കൂ. അതാണ് എല്ലാം നിർണ്ണയിക്കുന്നത്. മണ്ണിൽ കുഴിച്ചിട്ട ഒരു മരത്തിന്റെ വിത്തുപോലെ. അതിൽനിന്നും വളർന്ന്, വളർന്ന്, നമ്മളാദ്യം ഒരു തായ്ത്തടിയാകും."

പരിപൂർണ്ണ നിശബ്ദത.

"പിന്നെയൊരു മരമാകും. നമ്മുടെ ജീവിതമാകുന്ന മരം. അതിൽ ചില്ലകളുണ്ടാവും. തടിയുടെ പല ഭാഗങ്ങളിൽ നിന്നും പടർന്നു പന്തലിക്കുന്ന ആ ചില്ലകളെക്കുറിച്ചാലോചിക്കൂ. പിന്നെ ആ ചില്ലകളിൽ നിന്നും പൊട്ടി

മുളച്ച്, പലപ്പോഴും എതിർദിശകളിലേയ്ക്ക് പോകുന്ന പുതിയ ചില്ലകളെക്കുറിച്ചാലോചിക്കൂ. അവ വീണ്ടും ചില്ലകളായി, പിന്നെ ചെറിയ ചുള്ളിക്കമ്പുകളാവുന്നതും ആലോചിച്ചുനോക്കൂ. ഒരേയിടത്തു നിന്നും തുടങ്ങി, ഒടുവിൽ പലയിടങ്ങളിലായി എത്തിച്ചേർന്ന ആ ചുള്ളിക്കമ്പുകളുടെ അഗ്രങ്ങളെക്കുറിച്ചാലോചിച്ചു നോക്കൂ. അതിന്റെയൊക്കെ, കുറച്ചുകൂടി വലിയ ചിത്രമാണ് ജീവിതം എന്ന് പറയുന്നത്. ഓരോ ദിവസത്തിന്റെയും, ഓരോ സെക്കൻഡിലും പുതിയ ചില്ലകൾ രൂപപ്പെടുന്നു. നമ്മുടെ കാഴ്ചപ്പാടിൽ – എല്ലാവരുടേയും കാഴ്ചപ്പാടിൽ – അതൊരു തുടർക്കഥയാണെന്ന് തോന്നുന്നു. ഓരോ ചുള്ളിക്കമ്പും, ഒരേയൊരു യാത്ര മാത്രമേ ചെയ്തിട്ടുള്ളൂ. പക്ഷെ വേറെയും ചില്ലകളുണ്ട്. ഇന്നുകളും വേറെ ഒരുപാടുണ്ട്. മുൻപ് ജീവിതത്തിൽ മറ്റൊരു ദിശ തിരഞ്ഞെടുത്തിരുന്നെങ്കിൽ, വന്നിരുന്നേക്കാമായിരുന്ന വ്യത്യസ്തമായ ജീവിതങ്ങൾ. ഇത് ജീവിതത്തിന്റെ മരമാണ്. ധാരാളം മതങ്ങളും പുരാണങ്ങളും ജീവിതത്തിന്റെ മരത്തെക്കുറിച്ച് പ്രതിപാദിക്കുന്നുണ്ട്. അത് ബുദ്ധിസത്തിലും, ജൂദായിസത്തിലും, ക്രിസ്തീയതയിലും ഉണ്ട്. ധാരാളം തത്വചിന്തകരും എഴുത്തുകാരും, മരത്തെ രൂപകാലാലങ്കാരങ്ങളായി ഉപയോഗിച്ചിട്ടുണ്ട്. സിൽവിയാ പ്ലാത്തിനെ സംബന്ധിച്ച്, അസ്തിത്വമെന്നത് ഒരു അത്തിമരമായിരുന്നു. അതിൽ, അവൾക്ക് ലഭിച്ചിരിക്കാമായിരുന്ന ഓരോ ജീവിതവും – സന്തുഷ്ടയായ ഒരു കുടുംബിനിയുടെയോ, വിജയം വരിച്ച ഒരു കവയിത്രിയുടെയോ ഒക്കെ – അതിലെ ഓരോ തേന്മുറും അത്തിപ്പഴങ്ങളും. പക്ഷെ ആ അത്തിപ്പഴങ്ങളുടെ മധുരം നുണയാൻ അവർക്ക് കഴിഞ്ഞില്ല. അവയെല്ലാം അവരുടെ കണ്മുന്നിൽത്തന്നെ ചീഞ്ഞഴുകി വീണു. നമ്മൾ ജീവിക്കാൻ വിട്ടുപോയ മറ്റു ജീവിതങ്ങളെക്കുറിച്ചോർത്താൽ, അത് നമ്മെ ഭ്രാന്തു പിടിപ്പിക്കും."

"ഉദാഹരണത്തിന്, എന്റെ മറ്റുള്ള ജീവിതങ്ങളിലൊന്നും ഞാനിവിടെ ഈ പ്രസംഗപീഠത്തിൽ നിന്ന് നിങ്ങളോട് വിജയത്തെക്കുറിച്ച് സംസാരിക്കുകയായിരിക്കില്ല... മറ്റുള്ള ജീവിതങ്ങളിൽ ഞാനൊരു ഒളിമ്പിക് മെഡൽ ജേതാവുമല്ല." മിഡ്നൈറ്റ് ലൈബ്രറിയിൽ വച്ച് ശ്രീമതി എൽമ് പറഞ്ഞ ഒരു കാര്യം അവളപ്പോൾ ഓർത്തു : "ഏതെങ്കിലും ഒരു കാര്യം വ്യത്യസ്തമായി ചെയ്യുക എന്നത്, എല്ലാ കാര്യങ്ങളും വ്യത്യസ്തമായി ചെയ്യുക എന്നതുപോലെതന്നെയാണ്. ഒരു ജന്മത്തിനുള്ളിൽ നമ്മൾ ചെയ്യുന്ന പ്രവർത്തികൾ നമുക്ക് തിരിച്ചെടുക്കാനാവില്ല. എത്രയൊക്കെ ശ്രമിച്ചാലും അതിനു കഴിയില്ല..."

കാണികൾ ശ്രദ്ധാപൂർവ്വം കേൾക്കുകയായിരുന്നു. അവരുടെയെല്ലാം ജീവിതത്തിൽ ഒരു ശ്രീമതി എൽമിന്റെ കുറവുണ്ടെന്നു തീർച്ച.

"പഠിക്കാനുള്ള ഒരേയൊരു മാർഗ്ഗം ജീവിച്ചു നോക്കലാണ്."

ഇത്തരത്തിൽ അവൾ ഇരുപത് നിമിഷങ്ങളോളം സംസാരിച്ചു. ഇടയിൽ ശ്രീമതി എൽമ് അവളോട് പറഞ്ഞതൊക്കെ പരമാവധി ഓർത്ത് പറയുകയും ചെയ്തു. പിന്നീട്, പ്രസംഗപീഠത്തിലെ വെൺവെളിച്ചത്തിൽ തിളങ്ങുന്ന സ്വന്തം കൈകളിലേയ്ക്ക് അവൾ നോക്കി.

ഇളം പിങ്കു നിറത്തിൽ പൊങ്ങി നിൽക്കുന്ന വട്ടു കണ്ടപ്പോൾ, അത് സ്വയം വരുത്തിയതാണെന്ന് അവൾക്ക് മനസ്സിലായി. അവളുടെ വാക്ചാതുരി അതോടെ മുറിഞ്ഞു. അഥവാ, അവർ മറ്റൊരു ദിശയിൽക്കൂടി സഞ്ചരിക്കാൻ തുടങ്ങി.

"പിന്നെ... പിന്നെ എന്താണെന്ന് വെച്ചാൽ... എന്താണെന്ന് വെച്ചാൽ നമ്മുടെ ഏറ്റവും വിജയകരമായ പാത എന്ന് നമ്മൾ കരുതുന്നത്, അതു തന്നെയായിരിക്കണം എന്നില്ല. കാരണം, മിക്കപ്പോഴും വിജയത്തെക്കുറിച്ചുള്ള നമ്മുടെ കാഴ്ചപ്പാടിൽ തെളിഞ്ഞു വരുന്നത് ഏതെങ്കിലും കോപ്പിലെ നേട്ടത്തെക്കുറിച്ചുള്ള ഉപരിപ്ലവമായ സംഗതികളാണ് – ഒരു ഒളിമ്പിക് മെഡൽ, നല്ല ഒരു ഭർത്താവ്, നല്ല ശമ്പളം. ഈ അളവുകോലുകളെല്ലാം നമ്മൾ ശ്രമിക്കുകയും ചിലതൊക്കെ നേടുകയും ചെയ്യാറുണ്ട്. എന്നാൽ വിജയമെന്നത് അളക്കാൻ കഴിയുന്ന ഒന്നല്ല. ജീവിതമെന്നത്, ജയിക്കാനുള്ള ഒരു മത്സരവുമല്ല. ഇതെല്ലാം കുറെ ചവറ് അസംബന്ധങ്ങളാണ് ശരിക്കു പറഞ്ഞാൽ...."

കാണികളുടെ ഇടയിൽ അസ്വസ്ഥത തളംകെട്ടാൻ തുടങ്ങി. അവർ പ്രതീക്ഷിച്ചിരുന്ന പ്രസംഗം ഇതല്ല എന്നത് ഉറപ്പാണ്. കാണികൾക്കിടയിലൂടെ കണ്ണോടിച്ചപ്പോൾ, തന്നെ നോക്കി ചിരിച്ചുകൊണ്ടിരിക്കുന്ന ഒരു മുഖം അവളുടെ ദൃഷ്ടിയിൽപ്പെട്ടു. ഒരു നീല കോട്ടൺ ഷർട്ടണിഞ്ഞ്, വെടിപ്പായി വേഷം ധരിച്ച്, ബെഡ്ഫോർഡ് ജീവിതകാലത്ത് ഉണ്ടായിരുന്നതിനേക്കാൾ നീളം കുറഞ്ഞ മുടിയുമായി ഇരിക്കുന്ന രവിയെ അവൾക്ക് പെട്ടെന്ന് മനസ്സിലായില്ല. ഈ രവി അൽപ്പം കൂടിയ സഹൃദയനായിരുന്നു. പക്ഷെ ആ പത്രം ഏജന്റിന്റെ കടയിൽ വച്ച്, ഒരു മാസിക വാങ്ങാൻ നിവർത്തിയില്ലാതെ, ആ പഴി അവളുടെ മേൽ ചാരി, അവിടെ നിന്നും ചാടിത്തുള്ളി ഇറങ്ങിപ്പോയ രവിയെക്കുറിച്ച് ഓർക്കാതിരിക്കാൻ അവൾക്കായില്ല.

"നോക്കൂ, വിജയത്തിലേക്കുള്ള പാത എന്ന വിഷയത്തിൽ ഒരു ടെഡ് സംവാദമാണ് നിങ്ങൾ പ്രതീക്ഷിച്ചിരുന്നത് എന്നെനിക്കറിയാം. പക്ഷെ, നേരു പറഞ്ഞാൽ, വിജയമെന്നത് ഒരു മിഥ്യാധാരണയാണ്. അതെല്ലാം വെറും മിഥ്യയാണ്. ശരിയാണ്, നമുക്ക് കീഴടക്കാൻ കഴിയുന്ന പലതുമുണ്ടെന്ന് എനിക്കറിയാം. ഉദാഹരണത്തിന് പറയുകയാണെങ്കിൽ, ഈ ഞാൻ തന്നെ വല്ലാത്ത സഭാകമ്പമുള്ള ഒരു വ്യക്തിയാണ്. എന്നിട്ടും, ദേ ഇവിടെ ഞാൻ നിങ്ങളുടെ മുൻപിൽ ഈ വേദിയിൽ നിൽക്കുന്നു. ഈ ഞാൻ... ഒരു വേദിയിൽ! ഈയിടെ എന്നോടൊരാൾ ഒരു കാര്യം പറഞ്ഞു. ആ വ്യക്തി പറഞ്ഞത്, എനിക്കുള്ളത് സഭാകമ്പല്ല, മറിച്ച്, *ജീവിതത്തോടുള്ള ഭയമാണ്* എന്നാണ്. നിങ്ങൾക്കറിയാമോ? ആ പറഞ്ഞത് നൂറു ശതമാനം ശരിയാണ്. കാരണം, ജീവിതമെന്നത് ഭയപ്പെടുത്തുന്ന ഒന്നാണ്. അതിനൊരു കാരണമുണ്ട്. ജീവിതത്തിന്റെ ഏത് ശിഖരത്തിൽ നമ്മൾ കൂടു കൂട്ടിയാലും, നമ്മളെല്ലാം ചീഞ്ഞഴുകുന്ന അതേ മരങ്ങൾ തന്നെയാണ്. ജീവിതത്തിൽ പലതും ആകണം എന്ന് എനിക്കാഗ്രഹമുണ്ടായിരുന്നു.

പലതും. പക്ഷെ നിങ്ങളുടെ ജീവിതം ചീഞ്ഞളിഞ്ഞുവെങ്കിൽ, പിന്നെ നിങ്ങൾ എന്തൊക്കെ ചെയ്താലും അത് ചീഞ്ഞളിഞ്ഞു തന്നെയിരിക്കും. ഈർപ്പം തട്ടി, ഉപയോഗശൂന്യമായതെല്ലാം ചീഞ്ഞഴുകുന്നു..."

കഴുത്തിനു മുന്നിൽ കൈപ്പത്തികൊണ്ട് വെട്ടിച്ച്, 'അവസാനിപ്പിക്കു' എന്ന് ജോ പറഞ്ഞുകൊണ്ടേയിരിക്കുന്നുണ്ടായിരുന്നു.

"എന്തായാലും, കരുണയുള്ളവരായിരിക്കു. പിന്നെ.... അത്രമാത്രം. കരുണയുള്ളവരായിരിക്കു. എനിക്ക് പോകാറായി എന്നൊരു തോന്നൽ. അതുകൊണ്ട്, എനിക്കൊന്നു പറയേണ്ടതുണ്ട് – എനിക്കെന്റെ സഹോദരൻ ജോയെ ഒരുപാടിഷ്ടമാണ്. എനിക്ക് നിങ്ങളെ ഒത്തിരി ഇഷ്ടമാണ് ചേട്ടാ. ഈ മുറിയിലുള്ള നിങ്ങളോരോരുത്തരെയും എനിക്ക് വലിയ ഇഷ്ടമാണ്. ഇവിടെ വരാൻ കഴിഞ്ഞതിൽ ഒരുപാട് സന്തോഷമുണ്ട്."

വരാൻ കഴിഞ്ഞതിൽ ഒരുപാട് സന്തോഷമുണ്ട് എന്നവൾ പറഞ്ഞ ആ നിമിഷം തന്നെ, അവൾ അവിടെനിന്നു പോയിക്കഴിഞ്ഞു.

സിസ്റ്റം എറർ

അവൾ മിഡ്നൈറ്റ് ലൈബ്രറിയിൽ തിരികെയെത്തി.

പക്ഷെ ഇത്തവണ അവൾ പുസ്തകത്തട്ടുകളിൽ നിന്നും അൽപ്പം അകലെയായിരുന്നു എത്തിയത്. വീതിയേറിയ ഇടനാഴികളിലൊന്നിൽ, അവൾ അൽപ്പം മുൻപ് കണ്ട, ഓഫീസിനോട് വിദൂരസാദൃശ്യമുണ്ടായിരുന്ന ഇടത്തായിരുന്നു. മേശപ്പുറത്ത്, വളരെക്കുറച്ച് പേപ്പറുകൾ മാത്രം അങ്ങിങ്ങായി കിടന്നിരുന്ന ട്രേകളും, പിന്നെയൊരു കമ്പ്യൂട്ടറും ഉണ്ടായിരുന്നു.

അതിപുരാതനമായ, ക്രീം നിറത്തിലുള്ള, പെട്ടി പോലത്തെ കംപ്യൂട്ടർ മേശപ്പുറത്തെ കടലാസ്സുകൾക്കിടയിൽ നിലകൊണ്ടു. പണ്ട് സ്കൂൾ ലൈബ്രറിയിൽ ശ്രീമതി എൽമിന് ഉണ്ടായിരുന്നത് പോലത്തെ ഒന്ന്. നോറാ അവർക്ക് പിന്നിൽ ചെന്നുനിൽക്കുമ്പോൾ, മോണിട്ടറിലേയ്ക്ക് നോക്കിക്കൊണ്ട്, വേഗത്തിൽ എന്തോ ടൈപ്പ് ചെയ്യുകയായിരുന്നു അവർ.

മുകളിലെ പ്രകാശം – മച്ചിൽനിന്ന് വയറുകളിൽ തൂങ്ങിക്കിടക്കുന്ന അതേ തുറന്ന ബൾബുകളിൽ നിന്നുള്ളവ – ഭയപ്പെടുത്തും വിധം കത്തിയണഞ്ഞുകൊണ്ടിരുന്നു.

"ഞാൻ കാരണം എന്റെ അച്ഛൻ ജീവനോടെയുണ്ടായിരുന്നു. അദ്ദേഹത്തിന് മറ്റൊരു പ്രണയബന്ധവും ഉണ്ടായിരുന്നു. അമ്മ നേരത്തെ മരിച്ചുപോയിരുന്നു. ഞാൻ ഒരിക്കലും നിരാശപ്പെടുത്തിയിട്ടില്ലാത്തതു കൊണ്ടുതന്നെ, സഹോദരനുമായി നല്ല ബന്ധമായിരുന്നു എനിക്കുണ്ടായിരുന്നത്. പക്ഷെ പുള്ളിയുടെ യഥാർത്ഥ സ്വഭാവത്തിന് മാറ്റമൊന്നുമില്ലായിരുന്നു. പുള്ളി എന്നോട് നന്നായി സഹകരിച്ചതിന് കാരണം തന്നെ, പുള്ളിയ്ക്ക് പണമുണ്ടാക്കാനുള്ള ഒരു നല്ല മാർഗ്ഗമായിരുന്നു ഞാൻ എന്നതാണ്. ഇത്... ഇതായിരുന്നില്ല ഞാൻ കണ്ട ഒളിമ്പിക് സ്വപ്നം. എനിക്ക് മാറ്റമൊന്നുമുണ്ടായിരുന്നില്ല. പോർച്ചുഗലിൽ എന്തോ സംഭവിച്ചിട്ടുണ്ട്. ഞാൻ ചിലപ്പോൾ ആത്മഹത്യ ചെയ്യാനോ മറ്റോ ശ്രമിച്ചിട്ടുണ്ടാവും... ശരിക്കും ഇനി വേറെ വല്ല ജീവിതവും ബാക്കിയുണ്ടോ? അതോ, ഈ കഴിഞ്ഞതൊക്കെപ്പോലെ കട്ടിലും മേശയുമൊക്കെ മാത്രം മാറ്റി ഇട്ടു പുതിയതാക്കാൻ പോകുവാണോ?"

പക്ഷെ ശ്രീമതി എൽമ് അതൊന്നും കേൾക്കുന്നതേ ഉണ്ടായിരുന്നില്ല. അപ്പോഴാണ് മേശപ്പുറത്തിരുന്ന, പഴയ പ്ലാസ്റ്റിക് കൊണ്ടുള്ള ഫൗണ്ടൻ പേന നോറാ ശ്രദ്ധിച്ചത്. സ്കൂൾ കാലത്ത് നോറായ്ക്കുണ്ടായിരുന്ന തരം.

"ഹലോ, ശ്രീമതി എൽമ്, ഞാൻ പറയുന്നത് കേൾക്കാമോ?"

എന്തോ പ്രശ്നമുണ്ട്.

ലൈബ്രേറിയന്റെ മുഖത്ത് വേവലാതി മുറുകിനിന്നു. അവർക്ക് മുന്നിലെ മോണിട്ടറിൽനിന്നും അവൾ വായിച്ചെടുത്തു – സിസ്റ്റം എറർ.

"ശ്രീമതി എൽമ്? ഹലോ? ക്ലയ്! നിങ്ങൾക്കെന്നെ കാണാൻ പറ്റുന്നുണ്ടോ?"

അവൾ അവരുടെ തോളിൽ ഒന്നു തട്ടി. അത് ഗുണം ചെയ്തെന്ന് തോന്നി.

കമ്പ്യൂട്ടറിൽ നിന്നും തിരിഞ്ഞു നോക്കുമ്പോൾ, ശ്രീമതി എൽമിന്റെ മുഖത്ത് വലിയൊരു ആശ്വാസം വിരിഞ്ഞു. 'ഹോ നോറാ, നീയിങ്ങ് എത്തിയോ?"

"എന്തേ എത്തില്ലാന്ന് വിചാരിച്ചോ? എനിക്ക് ജീവിക്കാൻ ആഗ്രഹമുള്ള ജീവിതം അതാണെന്ന് നിങ്ങൾ വിശ്വസിച്ചോ?"

തല അനക്കാതെ തന്നെ അവർ തലയാട്ടി. അങ്ങനെയൊക്കെ പറ്റുമായിരിക്കും.

"അല്ല. അങ്ങനെയല്ല. അതിന് ഒരു ബലക്ഷയം ഉള്ളതുപോലെ തോന്നി എനിക്ക്."

"ബലക്ഷയമോ? എന്തിന്?"

"ആ സ്ഥലം മാറ്റത്തിന്."

"സ്ഥലം മാറ്റമോ?"

"പുസ്തകത്തിൽ നിന്നും അവിടേയ്ക്കുള്ള മാറ്റം. നീ ഇവിടെ വച്ച് തിരഞ്ഞെടുത്ത ജീവിതത്തിലേയ്ക്ക്. അതിലെന്തോ ഒരു പ്രശ്നമുള്ളതു പോലെ തോന്നി. ആ സിസ്റ്റത്തിന് മൊത്തത്തിൽ എന്തോ പ്രശ്നമുണ്ടായി. എനിക്ക് പെട്ടെന്ന് പരിഹരിക്കാനാവാത്ത എന്തോ ഒന്ന്. *പുറമേയുള്ള* എന്തോ ഒരു പ്രശ്നം."

"എന്റെ യഥാർത്ഥ ജീവിതത്തിലോ?"

അവർ വീണ്ടും സ്ക്രീനിലേയ്ക്ക് സൂക്ഷിച്ചുനോക്കി. "അതെ. നീ ഇപ്പോഴും ഉള്ളതുകൊണ്ടു മാത്രമാണ് ഈ മിഡ്നൈറ്റ് ലൈബ്രറിയും നിലനിൽക്കുന്നത്. നിന്റെ യഥാർത്ഥ ജീവിതത്തിൽ."

"അപ്പൊ ഞാൻ മരിക്കുകയാണോ?"

ശല്യപ്പെടുത്തുന്നത് പോലൊരു ഭാവം ശ്രീമതി എൽമിന്റെ മുഖത്തുണ്ടായിരുന്നു. "അത് ഒരു സാധ്യതയാണ്. പറഞ്ഞു വരുമ്പോൾ, നമ്മൾ സാധ്യതയുടെ അവസാനത്തിലേയ്ക്ക് എത്തിക്കൊണ്ടിരിക്കുകയായിരിക്കാം എന്നതും ഒരു സാധ്യതയാണ്."

കുളത്തിൽ നീന്തിക്കൊണ്ടേയിരുന്നത് നല്ലൊരു അനുഭൂതിയായിരുന്നു എന്ന് നോറാ ആലോചിച്ചു. അത്യധികം ഊർജ്ജസ്വലമായ ഒരനുഭവം. പെട്ടെന്ന് അവളുടെയുള്ളിൽ എന്തോ സംഭവിക്കാൻ തുടങ്ങി. എന്തോ ഒരു വയ്യായ്ക. വയറ്റിലൊരു കൊളുത്തിപ്പിടിത്തം. ഭൗതികമായ ഒരു *മാറ്റം*. അവളിലൊരു മാറ്റം. മരണത്തെക്കുറിച്ചുള്ള ചിന്ത പെട്ടെന്ന് അവളിൽ

അസ്വസ്ഥകൾ ഇളക്കിവിട്ടു. അതേ സമയത്ത് തന്നെ, മുകളിലെ വെളിച്ചത്തിന്റെ കത്തിയണയൽ അവസാനിക്കുകയും, അത് തെളിച്ചത്തോടെ കത്താൻ തുടങ്ങുകയും ചെയ്തു.

സ്ക്രീനിൽ തെളിഞ്ഞ പുതിയ വിവരം വായിച്ചു മനസ്സിലാക്കവേ, ശ്രീമതി എൽമ് ആഹ്ളാദം കൊണ്ട് കയ്യടിച്ചു.

"ഹോ അത് വീണ്ടും വന്നു. അത് ഏതായാലും നന്നായി. ആ പിശക് നേരെയായി. നമ്മൾ വീണ്ടും പ്രവർത്തിച്ചു തുടങ്ങുകയാണ്. നന്ദി പറയേണ്ടത് നിനക്കാണെന്ന് തോന്നുന്നു."

"എന്ത്?"

"അതായത്, ഈ കമ്പ്യൂട്ടർ പറയുന്നത്, ആതിഥേയയുള്ളിലെ അടിസ്ഥാന പ്രശ്നം കണ്ടെത്തി പരിഹരിച്ചിരിക്കുന്നു എന്നാണ്. നീയാണ് അടിസ്ഥാനപ്രശ്നം. നീയാണ് ആതിഥേയയും." അവർ പുഞ്ചിരിച്ചു. നോറാ ഒന്നിമ ചിമ്മി. ശേഷം കണ്ണുകൾ തുറന്നപ്പോൾ അവർ രണ്ടുപേരും ആ ലൈബ്രറിയുടെ മറ്റൊരു ഭാഗത്ത് നിൽക്കുകയായിരുന്നു. വീണ്ടും അവർ പുസ്തകത്തട്ടുകൾക്ക് നടുവിൽ എത്തപ്പെട്ടിരിക്കുന്നു. നിവർന്ന്, ഒരൽപ്പം അങ്കലാപ്പോടെ, രണ്ടു പിടിവാശിക്കാരെന്നോണം, മുഖാമുഖം നിൽക്കുകയായിരുന്നു അവർ.

"ശരി. ഇപ്പൊ, സമാധാനമായിരിക്കു," സുദീർഘമായി, അർത്ഥഗർഭമായി ഒന്നു നിശ്വസിക്കുന്നതിനു മുൻപ് ശ്രീമതി എൽമ് പറഞ്ഞു. അവർ, അവരോടുതന്നെ സംസാരിക്കുകയായിരുന്നു എന്ന് വ്യക്തം.

"വ്യത്യസ്ത ജീവിതങ്ങളിൽ, വ്യത്യസ്ത തീയതികളിലാണ് എന്റെ അമ്മ മരിച്ചത്. അവർ ജീവനോടെയുള്ള ഒരു ജീവിതം എനിക്ക് വേണം. അത് നിലവിലുണ്ടോ?"

ശ്രീമതി എൽമിന്റെ ശ്രദ്ധ നോറായിലേയ്ക്ക് തിരിച്ചുവന്നു.

"ചിലപ്പോൾ ഉണ്ടാകും."

"നന്ന്."

"പക്ഷെ നിനക്കങ്ങോട്ടു പോകാനാവില്ല."

"അതെന്താ അങ്ങനെ?"

"കാരണം, *നിന്റെ* തീരുമാനങ്ങളെ അടിസ്ഥാനമാക്കിയുള്ളതാണ് ഈ ലൈബ്രറി. പക്ഷെ നീ എടുത്തേക്കാമായിരുന്ന ഒരു തീരുമാനത്തിനും, ആയുസ്സ് ഇന്നലെയ്ക്കപ്പുറത്തേയ്ക്ക് നീട്ടാൻ കഴിയില്ല. ക്ഷമിക്കു."

നോറായുടെ തലയ്ക്ക് മുകളിലെ ഒരു ബൾബ് കത്തിയണഞ്ഞു. പക്ഷെ ആ ലൈബ്രറിയിലെ ബാക്കിയുള്ളവയെല്ലാം അങ്ങനെതന്നെ നിന്നു.

"നീ മറ്റെന്തെങ്കിലും ആലോചിക്കേണ്ടതുണ്ട് നോറാ. കഴിഞ്ഞ ജീവിതത്തിൽ, നല്ലത് എന്ന് നിനക്ക് തോന്നിയത്, എന്തായിരുന്നു?"

നോറാ തലയാട്ടി. "നീന്തൽ. എനിക്ക് നീന്തൽ ഒത്തിരിയിഷ്ടമായിരുന്നു. പക്ഷെ ആ ജീവിതത്തിൽ ഞാൻ സന്തുഷ്ടയായിരുന്നു എന്നെനിക്ക് തോന്നുന്നില്ല. ഒരു ജീവിതത്തിലെങ്കിലും എനിക്ക് ആത്മാർത്ഥമായ സന്തോഷം ഉണ്ടായിരുന്നോ എന്നെനിക്ക് തീർച്ചയില്ല."

"നിന്റെ ലക്ഷ്യം സന്തോഷമാണോ?"

"എനിക്കറിയില്ല. എനിക്ക് തോന്നുന്നത്, എന്റെ ജീവിതം കൊണ്ട് എന്തെങ്കിലും അർത്ഥവത്തായത് നടക്കണം എന്നാണ്. എന്തെങ്കിലുമൊക്കെ നല്ലത് ചെയ്യണം എനിക്ക്."

"നിനക്ക് പണ്ട് ഗ്ലേഷിയോളജിസ്റ്റ് ആകണം എന്നായിരുന്നു ആഗ്രഹം," ശ്രീമതി എൽമ് അതോർക്കുന്നുണ്ടായിരുന്നു.

"അതെ."

"നീ അതിനെപ്പറ്റി ഇടയ്ക്കിടയ്ക്ക് പറയുമായിരുന്നു. "നിനക്ക് ആർട്ടിക് പ്രദേശത്തിനോടുള്ള താൽപര്യം കണ്ടപ്പോൾ, ഞാനാണ് അന്ന് ഒരു ഗ്ലേഷിയോളജിസ്റ്റ് ആവാൻ നിർദ്ദേശിച്ചത്?"

"എനിക്കോർമ്മയുണ്ട്. ആ വാക്ക് കേൾക്കാൻ തന്നെ നല്ല രസമുണ്ടായിരുന്നു. അതായിരുന്നു ആദ്യം അന്നെന്നെ ആകർഷിച്ചത്. എന്തുകൊണ്ടോ, എന്റെ ഡാഡിയ്ക്കും അമ്മയ്ക്കും അതിനോട് വലിയ താൽപര്യമുണ്ടായിരുന്നില്ല."

"അതെന്താ?"

"എനിക്കത്ര പിടിയില്ല. അവർ നീന്തലിനെയായിരുന്നു പ്രോത്സാഹിപ്പിച്ചത്. ശരിക്കു പറഞ്ഞാൽ, ഡാഡി. പക്ഷെ പഠിത്തം സംബന്ധിച്ച എന്തും അവർക്കൊരു തമാശയായിരുന്നു."

അടിവയറു വരെ നീണ്ടുചെന്നു വേദനിപ്പിക്കുന്നൊരു ആഴമേറിയ ദുഃഖം നോറായിൽ രൂപം കൊണ്ടു. ഈ ജന്മത്തിലേയ്ക്ക് എത്തിച്ചേർന്ന നിമിഷം മുതൽ, അവളുടെ സഹോദരനിൽ നിന്നും വ്യത്യസ്തമായിട്ടായിരുന്നു മാതാപിതാക്കൾ അവളെ പരിഗണിച്ചിരുന്നത്.

"നീന്തലിനെ അപേക്ഷിച്ചു നോക്കിയാൽ, വേറെ നല്ല കാര്യങ്ങളൊക്കെ പേടിച്ചു മുന്നേറണം എന്നവർ പ്രതീക്ഷിച്ചിരുന്നത് ജോയുടെ കാര്യത്തിൽ മാത്രമായിരുന്നു," അവൾ ശ്രീമതി എൽമിനോടു പറഞ്ഞു. "എന്നെ അവരിൽനിന്നും അകലേയ്ക്ക് മാറ്റും എന്നു ഭയന്നതിനെയെല്ലാം നിരുത്സാഹപ്പെടുത്തുകയായിരുന്നു എന്റെ അമ്മ ചെയ്തത്. ഡാഡിയിൽ നിന്നും വിപരീതമായി, നീന്താൻ പോലും അവരെന്നെ പ്രോത്സാഹിപ്പിച്ചിരുന്നില്ല. പക്ഷെ, അമ്മ പറയുന്നതിന് ചെവി കൊടുക്കാതെ, ഞാനൊരു ആർട്ടിക് ഗവേഷകയായിത്തീർന്ന ഒരു ജീവിതം ഉണ്ടാവുമായിരിക്കുമല്ലോ. എല്ലാത്തിൽ നിന്നും അകലെയൊരിടത്ത്. ഈ ഭൂമിയെ സംരക്ഷിക്കുക എന്ന ഒരു ലക്ഷ്യത്തോടെ. മുൻനിരയിൽ നിന്ന്, കാലാവസ്ഥാ വ്യതിയാനത്തിന്റെ ആഘാതത്തെക്കുറിച്ച് ഗവേഷണം ചെയ്തുകൊണ്ട് ഒരിടത്ത്.

"ആ ജീവിതമാണോ ഞാൻ നിനക്ക് വേണ്ടി കണ്ടെത്തിത്തരേണ്ടത്?"

നോറാ ദീർഘമായി ഒന്നു നിശ്വസിച്ചു. തനിക്കെന്താണ് വേണ്ടതെന്ന് അപ്പോഴും അവൾക്ക് തീർച്ച പോരായിരുന്നു. പക്ഷെ, ഒന്നുമില്ലെങ്കിലും, ആർട്ടിക് ധ്രുവപ്രദേശം അൽപ്പം വ്യത്യസ്തമായിരിക്കുമല്ലോ എന്നവൾ ചിന്തിച്ചു.

"ശരി. അങ്ങനെയാവാം."

സ്വാൽബാഡ്

ഒരു ബോട്ടിനുള്ളിലെ ചെറിയ ക്യാബിനിലെ, ചെറിയൊരു കിടക്കയിലാണ് അവൾ കണ്ണുതുറന്നത്. അതിന്റെ ആട്ടത്തിൽ നിന്നുമാണ് അതൊരു ബോട്ടാണെന്ന് അവൾക്ക് മനസ്സിലായത്. ആ ആട്ടത്തിന്റെ മെല്ലെയുള്ള ആയത്തിലാണ് അവൾ ഉണർന്നതും. അധികം സാധനങ്ങളൊന്നുമില്ലാത്ത, ഒരു സാധാരണ ക്യാബിൻ മുറിയായിരുന്നു അത്. കട്ടിയുള്ള മേൽക്കുപ്പായവും, ലോങ്ങ് ജോൺസുമായിരുന്നു അവൾ ധരിച്ചിരുന്നത്. ബ്ളാങ്കറ്റ് മാറ്റുമ്പോഴാണ് തനിക്ക് തല വേദനിക്കുന്നുണ്ടെന്ന് അവൾ ശ്രദ്ധിച്ചത്. വായൊക്കെ വരണ്ട്, കവിളുകൾ വല്ലാതെ ഒട്ടിയിരിക്കുകയായിരുന്നു. നെഞ്ചു പിളരുന്നതുപോലെ അവൾ നീട്ടി വലിച്ചൊന്നു ചുമച്ചു. ഒരു ഒളിമ്പ്യന്റെ ശരീരത്തിൽ നിന്നും പല്ലായിരം കുളം-ദൂരം അകലെയാണ് താനിപ്പോൾ എന്നവൾക്ക് തോന്നി. വിരലുകളിൽ പുകയിലമണമുണ്ടായിരുന്നു. എഴുന്നേറ്റിരുന്നപ്പോൾ, വിളറിയ മുഖവും, കരുത്തുള്ള ശരീരവും, എല്ലാ കാലാവസ്ഥയ്ക്കും പാകമായ പരുവവുമുള്ള ഒരു വെള്ളക്കാരി തനിക്കെതിരേയുള്ള കിടക്കയിൽ ഇരുന്ന്, തന്നെ ശ്രദ്ധിക്കുന്നത് അവൾ കണ്ടു.

"ഗൊമോൺ നോറാ."

അവൾ പുഞ്ചിരിച്ചു. ആ സ്ത്രീ സംസാരിച്ച നോർവീജിയൻ ഭാഷ ഏതു തന്നെയാണെങ്കിലും, അതിൽ തനിക്ക് സ്ഫുടത ഉണ്ടാവരുതേ എന്നവൾ ആഗ്രഹിച്ചു.

"ഗുഡ് മോർണിംഗ്."

ആ സ്ത്രീയുടെ കിടക്കയ്ക്കരികിൽ, നിലത്തായി, പകുതി കാലിയായ ഒരു വോഡ്ക-കുപ്പിയും ഒരു മഗ്ഗും അവൾ കണ്ടു. രണ്ട് കിടക്കകൾക്കിടയിലെ ഇത്തിരി സ്ഥലത്തെ പെട്ടിയ്ക്കു മുകളിൽ, നായ്ക്കളുടെ വിവരങ്ങളുള്ള ഒരു ടേബിൾ കലണ്ടർ എടുത്തുവച്ചിരുന്നു (ഏപ്രിൽ : സ്പ്രിങ്ങർ സ്പാനിയൽ). അതിനടുത്തുണ്ടായിരുന്ന മൂന്നു പുസ്തകങ്ങളും ഇംഗ്ലീഷിലുള്ളവയായിരുന്നു. ആ സ്ത്രീയ്ക്ക് തൊട്ടടുത്തുണ്ടായിരുന്നതിന്റെ തലക്കെട്ട് *ഗ്ലേഷിയർ മെക്കാനിക്സിന്റെ സിദ്ധാന്തങ്ങൾ* എന്നായിരുന്നു. നോറായുടെ വശത്ത് രണ്ടെണ്ണം ഉണ്ടായിരുന്നു : *എ നാച്ചുറലിസ്റ്റ്സ് ഗൈഡ് ടു ദി ആർട്ടിക്കും; ദി സാഗാ ഓഫ് ദി വോൾസങ്സ് : ദി നോഴ്സ് എപിക് ഓഫ് സിഗഡ് ദി ഡ്രാഗൺ*

സ്ലെയർ-ന്റെ പെൻഗ്വിൻ ക്ലാസ്സിക് പതിപ്പും. അവൾ മറ്റൊന്നു കൂടി ശ്രദ്ധിച്ചു. അവിടെ തണുപ്പായിരുന്നു. ശരിക്കുമുള്ള തണുപ്പ്. പൊള്ളിയ്ക്കുന്ന തണുപ്പ്; വിരലുകളെയും കാലിന്റെ പെരുവിരലിനെപ്പോലും വേദനിപ്പിക്കുന്നത്ര തണുപ്പ്; കവിളുകളെ കട്ടിയാക്കുന്നത്ര തണുപ്പ്. കുറെ ചൂട് നൽകുന്ന കുപ്പായങ്ങളും, കമ്പിളിക്കുപ്പായങ്ങളും വാരിപ്പുതച്ചിട്ടും, ഉള്ളു വരെ കിടുങ്ങുന്ന തണുപ്പ്. ഇലക്ട്രിക് ഹീറ്ററിന്റെ രണ്ടു കട്ടകൾ വരെ ചുമപ്പിൽ കത്തി നിന്നിട്ടും, പുറത്തേയ്ക്ക് വമിക്കുന്ന ഓരോ ഉച്ഛ്വാസവും മേഘങ്ങളായി മാറുന്നത്ര തണുപ്പ്.

"നീയെന്താ നോറാ ഇവിടെ?" മറ്റൊരു ഭാഷയുടെ സ്വാധീനമുള്ള ഇംഗ്ലീഷിൽ അവർ ചോദിച്ചു.

നല്ല ചോദ്യം. ഈ 'ഇവിടെ' എന്നുകൊണ്ടുദ്ദേശിക്കുന്നത് 'എവിടെ' യാണാവോ? അതറിയാതെ ഈ ചോദ്യത്തിന് എങ്ങനെ ഉത്തരം പറയാനാണ്?

"ഈ കൊച്ചുവെളുപ്പാൻകാലത്താണോ തത്വചിന്ത പറയുന്നത്, അല്ലേ?" നോറാ സങ്കോചത്തോടെ ചിരിച്ചു.

അതിന്റെ വാതിലിനു പുറത്തേയ്ക്ക് നോക്കിയ നോറാ, അവിടെ മതിൽ പോലെ നിൽക്കുന്ന ഹിമാനികൾ കണ്ടു. അത് കടലിൽനിന്നും പുറത്തേയ്ക്കുന്തി നിൽക്കുന്നുണ്ടായിരുന്നു. ഒന്നുകിൽ അവൾ തെക്കേയറ്റത്തായിരിക്കണം; അല്ലെങ്കിൽ വടക്കേയറ്റത്ത്. ഏതായാലും, അവൾ ദൂരെ ദൂരെ എവിടെയോ ആയിരുന്നു.

ആ സ്ത്രീ അപ്പോഴും അവളെത്തന്നെ ഉറ്റുനോക്കിക്കൊണ്ടിരിക്കുകയായിരുന്നു. അവർ സുഹൃത്തുക്കളാണോ ഇല്ലയോ എന്ന് പോലും നോറായ്ക്ക് അറിയാമായിരുന്നില്ല. കാഴ്ചയിൽ അവർ ഒരൽപ്പം കർക്കശക്കാരിയും, മുഖം നോക്കാതെ വെട്ടിത്തുറന്നു സംസാരിക്കുന്ന, ഒന്നിനെയും കൂസാത്തതരക്കാരിയുമാണെന്ന് തോന്നുമെങ്കിലും, ചിലപ്പോൾ അവരുമായി നല്ലൊരു ചങ്ങാത്തം സാധ്യമായേക്കുമെന്ന് അവൾക്ക് തോന്നി.

"ഞാനുദ്ദേശിച്ചത് തത്വചിന്തയെപ്പറ്റിയല്ല. നീ ഈ ഗ്ലേഷിയോളജി ഗവേഷണത്തിന് ഇറങ്ങിപ്പുറപ്പെട്ടത് എന്തിനാണെന്ന് എനിക്കൊരു പിടിയുമില്ല. പറഞ്ഞു വരുമ്പോൾ, രണ്ടും ഏതാണ്ട് ഒരുപോലെയാണെങ്കിലും. മനുഷ്യസഹവാസത്തിൽ നിന്നും ഇങ്ങനെ പരമാവധി ദൂരമകലെ വരാൻ കാരണമെന്താണ്? അതിനെക്കുറിച്ച് നീ ഒന്നും പറഞ്ഞിട്ടില്ലല്ലോ."

"എനിക്കറിയില്ല," അവൾ പറഞ്ഞു, "എനിക്ക് തണുപ്പ് ഇഷ്ടമാണ്."

"ഏതായാലും ഇത്ര തണുപ്പ് ആർക്കും ഇഷ്ടമാണെന്ന് തോന്നുന്നില്ല. അല്ലെങ്കിൽപ്പിന്നെ വല്ല സെയ്ഡോ-മാസക്കിസ്റ്റും ആയിരിക്കണം."

അവർ ആ പറഞ്ഞത് നേരാണ്. നോറാ ഏന്തി തന്റെ കിടക്കയുടെ അറ്റത്ത് കിടന്നിരുന്ന സ്വെറ്റർ എടുത്ത്, അവളിട്ടിരുന്ന സ്വെറ്ററിനു മുകളിലൂടെത്തന്നെ ധരിച്ചു. അത് ചെയ്തുകൊണ്ടിരിക്കുമ്പോഴാണ്, വോഡ്ക കുപ്പിയ്ക്കപ്പുറത്ത്, ലാമിനേറ്റ് ചെയ്ത ഒരു ടാഗ് അവൾ കണ്ടത്.

ഇൻഗ്രിഡ് സ്കിർബെക്ക്
പ്രൊഫെസ്സർ ഓഫ് ജിയോസയൻസ്
ഇന്റർനാഷണൽ പോളാർ റിസേർച്ച് ഇൻസ്റ്റിറ്റ്യൂട്ട്

"എനിക്കറിയില്ല, ഇൻഗ്രിഡ്. എനിക്ക് ഹിമാനികൾ ഇഷ്ടമുള്ളതുകൊണ്ടാവാം ചിലപ്പോൾ. എനിക്കവയെക്കുറിച്ച് കൂടുതൽ മനസ്സിലാക്കണം. എന്തുകൊണ്ടാണവ... ഉരുകുന്നത് എന്ന്."

ഇൻഗ്രിഡിന്റെ പെട്ടെന്നുയർന്ന പുരികങ്ങൾ കണ്ടപ്പോൾ, അവളുടെ പറച്ചിലിൽ ഒരു ഗ്ലേഷിയർ വിദഗ്ധയുടെ സ്വരമായിരുന്നില്ല ഉണ്ടായിരുന്നത് എന്ന് തോന്നിപ്പിച്ചു.

"നീയോ?" അവൾ പ്രതീക്ഷയോടെ ചോദിച്ചു.

ഇൻഗ്രിഡ് ദീർഘമായി ഒന്നു നിശ്വസിച്ചു. തള്ളവിരൽ കൊണ്ട് അവൾ കൈവെള്ള ഉഴിഞ്ഞു. "പെർ മരിച്ചതിനു ശേഷം, എനിക്ക് ഓസ്ലോയിൽ തുടരാൻ മനസ്സുവന്നില്ല. അവനല്ലാതെയുള്ള മറ്റാരൊക്കെയോ നിറഞ്ഞ നഗരമായി എനിക്കത്. യൂണിവേഴ്സിറ്റിയിൽ ഞങ്ങൾ പോകാറുള്ള ഒരു കോഫിഷോപ്പ് ഉണ്ടായിരുന്നു. ഞങ്ങളവിടെ ഒന്നിച്ചു പോയിരിക്കാറുണ്ടായിരുന്നു. നിശബ്ദരായി. സന്തോഷത്തോടെ നിശബ്ദരായി. പത്രമൊക്കെ വായിച്ച്, കാപ്പിയൊക്കെ കുടിച്ച് അങ്ങനിരിക്കും. അത്തരത്തിൽ ഒന്നിച്ചു പോയിട്ടുള്ള ഇടങ്ങളെ അവഗണിക്കുക എന്നത് സാധ്യമായിരുന്നില്ല. അത്രയ്ക്ക് അവിടം മുഴുവൻ ഞങ്ങൾ ഒന്നിച്ചു നടന്നിട്ടുണ്ട്. അവന്റെ അസ്വസ്ഥമായ ആത്മാവ്, അവിടുത്തെ ഓരോ തെരുവിലും തങ്ങിനിൽക്കുന്നുണ്ട്. അവന്റെ ഓർമ്മകളെ ആട്ടിപ്പായിക്കാൻ ഞാൻ ശ്രമിച്ചിട്ടുണ്ട്. പക്ഷെ ഫലമില്ല. വിരഹദുഃഖം എന്നത് ഒരു പന്നക്കുഴവേറിയാണ്. കുറച്ചുനാളും കൂടി അവിടെ നിന്നിരുന്നെങ്കിൽ ഞാൻ മനുഷ്യരാശിയെത്തന്നെ വെറുത്തുപോയേനെ. അതുകൊണ്ടാണ്, സ്വാൽബാഡിൽ ഗവേഷണത്തിന് ഒരവസരം ഒത്തുവന്നപ്പോൾ, അത് തീർച്ചയായും എനിക്കുള്ള രക്ഷാസങ്കേതമാണെന്ന് കരുതിയത്. അവനിതുവരെ കണ്ടിട്ടുപോലുമില്ലാത്ത ഒരിടത്ത് എത്തിപ്പെട്ടാൽ മതി എന്നായിരുന്നു എനിക്ക്. അവന്റെ പ്രേതാത്മാവിന്റെ സാന്നിദ്ധ്യം പോലുമില്ലാത്ത ഒരിടം മതിയെന്നായിരുന്നു എനിക്ക്. പക്ഷെ സത്യത്തിൽ, അതിന് പകുതി ഗുണം മാത്രമേയുള്ളൂ. സ്ഥലങ്ങളും, ഓർമ്മകളും, ഈ നാശംപിടിച്ച ജീവിതവുമെല്ലാം അങ്ങനെതന്നെയുണ്ട്."

നോറാ അതെല്ലാം ശ്രദ്ധയോടെ കേട്ടു. നന്നായി അറിയുന്ന ഒരാളിനോടെന്ന പോലെയാണ് ഇൻഗ്രിഡ് ഇതെല്ലാം സംസാരിച്ചിരുന്നത്. പക്ഷെ, സത്യത്തിൽ, നോറാ വെറുമൊരു അപരിചിതയായിരുന്നു. അതിലൊരു വല്ലായ്കയും, ശരിയല്ലായ്കയും അവൾക്ക് തോന്നി. ചാരപ്രവർത്തി ചെയ്യുന്നവർ നേരിടുന്ന ഏറ്റവും വലിയ ബുദ്ധിമുട്ട് ഇതായിരിക്കണം എന്ന് അവൾക്ക് തോന്നി. അത്തരക്കാരിൽ മറ്റുള്ളവർ ചേർത്തു വയ്ക്കുന്ന മാനസിക വികാരങ്ങൾ, ഗുണമില്ലാത്ത നിക്ഷേപം പോലെയാണ്. മറ്റുള്ളവരിൽ നിന്നും എന്തോ കവർന്നെടുക്കുന്നതുപോലെ നമുക്ക് തോന്നും.

ആ ചിന്തയെ മുറിച്ചുകൊണ്ട്, ഇൻഗ്രിഡ് ഒന്നു പുഞ്ചിരിച്ചു. "എന്തായാലും ഇന്നലെ രാത്രി കൂടെയിരുന്നതിനു നന്ദി... നന്നായി സംസാരിക്കാൻ പറ്റി. ഈ ബോട്ടിൽ കുറെ ക്ലാപ്പന്മാരുണ്ട്. നീയെന്തായാലും ക്ലാപ്പയൊന്നുമല്ല."

"ഓ നന്ദി. നീയും അത്തരത്തിലൊരാളല്ല."

അപ്പോഴാണ്, മുറിയുടെ അങ്ങേ മൂലയ്ക്ക്, കോട്ടൊക്കെ തൂക്കിയിടുന്ന കൊളുത്തിനു കീഴിലായി, ചുവരിൽ ചാരി, കനത്ത ബ്രൗൺ പിടിയുള്ള ഒരു തോക്ക് അവൾ ശ്രദ്ധിച്ചത്.

എന്തുകൊണ്ടോ ആ ഒരു കാഴ്ച അവളിൽ സന്തോഷമുണ്ടാക്കി. അവൾക്കുള്ളിലെ ആ പതിനൊന്നു വയസ്സുകാരിയ്ക്ക് അഭിമാനമുണ്ടായിക്കാണും എന്നവൾ കരുതി. അവൾക്ക് തോന്നി, അവൾ *ഒരു സാഹസികോദ്യമത്തിലാണ്* എന്ന്.

ഹ്യൂഗോ ലഫെയ്വ

നോറാ അവളുടെയാ തലവേദനയും, തലേന്നു കുടിച്ച മദ്യത്തിന്റെ കെട്ടും ചുമന്നുകൊണ്ട്, തടി കൊണ്ടുണ്ടാക്കിയ, അലങ്കാരങ്ങളൊന്നുമില്ലാത്ത ഒരു ഇടനാഴിയിലൂടെ നടന്നു. ഉപ്പിലിട്ട മത്തി മണക്കുന്ന ഒരു തീന്മുറിയിലേക്കാണ് അവൾ നടന്നുകയറിയത്. കുറച്ച് ഗവേഷണ ശാസ്ത്രജ്ഞന്മാർ അവിടെയിരുന്നു പ്രാതൽ കഴിക്കുന്നുണ്ടായിരുന്നു.

കുറച്ച് ഉണക്ക റൊട്ടിക്കഷണങ്ങളും ഒരു കപ്പ് കടുംകാപ്പിയും വാങ്ങിക്കൊണ്ട് അവൾ അവിടെയിരുന്നു.

ജനാലയ്ക്കു പുറത്ത് അവൾക്ക് ചുറ്റുമായി, അവൾ ഇന്നുവരെ കണ്ടിട്ടുള്ളതിൽ വച്ച് ഏറ്റവും മനോഹരമായ, കണ്ണഞ്ചിപ്പിക്കുന്ന കാഴ്ചയായിരുന്നു. കഴുകി വെളുപ്പിച്ചെടുത്ത പാറക്കൂട്ടങ്ങൾ പോലെ, മഞ്ഞിന്റെ തുരുത്തുകൾ, മൂടൽമഞ്ഞിനിടയിലൂടെ കാണാമായിരുന്നു. നോറാ വെറുതേ എണ്ണിനോക്കി – അവളെക്കൂടാതെ ആ ഭക്ഷണമുറിയിൽ പതിനേഴ പേരുണ്ടായിരുന്നു. പതിനൊന്ന് ആണുങ്ങളും, ആറു സ്ത്രീകളും. നോറാ ഒതുങ്ങിമാറി ഇരിക്കുകയായിരുന്നു എങ്കിലും, നീളം കുറഞ്ഞ മുടിയും, രണ്ടു ദിവസത്തിനുള്ളിൽ ഇടതൂർന്ന താടിയായേക്കും എന്നു തോന്നിപ്പിക്കുന്ന കുറ്റിത്താടിയുമുള്ള ഒരാൾ അവൾക്കരികിൽ വന്നിരുന്നു. ആ മുറിയിലെ മിക്കവാറും ആളുകളെപ്പോലെ, കട്ടിയുള്ള മേൽക്കുപ്പായമാണ് അയാൾ ധരിച്ചിരുന്നത്. പക്ഷെ അയാൾക്ക് അത് ചേരുന്നില്ല എന്നു തോന്നി. അതിനേക്കാൾ അയാൾക്കിണങ്ങുക, ഡിസൈനർ ഷോർട്സും, പിങ്ക് നിറത്തിലുള്ള പോളോ ടീഷർട്ടും ധരിച്ച് ആഡംബര ഹോട്ടലിൽ സുഖമായി ജീവിക്കുന്ന ഒരു രൂപമായിരുന്നു. അയാളുടെ മുഖത്തെ പുഞ്ചിരിയെ വായിച്ചെടുത്ത്, അവർ തമ്മിലുള്ള പരിചയം എന്തായിരിക്കും എന്ന് മനസ്സിലാക്കാൻ അവൾ ഒരു ശ്രമം നടത്തി. കുറച്ചിട അവളെ ശ്രദ്ധിച്ച ശേഷം, അവൾക്കെതിരെ കിടന്ന കസേരയിലേയ്ക്ക് അയാൾ മാറിയിരുന്നു. അയാളുടെ കഴുത്തിൽ ടാഗുണ്ടായിരിക്കുമോ എന്നവൾ കണ്ണുകൾകൊണ്ട് പരതിയെങ്കിലും, ഒന്നും കണ്ടില്ല. പേരെടുത്തു വിളിച്ച് സംശയിക്കേണ്ട ഒരാളായിരിക്കുമോ ഇത് എന്നവൾ ശങ്കിച്ചു.

“ഞാൻ ഹ്യൂഗോ,” അവൾക്ക് ആശ്വാസം നൽകിക്കൊണ്ട് അയാൾ പറഞ്ഞു. “ഹ്യൂഗോ ലഫെയ്വ. നിങ്ങൾ നോറായല്ലേ?”

"അതെ."

"സ്വാൽബാഡിലും ഗവേഷണകേന്ദ്രത്തിലുമൊക്കെ നിങ്ങളെ ഞാൻ കണ്ടിട്ടുണ്ട്. ഇതുവരെ പരിചയപ്പെട്ടിട്ടില്ല. സ്പന്ദിക്കുന്ന ഹിമാനികളെപ്പറ്റിയുള്ള നിങ്ങളുടെ പ്രബന്ധം ഞാൻ വായിച്ചിരുന്നു. എനിക്കത് വളരെ ഇഷ്ടമായി."

"അതെയോ?"

"അതെ. ഇതെന്തുകൊണ്ടാണ് ഇവിടെ മാത്രം നടക്കുന്നതെന്നും, മറ്റുള്ളയിടങ്ങളിൽ നടക്കാത്തതെന്നുമുള്ളത്, എന്നെയും അമ്പരപ്പിച്ചിട്ടുള്ള ഒരു സംഗതിയാണ്. അസാധാരണമായ ഒരു പ്രതിഭാസമാണത്."

"ജീവിതം മുഴുവൻ അസാധാരണമായ പ്രതിഭാസങ്ങളാണ്."

സംഭാഷണം രസകരമായി മുന്നോട്ടു പോകുകയായിരുന്നു എങ്കിലും, അത് അപകടകരവുമാണ്. വിനീതമായി ഒരു പുഞ്ചിരിച്ച ശേഷം, നോറ ജനാലയിലൂടെ പുറത്തേയ്ക്ക് നോക്കിയിരുന്നു. മഞ്ഞിന്റെ തുരുത്തുകൾ, ശരിക്കുമുള്ള തുരുത്തുകളായി രൂപാന്തരം പ്രാപിച്ചിരിക്കുന്നു. കൊടുമുടികളിലെന്നപോലെ, മുകളിൽ മഞ്ഞിൻകണങ്ങൾ പറ്റിപ്പിടിച്ചിരിക്കുന്ന ചെറിയ കുന്നുകൾ; പാറകൾ നിറഞ്ഞ, പരുപരുത്ത ഭൂമി. അതിനുമപ്പുറം, നോറ ക്യാബിനിൽ നിന്നു കണ്ട ഹിമാനികൾ കണ്ടു. അതിന്റെ മുകളറ്റം മേഘത്തൊപ്പികൾക്കുള്ളിലായിരുന്നുവെങ്കിലും, ഇപ്പോൾ അവൾക്കാ ഹിമാനി കുറച്ചുകൂടി വ്യക്തമായി കാണാമായിരുന്നു. ശിഖരമൊഴികെ മറ്റു ഭാഗങ്ങളൊക്കെ മൂടൽമഞ്ഞിൽനിന്നും മുക്തമായി നിൽക്കുന്ന ആ കാഴ്ച അതിമനോഹരമായിരുന്നു.

ടിവിയിലും മാസികകളിലുമൊക്കെ കണ്ടിരുന്ന ഹിമാനികൾ വെൺശിബിരങ്ങളായിരുന്നു. എന്നാലിതിനാകട്ടെ, കറുപ്പും, വെളുപ്പും, ബ്രൗണും ഇടകലർന്ന്, ഒരു പർവ്വതത്തിന്റെ ഛായയായിരുന്നു. അതിൽ വെള്ളനിറത്തിന്റെ അനന്തമായ വകഭേദങ്ങളുണ്ടായിരുന്നു - വെള്ള കലർന്ന വെള്ള, നീലനിറം കലർന്ന വെള്ള, ടെക്വോയ്സ് നിറം കലർന്ന വെള്ള, സ്വർണ്ണനിറം കലർന്ന വെള്ള, വെള്ളി കലർന്ന വെള്ള, അർദ്ധസുതാര്യമായ വെള്ള - മൊത്തത്തിലൊരു വെള്ള-സദ്യ തന്നെ! മനം മയക്കുന്ന സൗന്ദര്യമായിരുന്നു അതിന്. എന്തായാലും ആ പ്രാതലിനെക്കാളും മനോഹരം.

"വിഷാദാത്മകം, അല്ലേ?" ഹ്യൂഗോ പറഞ്ഞു.

"എന്താ?"

"പകൽ അവസാനിക്കുന്നില്ല എന്ന വസ്തുത."

ആ നിരീക്ഷണം നോറായിൽ അസ്വസ്ഥത ഉളവാക്കി. "എങ്ങനെ?"

ഒരു നിമിഷത്തിനു ശേഷമാണ് അയാൾ മറുപടി പറഞ്ഞത്.

"അവസാനിക്കാത്ത പ്രകാശം," ഉണങ്ങിയ, കനം കുറഞ്ഞ ബിസ്കറ്റ് ഒരൽപം കടിച്ചതിനു ശേഷം അയാൾ പറഞ്ഞു. "ഏപ്രിൽ മുതൽ. ഒടുങ്ങാത്ത പകലുള്ളത് പോലെയാണത്. എനിക്കത് തീരെ ഇഷ്ടമല്ല."

“അതിനെക്കുറിച്ച് കൂടുതൽ പറയൂ.”

“ക്യാബിനിലെ കിളിവാതിലുകൾക്ക് ചെറിയ വിരികളൊക്കെ അവർ തരുമായിരിക്കുമല്ലോ എന്നായിരിക്കും നീയിപ്പോൾ ചിന്തിക്കുന്നത്. ഈ ബോട്ടിൽ വന്നതിനു ശേഷം ഞാൻ ഉറങ്ങിയിട്ടേയില്ല.”

നോറാ തലയാട്ടി. “ഇത് എത്ര നാളുണ്ടെന്നാണ് പറഞ്ഞത്?”

അയാൾ ചിരിച്ചു. അതൊരു നല്ല ചിരിയായിരുന്നു. വാ തുറക്കാതെ, നാഗരികമായ ഒരു ചിരി.

“ഇന്നലെ രാത്രി ഇൻഗ്രിഡിനൊപ്പമിരുന്ന് കുറെ മദ്യപിച്ചു. വോഡ്ക എന്റെ ഓർമ്മശക്തി അടിച്ചുമാറ്റിയതു പോലുണ്ട്.”

“വോഡ്കയാണ് കാരണം എന്ന് നിനക്കുറപ്പാണോ?”

“വേറെ എന്താവാനാണ്?”

എന്തോ ചോദിക്കുന്നതുപോലെ അവന്റെ കണ്ണുകൾ അവളെ ചുഴിഞ്ഞു നോക്കി. അവൾക്കപ്പോൾ കുറ്റബോധം തോന്നി.

ഒരു കോഫി കുടിച്ചുകൊണ്ട്, ലാപ്ടോപ്പിൽ എന്തോ ടൈപ്പ് ചെയ്തുകൊണ്ടിരിക്കുന്ന ഇൻഗ്രിഡിനെ അവൾ എത്തിനോക്കി. അവളുടെ അടുത്ത് ഇരുന്നാൽ മതിയായിരുന്നു എന്നവൾ ചിന്തിച്ചു.

“ഏതായാലും, അത് നമ്മുടെ മൂന്നാമത്തെ രാത്രിയായിരുന്നു,” ഹ്യൂഗോ പറഞ്ഞു. ഞായറാഴ്ച മുതൽ നമ്മൾ ഈ ദ്വീപുസമൂഹത്തിൽ ചുറ്റിത്തിരിയുന്നുണ്ടായിരുന്നു. അതെ, ഞായറാഴ്ച മുതൽ. അന്നാണ് നമ്മൾ ലങ്യർബ്യിൻ വിട്ടത്.”

ഇതൊക്കെ തനിക്കറിയാമെന്ന് വരുത്തിത്തീർക്കാൻ, നോറാ മുഖം കൊണ്ട് ഒരു ചേഷ്ട കാണിച്ചു. “ഞായറാഴ്ച എന്നു പറയുന്നത്, പണ്ടെങ്ങോ ആയിരുന്നത് പോലെ തോന്നുന്നു.”

ബോട്ട് അപ്പോൾ തിരിയാൻ തുടങ്ങുന്നതു പോലെ ഒന്നുലഞ്ഞു. നോറാ, അവളുടെ സീറ്റിലേയ്ക്ക് ചാരി, മുറുകെപ്പിടിച്ചിരുന്നു.

“ഇരുപതുവർഷങ്ങൾക്ക് മുൻപ്, ഏപ്രിൽ മാസത്തിലൊക്കെ ഈ സ്വാൽബാഡിൽ ഇത്തരത്തിലുള്ള തുറന്ന ജലാശയങ്ങൾ വിരളമായിരുന്നു. ഇപ്പോൾ അതിന്റെ അവസ്ഥ നോക്കിയേ. മെഡിറ്ററേനിയൻ കടലിൽ കപ്പൽസവാരി നടത്തുന്നതുപോലെയുണ്ടിപ്പോൾ.”

പുഞ്ചിരിയിൽ സ്വസ്ഥതയുണ്ടെന്നു തോന്നിക്കാൻ നോറാ ശ്രമിച്ചു. “അത്രയ്ക്കൊന്നുമില്ല.”

“അതിരിക്കട്ടെ, ഇന്നത്തെ പട്ടിപ്പണി കിട്ടിയിരിക്കുന്നത് നിനക്കാണെന്ന് കേട്ടല്ലോ. ശരിയാണോ?”

ശൂന്യമായ മുഖഭാവം കൊണ്ടുവരാൻ നോറാ ശ്രമിച്ചു. അതത്ര ബുദ്ധിമുട്ടായിരുന്നില്ല. “ആണോ?”

“നീയാണല്ലേ നിരീക്ഷക?”

അയാൾ എന്നതിനെക്കുറിച്ചാണ് പറഞ്ഞുകൊണ്ടിരിക്കുന്നത് എന്ന് അവൾക്കൊരു പിടിയും ഉണ്ടായിരുന്നില്ല. പക്ഷെ ആ കണ്ണുകളിലെ തിളക്കത്തെ അവൾ ഭയന്നു.

“അതെ,” അവൾ മറുപടി പറഞ്ഞു. “അതെ, ഞാനാണ്. ഞാനാണ് നിരീക്ഷക.”

ഹ്യൂഗോയുടെ കണ്ണുകൾ ഞെട്ടലിൽ വിടർന്നു. അതോ, ഞെട്ടൽ അഭിനയിച്ചു കാണിച്ചതാണോ? അയാളിൽ അവയുടെ വ്യത്യാസം കണ്ടുപിടിക്കുക ദുഷ്കരമാണ്.

“നിരീക്ഷകയോ?”

“അതെ.”

ഒരു നിരീക്ഷക ശരിക്കും എന്താണ് ചെയ്യുന്നതെന്നറിയാൻ നോറായുടെ ഉള്ളം തുടിച്ചു. പക്ഷെ അവൾക്കത് ചോദിക്കാൻ ആകുമായിരുന്നില്ല.

“ശരി എങ്കിൽ, നല്ല അവസരങ്ങൾക്ക് മംഗളാശംസകൾ,” അവളെ പരീക്ഷിക്കുന്നതു പോലൊരു ഭാവത്തിൽ ഹ്യൂഗോ പറഞ്ഞു.

“മേഴ്സി,” എന്നു പറഞ്ഞുകൊണ്ട്, മാസികകളിൽ മാത്രം കണ്ടിട്ടുള്ള ആർട്ടിക് പ്രകാശത്തിന്റെ ചൊടിയും, ചുറ്റുമുള്ള ഭൂപ്രകൃതിയും നോക്കിക്കൊണ്ടിരുന്നു. “ഞാൻ വെല്ലുവിളി ഏറ്റെടുക്കാൻ തയ്യാറായിക്കഴിഞ്ഞു.”

വട്ടമിട്ടു നടത്തം

ഒരു മണിക്കൂറിനു ശേഷം, മഞ്ഞു പുതച്ച ശിലകളുടെ പരപ്പിലൂടെ നടക്കുക യായിരുന്നു നോറാ. ഒരു ദ്വീപ് എന്നതിനേക്കാളുപരിയായി, അതൊരു പാറത്തുരുത്തായിരുന്നു. ആൾത്താമസമില്ലാത്ത, തീരെച്ചെറിയ ഒരു പേരി ല്ലാസ്ഥലം. തണുത്തുറഞ്ഞ ജലാശയത്തിന് അങ്ങേപ്പുറത്ത്, കരടിത്തുരുത്ത് എന്ന് പേരുള്ള, താരതമ്യേന വലിയ ഒരു ദ്വീപ് കാണാമായിരുന്നു. ഒരു ബോട്ടിനു സമീപമായിരുന്നു അവൾ നിന്നിരുന്നത്. രാവിലെ പ്രാതൽ കഴിച്ച 'ലാൻസ്'' എന്നു പേരുള്ള വലിയ ബോട്ടായിരുന്നില്ല അത്; അകലെ കടലിൽ സുരക്ഷിതമായി നങ്കൂരമിട്ടു കിടക്കുന്നുണ്ടായിരുന്നു അത്. റൂൺ എന്ന് പേരുള്ള അതികായനായ ഒരു മനുഷ്യൻ, അവളെയുമിരുത്തി, ഒറ്റയ്ക്ക് അവിടെവരെയെത്തിച്ച ഒരു ചെറിയ മോട്ടോർ വള്ളമായിരുന്നു അത്. റൂൺ എന്നത് ഒരു സ്കാൻഡിനേവിയൻ പേരായിരുന്നു എങ്കിലും, അലസ മായ ഒരു വടക്കനമേരിക്കാൻ തീരദേശ ശൈലിയിലായിരുന്നു അയാൾ സംസാരിച്ചിരുന്നത്.

തിളങ്ങുന്ന മഞ്ഞനിറത്തിലുള്ള ഒരു സഞ്ചി അവളുടെ കാൽക്കൽ കിടക്കുന്നുണ്ടായിരുന്നു. ക്യാബിനിൽ ഭിത്തിയിൽ ചാരി വച്ചിരുന്ന ആ വിഞ്ചസ്റ്റർ തോക്ക് അതിനടുത്തായി നിലത്തു വച്ചിരുന്നു. ഇത് *അവളുടെ* തോക്കാണ്. ഈ ജീവിതത്തിൽ അവൾ ഒരു മാരകായുധത്തിന് ഉടമയാണ്. ആ തോക്കിനടുത്ത് ഒരു ചായപ്പാത്രവും, അതിനുള്ളിലൊരു തവിയുമുണ്ടാ യിരുന്നു. അവളുടെ കൈയിലാകട്ടെ, അത്ര അപകടകരമല്ലാത്ത മറ്റൊരു തോക്കുമുണ്ടായിരുന്നു – വെടിയുതിർക്കാൻ തയ്യാറായി നിൽക്കുന്ന ഒരു കൈത്തോക്ക്.

എന്തുതരം 'നിരീക്ഷണമാണ്'' താൻ ചെയ്തുകൊണ്ടിരിക്കുന്നത് എന്ന് അവൾക്ക് മനസ്സിലായി. ഈ ചെറുദ്വീപിൽ വന്നിട്ടുള്ളവരിൽ ഒൻപതു ശാസ്ത്രജ്ഞരും ചെയ്തിരുന്നത് കാലാവസ്ഥാഗതികളുമായി ബന്ധപ്പെട്ട വാതിൽപ്പുറ പഠനങ്ങളായിരുന്നു. എന്നാൽ, അവൾ ധ്രുവക്കരടികളെ അന്വേ ഷിച്ചിറങ്ങിയതായിരുന്നു. ഇതെന്തായാലും നല്ല വിജയസാധ്യതകൾ നൽകുന്ന ഒന്നാണെന്നാണ് തോന്നുന്നത്. ഒരു ധ്രുവക്കരടിയെ കണ്ടാൽ, ആദ്യം അവൾ ചെയ്യേണ്ടത് വെടിയുതിർക്കുക എന്നതാണ്. അതിന് രണ്ടു

ലക്ഷ്യങ്ങളാണുള്ളത്– (1) ആ കരടിയെ ഭയപ്പെടുത്തി ഓടിക്കുക, (2) മറ്റുള്ളവർക്ക് അപായസൂചന നൽകുക.

ഇതിന് പിഴവുകൾ സംഭവിക്കില്ല എന്ന് പറയാൻ കഴിയില്ല. കരടികൾക്ക്, മനുഷ്യർ എന്നു പറയുന്നത് സ്വാദിഷ്ടമായ, നല്ലൊന്നാന്തരം പ്രോട്ടീൻ ഭക്ഷണങ്ങളാണ്. മാത്രവുമല്ല കരടികൾ അത്ര ഭയമുള്ള ജീവികളല്ല. പ്രത്യേകിച്ചും, ഇക്കഴിഞ്ഞ കുറച്ചു കൊല്ലങ്ങളായി, അവരുടെ ആവാസവ്യവസ്ഥയിലും ഭക്ഷണസ്രോതസ്സുകളിലും സംഭവിച്ച കോട്ടങ്ങൾ അവരെ കൂടുതൽ അക്രമോൽസുകരാക്കുകയും, കൂസലില്ലാത്തവരാക്കുകയും ചെയ്തിട്ടുണ്ട്.

“അവർക്കു നേരെ വെടിയുതിർത്ത ഉടനെ, തവികൊണ്ട് ആ പാത്രത്തിൽ ഉറക്കെ തട്ടണം,” കൂട്ടത്തിലെ ഏറ്റവും മുതിർന്ന പീറ്റർ എന്ന വ്യക്തി തന്റെ സ്വതസിദ്ധമായ ഉച്ചസ്ഥായിയിലുള്ള ശബ്ദത്തിൽ പറഞ്ഞു. താടിയില്ലാത്ത, നല്ല മുഖലക്ഷണങ്ങളുള്ള അയാൾ, ഫീൽഡ് നേതാവായിരുന്നു. “കഴിയുന്നത്ര ഉച്ചത്തിൽ അത് കൊട്ടിക്കൊണ്ട്, ഉറക്കെ നിലവിളിക്കണം. അവയ്ക്ക് ശബ്ദം ഒരു വലിയ പ്രശ്നമാണ്. പൂച്ചകളെപ്പോലെതന്നെ. പത്തിൽ ഒൻപതു തവണയും, അവർ ഭയന്ന് ഓടിപ്പൊയ്ക്കോളും.”

“ഓടാത്ത ആ ഒരു തവണയോ?”

അയാൾ ആ തോക്കിൻ പാത്തിയിലേയ്ക്ക് നോക്കി തലകുലുക്കി. “അതു നിന്നെ കൊല്ലുന്നതിനു മുൻപ്, നീ അതിനെ കൊന്നേക്കണം.”

നോറായുടെ കൈയിൽ മാത്രമായിരുന്നില്ല തോക്കുണ്ടായിരുന്നത്. അവരുടെയെല്ലാം കൈയിൽ തോക്കുകളുണ്ടായിരുന്നു. ആയുധമേന്തിയ ശാസ്ത്രജ്ഞരായിരുന്നു അവരെല്ലാം. എന്തായാലും പീറ്റർ ഉറക്കെ ചിരിച്ചു. ഇൻഗ്രിഡ് അവളുടെ പുറത്തു മെല്ലെ തട്ടി.

“നിന്നെ അതു പിടിച്ചു തിന്നാതിരിക്കാൻ ഞാൻ പ്രാർത്ഥിക്കാം. നിന്നെ ഞാൻ മിസ്സ് ചെയ്യും കേട്ടോ,” കർണ്ണകഠോരമായ ശബ്ദത്തിൽ ഇൻഗ്രിഡ് പൊട്ടിച്ചിരിച്ചു. “നിനക്ക് മാസമുറയൊന്നുമില്ലെങ്കിൽ കുഴപ്പമൊന്നുമുണ്ടായിരിക്കില്ല.”

“കർത്താവേ, എന്തോന്നാ പറഞ്ഞത്?”

“മൈലുകൾക്കപ്പുറത്തു നിന്നു പോലും അവർക്ക് രക്തത്തിന്റെ മണം കിട്ടും.”

“വിജയാശംസകൾ,” അടിമുടി മൂടിപ്പുതച്ച ഒരാൾ കുറച്ചപ്പുറത്തു നിന്നും, അടക്കിപ്പിടിച്ച സ്വരത്തിൽ, അവളോടു വിളിച്ചുപറഞ്ഞു. അയാൾ ആ പുതപ്പൊക്കെ മാറ്റിയിട്ടു വന്നു നിന്നിരുന്നെങ്കിൽപ്പോലും അവൾക്ക് അതാരാണെന്ന് തിരിച്ചറിയാൻ പറ്റിയിട്ടുണ്ടാവില്ല.

“ഞങ്ങളിപ്പോ ദേ ഒരു അഞ്ചു മണിക്കൂറിൽ വരാമേ...” പീറ്റർ അവളോടു പറഞ്ഞു. പറഞ്ഞയുടനേ അയാൾ പൊട്ടിച്ചിരിച്ചു. അതുകൊണ്ട് അതൊരു തമാശയായിരിക്കും എന്ന് നോറാ ഊഹിച്ചു. “ശരീരത്തിന്റെ ഊഷ്മളത നിലനിർത്താൻ വേണ്ടി, വട്ടമിട്ടു നടക്കൂ.”

ശേഷം, അവർ അവളെ വിട്ട്, പാറപ്പുറത്തുകൂടി, മൂടൽമഞ്ഞിലേയ്ക്ക് നടന്നു മറഞ്ഞു.

ഒരു മണിക്കൂറോളം, ഒന്നും സംഭവിച്ചില്ല. നോറാ വട്ടമിട്ടു നടന്നു. ഇടതു കാലിൽനിന്നും വലതുകാലിലേയ്ക്ക് അവൾ മാറി. മൂടൽമഞ്ഞ് ഒരൽപം നേർത്തപ്പോൾ, അവൾ ചുറ്റുമുള്ള പ്രകൃതിയെ നോക്കി. താനെന്താ തിരിച്ച് ലൈബ്രറിയിൽ എത്താത്തത് എന്നായിരുന്നു അവൾക്ക് മനസ്സിലാവാത്തത്. ഒന്നുമില്ലെങ്കിലും, ഇതൊരുമാതിരി *ശപിക്കപ്പെട്ട* ജീവിതം തന്നെയാണ്. ഈ നേരം, ഒരു നീന്തൽക്കുളത്തിനരികിലിരുന്ന് അവൾ വെയിൽ കായുന്ന ജീവിതങ്ങൾ എന്തായാലും ഉണ്ടാകുമെന്നുറപ്പാണ്. അതുമല്ലെങ്കിൽ, അവൾ പാട്ടു പാടുന്നവയോ; ഇളം ചൂടുള്ള, ലാവെണ്ടർ മണമുള്ള വെള്ളത്തിൽ കിടക്കുന്നവയോ; മൂന്നാമത്തെ കണ്ടുമുട്ടലിൽ മാത്രം ശാരീരിക ബന്ധത്തിനു തുനിയുന്ന മനോഹരമായ ബന്ധങ്ങളുള്ളവയോ; മെക്സിക്കോയിലെ ഒരു ബീച്ചിലിരുന്ന് പുസ്തകം വായിക്കുന്നവയോ; പാരിസിന്റെ തെരുവുകളിലൂടെ അലസം നടക്കുന്നവയോ; സ്വയം മറന്നു റോമിൽ ജീവിക്കുന്നവയോ; ക്യോട്ടോയിലെ ഒരു ക്ഷേത്രത്തിലേയ്ക്ക് ശാന്തമായി നോക്കിനിൽക്കുന്നവയോ; സന്തുഷ്ടമായ ഒരു ബന്ധത്തിന്റെ ചിപ്പിയ്ക്കുള്ളിൽ സ്നേഹനിർഭരതയോടെ കഴിയുന്നതോ ആയ ജീവിതങ്ങൾ.

മിക്കവാറും ജീവിതങ്ങളെല്ലാം, കുറഞ്ഞപക്ഷം, *ഭൗതികമായി* സുഖകരമായവയായിരുന്നിരിക്കണം അവൾക്ക്. എന്നിരിക്കിലും, ഇവിടെ അവൾക്കെന്തോ പുതുമ തോന്നി. അല്ലെങ്കിൽ, പണ്ടെന്നോ അവൾ ഉള്ളിൽ കുഴിച്ചുമൂടിയ എന്തോ ഒന്ന്. ആത്യന്തികമായി ഈ ഭൂമിയിലെ ഒരു മനുഷ്യജീവിയാണ് താനെന്ന്, മഞ്ഞണിഞ്ഞ ആ ഭൂമിക അവളെ ഓർമ്മിപ്പിച്ചു. ഇത്രയും കാലത്തിനിടയ്ക്ക് അവൾ ചെയ്തിട്ടുള്ളതും, വാങ്ങിയിട്ടുള്ളതും, ഉപയോഗിച്ചിട്ടുള്ളതും, ജോലി ചെയ്തുകൊടുത്തിട്ടുള്ളതുമായ മിക്കവാറും എല്ലാം തന്നെ, അവളും മറ്റുള്ള മനുഷ്യരുമൊക്കെ ഒൻപതു മില്യൻ ജീവജാലങ്ങളിൽ ചിലർ മാത്രമാണ് എന്ന തിരിച്ചറിവിൽനിന്നും അവളെ ബഹുദൂരം അകലേയ്ക്ക് കൊണ്ടുപോവുകയാണുണ്ടായത് എന്നവൾ തിരിച്ചറിഞ്ഞു.

"തന്റെ സ്വപ്നങ്ങളുടെ ദിശയിലേയ്ക്ക് ആത്മവിശ്വാസത്തോടെ മുന്നേറുന്ന, താൻ വിഭാവനം ചെയ്ത ജീവിതം എങ്ങനെയും സ്വന്തമാക്കണം എന്നു തുനിഞ്ഞിറങ്ങുന്ന ഒരാൾക്ക്, അപ്രതീക്ഷിതമായി വിജയം ഭവിക്കുന്നു," *വാൽഡൺ* എന്ന പുസ്തകത്തിൽ തോറോ ഇങ്ങനെ എഴുതിയിട്ടുണ്ട്. മാത്രവുമല്ല, ഏകാകിത്വവും അത്തരം വിജയങ്ങളെ നന്നായി സ്വാധീനിക്കുന്നുണ്ട് എന്നും അദ്ദേഹം നിരീക്ഷിച്ചിട്ടുണ്ട്. "ഏകാന്തതയോളം സഹവാസയോഗ്യമായ മികച്ചൊരു ചങ്ങാതിയെ ഞാൻ മറ്റെങ്ങും കണ്ടിട്ടില്ല."

ആ ഒരു നിമിഷത്തിൽ നോറായ്ക്ക് തോന്നിയതും അതു തന്നെയായിരുന്നു. അവളവിടെ തനിച്ചായിട്ട് ഒരു മണിക്കൂറേ ആയിരുന്നുള്ളൂ എങ്കിലും, അത്രമേൽ വിജനമായ പ്രകൃതിയ്ക്കൊപ്പം ഇത്ര വലിയൊരു ഏകാന്തത ഇതിനു മുൻപൊരിക്കലും അവൾക്കുണ്ടായിരുന്നില്ല.

രാത്രികാലങ്ങളിലും, ആത്മഹത്യയെക്കുറിച്ചോർത്ത നേരങ്ങളില്ല

മൊക്കെ, ഏകാന്തതയാണ് തന്റെ പ്രശ്നം എന്നാണ് അവൾ കരുതി യിരുന്നത്. പക്ഷെ അതിനുകാരണം, അതൊരു യഥാർത്ഥമായ ഏകാന്തത യൊന്നുമായിരുന്നില്ല എന്നതായിരുന്നു. തിരക്കേറിയ ഒരു നഗരത്തിലെ ഏകാകിയായ ഒരു മനുഷ്യൻ കൊതിക്കുന്നത്, മറ്റൊരു മനുഷ്യനുമായോ, മനുഷ്യരുമായോ ഉള്ള ഇടപെടലുകളാണ്. കാരണം, മറ്റെന്തിനേക്കാളും വലുത് അതാണ് എന്നവർ കരുതുന്നു. പക്ഷെ, നിർമ്മലമായ പ്രകൃതിയ്ക്ക് മുന്നിൽ (അല്ലെങ്കിൽ തോറോ പറഞ്ഞിട്ടുള്ളതുപോലെ, 'പ്രകൃതിയെന്ന ദിവ്യൗഷധം' എന്നും പറയാം), ഏകാന്തത മറ്റൊരാകാരം പൂണ്ടു. അത് സ്വയം ഒരു ഇടപെടലായി മാറി. അവൾക്കും ലോകത്തിനുമിടയിലെ ഒരിടപെടൽ. അവൾക്ക് അവളോടു തന്നെയുള്ള ഒരിടപെടൽ.

ആഷുമായി ഉണ്ടായ ഒരു സംഭാഷണം അവളോർത്തു. പൊക്കം കൂടിയ, ഓമനത്തമുള്ള, തന്റെ ഗിറ്റാറിനു വേണ്ടി എപ്പോഴും ഒരു പാട്ടുപുസ്തകം തേടിക്കൊണ്ടിരിക്കുന്ന, അൽപം വ്യത്യസ്തമായ രീതികളുള്ള ഒരാളായിരുന്നു ആഷ്.

ആ സംഭാഷണം നടന്നത് കടയിൽ വച്ചായിരുന്നില്ല. അവളുടെ അമ്മ സുഖമില്ലാതെ ആശുപത്രിയിൽ കിടന്നപ്പോൾ, അവിടെ വച്ചായിരുന്നു അത്. ഒവേറിയൻ ക്യാൻസറാണ് എന്നറിഞ്ഞ ഉടനെതന്നെ അവർക്ക് ഒരു ശസ്ത്രക്രിയ ചെയ്യേണ്ടതുണ്ടായിരുന്നു. അമ്മയെ അവൾ ബെഡ്ഫോർഡ് ജനറൽ ആശുപത്രിയിലെ എല്ലാ കൺസൾട്ടന്റുമാരെയും കാണിച്ചു. അവ രൊന്നിച്ചുള്ള ജീവിതം മൊത്തം കണക്കിലെടുത്തു നോക്കിയാൽ, ആ കുറച്ചു ആഴ്ചകളിലായിരിക്കണം അവൾ അമ്മയുടെ കൈകളിൽ അത്രയും കൂടുതൽ മുറുകെപ്പിടിച്ചിരുന്നത്.

അമ്മയുടെ ശസ്ത്രക്രിയ നടക്കുമ്പോൾ, നോറാ ആശുപത്രി ക്യാന്റീനിൽ കാത്തിരിക്കുകയായിരുന്നു. അപ്പോഴാണ് തന്റെ ഔദ്യോഗികവേഷത്തിൽ അതുവഴി വന്ന ആഷ് അവളെ തിരിച്ചറിഞ്ഞത്. സ്ട്രിംഗ് തിയറിയിൽ വച്ച് അവർ പലപ്പോഴും കണ്ടിട്ടുണ്ട്. അവൾ ആ ക്യാന്റീനിൽ വിഷമിച്ചിരി ക്കുന്നതു കണ്ട് അയാൾ അവളുടെ അടുത്തേയ്ക്ക് വന്ന് സംസാരിച്ചു.

ആ ആശുപത്രിയിൽ ഒരു ജനറൽ സർജനായി സേവനമനുഷ്ഠിക്കു കയായിരുന്നു അയാൾ. അയാളുടെ ജോലിയെക്കുറിച്ചും, അതിൽ ചെയ്യേ ണ്ടുന്ന പലവിധ കാര്യങ്ങളെക്കുറിച്ചും ഒരുപാടു ചോദ്യങ്ങൾ അവൾ അയാ ളോട് ചോദിച്ചു (അന്ന് അയാൾ ഒരു അപ്പൻഡിക്സും, ഒരു പിത്തനാളിയും നീക്കം ചെയ്തിരുന്നു). സാധാരണ ശസ്ത്രക്രിയകൾക്ക് ശേഷം സുഖപ്രാപ്തിയ്ക്ക് വേണ്ടി വരുന്ന കാലയളവിനെക്കുറിച്ചും, അതിന്റെ മെഡിക്കൽ നടപടി ക്രമങ്ങൾക്ക് വേണ്ടുന്ന സമയത്തെക്കുറിച്ചുമൊക്കെ സംശയങ്ങൾ ഉന്നയിച്ചു. അയാളുടെ മറുപടികൾ അവൾക്ക് ധൈര്യം പകർന്നു. അവർ പല കാര്യ ങ്ങളെക്കുറിച്ചും ഒരുപാടു നേരം സംസാരിച്ചിരുന്നു. അവൾക്ക് അപ്പോൾ അതൊരു ആവശ്യമാണെന്ന് അയാൾക്ക് തോന്നിയിട്ടുണ്ടാവണം. ആരോ ഗ്യപ്രശ്നങ്ങളെക്കുറിച്ച് അമിതമായി ഗൂഗിളിൽ തിരയരുത് എന്നോ മറ്റോ അയാൾ അന്നു പറഞ്ഞിരുന്നു. അതിൽ നിന്നുമാണ് സംസാരം സാമൂഹ്യ

മാധ്യമങ്ങളെക്കുറിച്ചായത്. കൂടുതൽ ആളുകൾ സാമൂഹ്യമാധ്യമങ്ങളിലൂടെ അടുക്കുംതോറും, സമൂഹം കൂടുതൽ ഒറ്റപ്പെടുന്നു എന്നയാൾ വിശ്വസിച്ചു.

"അതുകൊണ്ടാണ് ആളുകൾക്കിടയിൽ ഇപ്പോൾ വെറുപ്പ് കൂടുന്നത്," അയാൾ പറഞ്ഞു. "കാരണം, സൗഹൃദമില്ലാത്ത സുഹൃത്തുക്കളുടെ അമിത ഭാരമാണ് എല്ലാവർക്കും. ഡൻബാറിന്റെ അക്കങ്ങളെക്കുറിച്ചു കേട്ടിട്ടുണ്ടോ?"

അപ്പോഴാണ് ഓക്സ്ഫോർഡ് യൂണിവേഴ്സിറ്റിയിലെ റോജർ ഡൻബാർ എന്ന വ്യക്തിയെക്കുറിച്ച് അയാൾ അവളോടു പറഞ്ഞത്. ഏകദേശം ഒരു നൂറ്റിയൻപത് ആളുകളെ അറിയാൻ മാത്രമേ മനുഷ്യർക്കു കഴിവുള്ളൂ എന്ന് കണ്ടുപിടിച്ച ആളാണ് അദ്ദേഹം. അതായിരുന്നു നായാടിഗോത്രങ്ങളുടെ ഏകദേശ അംഗസംഖ്യയും.

"ഡൂംസ്ഡേ ബുക്കിനെക്കുറിച്ചു കേട്ടിട്ടില്ലേ?" ആശുപത്രി ക്യാന്റീനിലെ ശക്തമായ വിളക്കിനു കീഴിലിരുന്ന് ആഷ് സംസാരിച്ചുതുടങ്ങി. "അതിൽ നോക്കിയാൽ മനസ്സിലാകും, ആ കാലഘട്ടത്തിലെ ഇംഗ്ലീഷ് സമൂഹത്തിന്റെ അംഗസംഖ്യ നൂറ്റിയൻപത് മാത്രമായിരുന്നു എന്ന്. കെന്റ് എന്ന പ്രദേശത്തൊഴികെ. അവിടെയാണെങ്കിൽ നൂറു പേരേ ഉണ്ടാവുകയുള്ളൂ. ഞാൻ കെന്റിൽ നിന്നാണ്. ഞങ്ങളുടേത് ഒരൽപം സാമൂഹ്യവിരുദ്ധ ഡിഎൻഎ യാണ്."

"ഞാൻ കെന്റിൽ പോയിട്ടുണ്ട്," നോറാ പെട്ടെന്നു പറഞ്ഞു. "ഇപ്പറഞ്ഞത് ഞാനും ശ്രദ്ധിച്ചിട്ടുണ്ട്. പക്ഷെ ആ സിദ്ധാന്തം എനിക്കിഷ്ടപ്പെട്ടു. ഇത്രേം പേരെ വെറും ഒരു മണിക്കൂറിൽ എനിക്ക് ഇൻസ്റ്റാഗ്രാമിൽ തന്നെ കാണാൻ പറ്റും."

"അതുതന്നെ. പക്ഷെ അത്ര ആരോഗ്യകരമല്ല. നമ്മുടെ തലച്ചോറിന് അത്രയൊന്നും കൈകാര്യം ചെയ്യാൻ കഴിയില്ല. അതുകൊണ്ടാണ് മറ്റെന്തിനേക്കാളും നമ്മൾ മുഖാമുഖമുള്ള ആശയവിനിമയം ഇഷ്ടപ്പെടുന്നത്. അപ്പോൾ... അതുകൊണ്ടാണ് ഞാൻ എന്റെ സൈമൺ & ഗാഫങ്കൾ ഗിറ്റാറിന്റെ പാട്ടുപുസ്തകങ്ങൾ ഓൺലൈൻ ആയി വാങ്ങാത്തതും!"

ആ ഓർമ്മ അവളിൽ ഒരു പുഞ്ചിരി വിടർത്തി. അപ്പോഴാണ് വെള്ളത്തിൽ എന്തോ വീഴുന്ന ഉച്ചത്തിലുള്ള ശബ്ദം അവളെ ആർട്ടിക് പ്രതലത്തിന്റെ യാഥാർത്ഥ്യത്തിലേയ്ക്ക് മടക്കിക്കൊണ്ടു വന്നത്.

അവൾ നിന്നിരുന്ന പാറക്കൂട്ടത്തിനും കരടിതുരുത്തിനുമിടയിൽ, ഏതാനും അടി അകലെയായി, ഒരു ചെറിയ പാറയോ, ഒരു പാറക്കൂട്ടമോ മറ്റോ വെള്ളത്തിൽനിന്നും പുറത്തേക്കുന്തി നിൽക്കുന്നുണ്ടായിരുന്നു. കടലിന്റെ വെൺനുരയിൽ നിന്നും എന്തോ പൊങ്ങിവരുന്നതു പോലെ. ഭാരിച്ച എന്തോ ഒന്ന്, നനഞ്ഞു ഘനമേറിയ എന്തോ ഒന്ന് കല്ലിലേയ്ക്ക് അടിച്ചുകൊണ്ട് പൊങ്ങിവരുന്നു. അവളുടെ ശരീരം ഭയം കൊണ്ട് കിടുകിടാ വിറയ്ക്കാൻ തുടങ്ങി. അവൾ വെടിയുതിർക്കാൻ മുതിർന്നു. പക്ഷെ അതൊരു ധ്രുവക്കരടിയായിരുന്നില്ല. മറിച്ച്, അതൊരു വാൽറസ് ആയിരുന്നു. ബ്രൗൺ നിറത്തിൽ ചുളിഞ്ഞ ചർമ്മമുള്ള ആ തടിയൻ ജീവി, മഞ്ഞുകട്ടിയ്ക്ക് മുകളിലേയ്ക്ക് ഉരുണ്ടുകയറിയ ശേഷം, ഒന്നു നിന്ന്, അവളെത്തന്നെ തുറിച്ചു

നോക്കാൻ തുടങ്ങി. വാൽറസ് ആണെങ്കിലും, അവൾക്ക് (അഥവാ അവന്) നല്ല പ്രായമുണ്ടായിരുന്നു. ഒരു നാണവുമില്ലാതെ അത് കണ്ണിമയ്ക്കാതെ അവളെത്തന്നെ തുറിച്ചുനോക്കിക്കൊണ്ടേയിരുന്നു. നോറായ്ക്ക് ഭയം തോന്നി. അവൾക്ക് വാൽറസുകളെക്കുറിച്ച് രണ്ടു കാര്യങ്ങളേ അറിയുമായിരുന്നുള്ളൂ : അവർ നിർദ്ദയരാണെന്നുള്ളതും, പിന്നെ, അവർ അധികനേരം തനിച്ചു നിൽക്കുന്നവരല്ലാ എന്നും.

വെള്ളത്തിൽനിന്നും ഏതു നിമിഷം വേണമെങ്കിലും കൂടുതൽ വാൽ റസുകൾ ഇഴഞ്ഞു കയറി വന്നേക്കും.

വെടിയുതിർക്കണോ എന്നവൾ സംശയിച്ചു.

അരിച്ചിറങ്ങുന്ന വെളിച്ചത്തിൽ ഒരു പ്രേതത്തിനെപ്പോലെ ആ വാൽ റസ് അവിടെത്തന്നെ നിന്നു. മെല്ലെ, മഞ്ഞിന്റെ ഒരു മൂടുപടത്തിനുള്ളിൽ അത് അപ്രത്യക്ഷമായി. നിമിഷങ്ങൾ ഇഴഞ്ഞുനീങ്ങി. ഒന്നിനു മുകളിൽ ഒന്നായി, ഏഴു വസ്ത്രങ്ങളായിരുന്നു നോറാ ഇട്ടിരുന്നത്. എന്നിട്ടും, കൊടും തണുപ്പിൽ, കൺപോളകൾ ഉറയുന്നതു പോലെയും, ഒന്നിറുക്കിയടച്ചാൽ പിന്നെ തുറക്കാനാവാത്ത വിധം അവ അടഞ്ഞുപോകുമെന്ന് ഭയപ്പെടുകയും ചെയ്തു. ഇടയ്ക്കിടെ, മറ്റുള്ളവരുടെ ശബ്ദശകലങ്ങൾ അവളിലൂടെ കടന്നുപോയി. ഇടയ്ക്കെപ്പോഴോ, അവൾക്ക് കാണാവുന്നത്ര അടുത്ത്, തൊട്ടടുത്ത്, അവർ വന്നു നിൽക്കുക പോലുമുണ്ടായി. മഞ്ഞിൽ കണ്ട അവരുടെ നിഴൽരൂപ ങ്ങൾ, കുനിഞ്ഞ് മഞ്ഞിന്റെ കഷണങ്ങൾ പരിശോധനകൾക്കായി ശേഖ രിക്കുകയായിരുന്നു. അവൾക്കൊരിക്കലും അവയൊന്നും തിരിച്ചറിയാൻ പോലും സാധിച്ചിരിക്കില്ല. പക്ഷെ അവർ വീണ്ടും അപ്രത്യക്ഷരായി. സഞ്ചിയിൽ നിന്നും ഒരു പ്രോട്ടീൻ സ്നാക്ക് എടുത്ത് അവൾ കഴിച്ചു. അത് തണുത്തുറഞ്ഞ്, ഒരു മിഠായി പോലെ ആയിരുന്നു. അവൾ ഫോണെടുത്തു നോക്കി. അതിൽ സിഗ്നൽ ഉണ്ടായിരുന്നില്ല.

നിശബ്ദമായിരുന്നു അവിടം.

ആ നിശബ്ദതയാണ്, ലോകത്തിന്റെ മറ്റു കോണുകളിൽ എത്രമാത്രം ശബ്ദങ്ങളാണുള്ളത് എന്നവളെ ചിന്തിപ്പിച്ചത്. ഇവിടെയാകട്ടെ, നിശ്ശബ്ദ തയ്ക്ക് വല്ലാത്തൊരു അർത്ഥമുണ്ട്. എന്തെങ്കിലും ചെറിയൊരു ശബ്ദം കേട്ടാൽപ്പോലും, നമ്മുടെ മുഴുവൻ ശ്രദ്ധയും അങ്ങോട്ട് പോകേണ്ടതുണ്ട്.

അവളത് വായിലിട്ട് നുണഞ്ഞുകൊണ്ടിരിക്കുമ്പോൾ, വീണ്ടും വെള്ള ത്തിൽ എന്തോ വീഴുന്ന ശബ്ദം കേട്ടു. മറ്റൊരു ദിശയിൽ നിന്നുമായിരുന്നു അത് കേട്ടത്. മഞ്ഞും, വെളിച്ചക്കുറവും മൂലം അവൾക്കത് കാണാൻ പ്രയാസമായിരുന്നു. പക്ഷെ അതൊരു വാൽറസ് ആയിരുന്നില്ല. അവൾക്കു നേരെ നടന്നടുക്കുന്ന നിഴൽരൂപത്തിന്റെ വലിപ്പം കണ്ടപ്പോഴാണ് അവൾ ക്കത് ഉറപ്പായത്. ഒരു വാൽറസിനേക്കാൾ, മറ്റേതൊരു മനുഷ്യനേക്കാൾ, വലിയൊരു രൂപം.

പെട്ടെന്നുള്ള കൊടിയ പ്രതിസന്ധിയുടെ നിമിഷം

"ഓ നാശം," നോറാ തണുപ്പിനോടെന്നവണ്ണം മെല്ലെ പറഞ്ഞു.

ഉൽക്കടമായി ആഗ്രഹിക്കുമ്പോൾ, ഒരു ലൈബ്രറി കണ്ടെത്താൻ കഴിയാത്തതിലുള്ള നിരാശ

മഞ്ഞു നീങ്ങിയപ്പോൾ, ഒരു കൂറ്റൻ വെളുത്ത കരടി, രണ്ടുകാലിൽ നിവർന്നു നിൽക്കുന്നുണ്ടായിരുന്നു. പെട്ടെന്ന് അത് നാലു കാലിൽ വീണ്, അവിശ്വസനീയമായ വേഗതയിൽ അവൾക്കു നേരെ പാഞ്ഞടുക്കാൻ തുടങ്ങി. നോറാ അനങ്ങിയില്ല. പരിഭ്രമം കൊണ്ട് അവളുടെ മനസ്സ് സ്തംഭിച്ചു പോയിരുന്നു. അവൾ നിന്നിരുന്ന പെർമാഫ്രോസ്റ്റു പോലെ, ചലനമറ്റു നിന്നു.

കഷ്ടം തന്നെ.

നാശം പിടിച്ചത്.

നാശം പിടിച്ചത് കോപ്പിലെ നാശം.

നശിക്കാൻ, നാശം പിടിച്ചത്.

പതുക്കെ ഒരു പ്രതിരോധമനോഭാവം നോറായിൽ ഉടലെടുത്തു. അവൾ കൈത്തോക്കുയർത്തി, വെടിയുതിർത്തു. അതിൽ നിന്നുമുയർന്ന തീപ്പൊരി, ഒരു കൊച്ചു വാൽനക്ഷത്രം കണക്കേ, തെറിച്ചുപോയി വെള്ളത്തിൽ പതിച്ചു. അവളുടെ പ്രതീക്ഷകളെപ്പോലെ, മെല്ലെ അതും കെട്ടുപോയി. ആ ജീവി അപ്പോഴും അവൾക്കു നേരെ നടന്നടുക്കുകയായിരുന്നു. അവൾ മുട്ടുകുത്തി നിന്ന്, തവിയെടുത്ത് പാത്രത്തിൽ ഉറക്കെ തട്ടി, തൊണ്ടപൊട്ടുമാറുച്ചത്തിൽ ഉറക്കെ നിലവിളിച്ചു.

"കരടി! കരടി! കരടി!"

കരടി തെല്ലിട ഒന്നു നിന്നു.

"കരടി! കരടി! കരടി!"

അത് വീണ്ടും മുന്നോട്ടു നടന്നടുക്കാൻ തുടങ്ങി.

പാത്രം കൊട്ടൽകൊണ്ട് ഫലമൊന്നുമുണ്ടായില്ല. കരടി അടുത്തെത്തി. ഒരൽപ്പം അകലെയായി മഞ്ഞിൽ കിടക്കുന്ന വലിയ തോക്കെടുക്കാൻ ശ്രമിക്കണോ എന്നവൾ ഒരുനിമിഷം ശങ്കിച്ചു. നഖങ്ങൾ എഴുന്നുനിൽക്കുന്ന അതിന്റെ പരന്ന കാൽപ്പത്തി, മഞ്ഞു പൊടിഞ്ഞു കിടക്കുന്ന പാറയിൽ

അമരുന്നത് അവൾക്ക് കാണാമായിരുന്നു. കുനിഞ്ഞ ആ തലയിൽ നിന്നും കറുത്ത കണ്ണുകൾ അവളെത്തന്നെ നോക്കി നിൽക്കുന്നുണ്ടായിരുന്നു.

"ലൈബ്രറി!" നോറാ ഉറക്കെ നിലവിളിച്ചു. *"ശ്രീമതി എൽമ്! എന്നെ തിരിച്ചയക്കൂ! ഈ ജീവിതം മാറിപ്പോയി! ഇത് ശരിക്കും സത്യമായിട്ടും ശരിക്കും മാറിപ്പോയി! എനിക്ക് സാഹസികത വേണ്ടാ! ലൈബ്രറി എവിടെ? എനിക്ക് ലൈബ്രറിയിൽ പോകണം!"*

ആ ധ്രുവക്കരടിയുടെ കണ്ണുകളിൽ വെറുപ്പോ വിദ്വേഷ്യമോ ഉണ്ടായിരുന്നില്ല. അതിനു മുന്നിലെ വെറും ഭക്ഷണം മാത്രമായിരുന്നു നോറാ. വെറും ഇറച്ചി. ആ ചിന്തയിൽ, ഭയം കൊണ്ട് അവളുടെ മേലാകെ തരിച്ചു. ആരോഹണത്തിന്റെ മൂർദ്ധന്യാവസ്ഥയിലെത്തിയ ചെണ്ടകൊട്ടുകാരനെപ്പോലെ അവളുടെ ഹൃദയം പടപടാ മിടിച്ചു. പാട്ടുനിന്നു. ആ നിമിഷം, അവളുടെ മനസ്സിലേക്ക് പകൽ പോലെ വ്യക്തമായി ആ ചിന്ത കയറിവന്നു :

അവൾക്കു മരിക്കണ്ട.

അതായിരുന്നു പ്രശ്നം. മരണമുഖത്ത് നിൽക്കുമ്പോൾ, ജീവിതത്തിന് കൂടുതൽ ചന്തം തോന്നി. അങ്ങനെ ജീവിതത്തിന് കൂടുതൽ ചന്തമുണ്ടെന്ന് തോന്നുമ്പോൾ, അവൾക്കെങ്ങനെ മിഡ്നൈറ്റ് ലൈബ്രറിയിലേക്ക് തിരികെ പോകാനാവും? തിരികെ പോയി, മറ്റൊരു പുസ്തകം പരീക്ഷിക്കണമെങ്കിൽ, അവൾ ഈ ജീവിതത്തിൽ ഭയപ്പെടുകയല്ല, മറിച്ച്, നിരാശപ്പെടുകയാണ് വേണ്ടത്.

മുന്നിൽ മരണമുണ്ടായിരുന്നു. കരടിയുടെ രൂപത്തിൽ, കറുത്ത കണ്ണുകളോടെ അവളെത്തന്നെ തുറിച്ചുനോക്കിക്കൊണ്ടു നിൽക്കുന്ന രംഗബോധമില്ലാത്ത, അക്രമാസക്തമായ മരണം. താൻ മരിക്കാൻ തയ്യാറല്ല എന്നതായിരുന്നു മറ്റെന്തിനേക്കാളുമുപരി അവൾക്ക് വ്യക്തമായി മനസ്സിലായ സംഗതി. വിശന്നു വലഞ്ഞ്, നിലനിൽപ്പിനായി, അവളിൽത്തന്നെ മിഴിയൂന്നി, മുഖാമുഖം നിൽക്കുന്ന ധ്രുവക്കരടിയെ നോക്കവേ, അവളിൽ ഭയത്തേക്കാൾ ദൃഢമൂലമായി ഉറച്ചത് ആ സംഗതിയായിരുന്നു. അവൾ പാത്രവും തവിയുമെടുത്ത് ഉറക്കെ കൊട്ടാൻ തുടങ്ങി. ഉറക്കെയുറക്കെയുറക്കെ, വേഗം വേഗം വേഗം.

എനിക്ക് ഭയമില്ല.
എനിക്ക് ഭയമില്ല.
എനിക്ക് ഭയമില്ല.
എനിക്ക് ഭയമില്ല.
എനിക്ക് ഭയമില്ല.
എനിക്ക് ഭയമില്ല.

ആ വാൽറസിനെപ്പോലെതന്നെ, കരടിയും അവളെ തുറിച്ചുനോക്കി അനങ്ങാതെ നിന്നു. അവൾ വലിയ തോക്കിലേക്ക് ഒന്നു പാളി നോക്കി. അതെ, അതൽപ്പം അകലെയാണ് കിടക്കുന്നത്. അത് കൈപ്പിടിയിലൊതുക്കി, പ്രവർത്തിപ്പിച്ചു വന്ന്, നിറയുതിർക്കുമ്പോഴേയ്ക്കും വൈകിപ്പോയിട്ടുണ്ടാവും. അതിനെ ഏതായാലും കൊല്ലാൻ കഴിയുമോ എന്ന് അവൾക്ക്

തീർച്ച പോരായിരുന്നു. അതുകൊണ്ട് അവൾ പരമാവധി ശക്തിയിൽ പാത്രം കൊട്ടി.

കൊട്ടൽ തുടരുന്നതിനിടയിൽ, നോറാ കണ്ണടച്ച് ലൈബ്രറിയെ മനസ്സാ ഓർത്തു. പിന്നീടവൾ കണ്ണു തുറക്കുമ്പോൾ കണ്ടത്, കരയിൽ നിന്നും വെള്ളത്തിലേയ്ക്ക് ഊളിയിടുന്ന കരടിയെയാണ്. ആ ജീവി കണ്ണിൽനിന്നു മറഞ്ഞ ശേഷവും, അവൾ നിർത്താതെ കൊട്ടിക്കൊണ്ടിരുന്നു. ഏകദേശം ഒരു നിമിഷത്തിനുശേഷം, മറ്റുള്ളവർ അവളുടെ പേര് ഉറക്കെ വിളിക്കുന്നത്, മഞ്ഞിലൂടെ അവൾ കേട്ടു.

ദ്വീപ്

അവൾ ഭീതിയിലാഴ്ന്നു. പക്ഷെ ആ ചെറുതോണിയിലുണ്ടായിരുന്ന മറ്റുള്ളവരെ അപേക്ഷിച്ച്, അവളുടെ ഭീതി മറ്റൊന്നായിരുന്നു. മരണത്തെ മുഖാമുഖം കണ്ടതിന്റെ ഭയമായിരുന്നില്ല അത്. അവൾക്ക് ശരിക്കും ജീവിക്കാൻ ആഗ്രഹമുണ്ടെന്ന തിരിച്ചറിവായിരുന്നു ആ ഭീതി.

പ്രകൃതിസമൃദ്ധമായ ഒരു ചെറിയ ദ്വീപ് കടന്ന് അവർ നീങ്ങി. പാറകൾക്ക് മുകളിൽ പറ്റിപ്പിടിച്ച കിടക്കുന്ന കൽപ്പായലുകൾ. ചെറിയ ഔക്ക് പക്ഷികളും, പഫിൻ പക്ഷികളും, ആർട്ടിക്ക് കാറ്റിൽ നിന്ന് രക്ഷ തേടി പരസ്പരം ഒട്ടിച്ചേർന്നു നിന്നു. ബുദ്ധിമുട്ടുകൾക്കെതിരെ പ്രതിരോധം തീർക്കുന്ന ജീവിതം.

ഹ്യൂഗോ തന്റെ ഫ്ളാസ്കിൽ നിന്നും പകർന്നു നൽകിയ കോഫി, നോറാ മൊത്തിക്കുടിച്ചു. മൂന്നു ജോഡി കൈയുറകൾ ഇട്ടിട്ടും തണുത്തു വിറയ്ക്കുന്ന കൈകളിൽ അവളതു മുറുകെപ്പിടിച്ചു.

പ്രകൃതിയുടെ ഭാഗമാകുക എന്നാൽ, ജീവിക്കാനുള്ള അടങ്ങാത്ത ആഗ്രഹത്തിന്റെ ഭാഗമാകുക എന്നു കൂടിയാണ്.

ഒരു സ്ഥലത്തു തന്നെ ദീർഘകാലം നിന്നു പോയാൽ, ഈ ലോകത്തിന്റെ വ്യാപ്തി എത്രത്തോളമുണ്ടെന്ന് നമ്മൾ ചിലപ്പോൾ മറന്നുപോയേക്കും. അക്ഷാംശങ്ങളുടെയും, രേഖാംശങ്ങളുടെയും നീളത്തെക്കുറിച്ചൊന്നും ഒരു രൂപവും കിട്ടുകയില്ല. ഒരു മനുഷ്യമനസ്സിന്റെ വ്യാപ്തി എത്രത്തോളമുണ്ടെന്ന് മനസ്സിലാക്കാൻ ബുദ്ധിമുട്ടുന്നതു പോലെതന്നെ, എന്നവൾ ഊഹിച്ചു.

പക്ഷെ ഒരിക്കൽ ആ വ്യാപ്തി ഏതെങ്കിലും രീതിയിൽ വെളിപ്പെട്ടു കഴിഞ്ഞാൽ, നമുക്ക് വേണമെങ്കിലും, വേണ്ടെങ്കിലും, പ്രത്യാശ പതുക്കെ മുളപൊട്ടുന്നു. അത് നമ്മുടെയുള്ളിൽ, പാറമേൽ കൽപ്പായലെന്ന പോലെ, പറ്റിപ്പിടിച്ച കിടക്കുന്നു.

പെർമാഫ്രോസ്റ്റ്

സ്വാൽബാഡിലെ ഉപരിതല ഊഷ്മാവ്, ആഗോള നിരക്കിനേക്കാൾ രണ്ടുമടങ്ങിലധികം ചൂടേറിക്കൊണ്ടിരിക്കുകയായിരുന്നു. ഭൂമിയിലെ മറ്റേതൊരു കോണിനേക്കാളും വേഗത്തിലായിരുന്നു ഇവിടെ കാലാവസ്ഥാ വ്യതിയാനം സംഭവിച്ചുകൊണ്ടിരുന്നത്.

പർപ്പിൾ നിറത്തിലുള്ള രോമത്തൊപ്പി, പുരികങ്ങൾ വരെ ഇറക്കി വച്ചിരുന്ന ഒരു സ്ത്രീ, ഒഴുകുന്ന മഞ്ഞുമലകളിലൊന്ന് പെട്ടെന്ന് കുട്ടിക്കരണം മറിഞ്ഞത് നേരിൽക്കണ്ടതിനെപ്പറ്റി വിശദീകരിക്കുകയായിരുന്നു. കീഴിലുള്ള വെള്ളത്തിന് ചൂടേറിയപ്പോൾ അടിവശം ഉരുകിയതിനാൽ, മുകൾ വശത്തിന് ഭാരമേറിയതു കൊണ്ടോ മറ്റോ ആയിരുന്നു അങ്ങനെ സംഭവിച്ചത്.

കരയിലുള്ള പെർമാഫ്രോസ്റ്റിന്റെ ദ്രവീകരണമായിരുന്നു മറ്റൊരു പ്രശ്നം. തന്മൂലം മണ്ണിന് ഇളക്കം സംഭവിക്കുകയും, ഉരുൾപ്പൊട്ടലുകളും ഹിമപാതങ്ങളും ഉണ്ടാവുകയും, സ്വാൽബാഡിലെ ഏറ്റവും വലിയ പട്ടണമായ ലണ്ട്യർബ്യിനിലെ തടിവീടുകൾ നശിച്ചുപോവുകയും ചെയ്യേക്കാം. അവിടുത്തെ സെമിത്തേരിയിൽ അടക്കം ചെയ്തിട്ടുള്ള ശവശരീരങ്ങൾ പൊന്തിവരാനുള്ള അപകടസാധ്യതയുണ്ട്.

ഈ ശാസ്ത്രജ്ഞരുടെ ഇടയിൽ നിൽക്കുന്നത് വല്ലാത്ത പ്രചോദനമായിരുന്നു. ഭൂമിയ്ക്ക് എന്താണ് സംഭവിച്ചുകൊണ്ടിരിക്കുന്നതെന്ന് കൃത്യമായി കണ്ടുപിടിക്കാനും, മഞ്ഞുമലകൾക്കും കാലാവസ്ഥകൾക്കും വരുന്ന വ്യതിയാനങ്ങൾ നിരീക്ഷിക്കാനും, അത്തരത്തിൽ വരുന്ന മാറ്റങ്ങളെക്കുറിച്ച് മറ്റുള്ളവരെ അറിയിക്കാനും, ഭൂമിയെ സംരക്ഷിക്കാനും അവർ നിരന്തരം ശ്രമിച്ചുകൊണ്ടിരിക്കുന്നു.

തിരികെ പ്രധാന ബോട്ടിലെത്തിയപ്പോൾ, നോറാ നിശബ്ദയായി തീന്മുറിയിൽ ചെന്നിരുന്നു. മറ്റുള്ളവർ അവൾക്കരികിൽ വന്ന്, കരടിയുമായുള്ള ഏറ്റുമുട്ടലിൽ ദുഃഖം രേഖപ്പെടുത്തി. ആ ഒരനുഭവത്തിൽ നന്ദിയുള്ളവളാണ് താനെന്ന് പറയാൻ അവൾക്ക് സാധിച്ചില്ല. സംഭാഷണങ്ങൾ കഴിയുന്നതും ഒഴിവാക്കി, അവൾ വിധേയത്വത്തോടെ പുഞ്ചിരിക്കുക മാത്രം ചെയ്തു.

ഒരു വിട്ടുവീഴ്ചയും സാധ്യമല്ലാത്ത, തീവ്രമായ ഒരു ജീവിതമായിരുന്നു

അത്. മൈനസ് പതിനേഴ് ഡിഗ്രി ആയിരുന്നു അവിടെ. മാത്രവുമല്ല, ഒരു ധ്രുവക്കരടി അവളെ കടിച്ചു തിന്നുന്നതിൽ നിന്നും അവൾ കഷ്ടിച്ചാണ് രക്ഷപ്പെട്ടിരിക്കുന്നതും. ഒരുപക്ഷെ അവളുടെ യഥാർത്ഥ ജീവിതത്തിൽ അവൾക്കുണ്ടായിരുന്ന പ്രശ്നം, അതിന്റെ നിർഗ്ഗുണതയായിരുന്നിരിക്കണം.

ഇടത്തരം ജീവിതവും, നിരാശയുമാണ് തന്റെ വിധി എന്നവൾ സങ്കൽപ്പിക്കാൻ തുടങ്ങിയിരുന്നു.

കുറ്റബോധങ്ങളുടെയും ചതഞ്ഞരഞ്ഞ പ്രതീക്ഷകളുടെയും ഒരു നീണ്ട നിരയിൽ നിന്നുമാണ് താൻ വരുന്നത് എന്നും, അത് തലമുറകളിലൂടെ പ്രതിധ്വനിക്കുന്നുണ്ട് എന്നും നോറായ്ക്ക് തോന്നാറുണ്ട്.

ഉദാഹരണത്തിന്, അമ്മയുടെ അച്ഛന്റെ പേര് ലോറൻസോ കോണ്ടേ എന്നായിരുന്നു. ഇറ്റലിയിലെ പ്രശാന്തസുന്ദരമായ പൂയാഹ് എന്ന പ്രദേശത്തുനിന്നും, 1960-ലാണ് അദ്ദേഹം ഊർജ്ജസ്വലതയുടെ പര്യായമായ ലണ്ടനിലേയ്ക്ക് വന്നത്.

ബ്രിൻടിസി എന്ന ജനവാസം കുറഞ്ഞ തുറമുഖ പട്ടണത്തിലെ മറ്റു പുരുഷന്മാരെപ്പോലെതന്നെ അദ്ദേഹവും ബ്രിട്ടണിലേയ്ക്ക് കുടിയേറി. അഡ്രിയാറ്റിക് കടലിനോടു ചേർന്നുള്ള ജീവിതത്തിനു പകരമായി, ലണ്ടൻ ബ്രിക്ക് കമ്പനിയിലെ ജോലി തിരഞ്ഞെടുത്തു. പരമശുദ്ധനായ ലോറൻസോ നല്ലൊരു ജീവിതം തനിക്കു കിട്ടുമെന്ന് പ്രത്യാശിച്ചു. ദിവസം മുഴുവൻ ഇഷ്ടികകൾ ഉണ്ടാക്കുകയും, വൈകുന്നേരങ്ങളിൽ ദി ബീറ്റിൽസിനൊപ്പം ചേർന്ന് പ്രവർത്തിക്കുമെന്നും, ജീൻ ഷ്രിമ്പ്ടണണോ മരിയൻ ഫെയ്ത്ത്ഫുളിനൊപ്പമോ കൈകോർത്തു പിടിച്ച് കാണബീ തെരുവിലൂടെ നടക്കുമെന്നുമൊക്കെ അദ്ദേഹം സ്വപ്നം കണ്ടിരുന്നു. ഒരേയൊരു പ്രശ്നം എന്തായിരുന്നു എന്നു വെച്ചാൽ, പേരിനെ അപേക്ഷിച്ച്, ലണ്ടൻ ബ്രിക്ക് കമ്പനിയ്ക്ക്, ലണ്ടനുമായി വലിയ ബന്ധമൊന്നുമുണ്ടായിരുന്നില്ല എന്നതാണ്. അറുപതോളം മൈലുകൾ വടക്കായി, ബെഡ്ഫോർഡിലായിരുന്നു അതുണ്ടായിരുന്നത്. ലളിതസുന്ദരമായ ഒരു പ്രദേശമായിരുന്നു അതെങ്കിലും, ലോറൻസോ മനസ്സിൽ കണ്ടിരുന്നത്ര ഊർജ്ജസ്വലതയൊന്നും അതിനുണ്ടായിരുന്നില്ല. പക്ഷെ, തന്റെ സ്വപ്നങ്ങളൊക്കെ മാറ്റിവച്ച്, അദ്ദേഹം അവിടെ ജീവിതം ആരംഭിച്ചു. അത്ര പകിട്ടുള്ള ജോലിയൊന്നുമായിരുന്നില്ല എങ്കിലും, നല്ല ശമ്പളമായിരുന്നു അതിന്.

ജീവിതത്തിലെ നിരാശകളോട് പൊരുത്തപ്പെടാൻ തുടങ്ങിയ, പടീഷ്യ ബ്രൗൺ എന്നു പേരുള്ള തദ്ദേശവാസിയായ ഒരു ഇംഗ്ലീഷ് സ്ത്രീയെ ആയിരുന്നു ലോറൻസോ കല്യാണം കഴിച്ചത്. ലോകമറിയുന്ന അഭിനേത്രിയാകണം എന്ന മോഹമുപേക്ഷിച്ച്, ഗ്രാമത്തിലെ സാധാരണക്കാരിയായ ഒരു ഭാര്യയുടെ മുഷിപ്പിക്കുന്ന ജീവിതനാടകത്തിലെ സ്ഥിരം വേഷക്കാരിയാകേണ്ടി വന്ന ഒരാളായിരുന്നു അവർ. മരിച്ചുപോയ പൂയാഹ് നാട്ടുകാരിയായ അമ്മായിയമ്മയുടെയും, അവരുണ്ടാക്കുന്ന ഒന്നാന്തരം സ്പഗെറ്റി വിഭവങ്ങളുടെയും നിഴലിൽ കുടുങ്ങിപ്പോയ ഒന്നായിരുന്നു അവരുടെ പാചക

നൈപുണ്യം. അതിനെ കടത്തിവെട്ടാൻ ഒരിക്കലും കഴിയില്ല എന്നായിരുന്നു ലോറൻസോയുടെ പക്ഷം.

വിവാഹം കഴിഞ്ഞ് ഒരു വർഷത്തിനുള്ളിൽ അവർക്കൊരു മകളുണ്ടായി – അതായിരുന്നു നോറായുടെ അമ്മ – അവർ അവളെ ഡോണ എന്നു വിളിച്ചു.

നിരന്തരം വഴക്കടിക്കുന്ന അച്ഛനമ്മമാരെ കണ്ടാണ് ഡോണ വളർന്നത്. അതുകൊണ്ടുതന്നെ, വിവാഹമെന്നത് ഒഴിവാക്കാനാവാത്ത ഒന്നാണെന്ന് അവർക്ക് തോന്നിയിട്ടില്ല എന്നു മാത്രമല്ല, അത് ഒഴിവാക്കാനാവാത്ത ഒരു ദുരിതമാണ് എന്ന് വിശ്വസിക്കുകയും ചെയ്തിരുന്നു. ആദ്യം ഒരു നിയമസ്ഥാപനത്തിൽ സെക്രട്ടറി ആയ അവർ, പിന്നീട് ബെഡ്ഫോർഡ് കൗൺസിലിലെ കമ്മ്യൂണിക്കേഷൻസ് ഓഫീസറായി. പക്ഷെ പിന്നീട് അവരുടെ ജീവിതത്തിലുണ്ടായ ഒരു സംഭവം അവർ അത്ര കാര്യമായി ആരുമായും ചർച്ച ചെയ്തിരുന്നില്ല. എന്തായാലും നോറായോടത് ചർച്ച ചെയ്തിരുന്നില്ല. അവർക്ക് മാനസികമായി ഒരൽപം പ്രശ്നം ഉണ്ടായി. പിന്നീട് ഒരു തുടർക്കഥപോലെ വന്ന അത്തരം സംഭവങ്ങളുടെ തുടക്കമായിരുന്നു അത്. അന്ന്, ആദ്യമായി അത് സംഭവിച്ചപ്പോൾ, അവർ ജോലിവിട്ട് വീട്ടിലിരുന്നു. അത് ഭേദമായതിനു ശേഷം, പിന്നീടവർ ഒരിക്കലും ജോലിയ്ക്ക് പോയില്ല.

നോറായുടെ അമ്മ, പരാജയത്തിന്റെ അദൃശ്യമായ ഒരു ബാറ്റൺ അവൾക്ക് കൈമാറിയിരുന്നു. ഒരുപാടു നാളുകൾ നോറാ അതും കൊണ്ടുനടന്നിരുന്നു. ഒരുപക്ഷെ അതുകൊണ്ടാവും അവൾ പല കാര്യങ്ങളും പാതിയിൽ ഉപേക്ഷിച്ചത്. കാരണം, അവൾ തോൽക്കേണ്ടവളാണ് എന്നത്, അവളുടെ ഡിഎൻഎ-യിൽ അടിവരയിട്ട് എഴുതിവച്ചിട്ടുണ്ടായിരുന്നു.

നോറാ ഇങ്ങനെയൊക്കെ ചിന്തിക്കുമ്പോൾ, ബോട്ട് ആർട്ടിക് സമുദ്രത്തിലൂടെ നീങ്ങുകയായിരുന്നു. കറുത്ത കാലുകളുള്ള കിറ്റിവാക്കികൾ എന്ന് ഇൻഗ്രിഡ് വിളിക്കാറുള്ള, കടൽക്കാക്കകൾ മുകളിലൂടെ പറന്നുപോയി.

അച്ഛന്റെയും അമ്മയുടെയും കുടുംബങ്ങളിൽ, ജീവിതം നമ്മളെ കഷ്ടപ്പെടുത്തുന്ന ഒന്നാണ്, എന്ന വിശ്വാസം ശക്തമായിരുന്നു. ലക്ഷ്യങ്ങളൊന്നും ഒരിക്കലും നേടാത്ത ഒരു ജീവിതമായിരുന്നു നോറായുടെ അച്ഛൻ ജെഫ്ഫിന്റേത്.

അദ്ദേഹം വളർന്നത് അമ്മയ്ക്കൊപ്പം മാത്രമായിരുന്നു. അദ്ദേഹത്തിന് വെറും രണ്ടു വയസ്സുള്ളപ്പോഴായിരുന്നു, അച്ഛൻ ഹൃദയാഘാതം വന്നു മരിച്ചത്. ഓർമ്മകളുടെ അടിത്തട്ടിൽ ഒരു പൊട്ടു പോലും അവശേഷിപ്പിക്കാതെയായിരുന്നു ആ അച്ഛൻ മറഞ്ഞത്. അദ്ദേഹത്തിന്റെ അമ്മ, അയർലണ്ടിന്റെ ഉൾനാടൻ പ്രദേശത്ത് ജനിച്ച്, ഒരു സ്കൂൾ ആയയുടെ ജോലിയുമായി ഇംഗ്ലണ്ടിലേയ്ക്ക് കുടിയേറിയ ഒരു സ്ത്രീയായിരുന്നു. ജീവിക്കാനുള്ള ബദ്ധപ്പാടുകൾക്കിടയിൽ, *സന്തോഷത്തിനുള്ള* വക അവർക്കുണ്ടായിരുന്നില്ല.

ജെഫ്ഫിന്റെ ചെറുപ്പത്തിൽ, അദ്ദേഹത്തിന് ഒരുപാട് ശാരീരികവും മാനസികവുമായ ഉപദ്രവങ്ങൾ നേരിടേണ്ടി വന്നിട്ടുണ്ട്. പക്ഷെ വളർന്ന്

തണ്ടും തടിയുമായിക്കഴിഞ്ഞ്, അവയെയൊക്കെ നിലയ്ക്ക് നിർത്താൻ അദ്ദേഹത്തിന് കഴിഞ്ഞിട്ടുണ്ട്. കഠിനാദ്ധ്വാനി ആയ അദ്ദേഹം, ഫുട്ബോളിലും, ഷോട്ട്-പുട്ടിലും, പ്രത്യേകിച്ച് റഗ്ബിയിലും തന്റെ മികവു തെളിയിച്ചിട്ടുണ്ട്. ബെഡ്ഫോർഡ് ബ്ലൂസ് എന്ന ചെറുപ്പക്കാരുടെ സംഘത്തിനു വേണ്ടി കളിച്ച്, അവരുടെ മികച്ച കളിക്കാരനായി അദ്ദേഹം പേരെടുത്തു. തന്റെ ഏറ്റവും മികച്ച സമയത്ത് നിൽക്കുമ്പോഴായിരുന്നു, കാലിലെ ലിഗമെന്റിനുണ്ടായ ഒരു പരിക്കു മൂലം അദ്ദേഹത്തിന് കളിക്കളത്തോടു വിടപറയേണ്ടി വന്നത്. അതിനുശേഷം ഒരു കായികാധ്യാപകനായ അദ്ദേഹം, ലോകത്തിനോടുള്ള തികച്ച അവജ്ഞയിൽ എക്കാലവും രോഷാകുലനായി കഴിച്ചുകൂട്ടി. യാത്രകൾ ചെയ്യണം എന്ന് എപ്പോഴും കരുതിയിരുന്നുവെങ്കിലും, *നാഷണൽ ജിയോഗ്രാഫിക്കി*ന്റെ വരിക്കാരനായതും, സിക്ലഡീസിൽ എവിടെയോ എന്നോ ഒരിക്കൽ പോയതുമൊഴികെ, മറ്റൊന്നും അദ്ദേഹം ചെയ്തിരുന്നില്ല. നാക്സോസിൽ, സൂര്യാസ്തമയ സമയത്ത്, അപ്പോളോ ക്ഷേത്രത്തിന്റെ പടമെടുത്തുകൊണ്ടു നിൽക്കുന്ന അദ്ദേഹത്തിനെ നോറാ ഓർത്തു.

ഒരുപക്ഷെ, എല്ലാ ജീവിതങ്ങളും ഇങ്ങനെയൊക്കെത്തന്നെയായിരിക്കണം. ഒരുപക്ഷെ, ചിട്ടയോടെ, ഐശ്വര്യത്തോടെ, അതിശ്രദ്ധയോടെ ജീവിക്കുന്നു എന്ന് നമ്മൾ കരുതുന്ന ജീവിതങ്ങൾ പോലും ഇങ്ങനെയൊക്കെ ഉള്ളവയായിരിക്കാം. ഏക്കറു കണക്കിന് പരന്നുകിടക്കുന്ന നിരാശയുടെയും, ഏകസ്വരതയുടെയും, മുറിപ്പാടുകളുടെയും, വിദ്വേഷങ്ങളുടെയും ഇടയ്ക്ക് സൗന്ദര്യത്തിന്റെയും അത്ഭുതങ്ങളുടെയും ചെറുമിന്നലാട്ടങ്ങൾ. ഒരുപക്ഷെ, വാസ്തവമായ ഒരേയൊരു വ്യാഖ്യാനം അതു മാത്രമായിരിക്കണം. സ്വയം കണ്ടറിയുന്ന ഒരു ലോകമാകുക എന്നത്. ഒരുപക്ഷെ, നേട്ടങ്ങളില്ല എന്നതായിരിക്കില്ല അവളുടെയും, സഹോദരന്റെയും മാതാപിതാക്കളുടെയും ജീവിതം ദുഃഖപൂർണ്ണമാക്കിയത്; മറിച്ച്, എന്തെങ്കിലുമൊക്കെ നേടാനാകും എന്ന പ്രതീക്ഷയായിരുന്നു. ശരിക്കു പറഞ്ഞാൽ, അവൾക്ക് അതിനെക്കുറിച്ചൊന്നും യാതൊരു രൂപവുമുണ്ടായിരുന്നില്ല. പക്ഷെ ആ ബോട്ടിലിരുന്ന് അവളൊരു കാര്യം മനസ്സിലാക്കി. അവൾ കരുതിയിരുന്നതിനേക്കാൾ പലമടങ്ങ് സ്നേഹം അവൾക്ക് അച്ഛനമ്മമാരോടുണ്ടായിരുന്നു, എന്ന്. ആ നിമിഷം, അവൾ അവരോട് പൂർണ്ണമായും പൊറുത്തു.

ലങ്ങ്യർബ്യിനിൽ ഒരു രാത്രി

ലങ്ങ്യർബ്യിന്റെ ചെറിയ തുറമുഖത്തേയ്ക്ക് തിരിച്ചെത്താൻ ഏകദേശം രണ്ടു മണിക്കൂറോളമെടുത്തു. നോർവെയുടെയും, ലോകത്തിന്റെ തന്നെയും, വടക്കേയറ്റത്തുള്ള പട്ടണമായിരുന്നു അത്. ജനസംഖ്യ ഏകദേശം രണ്ടായിരം മാത്രവും.

തന്റെ യഥാർത്ഥ ജീവിതകാലത്തു തന്നെ ഈ അടിസ്ഥാനവിവരങ്ങൾ നോറായ്ക്ക് അറിയാമായിരുന്നു. ഒന്നുമില്ലെങ്കിലും, പതിനൊന്ന് വയസ്സു മുതൽ തന്നെ അവളുടെ മനം കവർന്ന ഒരിടമായിരുന്നു ഇത്. പക്ഷെ മാസികകളിൽവന്ന ലേഖനങ്ങളിലുണ്ടായിരുന്ന അറിവുകൾക്കപ്പുറം മറ്റൊന്നും അവൾക്കറിയുമായിരുന്നില്ല. അതുകൊണ്ടുതന്നെ, അതിനെക്കുറിച്ചു സംസാരിക്കാൻ അവൾക്ക് സങ്കോചമായിരുന്നു.

പക്ഷെ ബോട്ടിലുള്ള ആ മടക്കയാത്ര ഏതായാലും നന്നായി. കാരണം, അവർ ശേഖരിച്ചുകൊണ്ടു വന്ന പാറയുടെയും, മഞ്ഞിന്റെയും മാതൃകകളെക്കുറിച്ചുള്ള സംഭാഷണങ്ങളിൽ അവൾക്ക് പങ്കെടുക്കാൻ കഴിയാതിരുന്നതും; 'സ്റ്റ്രയേറ്റഡ് ബസാൾട്ട് ബെഡ്റോക്ക്', 'പോസ്റ്റ്-ഗ്ലേഷ്യൽ ഐസോടോപ്പ്സ്' എന്നീ പദങ്ങൾ മനസ്സിലാക്കാൻ അവൾക്ക് നേരിട്ട ബുദ്ധിമുട്ടുമൊക്കെ, കരടിയുടെ ആക്രമണം കൊണ്ടുണ്ടായ മാനസികാഘാതം കൊണ്ടാണെന്ന് നിർവ്വചിക്കപ്പെട്ടു.

അവൾ ഒരു മാനസികാഘാതത്തിലാണ് എന്ന് പറഞ്ഞത് ഒരുകണക്കിന് ശരിയാണ്. പക്ഷെ അവളുടെ സഹപ്രവർത്തകർ കരുതുംപോലെയുള്ള ഒരു ആഘാതമല്ല അത്. അവൾ മരണമുഖം വരെ എത്തി എന്നതുകൊണ്ടായിരുന്നില്ല അത്. മിഡ്നൈറ്റ് ലൈബ്രറിയിൽ കയറിയതു മുതൽ അവൾ മരണമുഖത്തു തന്നെയാണുണ്ടായിരുന്നത്. അതല്ല; മറിച്ച്, താൻ *ജീവിക്കാൻ* പോകുന്നു എന്ന തോന്നലായിരുന്നു അവളെ ഉലച്ചു കളഞ്ഞത്. കുറഞ്ഞപക്ഷം, സചേതനത്വത്തോടെ ജീവിക്കണം എന്ന ആഗ്രഹം തനിക്കുണ്ടെന്ന് അവൾക്ക് തോന്നി. മാത്രവുമല്ല, ജീവിതം കൊണ്ട് അർത്ഥപൂർണ്ണമായ എന്തെങ്കിലും ചെയ്യണം എന്നും അവൾക്കു തോന്നി.

സ്കോട്ടിഷ് തത്വചിന്തകനായ ഡേവിഡ് ഹമേ പറയുന്നത്, ഈ പ്രപഞ്ചത്തിനെ സംബന്ധിച്ചിടത്തോളം, മനുഷ്യജീവിതം എന്നു പറയു

ന്നത്, ഒരു മുത്തുച്ചിപ്പിയുടെ ജീവിതത്തേക്കാൾ പ്രാധാന്യമർഹിക്കുന്ന ഒന്നല്ല എന്നാണ്.

പക്ഷെ എഴുതിവയ്ക്കപ്പെടേണ്ടത്ര മുഖ്യത്വമുള്ള ഒരു ചിന്തയാണത് എന്ന് ഡേവിഡ് ഹമേയ്ക്ക് തോന്നുന്നുണ്ട് എങ്കിൽ, ഒരുപക്ഷെ, നല്ലത് എന്തെങ്കിലും ചെയ്യാൻ നമ്മൾ ലക്ഷ്യമിടേണ്ടതുണ്ട്. എല്ലാ ജീവജാല ങ്ങളെയും സംരക്ഷിക്കാൻ.

നോറായ്ക്ക് മനസ്സിലായിടത്തോളം, മറ്റേ നോറായും ഒപ്പമുള്ള ശാസ്ത്ര ജ്ഞരും ചേർന്ന്, ഈ പ്രദേശത്തെ മഞ്ഞും ഹിമാനികളും ഉരുകുന്നതിന്റെ തീവ്രതയെക്കുറിച്ചാണ് പഠനങ്ങൾ നടത്തിക്കൊണ്ടിരിക്കുന്നത്. അതുപ യോഗിച്ച്, കാലാവസ്ഥാ വ്യതിയാനത്തിന്റെ വേഗനിരക്ക് മനസ്സിലാക്കുക യാണ് ലക്ഷ്യം. അതിനേക്കാളുമൊക്കെ വലിയ കാര്യങ്ങളാണവിടെ നടക്കുന്നതെങ്കിലും, നോറാ മനസ്സിലാക്കിയിടത്തോളം ഇതായിരുന്നു അതിന്റെ കാതൽ.

അപ്പോ, ഈ ജീവിതത്തിൽ, ഭൂമിയെ സംരക്ഷിക്കാൻ തന്നാലാവുന്നത് ചെയ്യുകയാണവൾ. അഥവാ, ഭൂമിയുടെ അതിതീവ്രനാശം നിരീക്ഷിച്ച്, പരിസ്ഥിതിയ്ക്ക് സംഭവിച്ചേക്കാവുന്ന ദുരന്തങ്ങളെക്കുറിച്ച് മറ്റുള്ളവർക്ക് മുന്നറിയിപ്പു നൽകുകയാണവൾ. ശരിക്കു പറഞ്ഞാൽ, മനസ്സിനെ തളർ ത്താൻ കെൽപ്പുള്ള വിവരങ്ങളാണതൊക്കെ എങ്കിലും, തൃപ്തികരമായ എന്തെ ങ്കിലുമൊന്ന് ചെയ്യാൻ കഴിയുന്നുണ്ട് എന്നവൾ കരുതി. ഒരു ലക്ഷ്യമുണ്ടാ യിരുന്നു; ഒരു അർത്ഥമുണ്ടായിരുന്നു.

അവിടെയുണ്ടായിരുന്ന മറ്റുള്ളവർക്കും, ധ്രുവക്കരടിയെക്കുറിച്ചുള്ള കഥകളൊക്കെ കേട്ടതിനു ശേഷം, അവൾക്കു മേൽ ഒരു മതിപ്പു തോന്നിയിരുന്നു. അവൾക്കൊരു ഹീറോ പരിവേഷമുണ്ടായി – ഒളിമ്പിക് നീന്തൽ ചാമ്പ്യന് കിട്ടുന്ന പരിവേഷമല്ല, മറിച്ച്, അത്രത്തോളം തന്നെ തൃപ്തികരമായ മറ്റൊരു രീതിയിൽ.

ഇൻഗ്രിഡ്, ഒരു കൈകൊണ്ട് അവളെ ചേർത്തു പിടിച്ചിരുന്നു. "നീയൊരു ചായപ്പാത്രപ്പോരാളിയാണ് നോറാ. നിന്റെ ഈ ഭയമില്ലായ്മയും, കൂടെ, നമ്മുടെ നിർണ്ണായകമായ കണ്ടെത്തലുകളെയും ഒരു ആഘോഷ ത്തിലൂടെ അടയാളപ്പെടുത്തേണ്ടതുണ്ട് എന്നെനിക്ക് തോന്നുന്നു. അതിനു വേണ്ടി നമുക്കൊരു നല്ല ഭക്ഷണം കഴിച്ചാലോ? കുറച്ചു വോഡ്കയും ആവാം. നീ എന്തു പറയുന്നു പീറ്റർ?"

"നല്ല ഭക്ഷണമോ? ലങ്യർബ്യിനിലോ? ഇവിടെ അങ്ങനെയൊക്കെ യുണ്ടോ?"

പറഞ്ഞു വന്നപ്പോഴാകട്ടെ : അങ്ങനെയുണ്ടായിരുന്നു.

തിരികെയെത്തിയ അവർ, മഞ്ഞുപുതച്ച താഴ്‌വരയിലെ വിജനവും പ്രശാന്തവുമായ നിരത്തിൽ മോടിയോടെ നിൽക്കുന്ന ഗ്രുവലാഗെരെറ്റ് എന്ന ഭക്ഷണശാലയിലെത്തി. തടികൊണ്ടു നിർമ്മിച്ച, ഭംഗിയുള്ള, ചെറിയൊരു ഭക്ഷണശാലയായിരുന്നു അത്. ആർട്ടിക് എയ്ൽ കുടിച്ച അവൾ, കഴിക്കാനായി വീഗൻ ഭക്ഷണം തിരഞ്ഞെടുത്തു. നല്ലൊന്നാന്തരം

റെയിൻഡിയർ ഇറച്ചിയും, കടമാനിറച്ചികൊണ്ടുള്ള ബർഗറുമൊക്കെ കിട്ടുന്നയിടത്ത്, അവളുടെ ആ തിരഞ്ഞെടുപ്പ്, കൂടെയുള്ളവരെ അത്ഭുതപ്പെടുത്തി. നോറായെ കാണുമ്പോൾ ഒരു ക്ഷീണം തോന്നുന്നുണ്ട് എന്ന് അവളുടെ ചില സഹപ്രവർത്തകർ പറഞ്ഞത് ശരിയായിരിക്കണം. ഒരുപക്ഷെ ആത്മവിശ്വാസത്തോടെ അവൾക്കും കൂടി പങ്കുചേരാൻ പറ്റുന്ന സംഭാഷണങ്ങൾ അവിടെ ഉണ്ടായിരുന്നില്ല എന്നതുമാവാം കാരണം. വണ്ടിയോടിക്കാൻ പഠിച്ചു തുടങ്ങിയ ഒരാൾ, തിരക്കേറിയ ഒരു നാൽക്കവലയിൽ എത്തിപ്പെടുമ്പോൾ, അങ്കലാപ്പോടെ ഒഴിഞ്ഞ ഒരിത്തിരി റോഡിനായി ചുറ്റും നോക്കുന്നതുപോലെയായിരുന്നു അവൾ.

ഹ്യൂഗോ അവിടെയുണ്ടായിരുന്നു. ഇപ്പോഴും അയാളെ കാണുമ്പോൾ, അയാൾ ആന്റീബിലോ, സാന്റ് ട്രോപ്പെയിലോ ഉണ്ടാവേണ്ട ആളാണ് എന്നു തോന്നും. അവളെത്തന്നെ സാകൂതം വീക്ഷിച്ചുകൊണ്ടിരിക്കുന്ന അയാൾ, അവളിൽ ചെറിയ അസ്വസ്ഥതയുണ്ടാക്കി.

നോർഡിക് ശൈലിയിൽ തടികൊണ്ടു നിർമ്മിച്ച, ചെറിയ തോതിൽ യൂണിവേഴ്സിറ്റിയിലെ ഹോസ്റ്റൽ മുറികളെ അനുസ്മരിപ്പിക്കുന്ന, ഭംഗിയുള്ള ഒരിടത്തായിരുന്നു അവർ ആ കരയിൽ താമസിച്ചിരുന്നത്. അവൾ അവിടേയ്ക്ക് തിടുക്കപ്പെട്ടു നടക്കുമ്പോൾ, ഹ്യൂഗോ ചെറുതായി ഓടി, അവൾക്കൊപ്പം എത്തി, കൂടെ നടക്കാൻ തുടങ്ങി.

"ഇത് നല്ല രസമുള്ള കാര്യമാണ്," അയാൾ പറഞ്ഞു.

"എന്ത് നല്ല രസമുള്ളതെന്ന്?"

"രാവിലെ പ്രാതൽ കഴിക്കുമ്പോൾ ഞാനാരാണെന്ന് നിനക്ക് മനസ്സിലാവാഞ്ഞത്."

"അതെന്താ അങ്ങനെ? ഞാനാരാണെന്ന് നിങ്ങൾക്കും അറിയില്ലായിരുന്നല്ലോ."

"തീർച്ചയായും എനിക്കറിയാം. നമ്മളിന്നലെ ഏകദേശം രണ്ടുമണിക്കൂറോളം സംസാരിച്ചിരുന്നതാണല്ലോ."

താനൊരു കെണിയിൽ അകപ്പെട്ടിരിക്കുന്നതുപോലെ നോറായ്ക്ക് തോന്നി. "നമ്മളോ?"

"പ്രാതലിന്റെ സമയത്ത്, നിന്റെ അടുത്തേയ്ക്ക് വരുന്നതിനു മുൻപ്, കുറച്ചുനേരം ഞാൻ നിന്നെത്തന്നെ നിരീക്ഷിക്കുകയായിരുന്നു. ഇന്ന് നിനക്കെന്തൊ മാറ്റമുണ്ടെന്ന് എനിക്ക് തോന്നുന്നു."

"പ്രാതൽ കഴിക്കാനിരിക്കുമ്പോൾ, പെണ്ണുങ്ങളെ ഇങ്ങനെ നിരീക്ഷിച്ചുകൊണ്ടിരിക്കുന്നത് അത്ര ശരിയല്ല ഹ്യൂഗോ."

"ഞാൻ ചിലതൊക്കെ കണ്ടുപിടിച്ചു."

നോറാ തന്റെ സ്കാർഫ് വലിച്ച് മുഖത്തേയ്ക്കിട്ടു. "വല്ലാത്ത തണുപ്പ്. നമുക്ക് ഇതിനെക്കുറിച്ച് നാളെ സംസാരിച്ചാൽ മതിയോ?"

"നീ പലതും തൽക്ഷണം ഉണ്ടാക്കുന്നതാണെന്ന് എനിക്ക് മനസ്സിലായി. ഇന്ന് നീ സംസാരിച്ചതെല്ലാം ഒരു ഒഴുക്കൻ മട്ടിലായിരുന്നു. പ്രത്യേകിച്ച് എന്തിനെക്കുറിച്ചെങ്കിലും അഭിപ്രായം പറയാൻ നീ തയ്യാറായിരുന്നില്ല."

"അത് സത്യമല്ല. ആ കരടിയുടെ സംഭവം അറിയാമല്ലോ. അതെന്നെ വല്ലാതെ ഉലച്ചുകളഞ്ഞു."

"ഏയ്, അതൊന്നുമല്ല. കരടിയുടെ സംഭവത്തിനു മുൻപുള്ള കാര്യമാണ് ഞാൻ പറയുന്നത്. പിന്നെ അതിനു ശേഷം നടന്ന കാര്യങ്ങൾ. ദിവസം മുഴുവനും."

"നിങ്ങളെന്താണ് പറയുന്നതെന്ന് എനിക്ക് –"

"ഒരു പ്രത്യേക ഭാവം. അത് ഞാൻ മുൻപ് മറ്റു ചിലരിലും കണ്ടിട്ടുണ്ട്. എവിടെപ്പോയാലും എനിക്കത് തിരിച്ചറിയാൻ കഴിയും."

"നിങ്ങളെന്തൊക്കെയാണ് പറയുന്നതെന്ന് എനിക്കൊരു രൂപവുമില്ല."

"ഹിമാനികൾ സ്പന്ദിക്കുന്നത് എന്തുകൊണ്ടാണ്?"

"എന്താ?"

"അതാണ് നിങ്ങളുടെ പഠനമേഖല. അതിനാണ് നിങ്ങളിവിടെ വന്നിരിക്കുന്നത്, അല്ലേ?"

"ശാസ്ത്രം അക്കാര്യത്തിൽ ഒരു നിഗമനത്തിൽ എത്തിയിട്ടില്ല."

"ശരി. എങ്കിൽ, ഇവിടെയുള്ള ഏതെങ്കിലും ഒരു ഹിമാനിയുടെ പേരു പറയൂ. ഹിമാനികൾക്ക് പേരുകളുണ്ട്. ഒരെണ്ണം... കോംഗ്സ്ബറീൻ? നതോഴ്സ്റ്റ്ബ്രീൻ? ഇതൊക്കെ എവിടെയെങ്കിലും കേട്ടിട്ടുണ്ടോ?"

"എനിക്കീ സംസാരം നീട്ടിക്കൊണ്ടുപോകാൻ താൽപര്യമില്ല."

"കാരണം, ഇന്നലത്തെ നീയല്ല ഇന്നത്തെ നീ. ശരിയല്ലേ?"

"നമ്മളെല്ലാവരും അങ്ങനെതന്നെയാണ്. നമ്മുടെ തലച്ചോർ മാറിക്കൊണ്ടേയിരിക്കും. അതിന്റെ പേരാണ് ന്യൂറോപ്ലാസ്റ്റിസിറ്റി. ദയവു ചെയ്ത്, ഒരു ഗ്ലേഷിയോളജിസ്റ്റിന്റെ അടുത്തുവന്ന് ഹിമാനികളെപ്പറ്റി എല്ലാമറിയാമെന്ന ഭാവത്തിൽ തട്ടിവിടുന്നത് ഒന്നു നിർത്താമോ ഹ്യൂഗോ," അവൾ എടുത്തടിച്ച പോലെ പറഞ്ഞു.

ഹ്യൂഗോ പെട്ടെന്നൊന്നു പിൻവാങ്ങിയതു പോലെ തോന്നി. അതവൾക്ക് നേരിയൊരു കുറ്റബോധമുണ്ടാക്കി. ഒരുനിമിഷം അവിടെ നിശബ്ദത നിറഞ്ഞു. മഞ്ഞിൽ ചെരുപ്പുകൾ അമരുന്ന ശബ്ദം മാത്രമേ ഉണ്ടായിരുന്നുള്ളൂ. അവർ താമസസ്ഥലത്തിന് തൊട്ടടുത്ത് എത്തിയപ്പോൾ, മറ്റുള്ളവർ അധികം പുറകിലല്ലാതെ വരുന്നുണ്ടായിരുന്നു.

പക്ഷെ, അപ്പോഴാണ് അയാളത് പറഞ്ഞത്.

"ഞാനും നിന്നെപ്പോലെയാണ് നോറാ. എന്റേതല്ലാത്ത ജീവിതങ്ങൾ ഞാൻ സന്ദർശിക്കുന്നു. ഈ ജീവിതത്തിലെത്തിയിട്ട് ഇപ്പോൾ അഞ്ചു ദിവസമായി. പക്ഷെ മറ്റൊരുപാട് ജീവിതങ്ങളിലും ഞാനുണ്ടായിരുന്നു. ഇതിൽ എത്തിപ്പെടാൻ, എനിക്ക് ഒരവസരം ലഭിച്ചു – അപൂർവ്വമായ ഒരവസരം. ഞാനിങ്ങനെ ജീവിതങ്ങളിലൂടെ ഒഴുകി നടക്കാൻ തുടങ്ങിയിട്ട് കുറച്ചുനാളുകളായി."

ഇൻഗ്രിഡ് വന്ന് നോറായുടെ കൈപിടിച്ചു.

"എന്റെ കൈയിൽ കുറച്ചു വോഡ്ക കൂടി ബാക്കിയുണ്ട്," വാതിൽക്ക

ലെത്തിയപ്പോൾ ഇൻഗ്രിഡ് പ്രഖ്യാപിച്ചു. താക്കോലിന്റെ കാർഡ് എടുത്ത് സ്കാനറിൽ അമർത്തി, അവൾ വാതിൽ തുറന്നു.

"നോക്കൂ," ഒരു ഗൂഢാലോചനക്കാരനെപ്പോലെ ഹ്യൂഗോ പതുക്കെ പറഞ്ഞു, "നിനക്ക് കൂടുതൽ അറിയാൻ ആഗ്രഹമുണ്ടെങ്കിൽ, അഞ്ചു നിമിഷത്തിനുള്ളിൽ ഇവിടുത്തെ പൊതു അടുക്കളയിൽ വരണം."

തന്റെ ഹൃദയമിടിപ്പ് ഉയരുന്നത് നോറാ അറിഞ്ഞു. പക്ഷെ ഇത്തവണ, ഉറക്കെ കൊട്ടാൻ അവളുടെ കൈയിൽ പാത്രവും തവിയും ഉണ്ടായിരുന്നില്ല. അവൾക്ക് ഈ ഹ്യൂഗോ എന്നുപറയുന്ന കഥാപാത്രത്തെ അത്ര ഇഷ്ടമൊന്നുമായിരുന്നില്ല. പക്ഷെ അയാൾക്ക് എന്തായിരിക്കും പറയാനുണ്ടാവുക എന്നറിയാൻ അവൾക്ക് വല്ലാത്ത ജിജ്ഞാസയുണ്ടായിരുന്നു. മാത്രവുമല്ല, അയാളെ വിശ്വസിക്കാൻ കൊള്ളാമോ എന്നും അവൾക്ക് അറിയേണ്ടതുണ്ടായിരുന്നു.

"ശരി, ഞാൻ വരാം," അവൾ പറഞ്ഞു.

പ്രതീക്ഷ

നോറായ്ക്ക് സ്വയം അംഗീകരിക്കുക എന്നത് എപ്പോഴും ഒരു പ്രശ്നമായിരുന്നു. ഓർമ്മയുടെ അങ്ങേയറ്റം മുതൽ തന്നെ, തനിക്കെന്തോ പോരായ്മയുണ്ട് എന്നൊരു തോന്നലായിരുന്നു അവൾക്ക്. സ്വയം അരക്ഷിതാവസ്ഥകളും പേറി നടന്നിരുന്ന മാതാപിതാക്കളാകട്ടെ, അവളുടെ ആ ചിന്തയ്ക്ക് തികഞ്ഞ പ്രചോദനമായിരുന്നുതാനും.

സ്വയം പൂർണ്ണമായും അംഗീകരിക്കുക എന്നാൽ എങ്ങനെയായിരിക്കും എന്ന്, ഇപ്പോഴവൾ വെറുതെ ഓർത്തുനോക്കി. അവൾ ചെയ്തിട്ടുള്ള എല്ലാ തെറ്റുകളും. അവളുടെ ശരീരത്തിലെ എല്ലാ പാടുകളും. അവൾക്ക് നേടാൻ കഴിയാതെ പോയ സ്വപ്നങ്ങളെല്ലാം. അവൾ അനുഭവിച്ചിട്ടുള്ള വേദനകളെല്ലാം. അവൾ ഉള്ളിലടക്കിയ കാമ-മോഹ-പ്രതീക്ഷകളെല്ലാം.

അതെല്ലാം അംഗീകരിച്ചാൽ എങ്ങനെയുണ്ടാവും എന്നവൾ ചിന്തിച്ചു നോക്കി. പ്രകൃതിയെ അവൾ അംഗീകരിക്കുന്നതു പോലെ. ഒരു ഹിമാനിയെയോ, ഒരു പഫിൻ പക്ഷിയെയോ, ഒരു തിമിംഗലത്തിന്റെ കുതിച്ചു ചാട്ടമോ അംഗീകരിക്കുന്നതുപോലെ. പ്രകൃതിയുടെ മറ്റൊരു മനോഹരമായ പ്രതിഭാസമായി തന്നെ കണ്ടാൽ എങ്ങനെയുണ്ടാവും എന്നവൾ ആലോചിച്ചു. തന്റെ ഏറ്റവും മികച്ച പ്രകടനത്തിനായി എപ്പോഴും ശ്രമിച്ചുകൊണ്ടിരിക്കുന്ന മറ്റൊരു ജീവാത്മാവ്.

അങ്ങനെയൊക്കെ ആലോചിച്ചുകൊണ്ടിരിക്കുമ്പോൾ, സ്വതന്ത്രയാവുക എന്നാൽ എങ്ങനെയുണ്ടാവും എന്നും അവൾ ആലോചിച്ചു നോക്കി.

ജീവിതവും, മരണവും, പിന്നെ ക്വാണ്ടം ബലതന്ത്രവും

ഹ്യൂഗോയുടെ കാര്യമെടുത്താൽ, അതൊരു ലൈബ്രറിയായിരുന്നില്ല.

"അതൊരു വീഡിയോ കട ആയിരുന്നു," കോഫി വച്ചിരുന്ന അത്ര പകിട്ടൊന്നുമില്ലാത്ത ചുവരലമാരയിൽ ചാരി നിന്നുകൊണ്ട് അയാൾ പറഞ്ഞു. "നഗരത്തിന്റെ പ്രാന്തപ്രദേശത്ത്, ഞാൻ വളർന്ന ലീയോൻ എന്ന സ്ഥലത്തുണ്ടായിരുന്ന, വീഡിയോ ലൂമിയെർ എന്ന കടയുടെ അതേ മട്ടിലുള്ള ഒന്നായിരുന്നു അത്. ലീയോനിൽ, ലൂമിയെർ സഹോദരങ്ങൾക്ക് താരപരിവേഷമായതിനാൽ, അവിടെയുള്ള ഒരുപാട് സംഭവങ്ങൾക്ക് അവരുടെ പേരാണിട്ടിരിക്കുന്നത്. അവർ സിനിമ കണ്ടുപിടിച്ചത് അവിടെയാണ്. എന്തായാലും, അതല്ല കാര്യം : കാര്യം എന്താണെന്ന് വെച്ചാൽ, ഞാൻ തിരഞ്ഞെടുക്കേണ്ടുന്ന ഓരോ ജീവിതവും ഓരോ വീഡിയോ കാസറ്റാണ് അവിടെ. തിരഞ്ഞെടുത്തയുടനെ, കടയിൽത്തന്നെ അത് ഇടാൻ പറ്റും. അത് തുടങ്ങുന്ന ആ നിമിഷം – ആ സിനിമ തുടങ്ങുന്ന ആ നിമിഷം – ആ നിമിഷത്തിലാണ് ഞാൻ അപ്രത്യക്ഷനാവുന്നത്."

നോറാ ഒന്നമർത്തിച്ചിരിച്ചു.

"ഇതിലിത്ര ചിരിക്കാൻ എന്താണുള്ളത്?" ഒരൽപ്പം വേദനയോടെ ഹ്യൂഗോ ചോദിച്ചു.

"ഇല്ല. ഒന്നുമില്ല. വീഡിയോ കട എന്നുകേട്ടപ്പോൾ ഒരു കൗതുകം തോന്നി."

"ഓ പിന്നേ, ഈ ലൈബ്രറി എന്നൊക്കെ പറയുന്നത് പിന്നെ ഭയങ്കര ബുദ്ധിയ്ക്ക് നിരക്കുന്ന കാര്യമാണല്ലോ?"

"ഒരിത്തിരിക്കൂടി ബുദ്ധിയ്ക്ക് നിരക്കുന്നതാണത്. എന്നു വെച്ചാൽ, ഒന്നുമില്ലെങ്കിലും, നമുക്ക് പുസ്തകങ്ങൾ ഉപയോഗിക്കാമല്ലോ. ഇന്നത്തെ കാലത്ത് ആരാണ് ഈ വീഡിയോ കാസറ്റൊക്കെ ഉപയോഗിക്കാറ്?"

"കൊള്ളാമല്ലോ. ഈ ജീവിതങ്ങൾക്കിടയിലെ പൊങ്ങച്ചം എന്നൊക്കെ ചിലതുണ്ടെന്ന് എനിക്കറിയില്ലായിരുന്നു. നിന്നെ കണ്ടതുകൊണ്ട് അതൊക്കെ പഠിക്കാൻ പറ്റി."

"ക്ഷമിക്കൂ ഹ്യൂഗോ. ശരി. ഞാൻ കുറച്ചുകൂടി സാമാന്യബുദ്ധിയ്ക്ക് നിരക്കുന്ന മറ്റൊരു കാര്യം ചോദിക്കട്ടെ. അവിടെ മറ്റാരെങ്കിലും ഉണ്ടായിരുന്നോ? ഈ ജീവിതങ്ങളൊക്കെ തിരഞ്ഞെടുക്കാൻ സഹായിക്കുന്ന ആരെങ്കിലും?"

അയാൾ തലകുലുക്കി. "ഉവ്വുവ്വ്. അത് എന്റെ അമ്മാവനായ ഫിലിപ്പെ ആയിരുന്നു. അദ്ദേഹം ഒരുപാട് വർഷങ്ങൾക്ക് മുൻപ് മരിച്ചുപോയ ഒരു

വ്യക്തിയായിരുന്നു. അദ്ദേഹമാകട്ടെ, ഒരു വീഡിയോ കടയിൽ ഒരിക്കലും ജോലി ചെയ്തിട്ടുമില്ല. അതിൽ ഒരൽപ്പം യുക്തിക്കുറവുണ്ടായിരുന്നു."

നോറാ ശ്രീമതി എൽമിനെക്കുറിച്ച് അയാളോടു പറഞ്ഞു.

"ഒരു സ്കൂൾ ലൈബ്രേറിയനോ? നല്ല തമാശ തന്നെ," ഹ്യൂഗോ കളിയാക്കി.

നോറാ അതവഗണിച്ചു. "അവരൊക്കെ പ്രേതങ്ങളാണെന്ന് നീ കരുതുന്നുണ്ടോ? ഈ കാവൽ നക്ഷത്രം, നയിക്കുന്ന ദീപം എന്നൊക്കെ പറയുന്നതുപോലെ?"

ഒരു ശാസ്ത്രസങ്കേതത്തിന്റെ ഒത്തനടുക്ക നിന്ന് ഇങ്ങനെയൊക്കെ സംസാരിക്കുന്നത് വല്ലാത്ത തമാശയായിത്തോന്നി.

"അവർ," ആകാശത്തുനിന്നും കൃത്യമായ വാക്കു തിരഞ്ഞെടുക്കുന്നതുപോലെ ഒരു അംഗവിക്ഷേപം ചെയ്തുകൊണ്ട് അയാൾ പറഞ്ഞു, "ഒരു ആവിഷ്കരണമാണ്."

"ആവിഷ്കരണമോ?"

"നമ്മളെപ്പോലെയുള്ള മറ്റു ചിലരെയും ഞാൻ കണ്ടിട്ടുണ്ട്," ഹ്യൂഗോ പറഞ്ഞു. "നോക്ക്, ഈ ഇടക്കാല-ജീവിതങ്ങളിലൂടെ ഞാൻ ഒഴുകിനടക്കാൻ തുടങ്ങിയിട്ട് കുറച്ചു നാളുകളായി. മറ്റു ചില ഒഴുക്കുകാരെയും ഞാൻ ഇതിനിടയിൽ കണ്ടിട്ടുണ്ട്. ഞാനവരെ അങ്ങനെയാണ് വിളിക്കാറ്. അവരെയല്ല; നമ്മളെ. നമ്മളൊക്കെ ഒഴുക്കുകാരാണ്. നമുക്കെല്ലാം ഒരു യഥാർത്ഥജീവിതമുണ്ട്. അതിൽ, ജീവിതത്തിനും മരണത്തിനുമിടയിൽ തൂങ്ങിയാടി, നമ്മൾ എവിടെയെങ്കിലും ബോധം കെട്ടു കിടക്കുന്നുണ്ടാവും. മാത്രവുമല്ല, ഓരോരുത്തർക്കും ഓരോന്നാണ് കിട്ടുന്നത്. ഒരു ലൈബ്രറി, ഒരു വിഡിയോ ലൈബ്രറി, ഒരു ആർട്ട് ഗാലറി, ഒരു കാസിനോ, ഒരു ഭക്ഷണശാല... ഇതിൽ നിന്നും നിനക്കെന്തു മനസ്സിലായി?"

നോറാ ചുമൽ കുലുക്കി. എന്നിട്ട്, അവിടത്തെ സെൻട്രൽ ഹീറ്റിങ്ങിന്റെ മുരൾച്ച ശ്രദ്ധിച്ചുകൊണ്ട് ആലോചിച്ചു. "ഇതൊക്കെ വെറും അസംബന്ധങ്ങളാണ് എന്നാണോ? ഇതൊന്നും യാഥാർത്ഥ്യമല്ല എന്നാണോ?"

"അല്ല. കാരണം, ഇതിന്റെ ഘടന എല്ലായ്പ്പോഴും ഒന്നു തന്നെയാണ്. ഉദാഹരണത്തിന് : എല്ലായ്പ്പോഴും സഹായത്തിന് ഒരാളുണ്ടാവും – ഒരു വഴികാട്ടി. ഒരേയൊരു വ്യക്തി മാത്രം. ആ വ്യക്തി എന്നു പറയുന്നതാകട്ടെ, അവിടെ എത്തുന്ന ഈ ആളിനെ ജീവിതത്തിലെ ഏതെങ്കിലും നിർണ്ണായകഘട്ടത്തിൽ സഹായിച്ച ഒരാളായിരിക്കുകയും ചെയ്യും. മാത്രവുമല്ല, അവർക്ക് വൈകാരികമായി എന്തെങ്കിലും അടുപ്പമുള്ള ഒരു സ്ഥലമായിരിക്കും, അതിന്റെ പശ്ചാത്തലമായി വരിക. യഥാർത്ഥ ജീവിതത്തെക്കുറിച്ചും, അതിൽനിന്നും വന്ന ശാഖകളെക്കുറിച്ചുമൊക്കെ പ്രതിപാദിക്കുന്നുണ്ടാവും."

തന്റെ അച്ഛൻ മരിച്ചപ്പോൾ ശ്രീമതി എൽമ് ആശ്വസിപ്പിച്ചിരുന്നതിനെക്കുറിച്ച് നോറാ ഓർത്തു. അവൾക്കൊപ്പം നിന്ന്, അവളെ സാന്ത്വനിപ്പിച്ചു. ജീവിതത്തിൽ മറ്റാരും അവളോട് അത്ര കരുണയോടെ പെരുമാറിയിരുന്നില്ല.

"മാത്രവുമല്ല, തിരഞ്ഞെടുക്കാൻ വേണ്ട സാധ്യതകളുടെ ഒരു അനന്ത ശേഖരവും അവിടെയെല്ലാമുണ്ട്," ഹ്യൂഗോ തുടർന്നു. "എണ്ണമില്ലാത്ത പുസ്തകങ്ങളോ, വിഡിയോ ടേപ്പുകളോ, വർണ്ണചിത്രങ്ങളോ, ഭക്ഷണമോ ഒക്കെ. ഇപ്പോൾ ഞാനൊരു ശാസ്ത്രജ്ഞനാണ്. ഞാൻ ഒരുപാട് ശാസ്ത്രസംബന്ധിയായ ജീവിതങ്ങളിലൂടെ കടന്നുപോയിട്ടുണ്ട്. എന്റെ യഥാർത്ഥ ജീവിതത്തിൽ, ഞാൻ ബയോളജിയിൽ ബിരുദമെടുത്തയാളാണ്. ജീവിതങ്ങളിലൊന്നിൽ, ഞാൻ നോബൽ സമ്മാനം നേടിയ ഒരു കെമിസ്റ്റാണ്. ജീവിതങ്ങളിലൊന്നിൽ ഞാൻ ഗ്രേറ്റ് ബാരിയർ റീഫ് സംരക്ഷിക്കാൻ ശ്രമിക്കുന്ന ഒരു മറൈൻ ബയോളജിസ്റ്റാണ്. പക്ഷെ എനിക്കേറ്റവും പ്രിയം എന്നും ഫിസിക്സിനോടായിരുന്നു. ആദ്യമൊക്കെ, എനിക്കെന്താണ് സംഭവിക്കുന്നതെന്ന് കണ്ടുപിടിക്കാൻ എനിക്കൊരു മാർഗ്ഗവുമില്ലായിരുന്നു. നമ്മളെപ്പോലെ ജീവിക്കുന്ന മറ്റൊരു സ്ത്രീയെ ഞാനൊരിക്കൽ കണ്ടുമുട്ടി. യഥാർത്ഥ ജീവിതത്തിൽ ക്വാണ്ടം ഫിസിസിസ്റ്റ് ആയിരുന്നു അവർ. മോണ്ട്പീലിയർ യൂണിവേഴ്സിറ്റിയിലെ പ്രൊഫസ്സർ ഡൊമിനിക് ബിസ്സേ. അവരാണ് ഇതിനെക്കുറിച്ച് വിശദമായി എനിക്ക് പറഞ്ഞു തന്നത്. ഒരുപാട് സമാന്തര ലോകങ്ങളുണ്ട് എന്നു പറയുന്ന ക്വാണ്ടം ഫിസിക്സിനെക്കുറിച്ച്. അതുപ്രകാരം, നമ്മൾ —"

കരുണാർദ്രമായ മുഖവും, തുടുത്ത ചർമ്മവും, ചെമ്പൻ താടിയുമുള്ള ഒരാൾ, കാപ്പിക്കപ്പ് കഴുകി വയ്ക്കാൻ അപ്പോൾ അടുക്കളയിലേയ്ക്ക് വന്നു. അയാളുടെ പേര് നോറായ്ക്കറിയില്ലായിരുന്നു. അയാൾ അവരെ നോക്കി പുഞ്ചിരിച്ചു.

"നാളെ കാണാം," എന്ന് മൃദുവായ അമേരിക്കൻ (അതോ, കനേഡിയനോ) ചായ്‌വുള്ള ഇംഗ്ലീഷിൽ അവരോടു പറഞ്ഞിട്ട്, ചെരുപ്പ് നിലത്തുരസി അയാൾ നടന്നുപോയി.

"ശരി," നോറാ പറഞ്ഞു.

"നാളെ കാണാം," ഹ്യൂഗോ അയാളോടു പറഞ്ഞു. എന്നിട്ട്, ശബ്ദം പരമാവധി താഴ്ത്തി, പറഞ്ഞുകൊണ്ടിരുന്നതിലേയ്ക്ക് മടങ്ങിവന്നു. "ഈ യൂണിവേഴ്സൽ വേവ് ഫങ്ക്ഷൻ എന്നു പറയുന്നത് സത്യമാണ് നോറാ. എന്നാണ് പ്രൊഫെസ്സർ ബിസ്സേ പറഞ്ഞത്."

"എന്തുവാ?"

ഹ്യൂഗോ ഒരു വിരലുയർത്തിപ്പിടിച്ചു. ഇത്തിരി അസ്വസ്ഥമായ, 'ഒന്നു-നിൽക്കൂ' എന്നു പറയുന്ന തരത്തിൽ ഉയർത്തിപ്പിടിച്ച വിരൽ. അതിനെ പിടിച്ച് ഞെരിക്കാനുള്ള ശക്തമായ ത്വരയെ നോറാ അടക്കിപ്പിടിച്ചു. "എർവിൻ ഷ്രോഡിഞ്ഞർ..."

"മറ്റേ, പൂച്ചയുടെ കക്ഷി"

"അതെ. പൂച്ചയുടെ ആ കക്ഷി തന്നെ. ക്വാണ്ടം ഫിസിക്സിൽ, എല്ലാ ഒന്നിടവിട്ടുള്ള സാധ്യതകളും ഒന്നിച്ചാണ് നടക്കുന്നത് എന്നാണ് അദ്ദേഹം പറയുന്നത്. അവയെല്ലാം ഒന്നിച്ച്. ഒരേയിടത്ത്. ക്വാണ്ടം സൂപ്പർപൊസിഷൻ. പെട്ടിയ്ക്കുള്ളിലെ പൂച്ച ഒരേസമയം ജീവിച്ചിരിക്കുന്നുണ്ട്, മരിച്ച

പോവുകയും ചെയ്തിട്ടുണ്ട്. പെട്ടി തുറന്നു നോക്കേണ്ടതുണ്ട്, അത് ജീവിച്ചിരിപ്പുണ്ടോ മരിച്ചുപോയോ എന്ന്. പക്ഷെ ഒരർത്ഥത്തിൽ, പെട്ടി തുറന്നതിനു ശേഷവും, അപ്പോഴും പൂച്ച ജീവിച്ചിരിക്കുന്നുമുണ്ട്, മരിച്ചുപോയിട്ടുമുണ്ട്. ഓരോ ലോകവും, മറ്റുള്ള ഓരോ ലോകങ്ങളിലും പടർന്നുകിടക്കുന്നു. ഒരു ചിത്രത്തിനുള്ളിൽത്തന്നെ കോടിക്കണക്കിനു മറ്റു ചിത്രങ്ങൾ ചെറിയ ചെറിയ മാറ്റങ്ങളോടെ പിണഞ്ഞുകിടക്കുന്ന ഒരു ട്രെയ്സിംഗ് കടലാസ്സ് പോലെ. ഇതൊക്കെ സൂചിപ്പിക്കുന്നത്, അനന്തമായ സമാന്തരലോകങ്ങൾ പരസ്പരം അകന്നുകിടപ്പുണ്ട് എന്നുതന്നെയാണ്. നമ്മുടെ ജീവിതത്തിലെ ഓരോ നിമിഷത്തിലും നമ്മൾ ഓരോ പുതിയ ലോകത്തിലേയ്ക്കാണ് കടക്കുന്നത്. നമ്മളെടുക്കുന്ന ഓരോ തീരുമാനങ്ങളും അതിനു വഴിതെളിയ്ക്കുന്നു. ഈ ലോകങ്ങളൊക്കെ ഒരേയിടത്ത്, നമ്മളിൽ നിന്നും വെറും മില്ലീമീറ്ററുകൾ അകലെമാത്രം സംഭവിച്ചാലും, അവയ്ക്കിടയിൽ ആശയവിനിമയമോ, സ്ഥാനാന്തരഗമനമോ ഉണ്ടാവുന്നില്ല എന്നാണ് കാലങ്ങളായി നമ്മൾ കരുതിപ്പോകുന്നത്."

"അപ്പൊ നമ്മളോ? നമ്മളിപ്പോൾ അതു തന്നെയല്ലേ ചെയ്യുന്നത്?"

"അതുതന്നെ. ഞാനിവിടെ ഉണ്ടെങ്കിലും, ഞാനിവിടെ ഇല്ല എന്നതും എനിക്കറിയാം. പാരിസിലെ ഒരാശുപത്രിയിൽ ധമനിയ്ക്ക് വീക്കം സംഭവിച്ചു കിടപ്പിലാണ് ഞാൻ. അരിസോണയിൽ ഇപ്പോൾ സ്കൈഡൈവിങ് ചെയ്യുന്നുണ്ട് ഞാൻ. തെക്കേ ഇന്ത്യയിലൂടെ സഞ്ചരിക്കുന്നുണ്ട് ഞാൻ. ലീയോനിലൂടെ വൈൻ കുടിച്ചും, കൊട് ദസ്യൂവിലൂടെ ഒരു വഞ്ചിയിൽ സഞ്ചരിച്ചും ഞാൻ ജീവിക്കുന്നുണ്ട്."

"ഇത് എനിക്കറിയാമായിരുന്നു."

"ശരിക്കും?"

അവൻ ഒരു സുന്ദരനാണെന്ന് അവൾ ഉറപ്പിച്ചു.

"ഈ ആർട്ടിക് തീരത്തെ സാഹസികതയെക്കാൾ, കാൻസിലെ ഏതെങ്കിലും ഒരിടവഴിയിലൂടെ വെറുതെ നടക്കുന്നതാണ് നിനക്ക് ചേരുന്നത് എന്ന് എനിക്ക് മുൻപേ തോന്നിയിട്ടുണ്ട്."

അവൻ, തന്റെ വലതു കൈപ്പത്തി, ഒരു നക്ഷത്രമൽസ്യത്തെപ്പോലെ വിരിച്ചു പിടിച്ചു. "അഞ്ചു ദിവസം! അഞ്ചു ദിവസമായി ഞാൻ ഈ ജീവിതത്തിൽ എത്തിയിട്ട്. ഇതാണ് ഇതുവരെയുള്ളതിൽ വച്ച് ഏറ്റവും നീണ്ട കാലയളവ്. ചിലപ്പോൾ, ഇതായിരിക്കും എനിക്കുള്ള ജീവിതം..."

"അടിപൊളി. നീ ഈ ജീവിതത്തിൽ തണുത്തു മരിക്കും."

"ആർക്കറിയാം? ചിലപ്പോൾ നീയും അങ്ങനെതന്നെയാവും... എനിക്ക് തോന്നുന്നത്, ആ കരടി കാരണം നീ തിരിച്ചു ലൈബ്രറിയിൽ എത്തിയില്ല എങ്കിൽ, പിന്നെ മറ്റൊന്നും അതിനു കാരണമാകില്ല എന്നാണ്." അവൻ കെറ്റിലിൽ വെള്ളം നിറയ്ക്കാൻ തുടങ്ങി. "ജീവിതത്തിനും മരണത്തിനുമിടയിലെ ഗ്രേ സോൺ, നിഗൂഢമായ ഒരിടമാണ് എന്നാണ് ശാസ്ത്രം പറയുന്നത്. നമ്മൾ അതും ഇതുമല്ലാത്ത ഒരു ഒറ്റബിന്ദുവുണ്ട്. അല്ലെങ്കിൽ, നമ്മൾ അതും ഇതുമായിരിക്കുന്ന ഒറ്റബിന്ദു. ജീവനോടെയും മരിച്ചും ഇരിക്കുന്ന

ഇടം. ആ ഒരു നിമിഷത്തിൽ, ഈ രണ്ടു സംഗതികൾക്കും നടുവിൽ, ചിലപ്പോൾ, ചിലപ്പോൾ മാത്രം നമ്മൾ സ്വയം ഷ്രോഡീഞ്ജറുടെ പൂച്ചയെപ്പോലെയാവുന്നു. ജീവിച്ചിരിക്കാനും, മരിച്ചിരിക്കാനുമുള്ള സാദ്ധ്യതകൾ മാത്രമല്ല, മറിച്ച്, യൂണിവേഴ്സൽ വേവ് ഫങ്ഷന് അനുസൃതമായി വരുന്ന, നിലനിൽക്കുന്ന, എല്ലാ പരമാണു തലത്തിലുമുള്ള സാധ്യതകളും അതിലുണ്ട്. ലണ്ട്യർബ്യിനിലെ ഒരു പൊതു അടുക്കളയിൽ, കൊച്ചുവെളുപ്പാൻകാലത്ത് ഒരു മണിയ്ക്ക് നമ്മൾ ഇങ്ങനെ നിന്ന് സംസാരിക്കും എന്ന സാധ്യതയും അതിൽ ഉൾപ്പെട്ടിരിക്കുന്നു..."

നോറാ അതെല്ലാം പതുക്കെ ഉൾക്കൊള്ളാൻ ശ്രമിക്കുകയായിരുന്നു. ജീവനില്ലാതെ അനക്കമറ്റ് വഴിയരികിലും, കട്ടിലിന്റെ അടിയിലും കിടന്ന വോൾട്സ്സിനെക്കുറിച്ച് അവളപ്പോൾ ഓർത്തു.

"പക്ഷെ ചിലപ്പോഴൊക്കെ പൂച്ച മരിച്ചുപോയെങ്കിൽ മരിച്ചുപോയതു തന്നെയാണ്."

"മനസ്സിലായില്ല. എന്താ പറഞ്ഞത്?"

"ഒന്നുമില്ല. വെറുതെ... എന്റെ പൂച്ച മരിച്ചു. ഞാൻ മറ്റൊരു ജീവിതം തിരഞ്ഞെടുത്തപ്പോൾ, അതിലും അവൻ മരിച്ചിരുന്നു."

"അത് കഷ്ടമായിപ്പോയി. എനിക്ക് ഒരു ലാബ്രഡോറിന്റെ കാര്യത്തിൽ ഇങ്ങനെ നടന്നിട്ടുണ്ടായിരുന്നു. പക്ഷെ സത്യം എന്താണെന്ന് വെച്ചാൽ, നമ്മളെപ്പോലെ മറ്റു പലരും ഉണ്ട് എന്നതാണ്. ഞാൻ ഒരുപാട് ജീവിതങ്ങൾ തിരഞ്ഞെടുത്തിട്ടുണ്ട്. അതിലൊക്കെ അവരിൽ ചിലരെ ഞാൻ കണ്ടുമുട്ടിയിട്ടുമുണ്ട്. ചിലപ്പോഴൊക്കെ, നമ്മളെപ്പോലുള്ള മറ്റുള്ളവരെ തിരിച്ചറിയാൻ, നമ്മളെക്കുറിച്ചുള്ള സത്യം തുറന്നുപറഞ്ഞാൽ മാത്രം മതിയാവും."

"ഇങ്ങനെയുള്ള മറ്റു പലരും ഉണ്ടാവും എന്ന് ആലോചിക്കുമ്പോൾ തന്നെ എന്തോപോലെ. എന്തായിരുന്നു നീ നമുക്കിട്ട പേര്...?"

"ഒഴുക്കുകാരോ?"

"അതെ. അത് തന്നെ."

"തീർച്ചയായും സാധ്യതയുള്ള ഒന്നാണ്. പക്ഷെ എനിക്ക് തോന്നുന്നത് നമ്മൾ വിരളമാണ് എന്നാണ്. മറ്റൊരു കാര്യം ഞാൻ ശ്രദ്ധിച്ചത് എന്താണെന്ന് വെച്ചാൽ, ഞാൻ കണ്ടു മുട്ടിയവരൊക്കെ – ഏകദേശം ഒരു ഡസനോളം പേരുണ്ടാവും – എല്ലാവരും ഏറെക്കുറെ നമ്മുടെ അതേ പ്രായത്തിലുള്ളവരായിരുന്നു. എല്ലാം മുപ്പതുകളിലോ, നാൽപ്പതുകളിലോ, അൻപതുകളിലോ ഉള്ളവർ. ഒരാളാണെങ്കിൽ സത്യത്തിൽ ഇരുപത്തിയൊൻപതേ ഉണ്ടായിരുന്നുള്ളൂ. എന്തെങ്കിലുമൊന്ന് മാറി പ്രവർത്തിക്കാൻ കഴിഞ്ഞിരുന്നെങ്കിൽ എന്ന് ഉൽക്കടമായി ആഗ്രഹിച്ചിരുന്നവരായിരുന്നു എല്ലാവരും. എല്ലാവർക്കും കുറ്റബോധങ്ങൾ ഉണ്ടായിരുന്നു. മരിക്കുന്നതാണ് നല്ലതെന്നു കരുതിയിരുന്ന അവരിൽ പലർക്കും, അതേസമയം തന്നെ, മറ്റൊരു പുതിയ പതിപ്പായി ജീവിക്കണമെന്ന ആഗ്രഹവും ഉണ്ടായിരുന്നു."

"ഷ്രോഡിഞ്ഞറുടെ ജീവിതം പോലെ. നമ്മുടെ മനസ്സിനുള്ളിൽത്തന്നെ മരിച്ചും ജീവിച്ചും നിലനിൽക്കുന്നു."

"അതു തന്നെ! മാത്രവുമല്ല, ഈ കുറ്റബോധങ്ങളൊക്കെ നമ്മുടെ തലച്ചോറിനോട് ചെയ്തതൊക്കെ – അതൊക്കെ എന്തു തന്നെയാണെങ്കിലും – അതിപ്പോ എങ്ങനെയാ പറയുക? – അതിനുള്ളിൽ നടന്ന ന്യൂറോകെമിക്കൽ സംഭവവികാസങ്ങളും, ജീവിതമാണോ മരണമാണോ വേണ്ടത് എന്ന കുഴപ്പിക്കുന്ന ആഗ്രഹവും എല്ലാം കൂടി ചേർന്നപ്പോൾ നമ്മൾ എങ്ങനെയൊക്കെയോ ഈ *ഇടക്കാല* ജീവിതത്തിൽ എത്തിപ്പെടാൻ കാരണമായി എന്നുതന്നെ പറയാം."

കെറ്റിലിന്റെ ബഹളം കൂടിക്കൂടി വന്നു. അതിലെ വെള്ളം, നോറായുടെ ചിന്തകൾ പോലെതന്നെ, തിളച്ചുമറിയാൻ തുടങ്ങി.

"അതെന്തുകൊണ്ടായിരിക്കും നമ്മൾ ഒരാളെ മാത്രം കാണുന്നത്? ആ സ്ഥലത്ത്. ലൈബ്രറിയിൽ. അല്ലെങ്കിൽ അതുപോലുള്ള ഒരിടത്ത്."

ഹ്യൂഗോ ചുമൽ ഉയർത്തി. "ഞാനൊരു വിശ്വാസിയായിരുന്നു എങ്കിൽ, അത് ദൈവത്തിന്റെ ഒരു കളിയാണ് എന്ന് പറയാമായിരുന്നു. ദൈവം എന്നു പറയുന്നത്, നമുക്ക് കാണാനോ, മനസ്സിലാക്കാനോ പറ്റാത്ത ഒന്നായതുകൊണ്ട്, അവൻ – അതോ അവളോ – ദൈവത്തിന്റെ സർവ്വനാമം എങ്ങനെയായാലും ശരി – നമ്മുടെ ജീവിതത്തിലുണ്ടായിരുന്ന നല്ലൊരു വ്യക്തിയുടെ ചിത്രമായിരിക്കും ആ ദൈവത്തിന് ഉണ്ടായിരിക്കുക. ഇനി, ഞാൻ മതവിശ്വാസി അല്ല എന്ന് കരുതുക – ഞാൻ ശരിക്കും വിശ്വാസി അല്ല – ഒരു ഓപ്പൺ ക്വാണ്ടം വേവ് ഫങ്ഷന്റെ സങ്കീർണ്ണതകൾ കൈകാര്യം ചെയ്യാനുള്ള കഴിവ് മനുഷ്യന്റെ തലച്ചോറിനില്ലാ എന്നും, അതുകൊണ്ടുതന്നെ, ആ സങ്കീർണ്ണതയെ, അതിനു മനസ്സിലാക്കാൻ പാകത്തിന് തർജ്ജിമ ചെയ്ത് അടുക്കി വയ്ക്കുന്നു എന്നും ഞാൻ കരുതും. ലൈബ്രറിയിലെ ഒരു ലൈബ്രേറിയൻ. ഒരു വീഡിയോ സ്റ്റോറിലെ സഹൃദയനായ ഒരു അങ്കിൾ. അങ്ങനങ്ങനെ."

മൾട്ടിവേഴ്സുകളെക്കുറിച്ച് നോറാ വായിച്ചിട്ടുണ്ടായിരുന്നു. ഗെസ്റ്റാൾട്ട് സൈക്കോളജിയെക്കുറിച്ച് ചെറിയൊരു ധാരണ അവൾക്കുണ്ടായിരുന്നു. ഈ ഭൂമിയിലെ സങ്കീർണ്ണമായ വസ്തുതകളെ എങ്ങനെയാണ് മനുഷ്യന്റെ തലച്ചോർ ലളിതമാക്കുന്നത് എന്നതിനെക്കുറിച്ചും അവൾക്കറിയാമായിരുന്നു. ഉദാഹരണത്തിന്, കെട്ടുപിണഞ്ഞു കൂടിക്കിടക്കുന്ന ചില്ലകളെയും, ഇലകളെയും, കൊമ്പുകളെയും നോക്കി നമ്മൾ 'മരം' എന്നു വിളിക്കുന്നു. മനുഷ്യനാവുക എന്നാൽ, ലോകത്തെ മുഴുവൻ ഇത്തരത്തിൽ ചെറുതാക്കി, ലളിതമാക്കി, മനസ്സിലാകുന്ന തലത്തിലേയ്ക്ക് മാറ്റുക എന്നതാണ്.

മനുഷ്യർ കാണുന്നതെല്ലാം ലളിതമാക്കിയവയാണ് എന്ന് അവൾക്കറിയാമായിരുന്നു. ഒരു മനുഷ്യൻ ലോകത്തെ കാണുന്നത് ത്രിമാന തലത്തിലാണ്. അത് ഒരു ലളിതമാക്കലാണ്. അടിസ്ഥാനപരമായി പരിമിതികളുള്ള, എല്ലാത്തിനെയും സാമാന്യവൽക്കരിക്കുന്ന, യാന്ത്രികമായി ജീവിക്കുന്ന ജീവികളാണ് മനുഷ്യർ. അവർ തെരുവുകളുടെ വളവുകൾ

മനസ്സിൽ നീട്ടി നിവർത്തിയെടുക്കുന്നു. അതുകൊണ്ടാവണം, മിക്കപ്പോഴും അവർക്ക് വഴി തെറ്റുന്നതും.

"ഒരു ക്ലോക്കിന്റെ സെക്കൻഡ് സൂചിയുടെ ചലനം നമ്മൾ മനുഷ്യർ ഒരിക്കലും ശ്രദ്ധിക്കാത്തതു പോലെ," നോറാ പറഞ്ഞു.

"എന്താ?"

ഹ്യൂഗോയുടെ കൈയിൽ കിടന്നത് ഒരു അനലോഗ് വാച്ചായിരുന്നു എന്ന് നോറാ ശ്രദ്ധിച്ചു. "ശ്രമിച്ചു നോക്കൂ. അതിന് കഴിയില്ല. മനസ്സിന് കൈകാര്യം ചെയ്യാൻ കഴിയാത്തതൊന്നും അത് കാണില്ല."

സ്വന്തം വാച്ചിനെ അൽപ്പനേരം നിരീക്ഷിച്ച ഹ്യൂഗോ, അതേയെന്ന മട്ടിൽ തലയാട്ടി.

"അങ്ങനെ നോക്കുമ്പോൾ," നോറാ പറഞ്ഞു, "ഈ ലോകങ്ങൾക്കിടയിൽ കിടക്കുന്നത് ഒരു ലൈബ്രറിയാകണം എന്നില്ല. എനിക്ക് മനസ്സിലാക്കാനുള്ള എളുപ്പത്തിന് അങ്ങനെ തോന്നുന്നു എന്നേ ഉണ്ടാവുള്ളൂ. അത് എന്റെ അനുമാനമായിരിക്കണം. സത്യത്തിന്റെ ലളിതമായ ഒരു വശമാണ് ഞാൻ കാണുന്നത്. ഭാവനയിലെ ഒരു രൂപകം മാത്രമാണ് ലൈബ്രേറിയൻ. ഇതെല്ലാം അങ്ങനത്തെ ഒന്നാണ്."

"ഇതൊരു വല്ലാത്ത ഹരമാണെന്ന് തോന്നുന്നില്ലേ?" ഹ്യൂഗോ പറഞ്ഞു.

നോറാ ദീർഘമായി ഒന്നു നിശ്വസിച്ചു. "തൊട്ടു മുൻപത്തെ ജീവിതത്തിൽ, ഞാൻ മരിച്ചുപോയ എന്റെ അച്ഛനോട് സംസാരിച്ചു."

ഹ്യൂഗോ കാപ്പിപ്പൊടി ഇട്ടിരുന്ന ഒരു കുപ്പി തുറന്ന് അതിൽ നിന്നും ഒരു കരണ്ടിയിൽ പൊടി എടുത്ത് രണ്ടു കപ്പുകളിലേയ്ക്കിട്ടു.

"പിന്നെ, ഞാൻ കാപ്പി കുടിച്ചിരുന്നില്ലത്രേ. പകരം, പെപ്പർമിന്റ് ചായ ആയിരുന്നുവത്രെ."

"ശ്ശോ കഷ്ടം തന്നെ."

"അത് സഹനീയമായിരുന്നു."

"മറ്റൊരു വിചിത്രമായ കാര്യമുണ്ട്," ഹ്യൂഗോ പറഞ്ഞു. "ഈ സംഭാഷണത്തിനിടയ്ക്ക് എപ്പോൾ വേണമെങ്കിലും, നീയോ ഞാനോ അപ്രത്യക്ഷമായേക്കാം."

"അങ്ങനെയൊന്ന് നിന്റെ കണ്മുന്നിൽ നടന്നിട്ടുണ്ടോ?" ഹ്യൂഗോ നീട്ടിയ കപ്പ് വാങ്ങിക്കൊണ്ട് നോറാ ചോദിച്ചു.

"ഉവ്വ്. കുറച്ചു പ്രാവശ്യം നടന്നിട്ടുണ്ട്. കിളി പോവും. പക്ഷെ മറ്റാരും അത് അറിയുക പോലുമില്ല. അവരുടെ അവസാനത്തെ ദിവസത്തെക്കുറിച്ച് അത്ര തെളിച്ചമുള്ള ഓർമ്മയൊന്നും അവർക്കുണ്ടാവില്ല. അത് നമ്മളെ അമ്പരപ്പിക്കും. ഇപ്പോൾ ഇവിടെ നിന്നും നീ ഒരു നിമിഷം ആ പുസ്തകപ്പുരയിലേയ്ക്ക് പോവുകയും, ഞാൻ ഇവിടെ ഈ അടുക്കളയിൽത്തന്നെ നിന്ന് സംസാരിച്ചുകൊണ്ടിരിക്കുകയുമാണ് എന്ന് കരുതുക; "ഞാൻ പെട്ടെന്ന് മറ്റെന്തോ ഓർത്തു – നമ്മളെന്താ പറഞ്ഞുവന്നത്?" എന്നായിരിക്കും നീ ചോദിക്കുക. എന്താ സംഭവിച്ചത് എന്ന് എനിക്ക് പിടികിട്ടും. ഞാനപ്പോൾ പറയും, നമ്മൾ ഹിമാനികളെക്കുറിച്ചാണ് സംസാരിച്ചുകൊണ്ടിരുന്നത്

എന്ന്. നീയിപ്പോൾ, അതിനെക്കുറിച്ച് ഒരു ലോഡ് അറിവുകൾ പങ്കുവയ്ക്കാൻ തുടങ്ങും. ഓർമ്മകളിൽ വിട്ടുപോയ ഭാഗങ്ങളെ തലച്ചോർ ഉചിതമായ എന്തെങ്കിലുമൊക്കെക്കൊണ്ടു നികത്തും. അങ്ങനെ, എന്താണ് ഇപ്പോൾ നടന്നത് എന്നതിനെക്കുറിച്ച് ഒരു വിവരണം ഉണ്ടാക്കിയെടുക്കും."

"ശരി. അപ്പോൾ ധ്രുവക്കരടിയുടെ കാര്യമോ? നമ്മൾ കഴിച്ച ഭക്ഷണത്തിന്റെ കാര്യമോ? എനിക്ക് – ഇവിടെയുള്ള ഈ എനിക്ക് – ഞാൻ എന്താണ് കഴിച്ചത് എന്ന് ഓർമ്മയുണ്ടാവുമോ?"

"സാധ്യതയില്ല. പക്ഷെ അങ്ങനെ നടക്കുന്നത് ഞാൻ കണ്ടിട്ടുണ്ട്. തലച്ചോറിന് എന്തൊക്കെയാണ് ആലോചിച്ചുണ്ടാക്കാൻ പറ്റുക എന്നത് ഒരു വലിയ അതിശയമാണ്. ഒപ്പം, എന്തൊക്കെ മറന്നാലാണ് അതിന് കുഴപ്പമില്ലാത്തത് എന്നും."

"അപ്പൊ, ഞാൻ എങ്ങനെയുള്ള ആളായിരുന്നു? ഇന്നലത്തെ കാര്യമാണ് ഞാൻ ഉദ്ദേശിച്ചത്."

അവൻ അവളുടെ കണ്ണുകളിൽ മിഴിയൂന്നി. ഭംഗിയുള്ള കണ്ണുകളായിരുന്നു അവ. ഒരു നിമിഷം, ഭൂമിയുടെ ഭ്രമണപഥത്തിൽ കൃത്യമായി വീണ ഒരു ഉപഗ്രഹത്തെപ്പോലെ, അവൾ അവനിൽ ആകൃഷ്ടയായി.

"അതിവിശിഷ്ടം, വശ്യം, ബുദ്ധിവൈഭവം, സുന്ദരം. ഏകദേശം ഇപ്പോഴത്തെപ്പോലെ തന്നെ."

അവളതിനെ ചിരിച്ചുതള്ളി. "നീ ഒരുമാതിരി തനി ഫ്രഞ്ചുകാരനെപ്പോലെ സംസാരിക്കാതെ."

പെട്ടെന്ന് അവിടെ ഒരു മൗനം നിറഞ്ഞു.

"നിനക്ക് ഇതുവരെ എത്ര ജീവിതങ്ങളുണ്ടായിരുന്നു? എത്രയെണ്ണം നിനക്ക് അനുഭവിക്കാൻ പറ്റി?" മൗനം മുറിച്ചുകൊണ്ട് അവൾ ചോദിച്ചു.

"ഒരുപാടുണ്ടായിരുന്നു. മൂന്നൂറിനടുത്ത്."

"മൂന്നൂറോ?"

"ഞാൻ പലതുമായിട്ടുണ്ട്. ഭൂമിയിലെ എല്ലാ ഭൂഖണ്ഡത്തിലും ജീവിച്ചിട്ടുണ്ട്. എന്നിട്ടും, എനിക്ക് വേണ്ടുന്ന ഒരു ജീവിതം ഞാനിതുവരെ കണ്ടെത്തിയില്ല. ഞാൻ ഇങ്ങനെയുള്ള ഈ ജീവിതത്തിന് കീഴടങ്ങാൻ പോവുകയാണ്. എന്നെന്നും വേണം എന്ന് എനിക്ക് തോന്നുന്ന ഒരു ജീവിതം ഉണ്ടാവുമെന്ന് തോന്നുന്നില്ല. കൗതുകം കൂടുതലായതുകൊണ്ട്, മറ്റൊരു ജീവിതത്തിൽ പോയാൽ എങ്ങനെയുണ്ടാവും എന്ന് ചിന്തിച്ചുകൊണ്ടേയിരിക്കും. നീ മുഖം ചുളിക്കേണ്ട കാര്യമൊന്നുമില്ല. അത്ര സങ്കടമുള്ള കാര്യമൊന്നുമല്ല. ഞാനീ അസന്ദിഗ്ധാവസ്ഥയിലൂടെ സന്തോഷമായാണ് പൊയ്ക്കൊണ്ടിരിക്കുന്നത്."

"പക്ഷെ ഒരുദിവസം ആ വീഡിയോ സ്റ്റോർ ഇല്ലെങ്കിലോ?" കമ്പ്യൂട്ടറിൽ വിഭ്രാന്തിയോടെ എന്തോ നോക്കുന്ന ശ്രീമതി എൽമിനെയും, അവർക്ക് മുകളിൽ മിന്നിയണഞ്ഞുകൊണ്ടിരുന്ന വെളിച്ചത്തെയും നോറാ ഓർത്തു. "ചിലപ്പോൾ ഒരുദിവസം നീയങ്ങു മാഞ്ഞുപോയാലോ? നിനക്ക്

പൊരുത്തപ്പെട്ടു ജീവിക്കാൻ പറ്റുന്ന ഒരു ജീവിതം കണ്ടുപിടിക്കാൻ പറ്റുന്നതിനു മുൻപ്?"

അയാൾ ചുമൽ കുലുക്കി. "അപ്പോൾ ഞാൻ മരിച്ചുപോകും. അതിനർത്ഥം ഞാൻ എന്തായാലും മരിച്ചിട്ടുണ്ടാവും എന്നാണ്. ആദ്യത്തെ ജീവിതത്തിൽ. എനിക്കീ ഒഴുക്കനായിട്ട് ജീവിക്കുന്നത് എന്തുകൊണ്ടോ ഇഷ്ടമാണ്. അപൂർണ്ണത എനിക്കിഷ്ടമാണ്. മരണത്തിനെ തിരഞ്ഞെടുക്കാൻ പറ്റുന്ന ഒന്നായി ഇങ്ങനെ കൂടെക്കൊണ്ടു നടക്കുന്നത് എനിക്കിഷ്ടപ്പെടുന്നുണ്ട്. ഒരിടത്തും നിലയുറപ്പിക്കാതെയുള്ള ഈ ജീവിതം എനിക്കിഷ്ടപ്പെടുന്നുണ്ട്."

"എന്റെ അവസ്ഥ വ്യത്യസ്തമാണെന്നാണ് തോന്നുന്നു. എന്റെ മരണം ഉടനെ ഉണ്ടാവുമെന്നാണ് എനിക്ക് തോന്നുന്നത്. ജീവിക്കാൻ പറ്റിയ ഒരു ജീവിതം പെട്ടെന്നു തന്നെ കണ്ടുപിടിച്ചില്ലെങ്കിൽ, എന്റെ കഥ പെട്ടെന്നു തന്നെ കഴിയും എന്നു തോന്നുന്നു."

കഴിഞ്ഞ തവണ ഉണ്ടായ പ്രശ്നത്തെക്കുറിച്ചും, തിരികെ അവളെ സ്ഥലം മാറ്റിയതിനെക്കുറിച്ചും അവൾ വിശദീകരിച്ചു.

"അയ്യോ, അത് കഷ്ടമായിപ്പോയല്ലോ. പക്ഷെ അങ്ങനെയാവണം എന്നില്ല. ഇവിടെ അനന്തസാധ്യതകളുണ്ട് എന്ന് നിനക്കറിയാമല്ലോ അല്ലെ? ഈ മൾട്ടിവേഴ്സുകൾ എന്നു പറയുന്നത് ഏതെങ്കിലും കുറച്ച് പ്രപഞ്ചങ്ങളെപ്പറ്റിയുള്ളതൊന്നുമല്ല. ഒരു കൂട്ടം പ്രപഞ്ചങ്ങളെക്കുറിച്ചോ, കുറെ പ്രപഞ്ചങ്ങളെക്കുറിച്ചോ, ഒരു മില്യൺ, ബില്യൺ, ട്രില്യൺ പ്രപഞ്ചങ്ങളെക്കുറിച്ചോ അല്ല. അത് അനന്തമായ പ്രപഞ്ചങ്ങളെക്കുറിച്ചാണ്. നീയും അതിൽ ഉൾപ്പെട്ടിരിക്കുന്നു. നിനക്ക് തീരെ പരിചയമില്ലാത്ത ഒരു ലോകത്ത് നീ എത്തിപ്പെട്ടാൽ പോലും, നിനക്ക് നീയായിത്തന്നെ ഇരിക്കാൻ സാധിക്കും. നിന്നെ പരിമിതപ്പെടുത്തുന്നത് നിന്റെ സങ്കൽപ്പശക്തി മാത്രമാണ്. തിരുത്തണം എന്ന് നീ കരുതുന്ന കുറ്റബോധങ്ങളെ കഴിയുന്നത്ര ക്രിയാത്മകമാക്കി മാറ്റാൻ നിനക്ക് സാധിക്കും. കൗമാരകാലത്ത് ചെയ്യണം എന്നാഗ്രഹിച്ചു നടന്നിട്ട് നടക്കാതെ പോയ ഒരു കാര്യത്തിനെക്കുറിച്ചുള്ള കുറ്റബോധം ഞാൻ ഈയിടെ തിരുത്തി – എയ്റോസ്പെയ്സ് എൻജിനീയറിങ് ചെയ്ത് ഒരു ബഹിരാകാശയാത്രികൻ ആകണം എന്ന മോഹം. അങ്ങനെ, ഒരു ജീവിതത്തിൽ, ഞാനൊരു ബഹിരാകാശയാത്രികനായി. ഞാൻ ബഹിരാകാശത്ത് പോയിട്ടേയില്ല. പക്ഷെ കുറച്ചു നാളത്തേയ്ക്ക്, അവിടെപ്പോയ ഒരാളായി മാറി ഞാൻ. ഇതൊരു അവസരമാണ് എന്ന് നീ ഓർക്കണം. അസുലഭമായ ഒരവസരം. നമ്മൾ ചെയ്തുപോയ ഏത് തെറ്റും തിരുത്താനും, നമുക്കിഷ്ടമുള്ള ഏത് ജീവിതം ജീവിക്കാനും കിട്ടുന്ന ഒരവസരം. ഏതു ജീവിതം വേണമെങ്കിലും കിട്ടും. വലിയ സ്വപ്നങ്ങൾ കാണൂ... നീ ആഗ്രഹിക്കുന്നതെന്തും നിനക്കായിത്തീരാൻ കഴിയും. കാരണം, ഏതെങ്കിലുമൊരു കീവിതത്തിൽ നീ അതായിരിക്കും എന്ന് തീർച്ചയാണ്."

അവൾ ആ കാപ്പി മൊത്തിക്കുടിച്ചു. "മനസ്സിലായി."

"പക്ഷെ ജീവിതത്തിന്റെ അർത്ഥം തിരഞ്ഞു നടന്നാൽ, നിനക്കൊരിക്കലും ജീവിക്കാനാവില്ല," ഒരു ജ്ഞാനിയെപ്പോലെ അയാൾ പറഞ്ഞു.

"അത് ക്യാമൂ പറഞ്ഞതല്ലേ?"

"കണ്ടുപിടിച്ചല്ലോ നീ."

അവൻ അവളെത്തന്നെ ഉറ്റുനോക്കിക്കൊണ്ടു നിന്നു. അവന്റെ ആ നോട്ടത്തിലെ തീക്ഷ്ണത അവളെയപ്പോൾ അത്ര അലട്ടിയിരുന്നില്ല. മറിച്ച്, സ്വന്തം കണ്ണിൽ മിന്നിത്തുടങ്ങുന്ന തീക്ഷ്ണതയെക്കുറിച്ച് അവൾ ബോധവതിയാകാൻ തുടങ്ങി. "ഞാനൊരു തത്വശാസ്ത്ര വിദ്യാർത്ഥിനിയായിരുന്നു," അവന്റെ നോട്ടത്തെ അവഗണിച്ച്, സ്വരത്തിൽ ഏറ്റക്കുറച്ചിലുകളുണ്ടാവാതെ ശ്രദ്ധിച്ചുകൊണ്ട് അവൾ പറഞ്ഞു.

അവനപ്പോൾ അവളുടെ തൊട്ടടുത്തു നിൽക്കുകയായിരുന്നു. ഹ്യൂഗോയിൽ ഒരേസമയം അസ്വസ്ഥതപ്പെടുത്തുന്നതും, ആകർഷിക്കുന്നതുമായ എന്തോ ഒന്നുണ്ടായിരുന്നു. അവനിൽ നിന്നും ശൃംഗാരരസമുള്ള എന്തോ ഒന്ന് പ്രസരിക്കുന്നുണ്ടായിരുന്നു. സാഹചര്യം അനുസരിച്ച് ഒന്നുകിൽ ഒന്നടിയ്ക്കാനോ, അല്ലെങ്കിലൊന്ന് ഉമ്മ വയ്ക്കാനോ തോന്നുന്ന വിധത്തിലായിരുന്നു അപ്പോൾ അവന്റെ മുഖം.

"ഏതോ ഒരു ജീവിതത്തിൽ നമുക്ക് പരസ്പരം വർഷങ്ങളുടെ പരിചയമുണ്ടായിരുന്നു. നമ്മൾ വിവാഹം കഴിച്ചിട്ടുണ്ടായിരുന്നു..." അവൻ പറഞ്ഞു.

"മിക്കവാറും ജീവിതങ്ങളിലൊന്നും എനിക്ക് നിന്നെ അറിയുകപോലുമില്ലായിരുന്നു," അവൾ തിരിച്ചടിച്ചു. ഇത്തവണ അവൾ അവന്റെ കണ്ണുകളിലേയ്ക്ക് തന്നെ നോക്കി.

"അത് കഷ്ടമായിപ്പോയല്ലോ."

"എനിക്കങ്ങനെ തോന്നുന്നില്ല."

"ശരിക്കും?"

"ശരിക്കും," അവൾ പുഞ്ചിരിച്ചു.

"നമ്മൾ വളരെയധികം പ്രത്യേകതയുള്ളവരാണ് നോറാ. നമ്മൾ തിരഞ്ഞെടുക്കപ്പെട്ടവരാണ്. മറ്റാർക്കും നമ്മളെ മനസ്സിലാവില്ല."

"ആർക്കും ആരെയും മനസ്സിലാവില്ല. നമ്മൾ തിരഞ്ഞെടുക്കപ്പെട്ടവരൊന്നുമല്ല."

"ഞാൻ ഇപ്പോഴും ഈ ജീവിതത്തിൽ തുടരുന്നതിനുള്ള ഒരേയൊരു കാരണം നീയാണ്..."

അവൾ പെട്ടെന്ന് മുന്നോട്ടാഞ്ഞ് അവനെ ചുംബിച്ചു.

എനിക്കെന്തെങ്കിലും സംഭവിക്കുന്നെങ്കിൽ, ഞാനവിടെ ഉണ്ടാകണം

ആ മുത്തവും, തനിക്കിത്രയൊക്കെ പുരോഗമന ചിന്താഗതിക്കാരിയാകാൻ കഴിയും എന്ന ചിന്തയും – രണ്ടും ഹൃദ്യമായ അനുഭവങ്ങളാണെന്ന് അവൾക്ക് തോന്നി. നടക്കാൻ സാധ്യതയുള്ള എല്ലാംതന്നെ, എവിടെയൊക്കെയോ, ഏതൊക്കെയോ ജീവിതങ്ങളിൽ തനിക്കു സംഭവിച്ചിട്ടുണ്ടാകും എന്ന ബോധം, തീരുമാനങ്ങളെടുക്കുന്നതിലുള്ള കുറ്റബോധത്തിൽ നിന്നും അവളെ വിമുക്തയാക്കി. യൂണിവേഴ്സൽ വേവ് ഫങ്ഷന്റെ ഒരു പരമാർത്ഥം മാത്രമാണത്. സംഭവിക്കുന്നതെല്ലാം തന്നെ, ക്വാണ്ടം ഫിസിക്സ് കാരണമാണ് എന്നവൾ ന്യായീകരണം കണ്ടെത്തി.

"ഞാൻ മുറിയിൽ തനിച്ചാണ്," അയാൾ പറഞ്ഞു.

ഒരു ധ്രുവക്കരടിയെ താൻ സധൈര്യം നേരിട്ടു എന്ന വസ്തുത, അവൾക്ക് മുൻപില്ലാത്ത ഒരു ധൈര്യം നൽകി. അവൾ നിർഭയം അയാളുടെ കണ്ണുകളിലേയ്ക്ക് നോക്കി. "ആ ശീലം അങ്ങ് മാറ്റിയാലോ, ഹ്യൂഗോ?"

പക്ഷെ ലൈംഗികബന്ധം അവൾക്ക് നിരാശയാണ് നൽകിയത്. ബന്ധപ്പെടുന്നതിനിടയിൽ, ക്യാമൂ പറഞ്ഞ ഒരു വാചകമാണ് അവൾക്ക് ഓർമ്മ വന്നത്.

എനിക്ക് താല്പര്യമുള്ളത് എന്തൊക്കെയാണ് എന്ന്, ഒരുപക്ഷെ എനിക്ക് അത്ര തിട്ടമില്ലായിരിക്കാം; എന്നാൽ, എന്തൊക്കെയാണ് എനിക്ക് താല്പര്യമില്ലാത്തത് എന്നതിനെക്കുറിച്ച് എനിക്ക് നല്ല തിട്ടമുണ്ട്.

അവൾ അസ്തിത്വപരമായ തത്വശാസ്ത്രത്തെക്കുറിച്ചു ചിന്തിക്കുന്നു എന്നതോ, അല്ലെങ്കിൽ, അവളുടെ മനസ്സിൽ കൃത്യമായി ആ വാചകം തന്നെ വന്നു എന്നുള്ളതോ ഒക്കെ, അവരുടെ ആ രാത്രി സമാഗമത്തെക്കുറിച്ച് അത്ര നല്ല സൂചനയായിരുന്നില്ല നൽകിയത്. പക്ഷെ, 'എനിക്കെന്തെങ്കിലും സംഭവിക്കാൻ പോകുകയാണ് എങ്കിൽ, ഞാൻ അവിടെ ഉണ്ടാകണം', എന്നുകൂടി ക്യാമൂ പറഞ്ഞിട്ടില്ലേ?

ഹ്യൂഗോ ഒരൽപ്പം വ്യത്യസ്തനായ ഒരു മനുഷ്യനാണ് എന്ന് അവൾ അനുമാനിച്ചു. അത്ര അടുത്തിടപഴകുകയും, ആഴത്തിലുള്ള സംഭാഷണങ്ങളിൽ മുഴുകുകയും ചെയ്തു ഒരു മനുഷ്യൻ എന്ന നിലയ്ക്ക് നോക്കുകയാ

ണെങ്കിൽ, അവർ ശാരീരികമായി അടുക്കാൻ തുടങ്ങിയ ആ നിമിഷം മുതൽ അയാളിൽ എന്തോ ഒരു നിസ്സംഗത അവൾ ശ്രദ്ധിച്ചു. ഒരുപക്ഷെ, അയാൾ കടന്നുപോയിട്ടുള്ളത്രയും ജീവിതങ്ങൾ കടന്നാൽ, നമുക്ക് അടുത്തിടപഴകാൻ കഴിയുന്ന ഒരേയൊരാൾ നമ്മൾ മാത്രമായിരിക്കും. അവൾ എന്ന വ്യക്തി, അവിടെ ഇല്ല എന്നുപോലും അവൾക്ക് തോന്നി.

ഏതാനും നിമിഷങ്ങൾക്കുള്ളിൽ, അത് സത്യമായിത്തീർന്നു.

ദൈവവും, മറ്റ് ലൈബ്രേറിയന്മാരും

"നിങ്ങളാരാ?"

"നിനക്കെന്റെ പേര് അറിയാം. ഞാൻ ശ്രീമതി എൽമ്. ലൂയീ ഇസബെൽ എൽമ്."

"നിങ്ങൾ ദൈവമാണോ?"

"ഞാൻ എന്താണോ, അതാണ് ഞാൻ," അവർ പുഞ്ചിരിച്ചു.

"ഏതാണത്?"

"ലൈബ്രേറിയൻ."

"പക്ഷെ നിങ്ങൾ ശരിക്കുമുള്ള ഒരു വ്യക്തിയൊന്നുമല്ലല്ലോ. നിങ്ങൾ ഒരു... ഒരു *പ്രക്രിയയാണ്*."

"നമ്മൾ എല്ലാവരും അങ്ങനെതന്നെയല്ലേ?"

"അങ്ങനെയല്ല. എന്റെ മനസ്സും മൾട്ടിവേഴ്സുമായുള്ള എന്തോ വിചിത്രമായ ആശയവിനിമയത്തിന്റെയോ, ലളിതമാക്കപ്പെട്ട ക്വാണ്ടം വേവ് ഫങ്ഷന്റെയോ, അങ്ങനെ എന്തിന്റെയോ ഒക്കെ അനന്തരഫലമാണ് നിങ്ങൾ."

അത് ശ്രീമതി എൽമിനെ അൽപ്പം അസ്വസ്ഥമാക്കിയതുപോലെ തോന്നി. "എന്താ സംഭവം?"

നിലത്തെ മഞ്ഞയും ബ്രൗണും ഇടകലർന്ന കല്ലുകളിൽ നോക്കിനിന്നപ്പോൾ നോറാ ധ്രുവക്കരടിയെക്കുറിച്ചോർത്തു. "ഞാൻ മരണത്തിനു തൊട്ടടുത്തെത്തിയിരുന്നു."

"നീ തിരഞ്ഞെടുക്കുന്ന ഏതെങ്കിലുമൊരു ജീവിതത്തിൽ നീ മരിച്ചുപോവുകയാണെങ്കിൽ, പിന്നെ നിനക്ക് ഇങ്ങോട്ട് മടങ്ങാനാവില്ല. അതെപ്പോഴും ഓർക്കണം."

"അത് ന്യായമല്ല."

"ലൈബ്രറിയ്ക്ക് കർശനമായ നിയമങ്ങളുണ്ട്. പുസ്തകങ്ങൾ ഓരോന്നും അമൂല്യമാണ്. അവയെ നീ ശ്രദ്ധാപൂർവ്വം കൈകാര്യം ചെയ്യേണ്ടതുണ്ട്."

"പക്ഷെ ഇതൊക്കെ എന്റെ മറുജീവിതങ്ങളാണ്. എന്റെ വകഭേദങ്ങൾ. ഇതിനും ശരിക്കുള്ള ഞാനല്ലല്ലോ."

"അതെ. പക്ഷെ ഇതിലൂടെയൊക്കെ കടന്നുപോകുന്നത് *നീ* ആയതു

കൊണ്ട്, അതിന്റെയൊക്കെ അനന്തരഫലങ്ങൾ അനുഭവിക്കേണ്ടതും *നീ* തന്നെയാണ്."

"നേരു പറയുകയാണെങ്കിൽ, അതൊരു വല്ലാത്ത ഇടപാടായിപ്പോയി എന്നാണ് എനിക്ക് തോന്നുന്നത്."

ആ ലൈബ്രേറിയന്റെ മുഖത്തെ ചിരി, കൊഴിഞ്ഞു വീണ ഒരു ഇലയുടേതെന്നപോലെ, അഗ്രം ചുളിഞ്ഞു. "അതേതായാലും രസകരമായിട്ടുണ്ട്."

"എന്താണ് രസകരമായിട്ടുള്ളത്?"

"മരിക്കുന്നതിനെക്കുറിച്ചുള്ള നിന്റെ സമീപനം അടിമുടി മാറിയിട്ടുണ്ട് എന്ന വസ്തുത."

"എന്താ?"

"മുൻപ് നിനക്ക് എങ്ങനെയെങ്കിലും മരിച്ചാൽ മതിയെന്നായിരുന്നു. ഇപ്പോഴാകട്ടെ, മരിക്കണ്ട എന്നും."

ശ്രീമതി എൽമ് ഒരു ആശയത്തിനോട് ഏറെക്കുറെ അടുത്തെത്തിയെങ്കിലും, ശരിക്കുമുള്ള ആശയം അതായിരുന്നില്ല എന്ന് നോറായ്ക്ക് പെട്ടെന്ന് മനസ്സിലായി. "എന്തായാലും എന്റെ യഥാർത്ഥ ജീവിതം, ജീവിക്കാൻ യോഗ്യമായ ഒന്നല്ല എന്നുതന്നെയാണ് എനിക്കിപ്പോഴും തോന്നുന്നത്. സത്യത്തിൽ, ഈയൊരു അനുഭവം ആ ചിന്തയെ ഒന്നുകൂടി ഊട്ടിയുറപ്പിച്ചു, എന്നും വേണമെങ്കിൽ പറയാം."

അവർ തലയാട്ടി. "നീ അങ്ങനെയാണ് ചിന്തിക്കുന്നത് എന്ന് എനിക്കു തോന്നുന്നില്ല."

"ഞാൻ അങ്ങനെയാണ് ചിന്തിക്കുന്നത്. അതുകൊണ്ടാണ് ഞാൻ അതു പറഞ്ഞതും."

"അല്ല. *കുറ്റബോധത്തിന്റെ പുസ്തകത്തിന്* കനം കുറഞ്ഞുകൊണ്ടിരിക്കുകയാണ്. അതിലിപ്പോൾ ഒരുപാട് ഒഴിഞ്ഞ ഇടങ്ങളുണ്ട്... നീ ആലോചിക്കുക പോലും ചെയ്യാത്ത കാര്യങ്ങളാണ് നീ പറഞ്ഞുകൊണ്ടിരുന്നത് എന്നാണ് തോന്നുന്നത്. ഇതാണ് നിന്റെ പ്രതിബന്ധങ്ങളിൽ ഒന്ന്."

"പ്രതിബന്ധങ്ങളോ?"

"അതെ. നിനക്ക് ഒരുപാട് പ്രതിബന്ധങ്ങളുണ്ട്. സത്യത്തെ നിന്റെ കണ്മുന്നിൽ നിന്നും മറച്ചുപിടിക്കുന്നത്, അവയാണ്."

"എന്തിനെക്കുറിച്ച്?"

"നിന്നെക്കുറിച്ചു തന്നെ. സത്യത്തെ അറിയാൻ നീ മനസ്സിരുത്തി ശ്രമിച്ചു തുടങ്ങേണ്ടതുണ്ട്. അത് നിനക്ക് വളരെ പ്രധാനമാണ്."

"ഞാൻ കരുതി, എനിക്ക് തിരഞ്ഞെടുക്കാൻ പാകത്തിനുള്ള ജീവിതങ്ങളുടെ എണ്ണം അനന്തമാണ് എന്നാണ്."

"നീ ഉള്ളറിഞ്ഞു സന്തോഷമായിരിക്കുന്ന ഒരു ജീവിതം നീ തിരഞ്ഞെടുക്കേണ്ടതുണ്ട്. ഇല്ലെങ്കിൽ, അധികം വൈകാതെ തന്നെ, നിനക്ക് മറ്റു മാർഗ്ഗങ്ങളൊന്നുമില്ലാതെ വന്നേക്കും."

"ഇത് ഒരുപാട് കാലങ്ങളായി ചെയ്യുന്ന ഒരാളെ ഞാൻ കണ്ടുമുട്ടിയി

രുന്നല്ലോ. എന്നിട്ടും, തൃപ്തിയുള്ള ഒരു ജീവിതം അയാൾ ഇതുവരെ കണ്ടെത്തിയിട്ടില്ല..."

"നിനക്കില്ലാത്ത ചില പ്രത്യേക അവകാശങ്ങൾ ഹ്യൂഗോയ്ക്ക് ഉണ്ട് എന്നതാണ് സംഗതി."

"ഹ്യൂഗോ? നിങ്ങൾക്കെങ്ങനെ –"

അപ്പോഴാണ്, തനിക്കറിയാവുന്നതിലും കൂടുതൽ പല കാര്യങ്ങളും ശ്രീമതി എൽമിന് അറിയാം എന്ന് അവളോർത്തത്.

"നീ ശ്രദ്ധാപൂർവ്വം തിരഞ്ഞെടുക്കേണ്ടതുണ്ട്," അവർ തുടർന്നു. "ഒരിക്കൽ ഈ ലൈബ്രറി ഇവിടെനിന്നും അപ്രത്യക്ഷമാവും; ഒപ്പം നീയും."

"എനിക്കിനി എത്ര ജീവിതങ്ങളുണ്ട്?"

"ഇതൊരു മാന്ത്രികവിളക്കല്ല; ഞാനൊരു ഭൂതവുമല്ല. അങ്ങനെ കൃത്യമായ എണ്ണങ്ങളൊന്നുമില്ല. അത് ഒന്നാവാം; നൂറാവാം. പക്ഷെ ഈ മിഡ്നൈറ്റ് ലൈബ്രറി നിലനിൽക്കുന്ന സമയം വരെ മാത്രമേ, നിനക്ക് തിരഞ്ഞെടുക്കാനുള്ള അനന്തമായ സാധ്യതകളും നിലനിൽക്കൂ. അതായത്, *പാതിരാക്കു* മാത്രം. കാരണം, അത് പാതിരാത്രിയിൽത്തന്നെ നിലനിൽക്കുന്നിടത്തോളം, നിന്റെ ജീവിതം – നിന്റെ യഥാർത്ഥ ജീവിതം – മരണത്തിനും ജീവിതത്തിനുമിടയിൽ എവിടെയോ ആയിരിക്കും. ഇവിടെ സമയം നീങ്ങാൻ തുടങ്ങിയാൽ, അതിനർത്ഥം, എന്തോ...." അവർ കൃത്യമായ ഒരു വാക്കിനുവേണ്ടി തിരഞ്ഞു "...*അന്തിമമായ* എന്തോ ഒന്ന് നടന്നുകഴിഞ്ഞു എന്നതാണ്. മിഡ്നൈറ്റ് ലൈബ്രറിയെയും, ഒപ്പം നമ്മളെയും, നിലംപരിശാക്കുന്ന എന്തോ ഒന്ന്. അതുകൊണ്ട്, തിരഞ്ഞെടുപ്പുകളിൽ ഒരൽപ്പം ജാഗ്രത പുലർത്തണം എന്നാണ് എനിക്ക് പറയാനുള്ളത്. നിനക്ക് എവിടെയാണ് എത്തിപ്പെടേണ്ടത് എന്നുള്ളതിനെക്കുറിച്ച്, ചിന്തിക്കാൻ എനിക്കും താൽപര്യമുണ്ട്. നിനക്ക് നല്ല പുരോഗതിയുണ്ട് എന്നത് വ്യക്തമായി എനിക്ക് കാണാം. ജീവിതം ജീവയോഗ്യമാകുന്നത്, നമുക്ക് നിലനിൽക്കാൻ സാധിക്കുന്ന ഒരു ജീവിതം കണ്ടെത്തുമ്പോൾ മാത്രമാണെന്ന് നീ തിരിച്ചറിഞ്ഞുവെന്നുതോന്നുന്നു. പക്ഷെ, നിനക്ക് കടന്നുപോകാൻ കഴിയുന്നതിനു മുൻപ്, അതിന്റെ വാതിലുകൾ അടയരുത് എന്നാണ് നിനക്ക്."

നോറാ ചുറ്റുമുള്ള പുസ്തകങ്ങൾ നിരീക്ഷിച്ചുകൊണ്ടിരുന്ന ദീർഘനേരം അവർ ഇരുവരും നിശ്ശബ്ദരായിരുന്നു. എല്ലാ സാധ്യതകളും അവൾക്ക് ചുറ്റുമായി നിന്നു. ശാന്തയായി, സാവധാനത്തിൽ അവൾ ആ ഇടനാഴിയിലൂടെ നടന്നു. ആ പുറംചട്ടകൾക്കുള്ളിൽ എന്തായിരിക്കും എന്ന് ചിന്തിച്ച്; ആ പച്ച നട്ടുഭാഗങ്ങൾ എന്തെങ്കിലും സൂചന തന്നിരുന്നെങ്കിൽ എന്ന് പ്രത്യാശിച്ച്, അവൾ അവയെ സാകൂതം വീക്ഷിച്ചു.

"ഇപ്പോൾ ഏത് പുസ്തകം വേണമെന്നാണ് നീ ആഗ്രഹിക്കുന്നത്?" അവൾക്ക് പിറകിൽ നിന്ന് ശ്രീമതി എൽമിന്റെ വാക്കുകൾ മുന്നിലേയ്ക്ക് വീണു.

അടുക്കളയിൽ വച്ച് ഹ്യൂഗോ പറഞ്ഞ വാക്കുകൾ അവളോർത്തു.

വലിയ സ്വപ്നങ്ങൾ കാണൂ.

ആ ലൈബ്രേറിയന്റെ കണ്ണുകൾ അവളിലൂടെ തുളഞ്ഞുകയറി. "ആരാണ് നോറാ സീഡ്? എന്താണ് അവൾക്ക് വേണ്ടത്?"

സന്തോഷത്തിനോട് ഏറ്റവും അടുത്തു നിൽക്കുന്ന ഒരു നിമിഷത്തെക്കുറിച്ചാലോചിച്ചപ്പോൾ, നോറായുടെ മനസ്സിലേയ്ക്ക് സംഗീതം കടന്നുവന്നു. അവൾ ഇപ്പോഴും ഇടയ്ക്കൊക്കെ പിയാനോയും കീബോർഡും വായിക്കാറുണ്ടായിരുന്നു എങ്കിലും, പുതിയതൊന്ന് സൃഷ്ടിക്കുക എന്നത് അവൾ പൂർണ്ണമായും ഉപേക്ഷിച്ചിരുന്നു. അവൾ പാടുന്നത് ഉപേക്ഷിച്ചിരുന്നു. 'സുന്ദരാകാശം' പാടിയിരുന്ന സന്തുഷ്ടകരമായ പബ്ബ് നാളുകൾ അവളോർത്തു. അവൾക്കും, രവിയ്ക്കും, എല്ലയ്ക്കുമൊപ്പം, അവളുടെ സഹോദരൻ വേദിയിൽ പാടിയുല്ലസിച്ച നടന്നിരുന്നത് അവളോർത്തു.

ഇപ്പോൾ, ഏതു പുസ്തകമാണ് ചോദിക്കേണ്ടത് എന്ന് അവൾക്ക് കൃത്യമായ ധാരണയുണ്ടായിരുന്നു.

കീർത്തി

അവൾ വിയർക്കുകയായിരുന്നു. അതായിരുന്നു അവൾ ആദ്യം ശ്രദ്ധിച്ചത്. അഡ്രിനാലിൻ അവളുടെ ശരീരത്തിലൂടെ തലങ്ങും വിലങ്ങും പാഞ്ഞു. വസ്ത്രങ്ങൾ അവളുടെ ശരീരത്തോടൊട്ടിക്കിടന്നു. അവൾക്കു ചുറ്റും ആരൊക്കെയോ ഉണ്ടായിരുന്നു. അവരിൽ ഒന്നുരണ്ടു പേരുടെ കൈയിൽ ഗിറ്റാറുണ്ടായിരുന്നു. എന്തൊക്കെയോ ശബ്ദങ്ങൾ അവൾക്ക് കേൾക്കാമായിരുന്നു. വിസ്തൃതമായ, ശക്തമായ മനുഷ്യശബ്ദങ്ങൾ – ഒരു ഹുങ്കാരത്തോടെ തുടങ്ങി, പതുക്കെ അതിന്റെ താളവും ആകാരവും കണ്ടെത്തി, ക്രമേണ ഒരു മന്ത്രോച്ചാരണമായിത്തീരുന്നതു പോലെ.

അവളുടെ മുന്നിൽ ഒരു സ്ത്രീയുണ്ടായിരുന്നു. അവർ, അവളുടെ മുഖം ഒരു ടവൽ കൊണ്ട് തുടച്ചുകൊടുക്കുകയായിരുന്നു.

"നന്ദി," നോറാ പുഞ്ചിരിയോടെ പറഞ്ഞു.

കർത്താവ് പ്രത്യക്ഷപ്പെട്ട് എന്തോ പറഞ്ഞത് കേട്ടിട്ടെന്ന പോലെ ആ സ്ത്രീ ഒന്ന് ഞെട്ടി.

ഡ്രംസിന്റെ കോലും കൈയിൽ പിടിച്ച് നിൽക്കുന്നയാളെ നോറാ തിരിച്ചറിഞ്ഞു. അത് രവിയായിരുന്നു. മുടിയിൽ ചായം പുരട്ടി വെളുപ്പിച്ചിരുന്ന രവി, ഇൻഡിഗോ നിറത്തിലുള്ള നല്ലൊരു സ്യൂട്ടാണ് ധരിച്ചിരുന്നതെങ്കിലും, ഷർട്ടിടേണ്ട ഭാഗം നഗ്നമായിരുന്നു. ഇന്നലെ ബെഡ്ഫോർഡിലെ ന്യൂസ് ഏജന്റിന്റെ കടയിൽ സംഗീതമാസികകൾക്കിടയിലോ; ഇന്റർകോണ്ടിനെന്റൽ ഹോട്ടലിൽ നല്ല ഒന്നാന്തരം ദുരന്തമായി മാറിയ പ്രസംഗം താൻ നൽകുമ്പോൾ, കോർപ്പറേറ്റ് ശൈലിയിൽ നീലനിറത്തിലുള്ള ഷർട്ട് ധരിച്ച് തന്നെ സാകൂതം വീക്ഷിച്ചുകൊണ്ട് സദസ്യരുടെ ഇടയിൽ ഇരുന്നിരുന്നതോ ആയ ആളേ ആയിരുന്നില്ല അയാളിപ്പോൾ.

"രവി, നിന്നെ കാണാൻ നല്ല രസമുണ്ട്," അവൾ പറഞ്ഞു.

"എന്താ?"

ശബ്ദകോലാഹലത്തിനിടയിൽ അവൾ പറഞ്ഞത് അയാൾ കേട്ടില്ല. പക്ഷെ അവൾക്ക് ചോദിക്കാൻ മറ്റൊരു ചോദ്യമുണ്ടായിരുന്നു.

"ജോ എവിടെ?" ഏറെക്കുറെ അലറുന്നതു പോലുള്ള ഒച്ചയിൽ അവൾ ചോദിച്ചു.

ഒരു നിമിഷം രവി ഒന്ന് അമ്പരക്കുകയോ, ഭയപ്പെടുകയോ ചെയ്തതു പോലെ തോന്നി. ഏതോ അപ്രിയസത്യം വെളിപ്പെടാൻ പോകുന്നുവോ എന്നവൾ പേടിച്ചു. പക്ഷെ അങ്ങനെയൊന്നും ഉണ്ടായില്ല.

"എപ്പോഴും ഉള്ള ഇടത്തുണ്ടാവും എന്ന് തോന്നുന്നു. വല്ല വിദേശ മാധ്യമങ്ങളുമായി വെടിപറഞ്ഞിരിപ്പുണ്ടാവും."

അതെന്താണെന്ന് നോറായ്ക്ക് യാതൊരു രൂപവും കിട്ടിയില്ല. അവൻ ഇപ്പോഴും ഈ ബാൻഡിലെ ഒരു അംഗം തന്നെയാണ് എന്ന് തോന്നുന്നു. എന്നാൽ അതേസമയം, അവർക്കൊപ്പം വേദിയിൽ നിന്ന് അവതരിപ്പിക്കാൻ തക്ക ഒരു അംഗമല്ല താനും. ഇനിയൊരുപക്ഷേ അവൻ ആ ബാൻഡിന്റെ ഒരംഗമല്ല എങ്കിൽ, അത്തരത്തിൽ മാറിനിൽക്കാൻ അവനെ പ്രേരിപ്പിച്ച ആ കാരണം, പൂർണ്ണമായും വിട്ടുനിൽക്കാൻ അവനെ പ്രേരിപ്പിക്കുന്നുമില്ല എന്നു വേണം കരുതാൻ. രവി പറഞ്ഞതുവച്ചു നോക്കുകയാണെങ്കിൽ, അയാൾ പറഞ്ഞ ശൈലിയും കൂടി കണക്കിലെടുത്താൽ, അവനിപ്പോഴും ബാൻഡിന്റെ ഒരു ഭാഗം തന്നെയാവണം. എല്ലയും അവിടെ ഉണ്ടായിരുന്നില്ല. മൊട്ടത്തലയും, നിറയെ ടാറ്റൂകളും ഉള്ള, അതികായനായ ഒരു മനുഷ്യനായിരുന്നു ബാസ്സ് കൈകാര്യം ചെയ്തിരുന്നത്. അവൾക്ക് കൂടുതൽ കാര്യങ്ങൾ അറിയണം എന്നുണ്ടായിരുന്നുവെങ്കിലും, അതിനു പറ്റിയ സമയം അതായിരുന്നില്ല.

രവി അന്തരീക്ഷത്തിലൂടെ കൈകൾ വീശി ഒരു ആംഗ്യം കാണിച്ചു. അതിനെ പിന്തുടർന്ന നോറാ, വളരെ വലിയൊരു വേദിയിലാണ് അവർ നിൽക്കുന്നത് എന്ന് ശ്രദ്ധിച്ചു.

അവൾക്ക് വികാരത്തള്ളിച്ചയിൽ വീർപ്പുമുട്ടി. എന്തു തോന്നണം അപ്പോൾ എന്നു പോലും അവൾക്ക് തീർച്ചയില്ലായിരുന്നു.

"എൻകോറിനുള്ള സമയമാണ്," രവി പറഞ്ഞു.

നോറാ ഓർക്കാൻ ശ്രമിച്ചു. അവൾ എന്തെങ്കിലുമൊന്ന് അവതരിപ്പിച്ചിട്ട് കാലങ്ങളേറെയായിരുന്നു. അപ്പോൾ പോലും, പബ്ബിന്റെ ബേസ്‌മെന്റിൽ വന്ന, ഇതിനോടൊന്നും യാതൊരു താൽപര്യവുമില്ലാത്ത പത്തോ പന്ത്രണ്ടോ പേർക്കു മുന്നിൽ മാത്രമായിരുന്നു അതെല്ലാം.

രവി അവളുടെ അടുത്തേയ്ക്ക് കുനിഞ്ഞുകൊണ്ട് ചോദിച്ചു, "നീ ഓക്കേ അല്ലേ നോറാ?"

രവിയുടെ ശബ്ദം അൽപ്പം പരുഷമായിരുന്നതുപോലെ അവൾക്ക് തോന്നി. അയാൾ അവളുടെ പേരു വിളിച്ചപ്പോൾ, തൊട്ടു തലേദിവസത്തെ തീർത്തും വ്യത്യസ്തമായ ജീവിതത്തിൽ അയാൾ സംസാരിച്ചപ്പോൾ സ്വരത്തിലുണ്ടായിരുന്ന അവജ്ഞ, അതേപടി ആവർത്തിക്കുന്നതുപോലെ ആയിരുന്നു അവൾക്കു തോന്നിയത്.

"ഉവ്വ്," ഉച്ചത്തിൽ, അലറുന്നതുപോലെതന്നെ അവൾ മറുപടി പറഞ്ഞു. "ഈ എൻകോറിന് എന്താ പാടേണ്ടത് എന്നാലോചിച്ച് ഇരുന്നതാ."

"എപ്പോഴത്തെയും പോലെതന്നെ ചെയ്യാം," രവി ചുമൽ കുലുക്കി.

"മ്മ്. അതെ. ശരിയാണ്," നോറാ ഓർക്കാൻ ശ്രമിച്ചുകൊണ്ടേയിരുന്നു. അവൾ വേദിയ്ക്ക് പുറത്തേയ്ക്ക് നോക്കി. അവിടെ, ഒരു കൂറ്റൻ സ്ക്രീനിൽ, 'ദി ലാബിറിന്ത്സ്' എന്ന പേര് ആർത്തിരമ്പുന്ന ആൾക്കൂട്ടത്തിന് മുന്നിൽ മിന്നുകയും, ചുറ്റിക്കറങ്ങുകയും ചെയ്യുന്നു. *അടിപൊളി,* അവൾ മനസ്സിൽ ആലോചിച്ചു. *ഞങ്ങൾ ഒരു വൻ സംഭവമാണ്.* ശരിക്കുമുള്ള, സ്റ്റേഡിയത്തിന്റെ അത്രയും വലിയ ഇടം. ഒരു കീബോർഡും, അവൾ ഇരിക്കുകയായിരുന്ന ചെറിയ സ്റ്റൂളും അവൾ കണ്ടു. അവൾക്ക് പേരുപോലുമറിയാത്ത അവളുടെ ബാൻഡ് അംഗങ്ങൾ തിരികെ വേദിയിലേയ്ക്ക് കയറാൻ തയ്യാറാവുകയായിരുന്നു.

"നമ്മൾ എവിടെയാണെന്നാ പറഞ്ഞേ? പെട്ടെന്ന് ഞാനതങ്ങു മറന്നുപോയി," ആൾക്കൂട്ടാരവത്തിനു മേൽ ശബ്ദമുയർത്തി അവൾ ചോദിച്ചു.

ബാസ്സ് ഗിറ്റാർ കൈയിൽ പിടിച്ചിരുന്ന, മൊട്ടത്തലയനായ ആ ആൾ പറഞ്ഞു : "സൗ പൗലോ."

"നമ്മള് ബ്രസീലിലാണോ?"

ഇവൾക്കെന്താ പ്രാന്തായോ എന്ന മട്ടിൽ അവരെല്ലാം അവളെ നോക്കി.

"നീ ഇക്കഴിഞ്ഞ നാല് ദിവസം എവിടെയായിരുന്നു?"

"സുന്ദരാകാശം," നോറാ പറഞ്ഞു. തനിക്കതിന്റെ വരികൾ കുറച്ചെങ്കിലും ഓർമ്മയുണ്ടാകും എന്നവൾ പ്രത്യാശിച്ചു. "നമുക്കത് ചെയ്യാം."

"*വീണ്ടും?*" വിയർപ്പിൽ തിളങ്ങുന്ന രവിയുടെ മുഖത്ത് ഒരു ചിരി വിടർന്നു. "പത്തു മിനിറ്റ് മുൻപല്ലേ നമ്മളത് പാടിയത്."

"ശരി. നോക്ക്. നമ്മൾ എന്തെങ്കിലും വ്യത്യാസമായി ചെയ്യണം എന്നാണ് എനിക്ക് തോന്നുന്നത്," എൻകോർ ആവശ്യപ്പെടുന്ന ആൾക്കൂട്ടത്തിന്റെ ആരവത്തിന് മുകളിൽ കേൾക്കത്തക്കവണ്ണം ഒച്ചയിട്ടു കൊണ്ട് അവൾ പറഞ്ഞു, "നമുക്ക് പാട്ടുകൾ മിക്സ് ചെയ്യാം. നമ്മൾ സാധാരണ പാടുന്നതിൽനിന്നും വ്യത്യസ്തമായാൽ നന്നാവും എന്നു തോന്നുന്നു."

"നമുക്ക് 'ഹൗൾ' ചെയ്യണം," മറ്റൊരു ബാൻഡംഗം പറഞ്ഞു. ടർക്വോയ്സ് നിറമുള്ള ലീഡ് ഗിറ്റാറായിരുന്നു അവളുടെ തോളിൽ കിടന്നിരുന്നത്. "നമ്മൾ എപ്പോഴും 'ഹൗൾ' ആണ് ചെയ്യാറുള്ളത്."

നോറാ ജന്മത്ത് ഒരിക്കൽ പോലും 'ഹൗൾ' കേട്ടിട്ടുണ്ടായിരുന്നില്ല.

"അതെ, എനിക്കറിയാം. ശരിയാണ്," അവൾ നുണ പറഞ്ഞു, "പക്ഷെ ഇത്തവണ നമുക്ക് പാട്ടുകൾ മിക്സ് ചെയ്തു പാടാം. അവർ തീരെ പ്രതീക്ഷിക്കാത്ത ഒന്നു നൽകാം. നമുക്കവരെ അത്ഭുതപ്പെടുത്താം."

"നീയിത് വെറുതെ ഓരോന്നു ചിന്തിച്ചുകൂട്ടുകയാണ് നോറാ," രവി പറഞ്ഞു.

"തൽക്കാലം എന്റെ കൈയിൽ വേറെ ഒരു തരത്തിലുമുള്ള ചിന്തകൾ ലഭ്യമല്ല."

രവി ചുമൽ കുലുക്കി. "അങ്ങനെയാണെങ്കിൽ നമ്മളെന്താണിപ്പോ ചെയ്യേണ്ടത്?"

നോറാ ഓർത്തെടുക്കാൻ കിണഞ്ഞു ശ്രമിച്ചു. പെട്ടെന്ന് അവൾക്ക് ആഷിനെ ഓർമ്മ വന്നു – തന്റെ സൈമൺ ആൻഡ് ഗാഫങ്കൾ ഗിറ്റാർ പാട്ടുപുസ്തകവും പിടിച്ചുനിൽക്കുന്ന ആഷ്. "നമുക്കെന്നാൽ 'ബ്രിഡ്ജ് ഓവർ ട്രബിൾഡ് വാട്ടർ' എന്ന പാട്ടു പാടിയാലോ?"

രവിയ്ക്കത് വിശ്വസിക്കാൻ കഴിഞ്ഞില്ല. "എന്താ?"

"നമ്മളത് പാടണം എന്നാണ് എനിക്ക് തോന്നുന്നത്. ആളുകൾ അത്ഭുതപരതന്ത്രരാവും."

"എനിക്കാ പാട്ട് ഒത്തിരി ഇഷ്ടമാണ്," ബാൻഡംഗമായ പെൺകുട്ടി പറഞ്ഞു. "എനിക്കത് അറിയാം."

"അത് എല്ലാവർക്കും അറിയാം ഇമാനി," അത് തള്ളിക്കളയാനെന്ന മട്ടിൽ രവി പറഞ്ഞു.

"അതുതന്നെ," ഒരു റോക്ക് താരത്തിനെപ്പോലെ തോന്നിപ്പിക്കാൻ ശ്രമിച്ചുകൊണ്ട് നോറാ പറഞ്ഞു, "വാ, നമുക്ക് പൊളിക്കാം."

വിൺഗംഗ

നോറാ വേദിയിലേയ്ക്ക് കയറി.

ആദ്യം, വെളിച്ചം അവളുടെ മുഖത്തേയ്ക്ക് തന്നെ അടിച്ചിരുന്നതിനാൽ, അവൾക്ക് ആരുടെയും മുഖം കാണാൻ സാധിച്ചിരുന്നില്ല. അതിന്റെ തിളക്കത്തിനപ്പുറം, എല്ലാം ഇരുട്ടിലാഴ്ന്നുപോലെയായിരുന്നു തോന്നിയത്. അതിന് ഒരേയൊരു അപവാദമായി, ക്യാമറ ഫ്ളാഷുകളുടെയും ഫോൺ ടോർച്ചുകളുടെയും കണ്ണഞ്ചിപ്പിക്കുന്ന നക്ഷത്രശോഭകൾ തീർത്തൊരു വിൺഗംഗ അവിടെ പൂത്തുവിടർന്നു നിന്നു.

അവൾക്ക് അവരെ കേൾക്കാമായിരുന്നു.

ഒത്തൊരുമിച്ച്, ഒരേ താളത്തിൽ ലയിച്ചു നിൽക്കുന്ന ഒരു കൂട്ടം മനുഷ്യർ, വേറിട്ടൊരു കാഴ്ച തന്നെയാണ്. ഒന്നിച്ചുയർന്ന ആരവം കേട്ടപ്പോൾ, മറ്റൊരു ജീവിവർഗ്ഗത്തെത്തന്നെ അവൾക്കോർമ്മ വന്നു. തന്നെ കൊല്ലാൻ വരുന്ന പല തലകളുള്ള ഹൈഡ്രയ്ക്ക് മുന്നിൽപ്പെട്ട ഹെർക്കുലീസിനെപ്പോലെ, അവളിലെ ആദ്യം ഭയം ഉരുത്തിരിഞ്ഞു. പക്ഷെ ഇത്, പരിപൂർണ്ണ പിന്തുണ പ്രഖ്യാപിക്കുന്ന ആരവമാണ്. അതിന്റെ ഊർജ്ജം അവളിൽ ഇതുവരെയില്ലാത്ത ഒരു ധൈര്യം നിറച്ചു.

അവൾ കരുതിയിരുന്നതിനേക്കാൾ പലമടങ്ങ് പ്രാപ്തി അവൾക്കുണ്ടെന്ന്, ആ നിമിഷം അവൾ തിരിച്ചറിഞ്ഞു.

വന്യവും സ്വതന്ത്രവും

നോറാ കീബോർഡിനടുത്തേയ്ക്ക് ചെന്ന്, സ്റ്റൂളിൽ ഇരുന്ന്, മൈക്ക് അവൾക്കടുത്തേയ്ക്ക് നീക്കിവച്ചു.

"നന്ദി, സൗ പൗലോ. ഞങ്ങൾക്ക് നിങ്ങളെ ഒരുപാടിഷ്ടമാണ്," അവൾ പറഞ്ഞു.

ബ്രസീൽ അതിന് പ്രത്യഭിവാദ്യം നൽകി മുരണ്ടു.

ഇതായിരിക്കണം അധികാരം. കീർത്തിയുടെ അധികാരം. സാമൂഹ്യമാധ്യമങ്ങളിൽ അവൾ കണ്ടിട്ടുള്ള, ഓരോ വാക്കിനും പല മില്യൺ ലൈക്കുകളും ഷെയറുകളും വാങ്ങുന്ന, പോപ്പ് താരങ്ങളെപ്പോലെ. ഏറ്റവും കുറഞ്ഞ അദ്ധ്വാനത്തിൽ ഒരു ഹീറോ ആയോ, ഒരു ജീനിയസ് ആയോ, ഒരു ദൈവമായോ നിങ്ങൾക്ക് അവതരിക്കാൻ പറ്റുന്നുണ്ടെങ്കിൽ, നിങ്ങൾ പരിപൂർണ്ണ പ്രശസ്തി നേടി എന്നാണർത്ഥം. പക്ഷെ, അതിന്റെ മറ്റൊരുവശം അതിന്റെ അസ്ഥിരതയാണ്. ഇടിഞ്ഞുതാണ്, ഒരു പിശാചായോ, ഒരു വില്ലനായോ, വെറുമൊരു വിഡ്ഢിയായോ കാണപ്പെടാൻ അത്രയും തന്നെ എളുപ്പമാണ്.

ഒരു ഞാണിന്മേൽ കാലെടുത്തു വയ്ക്കുമ്പോളെന്ന പോലെ, അവളുടെ ഹൃദയം പടപടാ മിടിച്ചു.

ഇരുളിൽ നിന്നും പതുക്കെ തെളിഞ്ഞു വരുന്ന ആയിരക്കണക്കിനു മുഖങ്ങളിൽ ചിലത് അവൾക്കപ്പോൾ കാണാമായിരുന്നു. വിചിത്രമെന്നോണം, ആ കുഞ്ഞൻ രൂപങ്ങൾക്കടിയിലെ ഉടയാടകളണിഞ്ഞ ശരീരങ്ങൾ അവൾക്ക് കാണാൻ കഴിയുന്നുണ്ടായിരുന്നില്ല. ശരീരമില്ലാത്ത ഇരുപതിനായിരം കബന്ധങ്ങളിലേയ്ക്കാണ് അവൾ ഉറ്റുനോക്കിക്കൊണ്ടിരുന്നത്.

സംസാരിക്കാൻ പോലും കഴിയാത്തവണ്ണം അവളുടെ വായ വരണ്ടിരുന്നു. താനെങ്ങനെ പാടും എന്ന് അവൾ അമ്പരന്നു. അവൾ ഡാനിനു പാട്ടുപാടിക്കൊടുത്തിരുന്നപ്പോൾ അവൻ വേദന നിറഞ്ഞ മുഖഭാവം കൃത്രിമമായി ഉണ്ടാക്കിയത് അവളോർത്തു.

ജനാവലിയുടെ ആരവം ഒന്നൊതുങ്ങി.

അതിനുള്ള സമയമായി.

"ശരി, നിങ്ങൾ ഇതിനുമുൻപ് കേട്ടിരിക്കാൻ സാധ്യതയുള്ള ഒരു ഗാനമിതാ," അവൾ പറഞ്ഞു.

"ആ പറഞ്ഞത് ഒരു വിഡ്ഢിത്തമാണെന്ന് അവൾക്ക് മനസ്സിലായി. അവർ ഈ സംഗീതനിശയ്ക്ക് കാശു ചെലവാക്കി ടിക്കറ്റുകളെടുത്തിരിക്കുന്നതിന് കാരണം തന്നെ, ഇതിലെ പല പാട്ടുകളും ഇതിനു മുൻപ് പലയിടത്തും അവർ കേട്ടിട്ടുണ്ടാവും എന്നുള്ളതുകൊണ്ടാണ്.

"എനിക്കും എന്റെ സഹോദരനും ഒരുപാട് പ്രാധാന്യമുള്ള ഒരു പാട്ടാണിത്."

അവിടം അതിനോടകം തന്നെ വിസ്ഫോടനാത്മകമായിരുന്നു. അവർ അലറിവിളിക്കുകയും, മുരളുകയും, കൈയടിക്കുകയും, കൂടെപ്പാടുകയും ചെയ്തുകൊണ്ടിരുന്നു. അവരുടെ പ്രതികരണം അവിശ്വസനീയമായിരുന്നു. ഒരു നിമിഷത്തേയ്ക്ക് അവൾക്ക് താൻ ക്ലിയോപാട്ര ആണെന്ന് തോന്നിപ്പോയി. പേടിച്ചരണ്ട ഒരു ക്ലിയോപാട്ര.

ഇ-ഫ്ലാറ്റ് മേജറിലേയ്ക്ക് വിരലുകൾ ക്രമീകരിക്കുമ്പോഴാണ്, അവളുടെ ശ്രദ്ധ ഒരു നിമിഷം അതിൽ നിന്നും മാറി, അവളുടെ രോമമെടുത്തു കളഞ്ഞ കൈത്തണ്ടയിലെ ഒരു ടാറ്റൂവിൽ പതിഞ്ഞത്. ഭംഗിയിൽ ചരിച്ച്, കാലിഗ്രാഫി അക്ഷരങ്ങളിൽ എഴുതിയ, ഹെൻറി ഡേവിഡ് തോറോയുടെ ഒരു വാക്കുകളായിരുന്നു അത്. *എല്ലാ നല്ല കാര്യങ്ങളും വന്യവും സ്വതന്ത്രവുമാണ്.* അവൾ കണ്ണുകളടച്ചു. പാട്ടു കഴിയുംവരെ കണ്ണു തുറക്കില്ല എന്നവൾ ശപഥമെടുത്തു.

ചോപ്പിൻ തന്റെ സൃഷ്ടികൾക്കായി ഇരുട്ടുമുറി തിരഞ്ഞെടുക്കാൻ കാരണം അവൾക്കപ്പോൾ മനസ്സിലായി. അങ്ങനെ ചെയ്യുന്നതാണ് ഏറ്റവും എളുപ്പം.

വന്യം, അവൾ തന്നോടു തന്നെ പറഞ്ഞു. *സ്വതന്ത്രം.*

പാടാൻ തുടങ്ങിയപ്പോൾ, തനിക്ക് ജീവൻ വീണതുപോലെ അവൾക്കു തോന്നി. ഒളിമ്പിക്-ചാമ്പ്യന്റെ ശരീരത്തിൽ നീന്തിയപ്പോൾ തോന്നിയിരുന്നതിനേക്കാൾ ജീവൻ ഉണ്ടായിരുന്നതുപോലെ.

ഇതിനെ, ഇങ്ങനെ ആൾക്കൂട്ടത്തെ നോക്കി നിന്നു പാടുന്നതിനെ, അവൾ അത്രമേൽ ഭയന്നിരുന്നത് എന്തിനാണെന്ന് അവൾ അമ്പരന്നു. അത്ര മനോഹരമായ ഒരനുഭൂതിയായിരുന്നു അത്.

പാട്ടു തീരാറായപ്പോൾ, അവർ വേദിയിൽത്തന്നെ നിൽക്കുമ്പോൾ രവി അവൾക്കരികിലേയ്ക്ക് വന്നു. "അതൊരു ഒന്നൊന്നര പ്രത്യേകതയുള്ള പാട്ടായിരുന്നു കേട്ടോ," അയാൾ അവളുടെ കാതുകളിൽ ഉറക്കെ പറഞ്ഞു.

"ആണോ? നന്നായി," അവൾ പറഞ്ഞു.

"ഇനി നമുക്കിതിനെ അങ്ങ് നിർത്തി, 'ഹൗൾ' പാടാം."

അവൾ തലയാട്ടിയ ശേഷം, തിടുക്കപ്പെട്ട്, മറ്റാരെങ്കിലും എടുക്കും മുൻപേ, മൈക്ക് കൈക്കലാക്കി. "പ്രിയപ്പെട്ടവരേ, ഇവിടെ വന്നതിനു നിങ്ങൾക്ക് ഓരോരുത്തർക്കും അകമഴിഞ്ഞ നന്ദി. നിങ്ങളുടെ സായന്തനം മനോഹരമായിരുന്നുവെന്ന് വിശ്വസിക്കുന്നു. സുരക്ഷിതരായി വീടുകളിലെത്തിച്ചേരൂ."

“സുരക്ഷിതരായി വീടുകളിൽ എത്തിച്ചേരാനോ?” ഹോട്ടലിലേയ്ക്കുള്ള മടക്കയാത്രയ്ക്കിടയിൽ, വണ്ടിയിൽവച്ച് രവി ചോദിച്ചു. അയാൾ ഇത്രയ്ക്ക് ഒരു തിരുമണ്ടനായി ഇതിനുമുൻപ് അവൾ കണ്ടിട്ടില്ല. അയാൾ അത്ര സന്തോഷവാനായിരുന്നില്ല എന്നു തോന്നി.

“അതിലിപ്പോ എന്താ തെറ്റ്?” അവൾ ഉറക്കെ ചോദിച്ചു.

“നിന്റെ സ്വാഭാവികമായ ശൈലിയുമായി ഒരു ബന്ധവുമില്ലായിരുന്നു അതിന്.”

“അല്ലേ?”

“എന്തായാലും, ഷിക്കാഗോയിലേതിനേക്കാൾ ഒരൽപ്പം വിപരീതം.”

“അതെന്താ? ഞാൻ ഷിക്കാഗോയിൽ എന്തു ചെയ്തു?”

“നിന്നെ വല്ലോരും ലോബൊട്ടമി വല്ലതും ചെയ്തോ?” രവി ഉറക്കെ ചിരിച്ചു.

അവൾ തന്റെ ഫോണിലേയ്ക്ക് നോക്കി. ഈ ജീവിതത്തിൽ തനിക്ക് കിട്ടിയിരിക്കുന്നത് ഏറ്റവും പുതിയ മോഡലിലുള്ള ഒരു ഫോണാണ്.

ഇസ്സിയുടെ ഒരു സന്ദേശം.

ഡാനിനൊപ്പം പബ്ബിൽ കഴിഞ്ഞ ജീവിതത്തിൽ ലഭിച്ച അതേ സന്ദേശം തന്നെയായിരുന്നു അത്. സന്ദേശമെന്നൊന്നും പറയാൻ കഴിയില്ല. അതൊരു ചിത്രമായിരുന്നു. സത്യത്തിൽ, ഒരു തിമിംഗലത്തിന്റെ അൽപ്പം വ്യത്യസ്തമായ ഒരു ചിത്രമായിരുന്നു അത്. അത് രസകരമായിരുന്നു. താൻ എന്തുകൊണ്ടാവും ഈ ജീവിതത്തിൽ ഇസ്സിയുമായി സുഹൃത്ബന്ധത്തിൽ തുടരുന്നതും, തന്റെ മൂലജീവിതത്തിൽ സുഹൃത്തുക്കളല്ലാത്തതും? ഒന്നുമില്ലെങ്കിലും, ഈ ജീവിതത്തിൽ താൻ ഡാനിനെ വിവാഹം ചെയ്തിട്ടില്ല എന്നുള്ളത് അവൾക്ക് തീർച്ചയായിരുന്നു. അവൾ കൈകളിലേയ്ക്ക് നോക്കി. ഒഴിഞ്ഞുകിടക്കുന്ന മോതിരവിരൽ കണ്ടപ്പോൾ അവൾക്ക് ആശ്വാസം തോന്നി.

ഒരുപക്ഷെ ഇസ്സി ഓസ്ട്രേലിയയിലേയ്ക്ക് പോകാൻ തീരുമാനിക്കുന്നതിനു മുൻപു തന്നെ നോറാ ദി ലാബിറിന്ത്സുമായി അതിപ്രശസ്തിയിലേയ്ക്ക് കടന്നതുകൊണ്ടാവാം അത്. അതുകൊണ്ട്, ഇസ്സിയ്ക്കൊപ്പം പോകാത്തതിന് തക്കതായ ന്യായമുണ്ടായിരുന്നതാവാം കാരണം. അല്ലെങ്കിൽ ചിലപ്പോൾ, പ്രശസ്തയായ ഒരു സുഹൃത്തിനെ ഒപ്പം നിർത്തുന്നത് ഒരു നല്ല കാര്യമായി ഇസ്സിയ്ക്ക് തോന്നിയിട്ടുണ്ടാവാം.

ആ തിമിംഗലത്തിന്റെ പടത്തിനു കീഴിൽ ഇസ്സി എന്തോ എഴുതിയിട്ടുണ്ടായിരുന്നു.

നല്ല കാര്യങ്ങളെല്ലാം തന്നെ വന്യവും സ്വതന്ത്രവുമാണ്.

അവൾക്ക് ആ ടാറ്റൂവിനെക്കുറിച്ച് അറിയാമായിരിക്കണം.

അപ്പോൾ അവളിൽ നിന്നും മറ്റൊരു സന്ദേശം വന്നു.

“ബ്രസീലിൽ പൊളിച്ചടുക്കി എന്നു കരുതുന്നു. നീ തകർത്തു കാണും എന്നെനിക്ക് ഉറപ്പാണ്! ബ്രിസ്ബെയ്നിലെ ടിക്കറ്റുകളുടെ കാര്യത്തിൽ ഒരു തീരുമാനമാക്കാൻ സഹായിച്ച പത്തു മില്യണിനും നന്ദി. ഞങ്ങൾ ഗോൾഡ്

കോസ്റ്റുകാരുടെ ഭാഷയിൽ പറഞ്ഞാൽ, പെരുത്ത് സന്തോഷായി എനിക്ക്."

അതിനോടൊപ്പം കുറെ തിമിംഗലങ്ങളുടെയും, ഹൃദയങ്ങളുടെയും, കൂപ്പുകൈകളുടെയും, മൈക്കിന്റെയും, കുറച്ചു മ്യൂസിക്കൽ നോട്ടുകളുടെയും ഇമോജികൾ കൂടി വീണു.

നോറാ തന്റെ ഇൻസ്റ്റാഗ്രാം എടുത്തുനോക്കി. ഈ ജീവിതത്തിൽ അവൾക്ക് 11.3 മില്യൺ ഫോളോവെഴ്സ് ഉണ്ട്.

അതിൽ അവളെ കാണാൻ ഒടുക്കത്തെ ചന്തമായിരുന്നു. സ്വാഭാവികമായ കറുത്ത മുടിയിൽ, കുറച്ചെണ്ണത്തിൽ വെള്ളിനാരു പോലെ നിറം കൊടുത്തിരുന്നു. ഒരു വാംപയറിനെപ്പോലെയുള്ള മേക്കപ്പ്. ചുണ്ടു തുളച്ച്, അതിലൊരു വളയം ഇട്ടിരുന്നു. അവളുടെ മുഖത്ത് ക്ഷീണം നിഴലിക്കുന്നുണ്ടായിരുന്നു. സംഗീതപരിപാടികളുമായി ഊരുചുറ്റി സഞ്ചാരം നടത്തുന്നതു കൊണ്ടാവും അത് എന്നവൾ കരുതി. ആ ക്ഷീണത്തിനു തന്നെ വല്ലാത്തൊരു പ്രൗഢിയുണ്ടായിരുന്നു. ബില്ലി എയ്‌ലിഷിന്റെ 'അടിപൊളി ആന്റി' പ്രതിച്ഛായ പോലെ.

അവൾ ഒരു സെൽഫി എടുത്തുനോക്കി. അവളുടെ ഇൻസ്റ്റാഗ്രാമിൽ ഉണ്ടായിരുന്ന, ഏതോ മാസികയ്ക്ക് വേണ്ടി എടുത്ത, അടിപൊളി സ്റ്റൈലിഷ് ഫോട്ടോ പോലെയായിരുന്നില്ല എങ്കിലും, അവൾ കരുതിയിരുന്നതിനേക്കാൾ കിടിലനായിരുന്നു അവൾ. ആസ്ട്രേലിയൻ ജീവിതത്തിൽ ചെയ്തിരുന്നതു പോലെതന്നെ, അവൾ ഓൺലൈനിൽ കവിതകൾ പോസ്റ്റ് ചെയ്തിരുന്നു. ഈ ജീവിതത്തിലെ കവിതകൾക്കുണ്ടായിരുന്ന ഒരേയൊരു വ്യത്യാസം എന്തായിരുന്നു എന്നു വെച്ചാൽ, അവയോരോന്നിനും അര-മില്ല്യനോളം ലൈക്കുകൾ ഉണ്ടായിരുന്നു എന്നതാണ്. അതിലൊരു കവിതയുടെ തലക്കെട്ടും 'ഫയർ' എന്നു തന്നെയായിരുന്നു. പക്ഷെ അത് വ്യത്യസ്തമായ ഒരു കവിതയായിരുന്നു.

അവളുടെ ഉള്ളിൽ കനലുണ്ടായിരുന്നു.
അവൾ ചിന്തിച്ചു, ഈ കനലുകൾ ഒന്നുകിൽ അവൾക്ക് ചൂടേകും
അല്ലെങ്കിൽ എരിച്ചുകളയും.
അവൾക്കപ്പോൾ തിരിച്ചറിവുണ്ടായി.
തീയ്ക്ക് പ്രത്യേക ഉദ്ദേശ്യങ്ങളൊന്നുമില്ല.
അവൾക്കത് പ്രാപിക്കാമെന്നുമാത്രം.
അതിനുള്ള ശക്തി അവൾക്കുണ്ടായിരുന്നു.

ഒരു സ്ത്രീ അവൾക്കടുത്തുവന്നിരുന്നു. അവർ ആ ബാൻഡിലെ ഒരംഗമായിരുന്നില്ല എങ്കിലും, അവർക്ക് അവിടെ പ്രധാനപ്പെട്ട ചില ഉത്തരവാദിത്തങ്ങളുണ്ട് എന്ന് അവരുടെ നോട്ടത്തിലും നടപ്പിലും വ്യക്തമായിരുന്നു. ഏകദേശം അൻപത് വയസ്സെങ്കിലും ആയിട്ടുണ്ടാകും അവർക്ക്. ചിലപ്പോൾ അവർ ഇതിന്റെ മാനേജർ ആയിരിക്കാം. അല്ലെങ്കിലൊരുപക്ഷേ അവർ

റെക്കോർഡ് കമ്പനിയുടെ ആളായിരിക്കാം. കർശനക്കാരിയായ ഒരമ്മയുടെ ഭാവമായിരുന്നു അവർക്ക്. പക്ഷെ ഒരു പുഞ്ചിരിയോടെയായിരുന്നു അവർ സംസാരിച്ചു തുടങ്ങിയത്.

"ഒരു പ്രതിഭയുടെ മിന്നലാട്ടമായിരുന്നു അത്," അവർ പറഞ്ഞു. "ആ സൈമൺ ആൻഡ് ഗാഫങ്കൾ പ്രയോഗം. നീയിപ്പോൾ തെക്കൻ അമേരിക്ക മുഴുവൻ ഒരു തരംഗമായിക്കൊണ്ടിരിക്കുകയാണ്."

"കൊള്ളാമല്ലോ."

"നിന്റെ അക്കൗണ്ടുകളിൽ നിന്ന് ഞാൻ അതിനെക്കുറിച്ച് പോസ്റ്റ് ചെയ്തിരുന്നു."

ഇത് സാധാരണയായി നടക്കുന്ന ചില കാര്യങ്ങളാണ് എന്ന മട്ടിലാണ് അവർ അതിനെക്കുറിച്ച് സംസാരിച്ചത്. "ഓ, അതെ. ഓക്കേ."

"ഇന്ന് രാത്രി അവസാന നിമിഷത്തിൽ തീർക്കേണ്ടുന്ന ഒന്നു-രണ്ടു മാധ്യമ സംബന്ധിയായ പരിപാടികളുണ്ട്, ഹോട്ടലിൽ വച്ച്. പിന്നെ, നാളത്തെ പരിപാടികൾ കുറച്ചു നേരത്തെ തുടങ്ങും... ആദ്യം റിയോ നഗരത്തിലേയ്ക്ക് വിമാനയാത്ര. അതിനു ശേഷം എട്ടു മണിക്കൂർ മാധ്യമപ്രവർത്തകരുമായുള്ള കൂടിക്കാഴ്ചയാണ്. എല്ലാം ഹോട്ടലിൽ തന്നെയാണ്."

"റിയോയോ?"

"ഈ ആഴ്ചത്തെ സംഗീത പരിപാടികളുടെ യാത്രകൾ എല്ലാം അറിയാമല്ലോ, അല്ലെ?"

"മ്മ്മ്... ഏറെക്കുറെ. ഒന്നും കൂടി ഒന്നു പറയാമോ?"

യാത്രാപരിപാടികളെക്കുറിച്ച് നോറായ്ക്കുള്ള അജ്ഞത ഒരു പുതിയ സംഭവമൊന്നുമല്ല എന്ന മട്ടിൽ അവർ ചിരിച്ചുകൊണ്ട്, തമാശ മട്ടിൽ ദീർഘമായി ഒന്നു നിശ്വസിച്ചു. "തീർച്ചയായും. നാളെ റിയോയിൽ. അവിടെ നമ്മൾ രണ്ട് രാത്രികൾ ഉണ്ടാവും. അതിനുശേഷം അവസാനത്തെ രാത്രി നമ്മൾ ബ്രസീലിലെ പോർട്ടോ അലെഗ്രെയിൽ ആയിരിക്കും. ശേഷം, സാന്റിയാഗോ, ചിലി, ബ്യൂണോസ് അയറീസ്, പിന്നെ ലിമ. അതാണ് തെക്കൻ അമേരിക്കൻ പര്യടനത്തിന്റെ അവസാന പാദം. പിന്നെ അടുത്തയാഴ്ച ഏഷ്യൻ പര്യടനത്തിന്റെ തുടക്കമാണ് – ജപ്പാൻ, ഹോങ്കോങ്, ദി ഫിലിപ്പീൻസ്, തായ്‌വാൻ."

"പെറുവോ? നമ്മൾ പെറുവിലും പ്രസിദ്ധരാണോ?"

"നോറാ, നീ മുൻപ് പെറുവിൽ പോയിട്ടുണ്ട്. ഓർമ്മയില്ലേ? കഴിഞ്ഞ വർഷം. അവരുടെയൊക്കെ കിളിപോയി അന്ന്. പതിനയ്യായിരത്തോളം ആളുകൾ. ഇത്തവണയും അതേ സ്ഥലത്തു വച്ചാണ് പരിപാടി. റേസ്കോഴ്സിൽ."

"റേസ്കോഴ്സ്. അതെ. ഉവ്വ്. ഞാനോർക്കുന്നുണ്ട്. അതൊരു നല്ല രാത്രിയായിരുന്നു. ശരിക്കും... നല്ല ഒന്ന്."

ഒരുപക്ഷെ ഇങ്ങനെയൊക്കെയായിരിക്കും ഈ ജീവിതത്തിലെ കാര്യങ്ങൾ എന്ന് അവൾ പതുക്കെ തിരിച്ചറിഞ്ഞു. ഒരു വലിയ റേസ്കോഴ്സ്

ജീവിതം. ആ സാമ്യം വച്ച് നോക്കുമ്പോൾ, താൻ അതിൽ കുതിരയാണോ, കുതിരക്കാരനാണോ എന്നു മാത്രം അവൾക്ക് മനസ്സിലായില്ല.

രവി ആ സ്ത്രീയുടെ തോളിൽ തട്ടി. "ജോവാനാ, നാളെ എത്ര മണിക്കാണ് പോഡ്കാസ്റ്റ്?"

"ഓ കുന്തം. പറഞ്ഞുവരുമ്പോൾ, അത് ഇന്ന് രാത്രിയാണ്. ഈ സമയങ്ങളുടെ മാറ്റം. എന്നോട് ക്ഷമിക്കൂ. പറയാൻ വിട്ടുപോയതാണ്. പക്ഷെ അവർക്ക് നോറായോട് മാത്രം സംസാരിച്ചാൽ മതിയാകും. അതുകൊണ്ട് നിങ്ങൾക്ക് വേണമെങ്കിൽ നേരത്തേ വിശ്രമിക്കാൻ പോകാം."

കുണ്ഠിതപ്പെട്ട ഒരുവനെപ്പോലെ, രവി ചുമലുകളിളക്കി. "ഉവ്വ്. അതേയതേ."

ജോവാന ഒന്ന് ദീർഘമായി നിശ്വസിച്ചു. "ദൂതനെ കൊല്ലരുത് എന്നാണ്. അത് ഒരിക്കലും നിങ്ങളെ തടഞ്ഞിട്ടില്ലല്ലോ."

തന്റെ സഹോദരൻ എവിടെയായിരിക്കും എന്നായിരുന്നു നോറായുടെ ചിന്ത മുഴുവനും. പക്ഷെ, രവിയ്ക്കും ജോവാനയ്ക്കും ഇടയിൽ നടക്കുന്ന പ്രശ്നത്തിനിടയിൽ, തനിക്ക് അറിയാം എന്ന് അവർ ധരിച്ചിരിക്കുന്ന ഇക്കാര്യം ചോദിക്കുന്നത് ശരിയാകില്ല എന്നവൾക്ക് തോന്നി. അതുകൊണ്ട്, നാലുവരിപ്പാതയിലൂടെ കുതിച്ചുപായുന്ന ആ വണ്ടിയിലെ ജനാലയിലൂടെ അവൾ പുറത്തേയ്ക്ക് നോക്കിയിരുന്നു. കാറുകളുടെയും, ലോറികളുടെയും, ബൈക്കുകളുടെയും പിന്നിലെ വെളിച്ചം, ആ ഇരുളിൽ അവരെത്തന്നെ തുറിച്ചുനോക്കി തിളങ്ങുന്ന ചുവപ്പൻ കണ്ണുകളെപ്പോലെ തോന്നിച്ചു. ദൂരെ, ഇരുണ്ട ആകാശത്തിന്റെയും, അതിനേക്കാൾ ഇരുണ്ട മേഘങ്ങളുടെയും പശ്ചാത്തലത്തിന് മുന്നിൽ എഴുന്നു നിൽക്കുന്ന അംബരചുംബികളിലെ ഇത്തിരിക്കുഞ്ഞൻ പ്രകാശചതുരങ്ങൾ. ഗതാഗതത്തെ രണ്ടായി പിളർന്നുകൊണ്ട്, പാതയ്ക്ക് ഇരുവശത്തും, നട്ടുക്കമായി നിരന്നുനിന്നിരുന്ന മരങ്ങളുടെ ഇരുണ്ട നിഴലുകൾ.

നാളെ വൈകുന്നേരവും ഇതേ ജീവിതത്തിൽ അവൾ ജീവനോടെ ഉണ്ടെങ്കിൽ, ഒരു സംഗീതനിശയിലെ മുഴുവൻ പാട്ടുകളും അവൾ പാടേണ്ടി വരും. അവയിലെ ഭൂരിഭാഗം പാട്ടുകളും അവൾക്കറിയില്ല താനും. അവയൊക്കെ എത്ര പെട്ടെന്ന് പഠിച്ചെടുക്കാനാവും എന്നവൾ അന്തിച്ചു.

അപ്പോൾ അവളുടെ ഫോൺ ശബ്ദിച്ചു. അതൊരു വീഡിയോ കോൾ ആയിരുന്നു. വിളിക്കുന്ന ആളിന്റെ പേര് 'റയാൻ' എന്നാണ് കാണിച്ചത്.

ആ പേരു കണ്ട ജോവാന ഒന്നടക്കിച്ചിരിച്ചു. "അത് എടുക്കുന്നതാവും നല്ലത്."

അതുകൊണ്ട്, റയാൻ ആരാണ് എന്ന് ഒരു പിടിയുമില്ലാതിരുന്നിട്ടും, അവൾ ആ കോൾ എടുത്തു. സ്ക്രീനിൽ തെളിഞ്ഞ ചിത്രം മങ്ങിയിരുന്നതിനാൽ, അവൾക്ക് ആദ്യം തിരിച്ചറിയാൻ കഴിയുന്നുണ്ടായിരുന്നില്ല.

പെട്ടെന്ന് അയാളുടെ മുഖം തെളിഞ്ഞുവന്നു. സിനിമകളിലും, സങ്കൽപ്പങ്ങളിലും എത്രയോ വട്ടം അവൾ കണ്ടിട്ടുള്ള ആ മുഖം.

“ഹേയ് മോളെ. ഒരു സുഹൃത്തിനെ ഒന്നു വിളിച്ചതാണ്. നമ്മളിപ്പോഴും സുഹൃത്തുക്കൾ തന്നെയല്ലേ?”

ആ ശബ്ദം പോലും അവൾക്കറിയാമായിരുന്നു.

പരുക്കനും, സുന്ദരനുമായ അമേരിക്കക്കാരൻ. പ്രസിഡന്റ്.

വണ്ടിയിലെ മറ്റാരോടോ ജോവാന അടക്കിയ ശബ്ദത്തിൽ പറയുന്നത് അവൾ കേട്ടു. “അവൾ ഫോണിൽ റയാൻ ബെയ്‌ലിയോട് സംസാരിക്കുകയാണ്.”

റയാൻ ബെയ്‌ലി

റയാൻ ബെയ്‌ലി.

ശരിക്കുമുള്ള റയാൻ ബെയ്‌ലി. അവളുടെ സ്വപ്നാടനങ്ങളിൽ, അദ്ദേഹത്തിന്റെ തന്നെ വെസ്റ്റ് ഹോളിവുഡിലെ ഇളം ചൂടുവെള്ളം നിറഞ്ഞ കുളിത്തൊട്ടിയിലിരുന്ന്, നീരാവിമറയുടെ മൂടുപടത്തിനുള്ളിലൂടെ പ്ലാറ്റോയെക്കുറിച്ചും ഹൈഡഗ്ഗറിനെക്കുറിച്ചും അവളോട് സംസാരിച്ച അതേ റയാൻ ബെയ്‌ലി.

"നോറാ? നീ അവിടെത്തന്നെയില്ലേ? അതോ പോയോ? നീയെന്താ പേടിച്ചപോലിരിക്കുന്നത്?"

"ങാ... അതെ... ഞാൻ... അതെയതെ... ഞാൻ... ഞാൻ വെറുതെ... ഞാനിവിടെയുണ്ട്... ബസ്സിലാണ്.... വലിയൊരു... പര്യടനമാണ്... അതെയതെ... ഹായ്."

"ഞാൻ എവിടെയാണെന്ന് പറയാമോ?"

എന്തുപറയണം എന്ന് അവൾക്കൊരു രൂപവും ഉണ്ടായിരുന്നില്ല. അതിന് മറുപടിയായി "ഇളം ചൂടു വെള്ളം നിറഞ്ഞ കുളിത്തൊട്ടിയിൽ" എന്ന് പറയുന്നത് ശരിയല്ലല്ലോ എന്നവൾക്ക് തോന്നി. "സത്യമായിട്ടും എനിക്കറിയാൻ പാടില്ല."

അദ്ദേഹം ഫോൺ ഉയർത്തി ചുറ്റും കാണിച്ചുകൊടുത്തു. വിശാലമായ, ആഢംബരം നിറഞ്ഞ ഒരു വില്ല ആയിരുന്നു അത്. പകിട്ടാർന്ന വിരികളും, ടെറാക്കോട്ട ടൈലുകളും, കൊതുകുവലയുടെ തിരശീലയ്ക്കുള്ളിൽ ഭദ്രമാക്കി വച്ചിരുന്ന, നാലു കോണുകളിലും ഉയർന്ന കാലുകളുള്ള ഇരട്ടക്കട്ടിലുമുള്ള ഒരു മുറി.

"നയറിറ്റ്, മെഹിക്കോ," സ്പാനിഷുകാർ പറയുന്നതുപോലെ അനുകരിച്ച്, മെക്സിക്കോയെ, മെഹിക്കോ എന്നാണ് അദ്ദേഹം പറഞ്ഞത്. സിനിമകളിൽ കണ്ടിട്ടുള്ള റയാൻ ബെയ്‌ലിയിൽ നിന്നും എന്തൊക്കെയോ വ്യത്യാസങ്ങളുണ്ടായിരുന്നു ഈ റയാൻ ബെയ്‌ലിയ്ക്ക്. ഒരൽപ്പം കൂടി തടിച്ചു ചീർത്ത ഒരാൾ. ഒരൽപ്പം വൃത്തി കുറഞ്ഞപോലെ ഒരാൾ. ഒരുപക്ഷെ, കുടിയനായിരിക്കും. "ലൊക്കേഷനിലാണ്. അവരെന്നെ *സലൂൺ 2*-ന്റെ ഷൂട്ടിംഗിനു വിളിച്ചു."

"*ലാസ്റ്റ് ചാൻസ് സലൂൺ 2?* ഹോ, അതിന്റെ ഒന്നാം ഭാഗം ഒന്നു കാണണം എന്ന് എനിക്ക് വലിയ ആഗ്രഹമുണ്ടായിരുന്നു."

ഭൂലോകത്ത് ഇന്ന് നിലവിലുള്ള ഏറ്റവും വലിയ തമാശയാണ് അവളാ പറഞ്ഞത് എന്ന മട്ടിൽ അദ്ദേഹം ഉറക്കെ പൊട്ടിച്ചിരിച്ചു.

"എപ്പോഴത്തെയും പോലെ, ഒരു ഭാവഭേദവുമില്ലാതെ, അതേ ഗൗരവ ത്തിലിരുന്നു തന്നെയാണല്ലോ നീ ഇപ്പോഴും തമാശയാടിക്കുന്നത്, നോണോ."

"നോണോയോ?"

"കാസാ ഡി മിട്ടയിലാണ് ഞാൻ തങ്ങുന്നത്," അദ്ദേഹം തുടർന്നു. "നമ്മളന്ന് ഇവിടെ വന്ന ആ വാരാന്ത്യം ഓർമ്മയില്ലേ? അന്ന് നമ്മൾ താമസിച്ച അതേ വില്ലയാണ് അവർ ഇത്തവണ എനിക്ക് തന്നത്. നിനക്കോർമ്മയില്ലേ? നിന്നോടുള്ള സ്നേഹസൂചകമായി ഞാൻ ദേ ഒരു മെസ്കാൽ മാർഗരീറ്റ കഴിക്കുകയാണ്. നീയിതെവിടെയാണ്?"

"ബ്രസീലിൽ. സൗ പൗലോയിൽ ഒരു സംഗീതനിശ കഴിഞ്ഞു വരുകയാണ്."

"അടിപൊളി. നമ്മളപ്പോൾ ഒരേ വൻകരയിലാണല്ലോ. അത് പൊളിച്ചു. ശരിക്കും പൊളിച്ചു."

"പരിപാടി നന്നായി കഴിഞ്ഞു," അവൾ പറഞ്ഞു.

"നീ ഭയങ്കര ഔപചാരികതയോടെയൊക്കെ സംസാരിക്കുന്നു."

ബസ്സിലെ പകുതി പേരും അവരുടെ സംഭാഷണം കേട്ടുകൊണ്ടിരിക്കു കയാണ് എന്ന് നോറായ്ക്കറിയാമായിരുന്നു. ഒരു കുപ്പി ബിയറും കുടിച്ച് ചാരി ഇരിക്കുകയായിരുന്ന രവി, അവളെത്തന്നെ ഉറ്റുനോക്കുന്നുണ്ടായിരുന്നു.

"ഞാൻ... അത്... ഞാൻ ബസ്സിലാണ്... ചുറ്റിലും ആളുകളുണ്ട്..."

"ആളുകൾ," അതൊരു തെറിവാക്കാണ് എന്നോണം, ദീർഘമായി ഒന്ന് നിശ്വസിച്ചുകൊണ്ട് അദ്ദേഹം പറഞ്ഞു. "എപ്പോഴും ആളുകളാണ് ചുറ്റും. അതാണ് ഏറ്റവും വലിയ പ്രശ്നം. പക്ഷെ, ഞാൻ ഈയിടെയായി നിന്നെക്കുറിച്ച് ഇടയ്ക്കിടെ ഓർക്കാറുണ്ട്. നീ ജിമ്മി ഫാലനിനോട് പറഞ്ഞ തിനെക്കുറിച്ച്..."

അയാൾ പറയുന്ന ഓരോ വാക്കുകളും, പൊടുന്നനേ റോഡിൽ തൊട്ടുമുന്നിൽ പ്രത്യക്ഷപ്പെടുന്ന ഓരോ മൃഗങ്ങളാണ് എന്ന ഭാവം പുറത്തു കാണിക്കാതിരിക്കാൻ അവൾ കിണഞ്ഞു ശ്രമിച്ചു.

"ഞാൻ എന്തു പറഞ്ഞു?"

"എങ്ങനെയാണ് ഞാനും നീയുമായുള്ള ബന്ധം സ്വാഭാവികമായി വളർന്നത് എന്നതിനെക്കുറിച്ച്. നമുക്കിടയിൽ പരസ്പരം ദേഷ്യമോ വൈരാ ഗ്യമോ ഒന്നും ഇല്ല എന്നതിനെക്കുറിച്ച്. അങ്ങനെ പറയാനുള്ള മനസ്സു കാണിച്ചതിന് നിന്നോട് എനിക്ക് നന്ദി പറയണം എന്നുണ്ടായിരുന്നു. കാരണം, എനിക്കറിയാം, ഞാനൊരു മുരടനാണ് എന്ന്. എനിക്കറിയാം അത്. പക്ഷെ ഞാനത് മാറ്റിയെടുക്കാൻ ശ്രമിക്കുകയാണ്. ഇപ്പോൾ ഞാൻ കാണുന്ന തെറാപ്പിസ്റ്റ് നല്ല കഴിവുള്ള ഒരാളാണ്."

“അത്... നന്നായി.”

“നോറാ, നിന്നെ ഞാൻ മിസ്സ് ചെയ്യുന്നുണ്ട്. നമ്മളൊന്നിച്ച് ഒരുപാട് നല്ല നിമിഷങ്ങൾ ഉണ്ടായിട്ടുണ്ട്. പക്ഷെ, മനോഹരമായ ലൈംഗികബന്ധത്തിനുമപ്പുറം, ജീവിതത്തിൽ വേറെയും ഒരുപാട് നല്ല അനുഭവങ്ങൾ കാത്തിരിക്കുന്നുണ്ട്.”

“അതെ,” സ്വപ്നം കാണുകയല്ല എന്നുറപ്പു വരുത്തിക്കൊണ്ട് നോറാ പറഞ്ഞു. “തീർച്ചയായും.”

“എല്ലാ നല്ല കാര്യങ്ങളും നമ്മളൊന്നിച്ചാണ് ചെയ്തിരുന്നത്. പക്ഷെ നീ അത് അവസാനിപ്പിച്ചത് ശരിയായ കാര്യമായിരുന്നു. നടന്ന കാര്യങ്ങളുടെ സ്വാഭാവികമായ ഒരു ഗതി പരിശോധിച്ചാൽ നീ ചെയ്തത് തന്നെയാണ് ശരി. *തിരസ്കരണം* എന്നൊന്നില്ല; *ദിശാമാറ്റം* മാത്രമേയുള്ളൂ. നിനക്കറിയാമോ, ഞാനീ പ്രാപഞ്ചിക വിഷയങ്ങളെക്കുറിച്ച് ഒരുപാട് ആലോചിക്കാറുണ്ട്. ഞാൻ അവയോട് ഇഴകിച്ചേരാൻ ശ്രമിക്കുകയാണ്. അപ്പോൾ പ്രപഞ്ചം എന്നോട് നിർദ്ദേശിക്കുന്നത്, ഞാൻ എന്നെ കുറച്ചുകൂടി മെച്ചപ്പെടുത്തണം എന്നാണ്. അതൊരു സമതുലനാവസ്ഥയാണ്. നമുക്കിടയിലുണ്ടായിരുന്നതും, നമ്മൾ പങ്കുവച്ച ജീവിതവും ഒക്കെ അതിതീവ്രമായവയാണ്. ഡാർവിന്റെ മൂന്നാം ചലന നിയമം പോലെയാണത്. ഒരു പ്രവൃത്തി, മറ്റൊന്നിലേയ്ക്ക് നയിക്കുന്നു എന്നത്. എന്തെങ്കിലുമൊന്ന് നൽകണമായിരുന്നു. അത് മനസ്സിലാക്കിയ ഒരാൾ നീയായിരുന്നു. ഈ പ്രപഞ്ചത്തിൽ ഒഴുകി നടക്കുന്ന അനേകം പദാർത്ഥങ്ങളിൽ ഒന്നായ നമ്മൾ, ഒടുവിൽ എന്നെങ്കിലുമൊരിക്കൽ ഷെറ്റൂ മാർമെന്റിൽ കണ്ടുമുട്ടുമെന്നും...”

എന്താണ് പറയേണ്ടത് എന്നവൾക്ക് മനസ്സിലായില്ല. “അത് ന്യൂട്ടൺ ആണ് പറഞ്ഞത് എന്നു തോന്നുന്നു.”

“എന്ത്?”

“മൂന്നാം ചലനനിയമം.”

ആശയക്കുഴപ്പത്തിലായ ഒരു നായ്ക്കുട്ടിയെപ്പോലെ അദ്ദേഹം തല അൽപ്പം ചരിച്ചു. “എന്താ?”

“അത് കളഞ്ഞേക്ക്. ഒന്നുമില്ല.”

അദ്ദേഹം ഒന്നു നിശ്വസിച്ചു.

“എന്തായാലും ഞാൻ ഈ മാർഗരീറ്റ തീർക്കട്ടെ. കാരണം, എനിക്ക് നാളെ നേരത്തെ ഒരു പരിശീലനം ഏർപ്പാടാക്കിയിട്ടുണ്ട്. ഇത് മെസ്കാൽ ആണ്, കണ്ടില്ലേ? ടെക്കീല അല്ല. ഒന്നും കലരാത്ത ശുദ്ധമായതാണ്. പുതിയൊരു പരിശീലകനെ കിട്ടിയിട്ടുണ്ട്. ഒരു എംഎംഎ ആൾ. ആള് മിടുക്കനാണ്.”

“ഓക്കേ.”

“അതേ, നോണോ...”

“എന്താ?”

“നീ എന്നെ വിളിക്കാറുള്ള ആ ചെല്ലപ്പേര് ഒന്നുകൂടി ഒന്നു വിളിക്കാമോ?”

"മ്മ്... അത്..."

"നിനക്കറിയാമല്ലോ അത്."

"അറിയാം. അറിയാമല്ലോ. അതെ. തീർച്ചയായും." അതെന്താണെന്ന് ഓർത്തെടുക്കാൻ അവൾ ശ്രമിച്ചുനോക്കി. *റൈ-റൈ* എന്നായിരിക്കുമോ? അതോ *റൈ ബ്രെഡ്* എന്നോ? ഇനി *പ്ലാറ്റോ* എന്നെങ്ങാനും ആയിരിക്കുമോ?

"എനിക്കത് സാധിക്കില്ല."

"ആളുകളുണ്ടോ?"

അവൾ ചുറ്റും നോക്കുന്നതുപോലെ അഭിനയിച്ചു. "അതുതന്നെ. ആളുകളുണ്ട്. മാത്രവുമല്ല, നമ്മളിപ്പോൾ അതൊക്കെ താണ്ടി കുറേയേറെ ദൂരം മുന്നോട്ടുപോയതുകൊണ്ട് ഇപ്പോൾ അത് വീണ്ടും വിളിക്കുന്നതൊക്കെ... എന്തോ അത് ശരിയായി തോന്നുന്നില്ല."

വേദന നിറഞ്ഞ ഒരു ചിരി അദ്ദേഹം ചിരിച്ചു. "നോക്കൂ. ലോസ് ആഞ്ചലസിൽ നടക്കുന്ന അവസാനത്തെ പരിപാടി കാണാൻ ഞാനും ഉണ്ടാവും. സ്റ്റേപ്പിൾസ് സെന്ററിൽ. മുൻനിരയിൽത്തന്നെ. നിനക്കെന്നെ അതിൽ നിന്നും പിന്തിരിപ്പിക്കാനാവില്ല. കേട്ടല്ലോ?"

"നല്ല കാര്യം."

"നമ്മൾ എന്നെന്നും സുഹൃത്തുക്കളായിരിക്കുമോ?"

"നമ്മൾ എന്നെന്നും സുഹൃത്തുക്കളായിരിക്കും."

ആ സംഭാഷണം അവസാനിക്കാറായി എന്നു തോന്നിയപ്പോൾ, നോറായ്ക്ക് പെട്ടെന്നൊരു ചോദ്യം തികട്ടി വന്നു.

"നിങ്ങൾ ശരിക്കും തത്വശാസ്ത്രത്തിൽ തല്പരനായിരുന്നോ?"

അദ്ദേഹം ഒന്ന് ഏമ്പക്കം വിട്ടു. ഗ്യാസ് ഉൽപ്പാദിപ്പിക്കുന്ന മനുഷ്യശരീരത്തിൽ ജീവിക്കുന്ന ഒരു മനുഷ്യജീവിയാണ് റയാൻ ബെയ്‌ലി എന്ന തിരിച്ചറിവ് അവളെ ഞെട്ടിച്ചു.

"എന്താ?"

"തത്വശാസ്ത്രം. കുറെ വർഷങ്ങൾക്ക് മുൻപ് *ദി അഥീനിയൻ*സിൽ പ്ലാറ്റോ ആയിരുന്ന സമയത്തെ ഒരു അഭിമുഖത്തിൽ, നിങ്ങൾ തത്വശാസ്ത്രത്തെപ്പറ്റി ധാരാളം വായിക്കാറുണ്ട് എന്ന് പറഞ്ഞിരുന്നു."

"ഞാൻ *ജീവിതം* പഠിക്കാറുണ്ട്. ജീവിതമെന്നാൽ ഒരു തത്വശാസ്ത്രമാണ്."

പുള്ളി ആ പറഞ്ഞതെന്താണ് എന്ന് നോറായ്ക്ക് ഒരു പിടിയും കിട്ടിയില്ല. പക്ഷെ ഉള്ളിന്റെയുള്ളിൽ, ജനപ്രിയ സിനിമാ താരങ്ങളിൽ ഒരാളായ അദ്ദേഹത്തെ നിഷ്കരുണം ഉപേക്ഷിച്ച ഒരാളാണ് ഈ ജീവിതത്തിലെ താൻ എന്നതിൽ അവൾ മനസ്സറിഞ്ഞ് അഭിമാനിച്ചു.

"അന്ന് നിങ്ങൾ പറഞ്ഞത്, നിങ്ങൾ മാർട്ടിൻ ഹൈഡഗ്ഗറിനെയാണ് ഒരുപാട് വായിക്കാറുള്ളത് എന്നാണെന്ന് തോന്നുന്നു."

"ആരാ ഈ മാർട്ടിൻ ഹോട്ട്ഡോഗ്? ഓ, അത് വല്ല കോപ്പിലെ

പത്രക്കാർക്കുംവേണ്ടി ഉണ്ടാക്കിപ്പറഞ്ഞതാവും. നമ്മളിങ്ങനെ ഓരോന്ന് പറയാറില്ലേ?"

"അതെയതെ. ശരിയാണ്."

"വിട, സുഹൃത്തേ."

"വിട, റയാൻ."

അദ്ദേഹം ഫോണിൽ നിന്നും മാഞ്ഞു. ജോവാന ഒന്നും പറയാതെ അവളെത്തന്നെ നോക്കി ചിരിച്ചുകൊണ്ടിരിക്കുകയായിരുന്നു.

ഒരു അധ്യാപികയെപ്പോലെ, സാന്ത്വനം നൽകുന്ന എന്തോ ഒന്ന് ജോവാനയിൽ ഉണ്ടായിരുന്നു. ഈ ജീവിതത്തിലെ തനിക്ക് ജോവാനയെ ഇഷ്ടമാണ് എന്നവൾ ഊഹിച്ചു. പക്ഷെ അപ്പോഴാണ്, ഒരു പോഡ്കാസ്റ്റ് ചെയ്യേണ്ടതുണ്ടല്ലോ എന്നവൾ ഓർമ്മിച്ചത്. അതും, പകുതി അംഗങ്ങളുടെ പോലും പേരറിയാത്ത ഒരു ബാൻഡിനെ പ്രതിനിധീകരിച്ച്. അംഗങ്ങളുടെ മാത്രമല്ല, അവർ അവസാനം ചെയ്ത ആൽബത്തിന്റെയോ, അവർ ചെയ്തിട്ടുള്ള ഏതെങ്കിലും ആൽബത്തിന്റെയോ പേര് പോലും അവൾക്കറിയില്ലായിരുന്നു.

നഗരാതിർത്തിയിലുള്ള കിടിലനൊരു ഹോട്ടലിനു പുറത്ത് വണ്ടി നിന്നു. ജനാലച്ചില്ലുകളിൽ കറുപ്പ് നിറമൊട്ടിച്ച വിലകൂടിയ ഫാൻസി കാറുകൾ. അലങ്കാര ബൾബുകൾ കൊണ്ടു മോടി കൂട്ടിയ പനമരങ്ങൾ. മറ്റേതോ ഗ്രഹത്തിലെത്തിച്ചേർന്നതു പോലുള്ള വാസ്തുശൈലി.

"ഒരു പഴയ കൊട്ടാരമാണത്," ജോവാന പറഞ്ഞു. "ഒരു ഒന്നാംകിട ബ്രസീലിയൻ ആർക്കിടെക്ടാണ് ഇത് രൂപകൽപ്പന ചെയ്തത്. അയാളുടെ പേര് ഞാൻ മറന്നുപോയി." അവർ പെട്ടെന്നത് തിരഞ്ഞു കണ്ടുപിടിച്ചു. "ഓസ്കാർ നെയ്മീയർ," ഫോണിൽ നോക്കിക്കൊണ്ട് അവർ പറഞ്ഞു. "ആളൽപ്പം ആധുനികശൈലികൾ പിന്തുടരുന്ന കക്ഷിയാണ്. പക്ഷെ പുള്ളി സാധാരണ ചെയ്യാറുള്ളതിനേക്കാൾ ആഡംബരം കൂടിയ ഒന്നാണിത്. ബ്രസീലിലെ ഏറ്റവും മുന്തിയ ഹോട്ടൽ..."

അപ്പോഴാണ്, പിച്ചച്ചട്ടിയുമേന്തി നിൽക്കുന്ന ഭിക്ഷക്കാരെപ്പോലെ, നീട്ടിയ കൈകളിൽ ഫോണുകളുമായി, തന്റെ വരവ് പകർത്താൻ കാത്തു നിൽക്കുന്ന ചെറിയൊരു ജനക്കൂട്ടത്തെ നോറാ കണ്ടത്.

നിങ്ങൾക്ക് എല്ലാം സ്വന്തമാക്കാം, എന്നിട്ടും നിർവ്വികാരമായിരിക്കാം.
@നോറാലാബിറിന്ത്, 74.8K റീട്വീറ്റുകൾ, 485.3K ലൈക്കുകൾ.

ഹണി കേക്കുകളുടെ ഒരു വെള്ളിത്തട്ടം

ഈ മൾട്ടിവേഴ്സിലെ തന്റെ മറ്റനേകം ജീവിതങ്ങളുമായി, അവളുടെ ഈയൊരു ജീവിതവും സഹവർത്തനം ചെയ്തുപോകുന്നുണ്ടല്ലോ എന്ന ചിന്തതന്നെ വ്യത്യസ്തമായിരുന്നു. ഒരു താന്ത്രിയിലെ മറ്റൊരു സ്വരം പോലെ.

ഒരു ജീവിതത്തിൽ വാടക കൊടുക്കാൻ പോലും പെടാപ്പാടു പെട്ടിരുന്ന താൻ, മറ്റൊരിടത്ത് ലോകമെമ്പാടുമുള്ള ജനങ്ങളെ ആവേശം കൊള്ളിക്കുന്നു എന്ന് വിശ്വസിക്കാൻ പോലും കഴിഞ്ഞില്ല നോറായ്ക്ക്.

അവരുടെ ബസ്സ് ഹോട്ടലിലെത്തുന്നത് ചിത്രീകരിച്ചുകൊണ്ടിരുന്ന ആളുകളിൽ ചിലർ ഇപ്പോൾ ആട്ടോഗ്രാഫുകൾക്ക് വേണ്ടി കാത്തുനിൽക്കുകയാണ്. മറ്റുള്ള ബാൻഡംഗങ്ങളെ ആയിരുന്നില്ല, മറിച്ച്, നോറായോട് സംസാരിക്കാനായിരുന്നു അവർക്ക് വ്യഗ്രതയും ആവേശവും.

അവർക്ക് മുന്നിലെ ചരൽക്കല്ലുകൾ ഞെരിച്ച് നടക്കാൻ തുടങ്ങുമ്പോൾ, അവൾ അവരിൽ ഒരാളെ നോക്കി. നിറയെ ടാറ്റൂകൾ ഉണ്ടായിരുന്ന ആ പെൺകുട്ടി, ഏതോ പോസ്റ്റ്-അപ്പോകാലിപ്റ്റിക് യുദ്ധത്തിലെ സൈബർ പംക് പതിപ്പിൽ എങ്ങനെയോ എത്തപ്പെട്ട ഉത്സാഹവതിയായ ഒരു യുവതിയെപ്പോലെ വസ്ത്രം ധരിച്ചിരുന്നു. അവളുടെ മുടി, നോറായുടെ അതേ ശൈലിയിൽ, ആ വെള്ളിവര പോലും അതുപോലെയിട്ട്, ഭംഗി വരുത്തിയിരുന്നു.

"നോറാ! നോറാആആ.....! ഹായ്! ഞങ്ങൾ നിന്നെ സ്നേഹിക്കുന്നു, രാജകുമാരീ! ബ്രസീലിലേയ്ക്ക് വന്നതിന് നന്ദി! നീ ഒരു തരംഗമാണ്!." പെട്ടെന്ന് ഒരു മുദ്രാവാക്യം പോലെ അവർ വിളിക്കാൻ ആരംഭിച്ചു : "നോറാ! നോറാ! നോറാ!"

അലക്ഷ്യമായി കുത്തിക്കുറിച്ച് അവൾ ഓട്ടോഗ്രാഫുകൾ നല്കുന്നതിനിടയിൽ, അറുപതുകളുടെ തുടക്കത്തിലുള്ള ഒരു മനുഷ്യൻ, തന്റെ ടീഷർട്ട് വലിച്ചുരിയശേഷം അവളോട് അയാളുടെ തോളിൽ ഒപ്പിട്ടു നൽകാൻ ആവശ്യപ്പെട്ടു.

"അതൊരു ടാറ്റൂ ആക്കി മാറ്റുവാൻ വേണ്ടിയാണ്," അയാൾ പറഞ്ഞു.

"ശരിക്കും?" അയാളുടെ ദേഹത്ത് തന്റെ പേരെഴുതിക്കൊടുക്കുന്നതിനിടയിൽ അവൾ ചോദിച്ചു.

"എന്റെ ജീവിതത്തിലെ ഏറ്റവും നല്ല നിമിഷമാണിത്. എന്റെ പേര് ഫ്രാൻസിസ്കോ," അയാൾ തുള്ളിച്ചാടി.

ഒരു പെർമനെന്റ് മാർക്കർ പേന കൊണ്ട് എന്റെ പേര് ആ തൊലിപ്പുറത്ത് വരച്ചിടുന്നത് എങ്ങനെയാണ് ആ മനുഷ്യന്റെ നിലനിൽപ്പിലെ ഒരു സുപ്രധാന നിമിഷമാകുന്നത് എന്നവൾ അന്തിച്ചു.

"നിങ്ങളെന്റെ ജീവൻ രക്ഷിച്ചു. 'സുന്ദരാകാശം' എന്റെ ജീവൻ രക്ഷിച്ചു. ആ പാട്ട്. അത് ശക്തമായ ഒരു പാട്ടാണ്."

"ഓ. അടിപൊളി. 'സുന്ദരാകാശ'മോ? നിങ്ങൾക്ക് 'സുന്ദരാകാശം' അറിയാമോ?"

ആ ആരാധകൻ ഇളകിമറിഞ്ഞ് ചിരിച്ചു. "നിങ്ങൾ നല്ലൊരു രസികത്തിയാണ്. അതുകൊണ്ടാണ് നിങ്ങളെ ഞാൻ ദൈവതുല്യം ആരാധിക്കുന്നത്. എനിക്ക് നിങ്ങളെ ഒത്തിരിയിഷ്ടമാണ്. എനിക്ക് 'സുന്ദരാകാശം' അറിയാമോയെന്നോ? നല്ല കാര്യമായി!"

നോറാക്ക് എന്തു പറയണം എന്നറിയില്ലായിരുന്നു. ബ്രിസ്റ്റോളിലെ യൂണിവേഴ്സിറ്റിയിലെ വെറുമൊരു പത്തൊമ്പതുകാരി പെൺകുട്ടിയായിരുന്നപ്പോൾ താനെഴുതിയ ചെറിയൊരു പാട്ട്, ഇങ്ങ് ബ്രസീലിലെ ഒരു മനുഷ്യന്റെ ജീവിതം തന്നെ മാറ്റിമറിച്ചിരിക്കുന്നു. അവൾക്ക് ശ്വാസം വിലങ്ങി.

ഉറപ്പായും ഇതായിരുന്നു അവളുടെ നിയോഗം. താനിനി ഒരിക്കലും ലൈബ്രറിയിലേക്ക് മടങ്ങിപ്പോകേണ്ടതുണ്ടാവില്ല എന്നവൾക്ക് തോന്നി. ഈ സ്നേഹലാളനകളോട് പൊരുത്തപ്പെടാൻ അവൾക്ക് കഴിഞ്ഞേക്കും. ബെഡ്ഫോർഡിലെ 77-ാം നമ്പർ ബസ്സിലിരുന്ന്, ജനലുകൾക്ക് ശോകഗാനങ്ങൾ പാടിക്കൊടുക്കുന്നതിനേക്കാൾ എത്രയോ ഭേദമാണിത്.

അവൾ സെൽഫികളെടുക്കാൻ വന്നവർക്കു വേണ്ടി പോസ് ചെയ്തു.

ഒരു യുവതി കരച്ചിലിന്റെ വക്കോളമെത്തിയിരുന്നു. നോറാ, റയാൻ ബെയ്‌ലിയെ ചുംബിക്കുന്ന ഒരു വലിയ ചിത്രം അവരുടെ കൈയിൽ ഉണ്ടായിരുന്നു.

"നിങ്ങൾ പിരിഞ്ഞത് എനിക്ക് സഹിക്കാൻ കഴിഞ്ഞില്ല!"

"അതെ.. ശരിയാണ്... എനിക്കറിയാം.. പക്ഷെ ചിലപ്പോഴൊക്കെ അങ്ങനെയല്ലേ പറ്റൂ? അത്... ഒരു... ഓരോ അനുഭവവും നമുക്ക് ഓരോ പാഠങ്ങളാണ്."

ജോവാന അവളുടെ വശത്തെത്തി, മെല്ലെ അവളെ ഹോട്ടലിലേക്ക് നയിച്ചു.

മുല്ലപ്പൂ മണമുള്ള, പ്രൗഢമായ (മാർബിൾ പതിച്ച തറ, കൂറ്റൻ അലങ്കാര വിളക്കുകൾ, പുഷ്പാലങ്കാരങ്ങൾ) പ്രവേശനമുറിയിൽ എത്തിയപ്പോൾ, മറ്റുള്ള ബാൻഡംഗങ്ങൾ അതിനോടകം ബാറിൽ എത്തിയതായി അവൾ കണ്ടു. പക്ഷെ, എവിടെയാണ് അവളുടെ സഹോദരൻ? ഒരുപക്ഷെ ഏതെങ്കിലും മാധ്യമപ്രവർത്തകരുമായി എവിടെയെങ്കിലും വെടിപറഞ്ഞിരിക്കുന്നുണ്ടാവും.

ബാറിലേയ്ക്ക് നടക്കാൻ തുടങ്ങിയപ്പോഴാണ്, അവിടെയുണ്ടായിരുന്ന വരെല്ലാം – കാവൽക്കാരും, റിസപ്ഷനിസ്റ്റുകളും, ആതിഥേയരുമെല്ലാം – അവളെത്തന്നെ നോക്കുന്നതായി അവൾ ശ്രദ്ധിച്ചത്.

സഹോദരനെക്കുറിച്ച് അന്വേഷിച്ചറിയാനുള്ള ഒരവസരം അവൾക്ക് തൊട്ടരികിൽ എത്തിയപ്പോഴായിരുന്നു, ജോവാന അവിടെ നിന്ന ഒരാളെ കൈകാട്ടി അടുത്തേയ്ക്ക് വിളിച്ചത്. ഒരു റെട്രോ സയൻസ് ഫിക്ഷൻ സിനിമാ ശൈലിയിൽ 'ദി ലാബിറിന്ത്സ്'' എന്നെഴുതിയിരുന്ന ഒരു ടീഷർട്ട് ആയിരുന്നു അയാൾ ധരിച്ചിരുന്നത്. നര കയറിത്തുടങ്ങിയ താടിയും, ശോഷിച്ചു തുടങ്ങിയ തലമുടിയുമുള്ള അയാൾക്ക് നാൽപതിനു മുകളിൽ പ്രായമുണ്ടാവും. പക്ഷെ നോറായ്ക്ക് മുന്നിൽ അയാൾ ഒരൽപ്പം ഭയഭക്തി ബഹുമാനത്തോടെയായിരുന്നു നിന്നത്. നോറായ്ക്ക് ഹസ്തദാനം നൽകുമ്പോൾ, അയാൾ ശരീരം ഒരൽപ്പം മുന്നോട്ടു കുനിച്ചു.

"ഞാൻ മാഴ്സെലോ. അഭിമുഖത്തിന് സമ്മതിച്ചതിൽ ഒത്തിരി നന്ദിയുണ്ട്," അയാൾ പറഞ്ഞു.

മാഴ്സെലോയ്ക്ക് പിന്നിൽ മറ്റൊരാളെ നോറാ ശ്രദ്ധിച്ചു – നിറയെ വളയങ്ങൾ കാതിലും, മുഖത്തും, ശരീരത്തിലും അണിഞ്ഞ; നിറയെ ടാറ്റുകൾ ഉള്ള; നിറഞ്ഞ ചിരിയുള്ള ഒരു ചെറുപ്പക്കാരൻ. അയാളുടെ കൈയിൽ റെക്കോർഡിങ്ങിനുള്ള ഒരു ഉപകരണമുണ്ടായിരുന്നു.

"ബാറിനുള്ളിൽ അധികം ശബ്ദമില്ലാത്ത ഒരിടം ഞാൻ പറഞ്ഞുവച്ചിരുന്നു. പക്ഷെ, ഇന്നവിടെ നിറയെ ആളുകളുണ്ട്. എനിക്ക് തോന്നുന്നത് നമുക്കിത് നോറായുടെ തന്നെ സ്യൂട്ട് മുറിയിൽ ചെയ്യുന്നതാവും നല്ലത് എന്നാണ്," ജോവാന പറഞ്ഞു.

"നല്ല കാര്യം," മാഴ്സെലോ പറഞ്ഞു. "നല്ല കാര്യം, നല്ല കാര്യം."

അവർ ലിഫ്റ്റിന് അരികിലേയ്ക്ക് നടക്കുമ്പോൾ, നോറ ബാറിലേയ്ക്ക് തിരിഞ്ഞു നോക്കി. മറ്റുള്ള ബാൻഡംഗങ്ങൾ അവിടെ ഇരിക്കുന്നത് അവൾ കണ്ടു. "വേണമെങ്കിൽ മറ്റുള്ള അംഗങ്ങളോടും നിങ്ങൾക്ക് സംസാരിക്കാം കേട്ടോ. എനിക്ക് ഓർമ്മയില്ലാത്തത് ചിലതൊക്കെ അവർക്കും പറയാനാവും. ഒരുപാടു കാര്യങ്ങൾ പറയാനാവും," അവൾ മാഴ്സെലോയോട് പറഞ്ഞു.

മാഴ്സെലോ ഒന്നു ചിരിച്ച്, തലയാട്ടിയ ശേഷം, മടിച്ചുമടിച്ചു പറഞ്ഞു, "ഏയ് സാരമില്ല. ഇതിങ്ങനെതന്നെ ചെയ്യാം. അതാവും നല്ലത് എന്ന് തോന്നുന്നു..."

"ഓ, ഓക്കേ," അവൾ പറഞ്ഞു.

അവർ ലിഫ്റ്റിന് വേണ്ടി കാത്തുനിൽക്കുമ്പോൾ, എല്ലാ കണ്ണുകളും അവരിലായിരുന്നു. ജോവാന, നോറായ്ക്കരികിലേയ്ക്ക് വന്നു.

"നീ ഓക്കേ അല്ലെ?"

"അതെയല്ലോ. അതെ. എന്തേ?"

"അറിയില്ല. ഈ രാത്രി നിനക്കെന്തോ ഒരു മാറ്റം പോലെ."

“മാറ്റം എന്നു വെച്ചാൽ?”

“എന്തോ.... എന്തോ ഒരു മാറ്റം.”

അവർ ലിഫ്റ്റിലേയ്ക്ക് കടക്കുമ്പോൾ, ബസ്സിൽ വച്ച് കണ്ട മറ്റൊരു സ്ത്രീയോട്, ബാറിൽ നിന്നും അവർക്കായി കുറച്ച് സാധനങ്ങൾ കൊണ്ടു വരാൻ അവൾ ഏർപ്പാടാക്കി – അതിഥികൾക്ക് രണ്ടു ബിയറും, നോറായ്ക്ക് ഒരു സ്പാർക്ലിങ് മിനറൽ വാട്ടറും, അവർക്ക് വേണ്ടി ഒരു കായ്പ്പെറീഞ്ഞയും.

“മുകളിലെ സ്യൂട്ട് മുറിയിലേയ്ക്ക് കൊണ്ടുവരൂ, മായാ.”

ലിഫ്റ്റിൽനിന്നും ഇറങ്ങി, പതുപതുത്ത സാൽമൺ-പിങ്ക് നിറമുള്ള പരവതാനിയിലൂടെ തന്റെ മുറിയിലേയ്ക്ക് നടക്കുമ്പോൾ, ഈ ജീവിതത്തിൽ ചിലപ്പോൾ താൻ ഒരു സമ്പൂർണ്ണ ലഹരിപദാർത്ഥവർജ്ജകയായിരിക്കും എന്ന് നോറായ്ക്ക് തോന്നി.

പിന്നെ, മുറിയിലേയ്ക്ക് കടന്നപ്പോൾ, ഇതൊക്കെ തന്റെ നിത്യജീവിതത്തിന്റെ ഭാഗമാണ് എന്ന് ഭാവിക്കാൻ അവൾ ശ്രമിച്ചുകൊണ്ടിരുന്നു. ഈ ഭീമാകാരമായ മുറിയിൽ നിന്നും, മറ്റൊരു ഭീമാകാരമായ മുറിയിലേക്കും, അവിടെ നിന്നും ഒരു ഭീമാകാരമായ കുളിമുറിയിലേയ്ക്കും കടക്കാം. ആ ഹോട്ടലിന്റെ മാനേജർ, ഒരു ചെറുകുറിപ്പോടെ, അവൾക്ക് വേണ്ടി വച്ചിരുന്ന വമ്പനൊരു പൂച്ചെണ്ട് അവിടെയുണ്ടായിരുന്നു.

ആഡംബരത്തോടെ അണിയിച്ചൊരുക്കിയ അകസാമാനങ്ങൾ. നെടുനീളൻ കർട്ടനുകൾ. തൂവെള്ള വിരിയുള്ള, വിശാലമായ കട്ടിൽ. ഒരു ചെറിയ തീയറ്ററിനെ ഓർമ്മിപ്പിക്കുന്ന വലിപ്പമുള്ള ടിവി. ഐസിൽ വച്ചിരിക്കുന്ന ഷാമ്പെയ്ൻ കുപ്പി. ‘ബ്രസീലിയൻ ഹണി കേക്ക്’ എന്ന കുറിപ്പെഴുതി വച്ചിരിക്കുന്ന ഒരു വെള്ളിത്തട്ട്.

“ഇതിൽനിന്നും ഒരെണ്ണം പോലും കഴിക്കാം എന്ന് നീ ആലോചിക്കുകയേ വേണ്ട,” തട്ടിൽ നിന്നും ചെറിയൊരെണ്ണം എടുത്തുകൊണ്ട് ജോവാന പറഞ്ഞു. “നീ ആ പുതിയ ഡയറ്റ് പ്ലാനിലാണ് ഇപ്പോൾ. എന്റെ ഒരു കണ്ണ് എപ്പോഴും നിന്റെ മേലുണ്ടാവണം എന്നാണ് ഹാർളി പറഞ്ഞിരിക്കുന്നത്.”

ജോവാന അതിലൊരു കേക്ക് മെല്ലെ കടിക്കുന്നതും നോക്കി നോറാ നിന്നു. ബ്രസീലിയൻ ഹണി കേക്ക് പോലൊരു വിശിഷ്ടവിഭവത്തിന്റെ സ്വാദ് ആസ്വദിക്കുന്നതിലുപരി എന്തു നല്ല പ്ലാനാണ് ഉണ്ടാവുക എന്നവൾ ആലോചിച്ചു. ഈ ഹാർളി ആരാണ് എന്നവൾക്ക് പിടികിട്ടിയില്ല എങ്കിലും, അയാളെ തനിക്ക് എന്തായാലും ഇഷ്ടമല്ല എന്നവൾക്ക് മനസ്സിലായി.

“ങാ പിന്നെ... നിനക്കറിയാമായിരിക്കും... ലോസ് ആഞ്ചലസിലെ ആ തീ ഇപ്പോഴും അണഞ്ഞിട്ടില്ല. കാലബാസസിനെ പകുതിയിലധികവും അവർ ഒഴിപ്പിച്ചുകഴിഞ്ഞു. എന്തായാലും നിന്റെ വീട് നിൽക്കുന്ന അത്ര ഉയരത്തിൽ അത് എത്താൻ സാധ്യതയില്ല എന്നാണ് കരുതുന്നത്.”

ലോസാഞ്ചലസിൽ ഒരു വീടുണ്ട് എന്നതോർത്ത് സന്തോഷിക്കണോ, അതോ, അധികം താമസിയാതെ അതിൽ തീ പടർന്നു പിടിച്ചേക്കും എന്നോർത്തു കരയണോ എന്നവൾക്ക് മനസ്സിലായില്ല.

അഭിമുഖത്തിനു വന്ന രണ്ടുപേരും അതിന്റെ സാമഗ്രികൾ എല്ലാം തയ്യാറാക്കാൻ കുറച്ചു സമയമെടുത്തു. ജോവാനയ്ക്ക് പിന്നാലെ, നോറായും അവിടെയുണ്ടായിരുന്ന വലിയൊരു സോഫയിലേയ്ക്ക് ഇരുന്നു. വൃത്തിയാക്കി ഭംഗി വരുത്തിയിരുന്ന കൈവിരലുകൾ കൊണ്ട്, വായിൽ ബാക്കിയായ കേക്ക് കഷണങ്ങൾക്ക് പരിപൂർണ്ണ ശ്രദ്ധ കൊടുക്കുകയായിരുന്നു ജോവാന യപ്പോൾ. അതു ചെയ്യുന്നതിനിടെ തന്നെ, അവരുടെ സംഗീത ആൽബമായ *ഓ സോം*, ബ്രസീലിൽ ഒരു വൻ തരംഗമാണെന്ന് അവർ വിശദീകരിച്ചു.

"നല്ല ആൾക്കൂട്ടമുണ്ടായിരുന്നു. പലതരത്തിൽപ്പെട്ട ആളുകൾ. അവരുടെ എണ്ണമെടുത്താൽ ആകാശത്തോളം വരും. ചെയ്തത് എന്തായാലും മുതലായി." അവർ ഉത്സാഹത്തോടെ പറഞ്ഞു.

അഭിമുഖത്തിന്റെ പോഡ്കാസ്റ്റ് പ്രക്ഷേപണം തുടങ്ങിയപ്പോൾ, ഒരു അമ്മപ്പറവയെപ്പോലെ അവളെത്തന്നെ നോക്കിക്കൊണ്ട്, അവരവിടെ അവൾക്കരികിൽ ഇരുന്നു.

വെളിപാടുകളുടെ പോഡ്കാസ്റ്റ് പ്രക്ഷേപണം

"അപ്പൊ, ആകെ ബഹളമയമായ ഒരു വർഷമായിരുന്നു നിങ്ങൾക്കിത്, അല്ലേ?" നല്ല വടിവൊത്ത ഇംഗ്ലീഷിൽ മാഴ്സെലോ പറഞ്ഞുതുടങ്ങി.

"ഓ അതെ. വല്ലാത്ത ഓട്ടം തന്നെയായിരുന്നു," ഒരു റോക്ക് താരത്തിന്റെ ഭാവം വരുത്താൻ ശ്രമിച്ചുകൊണ്ട് നോറാ പറഞ്ഞു.

"നിങ്ങളുടെയാ ആൽബമില്ലേ... *പോട്ടേർസ്‌വില്ലി.* അതിന്റെ വരികൾ എഴുതിയത് നിങ്ങൾ തന്നെയാണല്ലേ?"

"അതെ. കുറെയൊക്കെ," നോറാ ഊഹിച്ചു പറഞ്ഞു. അവളുടെ കണ്ണുകൾ, കൈയിലെ പരിചിതമായ ആ മറുകിൽ ഉടക്കിക്കിടക്കുകയായിരുന്നു.

"അതു മുഴുവനും അവർ തന്നെ എഴുതിയതാണ്," ജോവാന ഇടയ്ക്കുകയറി പറഞ്ഞു.

മാഴ്സെലോ തലയാട്ടി. കൂടെയുള്ള മറ്റേ പയ്യൻ, അപ്പോഴും വെളുക്കെ ചിരിച്ചുകൊണ്ട്, കമ്പ്യൂട്ടറിൽ വിരൽ ചലിപ്പിച്ച്, ശബ്ദലേഖനം കൃത്യമാക്കാൻ ശ്രമിക്കുകയായിരുന്നു.

"എന്റെ പ്രിയപ്പെട്ട പാട്ടായി ഞാൻ കരുതുന്നത് 'ഫെതേഴ്സ്' എന്ന പാട്ടാണ്," മാഴ്സെലോ അത് പറയുമ്പോഴേയ്ക്കും അവർക്കു കുടിക്കാനുള്ളതൊക്കെ എത്തിയിരുന്നു.

ഈ അഭിമുഖത്തിൽ നിന്നും എങ്ങനെയെങ്കിലും പുറത്തുകടക്കാൻ എന്താണ് വഴി എന്നാലോചിക്കുകയായിരുന്നു നോറാ. തലവേദനയാണെന്ന് പറഞ്ഞാലോ? അല്ലെങ്കിൽ വയറുവേദന സഹിക്കാൻ വയ്യെന്നു പറഞ്ഞാലോ?

"പക്ഷെ ആദ്യം ഞാൻ സംസാരിക്കാൻ ആഗ്രഹിക്കുന്നത്, നിങ്ങൾ ആദ്യം പുറത്തിറക്കിയ ആ പാട്ടിനെക്കുറിച്ചാണ്. *സ്റ്റേ ഔട്ട് ഓഫ് മൈ ലൈഫ്.* അത് വ്യക്തിജീവിതത്തോട് വളരെ അടുത്തുനിൽക്കുന്ന ഒരു പ്രസ്താവന പോലെയാണ് എനിക്ക് തോന്നിയത്."

നോറാ ഒന്നു ചിരിച്ചെന്നു വരുത്തി. "ആ വരികളിൽ എല്ലാം അടങ്ങിയിരിക്കുന്നു."

"അതെ. ശരിക്കും അങ്ങനെയൊരു അഭ്യൂഹം ഉണ്ടായിരുന്നു. ഇത് സൂചിപ്പിക്കുന്നത്... അതിന് ഇംഗ്ലീഷിൽ എന്താ പറയുക?"

"റിസ്ട്രെയ്നിങ് ഓർഡർ ആണോ?" സഹായം വാഗ്ദാനം ചെയ്യുന്നത് പോലെ ജോവാന പറഞ്ഞുകൊടുത്തു.

"അതെ! റിസ്ട്രെയ്നിങ് ഓർഡർ."

"മ്മ്," ചെറുതായി ഒന്ന് ഞെട്ടിയ നോറാ പറഞ്ഞു. "എനിക്ക് ഇതൊക്കെ പാട്ടെഴുത്തിലൂടെ പ്രകടിപ്പിക്കുന്നതാണിഷ്ടം. അതിനെക്കുറിച്ച് സംസാരിക്കുക എന്നത് വലിയ ബുദ്ധിമുട്ടാണ്."

"ശരി. എനിക്ക് മനസ്സിലാവും. അതിപ്പോ, ഈയിടെ *റോളിംഗ് സ്റ്റോൺ* മാസികയ്ക്ക് നിങ്ങൾ കൊടുത്ത അഭിമുഖത്തിൽ, നിങ്ങളുടെ പഴയ ബോയ്ഫ്രണ്ട് ആയിരുന്ന ഡാൻ ലോർഡിനെക്കുറിച്ച് സൂചിപ്പിച്ചിരുന്നല്ലോ. അതിൽ നിങ്ങൾ പറഞ്ഞിരുന്ന പുള്ളിയ്ക്കെതിരെയുള്ള ആ... മ്മ്... ആ... റിസ്ട്രെയിനിങ് ഓർഡർ, അത് ലഭിക്കാൻ വല്ലാതെ ബുദ്ധിമുട്ടി എന്നും, അദ്ദേഹം നിങ്ങളെ പിന്തുടരുന്നുണ്ടായിരുന്നു എന്നും... അദ്ദേഹം നിങ്ങളുടെ വീട്ടിലേയ്ക്ക് അതിക്രമിച്ച് കയറാൻ ശ്രമിച്ചിരുന്നു, അല്ലേ? കൂടാതെ, പത്രക്കാരുടെ അടുത്ത് 'സുന്ദരാകാശം' അദ്ദേഹമാണ് എഴുതിയത് എന്നും പറഞ്ഞിരുന്നുവല്ലോ?"

"ജീസസ്."

കണ്ണീരിന്റെയും ചിരിയുടെയും ഒത്തനടുക്കായി അവൾ ഉലഞ്ഞിയാടി. പണിപ്പെട്ട്, രണ്ടിൽ നിന്നും മോചനം നേടി.

"ഞാൻ അദ്ദേഹത്തിനൊപ്പം ഉണ്ടായിരുന്ന കാലത്ത് എഴുതിയതാണത്. പക്ഷെ അദ്ദേഹത്തിന് അത് ഇഷ്ടപ്പെട്ടിരുന്നില്ല. ഞാൻ ഈ ബാൻഡിന്റെ ഭാഗമാകുന്നതിനോടും പുള്ളിയ്ക്ക് താൽപര്യമുണ്ടായിരുന്നില്ല. അയാൾക്ക് അതിനോട് വെറുപ്പായിരുന്നു. അയാൾക്ക് എന്റെ സഹോദരനോട് വെറുപ്പായിരുന്നു. രവിയോട് വെറുപ്പായിരുന്നു. തുടക്കകാലത്ത് ഒപ്പമുണ്ടായിരുന്ന എല്ലയോടും വെറുപ്പായിരുന്നു. അസൂയാലുവായ ഒരാളായിരുന്നു ഡാൻ."

എന്തൊരു വൈചിത്ര്യമാണ്. മറ്റൊരു ജീവിതത്തിൽ, ഡാൻ കൊതിച്ചിരുന്നപോലത്തെ ജീവിതത്തിൽ, നോറായ്ക്കൊപ്പമുള്ള വിവാഹ ജീവിതം മടുത്ത അവൻ മറ്റൊരുവളോട് പ്രണയത്തിലാവുന്നു. അതേസമയം, ഈ ജന്മത്തിലാകട്ടെ, അവളുടെ വളർച്ച കണ്ടിട്ട് സഹിക്കാനാവാതെ അവൻ അവളുടെ വീട്ടിലേയ്ക്ക് അതിക്രമിച്ച് കടക്കാൻ ശ്രമിക്കുന്നു.

"അവനൊരു പരമ മണ്ടനാണ്," നോറാ പറഞ്ഞു. "ഇങ്ങനത്തെ വൃത്തികെട്ടവന്മാരെ പറയാൻ പറ്റുന്ന പോർച്ചുഗീസ് തെറിവാക്കുകൾ എനിക്കറിഞ്ഞൂടാ."

"കബറാവ്. അതിന്റെ അർത്ഥവും ഏറെക്കുറെ ഇതുതന്നെയാണ്."

"അല്ലെങ്കിൽ ഒരു പോങ്ങനാണ് എന്നു പറഞ്ഞാലും മതി," ചെറുപ്പക്കാരൻ പറഞ്ഞു.

"ഹാ അതെ. അയാളൊരു കബറാവ് ആണ്. അയാൾ ആളാകെ മാറിപ്പോയി. നമ്മുടെ ജീവിതം മാറുമ്പോൾ, ആളുകൾ വളരെ വ്യത്യസ്തമായിട്ടാണ് അതിനോട് പ്രതികരിക്കുന്നത്. അത് വിചിത്രം തന്നെ. പ്രസിദ്ധിയ്ക്കു കൊടുക്കേണ്ടി വരുന്ന വില, എന്നേ അതിനെ കരുതാനാകൂ."

"പിന്നെ നിങ്ങൾ 'ഹെൻറി ഡേവിഡ് തോറോ' എന്ന പേരിൽ ഒരു

പാട്ടെഴുതിയിരുന്നു. പൊതുവേ അങ്ങനെ തത്വചിന്തകരെക്കുറിച്ചൊന്നും അധികം പാട്ടുകളുണ്ടാവാറില്ല..."

"അതെയതെ. ഞാൻ യൂണിവേഴ്സിറ്റിയിൽ തത്വശാസ്ത്രം പഠിച്ചുകൊണ്ടിരുന്ന കാലത്ത് എന്റെ ഏറ്റവും പ്രിയപ്പെട്ട ഒന്നായിരുന്നു അദ്ദേഹത്തിന്റേത്. അതുകൊണ്ടാണ് ഞാൻ ഈ ടാറ്റൂ പോലും അടിച്ചത്. 'ഇമ്മാനുവൽ കാണ്ട്' എന്നതിനേക്കാൾ എന്തുകൊണ്ടും മനോഹരമായ ഒരു ടൈറ്റിൽ ഏതായാലും ഇതാണ്."

അവൾക്ക് അതിന്റെ ഒരു ശൈലി പിടികിട്ടിത്തുടങ്ങിയിരുന്നു. അവൾ മനസ്സാ ആഗ്രഹിച്ചിരുന്ന ഒരു ജീവിതമായിരുന്നു അത് എന്നതിനാൽ ത്തന്നെ, അങ്ങനെ അഭിനയിക്കാൻ വലിയ ബുദ്ധിമുട്ടൊന്നും ഇല്ലായിരുന്നു.

"പിന്നെ തീർച്ചയായും പറയേണ്ടുന്ന ഒന്നാണ് 'ഹൗൾ'. എന്തൊരു പാട്ടാണത്! ഇരുപത്തിരണ്ട് രാജ്യങ്ങളിലാണ് ഈ പാട്ട് ഒന്നാം സ്ഥാനത്ത് നിൽക്കുന്നത്. ഹോളിവുഡിലെ മികച്ച താരനിരയെ അണിനിരത്തിയ വീഡിയോയ്ക്കാണെങ്കിൽ ഗ്രാമി അവാർഡും. അതിനെക്കുറിച്ച് സംസാരിച്ച് മടുത്തിട്ടുണ്ടാവും, അല്ലേ?"

"ഉണ്ടാവണം, അതെ."

ജോവാന മറ്റൊരു ഹണി കേക്ക് എടുക്കാനായി പോയി.

മാഴ്സെലോ പതുക്കെയൊന്നു ചിരിച്ചുകൊണ്ട് തുടർന്നു. "എനിക്കത് വല്ലാതെ പ്രാകൃതമായ ഒന്നായി തോന്നി. ആ പാട്ടിനെയാണ് ഞാൻ ഉദ്ദേശിച്ചത്. നിങ്ങൾ എല്ലാം വിളിച്ചു പറയുന്നതു പോലെ തോന്നി അതിൽ. ജോവാനയ്ക്ക് മുൻപ് ഉണ്ടായിരുന്ന മാനേജറെ പിരിച്ചുവിട്ട അതേ രാത്രിയിലാണ് നിങ്ങളത് എഴുതിയത് എന്ന് ഞാൻ പിന്നീടാണ് മനസ്സിലാക്കിയത്. അയാൾ നിങ്ങളെ സാമ്പത്തികമായി ചതിക്കുകയായിരുന്നു എന്നറിഞ്ഞു കഴിഞ്ഞപ്പോൾ..."

"അതെ. അത് വളരെ മോശമായിരുന്നു. വല്ലാത്തൊരു ചതിയായിരുന്നു അത്," അവൾ കൂട്ടിച്ചേർത്തു.

"'ഹൗൾ' ഇറങ്ങുന്നതിനും മുൻപ് തന്നെ ഞാൻ ദി ലാബിറിന്ത്സിന്റെ ഒരു വലിയ ആരാധകനായിരുന്നു. പക്ഷെ ആ പാട്ട് എന്നെ വല്ലാതെ സ്വാധീനിച്ചു. അതിന്റെ കൂടെ, 'ലൈറ്റ്ഹൗസ് ഗേൾ' എന്ന പാട്ടും. 'ഹൗൾ' കേട്ടപ്പോഴാണ് *ഈ നോറ സീഡ് ആളൊരു ജീനിയസ്സാണ്* എന്ന് എന്റെ മനസ്സിൽ ആദ്യമായി തോന്നിയത്. അതിന്റെ വരികൾക്കൊരു അബ്സ്ട്രാക്റ്റ് സ്വഭാവം ഉണ്ടായിരുന്നുവെങ്കിലും, അതിലൂടെ വളരെ മൃദുവായും, ഹൃദ്യമായും, അതിശക്തവുമായുമാണ് നിങ്ങൾ നിങ്ങളുടെ കോപത്തെ പങ്കുവച്ചത്. ആദ്യകാലങ്ങളിലെ ക്യൂറിന്റെ ശൈലിയെയും, ഫ്രാങ്ക് ഓഷ്യന്റെ ശൈലിയെയും, ദി കാർപെന്റേഴ്സിന്റെയും, ടെയ്മ് ഇമ്പാലയുടെയുടെയും ശൈലികളിലൂടെ കോർത്തിണക്കിയ ഒന്നായിരുന്നു അത്."

ഇതൊക്കെ എന്തായിരിക്കും എന്നാലോചിച്ചു കണ്ടുപിടിക്കാൻ ശ്രമിച്ച് നോറാ പരാജയപ്പെട്ടു.

എല്ലാവരെയും അമ്പരപ്പിച്ചുകൊണ്ട് അയാൾ പാടാൻ തുടങ്ങി : "ട്യൂണിനെ ഗംഭീരമാക്കാൻ സംഗീതത്തെ ശാന്തമാക്കൂ/വ്യാജ പുഞ്ചിരി അവസാനിപ്പിക്കൂ ചന്ദ്രനിൽ ആഘോഷിച്ചാർക്കൂ."

ഈ വരികളൊക്കെ തനിക്ക് നന്നായി അറിയാമെന്ന മട്ടിൽ നോറാ തലകുലുക്കിക്കൊണ്ടിരുന്നു. "അതെ. അതെ. ഞാനപ്പോൾ... ശരിക്കും ക്ഷുഭിതയായിരുന്നു."

മാഴ്സെലോയുടെ മുഖത്ത് പെട്ടെന്ന് ഗൗരവം നിറഞ്ഞു. അവളെക്കുറിച്ച് അങ്ങേയറ്റം കരുതലുള്ള ഒരാളെപ്പോലെയായി അയാൾ. "ഇക്കഴിഞ്ഞ കുറച്ചു വർഷങ്ങൾ നിങ്ങൾക്ക് കൈകാര്യം ചെയ്യാൻ കുറെയധികം പ്രശ്നങ്ങളുണ്ടായിരുന്നു. പുറകേ നടന്നു ശല്യപ്പെടുത്തുന്നവർ, മോശം മാനേജർമാർ, അനാവശ്യമായി കെട്ടിച്ചമച്ച കുടിപ്പകകൾ, കോടതി കേസുകൾ, കോപ്പിറൈറ്റ് പ്രശ്നങ്ങൾ, റയാൻ ബെയ്‌ലിയുമായി ഉണ്ടായ വൃത്തികെട്ട പ്രണയത്തകർച്ച, കഴിഞ്ഞ ആൽബത്തിന് കിട്ടിയ പ്രതികരണം, റീഹാബ്, ടോറന്റോയിൽ നടന്ന ആ സംഭവവും... ആ സമയത്ത് പാരിസിൽ വച്ച് നിങ്ങൾ അവശയായി തളർന്നു വീണിരുന്നു, വ്യക്തിജീവിതത്തിലെ ദുരന്തങ്ങൾ, നാടകം നാടകം നാടകം. ഇതിനെല്ലാം മേലെ മാധ്യമങ്ങളുടെ കടന്നുകയറ്റവും. ഈ മാധ്യമങ്ങളൊക്കെ നിങ്ങളെ ഇത്രയ്ക്ക് വെറുക്കാൻ കാരണം എന്തായിരിക്കും എന്നാണ് നിങ്ങൾ കരുതുന്നത്?"

നോറായ്ക്ക് മനം പിരട്ടുന്നതു പോലെ തോന്നി. ഇതിനെയാണോ പ്രശസ്തി എന്നു പറയുന്നത്? ആരാധനയുടെയും അവഹേളനത്തിന്റെയും, ചവർപ്പും മധുരവും ഇടകലർന്ന ഒരു പാനീയം പോലെ. ഇതിങ്ങനെ പല ദിശകളിൽ കുതിക്കുന്നതുകൊണ്ടാവും പല പ്രമുഖർക്കും പലപ്പോഴും അടിപതറുന്നത്. ഒരേസമയം ചെകിട്ടത്തടിക്കുകയും, ഉമ്മ വയ്ക്കുകയും ചെയ്യുന്നതു പോലെയായിരുന്നു അത്.

"അത്... എനിക്ക്... എനിക്കറിയില്ല... ഓരോരോ വട്ടുകൾ."

"ഇപ്പൊ, നിങ്ങൾ മറ്റൊരു ജീവിതപാതയിലൂടെ സഞ്ചരിച്ചിരുന്നു എങ്കിൽ നിങ്ങളുടെ ജീവിതം എങ്ങനെയായിരിക്കും എന്ന് നിങ്ങൾ ചിന്തിച്ചുനോക്കിയിട്ടുണ്ടോ?"

തന്റെ മിനറൽ വാട്ടറിൽ ചെറു കുമിളകൾ പൊന്തിവരുന്നതു നോക്കിയിരിക്കുകയായിരുന്നു നോറായപ്പോൾ.

"ഇതിനേക്കാൾ എളുപ്പമുള്ള മറ്റു പാതകൾ ഉണ്ടാവാം എന്ന് ചിന്തിക്കാൻ എളുപ്പമാണ്," ആദ്യമായി അത്തരമൊരു തിരിച്ചറിവിൽ അവൾ പറഞ്ഞു. "ഒരുപക്ഷെ അത്തരം എളുപ്പമുള്ള പാതകൾ ഉണ്ടാവണം എന്നില്ല. പാതകളുണ്ട് എന്നേയുള്ളൂ. ഒരു ജീവിതമെടുത്താൽ, ഞാൻ വിവാഹിതയായിരുന്നേക്കാം. മറ്റൊന്നിൽ, ഞാനേതെങ്കിലും കടയിലെ ജീവനക്കാരി ആയിരുന്നേക്കാം. അവിടെ എന്നോട് ഒരു കോഫി കുടിക്കാൻ പോയാലോ എന്ന് ചോദിച്ച സുന്ദരനായ ഒരാളോട് ഞാൻ ചിലപ്പോൾ സമ്മതം പറഞ്ഞിട്ടുണ്ടാകാം. മറ്റൊരു ജീവിതത്തിൽ, ഞാൻ ആർട്ടിക് സർക്കിളിൽ

ഹിമാനികളെക്കുറിച്ച് ഗവേഷണം നടത്തുന്ന ഒരാൾ ആയിരുന്നേക്കാം. മറ്റൊന്നിൽ ചിലപ്പോൾ ഞാൻ നീന്തലിൽ ഒളിമ്പിക്സ് മെഡൽ നേടിയ ആളായിരുന്നേക്കാം. ആർക്കറിയാം? ഓരോ ദിവസത്തിന്റെ ഓരോ സെക്കന്റിലും നമ്മൾ ഓരോ പുതിയ പ്രപഞ്ചത്തിലേക്കാണ് കടക്കുന്നത്. എന്നിട്ടും, നമ്മുടെ ജീവിതം വ്യത്യസ്തമായിരുന്നെങ്കിൽ എന്നാലോചിച്ച് നമ്മൾ സമയം കളയുന്നു. നമ്മുടെ ജീവിതത്തെ മറ്റുള്ളവരോടും, നമ്മുടെ തന്നെ മറ്റു പതിപ്പുകളോടും നമ്മൾ താരതമ്യം ചെയ്തുകൊണ്ടേയിരിക്കുന്നു. സത്യത്തിൽ എല്ലാ ജീവിതങ്ങളിലും നല്ലതും ചീത്തയും പല അളവുകളിൽ അടങ്ങിയിട്ടുണ്ട്."

മാഴ്സെലോയും, ജോവാനായും, ആ ബ്രസീലിയൻ പയ്യനുമെല്ലാം കണ്ണിമയ്ക്കാതെ അവളെത്തന്നെ നോക്കി ഇരിക്കുകയായിരുന്നു. അവൾക്ക് നിർത്താനുള്ള ഭാവമില്ലായിരുന്നു. കാറ്റിൽ പട്ടമെന്ന പോലെ, അവൾ സ്വതന്ത്രമായി പറന്നു.

"ജീവിതത്തിൽ ചില മാതൃകകളുണ്ട്... താളങ്ങൾ. ഒരു ജീവിതത്തിൽ മാത്രം കുടുങ്ങിക്കിടക്കുമ്പോൾ, സങ്കടങ്ങളും, ദുരന്തങ്ങളും, തോൽവികളും, ഭയവുമെല്ലാം ആ ജീവിതത്തിലെ മാത്രം ഉരുത്തിരിയുന്ന പ്രശ്നങ്ങളാണ് എന്നാണ് നമ്മൾ കരുതുക. അതായത്, വെറുതെ *ജീവിക്കുക* എന്നതിന് പകരം, ഒരു പ്രത്യേക രീതിയിൽ ജീവിച്ചതിന്റെ ബാക്കിപത്രങ്ങളാണ് ഇവയൊക്കെ എന്ന്. സത്യത്തിൽ ദുഃഖം എന്നതിനെ തടുത്തുനിർത്താൻ പോന്ന ഒരു ജീവിതശൈലിയും ഈ ഭൂമിയിലില്ല എന്ന തിരിച്ചറിവുണ്ടെങ്കിൽ ജീവിതം കുറച്ചുകൂടി മെച്ചപ്പെട്ടതാകും എന്നെനിക്ക് തോന്നുന്നു. ഈ ദുഃഖം എന്നു പറയുന്നത്, സന്തോഷം എന്ന കുപ്പായത്തിലെ ഇഴകൾ തന്നെയാണ്. പക്ഷെ എന്നെന്നും പെരുത്തു സന്തോഷം മാത്രം നൽകുന്ന ഒരു ജീവിതം ഇല്ല. അങ്ങനെയൊന്നുണ്ട് എന്ന് ചിന്തിക്കുന്നത്, നമ്മുടെ ഇപ്പോഴത്തെ ജീവിതത്തിൽ കൂടുതൽ അസന്തുഷ്ടി നിറയ്ക്കുകയേയുള്ളൂ."

"അത് വളരെ നല്ലൊരു മറുപടിയാണ്," അവൾ പറഞ്ഞുതീർന്നു എന്നുറപ്പാക്കിയ ശേഷം, മാഴ്സെലോ പറഞ്ഞു. "പക്ഷെ ഇന്ന്, ആ സംഗീതനിശയിൽ, നിങ്ങൾ വളരെയധികം സന്തുഷ്ടയായിരുന്നു. 'ഹൗൾ' മാറ്റിവച്ച്, അതിനുപകരം 'ബ്രിഡ്ജ് ഓവർ ട്രബിൾഡ് വാട്ടേഴ്സ്' പാടിയത് നിങ്ങളുടെ അതിശക്തമായ ഒരു പ്രസ്താവനയായി ഞാൻ കണക്കാക്കുന്നു. അത് വിളിച്ചുപറഞ്ഞത് : *ഞാൻ ശക്തയാണ്* എന്നാണ്. ഞങ്ങൾ ആരാധകരോട്, നിങ്ങൾ ഓകെയാണ് എന്ന് പറയുംപോലെയായിരുന്നു അത്. പിന്നെ, സംഗീത യാത്രകളൊക്കെ എങ്ങനെ പോകുന്നു?"

"നന്നായിത്തന്നെ പോകുന്നു. ശരിയാണ്, ഞാൻ നന്നായിത്തന്നെ ജീവിക്കുന്നു എന്ന സന്ദേശമാണ് ഞാൻ നൽകിയത് എന്നു കരുതുന്നു. പക്ഷെ കുറേ നാളുകൂടി, ഇപ്പോൾ വീടിനെ വല്ലാതെ മിസ്സ് ചെയ്യുന്നു."

"ഏത് വീടിനെയാണ്?" ചുണ്ടിലൊളിപ്പിച്ച ഒരു കള്ളച്ചിരിയോടെ മാഴ്സെലോ ചോദിച്ചു. "എന്നുവെച്ചാൽ, ലണ്ടനിലാണോ, ലോസ് ആഞ്ചല

സിലാണോ, അതോ അമാൽഫി കോസ്റ്റിലാണോ – എവിടെയാണ് നിങ്ങൾക്ക് ഒരു വീട്ടിലെന്നപോലെ സന്തോഷം തോന്നിയിട്ടുള്ളത്?"

അവളുടെ കാർബൺ ഫൂട്ട്പ്രിന്റ് ഏറ്റവും അധികമായി ഉണ്ടായിരുന്നത് ഈ ജീവിതത്തിലാണെന്ന് തോന്നുന്നു.

"അറിയില്ല. വേണമെങ്കിൽ ലണ്ടൻ എന്നു പറയാം."

ഇനി വരാൻ പോകുന്നത് ബുദ്ധിമുട്ടേറിയ ചോദ്യമാണ് എന്നോണം, മാഴ്സെലോ ദീർഘമായി ശ്വാസം ഉള്ളിലേയ്ക്കെടുത്തു. അയാൾ താടിയിൽ ചൊറിഞ്ഞു. "ഓക്കേ. പക്ഷെ നിങ്ങൾക്കത് വല്ലാത്ത ബുദ്ധിമുട്ടാവും, അല്ലേ? നിങ്ങൾ ആ ഫ്ളാറ്റിൽ സഹോദരനൊപ്പമായിരുന്നല്ലോ താമസിച്ചിരുന്നത്."

"എന്തിന് ബുദ്ധിമുട്ട്?"

ജോവാന, തന്റെ കൈയിലിരുന്ന കോക്ക്ടെയിലിനു മുകളിലൂടെ അവളെ സാകൂതം നോക്കി.

മാഴ്സെലോ അനുതാപം നിറഞ്ഞ മിഴികൾ അവളുടെ നേർക്ക് നീട്ടി. ആ കണ്ണുകളിൽ പതർച്ചയുണ്ടായിരുന്നു. "അതായത്," ബിയർ സ്വൽപമൊന്നു നുണഞ്ഞ ശേഷം അയാൾ തുടർന്നു, "നിങ്ങളുടെ സഹോദരൻ നിങ്ങളുടെ ജീവിതത്തിലെയും, നിങ്ങളുടെ ബാൻഡിന്റെയും അത്ര വലിയ ഒരു സ്വാധീനശക്തിയായിരുന്നു..."

ആയിരുന്നു.

അത്രമേൽ ഭയം തിരുകിക്കയറ്റിവച്ചിരിക്കുന്ന, തീരെച്ചെറിയ ഒരു വാക്ക്. വെള്ളത്തിൽ വീഴുന്ന ഒരു കല്ലു പോലെ.

എൻകോർ തുടങ്ങും മുൻപ് രവിയോട് അവനെപ്പറ്റി ചോദിച്ചത് അവളോർത്തു. വേദിയിൽ വച്ച് സഹോദരനെക്കുറിച്ച് പറഞ്ഞപ്പോൾ, കാണികളിൽ നിന്നുണ്ടായ പ്രതികരണവും അവളോർത്തു.

"അവനിവിടെയുണ്ട്. ഇന്ന് രാത്രിയും അവനിവിടെ ഉണ്ടായിരുന്നു."

"അവന്റെ സാന്നിധ്യത്തെക്കുറിച്ചാണ് അവൾ പറയുന്നത്," ജോവാന പറഞ്ഞു. "അവർക്കെല്ലാം അങ്ങനെതന്നെ ആയിരുന്നു. അത്രയ്ക്ക് ശക്തമായ മനസ്സുള്ള ഒരു വ്യക്തിയായിരുന്നു. കുറച്ച് അസ്വസ്ഥതകളൊക്കെ ഉണ്ടായിരുന്നു എങ്കിലും, ശക്തം തന്നെയായിരുന്നു... മദ്യവും ലഹരിയും ജീവിതസാഹചര്യങ്ങളും ഒക്കെക്കൂടി ഒടുക്കം അങ്ങനെയായി എന്നത് വല്ലാത്തൊരു ദുരന്തമായിപ്പോയി..."

"നിങ്ങൾ എന്താണീ പറയുന്നത്?" നോറാ ചോദിച്ചു. അവൾ അഭിനയമൊക്കെ മതിയാക്കിയിരുന്നു അപ്പോൾ. ശരിക്കും അതറിയാൻ അവൾ ഉദ്വേഗം പൂണ്ടു.

മാഴ്സെലോ അവളോടുള്ള സഹതാപം മുഖത്തു വരുത്തി. "അദ്ദേഹത്തിന്റെ മരണം കഴിഞ്ഞിട്ട് രണ്ടുവർഷം ആകുന്നതല്ലേയുള്ളൂ... ആ അമിതമായ അളവിലെ..."

നോറാ വീർപ്പടക്കി.

ആ ചിന്ത തന്നെ കീഴടക്കാൻ അനുവദിക്കാത്തതിനാൽ, അവൾ ഉടനടി ലൈബ്രറിയിൽ എത്തപ്പെട്ടില്ല. എഴുന്നേറ്റു നിന്ന അവൾ, സ്തംഭിച്ച്, വേച്ചുവേച്ച് പുറത്തേയ്ക്ക് നടന്നു.

"നോറാ?" ജോവാന പരിഭ്രമത്തോടെ ചിരിച്ചു. "നോറാ?"

അവൾ ലിഫ്റ്റിൽ കയറി താഴെ ബാറിൽ, രവിയുടെ അടുത്തേയ്ക്ക് പോയി.

"ജോ അവിടെ പത്രക്കാരുമായി വെടിപറഞ്ഞിരിക്കുകയാവും എന്നല്ലേ നീ പറഞ്ഞത്?"

"എന്താ?"

"നീ പറഞ്ഞു. ജോ എന്താ ചെയ്യുന്നത് എന്ന് ഞാൻ ചോദിച്ചപ്പോൾ, നീ പറഞ്ഞു, 'പത്രക്കാരോട് വെടിപറഞ്ഞിരിക്കുകയാവും' എന്ന്."

അവൻ ബിയർ താഴെ വച്ച്, ഒരു കടംകഥ കേൾക്കുന്നത് പോലെ അവളെ നോക്കി. "ഞാൻ പറഞ്ഞത് ശരിയായിരുന്നു. അവൾ പത്രക്കാരുമായി വെടിപറഞ്ഞിരിക്കുകയായിരുന്നു."

"അവളോ?"

ലിഫ്റ്റിൽ നിന്നുമിറങ്ങി, ലോബി ലക്ഷ്യമാക്കി, പരിഭ്രാന്തയായി വരുകയായിരുന്ന ജോവാനയ്ക്ക് നേരെ അവൻ വിരൽ ചൂണ്ടി.

"അതെ. ജോ. അവൾ പത്രക്കാരുടെ അടുത്തായിരുന്നു."

ദുഃഖം ഒരു പ്രഹരം പോലെ അവളറിഞ്ഞു.

"അയ്യോ," അവൾ നിലവിളിച്ചു. "അയ്യോ ജോ... അയ്യോ ജോ... അയ്യോ..."

അപ്പോൾ ഹോട്ടലിന്റെ ആ പ്രൗഢഗംഭീരമായ ബാർ അപ്രത്യക്ഷമായി. മേശ, പാനീയങ്ങൾ, ജോവാന, മാഴ്സെലോ, ശബ്ദലേഖനത്തിന് വന്ന ആ പയ്യൻ, ഹോട്ടലിലെ അതിഥികൾ, രവി, മറ്റുള്ളവർ, മാർബിൾ നിലം, ബാറിലെ ജീവനക്കാരൻ, വെയ്റ്റർമാർ, അലങ്കാരത്തൂക്കുവിളക്കുകൾ, പൂക്കൾ – എല്ലാം, ഒന്നുമല്ലാതായിത്തീർന്നു.

ഹൗൾ

തണുപ്പുള്ള വനത്തിലേക്ക്
എങ്ങോട്ടും പോകുവാനല്ല
ആ പെൺകൊടി ഓടുന്നു
അവൾ എല്ലാം അറിയുന്നു

സമ്മർദ്ദം മുകളിലേക്കുയരുന്നു
അത് ഉയർന്നുകൊണ്ടേയിരിക്കുന്നു (അതവസാനിക്കുകയില്ല)

അവ നിന്റെ ശരീരത്തെ മോഹിക്കുന്നു
അവ നിന്റെ ആത്മാവിനെ മോഹിക്കുന്നു
അവ വ്യാജ പുഞ്ചിരികളെ മോഹിക്കുന്നു
അവ റോക്ക് ആൻഡ് റോളിനെ മോഹിക്കുന്നു
ചെന്നായ്ക്കൾ നിന്നെ വളഞ്ഞിരിക്കുന്നു
പനി പോലത്തെ സ്വപ്നം
ചെന്നായ്ക്കൾ നിന്നെ വളഞ്ഞിരിക്കുന്നു
അലറി വിളിക്കാൻ തുടങ്ങൂ

അലറിവിളിക്കുക, രാത്രിയില്ലടനീളം,
അലറിവിളിക്കുക, പ്രകാശമുദിക്കുവോളം,
അലറിവിളിക്കുക, ഇത് നിനക്ക് യുദ്ധത്തിനുള്ള മാണ്,
അലറിവിളിക്കുക, എല്ലാം നേരെയാക്കുക

അലറുക അലറുക അലറുക അലറുക

നിനക്കെപ്പോഴും യുദ്ധം ചെയ്യാൻ സാദ്ധ്യമല്ല
നീ അനുസരിച്ചേ മതിയാകൂ
നിന്റെ ജീവിതം ശരിയാകുന്നില്ലെങ്കിൽ
നീ, എന്തുകൊണ്ടെന്ന് ചോദിക്കണം

ഓർക്കുക...

നാം നന്നേ ചെറുപ്പമായിരുന്നപ്പോൾ
നാളെയെയോർത്തുള്ള ഭയമില്ലായിരുന്നു
കഴിഞ്ഞ ഇന്നലെയുടെ ദുഃഖവും ഇല്ല
എന്നാൽ നമ്മൾ,
നമ്മളായിരുന്നു
എന്നാൽ സമയമോ,
തീർത്തും ഇപ്പോളായിരുന്നു
നമ്മളോ
ജീവിക്കുകയായിരുന്നു
കയ്യുറകൾക്കുള്ളിലൂടെ വെളിയിലിറങ്ങാത്ത
കൈകൾ പോൽ
കാരണം നമുക്ക് സമയമുണ്ടായിരുന്നു
ജീവിക്കാൻ ധാരാളം സമയമുണ്ടായിരുന്നു

പഞ്ഞ സമയം മുന്നിൽത്തന്നെയുണ്ട്
ഇതാ അത് വന്നിരിക്കുന്നു
എന്നാലും ജീവിതം അവസാനിക്കാവതല്ല
കാരണം അത് ആരംഭിച്ചിട്ടുപോലുമില്ല
തടാകം തിളങ്ങുന്നു ജലം തണുപ്പുള്ളതാണ്
മിന്നുന്നതെല്ലാം പൊന്നായി തീർന്നേക്കാം
സംഗീതത്തെ ശാന്തമാക്കു ട്യൂൺ ഗംഭീരമാകട്ടെ
വ്യാജ പുഞ്ചിരി അവസാനിപ്പിക്കു ചന്ദ്രനിൽ ആഘോഷിച്ചാർക്കു

അലറിവിളിക്കുക, രാത്രിയിലുടനീളം,
അലറിവിളിക്കുക, പ്രകാശമുദിക്കുവോളം,
അലറിവിളിക്കുക, ഇത് നിനക്ക് യുദ്ധത്തിനുള്ള മാണ്,
അലറിവിളിക്കുക, എല്ലാം നേരെയാക്കുക

അലറുക അലറുക അലറുക അലറുക
(ശബ്ദം ശാന്തമാക്കി ആവർത്തിച്ചു പറയുക)

സ്നേഹവും വേദനയും

"എനിക്ക് വെറുപ്പാണ് ഈ... പ്രക്രിയയോട്," സ്വരം കടുപ്പിച്ച് നോറാ ശ്രീമതി എൽമിനോടു പറഞ്ഞു. "എനിക്കിത് അവസാനിപ്പിക്കണം!"

"ഒച്ച താഴ്ത്തു," കൈയിലൊരു വെളുത്ത കരുവുമായി, തന്റെ കളിയിൽ ശ്രദ്ധ കേന്ദ്രീകരിച്ചുകൊണ്ട് ശ്രീമതി എൽമ് പറഞ്ഞു. "ഇതൊരു ലൈബ്രറിയാണ്."

"ഇവിടെ ആകെയുള്ള രണ്ടേ രണ്ടു പേർ നമ്മളാണ്!"

"അതിൽ കാര്യമില്ല. എങ്കിൽത്തന്നെയും ഇതൊരു ലൈബ്രറിയാണ്. ഒരു പള്ളിയിൽ പോയാൽ നീ നിശബ്ദത പാലിക്കുന്നത്, അതൊരു പള്ളിയായതു കൊണ്ടാണ്; അല്ലാതെ അവിടെ മറ്റാളുകൾ ഉള്ളതു കൊണ്ടല്ല. അതുതന്നെയാണ് ലൈബ്രറിയുടെ കാര്യവും."

"ശരി," ഒച്ച താഴ്ത്തിക്കൊണ്ട് നോറാ പറഞ്ഞു, "എനിക്ക് ഇത് തീരെ ഇഷ്ടമാകുന്നില്ല. എനിക്കിത് എത്രയും പെട്ടെന്ന് അവസാനിപ്പിക്കണം. എനിക്ക് ഈ ലൈബ്രറിയിലെ അംഗത്വം റദ്ദു ചെയ്യണം. എന്റെ ലൈബ്രറി കാർഡ് തിരിച്ചെടുക്കണം."

"ലൈബ്രറി കാർഡ് എന്നു പറയുന്നത്, ഇവിടെ, നീ തന്നെയാണ്."

നോറാ തന്റെ യഥാർത്ഥ പ്രശ്നത്തിലേയ്ക്ക് തിരിച്ചുവന്നു, "എനിക്കിത് അവസാനിപ്പിക്കണം."

"നീ അങ്ങനെയൊന്നും ആഗ്രഹിക്കുന്നില്ല."

"അതെ, ഞാൻ ആഗ്രഹിക്കുന്നു."

"പിന്നെ എന്താ നീ ഇവിടെ ഇങ്ങനെ നിൽക്കുന്നത്?"

"എനിക്ക് മറ്റു മാർഗ്ഗങ്ങളില്ലാത്തതു കൊണ്ട്."

"ഇതു നോക്ക് നോറാ. നിനക്ക് ശരിക്കും ഇവിടെ എത്തിപ്പെടണം എന്ന് ആഗ്രഹമില്ലെങ്കിൽ, നീ ഇവിടെ എത്തില്ല. ഇത് തുടങ്ങിയ സമയത്ത് തന്നെ ഞാൻ നിന്നോട് പറഞ്ഞിരുന്നതാണ്."

"എനിക്കിത് ഇഷ്ടമാകുന്നില്ല."

"എന്തുകൊണ്ട്?"

"കാരണം, ഇത് അങ്ങേയറ്റം വേദനാജനകമാണ്."

"എങ്ങനെയാണിത് വേദനാജനകമാകുന്നത്?"

“കാരണം, ഇത് യാഥാർത്ഥ്യമാണ്. ഒരു ജീവിതത്തിൽ, എന്റെ സഹോദരൻ മരിച്ചുപോയിരിക്കുന്നു.”

ലൈബ്രേറിയന്റെ മുഖം വീണ്ടും കർക്കശമായി. “മറ്റൊരു ജീവിതത്തിൽ – അവന്റെ മറ്റൊരു ജീവിതത്തിൽ – നീയാണ് മരിച്ചു പോയത്. അത് അവനു വേദനാജനകമാവില്ലേ?”

“അതിലെനിയ്ക്ക് സംശയമുണ്ട്. അവന് എന്നെക്കൊണ്ട് ഇപ്പോൾ ഒന്നും തന്നെ ചെയ്യാനില്ല. അവന്റെ ജീവിതം മറ്റൊരു ദിശയിലാണ്. അത് അപൂർണ്ണമാണ് എന്നതിനും അവൻ കുറ്റം ചാർത്തുന്നത് എന്റെ മേലെയാണ്.”

“അപ്പൊ, നിന്റെ സഹോദരനാണ് പ്രശ്നം.”

“അല്ല. ഇത് എല്ലാത്തിനെയും കുറിച്ചാണ്. ആരെയും വേദനിപ്പിക്കാതെ ജീവിക്കുക എന്നത് ഒരിക്കലും നടക്കാത്ത കാര്യമാണെന്ന് തോന്നുന്നു.”

“അതങ്ങനെ ആയതുകൊണ്ടാണ്”

“പിന്നെ എന്തിനാണ് ജീവിക്കുന്നത്?”

“ന്യായമായി പറഞ്ഞാൽ, മരണങ്ങൾ ആളുകളെയും വേദനിപ്പിക്കാറുണ്ട്. ശരി, അടുത്തതായി നിനക്ക് ഏതു ജീവിതമാണ് വേണ്ടത്?”

“എനിക്ക് വേണ്ട.”

“എന്ത്?”

“എനിക്കിനി മറ്റൊരു പുസ്തകവും വേണ്ട, മറ്റൊരു ജീവിതവും വേണ്ട.”

വർഷങ്ങൾക്ക് മുൻപ്, നോറായുടെ അച്ഛന്റെ വിവരമറിയിച്ചുകൊണ്ടുള്ള ആ ഫോൺകോൾ വന്നപ്പോൾ ഉണ്ടായിരുന്നതുപോലെ, ശ്രീമതി എൽമിന്റെ മുഖം വിളറിവെളുത്തു.

കാൽക്കീഴിൽ ഒരു പ്രകമ്പനം നോറായ്ക്ക് അനുഭവപ്പെട്ടു. ചെറിയൊരു ഭൂചലനം. പുസ്തകങ്ങൾ താഴേയ്ക്ക് വീഴാൻ തുടങ്ങിയപ്പോൾ, അവളും ശ്രീമതി എൽമും, പുസ്തകത്തട്ടുകളിൽ മുറുക്കെപ്പിടിച്ചു. ഒന്നു മിന്നിമാഞ്ഞ ശേഷം വെളിച്ചം പൂർണ്ണമായും അണഞ്ഞു. ചെസ്സ്ബോർഡും മേശയും മറിഞ്ഞുവീണു.

“അയ്യോ,” ശ്രീമതി എൽമ് നിലവിളിച്ചു, “ഇത് പാടില്ല.”

“എന്താ സംഭവിക്കുന്നത്?”

“നിനക്കറിയാം എന്താണ് സംഭവിക്കുന്നത് എന്ന്. ഈ സ്ഥലം മുഴുവൻ നിലനിൽക്കുന്നതിന് കാരണം നീയാണ്. നീയാണിവിടുത്തെ ഊർജ്ജസ്രോതസ്സ്. ആ ഊർജ്ജസ്രോതസ്സിൽ എന്തെങ്കിലും തടസ്സങ്ങൾ നേരിട്ടാൽ, ഈ ലൈബ്രറി അപകടത്തിലാകും. കാരണം നീയാണ് നോറാ. ഏറ്റവും മോശമായ ഒരു സമയത്താണ് നീ എല്ലാം വേണ്ടെന്നു വയ്ക്കുന്നത്. നിനക്ക് വേണ്ടെന്നു വെയ്ക്കാനാവില്ല, നോറാ. നിനക്കിനിയും ഒരുപാട് ചെയ്യാനാവും. ഒരുപാട് അവസരങ്ങളുണ്ടിനിയും. നിന്റെ പല പതിപ്പുകളും ഇവിടെയുണ്ട്. ആ ധ്രുവക്കരടിയുമായി ഉണ്ടായ സംഭവത്തിനുശേഷം നിനക്ക് എന്താണ് തോന്നിയതെന്നോർമ്മയില്ലേ? ജീവിക്കണം എന്ന് എത്രമാത്രം നീ കൊതിച്ചിരുന്നു എന്നൊന്ന് ഓർത്തു നോക്കിയേ.”

ധ്രുവക്കരടി.

ധ്രുവക്കരടി.

"ഈ മോശപ്പെട്ട അനുഭവങ്ങൾക്ക് പോലും ഒരു ഉദ്ദേശ്യമുണ്ടെന്ന് നിനക്ക് മനസ്സിലാകുന്നില്ലേ?"

അവൾക്കത് മനസ്സിലായി. അവളുടെ ജീവിതത്തിന്റെ ഭൂരിഭാഗവും അവൾ ചുമന്നുകൊണ്ട് നടന്നിരുന്ന കുറ്റബോധങ്ങൾ എല്ലാം അനാവശ്യങ്ങളായിരുന്നു.

"അതെ."

ആ ചെറു-ഭൂചലനം ഒന്നു കുറഞ്ഞു.

പക്ഷെ നിലത്തു മുഴുവനും പുസ്തകങ്ങൾ ചിതറിക്കിടപ്പുണ്ടായിരുന്നു.

വെളിച്ചം വീണ്ടും വന്നെങ്കിലും, അത് മിന്നിമാഞ്ഞുകൊണ്ടേയിരുന്നു.

"എന്നോടു ക്ഷമിക്കു," നോറാ പറഞ്ഞു. അവൾ പുസ്തകങ്ങളെടുത്ത്, തിരികെ വയ്ക്കാൻ ശ്രമിച്ചു.

"അരുത്," ശ്രീമതി എൽമ് പെട്ടെന്നു പറഞ്ഞു. "അവ തൊടരുത്. തിരികെ ഇട്ടേക്കു."

"ക്ഷമിക്കു."

"ഈ ക്ഷമ പറയുന്നത് ഒന്ന് നിർത്ത്. നീ ഒരു കാര്യം ചെയ്യ് – ദേ ഇവ പെറുക്കി വയ്ക്കാൻ എന്നെ സഹായിക്ക്. ഇത് അവയേക്കാൾ സുരക്ഷിതമാണ്."

മറിഞ്ഞു കിടന്ന മേശയും, ചെസ്സ്ബോർഡും നേരെ വയ്ക്കാനും, പുതിയൊരു കളി തുടങ്ങാൻ വേണ്ടി കരുക്കൾ നിരത്തിവയ്ക്കാനും, അവൾ ശ്രീമതി എൽമിനെ സഹായിച്ചു.

"നിലത്തു കിടക്കുന്ന ഈ പുസ്തകങ്ങളൊക്കെ എന്തു ചെയ്യണം? അതൊക്കെ അങ്ങനെതന്നെ ഇട്ടേക്കാൻ പോവുകയാണോ?"

"അതിന് നിനക്കെന്താ? അതൊക്കെ മുഴുവനും അപ്രത്യക്ഷമാകണം എന്നല്ലേ നീ ആഗ്രഹിച്ചത്?"

ക്വാണ്ടം യൂണിവേഴ്സിന്റെ ഗഹനമായ സങ്കീർണ്ണതകളെ, ലളിതമാക്കുവാൻ വേണ്ടി വന്ന വെറുമൊരു ഉപകരണം മാത്രമായിരിക്കാം ശ്രീമതി എൽമ്.

പക്ഷെ, ഈ നിമിഷം – പാതി ഒഴിഞ്ഞ പുസ്തകത്തട്ടുകൾക്കിടയിൽ, പുതിയ കളിയ്ക്കായി ഒരുങ്ങിനിൽക്കുന്ന തന്റെ ചെസ്സ്ബോർഡിനരികിൽ ഇരിക്കുമ്പോൾ – അവരുടെ മുഖത്ത് ദുഃഖവും, ജ്ഞാനവും, മാനുഷികതയും ഒരുപോലെ നിറഞ്ഞുനിന്നു.

"ഞാൻ നിന്നെ വേദനിപ്പിക്കാൻ പറഞ്ഞതല്ല," ശ്രീമതി എൽമ് ഒരുവിധം പറഞ്ഞൊപ്പിച്ചു.

"അത് സാരമില്ല."

"പണ്ട് നമ്മൾ സ്കൂൾ ലൈബ്രറിയിൽ വച്ച് ചെസ്സ കളിക്കാൻ തുടങ്ങിയ കാലത്ത്, നിനക്ക് നിന്റെ മികച്ച കരുക്കളെ ആദ്യം തന്നെ നഷ്ടമാകാറുണ്ടായിരുന്നത് എനിക്കോർമ്മയുണ്ട്," അവർ പറഞ്ഞു. "നീ ആദ്യം തന്നെ പോയി നിന്റെ റാണിയെയും തേരിനെയും ഒക്കെ ഇറക്കും.

വൈകാതെ തന്നെ അവയെയൊക്കെ നഷ്ടമാവുകയും ചെയ്യും. പിന്നെ നിന്റെ കൈയിൽ ഒന്നോ രണ്ടോ കുതിരപ്പോരാളികളും, കുറച്ച് കാലാളുകളും മാത്രമേ അവശേഷിക്കുകയുള്ളൂ. അതുകൊണ്ടു തന്നെ തോറ്റു എന്നു നീയങ്ങു കരുതും."

"ഇതൊക്കെ എന്തിനാ ഇപ്പൊ പറയുന്നത്?"

തന്റെ കമ്പിളിക്കുപ്പായത്തിൽ നിന്നും നൂലിന്റെ ഒരിഴ പുറത്തേയ്ക്ക് തള്ളി നിൽക്കുന്നത് അവർ കണ്ടു. അതിനെ ഉള്ളിലാക്കാൻ അവർ ഒന്നു ശ്രമിച്ചു. പിന്നീടാ ശ്രമം ഉപേക്ഷിച്ച്, അതിനെ സ്വതന്ത്രമായി വിട്ടു.

"ചെസ്സ് കളിയിൽ ജയിക്കണമെങ്കിൽ നീ മനസ്സിലാക്കേണ്ടുന്ന ഒരു കാര്യമുണ്ട്," അപ്പോൾ നോറായ്ക്ക് ചിന്തിക്കാനുള്ള ഏറ്റവും വലിയ കാര്യം അതുമാത്രമാണെന്ന മട്ടിൽ അവർ പറഞ്ഞു. "നീ മനസ്സിലാക്കേണ്ട ആ കാര്യം ദേ ഇതാണ് : കളിയുടെ അവസാന നിമിഷം വരെയും, അത് കഴിയുന്നില്ല. കളത്തിൽ ഒരു കാലാളെങ്കിലും ബാക്കിയുണ്ടെങ്കിൽ, കളി തീർന്നിട്ടില്ല എന്നർത്ഥം. ഒരു വശത്ത് കാലാളും രാജാവും മാത്രം നിലനിൽക്കുകയും, മറുവശത്ത് എല്ലാ കളിക്കാരും നിലനിൽക്കുകയും ചെയ്യുന്നു എങ്കിൽപ്പോലും കളി തീരുന്നില്ല. ഇപ്പൊ നീ ഒരു കാലാളാണ് എങ്കിൽപ്പോലും – നമ്മളെല്ലാം അങ്ങനെ ആയിരിക്കാം – കളത്തിലെ ഏറ്റവും മാന്ത്രികമായ ഒരു കരുവാണ് കാലാൾ എന്നു നീ ഓർക്കണം. കാഴ്ചയിൽ ചെറിയ, അസാധാരണമായി ഒന്നുമില്ലാത്ത ഒന്നാണ് എന്നു തോന്നിയേക്കാം എങ്കിലും, അത് ശരിയല്ല. കാരണം, ഒരു കാലാൾ ഒരിക്കലും വെറുമൊരു കാലാൾ മാത്രമല്ല. അത് റാണിയുടെ വിശ്വസ്ത സേവകൻ കൂടിയാണ്. നിങ്ങളാകെ ചെയ്യേണ്ടത്, മുന്നോട്ടുനീങ്ങാൻ വേണ്ട വഴികൾ കണ്ടെത്തുക എന്നതു മാത്രമാണ്. ഓരോ കള്ളിയും താണ്ടി മുന്നോട്ട്. അങ്ങനെ മറുപക്ഷത്ത് എത്തിച്ചേർന്ന്, എല്ലാ ശക്തിയും നേടാൻ സാധിക്കും."

നോറാ തനിയ്ക്ക് ചുറ്റുമുള്ള പുസ്തകങ്ങൾ ഒന്നു നോക്കി. "അപ്പോൾ, ഇനി എന്റെ കൈയിൽ കാലാളുകൾ മാത്രമേ ബാക്കിയുള്ളൂ എന്നാണോ നിങ്ങൾ പറയുന്നത്?"

"വെറും സാധാരണമായത് എന്ന് നിങ്ങൾ കരുതുന്ന ഒന്നാവാം ചിലപ്പോൾ നിങ്ങളെ വിജയത്തിലേയ്ക്ക് കൂട്ടിക്കൊണ്ടു പോകുന്നത് എന്നാണ് ഞാൻ ഉദ്ദേശിച്ചത്. മുന്നോട്ടു പൊയ്ക്കൊണ്ടേയിരിക്കണം. പുഴയോരത്തെ ആ പകൽ പോലെ. ഓർമ്മയുണ്ടോ നിനക്ക്?"

തീർച്ചയായും അവൾക്ക് ഓർമ്മയുണ്ടായിരുന്നു.

അന്നവൾക്ക് എത്ര വയസ്സുണ്ടാവും? ഒരു പതിനേഴുണ്ടാവും. കാരണം, അന്ന് അവൾ നീന്തൽ മത്സരങ്ങളിൽ നിന്നും പിൻവാങ്ങിയിരുന്നു. അതവൾക്ക് ദുരിതപൂർണ്ണമായ ഒരു കാലമായിരുന്നു. അച്ഛനുമായി എപ്പോഴും വഴക്കുകൾ പതിവായിരുന്നു. അമ്മയാകട്ടെ, അവർക്ക് ഇടയ്ക്ക് വരാറുള്ള മാനസിക സംഘർഷം കൊണ്ട് മൗനിയാകുന്ന ഒരു ഘട്ടത്തിലുമായിരുന്നു. ആർട്ട് കോളേജിൽനിന്നും, രവിയുമായി ഒരു വാരാന്ത്യത്തിന് വന്നതായിരുന്നു അവളുടെ സഹോദരൻ. ബെഡ്ഫോർഡിന്റെ മനോഹാരിത സുഹ

ത്തിന് പരിചയപ്പെടുത്തുന്നതിനിടയിൽ, ജോ ഒരു ദിവസം പുഴയോരത്ത് പെട്ടെന്നൊരു വിരുന്ന തട്ടിക്കൂട്ടി. ബിയറും, സംഗീതവും, ഒപ്പം, ജോസ്റ്റ് തങ്ങളിൽ താൽപര്യമില്ലാത്തതിൽ ഹതാശരായ കുറെ പെൺകുട്ടികളും. നോറായ്ക്കും ക്ഷണമുണ്ടായിരുന്നു. അവളന്ന് കണക്കറ്റു കുടിച്ചു. രവിയുമായുള്ള സംസാരത്തിനിടയ്ക്ക് അവർ നീന്തലിനെക്കുറിച്ചും സംസാരിച്ചു.

"അപ്പൊ നിനക്ക് പുഴ നീന്തിക്കടക്കാൻ കഴിയുമോ?" അവൻ അവളോടു ചോദിച്ചു.

"ഉറപ്പായും."

"ഏയ് അതൊക്കെ വെറുതെ," കൂട്ടത്തിലെ ആരോ പറഞ്ഞു.

അങ്ങനെ, ആ ഒരു ബുദ്ധിമോശത്തിന്റെ നിമിഷത്തിൽ, അവൾ അവരുടെ വാദം തെറ്റാണെന്ന് തെളിയിക്കാൻ തീരുമാനിച്ചു. കുടിച്ച്, മദോന്മത്തനായി, ലഹരിയിലായിരുന്ന അവളുടെ ജ്യേഷ്ഠൻ, അവൾ ചെയ്യാൻ പോകുന്നത് എന്താണ് എന്ന് മനസ്സിലാക്കി വന്നപ്പോഴേയ്ക്കും വൈകിപ്പോയിരുന്നു. അവൾ അപ്പോഴേയ്ക്കും നീന്താൻ തുടങ്ങിയിരുന്നു.

അവളിതൊക്കെ ഓർത്തുകൊണ്ടു നിൽക്കുമ്പോൾ, ആ ലൈബ്രറിയുടെ അങ്ങേയറ്റത്തെ ഇടനാഴിയുടെ നിലം, കല്ലിൽ നിന്നും മാറി ഒഴുകുന്ന ജലമായി. പുസ്തകത്തട്ടുകളൊക്കെ അതുപോലെതന്നെ നിന്നിരുന്നുവെങ്കിലും, അവളുടെ കാൽക്കീഴിലെ ടൈലുകൾ പുൽക്കൊടികളായും, തലയ്ക്കു മുകളിലെ മച്ച് ആകാശമായും മാറി. പക്ഷെ മറ്റുള്ള ജീവിതങ്ങളിൽ നിന്നും വ്യത്യസ്തമായി, ശ്രീമതി എൽമും പുസ്തകങ്ങളും അപ്രത്യക്ഷമാകാതെ നിന്നു. അവൾ പകുതി ലൈബ്രറിയിലും, പകുതി ആ ഓർമ്മയ്ക്കുള്ളിലുമായി നിന്നു.

ആ ഇടനാഴി-പ്പുഴയിൽ അവൾ ആരെയോ സൂക്ഷിച്ചുനോക്കി നിൽക്കുകയായിരുന്നു. വേനൽസൂര്യൻ ഇരുട്ടിനു വഴിമാറിക്കൊടുക്കുമ്പോൾ, വെള്ളത്തിൽ നീന്തുകയായിരുന്ന അവളുടെ യുവ പ്രതിച്ഛായയായിരുന്നു അത്.

സമദൂരം

വെള്ളത്തിന് വല്ലാത്ത തണുപ്പുണ്ടായിരുന്നു. അടിയൊഴുക്ക് ശക്തമായിരുന്നു.

നീന്തുന്ന അവളെത്തന്നെ നോക്കിനിൽക്കുമ്പോൾ, തോളുകളിലും കൈകളിലുമുണ്ടായിരുന്ന വേദന അവൾക്കോർമ്മ വന്നു. ഒരു പോർച്ചട്ട അണിഞ്ഞിരുന്നതുപോലെയുള്ള ഘനം. എത്രയൊക്കെ ശ്രമിച്ചാലും തീരം നിശ്ചിത ദൂരത്തു നിൽക്കുന്നതുപോലെതന്നെ, അവിടെ നിൽക്കുന്ന സിക്കാമോർ മരങ്ങളുടെ നിഴൽച്ചിത്രങ്ങളും അതേ വലിപ്പത്തിൽ നിലകൊള്ളുന്നത് എന്തുകൊണ്ടാണെന്ന് അന്നെത്ര ആലോചിച്ചിട്ടും തനിക്ക് മനസ്സിലായിരുന്നില്ല എന്നവൾ ഓർത്തു. ആ അഴുക്കുവെള്ളം അന്ന് അറിയാതെ അൽപം കുടിച്ചിരുന്നു എന്നും അവളോർത്തു. അവൾ, താൻ ഇറങ്ങിയ തീരത്തേയ്ക്ക് തിരിഞ്ഞുനോക്കി. അവിടെ, യുവാക്കളായിരുന്ന സഹോദരനും സുഹൃത്തുക്കൾക്കും അരികിൽ നിന്ന് അവൾ, അവളെത്തന്നെ നോക്കിക്കാണുന്നുണ്ടായിരുന്നു. പരിസരം മറന്നു നിന്ന അവൾക്ക് ഇരുവശങ്ങളിലും ആ പുസ്തകത്തട്ടുകളും ഉണ്ടായിരുന്നു.

അന്ന്, ആ ഒരു മാനസികാവസ്ഥയിൽ 'സമദൂരം' എന്ന വാക്കിനെപ്പറ്റി ആലോചിച്ചത് അവളോർത്തു. ഒരു ക്ലാസ്സുമുറിയുടെ ലാളിത്യത്തിൽ അടങ്ങിയിരുന്ന ഒരു വാക്ക്. സമദൂരം. അത്രയ്ക്ക് നിഷ്പക്ഷമായ, ഗണിതശാസ്ത്രപരമായ, മനസ്സിൽ കുടുങ്ങിക്കിടന്ന് ആവർത്തിച്ചുകൊണ്ടേയിരിക്കുന്ന ഒരു വാക്ക്. ഒരു പുലമ്പൽ പോലെ ആ വാക്ക് ആവർത്തിച്ചാവർത്തിച്ചു പറഞ്ഞുകൊണ്ടാണ് സർവ്വശക്തിയും സംഭരിച്ച് അവൾ അതേയിടത്ത് ഒഴുക്കിൽ പിടിച്ചുനിന്നത്. സമദൂരം. സമദൂരം. സമദൂരം. ഒരു തീരത്തിനോടു പോലും ചായ്‌വില്ലാതെ.

ജീവിതത്തിലുടനീളം അവൾക്ക് അങ്ങനെയാണ് തോന്നിയത്.

എന്തിന്റെയൊക്കെയോ ഒത്തനടുക്ക് പെട്ടതുപോലെ. ഏതു ദിശയിലേയ്ക്ക് പോകണം എന്ന് തീർച്ചയില്ലാത്തപ്പോഴും, പോരാടി, ആടിയുലഞ്ഞ്, എങ്ങനെയെങ്കിലും നിലനിൽക്കാൻ ശ്രമിച്ചുകൊണ്ട്. കുറ്റബോധങ്ങളില്ലാതെ ഏത് പാത തിരഞ്ഞെടുക്കാം എന്നറിയാതെ.

അവൾ മറുകരയിലേയ്ക്ക് നോക്കി – കൂടുതൽ പുസ്തകത്തട്ടുകളുണ്ടെങ്കിലും,

അവിടം നിശബ്ദമായിരുന്നു. വലിയൊരു സിക്കാമോർ മരത്തിന്റെ നിഴൽ രൂപം, ഒരു വിഷണ്ണനായ രക്ഷിതാവിനെപ്പോലെ, ജലോപരിതലത്തിനു മുകളിലേയ്ക്ക് ചാഞ്ഞുകിടന്നു. കാറ്റ്, അതിന്റെ ഇലകൾക്കിടയിലൂടെ, അടക്കം പറഞ്ഞുകൊണ്ട് ഓടിനടന്നു.

"പക്ഷെ നീ വാക്കു കൊടുത്തു," അവളുടെ ചിന്തകൾ വ്യക്തമായി കേട്ടിട്ടെന്ന വണ്ണം ശ്രീമതി എൽമ് പറഞ്ഞു, "നീ അതിനെ അതിജീവിക്കുകയും ചെയ്തു."

മറ്റാരുടെയോ സ്വപ്നം

"ജീവിതം എപ്പോഴും ഒരു നാടകമാണ്," അവളുടെ സഹോദരനെ, നദിയുടെ വിളുമ്പിൽ നിന്നും മറ്റുള്ളവർ വലിച്ചുകയറ്റുന്നത് നോക്കിനിൽക്കുമ്പോൾ, ശ്രീമതി എൽമ് പറഞ്ഞു. അവനവിടെ, പണ്ടേയ്ക്കു പണ്ടേ പേരു മറന്നുപോയ ഒരു പെൺകുട്ടി എമർജൻസി നമ്പറുകളിൽ വിളിക്കുന്നതും നോക്കി നിന്നു. "നീ പക്ഷെ സാഹചര്യമനുസരിച്ച് പെരുമാറി. നീ ആ കരയിലേയ്ക്ക് തന്നെ നീന്തി. കഷ്ടപ്പെട്ട്, അള്ളിപ്പിടിച്ച് കരകയറി. ചുമച്ചു ചുമച്ചു വലഞ്ഞ നീ തണുത്തു കിടുങ്ങി വിറച്ചു. പക്ഷെ എല്ലാ പ്രതിബന്ധങ്ങളെയും മറികടന്ന്, നീ ആ പുഴ നീന്തിക്കടന്നു. നിന്റെ ഉള്ളിൽ എന്തോ ഒന്ന് നീ കണ്ടെത്തി."

"അതെയതെ. ബാക്റ്റീരിയ ആയിരുന്നു. പിന്നെ കുറെ ആഴ്ച എനിക്ക് അസുഖമായിരുന്നു. കുറെ പന്ന വെള്ളം അന്ന് ഞാൻ അകത്താക്കി."

"എന്നിട്ടും നീ ജീവിച്ചു, നിനക്ക് പ്രതീക്ഷയുണ്ടായിരുന്നു."

"അതാണല്ലോ പിന്നെ ഓരോ ദിവസവും നഷ്ടപ്പെട്ടുകൊണ്ടിരുന്നത്."

താഴേയ്ക്ക് നോക്കിയപ്പോൾ, പുൽനാമ്പുകൾ മാറി, വീണ്ടും കല്ലുകൾ പാകിയ നിലം പ്രത്യക്ഷപ്പെടാൻ തുടങ്ങുന്നത് അവൾ കണ്ടു. പുഴ മങ്ങിയ കലുന്നതിന് മുൻപ് അവസാന നോക്കിനായി അവൾ വീണ്ടും അങ്ങോട്ടേയ്ക്ക് തലയുയർത്തി. സഹോദരനും, സുഹൃത്തുക്കൾക്കും, അവളുടെ തന്നെ മറ്റൊരു രൂപത്തിനുമൊപ്പം, സിക്കാമോർ മരവും വായുവിൽ മാഞ്ഞുപോയി.

ലൈബ്രറി, വീണ്ടും ലൈബ്രറി തന്നെയായി. പക്ഷെ ഇപ്പോൾ പുസ്തകങ്ങളെല്ലാം തിരികെ തട്ടുകളിൽ കൃത്യമായി നിരക്കുകയും, വിളക്കുകളുടെ മിന്നിമറയൽ നിന്ന്, അവ നിർലോഭം പ്രഭ ചൊരിയുകയും ചെയ്യുന്നുണ്ടായിരുന്നു.

"നീന്താമെന്നു പറഞ്ഞു ചാടിപ്പുറപ്പെട്ടത് എന്തൊരു വിഡ്ഢിത്തമായിരുന്നു. ഞാൻ ആളുകളുടെ പ്രീതി സമ്പാദിക്കാൻ ശ്രമിക്കുകയായിരുന്നു. ജോ എന്നെക്കാൾ എല്ലാത്തിലും ഒരുപടി മുന്നിൽ നിൽക്കുന്നവനാണ് എന്നായിരുന്നു എപ്പോഴും എന്റെ ചിന്ത. അവൻ എന്നെ സ്നേഹിക്കണം എന്നായിരുന്നു എനിക്ക്."

"അവൻ നിന്നെക്കാൾ ഒരുപടി മുന്നിലാണെന്ന് ചിന്തിക്കാൻ കാരണമെന്താ? നിന്റെ മാതാപിതാക്കൾ അങ്ങനെ കരുതിയിരുന്നതുകൊണ്ടാണോ?"

ഇങ്ങനെ മുഖത്തടിച്ച പോലെ ചോദിക്കുന്നതിൽ അവൾക്ക് ശ്രീമതി എൽമിനോട് ദേഷ്യം തോന്നി. ചിലപ്പോൾ അവർ പറഞ്ഞതിൽ കാര്യ മുണ്ടാകും. "അവരുടെ പ്രീതി നേടാൻ വേണ്ടി, ഞാൻ എന്തൊക്കെ ചെയ്യണം എന്ന് അവർ കരുതിയിരുന്നുവോ, അതെല്ലാം ഞാൻ ചെയ്യേണ്ടതുണ്ടാ യിരുന്നു. ജോയ്ക്ക് അവന്റേതായ എന്തൊക്കെയോ പ്രശ്നങ്ങളുണ്ടായിരുന്നു. അവൻ ഒരു സ്വവർഗ്ഗാനുരാഗിയാണെന്ന് അറിയുന്നതുവരെ, അവന്റെ പ്രശ്നങ്ങളൊന്നും എനിക്ക് മനസ്സിലായിരുന്നില്ല. പക്ഷെ കൂടെപ്പിറപ്പുകൾ തമ്മിലുള്ള വൈരാഗ്യം, അത് അവർക്കിടയിൽ മാത്രമുള്ള ഒന്നല്ല എന്നും, അതിൽ രക്ഷിതാക്കൾക്കു കൂടി പങ്കുണ്ട് എന്നുമാണ് പറയാറ്. അവന്റെ സ്വപ്നങ്ങളെ പ്രോത്സാഹിപ്പിക്കാൻ അവർക്ക് കുറച്ചുകൂടി താൽപര്യം കൂടുതലായിരുന്നു എന്നാണ് എനിക്ക് തോന്നിയിട്ടുള്ളത്."

"സംഗീതത്തിൽ ഉണ്ടായിരുന്നത് പോലെയോ?"

"അതെ."

അവനും രവിയും കൂടി റോക്ക് താരങ്ങളാവാൻ പോകുന്നു എന്ന് തീരുമാനിച്ചപ്പോൾ, അമ്മയും അച്ഛനും ചേർന്ന് ജോയ്ക്ക് ഒരു ഗിറ്റാറും, ഒരു ഇലക്ട്രിക് പിയാനോയും വാങ്ങിക്കൊടുത്തു."

"എന്നിട്ടെങ്ങനെയുണ്ടായിരുന്നു?"

"ഗിറ്റാർ വലിയ കുഴപ്പമില്ലാതെ പോയി. കിട്ടി ഒരാഴ്ചയ്ക്കുള്ളിൽത്തന്നെ 'സ്മോക്ക് ഓൺ ദി വാട്ടർ' എന്ന പാട്ടൊക്കെ അവൻ പഠിച്ചു പാടി. പക്ഷെ പിയാനോയോട് അവനു വലിയ താൽപര്യം തോന്നിയില്ല. എന്നു മാത്രമല്ല, മുറിയിൽ അലോസരമാകുന്നതിനാൽ അത് അവിടെനിന്നു മാറ്റണം എന്നും അവൻ പറഞ്ഞു."

"അങ്ങനെയാണ് നിനക്കത് കിട്ടിയത്", ഒരു ചോദ്യം എന്നതിനേ ക്കാളുപരി, ഒരു പ്രസ്താവന എന്ന മട്ടിലാണ് ശ്രീമതി എൽമ് അത് പറഞ്ഞത്. അവർക്കത് *അറിയാമായിരുന്നു. ഉറപ്പായും*, അവർക്കത് അറിയാമായിരുന്നു.

"അതെ."

"അതങ്ങനെ നിന്റെ മുറിയിലേക്കെത്തി. ഒരു സുഹൃത്തിനെ എന്നവണ്ണം നീ അതിനെ രണ്ടു കൈയും നീട്ടി സ്വീകരിച്ചു. ദൃഢനിശ്ച യത്തോടെ നീ അത് പഠിക്കാൻ തീരുമാനിക്കുകയും ചെയ്തു. നിന്റെ കൈയിലെ ചെറിയ പോക്കറ്റ് മണി കൊണ്ട് പിയാനോ പാഠങ്ങളുള്ള പുസ്തകങ്ങളും, *തുടക്കക്കാർക്ക് മൊസാർട്ട്, ദി ബീറ്റിൽസ് ഫോർ പിയാനോ* പോലെയുള്ള പുസ്തകങ്ങളും വാങ്ങി. കാരണം, നിനക്കത് വലിയ ഇഷ്ടമാ യിരുന്നു. അതുമാത്രവുമല്ല, നിനക്ക് നിന്റെ ജ്യേഷ്ഠന്റെ പ്രീതി കൈപ്പറ്റണം എന്നും ഉണ്ടായിരുന്നു."

"ഞാനിതൊന്നും നിങ്ങളോട് പറഞ്ഞിട്ടില്ലല്ലോ."

ചുണ്ടു വക്രിപ്പിച്ച് അവരൊന്നു ചിരിച്ചു. "വിഷമിക്കണ്ട. ഞാൻ നിന്റെ പുസ്തകത്തിൽ വായിച്ചു."

"അങ്ങനെ. ശരി. മനസ്സിലായി."

"മറ്റുള്ളവർ നിന്നെ അംഗീകരിക്കുമോ എന്നുള്ള പേടി നീ അവസാനിപ്പിക്കണം, നോറാ", ഒരൽപം കൂടി അടുപ്പവും, ശക്തിയും തോന്നാൻ വേണ്ടി, സ്വരം താഴ്ത്തി, മന്ത്രിക്കുന്നതു പോലെയാണ് ശ്രീമതി എൽമ് അത് പറഞ്ഞത്. "ഒരു അനുവാദക്കുറിപ്പിന്റെ ആവശ്യമുണ്ടോ നിനക്ക് –"

"ഉവ്വ്. എനിക്കത് മനസ്സിലായി."

അവൾക്കത് മനസ്സിലാകുക തന്നെ ചെയ്തു.

ലൈബ്രറിയിൽ കയറിയതു മുതൽ അവൾ പരീക്ഷിച്ച് നോക്കിയ ജീവിതങ്ങളൊക്കെയും, മറ്റാരുടെയൊക്കെയോ സ്വപ്നങ്ങളായിരുന്നു. വിവാഹിതയായി പബ്ബിൽ ജീവിച്ചത് ഡാനിന്റെ സ്വപ്നമായിരുന്നു. ഓസ്ട്രേലിയയിലേയ്ക്കുള്ള യാത്ര, ഇസ്സിയുടെ സ്വപ്നമായിരുന്നു. അതിൽ അവൾക്കൊപ്പം പോയില്ല എന്നുള്ള കുറ്റബോധം, സത്യത്തിൽ തന്നെക്കുറിച്ചോർത്തുള്ള ദുഃഖമായിരുന്നില്ല; മറിച്ച്, ഉറ്റസുഹൃത്തിനെക്കുറിച്ചോർത്തുള്ള കുറ്റബോധം തന്നെയായിരുന്നു. താൻ ഒരു നീന്തൽ താരമാകണം എന്നുള്ളത് അച്ഛന്റെ സ്വപ്നമായിരുന്നു. ആർട്ടിക് പ്രദേശത്തോടും, ഒരു ഗ്ലേഷിയോളജിസ്റ്റ് ആകണം എന്നതിനോടും, ചെറുപ്പകാലത്ത് താൽപര്യം തോന്നി എന്നത് ശരിയാണ്. പക്ഷെ, ആ കാലത്ത് സ്കൂൾ ലൈബ്രറിയിൽ ശ്രീമതി എൽമുമായി നടന്നിട്ടുള്ള സംഭാഷണങ്ങളിലൂടെയാണ് അവ കൃത്യമായും മനസ്സിൽ ഇടം നേടിയത്. പിന്നെ ദി ലാബിറിന്ത്സ് – അത് എക്കാലവും തന്റെ സഹോദരന്റെ സ്വപ്നമായിരുന്നു.

ഒരുപക്ഷെ എല്ലാം തികഞ്ഞ ഒരു ജീവിതം അവൾക്ക് കിട്ടിയേക്കില്ല. പക്ഷെ, എവിടെയോ, അവൾക്ക് ജീവയോഗ്യമായ ഒരു ജീവിതം അവളെ കാത്തിരിക്കുന്നുണ്ടെന്ന് തീർച്ചയാണ്. അത്തരമൊരു ജീവിതം അവൾ തന്നെ കണ്ടുപിടിക്കണം എങ്കിൽ, കുറച്ചുകൂടി വിശാലമായി താൻ വല വീശേണ്ടിയിരിക്കുന്നു എന്നവൾ തിരിച്ചറിഞ്ഞു.

ശ്രീമതി എൽമ് പറഞ്ഞത് ശരിയാണ്. കളി ഇതുവരെ കഴിഞ്ഞിട്ടില്ല. കളത്തിൽ കരുക്കൾ ഏതെങ്കിലുമൊക്കെ ബാക്കിയുണ്ട് എങ്കിൽ, ഒരു കളിക്കാരനും കളി നിർത്തരുത്.

അവൾ നടുവ് നിവർത്തി, എഴുന്നേറ്റു നിന്നു.

"മുകളിലെത്തെയോ, താഴത്തെയോ തട്ടുകളിൽ നിന്നും നീ കൂടുതൽ ജീവിതങ്ങൾ തിരഞ്ഞെടുക്കേണ്ടതുണ്ട്. നിനക്ക് വ്യക്തമായി അറിയാമായിരുന്ന കുറ്റബോധങ്ങളെ ഇല്ലാതാക്കുവാനാണ് നീ ഇതുവരെ ശ്രമിച്ചുകൊണ്ടിരുന്നത്. മുകളിലെത്തെയും താഴത്തേയും തട്ടുകളിൽ ഇരിക്കുന്ന പുസ്തകങ്ങളിൽ അത്തരം കുറ്റബോധങ്ങൾ കുറവാണ്. ഏതെങ്കിലുമൊരു പ്രപഞ്ചത്തിൽ നീ ഇപ്പോഴും ജീവിച്ചുകൊണ്ടിരിക്കുന്ന, എന്നാൽ, നീ ആലോചിച്ചിട്ടില്ലാത്ത, വിലപിക്കാത്ത, സങ്കൽപ്പിക്കാത്ത ജീവിതങ്ങൾ. നിനക്ക് ജീവിക്കാമായിരുന്ന, എന്നാൽ നീ ഒരിക്കലും സ്വപ്നം കണ്ടിട്ടില്ലാത്ത ജീവിതങ്ങളാണവ."

"എന്നുവെച്ചാൽ, അവയൊക്കെ അസന്തുഷ്ടി നിറഞ്ഞ ജീവിതങ്ങളാണ് എന്നാണോ?"

“ചിലതൊക്കെ അങ്ങനെയാവാം; ചിലത് അങ്ങനെ അല്ലാത്തതു മാവാം. അവയൊന്നും അത്ര *പ്രസക്തമായ* ജീവിതങ്ങൾ അല്ല എന്നേയുള്ളൂ. അവയിലേയ്ക്കെത്താൻ ഒരൽപ്പം സങ്കൽപ്പിക്കേണ്ടുന്ന തരം ജീവിതങ്ങ ളാണവ. പക്ഷെ നിനക്കവിടെ എത്താൻ കഴിയും എന്നെനിക്ക് ഉറപ്പാണ്...”

“നിങ്ങൾക്ക് എന്നെയൊന്ന് സഹായിച്ചുകൂടെ?”

ശ്രീമതി എൽമ് പുഞ്ചിരിച്ചു. “ഞാൻ വേണമെങ്കിൽ ഒരു കവിത വായിച്ചു തരാം. ലൈബ്രേറിയന്മാർക്ക് കവിതകളാണിഷ്ടം.” എന്നിട്ടവർ റോബർട്ട് ഫ്രോസ്റ്റിന്റെ ഒരു കവിത ചൊല്ലി. “ഒരു വനത്തിൽ രണ്ടു വഴികൾ വിഭജിച്ചിരുന്നു – / കുറച്ചു മാത്രം ആൾക്കാർ യാത്ര ചെയ്തിട്ടുള്ള വഴി ഞാൻ തിരഞ്ഞെടുത്തു / ഇക്കാരണത്താൽ എല്ലാം മാറിമറിഞ്ഞു...”

“ഒരുപക്ഷെ ആ പാത കാറ്റിൽ വച്ച് രണ്ടിൽക്കൂടുതലായി പിരിഞ്ഞി ട്ടുണ്ടായിരുന്നെങ്കിലോ? അവിടെ മരങ്ങളെക്കാൾ കൂടുതൽ പാതകളാണുണ്ടാ യിരുന്നതെങ്കിലോ? നിങ്ങൾക്ക് ചെയ്യാവുന്ന തിരഞ്ഞെടുപ്പുകൾ അനന്ത മായിരുന്നെങ്കിലോ? എങ്കിൽ റോബർട്ട് ഫ്രോസ്റ്റ് എന്തു ചെയ്തിട്ടുണ്ടാവും?”

ഒന്നാംവർഷ തത്വശാസ്ത്ര വിദ്യാർത്ഥിനി ആയിരുന്ന സമയത്ത് അരിസ്റ്റോട്ടിലിനെക്കുറിച്ച് പഠിച്ചത് അവളോർത്തു. അതിൽ, മേന്മ എന്നത് ഒരിക്കലും അവിചാരിതമായി സംഭവിക്കുന്ന ഒന്നല്ല എന്നു വായിച്ചത് അവളെ തെല്ല നിരാശപ്പെടുത്തിയിരുന്നു. ‘മുന്നിലെത്തുന്ന പല മാർഗ്ഗങ്ങളിൽ നിന്നും, ബുദ്ധിപരമായ തിരഞ്ഞെടുപ്പ് നടത്തുന്ന’തിന്റെ ഫലമായുണ്ടാ കുന്നതാണ് മേന്മയുള്ളവ എന്നായിരുന്നു അതുകൊണ്ട് അർത്ഥമാക്കിയി രുന്നത്. അത്തരത്തിലുള്ള പല മാർഗ്ഗങ്ങളും പരീക്ഷിച്ചുനോക്കാനുള്ള വിശേഷഭാഗ്യം ഇതാ അവൾക്ക് സാധിച്ചിരിക്കുന്നു. അത് അറിവിലേയ്ക്കുള്ള ഒരു കുറുക്കുവഴിയായിരുന്നു; ഒരു പക്ഷെ സന്തോഷത്തിലേയ്ക്കും. ഇതിനെ അവളിപ്പോൾ ഒരു ബാധ്യതയായിട്ടല്ല, മറിച്ച്, ഒരു വലിയ സമ്മാനമായി ട്ടാണ് കാണുന്നത്.

“നമ്മൾ തിരികെയെടുത്തുവെച്ച ആ ചെസ്സ്ബോർഡിലേയ്ക്ക് നോക്കിയേ”, ശ്രീമതി എൽമ് പതുക്കെ പറഞ്ഞു. “കളി തുടങ്ങും മുൻപ് അതെത്ര ക്രമമായും, ശാന്തമായും, സുരക്ഷിതമായുമാണ് ഇരിക്കുന്നതെന്നു നോക്കൂ. അത് വളരെ മനോഹരമാണ്. പക്ഷെ അത് വിരസവുമാണ്. അത് ചത്തിരിക്കുകയാണ്. പക്ഷെ, നീ അതിൽ ആദ്യത്തെ കരു നീക്കുന്ന നിമിഷം, കാര്യങ്ങൾ മാറാൻ തുടങ്ങുന്നു. എല്ലാം ക്രമം തെറ്റാൻ തുടങ്ങും. നീ നടത്തുന്ന ഓരോ നീക്കത്തിലൂടെയും ആ ക്രമക്കേട്, കൂടിക്കൂടി വരും.”

ചെസ്സ് ബോർഡിനടുത്ത്, ശ്രീമതി എൽമിന് എതിരിലായി അവളി രുന്നു. കുറച്ചുനേരം അതിലേയ്ക്ക് നോക്കിയ ശേഷം അവൾ ഒരു കാലാളിനെ രണ്ടു കള്ളികൾ മുന്നിലേയ്ക്ക് നീക്കി.

ശ്രീമതി എൽമ്, താൻ കളി തുടങ്ങിയപ്പോഴും, അതേ നീക്കം ആവർത്തിച്ചു.

“ഇത് കളിക്കാൻ വളരെ എളുപ്പമാണ്”, അവർ നോറായോടു പറഞ്ഞു. “പക്ഷെ ഇതിൽ വൈദഗ്ധ്യം നേടാൻ വളരെ ബുദ്ധിമുട്ടാണ്.

നീ നടത്തുന്ന ഓരോ നീക്കവും തുറക്കുന്നത് അനന്തമായ സാധ്യതകളിലേയ്ക്കാണ്."

നോറാ തന്റെ കുതിരപ്പോരാളികളിലൊന്നിനെ അനക്കി. അവർ കുറച്ചുനേരം ഇങ്ങനെ കളിച്ചുകൊണ്ടിരുന്നു.

ശ്രീമതി എൽമ് വിവരണം നൽകിക്കൊണ്ടേയിരുന്നു. "ഒരു കളി തുടങ്ങുമ്പോൾ, അതിൽ ഏറ്റക്കുറച്ചിലുകളൊന്നുമില്ല. ഈ കളമൊരുക്കാൻ ഒരേയൊരു രീതിയേയുള്ളൂ. ആദ്യത്തെ ആറു നീക്കങ്ങൾക്കപ്പുറം, പിന്നെ ഒൻപത് മില്യൺ ഭേദങ്ങളുണ്ട്. എട്ടു നീക്കങ്ങൾ കഴിഞ്ഞാൽ ഉള്ളത്, ഇരുന്നൂറ്റി എൺപത്തിയെട്ടു ബില്യൺ വ്യത്യസ്തമായ സ്ഥാനങ്ങളാണ്. ഇവയിങ്ങനെ വളർന്നുകൊണ്ടേയിരിക്കും. നമുക്ക് നിരീക്ഷിക്കാൻ സാധിക്കുന്ന പ്രപഞ്ചത്തിൽ നിലനിൽക്കുന്ന കണികകളെക്കാൾ എത്രയോ മടങ്ങാണ് ഒരു ചെസ്സ് കളിക്കാനിരിക്കുമ്പോൾ വരുന്ന സാധ്യതകൾ. അതുകൊണ്ടുതന്നെ അത് വല്ലാതെ കുടിക്കുഴയാൻ സാധ്യതയുണ്ട്. അതുകൊണ്ടുതന്നെ, ഇത് കളിക്കാൻ ശരിയായ മാർഗ്ഗം ഇന്നതാണ് എന്ന് പറയാനാവില്ല; പല മാർഗ്ഗങ്ങളുണ്ട്. ജീവിതത്തിലെന്ന പോലെ, ചെസ്സിലും, എല്ലാത്തിന്റെയും അടിസ്ഥാനം സാധ്യതകളാണ്. എല്ലാ പ്രത്യാശയും, എല്ലാ സ്വപ്നവും, എല്ലാ കുറ്റബോധവും, ജീവിക്കുന്ന ഓരോ നിമിഷവും."

ഒടുവിൽ, നോറാ ആ കളി ജയിച്ചു. ചിലപ്പോൾ ശ്രീമതി എൽമ് തോറ്റു തന്നതായിരിക്കാം എന്നൊരു ചെറിയ സംശയം അവൾക്ക് തോന്നിയിരുന്നു എങ്കിലും, ആ ജയം അവൾക്ക് ആശ്വാസം നൽകി.

"അപ്പൊ ശരി", ശ്രീമതി എൽമ് പറഞ്ഞു. "ഇനി പുസ്തകമെടുക്കാനുള്ള സമയമാണ്. എന്തു പറയുന്നു?"

നോറാ ആ പുസ്തകത്തട്ടുകളിലൂടെ കണ്ണോടിച്ചു. അവയിൽ കൃത്യമായ പേരുകളുണ്ടായിരുന്നുവെങ്കിൽ, അതിലൊന്നിൽ '*എല്ലാം തികഞ്ഞ ജീവിതം ഇതാ ഇവിടെയാണ്*' എന്നെഴുതിയിരുന്നുവെങ്കിൽ, എത്ര നന്നായേനെ എന്നവൾ ആഗ്രഹിച്ചു.

ശ്രീമതി എൽമിന്റെ ചോദ്യം അവഗണിക്കാനായിരുന്നു അവളുടെ ആദ്യത്തെ തോന്നൽ. പക്ഷെ അവിടെ നിറയെ പുസ്തകങ്ങളുണ്ടായിരുന്നു; അവ തുറന്നുനോക്കാനുള്ള പ്രലോഭനം എപ്പോഴുമുണ്ടായിരുന്നു. ജീവിതത്തിന്റെ കാര്യത്തിലും അത് ശരിയാണെന്ന് അവൾ തിരിച്ചറിഞ്ഞു.

മുൻപ് പറഞ്ഞ ഒരു കാര്യം ശ്രീമതി എൽമ് ആവർത്തിച്ചു.

"ചെറിയ കാര്യങ്ങളുടെ വലിയ പ്രസക്തിയെ ഒരിക്കലും അവഗണിക്കരുത്."

അത് ഒടുവിൽ സഹായകമായി വന്നു എന്നുതന്നെ പറയാം.

"എനിക്ക് വേണ്ടത്," അവൾ പറഞ്ഞു, "ലളിതമായ ഒരു ജീവിതമാണ്. മൃഗങ്ങൾക്കൊപ്പം ജീവിക്കാൻ പറ്റുന്ന ഒന്ന്. "ഞാൻ സ്കൂളിൽ ജോലി പരിചയം ചെയ്തു, സ്ട്രിംഗ് തിയറിയിലെ ജോലിയ്ക്ക് പകരം ഞാൻ തിരഞ്ഞെടുക്കേണ്ടതായ – അത്. അതെ, ദയവു ചെയ്ത് അതെനിക്കു തരൂ."

ലളിതമായ ഒരു ജീവിതം

കയറിക്കൂടാൻ എളുപ്പമുള്ള ജീവിതമായിരുന്നു അതെന്ന് തോന്നി.

ഈ ജീവിതത്തിൽ ഉറക്കം താരതമ്യേനെ നന്നായിരുന്നു. ഏഴേ മുക്കാലിന് അലാറം അടിക്കുന്നതു വരെ അവൾ സുഖമായുറങ്ങി. പരിതാപകരമായ അവസ്ഥയിലുള്ള ഒരു പഴയ ഹ്യൂണ്ടായ് കാറിലായിരുന്നു അവൾ ജോലിയ്ക്ക് പോയത്. നായ്ക്കളുടേയും ബിസ്ക്കറ്റിന്റെയും മണം തിങ്ങി നിന്നിരുന്ന ആ കാറ്, അതിന്റെ പൊടിയാൽ അലംകൃതമായിരുന്നു. ആശുപത്രിയും, സ്പോർട്സ് സെന്ററും കടന്ന് ചെറിയൊരു കാർപാർക്കിൽ അവൾ വണ്ടി നിർത്തി. ചാര നിറത്തിലെ ഇഷ്ടികകളുള്ള, ആധുനിക ശൈലിയിൽ പണിഞ്ഞ, ഒരു ഒറ്റനിലക്കെട്ടിടമായിരുന്നു ആ രക്ഷാകേന്ദ്രം.

നായ്ക്കൾക്ക് ഭക്ഷണം കൊടുത്തും, അവയെ നടക്കാൻ കൊണ്ടു പോയും അവൾ രാവിലത്തെ മണിക്കൂറുകൾ ചെലവഴിച്ചു. വിനയത്തോടെയും സ്നേഹത്തോടെയും പെരുമാറുന്ന, ചുരുണ്ട ബ്രൗൺ മുടിയും, യോർക്-ഷയർ സംസാരശൈലിയുമുള്ള പൗളിൻ എന്ന സ്ത്രീയായിരുന്നു അവളെ അവിടെ എതിരേറ്റത്. അതുകൊണ്ടാവണം ഈ ജീവിതത്തിനോട് ഇഴുകിച്ചേരൽ എളുപ്പമുള്ളതായി അവൾക്ക് തോന്നാൻ കാരണവും. നോറാ, പൂച്ചകളുടെ രക്ഷാകേന്ദ്രത്തിലല്ല, മറിച്ച്, നായ്ക്കളുടെ രക്ഷാകേന്ദ്രത്തിലാണ് ജോലി തുടങ്ങേണ്ടത് എന്ന് പൗളിൻ എന്നു പേരുള്ള ആ സ്ത്രീ അവളോടു പറഞ്ഞു. അതുകൊണ്ടുതന്നെ, അവളുടെ മുഖത്തുണ്ടായ ആശയക്കുഴപ്പത്തിനും, എന്തൊക്കെ ചെയ്യണമെന്ന് മനസ്സിലാക്കാൻ വേണ്ട ചോദ്യങ്ങൾക്കും പറയാനൊരു ന്യായമുണ്ടായിരുന്നു. മാത്രവുമല്ല, എല്ലാവർക്കും പേരെഴുതിയ ബാഡ്ജുകൾ ഉണ്ടായിരുന്നതുകൊണ്ട്, പേരെന്തെന്നറിയാതെ ബുദ്ധിമുട്ടേണ്ട അവസ്ഥയും ഉണ്ടായില്ല.

രക്ഷാകേന്ദ്രത്തിന് പുറകിലെ പ്രദേശത്ത്, നോറാ ഒരു ബുൾമാസ്റ്റിഫിനെയും കൊണ്ട് നടക്കാനിറങ്ങിയിരുന്നു. ആയിടെ അവിടെ പുതുതായി വന്ന ഒരു പട്ടിയായിരുന്നു അത്. അതിന്റെ ഉടമ, അതിനോട് അതിക്രൂരമായിട്ടാണ് പെരുമാറിയിരുന്നത് എന്ന് പൗളിൻ അവളോടു പറഞ്ഞു. ദേഹത്ത് വട്ടത്തിൽ ഉണ്ടായിരുന്ന ചില പാടുകൾ അവർ ചൂണ്ടിക്കാട്ടി.

"സിഗരറ്റ് കൊണ്ടു കുത്തിയതാണ്."

ക്രൂരതകളില്ലാത്ത ഒരു ലോകമായിരുന്നു നോറായ്ക്ക് വേണ്ടിയിരുന്നത്. പക്ഷെ മനുഷ്യന്മാരുള്ള ലോകങ്ങൾ മാത്രമേ അവൾക്ക് ലഭ്യമായിരുന്നുള്ളൂ. ആ ബുൾമാസ്റ്റിഫിന്റെ പേര് സാലി എന്നായിരുന്നു. അവൾക്ക് എല്ലാറ്റിനോടും ഭയമായിരുന്നു. സ്വന്തം നിഴലിനെ, കുറ്റിച്ചെടികളെ, മറ്റു നായകളെ, നോറായുടെ കാലുകളെ, പുല്ലിനെ, കാറ്റിനെ – അങ്ങനെ എല്ലാറ്റിനെയും. എങ്കിലും നോറായെ അവൾക്ക് ഇഷ്ടമാകാൻ തുടങ്ങിയിരുന്നു. പെട്ടെന്ന് വയറൊന്ന് ഉഴിഞ്ഞു കൊടുത്താൽ അനങ്ങാതെ കിടന്നുകൊടുക്കുമായിരുന്നു.

പിന്നീട്, കുറച്ചു ചെറിയ നായ്‌വീടുകൾ വൃത്തിയാക്കാൻ നോറാ സഹായിച്ചു. അതിനെ 'കൂട്' എന്നല്ലാതെ, 'വീട്' എന്നു വിളിക്കുന്നത് എന്തുകൊണ്ടും അനുയോജ്യമാണെന്ന് അവൾക്ക് തോന്നി. വന്നിട്ട് കുറച്ചുനാളുകളായിക്കാണും എന്നു തോന്നിപ്പിച്ച, മൂന്നു കാലുകളുള്ള, 'ഡീസൽ' എന്നു പേരുള്ള ഒരു അൾസേഷ്യൻ നായ അവിടെയുണ്ടായിരുന്നു. പന്തെറിഞ്ഞു പിടിച്ചു കളിച്ചപ്പോൾ, അവന്റെ പ്രതികരണവേഗത അവളെ അത്ഭുതപ്പെടുത്തി. എറിഞ്ഞുകൊടുത്ത ഒട്ടുമിക്ക പന്തുകളും അവൻ വായ കൊണ്ടു പിടിച്ചു. അവൾക്കീ ജീവിതം ഇഷ്ടപ്പെട്ടു – കൃത്യമായി പറയുകയാണെങ്കിൽ, ഈ ജീവിതത്തിലെ അവളെ, അവൾക്കിഷ്ടപ്പെട്ടു. മറ്റുള്ളവർ അവളോട് സംസാരിച്ചിരുന്ന രീതി വച്ച്, അവൾ എത്തരക്കാരിയാണ് എന്നതിനെക്കുറിച്ച് അവൾക്കൊരു ധാരണ കിട്ടിയിരുന്നു. ഒരു നല്ല വ്യക്തിയായി ജീവിക്കുക എന്നത് നല്ലൊരു അനുഭവമായി അവൾക്ക് തോന്നി. ആശ്വാസകരമായ, ധൈര്യം നൽകുന്ന ഒരനുഭവമായിരുന്നു അതവൾക്ക്.

ഇവിടെ അവളുടെ മനോഭാവം തന്നെ വ്യത്യസ്തമായിരുന്നു. എന്തൊക്കെയോ ചിന്തിച്ചുകൂട്ടുന്നുണ്ടായിരുന്നു എങ്കിലും, അവയിലൊക്കെ ഒരു മൃദു സമീപനം നിറഞ്ഞുനിന്നിരുന്നു.

"നീതിയുടെ അടിസ്ഥാനം സഹാനുഭൂതിയാണ്," എന്ന് തത്വചിന്തകനായ ആർതർ ഷോപ്പൻഹാർ എഴുതിയത്, അദ്ദേഹത്തിന്റെ സ്നിഗ്ധമായ നിമിഷങ്ങളിലൊന്നിലാണ്. ഒരുപക്ഷെ, ജീവിതത്തിന്റെ അടിസ്ഥാനവും അതുതന്നെയാവും.

അവിടെ ഡൈലൻ എന്നു പേരുള്ള ഒരു ജീവനക്കാരനുണ്ടായിരുന്നു. നായക്കളോട് ഇടപെടുന്നതിൽ അദ്ദേഹത്തിന് സഹജമായ ഒരു ശൈലിയുണ്ടായിരുന്നു. അവളുടെ സമപ്രായക്കാരനോ, പ്രായം കുറഞ്ഞ വ്യക്തിയോ ആയിരിക്കണം അയാൾ. കാഴ്ചയിൽ കരുണയുള്ള, വിനീതനായ, ദുഃഖം നിഴലിച്ചു നിൽക്കുന്ന ഒരാൾ. ഒരു റിട്രീവറിന്റേതു പോലെ, നീണ്ട് സ്വർണ്ണ നിറത്തിലുള്ളതായിരുന്നു അയാളുടെ മുടി. പാടത്തിനഭിമുഖമായി ഇട്ടിരുന്ന ബെഞ്ചിൽ ഉച്ചഭക്ഷണം കഴിക്കാനിരുന്നപ്പോൾ, അയാൾ അവൾക്കടുത്തു വന്നിരുന്നു.

"ഇന്ന് നീ എന്താ കൊണ്ടുവന്നിരിക്കുന്നത്?" നോറായുടെ ചോറ്റുപാത്രം നോക്കി മധുരമായി ചിരിച്ചു തലയാട്ടിക്കൊണ്ട് അയാൾ ചോദിച്ചു.

സത്യം പറഞ്ഞാൽ അതിനുത്തരം അവൾക്കറിയില്ലായിരുന്നു.

രാവിലെ, മാഗ്നറ്റുകളും, കലണ്ടറുകളും നിറഞ്ഞ ഫ്രിഡ്ജ് തുറന്നപ്പോൾ, അതിനുള്ളിൽ തയ്യാറാക്കി വച്ച നിലയിൽ ഇരുന്ന പാത്രമായിരുന്നു അത്. അവൾ അതിന്റെ മൂടി തുറന്നു. പാൽക്കട്ടിയും മാർമൈറ്റും കൊണ്ടുണ്ടാക്കിയ സാൻഡ്-വിച്ച് ആയിരുന്നു അതിനുള്ളിൽ. ഒപ്പം, സാൾട്ട് & വിനിഗർ സ്വാദിലുള്ള ഒരു പാക്കറ്റ് ഉരുളക്കിഴങ്ങു ചിപ്സും ഉണ്ടായിരുന്നു. ആകാശം ഇരുളുകയും, കാറ്റിന് ശക്തി പ്രാപിക്കുകയും ചെയ്തു.

"ഹോ, നാശം. മഴ പെയ്യാൻ പോവുകയാണെന്ന് തോന്നുന്നു," നോറാ പറഞ്ഞു.

"ആയിരിക്കാം. പക്ഷെ നായ്ക്കളെല്ലാം ഇപ്പോഴും അവയുടെ കൂടുകളിൽ തന്നെയാണല്ലോ."

"മനസ്സിലായില്ല."

"മഴ വരാൻ പോകുന്നു എന്നു മണത്തറിയാൻ നായ്ക്കൾക്ക് സാധിക്കും. എങ്കിൽ പെയ്യാൻ തുടങ്ങും മുൻപ്, അത് മനസ്സിലാക്കി, അവർ അകത്തേയ്ക്ക് നീങ്ങും. ഇങ്ങനെ, ഭാവിയെ, സ്വന്തം *മൂക്കു*കൊണ്ട് പ്രവചിക്കാൻ കഴിയുക എന്നു പറയുന്നത്, അത് നല്ല രസമല്ലേ?"

"അതെ. നല്ല രസമാണ്," നോറാ പറഞ്ഞു.

നോറാ തന്റെ സാൻഡ്-വിച്ച് ഒന്നു കടിച്ചു. അപ്പോഴാണ് ഡൈലൻ അവളെ കൈകൊണ്ടു ചേർത്തു പിടിച്ചത്.

അവൾ ചാടിയെഴുന്നേറ്റു.

"എന്ത് പോ--ക്രിത്തരമാണിത്?"

ഡൈലന്റെ മുഖത്ത് ക്ഷമാപണം നിറഞ്ഞു. മാത്രവുമല്ല, അവൻ ഒരൽപ്പം ഭയക്കുകയും ചെയ്തു. "എന്നോടു ക്ഷമിക്കൂ. നിന്റെ തോളു വേദനിച്ചോ?"

ഡൈലൻ തന്റെ ബോയ്ഫ്രണ്ട് ആണ് എന്നവൾ മനസ്സിലാക്കി. മാത്രവുമല്ല, അവൾ പോയിരുന്ന അതേ സെക്കൻഡറി സ്കൂളിൽ – ഹേസൽഡീൻ കോംപ് – ആയിരുന്നു അവനും പഠിച്ചിരുന്നത്. അവളെക്കാൾ രണ്ട് വയസ്സ് ഇളയതായിരുന്നു അവൻ.

അച്ഛൻ മരിച്ച ആ ദിവസം സ്കൂൾ ലൈബ്രറിയിൽ അന്തംവിട്ടിരിക്കുമ്പോൾ, മഴത്തുള്ളികൾ പറ്റിച്ചേർന്നു കിടന്ന ജനാലപ്പാളിയ്ക്കപ്പുറത്തുകൂടി ഓടിപ്പോയ രണ്ടു വയസ്സിനിളയ സ്വർണ്ണമുടിക്കാരൻ ചെക്കനെ നോറാ ഓർത്തു. *ഒന്നുകിൽ ആരെയോ പിന്തുടർന്നുകൊണ്ട്; അല്ലെങ്കിൽ ആരോ അവനെ പിന്തുടരുന്നുണ്ട്.* അത് അവനായിരുന്നു. അടുത്തറിയുകയോ, അധികമൊന്നും അവനെപ്പറ്റി ആലോചിക്കുകയോ ചെയ്യാതെ തന്നെ, ദൂരെ നിന്നും അവൾക്കവനെ ഇഷ്ടമായിരുന്നു.

"നീ ഓക്കേ ആണോ, നോർസ്റ്റർ?" ഡൈലൻ ചോദിച്ചു.

നോർസ്റ്റർ?

"ഉവ്വ്. ഞാൻ... ഞാനെന്തോ... ഞാൻ ഒക്കെയാണ്."

ബെഞ്ചിൽ അവർക്കിടയിൽ അൽപ്പം കൂടുതൽ അകലമിട്ടുകൊണ്ട് അവൾ വീണ്ടും ഇരുന്നു. ഡൈലനിൽ പ്രത്യക്ഷത്തിൽ ഒരു കുറവുമുണ്ടാ

യിരുന്നില്ല. നല്ലൊരു മനുഷ്യനായിരുന്നു അവൻ. ഈ ജീവിതത്തിൽ താൻ അവനെ ആത്മാർത്ഥമായി സ്നേഹിക്കുന്നുണ്ടെന്ന് അവൾക്ക് ഉറപ്പായിരുന്നു. ഒരുപക്ഷെ അവനെ പ്രണയിക്കുന്നു പോലുമുണ്ടാകാം. പക്ഷെ, ഒരു ജീവിതത്തിലേയ്ക്ക് കടക്കുന്നത്ര എളുപ്പമല്ല ഒരു മനോവികാരത്തിലേയ്ക്ക് കടക്കുന്നത്.

"അതിരിക്കട്ടെ, നീ ആ ജീനോസിൽ വിളിച്ച് ബുക്ക് ചെയ്തോ?"

ജീനോസ്. ഇറ്റാലിയൻ. കൗമാരകാലത്ത് നോറാ അവിടെ പോയിട്ടുണ്ട്. അതൊക്കെ ഇപ്പോഴും ഉണ്ടോ എന്നോർത്ത് നോറാ അത്ഭുതം കൂറി.

"എന്താ?"

"ജീനോസിൽ? ആ പിസ്സ കടയിൽ? ഇന്ന് രാത്രിയിലത്തേയ്ക്ക്? നിനക്കവിടത്തെ മാനേജരെ അറിയാമെന്നോ മറ്റോ അന്ന് പറഞ്ഞിരുന്നില്ലേ?"

"ഉവ്വ്, എന്റെ അച്ഛന് *അറിയാമായിരുന്നു.*"

"അപ്പൊ, നീ വിളിച്ചുനോക്കിയോ?"

"ഉവ്വ്," അവൾ നുണ പറഞ്ഞു. "പക്ഷെ ഇന്ന് രാത്രി ബുക്കിങ് ഫുള്ളാണ് എന്നാണ് പറഞ്ഞത്."

"ഞായറാഴ്ച അല്ലാത്ത ഒരു സാധാരണ ദിവസവുമോ? വിചിത്രമായിരിക്കുന്നു. കഷ്ടമായിപ്പോയി. എനിക്ക് പിസ്സ ഭയങ്കര ഇഷ്ടമാ. പിന്നെ പാസ്ത. പിന്നെ ലസാന്യ. പിന്നെ —"

"ശരി," നോറാ പറഞ്ഞു. "ഉവ്വ്. എനിക്ക് മനസ്സിലായി. എനിക്ക് നല്ലപോലെ മനസ്സിലായി. അത് അൽപ്പം അസാധാരണമാണ് എന്നെനിക്കറിയാം. പക്ഷെ അവർക്ക് ഒന്നു രണ്ടു വലിയ ബുക്കിങ്ങുകൾ ഉള്ളതു കൊണ്ടാണ്."

ഡൈലൻ അപ്പോഴേയ്ക്കും കൈയിലെടുത്തു കഴിഞ്ഞിരുന്നു. അവൻ വല്ലാത്ത താൽപര്യത്തിലായിരുന്നു. "ഞാൻ ലാ ക്യാന്റീനിയായിൽ ഒന്നു ശ്രമിച്ചു നോക്കട്ടെ. നിനക്കറിയാമല്ലോ ആ സ്ഥലം. മെക്സിക്കൻ. അവർക്ക് ഒരുപാട് വീഗൻ ഭക്ഷണങ്ങൾ അവിടെയുണ്ട്. എനിക്ക് മെക്സിക്കൻ ഭക്ഷണം ഒത്തിരി ഇഷ്ടമാണ്. നിനക്കോ?"

ഇത് ചെയ്യാതിരിക്കാൻ തക്കതായ ന്യായമൊന്നും അവൾ കണ്ടില്ല. അത്രയ്ക്ക് പിടിച്ചുനിർത്തുന്നതു പോലെയുള്ളതല്ലാത്ത ഡൈലന്റെ സംഭാഷണത്തിന് പുറമേ, താൻ കഴിച്ചുകൊണ്ടിരിക്കുന്ന സാൻഡ്-വിച്ചും, ഫ്രിഡ്ജിലുള്ള ബാക്കി ഭക്ഷണ സാധനങ്ങളുടെ അവസ്ഥയും താരതമ്യം ചെയ്തപ്പോൾ, മെക്സിക്കൻ ഭക്ഷണം ഒരു നല്ല തീരുമാനമായിരിക്കും എന്നവൾക്ക് തോന്നി.

ഡൈലൻ അവർക്ക് വേണ്ടി അവിടെ ബുക്ക് ചെയ്തു. അവർ സംസാരം തുടരുമ്പോൾ, പിറകിലെ കെട്ടിടത്തിൽ പട്ടികൾ കുരയ്ക്കാൻ തുടങ്ങി. ഒന്നിച്ചു താമസം തുടങ്ങിയാലോ എന്ന സംഭാഷണം പുരോഗമിയ്ക്കാൻ തുടങ്ങുമ്പോഴായിരുന്നു അത്.

"നമുക്ക് *ലാസ്റ്റ് ചാൻസ് സലൂൺ* കാണാൻ പോകാമായിരുന്നു."

അവൾ അത് ശരിക്കു കേട്ടില്ല. "എന്താ അത്?"

അവൻ ഒരൽപം നാണക്കാരനാണെന്ന് അവൾ മനസ്സിലാക്കി. അവൻ കണ്ണിൽ നോക്കുന്നതേയില്ല. സ്നേഹവാത്സല്യം തോന്നുന്ന തരം പെരുമാറ്റം. "നിനക്ക് കാണാൻ ആഗ്രഹമുണ്ടായിരുന്ന ആ റയാൻ ബെയ്‌ലി പടം, ഓർമ്മയില്ലേ? നമ്മൾ അതിന്റെ ട്രെയ്‌ലർ കണ്ടിരുന്നല്ലോ. നല്ല തമാശയുള്ള സിനിമയായിരിക്കും എന്നാണ് നീ പറഞ്ഞത്. ഞാൻ അതിനെക്കുറിച്ച് ഒരു ഗവേഷണം തന്നെ നടത്തി. റോട്ടൻ ടുമാറ്റോസ് ആ പടത്തിന് എൺപത്തിയാറു ശതമാനമാണ് റേറ്റിങ് കൊടുത്തിരിക്കുന്നത്. അത് നെറ്റ്ഫ്ലിക്സിലും ഉണ്ട്. അതുകൊണ്ട് –"

ഒരു ജീവിതത്തിൽ താൻ ലോകപ്രശസ്തമായ ഒരു ബാൻഡിലെ മുൻനിര ഗായികയും, അന്താരാഷ്ട്ര താരവും ആയിരുന്നുവെന്നും, ആ കാലഘട്ടത്തിൽ താൻ പ്രണയിച്ചിരുന്ന, പിന്നീട് സ്വയം വേണ്ടെന്നു വെച്ച ഒരാളായിരുന്നു റയാൻ ബെയ്‌ലി എന്നു പറഞ്ഞാൽ ഡൈലൻ വിശ്വസിക്കുമോ എന്നവൾക്ക് സംശയം തോന്നി.

"കൊള്ളാമെന്നു തോന്നുന്നു," പുല്ലിൽ ഉടക്കിക്കിടന്ന ഒഴിഞ്ഞ ചിപ്സ് പാക്കറ്റിലേയ്ക്ക് നോക്കിക്കൊണ്ട് അവൾ പറഞ്ഞു.

ഡൈലൻ ബെഞ്ചിൽ നിന്നും ചാടിയെഴുന്നേറ്റു ചെന്ന് ആ പാക്കറ്റെടുത്തു കൊണ്ടുവന്ന്, ബെഞ്ചിനരികിലെ കുപ്പത്തൊട്ടിയിൽ നിക്ഷേപിച്ചു.

തിരികെ വന്ന അയാൾ നോറായെ നോക്കി പുഞ്ചിരിച്ചുകൊണ്ട്, ബെഞ്ചിലേയ്ക്ക് ഇരുന്നു. ഈ നോറാ അവനിൽ കണ്ട നല്ല കാര്യമെന്താണെന്ന് നോറായ്ക്ക് മനസ്സിലായി. നിർമ്മലമായ എന്തോ ഒന്ന് അവന്റെയുള്ളിൽ ഉണ്ട്. ഒരു നായയെപ്പോലെത്തന്നെ.

ഈ ലോകത്തിൽതന്നെ നായ്ക്കളുണ്ടെങ്കിൽ, പിന്നെ മറ്റൊരു ലോകം എന്തിനാണ്?

കാസിൽ റോഡിൽ, സ്റ്റിംഗ് തിയറിയുടെ കുറച്ചപ്പുറത്തായിട്ടായിരുന്നു ആ ഭക്ഷണശാല ഉണ്ടായിരുന്നത്. കടയുടെ മുന്നിലൂടെ മാത്രമേ അങ്ങോട്ടേയ്ക്ക് പോകാനാകുമായിരുന്നുള്ളൂ. അവിടം കടക്കുമ്പോൾ തോന്നിയ മുൻപരിചയം വിചിത്രമായ ഒരു അനുഭവമായിരുന്നു അവൾക്ക്. കടയ്ക്ക് മുന്നിലെത്തിയപ്പോൾ എന്തോ മാറ്റം അവൾക്ക് തോന്നി. കണ്ണാടി ജനലിനുള്ളിൽ തൂക്കിയിട്ട ഗിറ്റാറുകൾ അവിടെയില്ലായിരുന്നു. അവിടെ ആകെയുണ്ടായിരുന്നത്, ഗ്ലാസ്സിനുള്ളിൽ ഒട്ടിച്ചിരുന്ന, മങ്ങിത്തുടങ്ങിയ ഒരു A4 കടലാസ്സ് മാത്രമായിരുന്നു.

അതിലെ നീലിന്റെ കൈയക്ഷരം അവൾ തിരിച്ചറിഞ്ഞു.

ഇനിയങ്ങോട്ട് പ്രവർത്തനം തുടരാൻ സ്റ്റിംഗ് തിയറിയ്ക്ക് സാധ്യമല്ല. വാടകയിനത്തിൽ വന്ന വർദ്ധനവ് മൂലം മുന്നോട്ട് പോകാൻ കഴിയില്ല. ഞങ്ങളുടെ എല്ലാ പ്രിയപ്പെട്ട ഉപഭോക്താക്കൾക്കും നന്ദി. നിങ്ങൾ കൂടുതൽ ആലോചിച്ച് വിഷമിക്കേണ്ട ആവശ്യമില്ല; ഞങ്ങൾക്ക് ഒരു ബുദ്ധിമുട്ടും ഇല്ല. നിങ്ങൾക്ക് നിങ്ങളുടെ വഴിയനുസരിച്ച് പോകാം. നിങ്ങളില്ലാതെ ഞങ്ങൾക്കെന്ത് സംഭവിക്കുമെന്ന് ദൈവത്തിനു മാത്രമേ അറിയുകയുള്ളൂ.

ഡൈലന് അതുകണ്ട് രസം തോന്നി "അതായിരുന്നു അവരിവിടെ ചെയ്തിരുന്നത് അല്ലേ?" ഒന്നു നിർത്തിയ ശേഷം അവൻ തുടർന്നു. "എനിക്കീ പേരു വരാൻ കാരണം ബോബ് ഡൈലൻ ആണ്. ഞാനത് മുൻപ് നിന്നോട്ട് പറഞ്ഞിരുന്നില്ലേ?"

"ഓർമ്മ കിട്ടുന്നില്ല."

"പാട്ടുകാരൻ ബോബ് ഡൈലൻ. നിനക്കറിയില്ലേ?"

"ഉവ്വ് ഡൈലൻ. പാട്ടുകാരൻ ബോബ് ഡൈലനെക്കുറിച്ച് ഞാൻ കേട്ടിട്ടുണ്ട്."

"എന്റെ ചേച്ചിയുടെ പേര് സൂസെയ്ൻ എന്നാണ്. ലിയോനാർഡ് കോഹന്റെ ആ പാട്ടു വന്നതിനു ശേഷമാണ് ആ പേരിട്ടത്."

നോറാ പുഞ്ചിരിച്ചു. "എന്റെ മാതാപിതാക്കൾക്ക് ലിയോനാർഡ് കോഹനെ വല്യ ഇഷ്ടമായിരുന്നു."

"നീ എപ്പോഴെങ്കിലും ഈ കടയിൽ വന്നിട്ടുണ്ടോ?" ഡൈലൻ അവളോടു ചോദിച്ചു. "കണ്ടിട്ട് നല്ലോരു കടയായിരുന്നു എന്നു തോന്നുന്നു."

"ഒന്നോ രണ്ടോ തവണ."

"നിന്റെ സംഗീതവാസന കാരണം, നീ വന്നിട്ടുണ്ടാകും എന്നെനിക്ക് തോന്നി. നീ പണ്ടൊക്കെ പിയാനോ വായിക്കുമായിരുന്നില്ലേ?"

പണ്ടൊക്കെ.

"ഉവ്വ്. കുറച്ചൊക്കെ."

ആ കുറിപ്പിന് അൽപ്പം പഴക്കമുണ്ടെന്ന് നോറാ ശ്രദ്ധിച്ചു. നീൽ അവളോട് പറഞ്ഞത് അവളോർത്തു. *ഇവിടെ വരുന്നവർ നിന്റെ ദുഃഖപൂർണ്ണമായ ഭാവം കണ്ടുകൊണ്ട് വാങ്ങാതെ തിരിച്ചുപോകുന്നതിനും നിനക്ക് പണം തരാൻ സാധിക്കില്ല.*

നീൽ, പ്രശ്നം എന്റെ ദുഃഖപൂർണ്ണമായ മുഖത്തിന്റേതു മാത്രമൊന്നുമായിരുന്നില്ല.

അവർ നടത്തം തുടർന്നു.

"ഡൈലൻ, നിനക്കീ സമാന്തര ലോകങ്ങളിൽ വിശ്വാസമുണ്ടോ?"

അയാൾ ചുമൽ കുലുക്കി. "ഉണ്ടെന്നു തോന്നുന്നു."

"എങ്കിൽ മറ്റൊരു ജീവിതത്തിൽ നീ എന്തുചെയ്യുകയാവും എന്നാണ് നീ കരുതുന്നത്? ഇതൊരു നല്ല ലോകമാണ് എന്ന് നീ കരുതുന്നുണ്ടോ? അതോ, ബെഡ്ഫോർഡ് വിട്ടു ജീവിക്കുന്ന മറ്റൊരു ലോകത്ത് പോകാൻ നീ തയ്യാറാകുമോ?"

"സാധ്യതയില്ല. ഞാനിവിടെ സന്തുഷ്ടനാണ്. ഇവിടെ നിറയെ നായ്ക്കൾ ഉള്ളപ്പോൾ, ഞാനെന്തിന് മറ്റൊരു ലോകം തിരഞ്ഞെടുക്കണം? ലണ്ടനിലേതു പോലെതന്നെയാണ് ഇവിടെയും നായ്ക്കൾ. എനിക്കങ്ങനെ മറ്റൊരു സ്ഥലമുണ്ടായിരുന്നു, അറിയാമോ? വെറ്ററിനറി മെഡിസിൻ പഠിക്കാൻ ഗ്ലാസ്ഗോ യൂണിവേഴ്സിറ്റിയിൽ എനിക്ക് അഡ്മിഷൻ കിട്ടിയതായിരുന്നു. ഒരാഴ്ച ഞാനവിടെ പോയെങ്കിലും, എന്റെ നായ്ക്കളെ ഞാൻ ഒരുപാട് മിസ്സ് ചെയ്തു. അപ്പോഴേയ്ക്കും അച്ഛന്റെ ജോലി പോയി. പിന്നീട് എന്നെ പഠിക്കാൻ അയക്കാൻ വേണ്ട സാമ്പത്തികം പുള്ളിയ്ക്ക് ഉണ്ടായിരുന്നില്ല. അതുകൊണ്ട് ഞാൻ ഒരിക്കലും ഒരു വെറ്റിനറി ഡോക്ടർ ആയില്ല. എനിക്ക് വലിയ ആഗ്രഹമായിരുന്നു ഒരു വെറ്റിനറി ഡോക്ടർ ആകണം എന്നുള്ളത്. പക്ഷെ എനിക്കതിൽ വിഷമമൊന്നും ഇല്ല. എനിക്ക് കിട്ടിയത് നല്ലൊരു ജീവിതമാണ്. എനിക്ക് കുറച്ചു നല്ല സുഹൃത്തുക്കളെ കിട്ടി. എനിക്കെന്റെ നായകളെ കിട്ടി."

നോറാ പുഞ്ചിരിച്ചു. ഈ ജീവിതത്തിലെ നോറായോട് തോന്നിയ അത്ര ആകർഷകത്വം അവനോട് തോന്നിയോ എന്ന് ഒരു സംശയം തോന്നിയെങ്കിലും, നോറായ്ക്ക് ഡൈലനെ ഇഷ്ടമായി. അവൻ ഒരു നല്ല വ്യക്തിയാണ്. നല്ല വ്യക്തികൾ വളരെ വിരളവുമാണ്.

അവർ ഭക്ഷണശാലയിൽ എത്തിയപ്പോൾ, നീണ്ട, കറുത്തമുടിക്കാരനായ, ജോഗിംഗ് വസ്ത്രങ്ങളണിഞ്ഞ ഒരാൾ, അവർക്ക് എതിർദിശയിൽ നിന്നും ഓടിവരുന്നതു കണ്ടു. ഒരു നിമിഷം മനസ്സ് എങ്ങോട്ടൊക്കെയോ പതറിപ്പോയതിനു ശേഷമാണ് അത് ആഷ് ആണെന്ന് അവൾക്ക് മനസ്സിലായത്. സർജനായിരുന്ന, സ്ലീംഗ് തിയറിയിലെ ഉപഭോക്താവായിരുന്ന, അവളെ കോഫി കഴിക്കാൻ ക്ഷണിച്ച, ആശുപത്രിയിൽ വച്ച് അവളെ സമാധാനിപ്പിച്ച, കഴിഞ്ഞ രാത്രിയിൽ, മറ്റൊരു ലോകത്ത് തന്റെ വാതിലിൽ വന്നു മുട്ടി, വോൾട്ടയർ മരിച്ചു എന്ന് പറഞ്ഞ അതേ ആഷ്. ആ ഓർമ്മ, അത് ഈയടുത്തു നടന്നതുപോലെതന്നെ അവൾക്കനുഭവപ്പെട്ടു എങ്കിലും, അത് അവളുടെ മാത്രം ഓർമ്മയായിരുന്നു. ഞായറാഴ്ച നടക്കുന്ന ഹാഫ്-മാരത്തോണിനു വേണ്ടി എന്തൊക്കെയോ തയ്യാറെടുപ്പുകൾ നടത്തുകയായിരുന്നു അയാൾ എന്നു കണ്ടാൽ അറിയാം. വോൾട്ടയറിനെ മരിച്ച നിലയിൽ അയാൾ കണ്ടിരിക്കാനുള്ള സാധ്യത കുറവാണ് എന്നതൊഴിച്ചാൽ, ഈ ജീവിതത്തിലെ ആഷും, അവളുടെ മൂലജീവിതത്തിലെ ആഷും രണ്ടല്ല എന്നു വിശ്വസിക്കാൻ തക്ക മറ്റു കാരണങ്ങളൊന്നും തന്നെ അവൾക്കുണ്ടായിരുന്നില്ല.

"ഹായ്," താൻ ഏതു ജീവിതത്തിലാണ് നിൽക്കുന്നത് എന്നോർക്കാതെ നോറാ പറഞ്ഞു.

ആഷ് അവളെ നോക്കി പുഞ്ചിരിച്ചുവെങ്കിലും, ആ മുഖത്ത് ഒരു അമ്പരപ്പ് വ്യക്തമായിരുന്നു. അമ്പരപ്പിനിടയിലും, കരുണാർദ്രമായ ആ മുഖം കണ്ടപ്പോൾ, താൻ ചെയ്തതിൽ നോറായ്ക്ക് ഒരു ജാള്യത തോന്നി. കാരണം, ഈ ജീവിതത്തിൽ ഒരിക്കൽപ്പോലും അയാൾ തന്റെ വാതിലിൽ വന്നു മുട്ടുകയോ, കോഫി കുടിക്കാൻ ക്ഷണിക്കുകയോ, സൈമൺ ആൻഡ് ഗാഫങ്കലിന്റെ പാട്ടുപുസ്തകം വാങ്ങുകയോ ചെയ്തിട്ടില്ല.

"അതാരാ?" ഡൈലൻ ചോദിച്ചു.

"ഓ, മറ്റേതോ ഒരു ജീവിതത്തിൽ എനിക്ക് പരിചയമുണ്ടായിരുന്ന ഒരാൾ."

ഡൈലന് ഒന്നും മനസ്സിലായില്ല. എങ്കിലും, അവനതിനെ കാര്യമാക്കിയില്ല.

അങ്ങനെ അവരവിടെയെത്തി.

ഡൈലനൊപ്പം അത്താഴത്തിന്

ഇത്ര വർഷങ്ങൾക്ക് ശേഷവും ലാ ക്യാന്റീനയ്ക്ക് വലിയ മാറ്റമൊന്നുമുണ്ടായിരുന്നില്ല.

ഡാനുമായി ബന്ധപ്പെട്ട് നോറായ്ക്ക് ആ സ്ഥലത്തെക്കുറിച്ചുള്ള ഒരോർമ്മയുണ്ടായിരുന്നു. അവൻ ആദ്യമായി ബെഡ്ഫോർഡിൽ വന്നപ്പോഴായിരുന്നു അത്. മൂലയിലുള്ള ഒരു മേശയ്ക്ക് ഇരുപുറവുമിരുന്ന് ധാരാളം മാർഗരീറ്റകൾ കുടിച്ച് അവർ, ഒന്നിച്ചുള്ളൊരു ഭാവിയെപ്പറ്റി ചർച്ച ചെയ്യുകയായിരുന്നു. ഗ്രാമത്തിൽ ഒരു പബ്ബിൽ ജീവിക്കുന്നതിനെപ്പറ്റിയുള്ള ആഗ്രഹം ഡാൻ ആദ്യമായി പങ്കുവച്ചത് അന്നായിരുന്നു. ഈ ജന്മത്തിൽ ഇപ്പോൾ നോറായും ഡൈലനും ഉള്ളതുപോലെ, ഒന്നിച്ച് താമസം തുടങ്ങാൻ തയ്യാറായി നിൽക്കുകയായിരുന്നു അവരന്ന്. ഇപ്പോളവൾക്ക് ഓർമ്മയുണ്ട് – അവിടത്തെ ഒരു ജീവനക്കാരനോട് ഡാൻ ഒരു മയവുമില്ലാതെയാണ് പെരുമാറിയത്. അളവില്ലമധികം പുഞ്ചിരികൾ നൽകിയാണ് നോറാ അതിന്റെ കുറവ് തീർക്കാൻ ശ്രമിച്ചത്. ജീവിതത്തിന്റെ നിയമങ്ങളിൽ ഒന്നായിരുന്നു അത് – *വേതനം കുറഞ്ഞ ജോലികൾ ചെയ്യുന്നവരോട് വെറുതെ മോശമായി പെരുമാറുന്നവരെ ഒരിക്കലും വിശ്വസിക്കരുത്* – അതിൽ ഡാൻ ദയനീയമായി പരാജയപ്പെട്ടു. ഒപ്പം, മറ്റു പലതിലും. വീണ്ടും പോകണം എന്ന് അത്ര ആഗ്രഹം തോന്നിയിട്ടുള്ള ഒരിടമൊന്നുമായിരുന്നില്ല ലാ ക്യാന്റീന എന്ന് നോറാ ചിലപ്പോൾ അഭിപ്രായപ്പെട്ടേക്കും.

"എനിക്കീ സ്ഥലം ഒത്തിരിയിഷ്ടമാണ്," ചുവപ്പും മഞ്ഞയും നിറത്താൽ അലംകൃതമായ അകത്തളത്തെ തിരക്കിൽ നോക്കിയിരുന്ന ഡൈലൻ പറഞ്ഞു. ഡൈലന് ഇഷ്ടപ്പെടാത്ത, ഇഷ്ടപ്പെടാതിരിക്കാൻ സാധ്യതയുള്ള ഏതെങ്കിലും സ്ഥലം ഉണ്ടാവുമോ എന്ന് നോറാ നിശബ്ദമായി ആലോചിച്ചു. ചെർണോബില്ലിന് അടുത്തുള്ള ഒരു പുരയിടത്തിലിരുന്ന് അവിടുത്തെ പ്രകൃതിഭംഗി പോലും അയാൾ ആസ്വദിച്ചേക്കും എന്നവൾക്ക് തോന്നി.

ബ്ലാക്ക് ബീൻസ് ടാക്കോസ് കഴിച്ചുകൊണ്ട് അവർ നായ്ക്കളെപ്പറ്റിയും സ്കൂളിനെപ്പറ്റിയും സംസാരിച്ചു. നോറായെക്കാൾ രണ്ടു വയസ്സിന് ഇളപ്പമുള്ള ഡൈലന്, 'നീന്തലിൽ സമർത്ഥയായ ഒരു പെൺകുട്ടി' എന്നതായിരുന്നു അവളെക്കുറിച്ചുള്ള ആദ്യത്തെ ഓർമ്മ. സ്കൂൾ അസ്സംബ്ലിയിൽ എല്ലാവർക്കും

മുന്നിൽ വച്ച് ഹേസൽഡീൻ കോംപിന്റെ മികച്ച പ്രതിനിധി എന്ന സർട്ടിഫിക്കറ്റ് അവൾക്ക് നൽകിയതു പോലും അവനോർമ്മയുണ്ട്. നോറാ ആരോടും പറയാതെ ഉള്ളിൽ പതുക്കിവച്ചിരുന്ന ഒന്നായിരുന്നു അത്. ഇപ്പോൾ അതിനെക്കുറിച്ചാലോചിക്കുമ്പോൾ, ഒരുപക്ഷെ ആ ഒരു നിമിഷം മുതലാവാം താൻ നീന്തലിൽ നിന്നും പിന്മാറാൻ തുടങ്ങിയത് എന്നവൾക്ക് തോന്നി. സുഹൃത്തുക്കൾക്കൊപ്പമിരിക്കുന്നത് അവൾക്കൊരു ബുദ്ധിമുട്ടായി തോന്നിത്തുടങ്ങിയതും, സ്കൂളിന്റെ ഉള്ളറകളിലെവിടേയ്ക്കോ അവളൊതു ങ്ങിപ്പോകാൻ തുടങ്ങിയതും ഒക്കെ അപ്പോൾ മുതലാകണം.

"ഇടവേളകളിൽ നിന്നെ ഞാൻ ലൈബ്രറിയിൽ കാണാറുണ്ടായിരുന്നു," ആ ഓർമ്മയിൽ പുഞ്ചിരിച്ചുകൊണ്ട് അവൻ പറഞ്ഞു. "നീ അവിടെയിരുന്ന്, നമ്മുടെയാ ലൈബ്രേറിയനൊപ്പം ചെസ്സ് കളിക്കുന്നത് ഞാൻ കണ്ടിട്ടുണ്ട്... എന്തായിരുന്നു അവരുടെ പേര്?"

"ശ്രീമതി എൽമ്," നോറാ പറഞ്ഞു.

"അത് തന്നെ! ശ്രീമതി എൽമ്!," അതിനുശേഷം അവൻ പറഞ്ഞത് അവളെ അക്ഷരാർത്ഥത്തിൽ ഞെട്ടിച്ചു. "ഞാനവരെ കണ്ടിരുന്നു."

"അവരെയോ?"

"അതെ. ഷേക്സ്പിയർ റോഡിൽ വച്ച്. കൂടെ യൂണിഫോം ധരിച്ച ആരോ ഉണ്ടായിരുന്നു. ഒരു നഴ്സോ മറ്റോ. നടക്കാനിറങ്ങിയ ശേഷം കെയർ ഹോമിലേയ്ക്ക് തിരികെ പോവുകയായിരുന്നു അവർ എന്നെനിക്ക് തോന്നുന്നു. അവർ വല്ലാതെ ദുർബ്ബലയായിരുന്നു. ഒത്തിരി വയസ്സായി അവർക്ക്."

എന്തുകൊണ്ടോ, ശ്രീമതി എൽമ് മരിച്ചിട്ടു വർഷങ്ങളായി എന്നായി രുന്നു നോറാ കരുതിയിരുന്നത്. മാത്രവുമല്ല, ലൈബ്രറിയിൽ നോറാ കണ്ട ശ്രീമതി എൽമിന്റെ രൂപം, വർഷങ്ങൾക്ക് മുൻപ് സ്കൂളിൽ അവൾ കണ്ട, അവളുടെ മനസ്സിൽ ആഴത്തിൽ പതിഞ്ഞു കിടന്ന, അതേ രൂപം തന്നെ യായിരുന്നു എന്നതും അവളുടെയാ വിശ്വാസത്തെ ബലപ്പെടുത്തി.

"അയ്യോ. പാവം ശ്രീമതി എൽമ്. എനിക്കവരെ ഒത്തിരി ഇഷ്ടമായിരുന്നു."

ലാസ്റ്റ് ചാൻസ് സലൂൺ

ഭക്ഷണത്തിനുശേഷം, റയാൻ ബെയ്‌ലിയുടെ സിനിമ കാണുന്നതിനു വേണ്ടി നോറാ ഡൈലനൊപ്പം അയാളുടെ വീട്ടിലേയ്ക്കു പോയി. പകുതി മാത്രം കുടിച്ച ഒരു വൈൻ കുപ്പി എടുത്തുകൊള്ളാൻ ഭക്ഷണശാലക്കാർ അവരെ അനുവദിച്ചു. തുറന്ന പ്രകൃതക്കാരനായ, നല്ലവനായ ഒരു മനുഷ്യനായതിനാൽ, അധികം കിള്ളിച്ചോദിക്കാതെ തന്നെ, അവരുടെ ജീവിതത്തെപ്പറ്റി അയാൾ ഒരുപാട് കാര്യങ്ങൾ വെളിപ്പെടുത്തിയേക്കും എന്നതായിരുന്നു, ഡൈലനൊപ്പം പോകുമ്പോൾ നോറാ സ്വയം കണ്ടെത്തിയ ന്യായീകരണം.

ഹക്സ്ലി അവന്യൂവിലെ ചെറിയൊരു ടെറസ്സ്‌വീടായിരുന്നു അത്. അവന്റെ അമ്മ നൽകിയതായിരുന്നു അത്. അതിനുള്ളിലെ നായ്ക്കളുടെ എണ്ണം കാരണം, ആ വീട് ഉള്ളതിനേക്കാൾ ചെറുതായി തോന്നിപ്പിച്ചു. അഞ്ചെണ്ണം നോറായുടെ കണ്ണിൽപ്പെട്ടെങ്കിലും, കൂടുതൽ നായകൾ മുകളിലെ നിലയിൽ വിഹരിക്കുന്നുണ്ടാവാം എന്നവൾ ഊഹിച്ചു. നായകളുടെ മണം തനിക്കെപ്പോഴും ഇഷ്ടമാണെന്നായിരുന്നു അവൾ കരുതിയിരുന്നത്. പക്ഷെ, ആ ഇഷ്ടത്തിനൊരു പരിധിയുണ്ടെന്ന് അവൾക്കു പെട്ടെന്നുതോന്നി.

സോഫയിലേയ്ക്കിരിക്കുമ്പോൾ, അടിയിൽ കട്ടിയുള്ളതെന്തോ ഉണ്ടെന്ന് അവൾക്ക് തോന്നി – പട്ടികൾക്ക് കടിച്ചു കളിക്കാനുള്ള ഒരു പ്ലാസ്റ്റിക് വളയമായിരുന്നു അത്. അതവൾ നിലത്തെ മറ്റു കളിപ്പാട്ടങ്ങൾക്കരികിലേയ്ക്കിട്ടു. അതിൽ എല്ലിന്റെ ആകൃതിയിലെ ഒരു കളിപ്പാട്ടവും ഉണ്ടായിരുന്നു. മഞ്ഞനിറത്തിലെ ഒരു പന്തിന്റെ ഭാഗങ്ങൾ കടിച്ചിളക്കി കളഞ്ഞിരുന്നു. പകുതിയിലധികവും കൂട്ടക്കൊലയ്ക്ക് വിധേയമായ ഒരു പാവയും അക്കൂട്ടത്തിലുണ്ടായിരുന്നു.

തിമിരമുണ്ടായിരുന്ന ഒരു ചുവാവാ നായ, അവളുടെ വലതുകാലിനെ ഭോഗിക്കാൻ തുടങ്ങി.

"പെഡ്രോ. നിർത്ത്. മതി," ആ ഇത്തിരിക്കുഞ്ഞനെ വലിച്ചുമാറ്റുന്നതിനിടയിൽ പൊട്ടിച്ചിരിച്ചുകൊണ്ട് ഡൈലൻ പറഞ്ഞു.

തടിച്ചു കൊഴുത്ത്, ബ്രൗൺ നിറത്തിലുള്ള, ന്യൂഫൗണ്ട്ലാൻഡ് ഇനത്തിൽപ്പെട്ട ഒരു പട്ടി, സോഫയിൽ അവൾക്കരികിൽ ഇരിക്കുന്നുണ്ടായിരുന്നു. ചെരുപ്പിനോളം വലിപ്പമുള്ള നാവുകൊണ്ട്, നോറായുടെ ചെവി

നക്കുകയായിരുന്നു അത്. അതിന്റെ വലിപ്പം കാരണം, സോഫയിൽ ഇടം തികയാതെ, ഡൈലന് നിലത്തിരിക്കേണ്ടി വന്നു.

"നീ സോഫയിൽ ഇരിക്കുന്നോ?"

"ഇല്ല. ഞാൻ താഴെയിരുന്നോളാം."

നോറാ നിർബന്ധിച്ചില്ല. ഒരുതരത്തിൽ അവൾക്കതൊരു ആശ്വാസമായി. *ലാസ്റ്റ് ചാൻസ് സലൂൺ* കാണുമ്പോൾ, കൂടുതൽ ചമ്മലുകൾ ഒഴിവാക്കാൻ എളുപ്പമാണല്ലോ. ആ ന്യൂഫൗണ്ട്ലാൻഡ് അപ്പോഴേയ്ക്കും നോറായുടെ ചെവി നക്കുന്നതു നിർത്തി, നോറായുടെ കാൽമുട്ടുകളിൽ തന്റെ തല ചേർത്തുവച്ചു വിശ്രമിക്കാൻ തുടങ്ങി. നോറായ്ക്കപ്പോൾ തോന്നിയത് അത്രയ്ക്കൊരു സന്തോഷമായിരുന്നില്ല; എന്നാൽ അത്ര വിഷാദമുണ്ടാക്കുന്ന ഒന്നും ആയിരുന്നില്ല.

സിനിമയിലെ തന്റെ നായികയോട്, "ജീവിതം ജീവിക്കാനുള്ളതാണ് തേനേ" എന്ന് റയാൻ ബെയ്‌ലി പറയുന്നതു കണ്ടിരിക്കുമ്പോഴും, തന്റെ കട്ടിലിൽ *മറ്റൊരു* നായയെ കിടത്തിയാലോ എന്ന ആലോചന ഡൈലൻ അവളുമായി പങ്കുവയ്ക്കുന്നതു കേട്ടിരിക്കുമ്പോഴും ('അവൻ രാത്രി മുഴുവൻ കരച്ചിലാണ്. അവന്, അവന്റെ അച്ഛനെ വേണം'), ഈ ജീവിതത്തിനോട് തനിക്കത്ര മമതയില്ല എന്നാണ് നോറാ ചിന്തിച്ചത്.

മാത്രവുമല്ല, മറ്റേ നോറായെയാണ് ഡൈലൻ അർഹിക്കുന്നത്. അവനോട് പ്രണയത്തിൽ വീണ ആ നോറായെ. ഇത് ഒരു പുതിയ അനുഭവമായിരുന്നു – മറ്റാരുടെയോ സ്ഥാനം അവൾ അപഹരിച്ചതുപോലെ.

ഈ ജീവിതത്തിൽ, കഴിക്കുന്ന മദ്യത്തിന്റെ അളവു കൂടിയാലും തനിക്ക് വലിയ പ്രശ്നമൊന്നും തോന്നുന്നില്ല എന്ന മനസ്സിലാക്കിയ നോറാ, കുറച്ചുകൂടി വൈൻ കുടിക്കാനെടുത്തു. കാലിഫോർണിയയിൽ നിന്നുള്ള സിൻഫൻഡൽ എന്ന വൈൻ ആയിരുന്നു അത്. അവൾ അതിനു പുറകിലെ ലേബൽ നോക്കി. ഈ വൈൻ ഉണ്ടാക്കിയ മുന്തിരിത്തോപ്പിന്റെ ഉടമസ്ഥരായ ജനീനിനെയും, ടെറൻസ് തോൺടണിനെയും കുറിച്ച് ഒരു ചെറു-വിവരണം എന്തുകൊണ്ടോ അതിലുണ്ടായിരുന്നു. അവളതിന്റെ അവസാനത്തെ വാചകം വായിച്ചു : *കല്യാണം കഴിഞ്ഞ നാളുകളിൽ, എന്നെങ്കിലുമൊരിക്കൽ സ്വന്തമായി ഒരു മുന്തിരിത്തോപ്പ് തുടങ്ങണം എന്ന് ഞങ്ങൾ അതിയായി ആഗ്രഹിച്ചിരുന്നു. ഇപ്പോൾ ഞങ്ങളുടെ ആ സ്വപ്നം യാഥാർത്ഥ്യമായിരിക്കുന്നു. ഇവിടെ ഈ ഡ്രൈ ക്രീക്ക് വാലിയിൽ, ഒരു ഗ്ലാസ്സ് സിൻഫൻഡലിന്റെ സ്വാദുപോലെതന്നെ, ജീവിതവും മധുരമുള്ളതാണ്.*

അവളെ നക്കിക്കൊണ്ടിരിക്കുകയായിരുന്ന ആ വലിയ പട്ടിയെ അവൾ തലോടി. ശേഷം, അതിന്റെ വലിയ, ഇളംചൂടുള്ള നെറ്റിത്തടത്തിൽ "ഗുഡ്ബൈ" എന്നു മന്ത്രിച്ചുകൊണ്ട്, അവൾ ഡൈലനെയും അവന്റെ നായ്ക്കളേയും വിട്ട് മാഞ്ഞുപോയി.

ബിയൂന വിസ്താ മുന്തിരിത്തോട്ടം

മിഡ്നൈറ്റ് ലൈബ്രറിയിലേയ്ക്കുള്ള അടുത്ത വരവിൽ, ആ വൈൻ കുപ്പിയിലെ ലേബലിൽ കണ്ട ജീവിതത്തിനോട് ഏറ്റവും അടുത്തു നിൽക്കുന്ന ഒരു ജീവിതം തിരഞ്ഞെടുക്കാൻ ശ്രീമതി എൽമ് അവളെ സഹായിച്ചു. അവർ നൽകിയ പുസ്തകം അവളെ അമേരിക്കയിലേയ്ക്ക് അയച്ചു.

ഈ ജീവിതത്തിൽ നോറായുടെ പേര് നോറാ മാർട്ടിനെസ് എന്നായിരുന്നു. നാൽപതു വയസ്സ പിന്നിട്ട, തിളങ്ങുന്ന കണ്ണുകളുള്ള മെക്സിക്കൻ-അമേരിക്കൻ മനുഷ്യനായ എഡ്വാർഡോ ആയിരുന്നു അവളുടെ ഭർത്താവ്. യൂണിവേഴ്സിറ്റി പഠനം കഴിഞ്ഞ ശേഷം തനിക്ക് എടുക്കാൻ കഴിഞ്ഞിട്ടില്ലല്ലോ എന്നവൾ എപ്പോഴും പരിതപിച്ചിരുന്ന ഒരു വർഷത്തെ ഇടവേളയിലാണ് അവർ കണ്ടുമുട്ടിയത്. അദ്ദേഹത്തിന്റെ മാതാപിതാക്കൾ ഒരു ബോട്ടപകടത്തിൽ മരിച്ചതിനുശേഷം (ഓക്ക് പാനലിങ് ചെയ്ത് ഭംഗിയാക്കിയിരുന്ന വൈൻ രുചിച്ചു നോക്കുന്ന മുറിയിലെ ചുവരിൽ, അവരെക്കുറിച്ച് *ദി വൈൻ എന്തുസിയാസ്റ്റ്* മാസികയിൽ വന്ന കുറിപ്പ് ചില്ലിട്ടു വച്ചിരുന്നതിൽ നിന്നാണ് അവളിതൊക്കെ മനസ്സിലാക്കിയത്), എഡ്വാർഡോയ്ക്ക് പാരമ്പര്യമായി കുറച്ചധികം സ്വത്തു ലഭിച്ചിരുന്നു. അതു വച്ചാണ് കാലിഫോർണിയയിൽ അവർ ചെറിയൊരു മുന്തിരിത്തോട്ടം വാങ്ങിയത്. മൂന്നു വർഷത്തിനുള്ളിൽ അവർ പച്ചപിടിച്ചു. പ്രത്യേകിച്ചും അവർ വളർത്തിയിരുന്ന സൈറ എന്നയിനം മുന്തിരിയ്ക്ക് നല്ല വിളവുണ്ടായിരുന്നു. തൊട്ടടുത്ത മുന്തിരിത്തോട്ടം അവർ വിൽക്കാൻ തീരുമാനിച്ചപ്പോൾ, അവർക്ക് അതും സ്വന്തമാക്കാൻ കഴിഞ്ഞു. സാന്താക്രൂസ് മലനിരകളുടെ അടിവാരത്തെ അവരുടെ തോട്ടത്തിന്റെ പേര് ബിയൂന വിസ്താ എന്നാണ്. അവരുടെ കുട്ടിയായ അലെജാൻഡ്രോ, മോണ്ടെറെയ് ബേയ്ക്ക് അടുത്തുള്ള ഒരു ബോർഡിങ് സ്കൂളിലാണ് പഠിക്കുന്നത്.

വൈൻ-ട്രെയ്ൽ സഞ്ചാരികളിൽ നിന്നുമായിരുന്നു അവരുടെ വരുമാനത്തിന്റെ ഹിംസഭാഗവും വന്നിരുന്നത്. മണിക്കൂറുകളുടെ ഇടവേളകളിൽ ലോറിക്കണക്കിനായിരുന്നു ആളുകൾ വന്നിരുന്നത്. അവരൊക്കെ വെറും പഞ്ചപാവങ്ങളായിരുന്നതു കൊണ്ട്, കാര്യങ്ങൾ വലിയ കേട്ടുപാടുകളില്ലാതെ കൈകാര്യം ചെയ്യാൻ എളുപ്പമായിരുന്നു. ഇങ്ങനെയായിരുന്നു പൊതുവേ

അതിന്റെ രീതി : ഓരോ വണ്ടിയും ആളുകളെയും കൊണ്ടു വരുന്നതിനു തൊട്ടുമുൻപ്, ഏതൊക്കെ വൈനുകളാണ് അവർക്ക് രുചിച്ചുനോക്കാൻ കൊടുക്കേണ്ടത് എന്ന് തീരുമാനിക്കുന്നത് എഡ്വാർഡോയാണ്. ആ കുപ്പികൾ അദ്ദേഹം നോറായെ ഏൽപ്പിക്കും. എന്നിട്ട്, തന്റെ സ്പാനിഷും ഇംഗ്ലീഷും കലർന്ന സ്പാൻഗ്ലീഷിൽ ഇങ്ങനെ പറയും : "വോ, നോറാ, ദെസ്പാസിയോ, ഊൻ പോകോ ടൂ മച്ച്." നോറാ ഒഴിക്കുമ്പോൾ അളവു അധികമാകുമ്പോഴാണ്, തമാശ മട്ടിൽ കർശനമായി അയാൾ അങ്ങനെ പറയാറുള്ളത്. വിനോദസഞ്ചാരികൾ ആ വൈൻ നുണഞ്ഞു നോക്കി, ആർത്തിയോടെ കുടിക്കുമ്പോൾ, നോറാ ആ വൈനുകളുടെ മണങ്ങൾ ഉള്ളിലേയ്ക്ക് ആവാഹിക്കും. എന്നിട്ട്, എഡ്വാർഡോയെപ്പോലെ, കൃത്യമായി സംസാരിക്കാൻ ശ്രമിക്കും.

"ഇതിന്റെ ചെണ്ടിന് ഒരു പ്രത്യേക കനമുണ്ട്" എന്നോ, അല്ലെങ്കിൽ, "ഇവിടെ ചെടികളുടെ നറുമണം നിങ്ങൾ ശ്രദ്ധിച്ചോ? ഭംഗിയും പുഷ്ടിയുമുള്ള ബ്ളാക്ക്ബെറികൾ, സൗരഭ്യമുള്ള പൂന്തേനിനൊപ്പം കലർത്തി, കൽക്കരിയുടെ വൈശിഷ്ട്യത്തിൽ കൃത്യമായി ചാലിച്ചെടുത്തതിനാലാണത്."

അവൾ കടന്നുപോയിട്ടുള്ള ഓരോ ജീവിതവും അവൾക്ക് നൽകിയത് ഓരോ അനുഭവങ്ങളായിരുന്നു. ഒരേ താളത്തിലുള്ള വ്യത്യസ്തമായ ചലനങ്ങൾപോലെ. ഇത് തികച്ചും കരുത്തുള്ളതും, ശാക്തീകരിക്കുന്നതുമായ ഒന്നായിരുന്നു. നല്ല മനസ്സിനുടമയായ ഒരു വ്യക്തിയായിരുന്നു എഡ്വാർഡോ. സന്തോഷകരമായ ഒരു ദാമ്പത്യമായിരുന്നു അവരുടേത്. ഡൈലന്റെ വീട്ടിലെ ആ മുട്ടൻ പട്ടി നക്കിക്കൊണ്ടിരിക്കുമ്പോൾ താൻ കുടിച്ചുകൊണ്ടിരുന്ന വൈനിന്റെ കുപ്പിയിൽ അവൾ കണ്ട ദമ്പതികളോട് കിടനിൽക്കുന്നത്ര ഒന്ന്. അവരുടെ പേരുകൾ പോലും അവൾക്കോർമ്മയുണ്ടായിരുന്നു. ജനീനിനും, ടെറൻസ് തോൺടണും. ഇപ്പോൾ താനും ഒരു കുപ്പിയുടെ ലേബലിലെ ജീവിതം നയിക്കുകയാണ് എന്നവൾക്കു തോന്നി. കാഴ്ചയിലും അവൾ അതുപോലെയുണ്ടായിരുന്നു. കിറുകൃത്യമായി കാലിഫോർണിയൻ ശൈലിയിൽ ചെയ്ത മുടി. നല്ലപോലെ പണം ചെലവാക്കിയിട്ടുണ്ട് എന്നു തോന്നിപ്പിക്കുന്ന പല്ലുകൾ. വെയിലുകൊണ്ടു കരുവാളിച്ച ചർമ്മം. സൈറ എന്ന പ്രത്യേകതരം വൈൻ അളവിലധികം വാരിക്കോരി കുടിച്ചിട്ടും, ആരോഗ്യമുള്ള ശരീരം. അവൾക്കുണ്ടായിരുന്ന പരന്ന, ദൃഢമായ വയറു സൂചിപ്പിച്ചത്, അവൾ എല്ലാ ആഴ്ചയിലും മണിക്കൂറുകൾ പിലാറ്റിസ് ചെയ്യാറുണ്ട് എന്നായിരുന്നു.

എന്തായാലും വൈനിനെക്കുറിച്ച് അറിവുണ്ട് എന്ന് നടിക്കുന്നത് അത്ര എളുപ്പമായിരുന്നില്ല. *എല്ലാം* നടിക്കുന്നത് എളുപ്പമായിരുന്നു. അതൊരു നിമിത്തമാണ്. എഡ്വാർഡോയുമായുള്ള വിജയകരമായ ദാമ്പത്യത്തിനു കാരണം അദ്ദേഹം മിക്ക കാര്യങ്ങളും ശ്രദ്ധിക്കാറില്ല എന്നതു തന്നെയാവണം.

വിനോദസഞ്ചാരികളിൽ അവസാനത്തെ കൂട്ടരും പോയ ശേഷം, നോറായും എഡ്വാർഡോയും, രാത്രിയാകാശത്തിനു കീഴിൽ, അവരുടെ സ്വന്തം വൈനുകൾ നിറച്ച ഗ്ലാസ്സുകളുമായി ഇരുന്നു.

"ലോസ് ആഞ്ചലസിലെ തീ എല്ലാം അണച്ചുവത്രെ," അദ്ദേഹം പറഞ്ഞു.

തന്റെ പോപ്പ് താരജീവിതത്തിൽ ഉണ്ടായിരുന്ന ലോസ് ആഞ്ചലസ്സ് വീട്ടിൽ ആരായിരിക്കും താമസിക്കുക എന്ന് നോറാ വെറുതെ ചിന്തിച്ചു. "അതൊരു ആശ്വാസമായി."

"അതെ"

"എന്തൊരു ഭംഗിയാണല്ലേ?" തെളിഞ്ഞ ആകാശത്ത് നിറഞ്ഞുനിന്ന താരഗണങ്ങളെ നോക്കി അവൾ ചോദിച്ചു.

"എന്ത്?"

"വിൺഗംഗ."

"അതെ"

ഫോൺ നോക്കിയിരിക്കുകയായിരുന്ന അദ്ദേഹം കൂടുതലൊന്നും പറഞ്ഞില്ല. പിന്നീടദ്ദേഹം ഫോൺ താഴെ വച്ചെങ്കിലും, കൂടുതലൊന്നും പറഞ്ഞില്ല.

വ്യക്തിബന്ധങ്ങളിൽ മൂന്നു തരത്തിലുള്ള മൗനങ്ങളുണ്ട് എന്നവൾ മനസ്സിലാക്കിയിട്ടുണ്ട്. ഒന്ന്, പാസ്സീവ്-അഗ്ഗ്രസ്സീവ് മൗനമാണ്. മറ്റൊന്ന്, തീർച്ചയായും, നമുക്ക്-സംസാരിക്കാൻ-ഇനി-ഒന്നുമില്ല എന്ന മൗനമാണ്. പിന്നെയുള്ളത്, എഡ്വാർഡോയും നോറായും വളർത്തിയെടുത്ത തരം മൗനമാണ്. സംസാരിക്കേണ്ടുന്നതിന്റെ ആവശ്യകതയില്ലാത്ത മൗനം. ഒന്നിച്ചിരിക്കലിന്റെ മൗനം. നമ്മൾ നമ്മളോട്ടു തന്നെ സന്തോഷമായി മൗനത്തിൽ ഇരിക്കുന്ന ഒന്ന്.

എന്നിരിക്കിലും, അവൾക്ക് സംസാരിക്കണമായിരുന്നു.

"നമ്മൾ സന്തുഷ്ടരല്ലേ?"

"ഇപ്പോഴെന്താ ഇങ്ങനെയൊരു ചോദ്യം?"

"ഓ എനിക്കറിയാം നമ്മൾ സന്തുഷ്ടരാണ് എന്ന്. ഇടയ്ക്കൊക്കെ അത് നിങ്ങൾ പറയുന്നത് കേൾക്കാൻ ഒരാഗ്രഹം."

"നമ്മൾ സന്തുഷ്ടരാണ് നോറാ."

അവൾ വൈൻ നുണഞ്ഞുകൊണ്ട് ഭർത്താവിനെ നോക്കി. അത്ര തണുപ്പൊന്നുമില്ലെങ്കിൽക്കൂടിയും, അദ്ദേഹം ഒരു സ്വെറ്റർ ധരിച്ചിട്ടുണ്ടായിരുന്നു. കുറച്ചുനേരം കൂടി അവിടെയിരുന്ന ശേഷം, അദ്ദേഹം ആദ്യം ഉറങ്ങാൻ പോയി.

"ഞാൻ കുറച്ചുനേരം കൂടി ഇവിടെ ഇരിക്കാൻ പോവുകയാണ്."

എഡ്വാർഡോയ്ക്ക് അതിൽ വിരോധമൊന്നുമില്ലായിരുന്നു. അവളുടെ നെറുകയിൽ ഒരു ചെറിയ മുത്തം നൽകിയ ശേഷം അയാൾ നടന്നുപോയി.

അവൾ വൈൻഗ്ലാസ്സും കൈയിൽ പിടിച്ചു പുറത്തേയ്ക്കിറങ്ങി. നിലാവിൽ ചിരിച്ചു നിൽക്കുന്ന മുന്തിരിവള്ളികൾക്കിടയിലൂടെ അവൾ നടന്നു.

നക്ഷത്രങ്ങൾ നിറഞ്ഞ, മേഘങ്ങളില്ലാത്ത ആകാശത്തിലേയ്ക്കവൾ നോക്കി.

ഈ ജീവിതത്തിൽ യാതൊരു കുറ്റവും കുറവും അവൾക്കില്ലായിരുന്നു. പക്ഷെ ഉള്ളിന്റെയുള്ളിൽ, മറ്റു കാര്യങ്ങളും, ജീവിതങ്ങളും, സാധ്യതകളും അവൾ കൊതിച്ചു. നിലത്തിറങ്ങാൻ കഴിയാതെ, ഇപ്പോഴും ആകാശത്ത് തന്നെ നിൽക്കുകയാണ് താൻ എന്നവൾക്ക് തോന്നി. ഒരുപക്ഷെ, അവൾ കരുതിയിരുന്നതിനേക്കാൾ കൂടുതൽ അവൾ ഹ്യൂഗോ ലൂഫ്എവയെപ്പോലെ ആയിരുന്നിരിക്കണം. ഒരുപക്ഷെ, പുസ്തകത്താളുകളിലൂടെ കടന്നുപോകുന്നതിനേക്കാൾ എളുപ്പത്തിൽ അവൾ ജീവിതങ്ങളിലൂടെ കടന്നുപോകുന്നുണ്ടാവും.

തലയ്ക്കു പിടിക്കില്ല എന്ന് അറിയാമായിരുന്നതു കൊണ്ടുതന്നെ, അവൾ ബാക്കിയുള്ള വൈൻ മുഴുവനും ഒറ്റവീർപ്പിന് അകത്താക്കി. "മണ്ണും മരവും," അവൾ സ്വയം പറഞ്ഞു. അവൾ കണ്ണുകളടച്ചു.

അധികനേരമായിട്ടില്ല.

ആയിട്ടേയില്ല.

അപ്രത്യക്ഷയാകാൻ വേണ്ടി കാത്ത്, അവൾ അവിടെത്തന്നെ നിന്നു.

നോറാ സീഡിന്റെ പല ജീവിതങ്ങൾ

നോറായ്ക്ക് ഒരു കാര്യം മനസ്സിലായി. സ്വാൽബാഡിലെ ആ അടുക്കളയിൽ വച്ച് ഹ്യൂഗോ മുഴുവനായി വിശദീകരിക്കാത്ത ഒന്ന്. ഓരോ ജീവിതവും അനുഭവിക്കാൻ വേണ്ടി, ആ ജീവിതത്തിന്റെ എല്ലാ വശങ്ങളും ആസ്വദിക്കണം എന്നു നിർബന്ധമില്ല. ആസ്വദിക്കത്തക്കതായ മറ്റൊരു ജീവിതം എവിടെയോ ഉണ്ട് എന്ന ചിന്ത ഒരിക്കലും കൈവിടാതെ ഇരുന്നാൽ മാത്രം മതിയാവും. മാത്രവുമല്ല, ഒരു ജീവിതം ആസ്വദിക്കുക എന്നാൽ, ആ ജീവിതത്തിൽത്തന്നെ നിലനിൽക്കണം എന്നുമല്ല. മെച്ചപ്പെട്ട മറ്റൊരു ജീവിതത്തെപ്പറ്റി ആലോചിക്കാൻ കഴിയാതെ വരുമ്പോഴാകാം നമ്മൾ ഒരു ജീവിതത്തിൽത്തന്നെ കാലാകാലം നിലനിന്നു പോവുക. എന്നിരുന്നാലും, വിരോധാഭാസമെന്നോണം, കൂടുതൽ ജീവിതങ്ങൾ പരീക്ഷിക്കുംതോറും, മെച്ചപ്പെട്ട മറ്റൊന്നിനെക്കുറിച്ച് ചിന്തിക്കുവാൻ എളുപ്പമായിത്തീരുന്നു. അവൾ രുചിച്ചുനോക്കുന്ന ഓരോ ജീവിതത്തിലൂടെയും, അവളുടെ സങ്കൽപ്പശേഷി വലുതാവുന്നതുകൊണ്ടാണത്.

അങ്ങനെ, ശ്രീമതി എൽമിന്റെ സഹായത്തോടെ, നോറാ പുസ്തകത്തട്ടിൽ നിന്നും ഒരുപാട് പുസ്തകങ്ങൾ ഓരോന്നായി എടുത്തു. ശരിയായ ജീവിതവുമന്വേഷിച്ച്, അവയിലോരോന്നിലൂടെയും അവൾ ജീവിച്ചുനടന്നു. കുറ്റബോധങ്ങളില്ലാതെയാക്കുന്നത്, ആഗ്രഹങ്ങൾ സാധിക്കാനുള്ള നല്ലൊരു മാർഗ്ഗമാണെന്ന് അവൾ തിരിച്ചറിഞ്ഞു. ഓരോ ലോകത്തിലും അവൾ, സാധ്യമായ എല്ലാ ജീവിതത്തിലൂടെയും ജീവിച്ചു.

ഒരു ജീവിതത്തിൽ അവൾ പാരീസിൽ തികച്ചും ഏകാകിയായി ജീവിച്ചു. അവിടെ മോൺപനാസ്സിലെ ഒരു കോളേജിൽ ഇംഗ്ലീഷ് പഠിപ്പിക്കുകയും, സെയ്ൻ നദീതീരത്തിലൂടെ സൈക്കിൾ ചവിട്ടി സഞ്ചരിക്കുകയും, പാർക്കിലെ ബെഞ്ചുകളിലിരുന്ന് ധാരാളം പുസ്തകങ്ങൾ വായിക്കുകയും ചെയ്തു. മറ്റൊരു ജീവിതത്തിൽ, മൂങ്ങയെപ്പോലെ കഴുത്തു വളയ്ക്കാൻ കഴിവുള്ള ഒരു യോഗാദ്ധ്യാപികയായിരുന്നു അവൾ.

ഒന്നിൽ, അവൾ നീന്തൽ തുടർന്നുവെങ്കിലും ഒളിമ്പിക്സിലൊന്നും പങ്കെടുത്തിരുന്നില്ല. ഒരു രസത്തിനു വേണ്ടി മാത്രം അത് തുടരുകയായിരുന്നു. ആ ജീവിതത്തിൽ, ബാഴ്സലോണയ്ക്ക് അടുത്തുള്ള സിറ്റ്ഗസ്

എന്ന ബീച്ച് റിസോർട്ടിലെ ലൈഫ് ഗാർഡ് ആയിരുന്നു അവൾ. കാറ്റലാനും, സ്പാനിഷും ഭാഷകൾ അനായാസമായി കൈകാര്യം ചെയ്യുമായിരുന്ന അവൾക്ക്, ഗബ്രിയേല എന്ന പേരിൽ നല്ല രസികത്തിയായ ഒരു സുഹൃത്തുണ്ടായിരുന്നു. കടലിലൂടെ സർഫിങ് ചെയ്യേണ്ടത് എങ്ങനെയെന്നു പഠിപ്പിച്ച ഗബ്രിയേലയ്ക്കൊപ്പം, ബീച്ചിൽ നിന്നും അഞ്ചു മിനിറ്റ് അകലെ മാത്രമുള്ള ഒരു അപ്പാർട്ട്മെന്റിൽ ആയിരുന്നു അവളുടെ താമസം.

പണ്ട് യൂണിവേഴ്സിറ്റി കാലത്ത് വെറുതെ ഒരു തമാശയ്ക്ക് ചെയ്തിരുന്ന കഥയെഴുത്തിൽ മുഴുകിയ, കഥകൾ പ്രസിദ്ധീകരിച്ച ഒരു എഴുത്തുകാരിയായിരുന്നു ഒരു ജീവിതത്തിൽ അവൾ. അവളുടെ കഥയായ *കുറ്റബോധത്തിന്റെ രൂപം*, നിരൂപണശ്രദ്ധ പിടിച്ചുപറ്റുകയും, ഒരു പ്രമുഖ സാഹിത്യ അവാർഡിനു വേണ്ടി പരിഗണിക്കപ്പെടുകയും ചെയ്തു. ആ ജീവിതത്തിൽ, കണ്ടാൽത്തന്നെ സങ്കടം തോന്നുന്ന, വിരസമായ ഒരു സോഹോ മെംബേർസ് ക്ലബ്ബിൽ വച്ച്, അവളുടെ കഥ സിനിമയാക്കണം എന്ന ആവശ്യവുമായി വന്ന, കുലീനമായി പെരുമാറുന്ന രണ്ടു നിർമ്മാതാക്കളുമായി ഉച്ചഭക്ഷണം കഴിക്കുകയുണ്ടായി. കഴിച്ചുകൊണ്ടിരുന്നപ്പോൾ ബ്രെഡ് തൊണ്ടയിൽ കുടുങ്ങിയ വെപ്രാളത്തിനിടയിൽ അവളുടെ കൈതട്ടി, മാജിക് ലാന്റേൺ പ്രൊഡക്ഷൻസ് എന്ന കമ്പനിയുടെ അമരക്കാരായിരുന്ന അവരുടെ മേലേയ്ക്ക്, വൈൻ തെറിച്ചുവീണു. അങ്ങനെ മൊത്തത്തിൽ അത് താറുമാറാക്കി.

ഒരു ജീവിതത്തിൽ ഹെൻറി എന്ന പേരുള്ള കൗമാരക്കാരനായ ഒരു മകനുണ്ടായിരുന്നു അവൾക്ക്. എപ്പോഴും അവളുടെ മുഖത്തിനു നേരെ വാതിൽ വീശി അടക്കുമായിരുന്നതിനാൽ, അവന്റെ മുഖം അവൾ നേരെ കണ്ടിട്ടില്ല.

ഒരു ജീവിതത്തിൽ അവൾ സംഗീതമേളകളിൽ പിയാനോ വായിക്കുന്ന ആളായിരുന്നു. ഇപ്പോൾ സ്കാൻഡിനേവിയയിൽ പര്യടനം നടത്തുന്ന സംഘം, എല്ലാ രാത്രിയും, സംഗീതം ഒരു ലഹരിയായി കണ്ടിരുന്ന കാണികൾക്കു മുന്നിൽ പരിപാടി അവതരിപ്പിച്ചിരുന്നു (ഹെൽസിങ്കിയിലെ ഫിൻലാൻഡിയ ഹാളിൽ ചോപ്പിന്റെ പിയാനോ കൺസേർട്ട് നമ്പർ 2 വായിച്ചു കുളമാക്കി, അതൊരു ദുരന്തമായപ്പോൾ, പതുക്കെ അവിടെനിന്നും മാഞ്ഞ് മിഡ്നൈറ്റ് ലൈബ്രറിയിൽ എത്തി).

ഒരു ജീവിതത്തിൽ അവൾ ബ്രെഡ് ടോസ്റ്റ് മാത്രമേ കഴിക്കുമായിരുന്നുള്ളൂ.

ഒരു ജീവിതത്തിൽ അവൾ ഓക്സ്ഫോർഡിൽ പഠിച്ച, സെയിന്റ് കാതറീൻ കോളേജിൽ തത്വശാസ്ത്രം പഠിപ്പിക്കുന്ന പ്രൊഫെസ്സറായിരുന്നു. കുലീനരായ ആളുകൾ താമസിച്ചിരുന്ന ഒരു പ്രദേശത്ത്, ജോർജിയൻ മാതൃകയിലുള്ള നല്ലൊരു വീട്ടിൽ അവൾ തനിച്ചായിരുന്നു താമസം.

മറ്റൊരു ജീവിതത്തിൽ നോറാ വികാരങ്ങളുടെ ഒരു കടലായിരുന്നു. എല്ലാറ്റിനെയും – ഓരോ സന്തോഷത്തേയും, ഓരോ ദുഃഖത്തേയും – ആഴത്തിൽ, ഹൃദയം കൊണ്ട് അറിയുന്ന ഒരാൾ. ഓരോ നിമിഷത്തിനുള്ളിലും അത്യഗാധമായ ആനന്ദവും, അത്യഗാധമായ വേദനയും അടങ്ങിയിട്ടുള്ള

ഒരു ജീവിതം; ആടിക്കൊണ്ടിരിക്കുന്ന ഒരു പെൻഡുലത്തിലെന്ന പോലെ, പരസ്പരം പൂരകങ്ങളായിരുന്നു അവ. വെറുതെ പുറത്തേയ്ക്കൊന്നു നടക്കാനിറങ്ങുമ്പോൾ, സൂര്യൻ പെട്ടെന്ന് മേഘങ്ങൾക്കിടയിൽ മറഞ്ഞാലും അവൾക്ക് വല്ലാത്ത വിങ്ങൽ തോന്നുമായിരുന്നു. എന്നാൽ, അവളുടെ ഒരു നോട്ടം കൊണ്ട് കൃതാർത്ഥനാവുന്ന ഒരു നായ്ക്കുട്ടിയെ വഴിയരുകിൽ കണ്ടാൽ ആനന്ദത്തിന്റെ തിരതള്ളലിൽ ആ പാതയോരത്തു തന്നെ അലിഞ്ഞില്ലാതാവാനും അവൾക്കാകുമായിരുന്നു. എമിലി ഡിക്കിൻസണിന്റെ കവിതകളടങ്ങിയ പുസ്തകം അവളുടെ കട്ടിലിനരികിൽ ഉണ്ടായിരുന്നു. 'എക്സ്ട്രീം സ്റ്റേറ്റ്സ് ഓഫ് യൂഫോറിയ' എന്ന ഗാനങ്ങളുടെ പ്ലേലിസ്റ്റ് ഉണ്ടായിരുന്ന അവളുടെ പക്കലെ മറ്റൊരു പ്ലേലിസ്റ്റ് ആയിരുന്നു 'ദി ഗ്ലൂ ടു ഫിക്സ് മീ വെൻ ഐ ആം ബ്രോക്കൻ'.

യൂട്യൂബിൽ 1,750,000 ഫോളോവെഴ്സും, ഏതാണ്ട് അത്ര തന്നെ ആളുകൾ ഇൻസ്റ്റാഗ്രാമിൽ പിന്തുടരുന്നവളുമായ ഒരു സഞ്ചാര വ്ളോഗ്ഗർ ആയിരുന്നു അവൾ ഒരു ജീവിതത്തിൽ. വെനീസിലെ ഒരു വള്ളത്തിൽ നിന്നും അവൾ മറിഞ്ഞുവീഴുന്നതായിരുന്നു അവളുടെ ഏറ്റവും ജനസമ്മതി നേടിയ വീഡിയോ. 'എ റോമാ തെറാപ്പി' എന്ന പേരിൽ റോം നഗരത്തെക്കുറിച്ചും അവളൊരു വിഡിയോ ചെയ്തിരുന്നു.

ജന്മം ചെയ്താൽ ഉറങ്ങാത്ത ഒരു കൊച്ചിനെ തനിച്ചു വളർത്തുന്ന ഒരമ്മയായിരുന്നു ഒരു ജീവിതത്തിൽ അവൾ.

ഒരു ജീവിതത്തിൽ, ഒരു ടാബ്ലോയ്ഡ് പത്രത്തിലെ വാർത്തകൾ കൈകാര്യം ചെയ്തിരുന്ന അവൾ, അതിൽ റയാൻ ബെയ്‌ലിയുടെ പ്രണയ ബന്ധങ്ങളെക്കുറിച്ച് ഒരു ലേഖനം പോലും എഴുതിയിരുന്നു.

ഒരു ജീവിതത്തിൽ, *നാഷണൽ ജിയോഗ്രാഫിക്കി*ന്റെ പിക്ച്ചർ എഡിറ്ററായിരുന്നു അവൾ.

ഒരു ജീവിതത്തിൽ, വിജയം വരിച്ച ഇക്കോ-ആർക്കിടെക്ട് ആയിരുന്നു അവൾ. മഴവെള്ളം സംഭരിക്കുകയും, സൗരോർജ്ജത്തിൽ പ്രവർത്തിക്കുകയും ചെയ്യുന്ന തരത്തിൽ അവൾ തന്നെ രൂപകൽപന ചെയ്ത വീട്ടിൽ, പ്രകൃതിയ്ക്ക് ദോഷകരമല്ലാത്ത ജീവിതം നയിക്കുകയായിരുന്നു അവൾ.

ഒരു ജീവിതത്തിൽ, ബോട്ട്സ്വാനയിൽ സാമൂഹിക പ്രവർത്തനം ചെയ്യുകയായിരുന്നു അവൾ.

ഒരു ജീവിതത്തിൽ അവൾ പൂച്ചകളെ നോക്കുന്ന സ്ത്രീയായിരുന്നു.

ഒരു ജീവിതത്തിൽ, അശരണർക്കുള്ള കേന്ദ്രത്തിലെ സന്നദ്ധസേവകയായിരുന്നു അവൾ.

ഒരു ജീവിതത്തിൽ, അവളുടെ ഒരേയൊരു സുഹൃത്തിന്റെ സോഫയിൽ കിടന്നുറങ്ങുകയായിരുന്നു അവൾ.

ഒരു ജീവിതത്തിൽ, അവൾ മോൺട്രിയാലിൽ പാട്ടു പഠിപ്പിക്കുന്ന ആളായിരുന്നു.

ഒരു ജീവിതത്തിൽ, യാതൊരു മുൻപരിചയവുമില്ലാത്ത കുറെ ആളുകളോട് ദിവസം മുഴുവനും ട്വിറ്ററിൽ പൊരിഞ്ഞ വാഗ്വാദം നടത്തുകയും,

മിക്കവാറുമുള്ള അവളുടെ ട്വീറ്റുകളൊക്കെ 'കുറച്ചുകൂടി നന്നാവൂ' എന്നു പറഞ്ഞ് അവസാനിപ്പിക്കുകയും ചെയ്യുന്ന ഒരുവളായിരുന്നു. സത്യത്തിൽ, അവളാ വാചകം അവളോടുതന്നെയാണ് പറഞ്ഞിരുന്നത് എന്നത് പരമരഹസ്യം.

ഒരു ജീവിതത്തിൽ, അവൾക്ക് സാമൂഹ്യമാധ്യമങ്ങളിൽ ഒന്നിലും അംഗത്വമില്ലായിരുന്നു.

ഒരു ജീവിതത്തിൽ, അവൾ മദ്യം കൈകൊണ്ടു പോലും തൊട്ടിട്ടില്ലായിരുന്നു.

ഒരു ജീവിതത്തിൽ അവളൊരു ചെസ്സ് ചാമ്പ്യൻ ആയിരുന്നു. ഇപ്പോൾ, ഒരു ടൂർണമെന്റിനു വേണ്ടി യുക്രെയ്ൻ സന്ദർശിക്കുന്നു.

ഒരു ജീവിതത്തിൽ, രാജകുടുംബത്തിലെ ഒരു ചെറിയ അംഗത്തെ കല്യാണം കഴിച്ച്, ജീവിതത്തിന്റെ ഓരോ നിമിഷവും വെറുപ്പിൽ കഴിച്ചുകൂട്ടുന്ന ഒരാളാണ്.

ഒരു ജീവിതത്തിൽ, അവളുടെ ഫേസ്ബുക്കിലെയും, ഇൻസ്റ്റാഗ്രാമിലെയും പോസ്റ്റുകളിൽ റൂമിയുടെയും, ലാഓ ത്സുവിന്റെയും ഉദ്ധരണികൾ മാത്രമേ ഉണ്ടായിരുന്നുള്ളൂ.

ഒരു ജീവിതത്തിൽ അവൾ തന്റെ മൂന്നാമത്തെ ഭർത്താവിനൊപ്പം, അയാളെയും മടുത്തു ജീവിക്കുകയായിരുന്നു.

ഒരു ജീവിതത്തിൽ അവൾ തെക്കൻ അമേരിക്കയിലൂടെ സഞ്ചരിക്കുകയും, ചിലിയിലെ ഒരു ഭൂകമ്പത്തിൽ അകപ്പെടുകയും ചെയ്തിരുന്നു.

ഒരു ജീവിതത്തിൽ അവൾക്ക് ബെക്കി എന്ന പേരായ ഒരു സുഹൃത്തുണ്ടായിരുന്നു. എന്തു നല്ലതു സംഭവിച്ചാലും, 'ഹായ്, നല്ല രസം' എന്നു പറയുമായിരുന്നു ബെക്കി.

ഒരു ജീവിതത്തിൽ വച്ച്, കോർസിക്കൻ തീരത്ത് ഡൈവിങ് ചെയ്യുകയായിരുന്ന ഹ്യൂഗോയെ അവൾ വീണ്ടും കണ്ടുമുട്ടി. കടൽത്തീരത്തെ ഒരു ബാറിൽ ഒന്നിച്ചു മദ്യപിച്ചുകൊണ്ടിരിക്കുമ്പോൾ, ക്വാണ്ടം മെക്കാനിക്സിനെപ്പറ്റിയുള്ള സംസാരമദ്ധ്യേ, പൊടുന്നനേ ഹ്യൂഗോ അവിടെനിന്നും തെന്നിമാറിപ്പോയി. ഒടുവിൽ, അവളുടെ പേരെന്താണെന്ന് ഓർത്തെടുക്കാൻ ശ്രമിച്ച് അന്തം വിട്ടിരിക്കുന്ന ഒരു ഹ്യൂഗോയ്ക്ക് മുന്നിൽ സംസാരിച്ചിരിക്കേണ്ടി വന്നു നോറായ്ക്ക്.

ചില ജീവിതങ്ങളിൽ, നോറായെ ഒരുപാടു പേർ ശ്രദ്ധിച്ചു. ചില ജീവിതങ്ങളിൽ, ആരും അവളെ ശ്രദ്ധിച്ചതു പോലുമില്ല. ചില ജീവിതങ്ങളിൽ അവൾ ധനികയായിരുന്നു. എന്നാൽ മറ്റു ചിലതിൽ, അവൾ പാമരയായിരുന്നു. ചില ജീവിതങ്ങളിൽ അവൾ ആരോഗ്യവതിയും, മറ്റു ചിലതിൽ, പടിക്കെട്ട് കയറുമ്പോൾ പോലും കിതയ്ക്കുന്നത്ര ക്ഷീണിതയും ആയിരുന്നു. ചില ജീവിതങ്ങളിൽ അവൾക്ക് പ്രണയബന്ധങ്ങളുണ്ടായിരുന്നുവെങ്കിലും, മറ്റു ചിലതിൽ അവൾ തനിച്ചു ജീവിക്കുന്നവളായിരുന്നു. പക്ഷെ മിക്കതിലും, അവൾ രണ്ടിനും ഇടയിലുള്ള അവസ്ഥയിലായിരുന്നു. ചില ജീവിതങ്ങളിൽ അവൾ ഒരു അമ്മയായിരുന്നു, പക്ഷേ പലതിലും അവൾ അമ്മയല്ലാതെയും ഇരുന്നു.

റോക്ക് താരം, ഒളിമ്പ്യൻ, സംഗീതാധ്യാപിക, പ്രൈമറി സ്കൂൾ അധ്യാപിക, പ്രൊഫസ്സർ, കമ്പനി സിഇഒ, പി എ, ഷെഫ്, ഗ്ലേഷിയോളജിസ്റ്റ്, ക്ലൈമറ്റോളജിസ്റ്റ്, അക്രോബാറ്റ്, മരം നടീലുകാരി, ആഡിറ്റ് മാനേജർ, കേശാലങ്കാരവിദഗ്ധ, പ്രൊഫഷണൽ ഡോഗ് വാക്കർ, ഓഫീസ് ഗുമസ്ത, സോഫ്റ്റ്‌വെയർ ഡെവലപ്പർ, റിസപ്ഷനിസ്റ്റ്, ഹോട്ടൽ ശുചീകരണപ്രവർത്തക, രാഷ്ട്രീയക്കാരി, അഭിഭാഷക, കടയിൽ നിന്നും സാധനങ്ങൾ മോഷ്ടിക്കുന്നവൾ, സമുദ്രസംരക്ഷണ പ്രവർത്തനത്തിന്റെ മേധാവി, കടയിലെ ജീവനക്കാരി (വീണ്ടും), ഹോട്ടൽ ഭൃത്യ, സൂപ്പർവൈസർ, കണ്ണാടി വാർപ്പപണിക്കാരി, അങ്ങനെയങ്ങനെ ഒരായിരം വേഷങ്ങൾ അവളണിഞ്ഞു. കാറുകളിലും, ബസ്സുകളിലും, തീവണ്ടികളിലും, ഫെറികളിലും, ബൈക്കിലും, നടന്നുമൊക്കെ ബുദ്ധിമുട്ടിയ ഒരുപാട് യാത്രകൾ അവൾ ചെയ്തു. കുറെയേറെ ഇമെയിലുകൾ അവൾക്ക് ലഭിച്ചിരുന്നു. അവളുടെ, വായ്നാറ്റമുള്ള, അൻപത്തിമൂന്നു വയസ്സുകാരനായ മുതലാളി, മേശയ്ക്കടിയിലൂടെ അവളുടെ കാലുകൾ തൊടാൻ ശ്രമിക്കുകയും, അയാളുടെ ലിംഗത്തിന്റെ പടമെടുത്ത് അവൾക്കയച്ചു കൊടുക്കുകയും ചെയ്തിരുന്നു. അവളെക്കുറിച്ചു നുണ പറഞ്ഞ സഹപ്രവർത്തകരും, അവളെ ഒരുപാടിഷ്ടമുള്ള സഹപ്രവർത്തകരും, പിന്നെ (മുഖ്യമായി) തീർത്തും വ്യത്യസ്തരായ സഹപ്രവർത്തകരും അവർക്കുണ്ടായിരുന്നു. മിക്ക ജീവിതങ്ങളിലും അവൾ ജോലി ചെയ്യേണ്ട എന്നായിരുന്നു തീരുമാനിച്ചിരുന്നത്. എന്നാൽ ചിലതിൽ, അവൾ അങ്ങനെ തീരുമാനിച്ചിരുന്നില്ല എങ്കിലും, ജോലിയൊന്നും കിട്ടിയിരുന്നില്ല. ചിലതിലൊക്കെ അവൾക്ക് വച്ചടി വച്ചടി കയറ്റമായിരുന്നു; എന്നാൽ ചിലതിൽ, ഉടനെ കയറ്റമുണ്ടാകും എന്നൊക്കെ പ്രതീക്ഷിച്ച്, അവളാ പടിക്കെട്ടുകളൊക്കെ തുടച്ചുമിനുക്കി കഴിച്ചുകൂട്ടി. അവൾ ഒന്നുകിൽ ആവശ്യത്തിലും ഒരുപാടധികം കഴിവുള്ളവളോ, അല്ലെങ്കിൽ ആവശ്യത്തിനുള്ള കഴിവുകൾ തീരെ ഇല്ലാത്ത ഒരുവന്റെ ആയിരുന്നു. ചിലപ്പോൾ നന്നായും, ചിലപ്പോൾ മോശമായും അവളുറങ്ങി. ചിലതിൽ അവൾ മാനസികസംഘർഷത്തിനുള്ള മരുന്നുകൾ കഴിച്ചിരുന്നു; പക്ഷെ ചിലതിൽ അവൾ ഒരു തലവേദനയ്ക്കുള്ള മരുന്നുപോലും കഴിച്ചിരുന്നില്ല. ചിലതിൽ, അകാരണമായി രോഗത്തെക്കുറിച്ച് ഉൽകണ്ഠാകുലയാകുന്ന ആരോഗ്യവതിയായ ഒരുവളും, മറ്റു ചിലപ്പോൾ അകാരണമായി രോഗത്തെക്കുറിച്ച് ഉൽകണ്ഠാകുലയാകുന്ന രോഗിണിയായ ഒരുവളും, എന്നാൽ മിക്കപ്പോഴും അകാരണമായി രോഗത്തെക്കുറിച്ച് ഉൽകണ്ഠാകുലയാകാത്ത ഒരുവളും ആയിരുന്നു. ഒരു ജീവിതത്തിൽ അവൾക്ക് എപ്പോഴും ക്ഷീണവും തളർച്ചയുമായിരുന്നു. ഒരു ജീവിതത്തിൽ അവൾ കാൻസർ രോഗബാധിതയായിരുന്നു. ഒരു ജീവിതത്തിൽ, ഒരു കാറപകടത്തിനെത്തുടർന്ന്, സ്ഥാനം തെറ്റിയ ഡിസ്കും, ഉടഞ്ഞ വാരിയെല്ലുകളുമായി കഷ്ടപ്പെടുന്ന ഒരുവളായിരുന്നു അവൾ.

ചുരുക്കിപ്പറഞ്ഞാൽ, ഒരുപാടു ജീവിതങ്ങളുണ്ടായിരുന്നു.

ഈ ജീവിതങ്ങളിലൊക്കെ അവൾ ചിരിക്കുകയും, കരയുകയും, സമാ

ധാനമായി ഇരിക്കുകയും, ഭയപ്പെടുകയും, ഇതിനിടയിലൂടെയുള്ളതിലൂ ടൊക്കെ കടന്നുപോകുകയും ചെയ്തിട്ടുണ്ട്.

ഈ ജീവിതങ്ങൾക്കിടയിൽ എപ്പോഴും ലൈബ്രറിയിൽ അവൾ ശ്രീമതി എൽമിനെ കണ്ടിരുന്നു.

കൂടുതൽ ജീവിതങ്ങളിലൂടെ കടന്നുപോകുംതോറും, ജീവിതങ്ങളിലേയ്ക്കുള്ള പറിച്ചുനടലിന്റെ പ്രശ്നങ്ങൾ കുറഞ്ഞുവരുന്നതായിട്ടാണ് ആദ്യമൊക്കെ തോന്നിയിരുന്നത്. ആ ലൈബ്രറി തകർച്ചയുടെ വക്കത്താണെന്നോ, പൊളിഞ്ഞുവീണേക്കുമെന്നോ, അപ്പാടെ അപ്രത്യക്ഷമായേക്കുമെന്നോ ഒന്നും ഒരിക്കലും തോന്നിയിരുന്നില്ല. മിക്ക, പരകായപ്രവേശങ്ങളിലും വിളക്കുകൾ ഒന്ന് വെട്ടിയതു പോലുമില്ല. മോശം അനുഭവങ്ങൾ ഉണ്ടാവുകയാണെങ്കിൽ, മോശം അനുഭവങ്ങൾ *മാത്രം* ആയിരിക്കില്ല ഉണ്ടാവുക – ജീവിതത്തെക്കുറിച്ചുള്ള ഈ ഒരു ചിന്ത അവൾ അംഗീകരിച്ചതു പോലെയായിരുന്നു അത്. താൻ ഒരു നികൃഷ്ടജീവിയാണെന്ന തോന്നൽ മൂലമല്ല അവൾ ജീവിതം അവസാനിപ്പിക്കാൻ ശ്രമിച്ചത് എന്നും, മറിച്ച്, അവളുടെ ദുരിതങ്ങളിൽ നിന്നും ഒരു മോചനമില്ല എന്നു സ്വയം വിശ്വസിപ്പിച്ചതു കൊണ്ടുമാണെന്ന് അവൾ മനസ്സിലാക്കി.

മാനസ്സിക സംഘർഷത്തിന്റെ അടിസ്ഥാനം മാത്രമല്ല, ഭയത്തിന്റെയും ഇച്ഛാഭംഗത്തിന്റെയും വ്യത്യാസവും ഇതുതന്നെയാവണം എന്നവൾ കരുതി. ഒരു ഭൂഗർഭ അറയിലേയ്ക്ക് കടക്കുമ്പോൾ, അതിന്റെ വാതിൽ അടഞ്ഞു പോകുമോ എന്നുള്ളതാണ് ഭയം. ഉള്ളിൽ നിൽക്കുമ്പോൾ, പൊടുന്നനെ അതിന്റെ വാതിൽ അടഞ്ഞ്, പൂട്ടുവീഴുന്നതാണ് ഇച്ഛാഭംഗം.

ഓരോ ജീവിതം കഴിയുംതോറും, അവളുടെ ചിന്താശേഷി വർദ്ധിക്കുന്നതനുസരിച്ച് ഈ സാങ്കൽപ്പിക വാതിലും കുറേശ്ശേ വലുതാവുന്നത് അവൾ ശ്രദ്ധിച്ചു. ചിലപ്പോഴൊക്കെ ചില ജീവിതങ്ങളിൽ അവൾ ഒരു നിമിഷത്തിൽ താഴെ മാത്രമേ നിലനിന്നുള്ളൂ; എന്നാൽ, മറ്റു ചില ജീവിതങ്ങളിൽ അവൾ അതിൽ ദിവസങ്ങളും ആഴ്ചകളും നിലനിന്നിരുന്നു. കൂടുതൽ ജീവിതങ്ങൾ ജീവിക്കുംതോറും, എവിടെയെങ്കിലും ഒരിടത്ത് ഒതുങ്ങാനുള്ള മനസ്ഥിതി കുറയുന്നതുപോലെ തോന്നി.

പ്രശ്നമെന്തായിരുന്നുവെന്നു വെച്ചാൽ, പതുക്കെപ്പതുക്കെ താൻ ആരാണ് എന്നതിനെക്കുറിച്ചുള്ള ധാരണ നേരായ്ക്ക് നഷ്ടമാവാൻ തുടങ്ങി. കാതുകളിൽ നിന്നും കാതുകളിലേയ്ക്ക് അടക്കം പറയുന്ന ഒരു വാക്കെന്ന പോലെ, അവളുടെ പേരു പോലും അപ്രസക്തമാവാൻ തുടങ്ങി.

"ഇത് ശരിയാവുന്നില്ല," കോർസിക്ക കടൽത്തീരത്തെ മദ്യശാലയിലിരുന്ന് അന്ന് അവസാനമായി ഹ്യൂഗോയോട് സംസാരിക്കുമ്പോൾ അവൾ പറഞ്ഞു. "ഇതിലിപ്പോ അത്ര രസമൊന്നുമില്ല. ഞാൻ നിന്നെപ്പോലെയല്ല. എനിക്ക് സ്വസ്ഥമായി നിൽക്കാൻ കൃത്യമായൊരിടം വേണം. പക്ഷെ ഇവിടം ഒരിക്കലും സുസ്ഥിരമല്ല."

"ഇതിന്റെ രസം ഇങ്ങനെ ഒന്നിൽനിന്നു മറ്റൊന്നിലേയ്ക്ക് കുതിച്ചു പൊയ്ക്കൊണ്ടിരിക്കുന്നതിലാണ് പ്രിയേ."

“ഒരുപക്ഷെ ഒരിടത്ത് സ്വസ്ഥമായി കൂട്ടുകൂട്ടുന്നതിലാണ് രസ മെങ്കിലോ?”

ആ നിമിഷമായിരുന്നു അവൾ തന്റെ ‘മരണാനന്തരശുദ്ധീകരണ’ കേന്ദ്രമായ വീഡിയോ സ്റ്റോറിലേയ്ക്ക് കടന്നുകളഞ്ഞത്.

“എന്തുവാ?” അവന്റെ അപരവ്യക്തിത്വം ചോദിച്ചു. അസ്തമിക്കുന്ന സൂര്യനു മുഖം തിരിഞ്ഞിരുന്ന്, വൈൻ മൊത്തിക്കുടിക്കവേ, അയാൾ പറഞ്ഞു, “ഞാൻ നിങ്ങളുടെ പേരെന്താണെന്ന് വിട്ടുപോയി കേട്ടോ.”

“സാരമില്ല. ഞാനും മറന്നുപോയി,” അവൾ പറഞ്ഞു.

ചക്രവാളത്തിലേയ്ക്ക് ആണ്ടുപോയി അപ്രത്യക്ഷമായ സൂര്യനെപ്പോലെ, അവളും അവിടെനിന്നും മാഞ്ഞുപോയി.

ലൈബ്രറിയിലെ വഴിതെറ്റൽ

"ശ്രീമതി എൽമ്?"

"പറയൂ നോറാ. എന്തു പറ്റി?"

"ഇവിടെ ഇരുട്ടാണല്ലോ."

"ഞാൻ കണ്ടു."

"അതൊരു നല്ല സൂചനയല്ലല്ലോ?"

"അല്ല," വിഭ്രാന്തി കലർന്ന സ്വരത്തിൽ ശ്രീമതി എൽമ് പറഞ്ഞു. "ഇതൊരു നല്ല സൂചനയാണ് എന്ന് നിനക്ക് കൃത്യമായി അറിയാം."

"എനിക്കിങ്ങനെ തുടരാനാവില്ല."

"അത് നീ എപ്പോഴും പറയാറുള്ളതാണ്."

"ഇനി ഞാൻ ജീവിക്കാൻ ഒന്നും തന്നെ ബാക്കിയില്ല. ഞാൻ എല്ലാം ജീവിച്ചു കഴിഞ്ഞു. എങ്കിലും, ഞാനെപ്പോഴും ഇവിടെത്തന്നെ മടങ്ങിയെത്തുന്നു. എന്റെ സന്തോഷത്തെ തടുത്തു നിർത്തുന്ന എന്തെങ്കിലും എപ്പോഴും ഉണ്ടാകുന്നു. എപ്പോഴും. ഞാൻ ഒരു നന്ദികെട്ടവളാണ് എന്നെനിക്ക് തോന്നുന്നു."

"നിനക്കങ്ങനെ തോന്നേണ്ട കാര്യമൊന്നുമില്ല. നിന്റെ കൈയിലെ ജീവിതങ്ങൾ തീർന്നിട്ടൊന്നുമില്ല," ഒന്നു നിർത്തി, ദീർഘമായി നിശ്വസിച്ച ശേഷം, ശ്രീമതി എൽമ് തുടർന്നു. "ഓരോ തവണയും നീ തിരഞ്ഞെടുക്കുന്ന പുസ്തകങ്ങൾ, പിന്നീട് പുസ്തകത്തട്ടുകളിലേയ്ക്ക് മടങ്ങി വരാറില്ല എന്നത് നിനക്കറിയാമോ?"

"അറിയാം."

"അതുകൊണ്ടാണ്, നീ ഒരു തവണ ശ്രമിച്ചുനോക്കിയ ഒരു ജീവിതത്തിലേയ്ക്ക് വീണ്ടും മടങ്ങിപ്പോകാൻ നിനക്ക് കഴിയാത്തത്. എപ്പോഴും എന്തെങ്കിലുമൊക്കെ... വിഷയങ്ങളിൽ എന്തെങ്കിലുമൊക്കെ മാറ്റങ്ങളുണ്ടാവണം. ഈ മിഡ്നൈറ്റ് ലൈബ്രറിയിൽ, ഒരേ പുസ്തകം രണ്ടു തവണ എടുക്കാൻ സാധിക്കില്ല."

"എനിക്ക് മനസ്സിലായില്ല."

"ശരി, ഈ ഇരുട്ടിൽപ്പോലും നിന്റെ ചുറ്റുമുള്ള പുസ്തകത്തട്ടുകൾ നീ ആദ്യം കണ്ടപ്പോൾ ഉണ്ടായിരുന്നതുപോലെതന്നെ നിറഞ്ഞിരിക്കുന്നു എന്ന് നിനക്ക് മനസ്സിലാകുന്നില്ലേ? വേണമെങ്കിൽ ഒന്നു തൊട്ടുനോക്കൂ."

നോറാ അതിനെ തൊട്ടുനോക്കാനൊന്നും പോയില്ല. "ഉവ്വ്. എനിക്കറിയാം."

"നീ ആദ്യം ഇവിടെ വന്നപ്പോഴുണ്ടായിരുന്ന അതേ രീതിയിൽ നിറഞ്ഞിരിക്കുകയാണ് അതിപ്പോഴും."

"എനിക്കങ്ങോട്ട് —"

"അതായത്, നിനക്ക് അന്നുണ്ടായിരുന്ന സാധ്യതകൾ അതേ പോലെ തന്നെ ഇപ്പോഴും നിലനിൽക്കുന്നുണ്ട് എന്നർത്ഥം. സത്യത്തിൽ, അനന്ത മായ സാധ്യതകൾ. സാധ്യതകൾ എല്ലാം തീർന്ന ഒരു സ്ഥിതിവിശേഷം ഒരിക്കലും നിനക്ക് ഉണ്ടാകാൻ പോകുന്നില്ല."

"പക്ഷെ അവയെ വേണം എന്ന ആഗ്രഹം തീർന്നുപോകാമല്ലോ."

"ഓ നോറാ."

"ഓ എന്താ?"

ഇരുട്ടിൽ ഒരു നിമിഷം നിശബ്ദത പരന്നു. ഉറപ്പ് വരുത്താൻ വേണ്ടി, നോറാ വാച്ചിലെ വെളിച്ചത്തിന്റെ കുഞ്ഞൻ ബട്ടൺ ഞെക്കി നോക്കി.

00:00:00

"എനിക്ക് തോന്നുന്നത്," ഒടുവിൽ ശ്രീമതി എൽമ് സംസാരിച്ചു തുടങ്ങി, "നിന്നെ വേദനിപ്പിക്കാതെ പറയുകയാണെങ്കിൽ, എനിക്ക് തോന്നു ന്നത്, നിനക്ക് വഴിയൽപ്പം തെറ്റിയിട്ടുണ്ടാവും എന്നാണ്."

"ആദ്യമേതന്നെ വഴി തെറ്റിയതു കൊണ്ടല്ലേ ഞാൻ ഇവിടെ എത്തി ച്ചേർന്നത്?"

"അത് *ശരിയാണ്*. പക്ഷെ, തെറ്റിയ വഴിയ്ക്കുള്ളിൽ നിനക്കിപ്പോൾ വഴി തെറ്റിയിരിക്കുകയാണ്. പറഞ്ഞുവരുമ്പോൾ, വല്ലാതെ തെറ്റിയിരി ക്കുന്നു. ഇങ്ങനെ ജീവിക്കാൻ വേണ്ട വഴി നീ കണ്ടെത്താൻ പോകുന്നില്ല."

"അങ്ങനെയൊരു വഴി ഇല്ലെങ്കിലോ? ഞാനിവിടെ... ഞാനിവിടെ കുടുങ്ങിപ്പോയതാണെങ്കിലോ?"

"തട്ടിൽ പുസ്തകങ്ങൾ ഉള്ളിടത്തോളം കാലം, നീ കുടുങ്ങിക്കിടക്കുകയല്ല. ഓരോ പുസ്തകവും ഓരോ രക്ഷാസങ്കേതങ്ങളാണ്."

"എനിക്ക് ജീവിതം തീരെ മനസ്സിലാകുന്നില്ല," നോറാ കുണ്ഠിതപ്പെട്ടു.

"നീ ജീവിതം *മനസ്സിലാക്കേണ്ടതില്ല*. നീ ജീവിതം *ജീവിച്ചാൽ മതി*."

നോറാ തലയാട്ടി. ഒരു തത്വശാസ്ത്ര ബിരുദധാരിയെ സംബന്ധിച്ചിട ത്തോളം, ആ പറഞ്ഞത് ഒരൽപ്പം കടന്ന കൈയ്യായിപ്പോയി.

"പക്ഷെ എനിക്കിങ്ങനെ തുടരേണ്ട," നോറാ അവരോടു പറഞ്ഞു. "എനിക്ക് ഹ്യൂഗോയെപ്പോലെയാവണ്ട. കാലാകാലം ഇങ്ങനെ ജീവിത ങ്ങൾക്കിടയിലൂടെ ഓടിപ്പാഞ്ഞു നടക്കേണ്ട."

"ശരി. എങ്കിൽ നീ ഞാൻ പറയുന്നതു ശ്രദ്ധിച്ചു കേൾക്ക്. നിനക്കിപ്പോ എന്റെ ഉപദേശം വേണമോ, അതോ വേണ്ടേ?"

"ഉവ്വ്. തീർച്ചയായും. സംഭവം ഒരൽപ്പം വൈകിയിട്ടാണെങ്കിലും, എനിക്ക് നിങ്ങളുടെ അഭിപ്രായം വേണം ശ്രീമതി എൽമ്. ഞാനതിന് നിങ്ങളോട് കടപ്പെട്ടിരിക്കും."

“ശരി, എങ്കിൽ. കാട് മരമാണെന്ന് കാണാൻ കഴിയാത്ത ഒരു അവസ്ഥയിലാണ് നീയിപ്പോൾ ഉള്ളതെന്നു തോന്നുന്നു.”

“ആ പറഞ്ഞതെന്താണെന്ന് എനിക്കൊരു പിടിയുമില്ല.”

“ഈ ജീവിതങ്ങളെ ഒരു പിയാനോയായും, അവിടെ നിനക്ക് താൽപര്യമില്ലാത്ത സ്വരങ്ങൾ പാടേണ്ടി വരുന്നതായും നീ ചിന്തിച്ചത് ശരിയാണ്. നീ ആരാണെന്ന് നീ മറന്നുപോകുന്നു. എല്ലാവരും ആയി മാറുന്നതിനിടയിൽ, നീ ആരുമല്ലാതായി മാറുന്നു. നീ നിന്റെ മൂലജീവിതം മറക്കുന്നു. എന്തൊക്കെ നിനക്ക് ചേരും, എന്തൊക്കെ ചേരില്ല എന്ന് നീ മറക്കുന്നു. നീ നിന്റെ കുറ്റബോധങ്ങളെ മറക്കുന്നു.”

“ഞാനെന്റെ കുറ്റബോധങ്ങളിലൂടെ കടന്നുപൊയ്ക്കഴിഞ്ഞു.”

“ഇല്ല. എല്ലാം കടന്നുപോയിട്ടില്ല.”

“അങ്ങനെ ഇഴകീറി പരിശോധിച്ച് കടന്നുപോയിട്ടുണ്ടാവില്ല. ശരി തന്നെ.”

“നീ വീണ്ടും *കുറ്റബോധങ്ങളുടെ പുസ്തകം* നോക്കണം.”

“ഈ കുറ്റാക്കൂരിരുട്ടത്ത് ഞാനത് എങ്ങനെ ചെയ്യാനാണ്?”

“കാരണം, നിനക്ക് പുസ്തകം മുഴുവനും ഇതിനോടകം അറിയാം. അത് നിനക്കുള്ളിലാണ്. ഈ ഞാനും ഉള്ളതുപോലെ.”

കെയർ ഹോമിന്റെ അടുത്തു വച്ച് ശ്രീമതി എൽമിനെ കണ്ടു എന്ന് ഡൈലൻ പറഞ്ഞത് അവളോർത്തു. അത് പറഞ്ഞാലോ എന്നാലോചിച്ചിട്ട്, വേണ്ടെന്നു വച്ചു. “ശരി.”

“നമ്മൾ ഗ്രഹിക്കുന്നതു മാത്രമേ നമുക്കറിയൂ. നമ്മുടെ അനുഭവങ്ങളെല്ലാം തന്നെ, ആത്യന്തികമായി, അതിനെക്കുറിച്ചുള്ള നമ്മുടെ കാഴ്ചപ്പാടുകൾ മാത്രമാണ്. ‘നിങ്ങൾ എന്തു നോക്കുന്നു എന്നതല്ല; മറിച്ച്, നിങ്ങൾ എന്തു കാണുന്നു എന്നതാണ് പ്രധാനം.’”

“നിങ്ങൾക്ക് തോറോയെക്കുറിച്ച് അറിയാമോ?”

“ഉറപ്പായും അറിയാം, നിനക്ക് അതറിയാമെങ്കിൽ.”

“കാര്യം എന്താണെന്നു വെച്ചാൽ, എനിക്കിപ്പോൾ എന്തിനെക്കുറിച്ചാണ് കുറ്റബോധമുള്ളത് എന്നെനിക്കറിയില്ല.”

“ശരി. നമുക്ക് നോക്കാം. ഞാൻ ഒരു കാഴ്ചപ്പാട് മാത്രമാണെന്ന് നീ കരുതുന്നല്ലോ. എങ്കിൽ നീ എന്തുകൊണ്ടാണ് എന്നെത്തന്നെ – ശ്രീമതി എൽമ് എന്ന ഈ വ്യക്തിയെത്തന്നെ – കാണുന്നത്?”

“എനിക്കറിയില്ല. ഒരുപക്ഷെ എനിക്ക് നിങ്ങളെ വിശ്വാസം ഉള്ളതുകൊണ്ടാവാം. നിങ്ങൾ എന്നോടു കരുണയുള്ളവളായിരുന്നു.”

“കാരുണ്യം അതിശക്തമായ ഒരു സ്വാധീനമാണ്.”

“ഒപ്പം, വിരളവും.”

“നീ നോക്കിയതൊക്കെ തെറ്റായ ഇടങ്ങളിലാവാം.”

“ആയിരിക്കാം.”

ഇരുട്ടിനെ തകർത്തുകൊണ്ട് ആ ലൈബ്രറിയിലെ ബൾബുകളെല്ലാം പതുക്കെ തെളിഞ്ഞുവന്നു.

"നിന്റെ മൂലജീവിതത്തിൽ, വേറെ എവിടെയാണ് നിനക്കത് – ആ കാരുണ്യം – അനുഭവപ്പെട്ടിട്ടുള്ളത്?"

ആഷ് വാതിലിൽ വന്നു മുട്ടിയ രാത്രി നോറായുടെ ഓർമ്മയിൽ തെളിഞ്ഞു. ചത്ത ഒരു പൂച്ചയെ വഴിയരുകിൽ നിന്നുമെടുത്ത്, മഴയത്ത്, ആ ഫ്ലാറ്റിനു പുറകിലെ ചെറിയ തോട്ടത്തിലേക്ക് കൊണ്ടുപോയി, ദുഃഖത്തിലാണ്ടു നിൽക്കുന്ന അവൾക്കു വേണ്ടി അതിനെ മറവു ചെയ്യുക എന്നത്, ലോകത്തിലെ ഏറ്റവും പ്രണയാതുരമായ പ്രവർത്തികളിൽ ഒന്നായി ഒരുപക്ഷെ അംഗീകരിക്കപ്പെട്ടിട്ടുണ്ടാവില്ല. പക്ഷെ, തന്റെ ഓട്ടത്തിനിടയിൽ ഒരു നാൽപ്പത് നിമിഷം ഒരാളെ സഹായിക്കാൻ വേണ്ടി മാറ്റിവയ്ക്കുകയും, അതിനു പകരമായി ഒരു ഗ്ലാസ് വെള്ളമല്ലാതെ മറ്റൊന്നും വേണ്ട എന്ന് പറയുകയും ചെയ്യുന്നത്, തീർച്ചയായും കാരുണ്യം എന്ന പട്ടികയിൽ പെടുത്താവുന്ന ഒന്നാണ്.

അന്ന് ആ കാരുണ്യത്തിന് നന്ദി പറയാൻ അവൾക്കായില്ല. അവളുടെ ദുഃഖവും, വിരഹവുമെല്ലാം അവളെ കാർന്നു തിന്നുകയായിരുന്നു. പക്ഷെ ഇപ്പോൾ ആലോചിച്ചു നോക്കുമ്പോൾ, അത് സ്തുത്യർഹമായ ഒരു പ്രവൃത്തി യായിരുന്നു.

"ഇപ്പോൾ എനിക്കത് മനസ്സിലാകുന്നു. ഞാൻ എന്നെ കൊല്ലാൻ ശ്രമിച്ചതിന്റെ തലേരാത്രി, അതെന്റെ കൺമുന്നിലുണ്ടായിരുന്നു."

"ഇന്നലെ രാത്രിയാണോ നീ ഉദ്ദേശിക്കുന്നത്?"

"ആണെന്നു തോന്നുന്നു. ആഷ്. ആ സർജൻ. വോൾട്ട്സിനെ കണ്ട യാൾ. വർഷങ്ങൾക്ക് മുൻപ് എന്നെ കോഫി കുടിക്കാൻ ക്ഷണിച്ചയാൾ. അന്നു ഞാൻ ഡാനിനൊപ്പം ആയിരുന്നു. അതുകൊണ്ടാണ് ഞാനത് നിര സിച്ചതും. പക്ഷെ ഞാൻ അന്നത് നിരസിച്ചില്ലായിരുന്നു എങ്കിലോ? ഡാനു മായി പിരിഞ്ഞ്, ആ ശനിയാഴ്ച, ഞാൻ ആ കോഫി ക്ഷണം സ്വീകരിച്ചി രുന്നുവെങ്കിലോ? കാരണം, എനിക്ക് പറയാനുള്ളത് പറയാൻ കഴിയുന്ന, ഞാൻ ആരുമായും പ്രണയബന്ധത്തിലല്ലാതിരുന്ന ഒരു ജീവിതം ഉണ്ടാ വണം. അവിടെ, "ഉവ്വ് ഡാൻ, അതൊരു നല്ല ആശയമായിരിക്കും. എനിക്കും കോഫിയ്ക്ക് വരാൻ താൽപര്യമുണ്ട്," ഞാൻ പറഞ്ഞിട്ടുണ്ടാവണം. ഞാൻ ആഷിനെ തിരഞ്ഞെടുത്തിട്ടുണ്ടാവണം. എനിക്ക് ആ ജീവിതം ശ്രമിച്ചു നോക്കണം. അതെന്നെ എവിടെ കൊണ്ടുചെന്ന് എത്തിച്ചിട്ടുണ്ടാകും?"

ഇരുട്ടിൽ, തട്ടുകൾ നീങ്ങുകയും, ഞെരിയുകയും, വേഗത്തിലോടുകയും, പതുക്കെയാവുകയും ചെയ്യുന്നതിന്റെ പരിചിതമായ ശബ്ദങ്ങൾ അവൾ കേട്ടു. അവൾ ചോദിച്ച ജീവിതമുള്ള പുസ്തകം ശ്രീമതി എൽമ് കണ്ടെത്തു ന്നതു വരെ അതു തുടർന്നു.

"ദേ കിട്ടി."

ചിപ്പിയ്ക്കുള്ളിലെ മുത്ത്

അത്ര ഗാഢമല്ലാത്ത ഉറക്കത്തിൽനിന്നും കണ്ണു തുറന്നപ്പോൾ, താൻ വല്ലാതെ ക്ഷീണിച്ചിരിക്കുന്നു എന്നാണ് അവൾ ആദ്യം ശ്രദ്ധിച്ചത്. അരണ്ട വെളിച്ചത്തിൽ, ഭിത്തിയിൽ ഒരു ചിത്രം അവൾക്ക് കാണാമായിരുന്നു. ഒരു മരണത്തിന്റെ നേരിയൊരു അബ്സ്ട്രാക്റ്റ് ചിത്രമായിരുന്നു എന്നവൾ മനസ്സിലാക്കി. നീണ്ടു മെലിഞ്ഞൊരു മരമല്ല. പൊക്കം കുറഞ്ഞ, ഉരുണ്ട, നിറയെ പൂക്കളുള്ള ഒന്ന്.

അവൾക്കരികിൽ ഒരു പുരുഷൻ ഉറങ്ങുന്നുണ്ടായിരുന്നു. പുതപ്പു കൊണ്ട് മൂടിപ്പുതച്ച്, ഇരുട്ടിൽ, അങ്ങോട്ടു തിരിഞ്ഞുകിടക്കുന്ന അയാൾ ആഷ് തന്നെയാണോ എന്നുറപ്പിക്കാൻ സാധിക്കില്ലായിരുന്നു.

ഒരു പൂച്ചയെ കുഴിച്ചിട്ട വകയിലും, ഒരു മ്യൂസിക് ഷോപ്പിലെ കൗണ്ടറിന് അപ്പുറവും ഇപ്പുറവും നിന്ന് വല്ലപ്പോഴും എന്തൊക്കെയോ സംസാരിച്ചിട്ടുണ്ടെന്ന വകയിലും മാത്രം പരിചയമുള്ള ഒരാൾക്കൊപ്പം കിടക്ക പങ്കിടുക എന്നതിൽ അവൾക്ക് വല്ലാത്തൊരു അസ്വാഭാവികത തോന്നി. പക്ഷെ മിഡ്നൈറ്റ് ലൈബ്രറിയിൽ കയറിയതിനു ശേഷം ഇത്തരം അസ്വാഭാവികതകൾ ഒരു ശീലമായി തുടങ്ങിയിരിക്കുന്നു.

ആ മനുഷ്യൻ ആഷ് ആവാനും ആവാതിരിക്കാനുമുള്ള സാദ്ധ്യതകൾ ഉണ്ട്. ഒരൊറ്റ തീരുമാനത്തിനു ശേഷം വരുന്ന ഓരോ ഭാവി സംഭവങ്ങളും പ്രവചിക്കാനാവില്ല. ആഷുമായി കോഫി കുടിക്കാൻ പോയ നോറാ, ഒരു പക്ഷെ, അവിടെ കോഫി ഒഴിച്ച് തന്ന മനുഷ്യനുമായി പ്രണയത്തിലായിട്ടുണ്ടാവാം. ക്വാണ്ടം ഫിസിക്സിന്റെ, പ്രവചനാതീതമായ സ്വഭാവമാണത്.

അവൾ മോതിരവിരലിൽ തൊട്ടുനോക്കി.

രണ്ടു മോതിരങ്ങൾ.

അയാൾ തിരിഞ്ഞുകിടന്നു.

ഇരുട്ടിൽ, അവളുടെ ദേഹത്തിനു കുറുകെ ഒരു കൈ വന്നു വീണു. അവൾ സാവധാനം അതുയർത്തി, പുതപ്പിനു മുകളിൽ വച്ചു. ശേഷം, അവൾ മെല്ലെ കട്ടിലിൽനിന്നും എഴുന്നേറ്റു. താഴത്തെ നിലയിലേയ്ക്ക് പോയി, സോഫയിൽ കിടന്നോ മറ്റോ, തന്നെക്കുറിച്ച് ഫോണിൽ ഒരൽപം ഗവേഷണം നടത്താം എന്നായിരുന്നു അവളുടെ മനസ്സിൽ.

എത്ര ജീവിതങ്ങൾ എടുത്തിട്ടുണ്ടെങ്കിലും, അവയൊക്കെ എത്ര വ്യത്യാസപ്പെട്ടിരുന്നുവെങ്കിലും, എപ്പോഴും അവളുടെ കട്ടിലിനരികിൽ അവൾക്കൊരു ഫോണുണ്ടായിരുന്നു എന്നത് അതിശയമായിരുന്നു. ഈ ജീവിതത്തിലും അങ്ങനെതന്നെയായിരുന്നു. അവൾ അതെടുത്തുകൊണ്ട്, ശബ്ദമുണ്ടാക്കാതെ മുറിയിൽനിന്നും പുറത്തേയ്ക്ക് നടന്നു. ആ മനുഷ്യൻ ആരായാലും, അയാൾ ഒന്നനങ്ങുക പോലും ചെയ്യാതെ, നന്നായി ഉറങ്ങുന്ന കൂട്ടത്തിലാണ്.

നോറാ അയാളെത്തന്നെ ഉറ്റുനോക്കിക്കൊണ്ടു നിന്നു.

"നോറാ?" പാതിയുറക്കത്തിൽ അയാൾ വിളിച്ചു.

ഇത് അയാൾ തന്നെയാണ് എന്ന് അവൾക്ക് ഏറെക്കുറെ ഉറപ്പായി. ആഷ്.

"ഞാനൊന്ന് ബാത്റൂമിൽ പോവുകയാണ്," അവൾ പറഞ്ഞു.

"ശരി" എന്നോ മറ്റോ പിറുപിറുക്കുന്നതുപോലെ പറഞ്ഞുകൊണ്ട് അയാൾ വീണ്ടും ഉറക്കത്തിലേയ്ക്ക് പോയി.

അവൾ പതുക്കെ പുറത്തേയ്ക്ക് നടന്നു. പക്ഷെ, വാതിൽ തുറന്ന് കാല് പുറത്തേയ്ക്ക് വച്ചതും, അവൾ ഭയം കൊണ്ട് പിന്നോട്ടു ചാടി.

അവിടെ അരണ്ട വെളിച്ചത്തിൽ മറ്റൊരു മനുഷ്യരൂപം അവൾ കണ്ടു. ചെറിയ, ഒരു കുട്ടിയുടെ വലിപ്പമുള്ള മനുഷ്യരൂപം.

"മമ്മി, ഞാനൊരു ചീത്ത സ്വപ്നം കണ്ടു."

ഇടനാഴിയിലെ മങ്ങിയ ബൾബിന്റെ വെളിച്ചത്തിൽ, ആ കുട്ടിയുടെ മുഖം അവൾ കണ്ടു. ഉറക്കത്തിൽ അലങ്കോലമായ അവളുടെ മിനുസമുള്ള മുടിയും, ഈർപ്പമുള്ള നെറ്റിയിൽ ഒട്ടിക്കിടക്കുന്ന നേരിയ മുടിയിഴകളും.

നോറാ ഒന്നും പറഞ്ഞില്ല. അത് അവളുടെ മകളായിരുന്നു.

അവൾക്ക് എങ്ങനെ എന്തെങ്കിലും പറയാൻ സാധിക്കും?

സുപരിചിതമായ ആ ചോദ്യം സ്വയം പൊങ്ങി വന്നു : അവൾ കരുതിയിരുന്നിടത്തുനിന്നും ഒരുപാട് ദൂരം മുന്നോട്ടു പോയ ഒരു ജീവിതത്തിൽ എങ്ങനെയാണവൾക്ക് ഇത്ര വൈകി കടന്നുചെല്ലാനാവുക? നോറാ കണ്ണുകളടച്ചു. അവൾക്ക് കുട്ടികളുണ്ടായിരുന്ന മറ്റു ജീവിതങ്ങളൊക്കെ ഏതാനും നിമിഷങ്ങൾ മാത്രമേ നിലനിന്നിരുന്നുള്ളൂ. ഇതാകട്ടെ, ഇതിനോടകം തന്നെ, അവളെ മറ്റൊരു മണ്ഡലത്തിലേയ്ക്ക് കൂട്ടിക്കൊണ്ടു പോവുകയാണ്.

ഉള്ളിൽ അടക്കിവയ്ക്കാൻ അവൾ ശ്രമിച്ചതെല്ലാം ചേർന്ന് അവളുടെ ശരീരത്തെ പിടിച്ചുലയ്ക്കാൻ തുടങ്ങി. അവൾക്കാ കുഞ്ഞിനെ കാണണ്ടായിരുന്നു. അത് അവളെ ഉദ്ദേശിച്ച മാത്രമായിരുന്നില്ല; ആ കുട്ടിയെക്കൂടി കരുതിയിട്ടായിരുന്നു. അതൊരു ചതിയായിപ്പോകും എന്നവൾക്ക് തോന്നി. നോറാ അവളുടെ അമ്മയാണ്. പക്ഷെ, അതേസമയം ആ കുട്ടിയുടെ മുൻപിൽ നിൽക്കുന്നത് അവളുടെ അമ്മയല്ല എന്നതും സുപ്രധാനമാണ്. അപരിചിതമായ ഒരു വീട്ടിൽ, അപരിചിതയായ ഒരു കുട്ടിയ്ക്ക് മുന്നിൽ നിൽക്കുന്ന, അപരിചിതയായ ഒരു സ്ത്രീ മാത്രമാണ് അവൾ.

"മമ്മി? ഞാൻ പറഞ്ഞത് കേട്ടോ? ഞാനൊരു ചീത്ത സ്വപ്നം കണ്ടു."

പുറകിലെ മുറിയിലെവിടെയോ കട്ടിലിൽ ആ മനുഷ്യൻ അനങ്ങുന്ന ശബ്ദം അവൾ കേട്ടു. അയാൾ ഉറക്കത്തിൽ നിന്നും ഉണർന്നെഴുന്നേറ്റു വന്നാൽ, ഇത് വല്ലാതെ കുഴഞ്ഞേക്കും. അതുകൊണ്ട് ആ കുട്ടിയോടു സംസാരിക്കാൻ നോറാ തീരുമാനിച്ചു.

"അയ്യയ്യേ... നാണക്കേടു തന്നെ. അത് സത്യമല്ലല്ലോ. അത് വെറുമൊരു സ്വപ്നമാണ്," അവൾ മന്ത്രിക്കുന്ന പോലെ കുട്ടിയോടു പറഞ്ഞു.

"അത് കരടികളെക്കുറിച്ചാണ്."

നോറാ പുറകിലെ വാതിൽ ചേർത്തടച്ചു. "കരടികളോ?"

"ആ കഥ കാരണമാണ്."

"ശരി. അതെ. ആ കഥ. വരൂ. കട്ടിലിലേയ്ക്ക് കയറൂ..." അതൊരൽപം പരുഷമായിപ്പോയി എന്നവൾക്കു തോന്നി. "പൊന്നേ," അവൾ കൂട്ടിച്ചേർത്തു. അപ്പോഴും അവളാലോചിച്ചത് എന്തായിരിക്കും ഇവളുടെ – ഈ ലോകത്തിലെ മകളുടെ – പേര് എന്നായിരുന്നു. "ഇവിടെ കരടികളൊന്നുമില്ല."

"ഇവിടെ ടെഡി ബെയറുകൾ മാത്രമേ ഉള്ളൂ."

"അതെ അത് മാത്രം –"

ആ പെൺകുട്ടിയുടെ ഉറക്കം ഒന്നുകൂടി തെളിഞ്ഞു. അവളുടെ കണ്ണുകൾ വിടർന്നു. അവൾ, അവളുടെ അമ്മയെ കണ്ടു. ഒരു നിമിഷം നോറായ്ക്ക് അങ്ങനെയെന്തോ തോന്നി. അമ്മയെപ്പോലെയെന്തോ. മറ്റൊരാളിലൂടെ ഈ ലോകവുമായി ബന്ധിക്കപ്പെടുന്നതിന്റെ വൈചിത്ര്യം അവൾക്ക് അനുഭവപ്പെട്ടു. "മമ്മീ, നീ എന്തു ചെയ്യുകയായിരുന്നു?"

അവൾ ഉറക്കെയാണ് സംസാരിച്ചിരുന്നത്. ഒരു നാല് വയസ്സുകാരിയ്ക്ക് (അവൾക്ക് അത്ര പ്രായമേ ഉണ്ടാവുള്ളൂ) ഉചിതമായ ഒരു ഗൗരവത്തിലായിരുന്നു അവൾ.

"ശ്ശ്ശ്ശ്..." നോറാ പറഞ്ഞു. അവൾക്ക് എങ്ങനെയെങ്കിലും ആ കുട്ടിയുടെ പേര് അറിയണമായിരുന്നു. പേരുകൾക്ക് ഒരു ശക്തിയുണ്ട്. നിങ്ങൾക്ക് സ്വന്തം മകളുടെ പേരറിയില്ല എങ്കിൽ, നിങ്ങൾക്ക് യാതൊരു തരത്തിലുള്ള അധികാരവും ഉണ്ടായിരിക്കില്ല. "നോക്ക്," നോറാ മന്ത്രിച്ചു, "ഞാൻ ഒരു കാര്യം ചെയ്യാൻ ഒന്ന് താഴെ പോവുകയാണ്. നീ ഉറങ്ങിക്കോളൂ."

"പക്ഷെ കരടികൾ."

"കരടികളൊന്നുമില്ല."

"അവര് എന്റെ സ്വപ്നത്തിലുണ്ട്."

മഞ്ഞിലൂടെ തന്റെ നേർക്ക് പാഞ്ഞുവന്ന ധ്രുവക്കരടിയെ നോറാ ഓർത്തു. ആ ഭയം അപ്പോഴവൾ ഓർത്തു. ജീവിക്കണം എന്ന് ആ നിമിഷം തോന്നിയ അതിയായ ആഗ്രഹത്തെ അവളോർത്തു. "ഇത്തവണ അവർ വരില്ല. സത്യം."

"മമ്മി, നീയെന്താ ഇങ്ങനെ സംസാരിക്കുന്നേ?"

"എങ്ങനെ?"

"ഇങ്ങനെ."

"ശബ്ദം താഴ്ത്തിയോ?"

"അല്ല."

അവളെന്താണ് ഉദ്ദേശിച്ചത് എന്ന് നോറായ്ക്ക് മനസ്സിലായതേയില്ല. ഇപ്പോഴത്തെ അവൾക്കും ആ കുട്ടിയ്ക്കുമിടയിലെ വിടവ്, അവളുടെ അമ്മ യാണ്. മാതൃത്വം നമ്മുടെ സംസാരശൈലിയെ മാറ്റുമോ?

"നീ പേടിച്ചപോലെ," കുട്ടി വ്യക്തമാക്കി.

"ഞാൻ പേടിച്ചിട്ടില്ല."

"ആരെങ്കിലും എന്റെ കൈയിൽ പിടിക്കണം എനിക്ക്."

"എന്താ?"

"ആരെങ്കിലും എന്റെ കൈയിൽ പിടിക്കണം എനിക്ക്."

"ശരി."

"മമ്മി എന്തൊരു പൊട്ടിയാ."

"അതെ. അതെ, ഞാൻ പൊട്ടിയാണ്."

"എനിക്ക് ഭയങ്കരമായിട്ട് പേടിയാവുന്നു."

അവളത് ശാന്തമായി, കാര്യമാത്രപ്രസക്തമായിട്ടാണ് പറഞ്ഞത്. അപ്പോഴാണ് നോറാ അവളെ നന്നായിട്ടൊന്നു നോക്കിയത്. ഒരേസമയം ഒട്ടും പരിചയമില്ലാത്ത ഒരാളെപ്പോലെയും, നന്നേ സുപരിചിതയായൊ രാളെപ്പോലെയും അവൾക്ക് തോന്നി. ഉള്ളിൽ എന്തോ ഉരുണ്ടുകൂടുന്നതു പോലെ നോറായ്ക്ക് തോന്നി. അതിശക്തമായതും, വേവലാതിപ്പെടുത്തുന്ന തുമായ എന്തോ ഒന്ന്.

ഇതിനുമുൻപ് ആരും അവളെ നോക്കിയിട്ടില്ലാത്തൊരു പ്രത്യേക ഭാവത്തിൽ ആ പെൺകുട്ടി അവളെത്തന്നെ ഉറ്റുനോക്കിക്കൊണ്ടു നിന്നു. ആ ഒരു വികാരം, അത് ഭയാനകമായിരുന്നു. അവൾക്ക് നോറായുടെ അതേ വായായിരുന്നു. ഒപ്പം, ചിലപ്പോഴൊക്കെ ആളുകൾ അവളിൽ ചാർത്തി ക്കൊടുത്തിരുന്ന 'അശ്രദ്ധമായ നോട്ട'വും. അവൾ സുന്ദരിയായിരുന്നു. അവൾ, അവളുടേതായിരുന്നു – ഏറെക്കുറെ അവളുടേതായിരുന്നു. യുക്തി കൊണ്ടളക്കാനാവാത്ത ഒരു സ്നേഹം അവളിൽ നുര പൊന്തുന്നത് അവൾ തിരിച്ചറിഞ്ഞു. ലൈബ്രറി തന്നെത്തേടി ഇപ്പോൾ വന്നില്ലായെങ്കിൽ (അത് വരുന്നില്ലായിരുന്നു), താൻ ഇവിടെനിന്നും എഴുന്നേൽക്കണം എന്നവൾക്ക് മനസ്സിലായി.

"മമ്മീ... എന്റെ കൈയിൽ പിടിക്കാമോ?"

"ഞാൻ —"

ആ പെൺകുട്ടി അവളുടെ കൈയെടുത്ത് നോറായുടെ കൈയിൽ വച്ചു. ഇളം ചൂടുള്ള ഒരു കുഞ്ഞിക്കൈ. ചിപ്പിയ്ക്കുള്ളിലെ മുത്തുപോലെ, അത്ര മേൽ സ്വാഭാവികതയോടെ, അത് തന്റെ കൈയിൽ സ്വസ്ഥമായിരിക്കുന്നത് കണ്ടപ്പോൾ, അവൾക്ക് ദുഃഖം തോന്നി. തൊട്ടടുത്ത മുറിയിലേയ്ക്ക് – ആ പെൺകുട്ടിയുടെ കിടപ്പുമുറിയിലേയ്ക്ക് – ആ കുട്ടി അവളെ കൂട്ടിക്കൊണ്ടു

പോയി. കയറുന്നതിനിടയിൽ നോറാ, മുറിയുടെ വാതിൽ പാതി ചാരി. സമയം നോക്കാനായി കൈത്തണ്ടയിലേയ്ക്ക് നോക്കിയപ്പോഴാണ്, ഈ ജീവിതത്തിൽ താൻ ഉപയോഗിക്കുന്നത് നല്ലൊരു അനലോഗ് വാച്ചാണെന്ന് അവൾ ശ്രദ്ധിച്ചത്. അതിന് ലൈറ്റ് ഡിസ്പ്ലേ ഇല്ലാത്തതിനാൽ, ഇരുട്ടിൽ അതിന്റെ സൂചികൾ കണ്ടുപിടിക്കാൻ ഒന്ന്-രണ്ടു നിമിഷമെടുത്തു. ഫോണിൽ നോക്കി സമയം ഒന്നുകൂടി ഉറപ്പുവരുത്തി. മണി 2:32 am ആയിരുന്നു. ഈ ജീവിതത്തിൽ അവൾ ഉറങ്ങാൻ കിടന്ന സമയം വച്ച് നോക്കിയാൽ, ഈ ശരീരത്തിന് അത്ര ഉറക്കമൊന്നും കിട്ടിക്കാണില്ല. കിട്ടിയിട്ടില്ല എന്നു തന്നെയാണ് ശരീരം സൂചിപ്പിക്കുന്നതും.

"മരിക്കുമ്പോ എന്താ സംഭവിക്കുന്നത് മമ്മി?"

മുറിയിലെ ഇരുട്ട് നേരിയതായിരുന്നു. ഇടനാഴിയിൽ നിന്നും വെളിച്ചത്തിന്റെ ഒരു ചീള് മുറിയിലേയ്ക്ക് വീഴുന്നുണ്ടായിരുന്നു. മാത്രവുമല്ല, നായകരുടെ ചിത്രം പതിച്ച കർട്ടനുകളിലൂടെ അടുത്തുള്ള തെരുവുവിളക്കിന്റെ നേരിയ പ്രകാശവും മുറിയിൽ അരിച്ചിറങ്ങുന്നുണ്ടായിരുന്നു. ചെറിയൊരു കട്ടിൽ അവിടെയുണ്ടായിരുന്നു. നിലത്ത് ആനയുടെ രൂപമുള്ള പതുപതുത്ത കളിപ്പാട്ടത്തിന്റെ നിഴൽരൂപം അവൾ കണ്ടു. അവിടെ മറ്റു ചില കളിപ്പാട്ടങ്ങളും ഉണ്ടായിരുന്നു. അടുക്കില്ലാത്ത, എന്നാൽ സന്തോഷമുള്ള ഒരു മുറിയായിരുന്നു അത്.

അവളുടെ കണ്ണുകൾ നോറായുടെ നേർക്ക് തിളങ്ങി.

"എനിക്കറിയില്ല," നോറാ പറഞ്ഞു. "അതിനെക്കുറിച്ച് കൃത്യമായി ആർക്കെങ്കിലും അറിയാമോ എന്ന് തീർച്ചയില്ല."

അവളുടെ മുഖം വാടി. ഇതവളെ തൃപ്തിപ്പെടുത്തിയില്ല. ഇതവളെ ഒരിറ്റു പോലും തൃപ്തിപ്പെടുത്തിയില്ല.

"നോക്ക്," നോറാ പറഞ്ഞു. "നീ മരിക്കുന്നതിന് തൊട്ടുമുൻപ്, വീണ്ടും ഒരിക്കൽക്കൂടി ജീവിക്കാൻ ഒരവസരം ലഭിക്കാൻ സാധ്യതയുണ്ട്. ഇതിനു മുൻപ് നിനക്ക് ലഭിച്ചിട്ടില്ലാത്തത് അപ്പോൾ ലഭിച്ചേക്കാം. നിനക്കിഷ്ടമുള്ള ഒരു ജീവിതം നിനക്ക് തിരഞ്ഞെടുക്കാം."

"അത് കൊള്ളാം."

"പക്ഷെ, കുറെ നാൾ നീ ഇതോർത്തു വിഷമിക്കുകയേ വേണ്ട. അടിപൊളി സാഹസിക കൃത്യങ്ങളൊക്കെ നിറഞ്ഞ ഒരു ജീവിതം മുഴുവൻ നിനക്കുണ്ട്. ഒരുപാട് സന്തോഷമുള്ള കാര്യങ്ങൾ അതിലുണ്ടാവും."

"ക്യാംപിങ് പോലെ!"

ആ കുഞ്ഞുസുന്ദരിയെ നോക്കി ചിരിക്കുമ്പോൾ, ഊഷ്മളമായ എന്തോ ഒന്ന് നോറായിലൂടെ കടന്നുപോയി. "അതെ. ക്യാംപിങ് പോലെ!"

"നമ്മൾ ക്യാംപിങിന് പോകുന്നത് എനിക്ക് ഒത്തിരിയിഷ്ടമാണ്!"

നോറായുടെ പുഞ്ചിരി മങ്ങിയിരുന്നില്ല എങ്കിലും, കണ്ണുകൾക്കുള്ളിൽ കണ്ണീർ നിറയുന്നത് അവൾ അറിഞ്ഞു. ഇത് ഒരു നല്ല ജീവിതം പോലെയാണ് തോന്നുന്നത്. അവളുടെ സ്വന്തം കുടുംബം. ഒഴിവുദിവസങ്ങളിൽ ക്യാംപിങിന് പോകാൻ ഒരു മകൾ.

"നോക്ക്," ഉടനെയൊന്നും ആ കിടപ്പുമുറിയിൽ നിന്നും രക്ഷപ്പെടാനാവില്ലെന്ന മനസ്സിലാക്കിയ അവൾ പറഞ്ഞു, "ഭാവിയെപ്പോലെ, നമുക്ക് കൃത്യമായി അറിയാത്ത കാര്യങ്ങളെക്കുറിച്ച് വേവലാതികൾ ഉണ്ടാവുമ്പോൾ, നമ്മൾ ഇപ്പോൾ ചെയ്തുകൊണ്ടിരിക്കുന്ന കാര്യങ്ങളെക്കുറിച്ച് നമ്മളെ ഓർമ്മപ്പെടുത്തുന്നത് നല്ലൊരു കാര്യമായിരിക്കും."

"എനിക്ക് മനസ്സിലായില്ല," പുതപ്പിനടിയിലേയ്ക്ക് ചുരുണ്ടുകൂടുന്നതിനിടയിൽ അവൾ പറഞ്ഞു. നോറാ അവളുടെ കട്ടിലിനരികിൽ, നിലത്തിരിക്കുകയായിരുന്നു.

"അത്, ഒരു കളി പോലെയാണ്."

"എനിക്ക് കളികൾ ഒത്തിരിയിഷ്ടമാണ്."

"നമുക്കെന്നാൽ ഒരു കളി കളിച്ചാലോ?"

"ഉവ്വ്," അവളുടെ മകൾ പുഞ്ചിരിച്ചു. "കളിക്കാം."

കളികൾ

"നിനക്കറിയാവുന്ന ചില കാര്യങ്ങൾ ഞാൻ ചോദിക്കും. അപ്പൊ നീ അതിനു മറുപടി പറയണം. ഇപ്പൊ, ഞാൻ 'മമ്മിയുടെ പേരെന്താ?' എന്ന് ചോദിച്ചാൽ, നീ പറയണം, 'നോറാ' എന്ന്. മനസ്സിലായോ?"

"മനസ്സിലായെന്നു തോന്നുന്നു."

"ശരി, എന്താ നിന്റെ പേര്?"

"മോളി."

"ശരി, എന്താ ഡാഡിയുടെ പേര്?"

"ഡാഡി!"

"എന്താ അദ്ദേഹത്തിന്റെ ശരിക്കുള്ള പേര്?"

"ആഷ്."

കൊള്ളാം. അപ്പൊ അന്ന് പുള്ളിയുമൊത്ത് കോഫിയ്ക്ക് പോയത് വെറുതേയായില്ല. ഒത്തു.

"നമ്മളെവിടെയാ താമസിക്കുന്നേ?"

"കേംബ്രിഡ്ജ്!"

കേംബ്രിഡ്ജ്. അത് ശരിയായിരിക്കണം. നോറായ്ക്ക് കേംബ്രിഡ്ജിനോട് ഒരു പ്രത്യേക ഇഷ്ടമുണ്ടായിരുന്നു. മാത്രവുമല്ല, ബെഡ്ഫോർഡിൽ നിന്നും അങ്ങോട്ടേയ്ക്ക് വെറും മുപ്പത് മൈൽ ദൂരമേയുണ്ടായിരുന്നുള്ളൂ. ആഷിനും അവിടം ഇഷ്ടമായിരിക്കണം. അദ്ദേഹം ഇപ്പോഴും ലണ്ടനിലാണ് ജോലി ചെയ്യുന്നതെങ്കിൽക്കൂടി, പോയി വരാവുന്ന ദൂരമേയുള്ളൂ അങ്ങോട്ടേയ്ക്ക്. ബ്രിസ്റ്റോളിൽ നിന്നും പഠിച്ചിറങ്ങിയ ഉടനെ, തത്വശാസ്ത്രത്തിൽ എം ഫിൽ ചെയ്യാനായി അവൾ അപേക്ഷിച്ചിരുന്നു. കീസ് കോളേജിൽ പ്രവേശനം ലഭിക്കുകയും ചെയ്തിരുന്നു.

"കേംബ്രിഡ്ജിന്റെ ഏതു ഭാഗത്താണ് നമ്മളിപ്പോൾ ഉള്ളത്? ഓർത്തു നോക്കിയേ. എന്താ നമ്മുടെ തെരുവിന്റെ പേര്?"

"നമ്മൾ താമസിക്കുന്നത്.... ബോള്.... ബോൾട്ടൻ റോഡ്."

"മിടുക്കി. നിനക്ക് സഹോദരന്മാരോ, സഹോദരിമാരോ ഉണ്ടോ?"

"ഇല്ല!"

"മമ്മിയും ഡാഡിയും തമ്മിൽ ഭയങ്കര സ്നേഹമാണോ?"

അതു കേട്ട മോളി കുണുങ്ങിച്ചിരിച്ചു. "അതെ!"

"ഞങ്ങൾ എപ്പോഴെങ്കിലും വഴക്കു കൂടാറുണ്ടോ?"

ചിരി, ഒരു കള്ളച്ചിരിയായി മാറി. "ചിലപ്പോഴൊക്കെ! പ്രത്യേകിച്ച് മമ്മി!"

"എന്നോട് ക്ഷമിക്കു!"

"മമ്മി ശരിക്കും, ശരിക്കും, ശരിക്കും, ശരിക്കും ക്ഷീണിച്ചിരിക്കുകയാണെങ്കിൽ മാത്രമേ മമ്മി ദേഷ്യപ്പെട്ടു. അപ്പൊത്തന്നെ മമ്മി ക്ഷമ ചോദിക്കുന്നതുകൊണ്ട് കുഴപ്പമില്ല. അങ്ങനെയാണ് മമ്മി പറയാറ്."

"മമ്മി ജോലിയ്ക്ക് പോകാറുണ്ടോ?"

"ഉവ്വ്. ചിലപ്പോഴൊക്കെ."

"ഡാഡിയെ കണ്ടുമുട്ടിയ അതേ കടയിലാണോ മമ്മി ഇപ്പോഴും ജോലി ചെയ്യുന്നത്?"

"അല്ല."

"ജോലിയ്ക്ക് പോയിട്ട് മമ്മി എന്താ ചെയ്യാറ്?"

"പഠിപ്പിക്കും."

"എങ്ങനെയാണ് മമ്മി – എങ്ങനെയാണ് പഠിപ്പിക്കുന്നത്? എന്താണ് ഞാൻ പഠിപ്പിക്കുന്നത്?"

"ഫില്ല്... ഓ... ഫില്ല്-ഓ-വോസ്സോ-ഫീ..."

"ഫിലോസഫിയോ?"

"അതാണ് ഞാനും പറഞ്ഞത്!"

"ഞാൻ എവിടെയാ പഠിപ്പിക്കുന്നെ? യുണിവേഴ്സിറ്റിയിലാണോ?"

"അതെ!"

"ഏത് യൂണിവേഴ്സിറ്റി?" അവർ എവിടെയാണ് താമസിക്കുന്നത് എന്നവൾ ഓർത്തു. "കേംബ്രിഡ്ജ് യുണിവേഴ്സിറ്റിയിലാണോ?"

"അതു തന്നെ!"

അവൾ അതിനൊരു പൂർണ്ണരൂപം നൽകാൻ ശ്രമിച്ചു. ഒരുപക്ഷെ ഈ ജീവിതത്തിൽ അവൾ മാസ്റ്റേഴ്സ് ബിരുദത്തിനു വീണ്ടും അപേക്ഷിച്ചിട്ടുണ്ടാവും. അത് വിജയകരമായി പൂർത്തിയാക്കിയതിനാൽ ഇവിടെത്തന്നെ പഠിപ്പിക്കാൻ കയറിക്കാണും.

എന്തായാലും, ഈ ജീവിതത്തിൽ വല്ല വാചകവുമടിച്ച് പിടിച്ചുനിൽക്കണമെങ്കിൽ, കുറച്ചു കൂടുതൽ തത്വശാസ്ത്ര പുസ്തകങ്ങൾ അവൾ വായിക്കേണ്ടിവന്നേക്കും. പക്ഷെ അപ്പോൾ മോളി പറഞ്ഞു : "പക്ഷെ ഇപ്പൊ മമ്മി അത് നിർത്തിയേക്കുവാ."

"നിർത്തിയോ? എന്താ ഞാൻ നിർത്തിയത്?"

"പുസ്തകങ്ങൾ ചെയ്യുന്നത്!"

"നിനക്ക് വേണ്ടിയുള്ള പുസ്തകങ്ങളോ?"

"അല്ല, പൊട്ടി. വലിയവർക്ക് വേണ്ടിയുള്ള പുസ്തകങ്ങൾ."

"ഞാനൊരു പുസ്തകം എഴുതുകയാണോ?"

"അതെ! ഞാൻ അതല്ലേ പറഞ്ഞത്!"

"അതെയതെ. ഞാൻ ചില കാര്യങ്ങൾ നിന്നെക്കൊണ്ട് രണ്ടു തവണ പറയിക്കുകയാണ്. കാരണം, അതൊക്കെ രണ്ടുപ്രാവശ്യം നല്ലതാണ്. മാത്രവുമല്ല, അത് കരടികളോടുള്ള പേടി കുറയ്ക്കുകയും ചെയ്യും. ഓക്കേ?"

"ഓക്കേ."

"ഡാഡി ജോലി ചെയ്യുന്നുണ്ടോ?"

"ഡാഡിയുടെ ജോലി എന്താണെന്ന് നിനക്കറിയാമോ?"

"അറിയാം. ഡാഡി ആളുകളെ കീറിമുറിക്കും."

ഒരു നിമിഷത്തേയ്ക്ക് ആഷ് ഒരു സർജനാണ് എന്ന കാര്യം മറന്നു പോയ നോറാ, താൻ വല്ല തുടർ-കൊലപാതകിയുടെ വീട്ടിലുമാണോ വന്നു പെട്ടിരിക്കുന്നത് എന്നോർത്തുപോയി. "ആളുകളെ കീറിമുറിക്കുകയോ?"

"അതെ. ഡാഡി ആളുകളുടെ ശരീരം കീറിമുറിച്ച്, അവരെ ഭേദമാക്കും."

"ആ, അങ്ങനെ. ശരിയാ."

"ഡാഡി ആളുകളെ രക്ഷിക്കും!"

"അതെ, ശരിയാണ്."

"ഡാഡിയ്ക്ക് സങ്കടം വരുമ്പോഴും, ആ ആള് മരിക്കുമ്പോഴും ഒഴികെ."

"അതെ, അത് ഭയങ്കര സങ്കടമാണ്."

"ഡാഡി ഇപ്പോഴും ബെഡ്ഫോർഡിലാണോ ജോലി ചെയ്യുന്നത്? അതോ കേംബ്രിഡ്ജിലാണോ ജോലി ചെയ്യുന്നത്?"

അവൾ ചുമൽ കുലുക്കി. "കേംബ്രിഡ്ജാണോ?"

"ഡാഡി പാട്ടു പാടാറുണ്ടോ?"

"ഉവ്വ്. ഡാഡി പാട്ടു പാടാറുണ്ട്. പക്ഷെ വളരെ വളരെ വളരെ വളരെ മോശമായിട്ടാണ് പാടാറ്!" അത് പറയുമ്പോൾ അവൾ കുണുങ്ങിച്ചിരിച്ചു.

നോറായും പൊട്ടിച്ചിരിച്ചു. മോളിയുടെ കുണുങ്ങിച്ചിരി എളുപ്പം പടർന്നു പിടിക്കുന്നതായിരുന്നു. "അത്... നിനക്ക് ആന്റിമാരോ അങ്കിൾമാരോ ഉണ്ടോ?"

"ഉണ്ട്. എനിക്ക് ജയ ആന്റി ഉണ്ട്."

"ആരാണീ ജയ ആന്റി?"

"ഡാഡിയുടെ സഹോദരി."

"വേറെയാരെങ്കിലും ഉണ്ടോ?"

"ഉണ്ട്. അങ്കിൾ ജോയും, അങ്കിൾ ഇവാനും."

ഈ ജീവിതത്തിൽ ജോ ജീവനോടെയുണ്ട് എന്ന അറിവ്, നോറായ്ക്ക് ആശ്വാസം നൽകി. അവളുടെ ഒളിമ്പിക് ജീവിതത്തിലെ അതേ പങ്കാളിയോടൊത്തായിരുന്നു ജോ ഇപ്പോഴുമുണ്ടായിരുന്നത്. മാത്രവുമല്ല, മോളി അവരുടെ പേരുകൾ ഓർക്കത്തക്ക വിധത്തിൽ, അവർ അവളുടെ ജീവിതത്തിന്റെ ഒരു ഭാഗമാണു താനും.

"നമ്മളെപ്പോഴാണ് ജോ അങ്കിളിനെ അവസാനമായിട്ട് കണ്ടത്?"

"ക്രിസ്തുമസ്സിന്!"

"നിനക്ക് ജോ അങ്കിളിനെ ഇഷ്ടമാണോ?"

"ആണ്. അങ്കിൾ ഒരു തമാശക്കാരനാണ്. അങ്കിൾ എനിക്കൊരു പാൻഡയെ തന്നു."

"പാൻഡയോ?"

"എനിക്ക് കെട്ടിപ്പിടിക്കാൻ ഏറ്റവുമിഷ്ടം അതിനെയാണ്."

"പാൻഡകളും കരടികളാണ്."

"നല്ല കരടികളാണ്."

മോളി കോട്ടുവായിട്ടു. അവൾക്ക് ഉറക്കം വരുന്നുണ്ടായിരുന്നു.

"മമ്മിയും ജോ അങ്കിളും തമ്മിൽ നല്ല സ്നേഹത്തിലാണോ?"

"അതെ! നിങ്ങൾ എപ്പോഴും ഫോണിൽ സംസാരിക്കും!"

ഇത് നല്ല രസമുണ്ട്. ദി ലാബിറിന്ത്സിൽ താൻ ഇല്ലാതിരുന്ന ജീവിതങ്ങളിൽ മാത്രമേ താനും സഹോദരനും രമ്യതയിലായിരുന്നുള്ളൂ എന്ന് നോറാ അനുമാനിച്ചു (നീന്തലിൽ തുടരാനുള്ള തീരുമാനത്തിൽ നിന്നും വിഭിന്നമായി, ആഷുമായി കോഫി കുടിക്കാൻ പോയ നിമിഷം, അവളുടെ ദി ലാബിറിന്ത്സ് ജീവിതത്തെ, പിന്നത്തേയ്ക്ക് മാറ്റിവച്ചു). പക്ഷെ ഇവിടെ ആ സിദ്ധാന്തം കടപുഴക്കി എറിയപ്പെട്ടു. ഈ മിടുക്കിയായ മോളി തന്നെയായിരിക്കുമോ അവർക്കിടയിൽ നഷ്ടപ്പെട്ടുപോയ കണ്ണിയെന്ന് ചിന്തിക്കാതിരിക്കാൻ അവൾക്കായില്ല. ഒരുപക്ഷേ, അവൾക്കും സഹോദരനുമിടയിലെ വിടവ് നികത്തിയത് ഈ കുഞ്ഞിപ്പെണ്ണാവണം.

"നിനക്ക് അപ്പൂപ്പനും അമ്മൂമ്മയും ഉണ്ടോ?"

"സാൽ അമ്മൂമ്മ മാത്രം."

നോറായ്ക്ക്, തന്റെ സ്വന്തം മാതാപിതാക്കളുടെ മരണത്തെക്കുറിച്ച് കൂടുതൽ ചോദിച്ചു മനസ്സിലാക്കണം എന്നുണ്ടായിരുന്നു എങ്കിലും, അതിനു പറ്റിയ സമയം അതായിരുന്നില്ല.

"നീ സന്തുഷ്ടയാണോ? അതായത്, കരടികളെക്കുറിച്ച് ആലോചിക്കാതിരിക്കുമ്പോൾ നീ സന്തുഷ്ടയാണോ?"

"ആണെന്ന് തോന്നുന്നു."

"മമ്മിയും ഡാഡിയും സന്തുഷ്ടരാണോ?"

"അതെ," അവൾ മെല്ലെ പറഞ്ഞു. "ചിലപ്പോൾ. മമ്മി ക്ഷീണിക്കാത്തപ്പോൾ."

"നമ്മൾ ഒരുപാട് കളിയും ചിരിയുമൊക്കെയില്ലേ?"

അവൾ കണ്ണു തിരുമ്മി. "ഉണ്ട്."

"നമ്മുടെ വീട്ടിൽ വളർത്തുമൃഗങ്ങൾ ഉണ്ടോ?"

"ഉണ്ട്. പ്ലേറ്റോ."

"ആരാണീ പ്ലേറ്റോ?"

"നമ്മുടെ പട്ടി."

"എങ്ങനത്തെ പട്ടിയാണ് പ്ലേറ്റോ?"

മോളി അപ്പോഴേയ്ക്കും ഉറക്കം പിടിച്ചിരുന്നതിനാൽ, അവൾക്കതിനു മറുപടി ലഭിച്ചില്ല. നോറാ അവിടെ പരവതാനിയിൽ കിടന്ന്, കണ്ണുകളടച്ചു.

ഉണർന്നപ്പോൾ, ഒരു നാക്ക്, അവളുടെ മുഖം നക്കുകയായിരുന്നു.

ചിരി തൂകുന്ന കണ്ണുകളുള്ള, അവളെ കണ്ടതിലുള്ള സന്തോഷവും ആവേശവും വാലാട്ടി പ്രകടിപ്പിക്കുന്ന, ഒരു ലാബ്രഡോർ.

"പ്ലേറ്റോ?," അവൾ ഉറക്കച്ചടവോടെ ചോദിച്ചു.

അത് ഞാനാണ്, എന്ന മട്ടിൽ പ്ലേറ്റോ വാലാട്ടി.

നേരം വെളുത്തിരുന്നു. കർട്ടനുകളിലൂടെ വെളിച്ചം മുറിയിലേയ്ക്ക് ഇരച്ചു കയറുന്നുണ്ടായിരുന്നു. നോറാ തലേരാത്രി തിരിച്ചറിഞ്ഞ പാൻഡയുടെയും ആനയുടെയും ഉൾപ്പടെയുള്ള കളിപ്പാട്ടങ്ങൾ നിലത്തു ചിതറിക്കിടന്നിരുന്നു. അവൾ കട്ടിലിലേയ്ക്ക് നോക്കിയപ്പോൾ, അവിടം ശൂന്യമായിരുന്നു. മോളി മുറിയിലുണ്ടായിരുന്നില്ല. മോളിയുടേതിനേക്കാൾ ഭാരമുള്ള കാലടികൾ പടിക്കെട്ടിലൂടെ കയറിവരുന്ന ശബ്ദം അവൾ കേട്ടു.

അവൾ എഴുന്നേറ്റിരുന്നു. പരവതാനിയിൽ ഉറങ്ങിയെഴുന്നേറ്റ താൻ, ക്യൂറിന്റെ അയഞ്ഞ ടീഷർട്ടിലും (അതവൾക്ക് തിരിച്ചറിയാൻ കഴിഞ്ഞു), റ്റാർട്ടൻ പൈജാമ പാന്റിലും (അതവൾക്ക് തിരിച്ചറിയാൻ കഴിഞ്ഞില്ല), കോലം കെട്ടിരിക്കുകയാവും എന്നവൾക്കറിയാമായിരുന്നു. അവൾ മുഖം തൊട്ടുനോക്കി. അവൾ കിടക്കുകയായിരുന്ന ഭാഗം മുതൽ തടിച്ച പാടുകളുണ്ടായിരുന്നു. മുടിയാകട്ടെ – ഈ ജീവിതത്തിൽ അവൾക്ക് നീളമുള്ള മുടിയുണ്ടായിരുന്നു – അഴുക്കു പിടിച്ചും, മുഷിഞ്ഞും ഇരുന്നതുപോലെ അവൾക്കുതോന്നി. അയാൾ മുന്നിലെത്തിപ്പെട്ടുന്നതിന് കൃത്യം രണ്ടു സെക്കൻഡുകൾ ബാക്കി നിൽക്കേ, കാണാൻ കൊള്ളാവുന്ന മട്ടിലേയ്ക്ക് സ്വയം ഒന്നു മാറ്റിയെടുക്കാൻ അവൾ പെട്ടെന്നൊരു ശ്രമം നടത്തി. എല്ലാ രാത്രിയും ഒപ്പം കിടന്നുറങ്ങുകയും, അതേ സമയം, ഇതുവരെ ഒരിക്കൽപ്പോലും കൂടെ കിടന്നുറങ്ങാതിരിക്കുകയും ചെയ്ത ഒരു മനുഷ്യനുവേണ്ടിയായിരുന്നു അത്. ഷ്രോഡിങ്ങറുടെ പൂച്ചയെ ഓർമ്മയില്ലേ?

അപ്പോൾ പെട്ടെന്ന്, അദ്ദേഹം അവിടെയെത്തി.

സമ്പൂർണ്ണ ജീവിതം

ആഷിന്റെ മെലിഞ്ഞു ചടച്ച സുന്ദരമായ ആൺസൗന്ദര്യത്തിന്, പിതൃത്വം ചെറിയ ചില പോറലുകൾ മാത്രമേ ഏൽപ്പിച്ചിരുന്നുള്ളൂ. അങ്ങനെ എന്തെങ്കിലുമുണ്ടെങ്കിൽത്തന്നെയും, അന്ന് ഓടാൻ പോകുന്ന വേഷത്തിൽ തന്റെ വാതിൽക്കലെത്തിയ രൂപത്തെക്കാൾ ആരോഗ്യമുള്ള രൂപമായിരുന്നു ഇത്. പക്ഷെ ഇപ്പോൾ ധരിച്ചിരിക്കുന്നത് കുറച്ചുകൂടി വ്യത്യസ്തമായ, വില കൂടിയ വസ്ത്രങ്ങളാണ്. കൈയിൽ, മുട്ടിനു മുകളിലായി ഏതോ ഒരു ഫിറ്റ്നസ് ട്രാക്കർ ഇട്ടിട്ടുണ്ടായിരുന്നു.

പുഞ്ചിരിയോടെ നിന്ന അദ്ദേഹത്തിന്റെ കൈയിൽ രണ്ടു കോഫിക്കപ്പുകൾ ഉണ്ടായിരുന്നു – അതിലൊന്ന് നോറായ്ക്കുള്ളതായിരുന്നു. ആദ്യം കണ്ടുമുട്ടിയതുമുതൽ ഇതുവരെ അവരൊന്നിച്ച് എത്ര കോഫികൾ കുടിച്ചിട്ടുണ്ടാവും എന്നവൾ വെറുതെ ചിന്തിച്ചു.

"ഓ, നന്ദി."

"അയ്യോ, നോർ, നീയിന്നലെ എവിടെയാ കിടന്നുറങ്ങിയത്?" അദ്ദേഹം ചോദിച്ചു.

നോർ.

"കൂടുതൽ സമയവും അതെ. ഞാൻ തിരിച്ചു മുറിയിലേയ്ക്ക് വരണം എന്നാണ് കരുതിയിരുന്നത്. പക്ഷെ മോളി എന്തോ പേടിച്ചിരിക്കുകയായിരുന്നു. അവളെ സമാധാനിപ്പിച്ചു കഴിഞ്ഞപ്പോഴേയ്ക്ക് ഞാൻ ക്ഷീണിച്ച് ഇവിടെത്തന്നെ കിടന്നു."

"അയ്യോ, എന്നോട് ക്ഷമിക്കു. അവൾ വിളിച്ചത് ഞാൻ കേട്ടതു പോലുമില്ല." ആത്മാർത്ഥമായും അദ്ദേഹം ദുഃഖിതനായിരുന്നു എന്നു തോന്നി. "അത് ചിലപ്പോൾ എന്റെ തെറ്റായിരിക്കും. ഇന്നലെ ജോലിയ്ക്ക് ഇറങ്ങുന്നതിനുമുൻപ് ഞാൻ അവൾക്ക് യൂട്യൂബിൽ കരടികളെക്കുറിച്ചുള്ള ചില വീഡിയോകൾ കാണിച്ചിരുന്നു."

"അത് സാരമില്ല."

"എന്തായാലും ഞാൻ പ്ലേറ്റോയെ നടക്കാൻ കൂട്ടിക്കൊണ്ടു പോയിട്ടു വന്നു. ഇന്ന് ഞാൻ ഉച്ചവരെ ആശുപത്രിയിൽ ഇല്ല. ഇന്ന് ജോലി കഴിയുമ്പോൾ വൈകും. ലൈബ്രറിയിൽ പോകണം എന്നു പറഞ്ഞിരുന്നത്, ഇന്ന് പോകുന്നുണ്ടോ?"

"ഓ. അതെ, ചിലപ്പോൾ ഞാൻ പോകില്ല കേട്ടോ."

"ശരി, എങ്കിൽ ഞാൻ മോളിയ്ക്ക് കഴിക്കാൻ ഭക്ഷണം കൊടുത്ത്, ഞാൻ അവളെ സ്കൂളിൽ വിട്ടേക്കാം."

"ഇന്ന് ജോലിത്തിരക്കുണ്ടെങ്കിൽ, മോളിയെ ഞാൻ കൊണ്ടുപോയി വിടാം," നോറാ പറഞ്ഞു.

"ഏയ് അത്ര കുഴപ്പം പിടിച്ചതൊന്നുമല്ല. ഇതുവരെ ഒരു ഗാൾ ബ്ലാഡറും, ഒരു പാൻക്രിയാസും മാത്രമേ കുഴപ്പമായിട്ടുള്ളൂ. അത് കുഴപ്പ മുള്ളതല്ല. ഞാൻ ഒന്ന് ഓടി വരാൻ പോവുകയാണ്."

"ശരി. അതെ. ഞായറാഴ്ചത്തെ ഹാഫ്-മാരത്തോണിനു വേണ്ടി."

"എന്താ?"

"ഒന്നുമില്ല. അത് വിട്," നോറാ പറഞ്ഞു. "താഴെ കിടന്നെഴുന്നേറ്റപ്പോ എനിക്ക് വട്ടായി."

"സാരമില്ല. പിന്നെ, എന്റെ സഹോദരി വിളിച്ചിരുന്നു. കിയു ഗാർഡൻ സിന്റെ കലണ്ടറിൽ ഉപയോഗിക്കാൻ വേണ്ട ചിത്രങ്ങൾ വരച്ചുകൊടുക്കാൻ അവളോട് ആവശ്യപ്പെട്ടുവത്രേ. എല്ലാം ചെടിയുടെ ചിത്രങ്ങൾ. അവൾക്ക് ഒത്തിരി സന്തോഷമായി."

അദ്ദേഹം പുഞ്ചിരിച്ചു. നോറാ കേട്ടിട്ടുപോലുമില്ലാത്ത ആ സഹോദരി യുടെ കാര്യത്തിൽ അയാൾക്ക് ഒരുപാട് സന്തോഷമുണ്ടായിരുന്നു എന്നു തോന്നി. അവളുടെ ചത്തുപോയ പൂച്ചയുടെ കാര്യത്തിൽ അദ്ദേഹം കാണിച്ച കാരുണ്യത്തിന് നന്ദി പറയണം എന്നവൾക്കുണ്ടായിരുന്നു. പക്ഷെ അങ്ങ നെതന്നെ പറയാൻ കഴിയില്ലല്ലോ. അതുകൊണ്ട് "നന്ദി" എന്നു മാത്രം അവൾ പറഞ്ഞു.

"എന്തിന്?"

"എല്ലാത്തിനും."

"ശരി. ഓക്കേ."

"അപ്പൊ, നന്ദി."

അദ്ദേഹം തലകുലുക്കി. "നല്ല കാര്യം. ഇപ്പോൾ ഓടാനുള്ള സമയമായി."

കോഫി വലിച്ചുകുടിച്ചിട്ട് അദ്ദേഹം അപ്രത്യക്ഷനായി. നോറാ ആ മുറി അരിച്ചുപെറുക്കി, കിട്ടാവുന്ന എല്ലാ വിവരങ്ങളും ശേഖരിച്ചു. ഓരോ പാവയും, പുസ്തകവും, പ്ലഗ്ഗിന്റെ സോക്കറ്റ് പോലും തന്റെ ജീവിതത്തിന്റെ ജിഗ്സോ പസിലിന്റെ കണ്ണികളാണെന്ന മട്ടിൽ അവൾ സസൂക്ഷ്മം പരിശോധിച്ചു.

ഒരു മണിക്കൂറിനു ശേഷം മോളിയെ അവളുടെ പ്ലേ സ്കൂളിലേയ്ക്ക് അയച്ച ശേഷം, നോറാ തന്റെ പതിവ് പരിപാടി തുടങ്ങി – മെയിലുകളും സാമൂഹ്യമാധ്യമങ്ങളും പരിശോധിക്കൽ. ഈ ജീവിതത്തിൽ സാമൂഹ്യ മാധ്യമത്തിൽ അത്ര സജീവമായിരുന്നില്ല. അതെപ്പോഴും ഒരു നല്ല കാര്യമാ യിട്ടാണ് അവൾക്ക് തോന്നിയിരുന്നത്. പക്ഷെ കുന്നുകണക്കിനു ഇമെയി ലുകൾ അവൾക്ക് വന്നിട്ടുണ്ടായിരുന്നു. അവ വായിച്ചു നോക്കിയപ്പോഴാണ്,

താൻ 'വെറുതെ' ജോലിയിൽ നിന്നും വിട്ടു നിൽക്കുകയല്ല എന്നും, ഔദ്യോഗികമായിത്തന്നെ ഒരിടവേളയിലാണ് എന്നും അവൾക്ക് മനസ്സിലായത്. ഹെൻറി ഡേവിഡ് തോറോയെക്കുറിച്ചും, അദ്ദേഹത്തിന്റെ ആധുനിക കാല പരിസ്ഥിതി പ്രവർത്തനങ്ങളുടെ പ്രസക്തിയെക്കുറിച്ചും പുസ്തകം എഴുതാൻ വേതനത്തോടു കൂടിയ അവധിയിലായിരുന്നു അവൾ. ഒരു ഗവേഷണ വേതനത്തിന്റെ സഹായത്തോടെ, ആ വർഷം അവസാനം, മസ്സാച്ചുസെറ്റ്സിലെ കോൺകോർഡിലുള്ള വാൾഡൻ പോണ്ട് സന്ദർശിക്കാനും അവൾ പദ്ധതിയിട്ടിരുന്നു.

ഇത് കൊള്ളാവുന്ന ഒരു ജീവിതമാണെന്ന് തോന്നുന്നു.

അലോസരപ്പെടുത്തുന്ന സുഖമുള്ള ഒന്ന്.

നല്ല പട്ടണത്തിലെ, നല്ല വീട്ടിൽ, നല്ല ഭർത്താവും, നല്ല മകളുമായുള്ള, നല്ല ജീവിതം. നല്ലതുകളുടെ ഒരു ധാരാളിത്തം. അവളുടെ എക്കാലത്തെയും പ്രിയപ്പെട്ട തത്വശാസ്ത്രജ്ഞനെക്കുറിച്ച് ദിവസം മുഴുവൻ സ്വസ്ഥമായിരുന്നു വായിക്കാനും, ഗവേഷണം നടത്താനും എഴുതാനും കഴിയുന്ന ഒരു ജീവിതം.

"ഇത് കൊള്ളാം," അവൾ പട്ടിയോടു പറഞ്ഞു. "ഇത് കൊള്ളാമല്ലേ?"

പ്ലേറ്റോ തന്റെ താൽപര്യക്കുറവ് ഒരു കോട്ടുവായിലൂടെ പുറത്തേയ്ക്കു വിട്ടു.

പിന്നീടവൾ വീട് കണ്ട് മനസ്സിലാക്കാൻ പുറപ്പെട്ടു. സുഖത്തോടെ സോഫയിൽ ചുരുണ്ടുകൂടിയിരുന്ന ലാബ്രഡോർ അവളെ സാകൂതം നോക്കിക്കൊണ്ടിരുന്നു. സ്വീകരണമുറി വളരെ വലുതായിരുന്നു. പാദം പുതഞ്ഞുപോകുന്നത്ര പതുപതുത്ത പരവതാനി.

നിലത്ത് വെളുത്ത പലക, ടിവി, അടുപ്പ്, ഇലക്ട്രിക് പിയാനോ, ചാർജിൽ കിടന്നിരുന്ന രണ്ടു പുതിയ ലാപ്ടോപ്പുകൾ, മഹാഗണി കൊണ്ടുണ്ടാക്കിയ ചെറിയ പെട്ടിയ്ക്കു മേൽ വച്ചിരുന്ന വ്യത്യസ്തമായ അലങ്കാരങ്ങളുള്ള ഒരു ചെസ്സ് സെറ്റ്, വൃത്തിയായി ഒതുക്കി വച്ചിരിക്കുന്ന പുസ്തകത്തട്ടുകൾ. ഒരു കോണിൽ വിശ്രമിക്കുന്ന ഭംഗിയുള്ള ഒരു ഗിറ്റാർ. അതൊരു ഇലക്ട്രോ-അക്കോസ്റ്റിക്ക് 'മിഡ്നൈറ്റ് സാറ്റിൻ' ഫെൻഡർ മാലബൂ ഇനം ഗിറ്റാറാണെന്ന് കണ്ട മാത്രയിൽത്തന്നെ നോറാ തിരിച്ചറിഞ്ഞു. സ്ട്രിംഗ് തിയറിയിലെ അവസാന ആഴ്ചയിൽ അതിലൊന്ന് അവൾ വിറ്റിരുന്നു.

സ്വീകരണമുറി നിറയെ ചില്ലിട്ടു വച്ച ചിത്രങ്ങൾ കൊണ്ടലങ്കരിച്ചിരുന്നു. ആഷിന്റെ മുഖസാദൃശ്യമുള്ള ഒരു സ്ത്രീയ്ക്കൊപ്പം നിൽക്കുന്ന, അവൾക്കറിയാത്ത കുട്ടികൾ. അത് അദ്ദേഹത്തിന്റെ സഹോദരിയാവണം. അവളുടെ മരിച്ചുപോയ മാതാപിതാക്കളുടെ, വിവാഹനാളിലെ, ഒരു പഴയ ഫോട്ടോ. അതിനടുത്തായി, അവളുടെയും ആഷിന്റെയും വിവാഹ ഫോട്ടോ. അതിൽ പുറകിലായി അവളുടെ സഹോദരനും ഉണ്ടായിരുന്നു. പ്ലേറ്റോയുടെ ഒരു ഫോട്ടോ. മറ്റൊന്ന് ഒരു കുഞ്ഞിന്റേതായിരുന്നു; അത് മോളിയാവണം.

അവൾ പുസ്തകങ്ങളിലൂടെ കണ്ണോടിച്ചു. യോഗയുടെ ചില ലഘുഗ്രന്ഥങ്ങളുണ്ടായിരുന്നുവെങ്കിലും, തന്റെ മൂലജീവിതത്തിൽ ഉണ്ടായിരുന്നതുപോലത്തെ സെക്കൻഡ്ഹാൻഡ് പുസ്തകങ്ങൾ ആയിരുന്നില്ല അവ. പിന്നെ

കുറച്ച് വൈദ്യ സംബന്ധമായ പുസ്തകങ്ങൾ. യൂണിവേഴ്സിറ്റി കാലം മുതൽ തന്റെ പക്കലുണ്ടായിരുന്ന ബെർട്രാൻഡ് റസ്സലിന്റെ *പാശ്ചാത്യ തത്വശാസ്ത്രത്തിന്റെ ചരിത്രം*, ഹെൻറി ഡേവിഡ് തോറോയുടെ വാൾഡൻ എന്നീ പുസ്തകങ്ങൾ അവൾ തിരിച്ചറിഞ്ഞു. പരിചയമുള്ള *ഭൂഗർഭശാസ്ത്രത്തിന്റെ തത്വങ്ങൾ* എന്ന പുസ്തകവും അവിടെ കണ്ടു. തോറോയെക്കുറിച്ചുള്ള നിരവധി പുസ്തകങ്ങൾ അവിടെയുണ്ടായിരുന്നു. പ്ലേറ്റോയുടെ *റിപ്പബ്ലിക്കിന്റെ* പകർപ്പുകൾ ഉണ്ടായിരുന്നു. അതിലുണ്ടായിരുന്ന, ഹന്നാ ഏറിന്റിന്റെ *സമഗ്രാധിപത്യത്തിന്റെ ഉത്പത്തി* എന്ന പുസ്തകത്തിന്റെ പഴയ പതിപ്പുകളായിരുന്നു അവളുടെ മൂലജീവിതത്തിൽ ഉണ്ടായിരുന്നത്. ജൂലിയ ക്രിസ്റ്റേവ, ജൂഡിത്ത് ബട്ലർ, ചിമമാൺട ൻങ്കോസി അടീച്ചി എന്നിവരുടെ, കണ്ടാൽ ബുദ്ധിജീവികളുടേത് എന്നു തോന്നുന്ന തരം പുസ്തകങ്ങൾ. പൗരസ്ത്യതത്വശാസ്ത്രത്തെക്കുറിച്ചുള്ള ഒരുപാട് പഠനങ്ങളും അവിടെയുണ്ടായിരുന്നു. മുൻപൊരിക്കലും അവളതൊന്നും വായിച്ചിരുന്നില്ല. ഈ ജീവിതത്തിൽ തുടരണോ എന്നൊരു നിമിഷം അവളാലോചിച്ചെങ്കിലും, തുടരാതിരിക്കാൻ തക്കതായി ഒന്നും അവൾക്ക് തോന്നിയില്ല. കേംബ്രിഡ്ജിൽ വീണ്ടും പഠിപ്പിക്കാൻ പോകേണ്ടിവരുന്നതിനു മുൻപ് ഇതൊക്കെ എങ്ങനെയെങ്കിലും വായിക്കാൻ വല്ല വഴിയുമുണ്ടോ എന്നവൾ ആലോചിച്ചു.

നോവലുകൾ, ഡിക്കൻസിന്റെ ചില പുസ്തകങ്ങൾ, *ദി ബെൽ ജാർ*, പ്രമാദമായ ശാസ്ത്രവിഷയങ്ങളെ ഗഹനമായി പ്രതിപാദിക്കുന്ന പുസ്തകങ്ങൾ, കുറച്ച് സംഗീത സംബന്ധിയായ പുസ്തകങ്ങൾ, കുട്ടികളെ വളർത്തുന്നത് സംബന്ധിച്ച ചില ലഘുലേഖകൾ, റാൽഫ് വാൽഡോ എമേഴ്സൺ എഴുതിയ *നേച്ചർ*, റേച്ചൽ കാഴ്സൺ എഴുതിയ *സൈലന്റ് സ്പ്രിങ്*, കാലാവസ്ഥാ വ്യതിയാനത്തെപ്പറ്റിയുള്ള ചില പുസ്തകങ്ങൾ, *ആർട്ടിക് ഡ്രീംസ്: ഇമാജിനേഷൻ ആൻഡ് ഡിസയർ ഇൻ എ നോർത്തേൺ ലാൻഡ്സ്കേപ്പ്* എന്ന പുസ്തകത്തിന്റെ വലിയൊരു ഹാർഡ്ബാക്ക് പതിപ്പ്.

ഇത്രയ്ക്ക് ബുദ്ധി ഉപയോഗിച്ച് ഒരു ജീവിതം, അവളെ സംബന്ധിച്ചിടത്തോളം, വളരെ അപൂർവ്വമായിരുന്നു. ഉറപ്പായിട്ടും കേംബ്രിഡ്ജിലെ ഒരു മാസ്റ്റേഴ്സ് ബിരുദവും, വേതനത്തോട് കൂടിയ അവധിയിലിരുന്ന് പ്രിയപ്പെട്ട തത്വശാസ്ത്രജ്ഞനെപ്പറ്റി എഴുതാൻ ലഭിച്ച അവസരത്തിന്റെയും ബാക്കിപത്രങ്ങളാണ്.

“ഞാൻ നിന്നിലൊരു മതിപ്പുളവാക്കിയിരിക്കുന്നു,” അവൾ പട്ടിയോടു പറഞ്ഞു. “അതങ്ങ് സമ്മതിച്ചേക്ക്.”

പാട്ടുപുസ്തകങ്ങളുടെ ഒരു കെട്ടും അവിടെ ഉണ്ടായിരുന്നു. അതിന്റെ ഏറ്റവും മുകളിലെ പുസ്തകം കണ്ടപ്പോൾ നോറായിൽ ഒരു പുഞ്ചിരി വിരിഞ്ഞു – ആഷ് കോഫി കുടിക്കാൻ ക്ഷണിച്ച അന്ന്, അവൾ അദ്ദേഹത്തിനു വിറ്റ സൈമൺ ആൻഡ് ഗാഫങ്കൾ പുസ്തകമായിരുന്നു അത്. കോഫി ടേബിളിൽ, സ്പാനിഷ് പ്രകൃതിദൃശ്യങ്ങളുടെ ചിത്രങ്ങളടങ്ങിയ, കട്ടിയുള്ള, തിളക്കമുള്ള പുറംചട്ടയോടു കൂടിയ ഒരു പുസ്തകമുണ്ടായിരുന്നു. സോഫയിൽ, *ദി എൻസൈക്ലോപീഡിയ ഓഫ് പ്ലാന്റ്സ് ആൻഡ് ഫ്ലവേഴ്സ്* എന്ന ഒരു പുസ്തകം.

മാസികകൾ വയ്ക്കുന്ന തട്ടിൽ, നാഷണൽ ജിയോഗ്രാഫിക്കിന്റെ ഏറ്റവും പുതിയ ലക്കം – പുറംചട്ടയിൽ തമോഗർത്തത്തിന്റെ ചിത്രമുള്ളത്.

ചുവരിൽ ഒരു ചിത്രമുണ്ടായിരുന്നു. ബാഴ്സിലോണയിലെ മ്യൂസിയത്തിൽ നിന്നുമുള്ള മിറോയുടെ ഒരു പ്രിന്റഡ് ചിത്രം.

"ഞാനും ആഷും ഒന്നിച്ച് ബാഴ്സിലോണയിൽ പോയിട്ടുണ്ടോ, പ്ലേറ്റോ?" അവർ രണ്ടുപേരും കൈകോർത്തു പിടിച്ച്, ഗോത്തിക് ക്വാർട്ടറിലെ തെരുവുകളിലൂടെ നടക്കുന്നതും, ബാറിനുള്ളിലേയ്ക്ക് കയറിച്ചെന്ന് റിയോഹാ വൈനിനൊപ്പം റ്റാപ്പസ് ഭക്ഷിക്കുന്നതുമൊക്കെ അവൾ ആലോചിച്ചു നോക്കി.

പുസ്തക അലമാരയുടെ എതിർവശത്തെ ഭിത്തിയിൽ ഒരു കണ്ണാടിയുണ്ടായിരുന്നു. കൊത്തുപണികളുള്ള വെള്ള ഫ്രെയിമുള്ള വലിയൊരു കണ്ണാടി. ഓരോ ജീവിതത്തിലൂടെയും പോകുമ്പോൾ രൂപത്തിൽ കാണുന്ന മാറ്റങ്ങൾ ഇപ്പോഴവൾക്കൊരു അതിശയമൊന്നുമല്ല. എല്ലാ രൂപത്തിലൂടെയും, വലിപ്പത്തിലൂടെയും, മുടിയുടെ ശൈലിയിലൂടെയും അവൾ കടന്നുപോയിട്ടുണ്ട്. ഈ ജീവിതത്തിൽ അവൾ തികച്ചും *സന്തോഷവതിയായി* കാണപ്പെട്ടു. ഇത്തരമൊരു വ്യക്തിയുമായി ചങ്ങാത്തം സ്ഥാപിക്കാൻ അവൾക്ക് തീർച്ചയായും താൽപര്യം തോന്നും. ആ പ്രതിബിംബത്തിൽ അവൾ കണ്ടത് ഒരു ഒളിമ്പ്യനെയോ, ഒരു റോക്ക് താരത്തെയോ, മെയ്‌വഴക്കമുള്ള ഒരു അഭ്യാസിയെയോ ആയിരുന്നില്ല. മറിച്ച്, കണ്ടിടത്തോളം വച്ചു നോക്കുമ്പോൾ, നല്ലൊരു ജീവിതം നയിക്കുന്നു എന്ന് തോന്നിപ്പിച്ച ഒരാളിനെയായിരുന്നു. താൻ എന്താണെന്നും, ജീവിതത്തിൽ എന്താണ് ചെയ്തുകൊണ്ടിരിക്കുന്നതെന്നും ഏകദേശ ധാരണയുള്ള ഒരു മുതിർന്ന വ്യക്തി. വലിയ നാടകീയതകളൊന്നുമില്ലാത്ത നീളം കുറഞ്ഞ മുടിയായിരുന്നു അവളുടേത്. ഭക്ഷണക്രമീകരണം മൂലമോ, റെഡ് വൈൻ ഒഴിവാക്കിയത് മൂലമോ, വ്യായാമം മൂലമോ, കുളിമുറിയിൽ കണ്ട വിലകൂടിയ ക്ലെൻസറുകളും മോയ്സ്ചറൈസറുകളും ഉപയോഗിക്കുന്നതു മൂലമോ ആവണം, മൂലജീവിതത്തിലേതിനേക്കാൾ ആരോഗ്യമുള്ള ത്വക്ക് അവൾക്കുണ്ടായിരുന്നു.

"അതായത്," അവൾ പ്ലേറ്റോയോടു പറഞ്ഞു. "ഇതൊരു നല്ല ജീവിതമാണല്ലേ?"

പ്ലേറ്റോ അത് സമ്മതിക്കുന്നതു പോലെ തോന്നി.

പ്രപഞ്ചവുമായി ആഴമേറിയ ബന്ധം ഉണ്ടാകുവാനുള്ള ആത്മീയാന്വേഷണം

അടുക്കളയിലെ മരുന്നുമേശ കണ്ടെത്തിയ അവൾ, അതിലെ സാധനങ്ങൾ പരിശോധിച്ചു. കുറച്ച് പ്ലാസ്റ്ററുകളും, കുറച്ച് ഐബ്യുപ്രോഫിൻ, കാൾപോൾ, മൾട്ടിവൈറ്റമിൻ ഗുളികകളും, ഓടാൻ പോകുന്നവർ കാൽമുട്ടിൽ കെട്ടാറുള്ള തരം ബാൻഡേജുകളും കണ്ടു. എന്നാൽ അതിൽ ആന്റി-ഡിപ്രസ്സന്റ് ഗുളികകൾ ഉണ്ടായിരുന്നതിന്റെ ലക്ഷണം പോലുമില്ലായിരുന്നു.

ഇതുതന്നെയാവണം. ഒടുവിൽ, അവൾ സ്ഥിരമായി നിൽക്കാൻ പോകുന്ന ജീവിതം ഇതുതന്നെയാവണം. അവൾ തിരഞ്ഞെടുത്തേക്കാമായിരുന്ന ജീവിതം. അവൾ പുസ്തകത്തട്ടിലേയ്ക്ക് തിരികെ വയ്ക്കാത്ത തരം ജീവിതം.

ഇവിടെ എനിക്ക് സന്തോഷമായിരിക്കാൻ കഴിയും.

അൽപനേരം കഴിഞ്ഞ്, കുളിക്കാൻ കയറിയപ്പോൾ, ശരീരത്തിൽ പുതിയ അടയാളങ്ങൾ വല്ലതും ഉണ്ടോയെന്നറിയാൻ അവൾ ശരീരം മുഴുവൻ പരിശോധിച്ചു. അതിൽ ടാറ്റൂ ഒന്നുമില്ലായിരുന്നു എങ്കിലും, ഒരു പാടുണ്ടായിരുന്നു. സ്വയം ഉണ്ടാക്കിയ പാടായിരുന്നില്ല അത്. പൊക്കിളിനു കീഴിലായി, കുറുകെ, നീളത്തിൽ ഒരെണ്ണം – ഏതോ ശസ്ത്രക്രിയയുടെ അടയാളം പോലെ. സിസേറിയന്റെ വടു അവൾ മുൻപ് കണ്ടിട്ടുണ്ട്. അവൾ തള്ളവിരൽ അതിലൂടെ ഓടിച്ചു. ഈ ജീവിതത്തിൽ താൻ തുടർന്നിരുന്നു എങ്കിൽപ്പോലും, താൻ എപ്പോഴും അതിൽ വൈകിയേ എത്തിച്ചേർന്നിട്ടുണ്ടാവൂ എന്നായിരുന്നു അവളപ്പോൾ ചിന്തിച്ചത്.

മോളിയെ വിട്ടശേഷം ആഷ് തിരികെയെത്തി.

അദ്ദേഹം തന്റെ നഗ്നത കാണാതിരിക്കാൻ വേണ്ടി, അവൾ തിടുക്കത്തിൽ വസ്ത്രം ധരിച്ചു.

അവർ ഒന്നിച്ചാണ് പ്രാതൽ കഴിച്ചത്. അടുക്കളമേശയിലിരുന്ന് ബ്രെഡ് ടോസ്റ്റ് കഴിച്ചുകൊണ്ട്, അവർ അന്നത്തെ വാർത്തകളിലൂടെ കണ്ണോടിച്ചു. ഉത്തമദാമ്പത്യത്തിന്റെ ജീവിച്ചിരിക്കുന്ന പ്രതീകമാണ് അവർ എന്നു തോന്നി.

ആഷ് ആശുപത്രിയിലേയ്ക്ക് പോയ ശേഷം അവൾ പകൽ മുഴുവൻ

വീട്ടിലിരുന്ന് തോറോയെക്കുറിച്ച് ഗവേഷണം നടത്തി. താൻ എത്രത്തോളം എഴുതിവെച്ചിട്ടുണ്ട് എന്നവൾ നോക്കി. അത്ര മോശമല്ലാത്ത 42,729 വാക്കുകൾ താൻ ഇതിനോടകം എഴുതിക്കഴിഞ്ഞു എന്ന് മനസ്സിലായ അവൾക്ക് സ്വയം ഒരു മതിപ്പ് തോന്നി. ടോസ്റ്റ് കഴിച്ച ശേഷം, അവൾ മോളിയെ സ്കൂളിൽ നിന്നും കൂട്ടിക്കൊണ്ടു വരാൻ പോയി.

'എപ്പോഴത്തെയും' പോലെ പാർക്കിൽ പോയി താറാവുകൾക്ക് തീറ്റ കൊടുക്കണം എന്ന് മോളി പറഞ്ഞു. അതുകൊണ്ട്, ഗൂഗിൾ മാപ്സിൽ അവളറിയാതെ വഴി നോക്കിക്കൊണ്ട് അവൾ മോളിയേയും കൊണ്ട് അങ്ങോട്ടു പോയി.

കൈ കഴയ്ക്കുന്നതു വരെ നോറാ അവളെ ഒരു ഊഞ്ഞാലിൽ ഇരുത്തി ആട്ടിക്കൊടുത്തു. അവൾക്കൊപ്പം സ്ലൈഡിൽ താഴേയ്ക്ക് നിരങ്ങുകയും, മെറ്റൽ കൊണ്ടുള്ള വലിയ തുരങ്കങ്ങളിലൂടെ അവൾക്ക് പിന്നാലെ ഇഴയുകയും ചെയ്തു. പിന്നീടവർ ഒരു പാത്രത്തിൽ നിന്നും ഉണങ്ങിയ ഓട്ട്സ് എടുത്ത് കുളത്തിലെ താറാവുകൾക്കിട്ടു കൊടുത്തു.

മടങ്ങിയെത്തിയ ശേഷം അവൾ മോളിയ്ക്കൊപ്പം ടിവിയ്ക്ക് മുന്നിൽ സമയം ചെലവിടുകയും, അവൾക്ക് വേണ്ട അത്താഴം കഴിപ്പിക്കുകയും, ഉറങ്ങാൻ പോകുന്നതിനു മുൻപ് കഥ വായിച്ചുകൊടുക്കുകയും ചെയ്തു. എല്ലാം ആഷ് മടങ്ങിയെത്തുന്നതിനു മുൻപ് അവൾ ചെയ്തു തീർത്തു.

ആഷ് വന്നതിനു ശേഷം, വീട്ടുമുറ്റത്തെത്തിയ ഒരു മനുഷ്യൻ അകത്തേയ്ക്ക് കയറാൻ ശ്രമിക്കുകയും, നോറാ വാതിൽ വലിച്ചടയ്ക്കുകയും ചെയ്തു.

"നോറാ?"

"പറയൂ."

"നീ എന്താ ആഡമിനോട് വല്ലാതെ പെരുമാറിയത്?"

"എന്താ?"

"അയാൾക്കത് കുറച്ചു വിഷമമായെന്നു തോന്നുന്നു."

"അതെന്താ?"

"അയാളെ തീർത്തും പരിചയമില്ലാത്തതു പോലെയായിരുന്നു നീ പെരുമാറിയത്."

"അയ്യോ. എന്നോട് ക്ഷമിക്കൂ," നോറാ പുഞ്ചിരിച്ചു.

"മൂന്നു വർഷമായി നമ്മുടെ അയൽക്കാരനാണ്. അയാളുടെയും ഹന്നയുടെയും കൂടെയാണ് നമ്മൾ ലേക്ക് ഡിസ്ട്രിക്ടിൽ ക്യാംപിങ്ങിന് പോയതും."

"അതെ. ശരിയാണ്. എനിക്കറിയാം."

"നീ അയാളെ അകത്തേയ്ക്ക് കടക്കാൻ സമ്മതിക്കാത്തതു പോലെ തോന്നി. അയാൾ വലിഞ്ഞുകയറി വന്ന ഒരാളാണ് എന്ന പോലെ."

"അങ്ങനെ തോന്നിയോ?"

"അയാളുടെ മുഖത്തേയ്ക്കാണ് നീ വാതിൽ വലിച്ചടച്ചത്."

"ഞാൻ വാതിലടച്ചു എന്നേയുള്ളൂ. അതയാളുടെ മുഖത്തൊന്നുമായിരുന്നില്ല. പക്ഷെ ചുമ്മാ എപ്പോ വേണമെങ്കിലും വന്നങ്ങു ഇടിച്ചുകയറാം എന്ന ചിന്ത അയാൾക്ക് വേണ്ട എന്ന് കരുതിയാണ്."

"അയാൾ ആ ഹോസ് തിരികെ കൊണ്ടുവന്നതായിരുന്നു."

"ഓ ആണോ? എന്തായാലും നമുക്ക് ഹോസൊന്നും വേണ്ട. അവ ഈ ഭൂമിയ്ക്ക് ദോഷമാണ്."

"നിനക്ക് കുഴപ്പമൊന്നുമില്ലല്ലോ?"

"എനിക്കെന്തു കുഴപ്പം?"

"നിന്നെക്കുറിച്ചോർത്ത് ഒരു വേവലാതി..."

പൊതുവെ കാര്യങ്ങളൊക്കെ നന്നായിത്തന്നെ പോകുന്നുണ്ടായിരുന്നുവെങ്കിലും, ഓരോ നിമിഷവും താൻ ലൈബ്രറിയിൽ തിരികെയെത്തിയേക്കുമോ എന്നവൾ ഭയന്നുകൊണ്ടിരുന്നു. പക്ഷെ അതുണ്ടായില്ല. ഒരു ദിവസം യോഗ ക്ലാസ്സിനു ശേഷം, ക്യാം നദിക്കരയിലെ ഒരു ബെഞ്ചിലിരുന്ന് അവൾ തോറോയുടെ രചനകൾ വീണ്ടും വായിച്ചു. അതിനടുത്ത ദിവസം പകൽ, ഏതോ ഒരു ടിവി ചാനൽ, *ലാസ്റ്റ് ചാൻസ് സലൂൺ 2*-ന്റെ സെറ്റിൽ വച്ച് റയാൻ ബെയ്‌ലിയുമായി നടത്തിയ ഒരഭിമുഖം അവൾ കണ്ടു. 'പ്രണയാതുരമായ ഒരന്തരീക്ഷത്തിൽ സ്വസ്ഥമായി ജീവിക്കുന്നതിനേക്കാൾ', 'പ്രപഞ്ചവുമായി ആഴമേറിയ ബന്ധം സ്ഥാപിക്കുവാൻ വേണ്ടിയുള്ള ആത്മീയാന്വേഷണ'ത്തിലാണ് താൻ എന്നാണ് അയാൾ അതിൽ പറഞ്ഞത്.

അവൾക്ക് ഇസ്സിയിൽ നിന്നും തിമിംഗലങ്ങളുടെ പടങ്ങൾ വരുമായിരുന്നു. താൻ ഈയിടെ ഓസ്ട്രേലിയയിൽ നടന്ന ദാരുണമായ ഒരു കാറപകടത്തെപ്പറ്റി എവിടെയോ വായിച്ചുവെന്ന് അവൾ ഇസ്സിയ്ക്ക് വാട്സാപ്പിൽ സന്ദേശമയക്കുകയും, എപ്പോഴും സൂക്ഷിച്ചു വണ്ടിയോടിച്ചു കൊള്ളാമെന്ന് അവളെക്കൊണ്ട് സമ്മതിപ്പിക്കുകയും ചെയ്തു.

ഈ ജീവിതത്തിൽ ഡാൻ എന്താണ് ചെയ്യുന്നത് എന്നറിയാനുള്ള ആഗ്രഹം തനിക്കില്ല എന്നത് അവൾക്ക് ആശ്വാസം നൽകി. എന്നാൽ, ആഷുമൊത്തുള്ള ജീവിതം ലഭിച്ചതിൽ അവൾ നന്ദിയുള്ളവളായിരുന്നു. കുറച്ചുകൂടി കൃത്യമായി പറയുകയാണെങ്കിൽ : അദ്ദേഹം നല്ലൊരാളായതുകൊണ്ടും, അവരുടെ ജീവിതത്തിൽ സന്തോഷവും സ്നേഹവും പൊട്ടിച്ചിരികളും നിറഞ്ഞു നിന്നിരുന്നത് കൊണ്ടും, അവൾ നന്ദിയുള്ളവളാണ് എന്നവൾ കരുതി.

ആഷിന് ജോലിത്തിരക്കുകളുണ്ടായിരുന്നുവെങ്കിലും, ദിവസം മുഴുവനും രക്തത്തിനോടും, ജോലി സമ്മർദ്ദത്തോടും, ഗാൽ ബ്ലാഡറുകളോടും പടപൊരുതി ക്ഷീണിച്ചാണ് വീട്ടിൽ വന്നിരുന്നത് എങ്കിലും, വീട്ടിലെ അയാളുടെ സാന്നിധ്യം സന്തോഷം നൽകുന്നതായിരുന്നു. കുറച്ച് അരക്കിറുക്കും അയാൾക്കുണ്ടായിരുന്നു. രാവിലെ പട്ടിയെയും കൊണ്ട് നടക്കാൻ പോകുമ്പോൾ കാണാറുള്ള വയസ്സായ ആളുകളോടൊക്കെ അയാൾ 'ഗുഡ് മോർണിംഗ്' പറയാറുണ്ടായിരുന്നു. അവരിൽ പലരും പുള്ളിയെ തിരിഞ്ഞു പോലും നോക്കാറില്ല. കാർ റേഡിയോയിൽ വരുന്ന പാട്ടുകൾക്കൊപ്പം അയാൾ നിർത്താതെ പാടുമായിരുന്നു. പൊതുവെ ഉറക്കമൊന്നും വേണ്ടാത്ത ഒരാളെപ്പോലെയായിരുന്നു അയാൾ. അടുത്ത ദിവസം ശസ്ത്രക്രിയ ഉണ്ടെങ്കിൽ പോലും, രാത്രി മുഴുവൻ മോളിയെ നോക്കാൻ ഒരു മടിയുമില്ലായിരുന്നു.

വസ്തുതകൾ പറഞ്ഞ് മോളിയെ അസ്വസ്ഥനാക്കുന്നതിൽ അയാൾക്കൊരു പ്രത്യേക ആനന്ദമുണ്ടായിരുന്നു – ഓരോ നാല് ദിവസം കൂടുമ്പോഴും, വയറിന് പുതിയൊരു ആവരണം കൈവരും! ചെവിക്കായം എന്നത് ഒരു തരം വിയർപ്പാണ്! നമ്മുടെ കൺപീലികളിൽ 'മൈറ്റുകൾ' എന്ന് പേരുള്ള ചെറുജീവികൾ താമസിക്കുന്നുണ്ട്! – ഇങ്ങനെ ഉചിതമല്ലാത്തത് പറയാൻ വലിയ ഇഷ്ടമായിരുന്നു. (ആദ്യത്തെ ശനിയാഴ്ച, താറാവു കുളത്തിനരികിൽ വച്ച് കണ്ട ഏതോ ഒരപരിചിതനോട്, മോളി കേൾക്കേ) അയാൾ ഉത്സാഹത്തോടെ പറഞ്ഞത്, ആൺതാറാവുകൾക്ക് കിടാരമുള്ളിന്റെ ആകൃതിയിലുള്ള ലിംഗങ്ങളുണ്ട്, എന്നാണ്.

നേരത്തെ വീട്ടിലെത്തുന്ന രാത്രികളിൽ ഭക്ഷണമുണ്ടാക്കാൻ കയറുമ്പോൾ, അയാൾ ഒന്നാന്തരം പരിപ്പുകറിയും, തരക്കേടില്ലാത്ത പെന്നെ അറബ്ബിയാറ്റയും ഉണ്ടാക്കുമായിരുന്നു. എന്തുണ്ടാക്കിയാലും അതിൽ ഒരു വെളുത്തുള്ളി മുഴുവനും അപ്പാടെ ഇടാനുള്ള പ്രവണതയുണ്ടായിരുന്നു അയാൾക്ക്. പക്ഷെ മോളി പറഞ്ഞത് അക്ഷരംപ്രതി ശരിയായിരുന്നു : പുള്ളിയുടെ കലാവൈഭവം സംഗീതത്തിലേയ്ക്ക് എത്തിയിരുന്നില്ല. സത്യത്തിൽ, ഗിറ്റാറും പിടിച്ച് പുള്ളി 'നിശ്ശബ്ദതയുടെ ശബ്ദം' എന്ന പാട്ടു പാടുമ്പോൾ, പുള്ളി ആ പേര് ഒന്ന് അന്വർത്ഥമാക്കിയിരുന്നെങ്കിൽ എന്ന് അവൾ കുറ്റബോധത്തോടെയെങ്കിലും ആഗ്രഹിച്ചിരുന്നു.

മറ്റൊരു തരത്തിൽ പറഞ്ഞാൽ ആളൊരു മണ്ടനായിരുന്നു. ദിവസേന ഒരുപാട് ജീവനുകൾ രക്ഷിക്കുന്ന, ഒരു മണ്ടൻ. അതൊരുതരത്തിൽ നന്നായി. മണ്ടന്മാർ ഇഷ്ടമുള്ള നോറായ്ക്ക്, താൻ തന്നെ ഒരു മണ്ടിയാണ് എന്ന് തോന്നാറുണ്ടായിരുന്നു. അപ്പോൾ മാത്രം പരിചയപ്പെട്ട ഒരു ഭർത്താവിനൊപ്പം ജീവിക്കുമ്പോൾ തോന്നേണ്ടുന്ന ഒരു അടിസ്ഥാനപരമായ പ്രത്യേകതയിൽ നിന്നും ഒരു പരിധി വരെ അതവളെ രക്ഷിച്ചു.

ഇതൊരു നല്ല ജീവിതമാണ് എന്ന് നോറാ വീണ്ടും വീണ്ടും സ്വയം പറഞ്ഞുകൊണ്ടിരുന്നു.

ഒരു രക്ഷിതാവിന്റെ ജീവിതമെന്നത് ഊർജ്ജം മുഴുവൻ വറ്റിക്കുന്ന ഒന്നാണെങ്കിലും, മോളിയെ സ്നേഹിക്കുക എന്നത്, കുറഞ്ഞത് പകൽനേരങ്ങളിലെങ്കിലും, ബുദ്ധിമുട്ടില്ലാത്ത ഒന്നായിരുന്നു. പൊതുവെ ബന്ധങ്ങളുടെ സമ്മർദ്ദമോ, ജോലിയുടെ സമ്മർദ്ദമോ, സാമ്പത്തിക സമ്മർദ്ദമോ ഒന്നുമില്ലാത്ത അവളുടെ ജീവിതത്തിൽ, മോളി സ്കൂൾ വിട്ടു വന്ന ശേഷമുള്ള കുറച്ചു സമയം നേരിടേണ്ടി വരുന്ന ചെറിയ വെല്ലുവിളികൾ സാരമുള്ളതേ ആയിരുന്നില്ല.

നന്ദി പറയാനാണെങ്കിൽ ഒരുപാടുണ്ട്.

അനിവാര്യമായ ചില തട്ടലുകളും മുട്ടലുകളുമൊക്കെ ഉണ്ടായിരുന്നു ഇടയ്ക്കിടെ. വരികൾ കൃത്യമായി അറിയാതെ ഒരു നാടകത്തിന് മേടയിൽ കയറിയതുപോലുള്ള സുപരിചിതമായ ഒരു അങ്കലാപ്പ് അവൾക്കപ്പോഴൊക്കെ തോന്നിയിരുന്നു.

"എന്തെങ്കിലും പ്രശ്നമുണ്ടോ?" ഒരു രാത്രി അവൾ ആഷിനോട് ചോദിച്ചു.

"അത്..." കരുണാർദ്രമായ മിഴികളിലെ, ആഴമേറിയ അളക്കുന്ന നോട്ടവുമായി അയാൾ പറഞ്ഞു. "എനിക്കറിയില്ല. നമ്മുടെ വിവാഹവാർഷികം അടുക്കാറായി എന്ന് നീ മറന്നു. നീ കണ്ട സിനിമകൾ കണ്ടിട്ടില്ല എന്ന് നീ കരുതുന്നു. അതുപോലെ തിരിച്ചും. നിനക്കൊരു ബൈക്കുണ്ടെന്ന് നീ മറന്നുപോയി. പ്ലേറ്റുകൾ എവിടെയാണിരിക്കുന്നതെന്ന് നീ മറന്നുപോയി. നീ എന്റെ ചെരുപ്പാണ് വീട്ടിൽ ഇട്ടിരുന്നത്. കട്ടിലിൽ എന്റെ സ്ഥലത്താണ് നീ കിടക്കുന്നത്."

"കർത്താവേ... ആഷ്..." വല്ലാത്ത പിരിമുറുക്കത്തിൽ അവൾ വിളിച്ചു. "മൂന്നു കരടികളെ ആ കഥയിൽ ഒരാളെ ചോദ്യം ചെയ്യുന്നതു പോലെയുണ്ട്."

"എനിക്കെന്തോ ഒരു പേടി..."

"എനിക്കൊന്നുമില്ല. ആ ഗവേഷണത്തിൽ വല്ലാതെ മുഴുകിയത് കൊണ്ടാവും. കാട്ടിലകപ്പെട്ടു പോയതുപോലെ. തോറോയുടെ കാട്ടിൽ."

ആ നിമിഷങ്ങളിലൊക്കെ താൻ മിഡ്നൈറ്റ് ലൈബ്രറിയിലേയ്ക്ക് തിരികെ പോയേക്കും എന്നവൾക്ക് തോന്നി. അവിടെ ആദ്യമായി ചെന്നപ്പോൾ ശ്രീമതി എൽമ് പറഞ്ഞ വാക്കുകൾ അവൾ ഇടയ്ക്കിടെ ഓർത്തു. *ഏതെങ്കിലും ഒരു ജീവിതത്തിനോട് ഇഷ്ടം തോന്നി, അതിൽ ജീവിച്ചേ തീരൂ എന്നാണെങ്കിൽ നീ അതിൽ സങ്കടപ്പെടേണ്ട കാര്യമേയില്ല... ആ ഒരു ജന്മം വേണം എന്ന് നീ തീരുമാനിക്കുന്ന നിമിഷം മുതൽ ഈ മിഡ്നൈറ്റ് ലൈബ്രറിയടക്കം നിന്റെ തലയ്ക്കുള്ളിൽ ഇപ്പോൾ ഉള്ളതെല്ലാം തന്നെ ഒരു സ്വപ്നമെന്നവണ്ണം അപ്രത്യക്ഷമാവും; ഓർത്തെടുക്കാൻ പറ്റാത്തത്ര, മങ്ങിയ, അസ്പഷ്ടമായ ഒരു സ്വപ്നം.*

അപ്പോൾ അടുത്ത ചോദ്യം അവളുടെ ഉള്ളിലേയ്ക്ക് വരും : ഇതായിരുന്നു അവളാഗ്രഹിച്ച ആ നിറഞ്ഞ ജീവിതം എങ്കിൽ, പിന്നെ എന്തുകൊണ്ടാണ് അവൾ ലൈബ്രറി മറക്കാത്തത്?

അത് മറക്കാൻ എത്ര കാലമെടുത്തിട്ടുണ്ടാവും?

ചിലപ്പോഴൊക്കെ വിഷാദത്തിന്റെ നേരിയ പുകമറ, പ്രത്യേകിച്ചൊരു കാരണവുമില്ലാതെ, തന്നെ വന്നു മൂടുന്നത് അവളറിഞ്ഞിരുന്നു. പക്ഷെ തന്റെ മൂലജീവിതത്തിലും, മറ്റു പല ജീവിതങ്ങളിലും തോന്നിയിട്ടുള്ളവയെ അപേക്ഷിച്ചു നോക്കുമ്പോൾ, അതൊന്നുമായിരുന്നില്ല. ചെറിയൊരു തുമ്മലിനെ, മഞ്ഞപ്പിത്തവുമായി താരതമ്യം ചെയ്യുന്നത് പോലെയായിപ്പോകും അത്. സ്ട്രിംഗ് തിയറിയിലെ ജോലി നഷ്ടപ്പെട്ട അന്ന് അവൾക്ക് തോന്നിയ സങ്കടത്തിന്റെയും, നിരാശയുടെയും, ഏകാന്തതയുടെയും ഗതികേടിന്റെയുമൊക്കെ കണക്കു വച്ചു നോക്കിയാൽ, ഇത് ഒന്നുമായിരുന്നില്ല.

ഓരോ ദിവസവും ഉറങ്ങാൻ പോകുമ്പോൾ, താൻ ഈ ജീവിതത്തിൽ തന്നെയാവും ഉണരുക എന്ന് ആലോചിച്ചുകൊണ്ടാണ് അവൾ കിടക്കാറ്. കാരണം – സന്തുലനത്തിലായാലും, മറ്റെന്തിലായാലും – അവൾക്കറിയുന്നതിൽ ഏറ്റവും മികച്ച ജീവിതമായിരുന്നു അത്. സത്യത്തിൽ, അങ്ങനെ ഇവിടെത്തന്നെ ഉണർന്നില്ലെങ്കിലോ എന്ന ചിന്തയിൽ ഉറങ്ങാൻ ഭയന്ന രാത്രികളിൽനിന്നും, നാളെ ഇവിടെത്തന്നെ ഉണരും എന്ന് വെറുതേ

ആലോചിച്ചുകൊണ്ട് ഉറങ്ങാൻ കിടക്കുന്ന അവസ്ഥയിലേയ്ക്ക് അവൾ പുരോഗമിച്ചിരുന്നു.

എന്തായാലും, ഓരോ രാത്രിയും അവൾ ഉറങ്ങുന്നതും, ഓരോ പ്രഭാതത്തിലും അവൾ ഉണരുന്നതും, ഒരേ കിടക്കയിലായിരുന്നു. അല്ലെങ്കിൽ ചിലപ്പോൾ പരവതാനിയിൽ. പക്ഷെ ആ ബുദ്ധിമുട്ട് ആഷ് അവൾക്കൊപ്പം പങ്കുവച്ചു. മോളി തനിയെ കിടക്കാൻ ശീലിച്ചു വന്നതിനാൽ, മിക്കവാറും ഉറക്കം കിടക്കയിൽത്തന്നെ ആയിരിക്കാൻ സാധിക്കുന്നുണ്ടായിരുന്നു.

വിഷമകരമായ നിമിഷങ്ങളും ഉണ്ടായിട്ടുണ്ട്. എവിടെയെങ്കിലും പോകാനുള്ള വഴിയോ, ആ വീട്ടിലെ സാധനങ്ങൾ എവിടെയാണ് ഇരിക്കുന്നതെന്നോ ഒന്നും നോറായ്ക്ക് യാതൊരു പിടിയും ഉണ്ടായിരുന്നില്ല. ഒരു ഡോക്ടറെ കണ്ടാലോ എന്ന് ചിലപ്പോഴെങ്കിലും ആഷ് ആധിപൂണ്ടു. ആദ്യമൊക്കെ അയാളുമായുള്ള ലൈംഗികബന്ധം അവൾ ഒഴിവാക്കിയിരുന്നു എങ്കിലും, ഒരു ദിവസം അത് സംഭവിച്ചു. അതിനു ശേഷം, അവൾ ജീവിക്കുന്ന ഈ നുണയോർത്ത് അവൾക്ക് വല്ലാത്ത കുറ്റബോധം തോന്നിയിരുന്നു.

ലൈംഗികബന്ധത്തിനു ശേഷം ഇരുളിൽ നിശബ്ദരായി കിടക്കുകയായിരുന്നു അവർ. പക്ഷെ എങ്ങനെയെങ്കിലും ചർച്ച തുടങ്ങിവയ്ക്കണം എന്ന് അവൾ തീരുമാനിച്ചിരുന്നു. അവൾ ശ്രദ്ധാപൂർവ്വം തുടങ്ങി.

"ആഷ്," അവൾ വിളിച്ചു.

"എന്താ?"

"സമാന്തര ലോകങ്ങളെക്കുറിച്ചുള്ള സിദ്ധാന്തത്തിൽ നീ വിശ്വസിക്കുന്നുണ്ടോ?"

അദ്ദേഹത്തിന്റെ മുഖത്ത് ഒരു പുഞ്ചിരി വിരിയുന്നത് അവൾക്ക് കാണാമായിരുന്നു. ഇത് അദ്ദേഹത്തിന്റെ ചിന്താശൈലിയ്ക്ക് യോജിച്ച സംഭാഷണമായിരുന്നു. "ഉണ്ടെന്നാണ് എനിക്ക് തോന്നുന്നത്."

"എനിക്കും അങ്ങനെയാണ് തോന്നുന്നത്. എന്നുവെച്ചാൽ, ഇത് ശാസ്ത്രമാണ്, അല്ലേ? ഏതെങ്കിലും ബുദ്ധിജീവി ഫിസിസിസ്റ്റ് ഒരു സുപ്രഭാതത്തിൽ വന്ന് 'ഈ സമാന്തരലോകങ്ങളൊക്കെ അടിപൊളിയാണ്, നമുക്കവയെക്കുറിച്ച് കുറച്ചു സിദ്ധാന്തങ്ങളുണ്ടാക്കിക്കളയാം' എന്ന് ചുമ്മാ അങ്ങ് കരുതിയതൊന്നുമായിരിക്കില്ല."

"അതെ," അദ്ദേഹം സമ്മതിച്ചു. "കൊള്ളാമെന്ന് തോന്നുന്ന പലതിനെയും ശാസ്ത്രം അവിശ്വസിക്കാറുണ്ട്. വല്ലാത്ത സയൻസ് ഫിക്ഷൻ എന്ന് പറഞ്ഞേക്കും. ശാസ്ത്രജ്ഞരെല്ലാം സംശയാലുക്കളാണ് എന്ന് പറയേണ്ടിവരും."

"കൃത്യം. എന്നിട്ടും, ഫിസിസിസ്റ്റുകൾ സമാന്തരലോകത്തിൽ വിശ്വസിക്കുന്നു."

"ശാസ്ത്രം അങ്ങോട്ടല്ലേ നമ്മളെ നയിക്കുന്നത്? ക്വാണ്ടം മെക്കാനിക്സിലും, സ്ട്രിംഗ് തിയറിയിലും ഉള്ള എല്ലാം ചൂണ്ടിക്കാണിക്കുന്നത് ഒരുപാട് ലോകങ്ങളുണ്ട് എന്ന് തന്നെയാണ്. പല പല ലോകങ്ങൾ."

"ശരി, എങ്കിൽ, ഞാൻ എന്റെ മറ്റു ജീവിതങ്ങൾ സന്ദർശിച്ചിട്ടുണ്ട് എന്നും, എന്നിട്ടും ഞാൻ തിരഞ്ഞെടുത്തതാണ് ഈ ജീവിതമെന്നും ഞാൻ പറഞ്ഞാൽ?"

"നിനക്ക് ഭ്രാന്താണെന്ന് ഞാൻ പറയും. എന്നാലും ഞാൻ നിന്നെ സ്നേഹിക്കും."

"എന്നാൽ ഞാൻ പോയിട്ടുണ്ട്. എനിക്ക് ഒരുപാട് ജീവിതങ്ങൾ ഉണ്ടായിരുന്നിട്ടുണ്ട്."

അവൻ പുഞ്ചിരിച്ചു. "നല്ല കാര്യം. നീ എന്നെ വീണ്ടും ചുംബിക്കുന്ന ഒരു ജീവിതം വേറെയുണ്ടോ?"

"നീ എന്റെ ചത്ത പൂച്ചയെ കുഴിച്ചിട്ട ഒരു ജീവിതമുണ്ട്."

അയാൾ പൊട്ടിച്ചിരിച്ചു. "അത് കൊള്ളാം, നോർ. നീ എന്നെ എപ്പോഴും യാഥാർത്ഥ്യത്തിലേയ്ക്ക് തിരികെ കൊണ്ടുവരും. അതാണ് എനിക്ക് നിന്നിൽ ഏറ്റവും ഇഷ്ടമായത്."

അങ്ങനെ അത് കഴിഞ്ഞു.

നമുക്ക് ജീവിതത്തിൽ എത്രത്തോളം ആത്മാർത്ഥമായി വേണമെങ്കിലും ഇരിക്കാം; പക്ഷെ, ആളുകൾ, അവരുടെ യാഥാർത്ഥ്യത്തോട് അടുത്തു നിൽക്കുന്നെങ്കിൽ മാത്രമേ സത്യത്തെ കാണുകയുള്ളൂ. തോറോ എഴുതിയത് പോലെ, "നിങ്ങൾ എന്ത് നോക്കുന്നു എന്നതിലല്ല, നിങ്ങൾ എന്തു കാണുന്നു എന്നതിലാണ് കാര്യം." അവൻ പ്രണയിച്ച, വിവാഹം കഴിച്ച നോറായെ മാത്രമേ ആഷ് കാണുന്നുണ്ടായിരുന്നുള്ളൂ. അതുകൊണ്ട്, ഒരുതരത്തിൽ പറഞ്ഞാൽ, അവൾ ആ നോറായായി മാറുകയായിരുന്നു.

ഹാമർസ്മിത്ത്

അർദ്ധവർഷപരീക്ഷക്കിടയിൽ മോളിയ്ക്ക് സ്കൂൾ അവധിയായിരുന്നു, ആഷിന് ആശുപത്രിയിൽ പോകേണ്ടതില്ലാത്ത ഒരു ചൊവ്വാഴ്ച, അവർ മൂവരും ലണ്ടനിലേക്കുള്ള തീവണ്ടിയിൽ കയറി, ഹാമർസ്മിത്തിൽ താമസിക്കുന്ന നോറായുടെ സഹോദരനെയും, ഇവാനെയും കാണാൻ പോയി.

ജോ കാഴ്ചയിൽ കുഴപ്പങ്ങളൊന്നുമില്ലാതെ സന്തുഷ്ടനായിരുന്നു. അവളുടെ ഭർത്താവാകട്ടെ, അവളുടെ ഒളിമ്പിക് ജീവിതത്തിൽ സഹോദരന്റെ ഫോണിൽ കണ്ട അതേപടി തന്നെയായിരുന്നു ഇപ്പോഴും. അവിടുത്തെ ഒരു ജിമ്മിലെ പരിശീലനത്തിനിടയിലാണ് ജോയും ഇവാനും കണ്ടുമുട്ടിയത്. ഈ ജീവിതത്തിൽ ജോ ഒരു സൗണ്ട് എഞ്ചിനീയറായിരുന്നു. ഇവാനാകട്ടെ, റോയൽ മാർസ്ഡെൻ ആശുപത്രിയിലെ കൺസൾട്ടന്റ് റേഡിയോളജിസ്റ്റായ ഡോക്ടർ ഇവാൻ ലാങ്ഫോർഡായിരുന്നു. അതുകൊണ്ട് തന്നെ, അയാൾക്കും ആഷിനും, ആശുപത്രി സംബന്ധപ്പെട്ട വിഷയങ്ങൾ ധാരാളമുണ്ടായിരുന്നു സംസാരിക്കാൻ.

ജോയും ഇവാനും, മോളിയെ വലിയ കാര്യമായിട്ട് നോക്കി. അവളുടെ പാൻഡയുടെ വിശേഷങ്ങൾ വളരെ വിശദമായിത്തന്നെ അവളോട് ചോദിച്ചറിഞ്ഞു. ജോ അവർക്കു വേണ്ടി വെളുത്തുള്ളി ചേർത്ത ഒന്നാന്തരമൊരു പാസ്ത-ബ്രോക്കോളി ഭക്ഷണം തയ്യാറാക്കിയിരുന്നു. "ഇത് പറഞ്ഞുവരുമ്പോൾ ഒരു പൂയാഹിയൻ വിഭവമാണ്. നമ്മുടെ പാരമ്പര്യത്തിന്റെ ഒരംശമൊക്കെ ഇതിൽ കാണും," അവൻ നോറായോടു പറഞ്ഞു.

നോറാ, തന്റെ ഇറ്റലിക്കാരനായ അപ്പൂപ്പനെക്കുറിച്ചോർത്തു. ലണ്ടൻ ബ്രിക്ക് കമ്പനി ശരിക്കും ബെഡ്ഫോർഡിലാണ് എന്ന് തിരിച്ചറിഞ്ഞ നിമിഷം അദ്ദേഹത്തിന്റെ മനസ്സിൽ എന്താവും തോന്നിയിട്ടുണ്ടാവുക എന്നവൾ ചിന്തിച്ചു. അടിമുടി നിരാശനായിട്ടുണ്ടാവുമോ? അതോ, ഇനി വരുന്നിടത്തുവച്ചു കാണാം എന്ന് തീരുമാനിച്ചിട്ടുണ്ടാകുമോ? ഒരുപക്ഷെ, അപ്പൂപ്പന്റെ മറ്റൊരു പതിപ്പ് ശരിക്കും ലണ്ടനിൽത്തന്നെ എത്തിച്ചേരുകയും, ചെന്ന ആദ്യത്തെ ദിവസം തന്നെ പിക്കാഡിലി സർക്കസ്സിനടുത്തു വച്ച് ഡബിൾ ഡക്കർ ബസ്സിടിച്ചു മരിക്കുകയും ചെയ്തിട്ടുണ്ടാവാം.

ജോയുടെയും ഇവാന്റെയും അടുക്കളയിൽ, ഒരു തട്ടു മുഴുവൻ വിവിധതരം

വൈനുകളായിരുന്നു. അതിൽ, ബിയൂന വിസ്താ മുന്തിരിത്തോട്ടത്തിൽ നിന്നുള്ള കാലിഫോർണിയൻ സൈറയുടെ ഒരു കുപ്പി നോറായുടെ കണ്ണിൽ പ്പെട്ടു. അതിന്റെ ചുവട്ടിൽ അച്ചടിച്ചിരുന്ന രണ്ടു ഒപ്പുകൾ കണ്ടപ്പോൾ, അവളുടെ ദേഹം കിടുകിടുത്തു – അലീസിയയും, എഡ്വാർഡോ മാർട്ടി നെസും. എഡ്വാർഡോ ഈ ജീവിതത്തിലും സന്തുഷ്ടനായിരിക്കും എന്നോർത്തപ്പോൾ, അവൾ ഒന്നു പുഞ്ചിരിച്ചു. ഒരു നിമിഷാർദ്ധത്തേയ്ക്ക്, അലീസിയ ആരായിരിക്കുമെന്നും, എങ്ങനെയുള്ള ആളായിരിക്കുമെന്നു മൊക്കെ അവൾ വെറുതെ ഓർത്തുനോക്കി. കുറഞ്ഞത്, അവിടുത്തെ അസ്തമനങ്ങൾ മനോഹരമായിരുന്നു.

"നീ ഓക്കേ ആണോ?" ലേബലിൽ നോക്കി എന്തൊക്കെയോ ആലോചിച്ചുനിൽക്കുന്ന നോറായോട് ആഷ് ചോദിച്ചു.

"ഉവ്വ്. ആണ്. ഇത്, ഇത് കൊള്ളാവുന്ന ഒരെണ്ണമാണെന്ന് തോന്നുന്നു."

"അതാണെന്റെ ഏറ്റവും പ്രിയപ്പെട്ടത്. അത്ര നല്ലൊരു വൈൻ ആണത്. നമുക്കത് തുറന്നാലോ?" ഇവാൻ ചോദിച്ചു.

"നിങ്ങൾക്കിന്ന് കഴിക്കാൻ പദ്ധതിയുണ്ടായിരുന്നെങ്കിൽ മതി," നോറാ പറഞ്ഞു.

"എന്തായാലും ഞാനില്ല," ജോ പറഞ്ഞു. "ഞാൻ ഈയിടെയായി കുറച്ചധികം കുടിക്കുന്നുണ്ടെന്നൊരു തോന്നൽ. ഇപ്പൊ ഞാൻ തൊടാ റേയില്ല."

"നിന്റെ സഹോദരനെ നിനക്കറിയാമല്ലോ," ജോയുടെ കവിളിൽ ഒരു മുത്തം നൽകിക്കൊണ്ട് ഇവാൻ കൂട്ടിച്ചേർത്തു. "ഒന്നുകിൽ അങ്ങേയ റ്റത്ത്, അല്ലെങ്കിൽ ഇങ്ങേയറ്റത്ത്."

"ഉവ്വ്. എനിക്കറിയാം."

ഇവാൻ അപ്പോഴേയ്ക്കും കിടാരമുള്ള് കൈയിലെടുത്തിരുന്നു. "ഇന്ന് ഒടുക്കത്തെ പണിയായിരുന്നു ഓഫീസിൽ. അതുകൊണ്ട്, ഇനിയിപ്പോ നിങ്ങളാരും കുടിക്കുന്നില്ലെങ്കിൽപ്പോലും, ദേ ഈ കുപ്പി അങ്ങനെതന്നെ വായിലേയ്ക്ക് കമിഴ്ത്താനും ഞാൻ തയ്യാറാണ്."

"ഞാനുണ്ട്," ആഷ് പറഞ്ഞു.

"എനിക്കും കുഴപ്പമില്ല," നോറാ പറഞ്ഞു. ഇതിനു മുൻപ് ഹോട്ടലിന്റെ ബിസിനസ്സ് ലോഞ്ചിൽ വച്ചു കണ്ടപ്പോൾ, താനൊരു മദ്യപാനിയാണ് എന്ന് സഹോദരൻ ഏറ്റുപറഞ്ഞത് അവളോർത്തു.

അവർ മോളിയ്ക്ക് ചിത്രങ്ങളുള്ള ഒരു പുസ്തകം നൽകി. നോറാ, സോഫ യിലിരുന്ന് അവൾക്കൊപ്പം അത് വായിച്ചു.

സായാഹ്നം സന്ധ്യയിലേയ്ക്ക് നീങ്ങി. അവർ വാർത്തകളും, സിനിമ കളും, സംഗീതവും ചർച്ച ചെയ്തു. ജോയ്ക്കും ഇവാനും *ലാസ്റ്റ് ചാൻസ് സലൂൺ* എന്ന സിനിമ ഒത്തിരി ഇഷ്ടമായി.

അൽപനേരം കഴിഞ്ഞ്, എല്ലാവരെയും അത്ഭുതപ്പെടുത്തിക്കൊണ്ട്, പോപ്പ് സംസ്കാരത്തെക്കുറിച്ചുള്ള സംസാരത്തിൽ നിന്നും വെട്ടിത്തിരിഞ്ഞ്, നോറാ അവളുടെ സഹോദരന് നേർക്ക് ചോദ്യമയച്ചു.

"നിനക്കെപ്പോഴെങ്കിലും എന്നോട് ദേഷ്യം തോന്നിയിട്ടുണ്ടോ? ആ ബാൻഡിൽ നിന്നും ഞാൻ പിന്മാറിയതിന്?"

"അതൊക്കെ കുറെ വർഷങ്ങൾക്ക് മുൻപല്ലേ. കാലം അതിനുശേഷം ഒരുപാട് കടന്നുപോയി."

"നിനക്ക് ഒരു റോക്ക് താരമാകണം എന്നായിരുന്നു."

"അവൻ ഇപ്പോഴും ഒരു റോക്ക് താരമാണ്" ഇവാൻ പൊട്ടിച്ചിരിച്ചു കൊണ്ടുപറഞ്ഞു. "പക്ഷെ അവൻ എന്റെ മാത്രമാണ്."

"ഞാൻ നിന്നെ നിരാശപ്പെടുത്തി എന്ന് എനിക്ക് ഇപ്പോഴും തോന്നാറുണ്ട് ജോ."

"അങ്ങനെയൊന്നും ആലോചിക്കേണ്ട.... പക്ഷെ നിന്നെ ഞാനും നിരാശപ്പെടുത്തിയത് പോലെ എനിക്കും തോന്നാറുണ്ട്. കാരണം, ഞാൻ അത്ര വിഡ്ഢിയായിരുന്നു. കുറച്ചുനാൾ ഞാൻ നിന്നോട് വളരെ വെറുപ്പോടെയാണ് പെരുമാറിയത്."

കേൾക്കാനായി വർഷങ്ങൾ കാത്തിരുന്ന ആ വാക്കുകൾ, ഒരു മരുന്നു പോലെയാണ് അവൾക്ക് തോന്നിയത്. "അതിനെക്കുറിച്ചോർത്ത് വിഷമിക്കരുത്," അവൾ എങ്ങനെയൊക്കെയോ പറഞ്ഞൊപ്പിച്ചു.

"ഇവാനെ പരിചയപ്പെടുന്നതിനു മുൻപ് മാനസികാരോഗ്യത്തെക്കുറിച്ച് എനിക്കൊരു ചുക്കും അറിയില്ലായിരുന്നു. അമിതമായ ഉൽക്കണ്ഠ ഒക്കെ വെറുതെ ചുമ്മാതെയാണ് എന്നാണ് ഞാൻ കരുതിയിരുന്നത്... അതൊക്കെ മനസ്സിന്റെ നിയന്ത്രണമാണ്, ധൈര്യമായിരിക്കു എന്നൊക്കെ... പക്ഷെ ഇവാന് അതൊക്കെ ഉണ്ടാവാൻ തുടങ്ങിയപ്പോഴാണ് അവയൊക്കെ എത്ര വലിയ പ്രശ്നങ്ങളാണ് എന്ന് ഞാൻ മനസ്സിലാക്കിയത്."

"അമിതമായ ഉൽക്കണ്ഠകൾ മാത്രമായിരുന്നില്ല. എനിക്കെല്ലാം തെറ്റായി തോന്നി. എനിക്കറിയില്ല... എന്തായാലും അതൊക്കെ നന്നായി. ഈ ജീവിതത്തിൽ നീ സന്തുഷ്ടനാണെന്നാണ് എനിക്ക് തോന്നുന്നത്. നീ – മരിച്ച എന്ന വാക്ക് വായിൽ നിന്നും വീഴും മുൻപ് അവൾ വിഴുങ്ങി – ബാൻഡിലുണ്ടായിരുന്നതിനേക്കാൾ."

അവളുടെ സഹോദരൻ ചിരിച്ചുകൊണ്ട് ഇവാനെ നോക്കി. അവനത് വിശ്വസിച്ചുവോ എന്നവൾക്ക് സംശയം തോന്നി. പക്ഷെ, ചില സത്യങ്ങൾ ഒരിക്കലും കാണാൻ കഴിയുകയേയില്ല എന്ന് കുറച്ചുകൂടി വ്യക്തമായി അവൾക്ക് മനസ്സിലായത് കൊണ്ട്, നോറാ്യ്ക്കത് അംഗീകരിക്കേണ്ടി വന്നു.

മുച്ചക്ര സൈക്കിൾ

ആഴ്ചകൾ കഴിയവേ, അസാധാരണമായ ഒന്ന് സംഭവിക്കാൻ തുടങ്ങുന്നതായി നോറായ്ക്ക് തോന്നാൻ തുടങ്ങി.

ഈ ജീവിതത്തിലെ അവൾ കടന്നുവന്നിട്ടില്ലാത്ത ചിലതൊക്കെ അവൾക്കോർമ്മ വരാൻ തുടങ്ങി.

ഉദാഹരണമായി, അവൾക്ക് മൂലജീവിതത്തിൽ പരിചയമേയില്ലാത്ത ഒരു ഫോൺകോൾ ഒരുദിവസം അവൾക്ക് വന്നു. യൂണിവേഴ്സിറ്റിയിൽ പഠിക്കുകയും പഠിപ്പിക്കുകയും ചെയ്ത കാലഘട്ടത്തിൽ പരിചയപ്പെട്ട വ്യക്തിയാവാം. ഒന്നിച്ച് ഉച്ചഭക്ഷണം കഴിച്ചാലോ എന്ന് ചോദിക്കാനായിരുന്നു അവർ വിളിച്ചത്. ഫോണിൽ അവരുടെ പേര് 'ലാറ' എന്ന് കണ്ടയുടനെ, നോറായുടെ മനസ്സിൽ ഒരു പേര് തെളിഞ്ഞു വന്നു – 'ലാറ ബ്രയാൻ'. അവളെ പൂർണ്ണമായും നോറായ്ക്ക് ഓർമ്മവന്നു. അവളുടെ പങ്കാളിയുടെ പേര് മോ എന്നാണെന്നും, അവർക്ക് ആൽഡസ് എന്ന് പേരുള്ള ഒരു മകളുണ്ടെന്നും അവൾക്ക് അറിയാമായിരുന്നു എന്നോർമ്മ വന്നു. അവളെ നേരിൽ കണ്ട്, ഈ വസ്തുതകളൊക്കെ ശരിയാണ് എന്നുറപ്പിക്കുകയും ചെയ്തു.

ഇത്തരത്തിൽ ദേജാവൂ പോലുള്ള സംഭവങ്ങൾ ഇടയ്ക്കിടെ ഉണ്ടാകാൻ തുടങ്ങി. അവൾക്ക് ഇടയ്ക്കിടെ അബദ്ധങ്ങൾ പറ്റാറുണ്ട് എന്നുള്ളത് ശരിയാണ് – ആഷിന് ആസ്ത്മ ഉണ്ടെന്നത് മറന്നുപോയതുപോലെ (അതിനെ നിയന്ത്രണത്തിൽ വയ്ക്കുവാനാണ് അയാൾ ദിവസവും ഓടുന്നത്) :

"അതെത്ര നാളായിട്ടുണ്ട്?"

"ഏഴ വയസ്സു തൊട്ടുണ്ട്."

"ഓ, അതെ, ശരിയാണ്. ഞാൻ കരുതിയിരുന്നത്, നിനക്കുള്ളത് കരപ്പൻ ആണ് എന്നാണ് നീ പറഞ്ഞിരുന്നത് എന്ന്."

"നോറാ, നിനക്ക് കുഴപ്പമൊന്നുമില്ലല്ലോ?"

"ഇല്ല, ഞാൻ ഓക്കേ ആണ്. ഞാൻ ലാറയുടെ കൂടെ കഴിക്കാൻ പോയപ്പോൾ കുറച്ചു വൈൻ കുടിച്ചായിരുന്നു. അതുകൊണ്ടാണെന്ന് തോന്നുന്നു, ഒരു ലക്കുകിട്ടുന്നില്ല."

പക്ഷെ പതുക്കെ ഇത്തരം അബദ്ധങ്ങൾ കുറയാൻ തുടങ്ങി. ഓരോ ദിവസവും, അവളുടെ മുന്നിലുള്ള ജിഗ്സോ പസിലിലെ കൃത്യമായ ഓരോ

ഭാഗങ്ങളെന്നോണം അവൾക്ക് കിട്ടാൻ തുടങ്ങി. ഓരോന്ന് കിട്ടുമ്പോഴും, കാണാമറയത്തുള്ളതൊക്കെ എങ്ങനെയുള്ളതാവും എന്നതിനെക്കുറിച്ച് അവൾക്കൊരു രൂപമുണ്ടായിത്തുടങ്ങി.

മറ്റുള്ള ജീവിതങ്ങളിലുള്ള തുമ്പുകൾക്ക് വേണ്ടി പരക്കംപാഞ്ഞിരുന്ന അവൾ, മിക്കപ്പോഴും അഭിനയിക്കുകയായിരുന്നു. എന്നാൽ ഇതിലാകട്ടെ, അതിനെ അതിന്റെ പാട്ടിനു വിട്ട്, കൂടുതൽ അതിലേയ്ക്ക് ഇഴുകിച്ചേരുംതോറും, കൂടുതൽ കൂടുതൽ കാര്യങ്ങൾ അവളിലേയ്ക്ക് വന്നു.

മോളിയ്ക്കൊപ്പം സമയം ചെലവിടാനും അവൾക്ക് ഒത്തിരി ഇഷ്ടമായിരുന്നു.

അവൾക്കൊപ്പം കിടപ്പുമുറിയിൽ കളിക്കുമ്പോഴുള്ള സുഖകരമായ ക്രമസമാധാനക്കേട്ടുകളും, *ചായ കുടിക്കാൻ വന്ന പുലി*യുടെ മനോഹരമായ കഥ വായിക്കുന്ന കഥാനേരങ്ങളിൽ അവർക്കിടയിൽ ഉണ്ടാവുന്ന സ്നേഹബന്ധവും, പൂന്തോട്ടത്തിൽ വെറുതെ കറങ്ങിനടക്കുമ്പോഴുള്ള സന്തോഷവും.

"എന്നെ നോക്ക് മമ്മി," ശനിയാഴ്ച രാവിലെ തന്റെ മുച്ചക്രസൈക്കിൾ വേഗത്തിൽ ചവിട്ടുമ്പോൾ അവൾ വിളിച്ചുപറഞ്ഞു. "മമ്മി, നോക്ക്! നോക്കുന്നുണ്ടോ മമ്മി?"

"ഇത് കൊള്ളാമല്ലോ മോളി! നീ നന്നായിട്ട് ചവിട്ടുന്നുണ്ട്."

"മമ്മി, നോക്ക്. വ്രൂം...."

"വേഗത്തിൽ പോ മോളി."

പക്ഷെ അപ്പോൾ പെട്ടെന്ന്, ആ സൈക്കിളിന്റെ മുൻചക്രം, പുൽത്തകിടിയിൽ നിന്നും തെന്നിമാറി, താഴെ പൂത്തടത്തിലേയ്ക്ക് വീണു. അതിൽ നിന്നും വീണ മോളിയുടെ തല, ഒരു പാറക്കഷണത്തിൽ ശക്തിയായി ഇടിച്ചു. നോറാ ഓടിച്ചെന്ന് അവളെ വാരിയെടുത്ത്, സൂക്ഷിച്ചു നോക്കി. മോളിയുടെ നെറ്റിയിലെ വലിയ മുറിവിൽ നിന്നും ചോര വാർന്നൊഴുകുന്നു. അവളുടെ താടി കിടുകിടാ വിറയ്ക്കുമ്പോഴും, മോളി വേദന കാണിക്കാതിരിക്കാൻ ശ്രമിച്ചു.

"എനിക്ക് കുഴപ്പമൊന്നുമില്ല," അവൾ പതുക്കെ പറഞ്ഞു. അവളുടെ സ്വരം കണ്ണാടി പോലെ നേർത്തിരുന്നു. "എനിക്ക് കുഴപ്പമൊന്നുമില്ല, എനിക്ക് കുഴപ്പമൊന്നുമില്ല, എനിക്ക് കുഴപ്പമൊന്നുമില്ല, എനിക്ക് കുഴപ്പമൊന്നുമില്ല." ഓരോ തവണയും അവൾ "എനിക്ക് കുഴപ്പമൊന്നുമില്ല" എന്ന് പറയുമ്പോഴും അത് കരച്ചിലിന്റെ വക്കോളമെത്തി തിരികെവന്നു. കരടികളെക്കുറിച്ചുള്ള അവളുടെ രാത്രിപ്പേടികളെ വച്ചു നോക്കുമ്പോൾ, നോറായ്ക്ക് ആദരവു തോന്നുകയും, അവളെ പ്രചോദിപ്പിക്കുകയും ചെയ്ത ഒന്നായിരുന്നു മോളി സാഹചര്യങ്ങളെ തരണം ചെയ്യുന്ന വിധം. ഈ കുഞ്ഞു മനുഷ്യജീവി, അവളിൽ നിന്നുമുണ്ടായതാണ്. അതുകൊണ്ടു തന്നെ ഏതൊക്കെയോ വിധത്തിൽ അത് നോറായുടെ ഒരു ഭാഗമായിരുന്നു. ആ അവളിൽ അസാധ്യമായൊരു ശക്തി ഉറങ്ങിക്കിടക്കുന്നുണ്ടെങ്കിൽ, ആ ശക്തി നോറായിലും ഉണ്ടാകും.

നോറാ അവളെ കെട്ടിപ്പിടിച്ചു. "അത് സാരമില്ല കുഞ്ഞൂ... എന്റെ മിടുക്കിക്കുട്ടി. അത് കുഴപ്പമില്ല. ഇപ്പൊ എങ്ങനെയുണ്ട്, മോളെ?"

"ഇപ്പോൾ കുഴപ്പമില്ല. അവധിയ്ക്ക് പോയതുപോലെയുണ്ട്."

"അവധിയ്ക്കോ?"

"അതേ മമ്മി..." നോറായ്ക്ക് അതോർമ്മയില്ലെന്ന് കണ്ട അവൾ കുറച്ച് അസ്വസ്ഥയായി. "സ്ലൈഡിൽ."

"ഓ, അതെ, ശരിയാണ്. സ്ലൈഡിൽ. ശരിയാണ്. ഞാനെന്തൊരു പൊട്ടിയാണ്. പൊട്ടി മമ്മി തന്നെ."

നോറായ്ക്ക് അവളുടെയുള്ളിൽ പെട്ടെന്നൊരു തോന്നലുണ്ടായി. ഒരു തരം ഭയം. ആർട്ടിക് പ്രദേശത്ത്, ധ്രുവക്കരടിയെ നേർക്കുനേർ കണ്ടപ്പോൾ ഉള്ളിൽ തോന്നിയതു പോലെ, അത്രയും യഥാർത്ഥമായ ഒരു ഭയം.

അവളുടെ ഉള്ളിലുണ്ടായ ഒരു തോന്നലിനെയായിരുന്നു അവൾ ഭയന്നത്.

സ്നേഹം.

നിങ്ങൾക്ക് മുന്തിയ ഭക്ഷണശാലകളിൽ പോയി ഭക്ഷണം കഴിക്കാം; ഇന്ദ്രിയസുഖങ്ങൾ തരുന്ന എല്ലാത്തിലും നിങ്ങൾക്ക് പങ്കെടുക്കാം; സൗ പൗലോയിൽ ഇരുപതിനായിരം കാണികൾക്ക് മുന്നിൽ നിന്നു പാടാം. കാതടപ്പിക്കുന്ന കരഘോഷങ്ങളിൽ കുതിരാം; ഭൂമിയുടെ അറ്റങ്ങൾ വരെ യാത്ര ചെയ്യാം; ഇന്റർനെറ്റിൽ മില്യൺ കണക്കിന് ആളുകൾ പിന്തുടരുന്ന വ്യക്തിയാകാം; ഒളിമ്പിക് മെഡലുകൾ നേടാം – പക്ഷെ സ്നേഹമില്ലെങ്കിൽ ഇതെല്ലാം അർത്ഥശൂന്യമാണ്.

തന്റെ മൂലജീവിതത്തെക്കുറിച്ചാലോചിച്ചപ്പോൾ, അതിന്റെ അടിസ്ഥാനപ്രശ്നവും, അവളെ എളുപ്പം മുറിപ്പെടുന്ന ഒരുവളാക്കി മാറ്റിയതും, സ്നേഹത്തിന്റെ അഭാവമായിരുന്നു. ആ പഴയ ജീവിതത്തിൽ, അവളുടെ സഹോദരനു പോലും അവളെ വേണ്ടായിരുന്നു. വോൾട്സ് ചത്തതിനു ശേഷം, ആരും അവൾക്കു വേണ്ടിയുണ്ടായിരുന്നില്ല. അവൾ ആരെയും സ്നേഹിച്ചിരുന്നുമില്ല; ആരും അവളെ തിരിച്ചും സ്നേഹിച്ചിരുന്നില്ല. അവളും, അവളുടെ ജീവിതവും ശൂന്യമായിരുന്നു. നൈരാശ്യത്തിന്റെ ജീവൻ തുളുമ്പുന്നൊരു പ്രതിമ പോലെ, സാധാരണ മനുഷ്യജീവിതം അഭിനയിച്ചുകൊണ്ട് അവൾ ജീവിച്ചു. കടന്നുകൂടലിന്റെ ആവശ്യകത മാത്രമായിരുന്നു അത്.

എന്നിട്ടും, കേംബ്രിഡ്ജിലെ ആ പൂന്തോട്ടത്തിൽ, ചാരനിറം പൂണ്ട മങ്ങിയ ആകാശത്തിനു കീഴിൽ വച്ച്, മനസ്സറിഞ്ഞ് സ്നേഹിക്കുന്നതിന്റെയും, മനസ്സറിഞ്ഞ് സ്നേഹിക്കപ്പെടുന്നതിന്റെയും ഞെട്ടിപ്പിക്കുന്ന കരുത്ത് അവളറിഞ്ഞു. ഈ ജീവിതത്തിൽ അവളുടെ മാതാപിതാക്കൾ ജീവനോടെയില്ലായിരുന്നു എങ്കിൽപ്പോലും, അവൾക്ക് മോളിയുണ്ടായിരുന്നു, ആഷ് ഉണ്ടായിരുന്നു, ജോ ഉണ്ടായിരുന്നു. അവളുടെ വീഴ്ചയെ താങ്ങിനിർത്താൻ സ്നേഹത്തിന്റെ ഒരു കൂട്ടായ്മ തന്നെയുണ്ടായിരുന്നു.

എന്നിട്ടും, ഉള്ളിന്റെയുള്ളിൽ, ഇതെല്ലാം അധികം വൈകാതെ അവസാനിക്കും എന്നൊരു തോന്നൽ അവളിൽ അവശേഷിച്ചു. ഇവിടെ നടക്കുന്ന കാര്യങ്ങളുടെ കൃത്യത വച്ചു നോക്കുമ്പോൾ, നീതിയ്ക്ക് മുന്നിൽ എന്തെങ്കിലുമൊന്ന് തെറ്റായി നടക്കുന്നുണ്ടാവും എന്നവൾ ഊഹിച്ചു. ആ

തെറ്റിനെ തിരുത്താനാവില്ല; കാരണം, നീതി എന്നതു തന്നെ, ആ തെറ്റാണ്. എല്ലാം കിറുകൃത്യമാണ് ഈ ജീവിതത്തിൽ, എങ്കിലും, അതൊന്നും അവൾക്ക് അർഹതയുള്ളതായിരുന്നില്ല. സിനിമയുടെ പകുതിയ്ക്ക് വച്ചുമാത്രം കയറിവന്നവളായിരുന്നു അവൾ. ലൈബ്രറിയിൽ നിന്നും അവളെ പുസ്തകമെടുത്തിരുന്നവെങ്കിലും, ആത്മാർത്ഥമായി പറഞ്ഞാൽ, ആ പുസ്തകം അവൾക്ക് സ്വന്തമായിരുന്നില്ല. ഒരു ജനാലയ്ക്കിപ്പുറം നിന്നിട്ടെന്നപോലെ, അവൾ തന്റെ ജീവിതത്തെ നോക്കിക്കാണുകയായിരുന്നു. താൻ ഒരു തട്ടിപ്പുകാരിയാണെന്ന് അവൾക്ക് തോന്നിത്തുടങ്ങിയിരുന്നു. ഇത് തന്റെ സ്വന്തം ജീവിതമാകണം എന്നവൾ കൊതിച്ചു. അങ്ങനെ ആയിരുന്നില്ല എങ്കിലും, ആ സത്യാവസ്ഥ താൻ മറന്നുപോയെങ്കിൽ എന്നവൾ ശരിക്കും ആഗ്രഹിച്ചു.

"മമ്മി കരയുകയാണോ?"

"ഇല്ല മോളി. ഇല്ല. മമ്മിയ്ക്ക് കുഴപ്പമൊന്നുമില്ല."

"മമ്മിയെ കണ്ടാൽ കരഞ്ഞത് പോലെയുണ്ട്..."

"നമുക്ക് മുറിവ് വൃത്തിയാക്കാം..."

കുറച്ചുകഴിഞ്ഞ്, വന്യമൃഗങ്ങളുടെ ഒരു ജിഗ്സോ പസിൽ, മോളി പൂരിപ്പിച്ചു. തന്റെ മടിയിലേയ്ക്ക് വച്ചിരുന്ന പ്ലേറ്റോയുടെ ഇളം ചൂടുള്ള, ഭാരമേറിയ തലയിൽ തലോടിക്കൊണ്ട്, നോറാ സോഫയിൽ ഇരുന്നു. മഹാഗണി കൊണ്ടുണ്ടാക്കിയ ചെറിയ പെട്ടിയ്ക്ക് മേൽ വച്ചിരുന്ന വ്യത്യസ്തമായ അലങ്കാരങ്ങളുള്ള ചെസ്സ് സെറ്റിലേയ്ക്ക് അവൾ നോക്കി.

ഉള്ളിൽ ഉയർന്നുവന്ന ഒരു ചിന്തയെ, അവൾ കടിച്ചമർത്തി. പക്ഷെ, അത് വീണ്ടും ഉയർന്നു വന്നു.

ആഷ് വീട്ടിലെത്തിയ ഉടനെ, താൻ ബെഡ്ഫോർഡിലുള്ള ഒരു സുഹൃത്തിനെ കാണാൻ പോവുകയാണ് എന്നും, മടങ്ങി വരാൻ കുറച്ചു മണിക്കൂറുകളെടുക്കും എന്നും പറഞ്ഞു.

ഇപ്പോൾ ഇവിടെയില്ല

ഓക്ക് ലീഫ് റെസിഡൻഷ്യൽ കെയർ ഹോമിലേയ്ക്ക് കയറി, റിസപ്ഷനിസ്റ്റിനോട് സംസാരിച്ചു തുടങ്ങുന്നതിനു മുൻപ് തന്നെ, അവിടെക്കണ്ട കണ്ണാടി ധരിച്ച ദുർബ്ബലനായ ഒരു വൃദ്ധനെ നോറാ തിരിച്ചറിഞ്ഞു. സഹികെട്ട മട്ടിൽ നിൽക്കുന്ന ഒരു നഴ്സിനോട് തർക്കിക്കുകയായിരുന്നു അദ്ദേഹം. നെടുവീർപ്പിനു ജീവൻ വച്ച പോലൊരു രൂപം.

"എനിക്ക് പൂന്തോട്ടത്തിൽ പോകണമെന്ന് നല്ല ആഗ്രഹമുണ്ട്," വൃദ്ധൻ പറഞ്ഞു.

"അത് സാധിക്കില്ല. പൂന്തോട്ടത്തിൽ ഇന്ന് മറ്റു ചില പരിപാടികൾ നടക്കുകയാണ്."

"എനിക്കവിടെ ആ ബെഞ്ചിലിരുന്ന്, പത്രം വായിച്ചാൽ മാത്രം മതി."

"ഇന്നത്തെ പൂന്തോട്ടപരിപാലന പരിപാടിയ്ക്ക് നിങ്ങൾ പേരു നൽകിയിരുന്നെങ്കിൽ ചിലപ്പോൾ —"

"എനിക്ക് പൂന്തോട്ടപരിപാലനമൊന്നും ചെയ്യണ്ട. എനിക്ക് ധവാക്കിനെ വിളിക്കണം. ഇതെല്ലാം അബദ്ധമായിപ്പോയി."

പഴയ അയൽക്കാരന് മരുന്നു നൽകാൻ പോകുമ്പോൾ, അദ്ദേഹം തന്റെ മകനായ ധവാക്കിനെ കുറിച്ച് പറഞ്ഞുകേട്ടിട്ടുള്ളത് നോറാ ഓർത്തു. ഒരു കെയർ ഹോമിലേയ്ക്ക് താമസം മാറാൻ ആ മകൻ അച്ഛനെ നിർബ്ബന്ധിക്കുന്നുണ്ടായിരുന്നു എങ്കിലും, അദ്ദേഹം ആ വീടു വിട്ടു പോകാൻ തയ്യാറായിരുന്നില്ല. "ഇതിന് ഒരു വഴിയുമില്ലേ —?"

അപ്പോഴാണ് തന്നെത്തന്നെ നോക്കിനിൽക്കുന്ന ആളെ അദ്ദേഹം കണ്ടത്.

"മിസ്റ്റർ ബാനർജിയല്ലേ?"

സംശയം നിഴലിക്കുന്ന കണ്ണുകളോടെ അദ്ദേഹം പറഞ്ഞു, "ഹലോ? നീ ആരാണ്?"

"ഞാൻ നോറായാണ്. നോറാ സീഡ്. ഓർമ്മയില്ലേ?" അമ്പരന്നു നിൽക്കുന്നതിനിടയിൽ, അവൾ കൂട്ടിച്ചേർത്തു : "ഞാൻ ബാൻക്രോഫ്റ്റ് അവന്യൂവിൽ നിങ്ങളുടെ അയൽക്കാരിയായിരുന്നു."

അദ്ദേഹം തലകുലുക്കി. "നിനക്ക് ആളുമാറിപ്പോയതായിരിക്കണം

മോളെ. ഞാൻ മൂന്ന് കൊല്ലത്തിലധികമായി അവിടം വിട്ടിട്ട്. നീ അവിടെ എന്റെ അയൽക്കാരി ആയിരുന്നില്ല എന്ന് എനിക്കുറപ്പാണ്."

നഴ്സ് അദ്ദേഹത്തെ നോക്കി തലചരിച്ച് നോക്കി. "ചിലപ്പോൾ നിങ്ങൾ മറന്നുപോയതാവാം."

"അല്ല," തന്റെ തെറ്റ് മനസ്സിലാക്കി നോറാ പെട്ടെന്ന് പറഞ്ഞു, "അദ്ദേഹം പറഞ്ഞത് ശരിയാണ്. എനിക്കാണ് മാറിപ്പോയത്. എനിക്ക് ചിലപ്പോ ഓർമ്മക്കുറവ് പറ്റാറുണ്ട്. ഞാൻ അവിടെ താമസിച്ചിട്ടേയില്ല. അത് മറ്റെവിടെയോ ആയിരുന്നു. മറ്റാരോ ആയിരുന്നു. എന്നോടു ക്ഷമിക്കൂ."

അവർ രണ്ടുപേരും സംസാരം തുടർന്നപ്പോൾ, ഐറിസും ഫോക്സ് ഗ്ലോവും പൂത്തുനിന്ന മിസ്റ്റർ ബാനർജിയുടെ മുറ്റത്തിനെക്കുറിച്ചാലോചിക്കു കയായിരുന്നു നോറാ.

"ഞാൻ എങ്ങനെയാണ് നിങ്ങളെ സഹായിക്കേണ്ടത്?"

നോറാ തിരിഞ്ഞ് റിസപ്ഷനിസ്റ്റിനെ നോക്കി. ചുവന്ന മുടിയുള്ള, ഒതുങ്ങിയ ശരീരഭാഷയുള്ള, കണ്ണട ധരിച്ച, പുള്ളികൾ നിറഞ്ഞ ചർമ്മമുള്ള, പതുക്കെ സ്കോട്ടിഷ് ചായ്വുള്ള ഇംഗ്ലീഷിൽ സംസാരിക്കുന്ന ഒരാൾ.

നോറാ തന്നെ പരിചയപ്പെടുത്തിയ ശേഷം, താൻ മുൻപ് വിളിച്ചിരുന്നു എന്നു പറഞ്ഞു.

അയാൾക്ക് ആദ്യം ഒന്നും പിടികിട്ടിയില്ല.

"നിങ്ങൾ ഒരു സന്ദേശം നൽകിയിരുന്നു എന്നല്ലേ പറഞ്ഞത്?"

ഒരു മൂളിപ്പാട്ടോടെ, അയാൾ അവളുടെ ഇമെയിൽ തിരഞ്ഞു.

"അതെ. പക്ഷെ ഫോമിലായിരുന്നു ഞാൻ സന്ദേശം നൽകിയിരുന്നത്. കുറെ വിളിച്ചിട്ടും കിട്ടാതിരുന്നത് കൊണ്ടായിരുന്നു സന്ദേശം അയച്ചത്."

"ഓ അതുശരി. എന്നോട് ക്ഷമിക്കൂ. നിങ്ങളുടെ ഏതെങ്കിലും ബന്ധുവിനെ അന്വേഷിച്ച് വന്നതാണോ?"

"അല്ല," നോറാ വിശദീകരിച്ചു. "ഞാൻ അവരുടെ ബന്ധുവല്ല. അവരെ അറിയാമായിരുന്ന ഒരാളാണ് ഞാൻ. എന്നെ അവർക്കും അറിയാമായിരിക്കണം. അവരുടെ പേര് ശ്രീമതി എൽമ് എന്നാണ്." നോറാ അവരുടെ മുഴുവൻ പേര് ഓർക്കാൻ ശ്രമിച്ചു. "അത്, ലൂയിസ് എൽമ് എന്നാണ്. എന്റെ പേര് അവരോട് പറയാമെങ്കിൽ... നോറാ, നോറാ സീഡ് എന്നാണ് എന്റെ പേര്. അവരെന്റെ... അവർ ഹേസൽഡീനിൽ എന്റെ സ്കൂളിലെ ലൈബ്രേറിയനായിരുന്നു. കുറച്ചുനേരം എന്തെങ്കിലുമൊക്കെ മിണ്ടിയും പറഞ്ഞുമിരുന്നാൽ അവർക്കൊരു സന്തോഷമാകും എന്നു കരുതി."

അയാൾ കമ്പ്യൂട്ടറിൽ തിരയുന്നത് നിർത്തി, നോറായെ നോക്കി. ആ കണ്ണുകളിൽ അതിശയം അടക്കാൻ അയാൾ ശ്രമിക്കുന്നുണ്ടായിരുന്നു. തനിക്ക് തെറ്റ് പറ്റിയിട്ടുണ്ടാവും എന്നാണ് ആദ്യം നോറാ കരുതിയത്. അല്ലെങ്കിൽ ചിലപ്പോൾ ലാ ക്യാന്റീനയിലെ ആ വൈകുന്നേരം, ഡൈലന് തെറ്റ് പറ്റിയതാവാം. അതുമല്ലെങ്കിൽ, ആ ജീവിതത്തിലെ ശ്രീമതി എൽമിന്, ഈ ജീവിതത്തിൽ മറ്റൊരു വിധിയായിരിക്കും സംഭവിച്ചിട്ടു

ണ്ടാവുക. പക്ഷെ ഒരു മൃഗസംരക്ഷണകേന്ദ്രത്തിൽ ജോലി ചെയ്യാം എന്ന് താൻ എടുത്ത തീരുമാനം, ശ്രീമതി എൽമിന്റെ ജീവിതത്തിൽ വ്യത്യസ്തമായ ഒരു ഫലമുണ്ടാക്കിയത് എങ്ങനെയാണ് എന്ന് അവൾക്ക് ഒട്ടും മനസ്സിലായില്ല. എന്തായാലും അതിലൊരർത്ഥവുമില്ല. കാരണം, സ്കൂൾ കാലത്തിനുശേഷം, ഈ രണ്ടു ജീവിതങ്ങളിലും അവൾക്ക് ലൈബ്രേറിയനുമായി യാതൊരു ബന്ധവുമുണ്ടായിരുന്നില്ല.

"എന്തു പറ്റി?" നോറാ റിസപ്ഷനിസ്റ്റിനോട് ചോദിച്ചു.

"പറയാൻ അത്യധികം വ്യസനമുണ്ട്. പക്ഷെ ശ്രീമതി എൽമ് ഇപ്പോൾ ഇവിടെയില്ല."

"അവർ എവിടെയാണിപ്പോൾ?"

"അവർ... അവർ മൂന്നാഴ്ചകൾക്ക് മുൻപ് മരണപ്പെട്ടു."

അവർക്ക് എന്തെങ്കിലും തെറ്റ് പറ്റിയതാവാം എന്നാണ് ആദ്യം അവൾക്ക് തോന്നിയത്. "ഉറപ്പാണോ?"

"അതെ. വിഷമമുണ്ട്, പക്ഷെ അത് ശരിയാണ്."

"അയ്യോ," നോറാ പറഞ്ഞു. എന്തു പറയണമെന്നോ, എന്ത് ചെയ്യണമെന്നോ അവൾക്കപ്പോൾ തീർച്ചയില്ലായിരുന്നു. കാറിൽ കൂടെ കൊണ്ടു വന്ന ചെറിയ സഞ്ചിയിലേയ്ക്ക് അവൾ നോക്കി. അതിൽ, അവർക്കൊപ്പമിരുന്ന് കളിക്കാൻ വേണ്ടി അവൾ കൊണ്ടു വന്ന ചെസ്സ് സെറ്റുണ്ടായിരുന്നു. "എനിക്കറിയില്ലായിരുന്നു... എനിക്ക്... ഞാൻ വർഷങ്ങളായി അവരെ കണ്ടിട്ട്. ഒരുപാട് വർഷങ്ങൾ. ആരോ പറഞ്ഞാണ് അവരിവിടെയുണ്ടെന്ന് ഞാൻ അറിഞ്ഞത്..."

"കഷ്ടമായിപ്പോയി...," റിസപ്ഷനിസ്റ്റ് പറഞ്ഞു.

"ഇല്ല. സാരമില്ല. എന്നോട് കാരുണ്യത്തോടെ പെരുമാറിയതിന് അവരോടൊരു നന്ദി പറയണമെന്നുണ്ടായിരുന്നു."

"അവർ സമാധാനത്തോടെയാണ് മരിച്ചത്. ഉറക്കത്തിൽത്തന്നെ," അയാൾ പറഞ്ഞു.

നോറാ പുഞ്ചിരിച്ചുകൊണ്ട്, വിനീതമായി മറുപടി പറഞ്ഞു. "അത് നന്നായി. നന്ദിയുണ്ട്, അവരെ നന്നായി നോക്കിയതിന്. ഞാൻ എന്നാൽ ഇറങ്ങട്ടെ. ബൈ..."

പോലീസുമായുണ്ടായ സംഭവം

അവൾ ചെസ്സ് സെറ്റും, അതടങ്ങിയ സഞ്ചിയുമായി പുറത്ത് ഷേക്സ്പിയർ റോഡിലേക്കിറങ്ങി. എന്തുചെയ്യണമെന്ന് അവൾക്കൊരു രൂപവുമുണ്ടായിരുന്നില്ല. ശരീരം മുഴുവൻ ഒരുതരം തരിപ്പ്. അതൊരു വെറും മരവിപ്പായിരുന്നില്ല. ഓരോ ജീവിതവും അവസാനിക്കാറാവുമ്പോൾ അവൾക്ക് തോന്നിയിരുന്ന വിചിത്രമായ അവ്യക്തമായ ഒരു തരിപ്പ്.

ശരീരത്തിലെ തോന്നലുകളെ അവഗണിച്ചുകൊണ്ട് അവൾ കാർ നിർത്തിയിട്ടിരുന്ന ദിക്കിലേയ്ക്ക് സ്വപ്നത്തിലെന്നവണ്ണം നടന്നു. ബാൻക്രോഫ്റ്റ് അവന്യൂവിലെ, അവളുടെ പഴയ 33A നമ്പർ ഫ്ളാറ്റും കടന്ന് അവൾ നടന്നു. അവളതിനു മുൻപ് കണ്ടിട്ടില്ലാത്ത ഒരു മനുഷ്യൻ, ഒരു വലിയ ബോക്സ് നിറയെ പഴയസാധനങ്ങളും താങ്ങിപ്പിടിച്ച് പുറത്തേയ്ക്ക് വരുന്നുണ്ടായിരുന്നു. താനിപ്പോൾ താമസിക്കുന്ന കേംബ്രിഡ്ജിലെ ഭംഗിയുള്ള ആ ഫ്ളാറ്റിനെക്കുറിച്ച് അവളോർത്തു. അതിനെ, കുപ്പ നിറഞ്ഞ തെരുവിലെ, ഇടിഞ്ഞുപൊളിഞ്ഞ ഈ ഫ്ളാറ്റിനോട് ഉപമിക്കാതിരിക്കാൻ അവൾക്കായില്ല. തരിപ്പ്, തെല്ലൊന്നടങ്ങി. ബാനർജിയുടെ, അഥവാ ബാനർജിയുടേതായിരുന്ന വീടിനു മുന്നിലൂടെ അവൾ നടന്നു. ഇനിയും ഫ്ളാറ്റുകളായി വിഭജിക്കപ്പെടാതെ നിലനിൽക്കുന്ന ആ ഒരേയൊരു വീട്ടിലേയ്ക്ക് അവൾ നോക്കിനിന്നു. പക്ഷെ ഇപ്പോൾ അതിന് ഒരുപാട് മാറ്റങ്ങൾ വന്നിരുന്നു. മുറ്റത്തെ ചെറിയ പുൽത്തകിടി, കാടുകയറിക്കിടന്നിരുന്നു. കഴിഞ്ഞ വേനലിൽ അദ്ദേഹം ഇടുപ്പെല്ലിന്റെ ശസ്ത്രക്രിയ കഴിഞ്ഞ് വിശ്രമത്തിലായിരുന്നപ്പോൾ, അദ്ദേഹത്തെ സഹായിക്കാനായി നോറാ ദിനവും വെള്ളമൊഴിച്ചു പരിപാലിച്ചു കൊടുത്തിരുന്ന ക്ലെമറ്റിസും, ലിസ്സിച്ചെടികളുമൊന്നും, അവിടെ ഉണ്ടായിരുന്നതിന്റെ ലക്ഷണം പോലും ബാക്കിയുണ്ടായിരുന്നില്ല.

നടവഴിയിൽ, ലാഗറിന്റെ ചുരുങ്ങിയ രണ്ടു കാനുകൾ അവൾ ശ്രദ്ധിച്ചു.

പറ്റെ വെട്ടിയ സ്വർണ്ണനിറമുള്ള മുടിയും, കരുവാളിച്ച മുഖവുമുള്ള ഒരു സ്ത്രീ, രണ്ടു കുഞ്ഞുങ്ങളെയും ഉന്തുവണ്ടിയിലിരുത്തി അവൾക്ക് നേരെ നടന്നുവരുന്നുണ്ടായിരുന്നു. അവർ വല്ലാതെ ക്ഷീണിതയായിരുന്നു. അവൾ മരിക്കാൻ തീരുമാനിച്ച അന്ന്, ന്യൂസ് ഏജന്റിന്റെ കടയിൽ വച്ച് അവൾ

സംസാരിച്ച അതേ സ്ത്രീയായിരുന്നു അത്. സന്തുഷ്ടമായ, സ്വസ്ഥമായ ജീവിതം നയിക്കുന്നു എന്ന് തോന്നിപ്പിച്ച ഒരുവൾ. കെറി-ആൻ. ഉറക്കെ കരയുകയായിരുന്ന, തുടുത്ത കവിളുകളുള്ള ഒരു ആൺകുട്ടിയെ, ഒരു പ്ലാസ്റ്റിക്ക് ഡൈനോസർ പാവ കാട്ടി സമാധാനിപ്പിക്കാൻ ശ്രമിക്കുക യായിരുന്ന അവർ, അവളെ കണ്ടിരുന്നില്ല.

ഞാനും ജെയ്ക്കും ഒരു അന്തോം കുന്തോം ഇല്ലാതെയാണ് തുടങ്ങിയത്. പക്ഷെ ഞങ്ങൾ എങ്ങനെയൊക്കെയോ ലക്ഷ്യം കണ്ടു. രണ്ടു കുഞ്ഞു ഭീകരജീവികളെ ഉണ്ടാക്കി. പക്ഷെ ആ കഷ്ടപ്പാടിനെല്ലാം ഗുണമുണ്ടായി. ഞാൻ പൂർണ്ണയായതുപോലെ എനിക്കു തോന്നുന്നു. എന്റെ കൈയിൽ കുറച്ച് ചിത്രങ്ങളുണ്ട് അവരുടെ...

തലയുയർത്തി കെറി-ആൻ, നോറായെ കണ്ടു.

"എനിക്ക് നിന്നെ അറിയാമല്ലോ? നോറായല്ലേ?"

"അതെ."

"ഹായ് നോറാ."

"ഹായ് കെറി-ആൻ."

"നിങ്ങൾക്കെന്റെ പേരോർമ്മയുണ്ടോ? അത് വലിയ അതിശയമായി. സ്കൂളിൽ വച്ച് നിങ്ങളെക്കണ്ട് ഞാൻ അന്തംവിട്ടു നിന്നിട്ടുണ്ട്. നല്ല മിടുക്കി യായിരുന്നു നിങ്ങൾ. പിന്നീട് നിങ്ങൾ ഒളിമ്പിക്സിൽ എത്തിയോ?"

"ഉവ്വ്. ഏറെക്കുറെ. ഒരു ഞാൻ എത്തി. പക്ഷെ അതായിരുന്നില്ല എനിക്കു വേണ്ടിയിരുന്നത്. പിന്നെ, വേറെ എന്താവും? അല്ലെ?"

കെറി-ആനിന് ഒരു നിമിഷം ഒന്നും മനസ്സിലായില്ല. അവരുടെ മകൻ വലിച്ചെറിഞ്ഞ ദിനോസർ പാവ, ചുളുങ്ങിക്കിടന്ന ഒരു കാനിന്റെ തൊട്ടടുത്തു ചെന്നു വീണു. "ശരി."

നോറാ ആ ദിനോസറിനെ കൈയിലെടുത്തു – സൂക്ഷിച്ചു നോക്കിയ പ്പോൾ അതൊരു സ്റ്റെഗോസോറസ് ആണെന്ന് മനസ്സിലായി. അവളത് കെറി-ആനിനു കൈമാറി. നന്ദി പുരണ്ട ഒരു ചിരി അവൾക്കു നൽകിയ ശേഷം, അപ്പോഴേയ്ക്കും വാശി പിടിച്ച് നിലവിളിച്ചു കരയാൻ തുടങ്ങിയ കുഞ്ഞിനേയും കൊണ്ട്, ഒരിക്കൽ മിസ്റ്റർ ബാനർജിയുടേതായിരുന്ന വീട്ടി ലേയ്ക്ക് തിടുക്കപ്പെട്ടു കയറിപ്പോയി.

"ബൈ," നോറാ പറഞ്ഞു.

"ശരി. ബൈ."

എന്തായിരിക്കും വ്യത്യസ്തമായിട്ടുണ്ടാവുക എന്ന് നോറാ ചിന്തിച്ചു നോക്കി. ഒരിക്കലും കെയർ ഹോമിലേയ്ക്ക് പോകില്ല എന്ന് വാശിപിടി ച്ചിരുന്ന മിസ്റ്റർ ബാനർജി, ഒടുവിൽ അങ്ങോട്ടേയ്ക്ക് പോകാൻ നിർബന്ധിത നായത് എന്തുകൊണ്ടാവും? ഈ രണ്ടു ബാനർജിമാർക്കും ഇടയിൽ വന്ന ഒരേയൊരു മാറ്റം അവളായിരുന്നു; പക്ഷെ *എന്തായിരുന്നു* ആ മാറ്റം? അവളെന്തു ചെയ്തു? ഒരു ഓൺലൈൻ ഷോപ്പ് ശരിയാക്കി ക്കൊടുത്തതോ? വല്ലപ്പോഴും അദ്ദേഹത്തിനു വേണ്ട മരുന്നുകൾ വാങ്ങിക്കൊടുത്തതോ?

ചെറിയ കാര്യങ്ങളുടെ വലിയ പ്രസക്തിയെ ഒരിക്കലും അവഗണിക്കരുത്, ശ്രീമതി എൽമ് ഒരിക്കൽ പറഞ്ഞു. അതെപ്പോഴും ഓർമ്മയുണ്ടാവണം.

അവൾ തന്റെ ജനാലയ്ക്കലേക്ക് സൂക്ഷിച്ചുനോക്കി. ആ കിടപ്പുമുറിയിൽ, ജീവിതത്തിനും മരണത്തിനുമിടയിൽ നൂലിട്ട വ്യത്യാസത്തിൽ കടിച്ചുതൂങ്ങിക്കിടക്കുന്ന തന്റെ മൂലജീവിതത്തെക്കുറിച്ചോർത്ത് – സമദൂരമായിരിക്കണം അതും. അപ്പോൾ ആദ്യമായി, താൻ തീർത്തും മറ്റൊരാളാണെന്ന മട്ടിൽ, അവൾക്ക് അവളെക്കുറിച്ചോർത്ത് വേവലാതിയുണ്ടായി. അവളുടെ മറ്റൊരു പതിപ്പായിട്ടല്ല; മറ്റൊരു വ്യക്തിയായിത്തന്നെ അവൾക്ക് തോന്നി. ജീവിതത്തിന്റെ എല്ലാ അനുഭവങ്ങളിലൂടെയും കടന്നുപോയി കഴിഞ്ഞപ്പോൾ, തന്റെ പൂർവ്വജീവിതത്തെ സഹതാപപൂർവ്വം നോക്കിക്കാണുന്ന ഒരാളായി അവൾ മാറിയതുപോലെ. അത് സ്വയം തോന്നുന്ന ഒരു അനുതാപമല്ല. മറിച്ച്, അവൾ തീർത്തും മറ്റൊരാളായി മാറിയതിനാലാണ്.

അപ്പോൾ, അവളുടെ ജനാലയ്ക്കൽ ഒരു സ്ത്രീ പ്രത്യക്ഷപ്പെട്ടു. അവളല്ലാത്ത ഒരു സ്ത്രീ. കൈയിൽ വോൾട്ടയറല്ലാതെ മറ്റൊരു പൂച്ചയെ പിടിച്ച ഒരു സ്ത്രീ.

തല കറക്കവും മന്ദിപ്പും തോന്നാൻ തുടങ്ങിയിരുന്നു എങ്കിലും, അതവൾക്ക് പ്രതീക്ഷ നൽകി.

തിരക്കേറിയ തെരുവിലൂടെ അവൾ പട്ടണത്തിലേയ്ക്ക് നടന്നു.

അതെ, അവൾ മാറിയിരിക്കുന്നു. അവൾ കൂടുതൽ കരുത്തുള്ളവളായിരിക്കുന്നു. തിരിച്ചറിയാത്ത ഒരുപാട് ശക്തികൾ അവൾക്കുള്ളിലുണ്ടായിരുന്നു. ഒരു വലിയ സദസ്സിനു മുൻപിൽ പാടിയില്ലായിരുന്നുവെങ്കിൽ, ഒരു ധ്രുവക്കരടിയെ നേരിടേണ്ടി വന്നിട്ടില്ലായിരുന്നുവെങ്കിൽ, അത്രമേൽ സ്നേഹവും, ധൈര്യവും, ഭയവും അനുഭവിക്കാൻ യോഗമില്ലായിരുന്നുവെങ്കിൽ, എങ്കിലൊരുപക്ഷേ അവളതൊന്നും തിരിച്ചറിയുക പോലുമില്ലായിരുന്നു.

ബൂട്ട്സ് ഫാർമസിയ്ക്ക് മുൻപിൽ എന്തോ ഒരു ബഹളം നടക്കുന്നുണ്ടായിരുന്നു. രണ്ടു പയ്യന്മാരെ പോലീസ് അറസ്റ്റ് ചെയ്യുകയായിരുന്നു. അവർക്കരികിൽ നിന്ന ഒരു ഡിറ്റക്ടീവ്, വാക്കി-ടോക്കിയിലൂടെ വിവരങ്ങൾ അറിയിക്കുന്നു.

അവരിൽ ഒരു പയ്യനെ തിരിച്ചറിഞ്ഞ അവൾ, അവനടുത്തേയ്ക്ക് ഓടിച്ചെന്നു.

"ലിയോ?"

ഒരു പോലീസ് ഉദ്യോഗസ്ഥൻ അവളോട് പുറകോട്ടു നീങ്ങി നിൽക്കാൻ ആംഗ്യം കാണിച്ചു.

"നിങ്ങളാരാ?" ലിയോ ചോദിച്ചു.

"ഞാൻ —" പറയാനൊരുങ്ങിയപ്പോഴാണ്, 'നിന്റെ പിയാനോ അധ്യാപിക' എന്നത് പറയാൻ തനിക്കാവില്ല എന്നവൾ ഓർത്തത്. അത്തരമൊരു സാഹചര്യത്തിൽ അങ്ങനെ പറഞ്ഞിരുന്നെങ്കിൽ അതൊരു മണ്ടത്തരമായേനെ എന്ന് പെട്ടെന്നവൾ ഓർത്തു. എന്നിട്ടും അവളത് പറഞ്ഞൊപ്പിച്ചു. "നീ പാട്ടുക്ലാസിൽ പോയിട്ടില്ലേ?"

ലിയോ, തന്റെ കൈയിൽ അണിയിക്കുന്ന വിലങ്ങിലേയ്ക്ക് നോക്കി നിന്നു. "ഞാൻ പാട്ടുക്ലാസ്സിലൊന്നും പോയിട്ടില്ല."

അവന്റെ സ്വരത്തിൽ നിന്നും ഗർവ്വ് നഷ്ടപ്പെട്ടിരുന്നു.

പോലീസ് ഉദ്യോഗസ്ഥൻ അസ്വസ്ഥനാകാൻ തുടങ്ങി. "ഇത് ഞങ്ങൾ നോക്കിക്കൊള്ളാം മാഡം."

"അവൻ ഒരു നല്ല കുട്ടിയാണ്. അവനോട് കർക്കശമായി പെരുമാറരുതേ," നോറാ അദ്ദേഹത്തോടു പറഞ്ഞു.

"ഈ നല്ല കുട്ടി ദേ ഈ കടയിൽ നിന്നും ഇരുനൂറ് നാണയങ്ങൾ വിലവരുന്ന സാധനങ്ങളാണ് മോഷ്ടിച്ചിരിക്കുന്നത്. അതുകൂടാതെ, കൈയിൽ ഒരു ആയുധവും ഒളിപ്പിച്ചിട്ടുണ്ടായിരുന്നു."

"ആയുധമോ?"

"ഒരു കത്തി."

"ഇല്ല. ഇത് എന്തെങ്കിലും അറിയാതെ പറ്റിയതാവും. അവൻ അങ്ങനത്തെ ഒരു കുട്ടിയല്ല."

"ഇത് കേട്ടോ?" പോലീസുകാരൻ, തന്റെ സഹപ്രവർത്തകനോട് പറഞ്ഞു. "ലിയോ തോംസൻ എന്ന നമ്മുടെ ഈ സുഹൃത്ത്, അങ്ങനെ പ്രശ്നങ്ങളിലൊന്നും ചെന്ന് ചാടുന്ന ആളല്ലാത്രേ."

ആ സഹപ്രവർത്തകൻ പൊട്ടിച്ചിരിച്ചു. "അവൻ എപ്പോഴും ഏതെങ്കിലുമൊക്കെ പ്രശ്നങ്ങളിങ്ങനെ ഉണ്ടാക്കിക്കൊണ്ടിരിക്കും."

"ഇനി, ദയവ് ചെയ്ത് ഞങ്ങളെ ഞങ്ങളുടെ ജോലി ചെയ്യാൻ അനുവദിക്കൂ" ആദ്യത്തെ പോലീസുകാരൻ പറഞ്ഞു.

"തീർച്ചയായും," നോറാ പറഞ്ഞു. "തീർച്ചയായും. അവർ പറയുന്നതുപോലെ അനുസരിക്കൂ ലിയോ..."

അവൾ ഏതോ വലിയ തമാശയാണെന്ന മട്ടിൽ അവൻ അവളെ നോക്കി.

കുറച്ചു വർഷങ്ങൾക്ക് മുൻപ്, മകന് വിലകുറഞ്ഞ ഒരു കീബോർഡ് വാങ്ങാനായി സ്ട്രിംഗ് തിയറിയിൽ വന്നതായിരുന്നു അവന്റെ അമ്മ ഡോറീൻ. സ്കൂളിലെ അവന്റെ പെരുമാറ്റരീതിയെക്കുറിച്ചോർത്ത് അവർക്ക് വല്ലാത്ത ആശങ്കയുണ്ടായിരുന്നു. അവൻ സംഗീതത്തിൽ ഒരു താൽപര്യം കാണിച്ചതിനാൽ, അവർ അവനെ പിയാനോ ക്ലാസ്സിൽ ചേർക്കാൻ ആഗ്രഹിച്ചു. ഔപചാരികമായ അധ്യാപനരീതിയൊന്നും അറിയില്ലെങ്കിലും, തനിക്കൊരു ഇലക്ട്രിക് പിയാനോ ഉണ്ടെന്നും, വേണമെങ്കിൽ താൻ പറഞ്ഞുകൊടുക്കാമെന്നും നോറാ വിശദീകരിച്ചു. തന്റെ കൈയിൽ അത്രയ്ക്ക് പണമില്ലെന്ന് ഡോറീനും പറഞ്ഞു. ഒടുവിൽ അവർ ഒരു ധാരണയിൽ എത്തിച്ചേർന്നു. ചൊവ്വാഴ്ച വൈകുന്നേരങ്ങളിൽ, ഏഴാമത്തെ സ്വരത്തിന്റെ മേജറും മൈനറും ലിയോയ്ക്ക് പഠിപ്പിച്ചുകൊടുക്കുന്നത് അവൾക്ക് ഏറ്റവും സന്തോഷമുള്ള ഒരു ശീലമായിത്തീർന്നു. പഠിക്കാൻ താൽപര്യമുള്ള ഒരു നല്ല കുട്ടിയാണവൻ എന്നാണ് അവൾക്ക് തോന്നിയിരുന്നത്.

ലിയോ 'ചീത്ത കൂട്ടുകെട്ടിൽ നിൽക്കുന്നത്' ഡോറീൻ കണ്ടിരുന്നു.

പക്ഷെ സംഗീതത്തിലേയ്ക്ക് ശ്രദ്ധ തിരിഞ്ഞതിനു ശേഷം, അവൻ മറ്റുള്ള കാര്യങ്ങളിലും മെച്ചപ്പെട്ടു തുടങ്ങി. അധ്യാപകരുമായുണ്ടായിരുന്ന പ്രശ്നങ്ങൾ വളരെപ്പെട്ടെന്നു തന്നെ ഇല്ലാതായി. ചോപ്പിൻ മുതൽ സ്കോട്ട് ജോപ്ലിനും, ഫ്രാങ്ക് ഓഷ്യനും, ജോൺ ലെജൻഡും, റെക്സ് ഓറഞ്ച് കൗണ്ടിയും വരെ ഒരേ ആത്മാർത്ഥതയോടെയും, സ്നേഹത്തോടെയും അവൻ വായിക്കുമായിരുന്നു.

മിഡ്നൈറ്റ് ലൈബ്രറിയിലേക്കുള്ള ആദ്യ സന്ദർശനങ്ങളിലൊന്നിൽ ശ്രീമതി എൽമ് പറഞ്ഞത് അവൾക്കോർമ്മ വന്നു.

ഓരോ ജീവിതയാത്രയിലും അടങ്ങിയിരിക്കുന്നത്, ലക്ഷോപലക്ഷം തീരുമാനങ്ങളാണ്. ചിലത് വലുത്; ചിലത് ചെറുത്. പക്ഷെ ഏതെങ്കിലും തീരുമാനം ഒന്ന് മാറ്റിയെടുക്കേണ്ടി വരുന്ന ഓരോ തവണയും, അവയുടെ പരിണതഫലവും അതിനോടനുബന്ധമായി മാറുന്നു. പിൻവലിക്കാനാകാത്ത വ്യതിയാനങ്ങൾ സംബന്ധിക്കുന്നു. അവയിൽ നിന്നും വേറെയും പല വ്യത്യാസങ്ങളും സംഭവിക്കുന്നു....

കേംബ്രിഡ്ജിൽ മാസ്റ്റേഴ്സ് ബിരുദം ചെയ്ത്, ആഷിനെ വിവാഹം ചെയ്ത്, ഒരു കുഞ്ഞുമായി അവൾ ജീവിക്കുന്ന ഈ ജീവിതരേഖയിൽ, നാലു വർഷം മുൻപ് ഡോറീനും ലിയോയും സ്ലീംഗ് തിയറിയിൽ വരുമ്പോൾ, അവളവിടെ ഉണ്ടായിരുന്നില്ല. ഇതിൽ, അവർക്ക് പറ്റിയ ഒരു സംഗീതാധ്യാപികയെ ഡോറീന് കണ്ടെത്താൻ കഴിഞ്ഞിട്ടേയില്ല. അതുകൊണ്ട് തന്നെ, തന്റെ ശരിക്കുള്ള പ്രാവീണ്യം തിരിച്ചറിയാൻ തക്ക പരിചയം സംഗീതവുമായി ലിയോയ്ക്ക് ലഭിച്ചിരുന്നില്ല. ചൊവ്വാഴ്ച വൈകുന്നേരങ്ങളിൽ, നോറായ്ക്കരികിലിരുന്ന്, തന്റെ താൽപര്യത്തെ വളർത്തുവാനും, തിരികെ വീട്ടിൽപോയി, സ്വന്തമായി പാട്ടുകളുണ്ടാക്കുവാനും അവനു കഴിഞ്ഞിരുന്നില്ല.

നോറായ്ക്ക് തളർച്ച തോന്നി. തരിപ്പുകളും, മരവിപ്പുകളുമായിരുന്നില്ല അത്. ശൂന്യതയുടെ പടുകുഴിയിലേയ്ക്ക് വീഴുന്ന, കണ്ണിൽ ഇരുട്ട് കയറുന്നത്രശക്തമായ ഒന്ന്. ഈ നോറാ ഇവിടെനിന്നും പോയാൽ, കൃത്യം അതേ സ്ഥാനത്തുനിന്നു തുടരാൻ മറ്റൊരു നോറാ ചിറകടിച്ചു കാത്തുനിൽക്കുന്നത് പോലെ. ബെഡ്ഫോർഡിലേയ്ക്ക് ആ പകൽ ഒരു യാത്രവരാൻ കൃത്യമായൊരു കാരണമുണ്ടെന്നും, താൻ കാലാകാലങ്ങളായി ഇവിടെയാണ് താമസിച്ചിരുന്നതെന്നും സ്വയം വിശ്വസിപ്പിക്കാനായി അവളുടെ തലച്ചോർ ശ്രമിച്ചുകൊണ്ടേയിരുന്നു.

ഇതൊക്കെ എന്തിലേയ്ക്കാണ് വിരൽ ചൂണ്ടുന്നതെന്ന വേവലാതിയിൽ, അവൾ തിരിഞ്ഞ്, കാർ നിർത്തിയിട്ടിരുന്നിടത്തേയ്ക്ക് വേഗത്തിൽ നടന്നു. ബെഡ്ഫോർഡിലെ ആ തിരക്കുള്ള തെരുവിലെ മുഴുവൻ മനുഷ്യരുടെയും മുന്നിലൂടെ, ലിയോയെയും അവന്റെ സുഹൃത്തിനെയും പോലീസുകാർ അവരുടെ വണ്ടിയിലേയ്ക്ക് കൂട്ടിക്കൊണ്ടുപോയി.

ഇതൊരു നല്ല ജീവിതമാണ്....ഇതൊരു നല്ല ജീവിതമാണ്....ഇതൊരു നല്ല ജീവിതമാണ്....

പുതിയൊരു കാഴ്ചപ്പാട്

ചുവപ്പും മഞ്ഞയും നിറങ്ങളുടെ പ്രൗഢി തുളുമ്പുന്ന ലാ ക്യാന്റീന കടന്ന്, അവൾ സ്റ്റേഷനടുത്തേയ്ക്ക് നീങ്ങി. ഭക്ഷണശാലയ്ക്കുള്ളിലെ ജീവനക്കാരൻ അപ്പോൾ മേശപ്പുറത്തു നിന്നും കസേരകൾ മാറ്റിയിടുകയായിരുന്നു. തൊട്ടടുത്ത്, കൈകൊണ്ടെഴുതിയ കുറിപ്പ് തൂങ്ങുന്ന സ്ട്രിംഗ് തിയറിയും ഉണ്ടായിരുന്നു :

> *ഇനിയങ്ങോട്ടു പ്രവർത്തനം തുടരാൻ സ്ട്രിംഗ് തിയറിയ്ക്ക് സാധ്യമല്ല. വാടകയിനത്തിൽ വന്ന വർദ്ധനവ് മൂലം മുന്നോട്ടു പോകാൻ കഴിയില്ല. ഞങ്ങളുടെ എല്ലാ പ്രിയപ്പെട്ട ഉപഭോക്താക്കൾക്കും നന്ദി. നിങ്ങൾ കൂടുതൽ ആലോചിച്ച് വിഷമിക്കേണ്ട ആവശ്യമില്ല; ഞങ്ങൾക്ക് ഒരു ബുദ്ധിമുട്ടും ഇല്ല. നിങ്ങൾക്ക് നിങ്ങളുടെ വഴിയനുസരിച്ച് പോകാം. നിങ്ങളില്ലാതെ ഞങ്ങൾക്കെന്തു സംഭവിക്കുമെന്ന് ദൈവത്തിനു മാത്രമേ അറിയുകയുള്ളൂ.*

ഡൈലനൊപ്പം വന്നപ്പോൾ കണ്ട അതേ കുറിപ്പു തന്നെയായിരുന്നു അത്. നീലിന്റെ ചെറിയ കൈയ്യക്ഷരത്തിൽ എഴുതിയിരുന്ന തീയതിയിൽ നിന്നും, ഇത് മൂന്നു മാസങ്ങൾക്ക് മുൻപെഴുതിയ കുറിപ്പാണ് എന്നവൾ മനസ്സിലാക്കി.

നോറായ്ക്ക് സങ്കടം തോന്നി. കാരണം, ഒരുപാടാളുകൾക്ക് വലിയ ഇഷ്ടമായിരുന്നു സ്ട്രിംഗ് തിയറി. പക്ഷെ, അതിനൊരു പ്രശ്നം വന്നപ്പോൾ, നോറാ അവിടെ ജോലി ചെയ്യുന്നുണ്ടായിരുന്നില്ല.

എന്തായാലും ഞാൻ കുറെ ഇലക്ട്രിക് പിയാനോകൾ വിറ്റിട്ടുണ്ടെന്ന് കരുതുന്നു. ഒപ്പം, കുറച്ചു നല്ല ഗിറ്റാറുകളും.

ചെറുപ്പത്തിൽ, മറ്റെല്ലാ കൗമാരക്കാരെയും പോലെ, ജോയും അവളും ജന്മനാടിനെപ്പറ്റി കളിയാക്കി സംസാരിക്കുമായിരുന്നു. HMP ബെഡ്ഫോർഡ് പ്രധാന ജയിൽ സമുച്ചയമാണെന്നും, പട്ടണത്തിന്റെ ബാക്കി ഇടങ്ങൾ പുറം ജയിലാണെന്നും ഒക്കെ. രക്ഷപ്പെടാൻ ഒരവസരം കിട്ടിയാൽ ഒരിക്കലും പാഴാക്കരുത് എന്നവർ പറയുമായിരുന്നു.

സ്റ്റേഷന് അടുത്തെത്തിയപ്പോൾ വെയിലിന് ശക്തി കൂടിയിരുന്നു. ഇത്ര കാലവും താൻ ഈ സ്ഥലങ്ങളെയൊന്നും ശരിയായ രീതിയിലായിരുന്നില്ല കണ്ടത് എന്നവൾക്ക് തോന്നി. ജയിൽ പരിഷ്കർത്താവായ ജോൺ ഹൊവാർഡിന്റെ, സെയിന്റ് പോൾസ് സ്ക്വയറിലെ പ്രതിമയും, അതിനു ചുറ്റുമുള്ള നിറഞ്ഞ മരങ്ങളും, പിന്നിലെ പുഴയും, അരിച്ചിറങ്ങുന്ന വെയിലും എല്ലാം ആദ്യം കാണുന്ന ഒരുവളെപ്പോലെ അവൾ നോക്കിനിന്നു. *നിങ്ങൾ എന്തു നോക്കുന്നു എന്നതിലല്ല, നിങ്ങൾ എന്തു കാണുന്നു എന്നതിലാണ് കാര്യം.*

വിനൈലും, പ്ലാസ്റ്റിക്കും, മറ്റെന്തൊക്കെയോ സിന്തെറ്റിക് വസ്തുക്കളും മണക്കുന്ന തന്റെ വില കൂടിയ ഔഡി കാറിൽ, റോഡിൽ അനുസ്യൂതമൊഴുകുന്ന വണ്ടികളുടെ തിരക്കിലൂടെ കേംബ്രിഡ്ജിലേയ്ക്ക് പോകുമ്പോൾ, ശ്രീമതി എൽമിനെ മരിക്കുന്നതിന് മുൻപ് ഒരു തവണയെങ്കിലും ഒന്നു കാണാൻ കഴിഞ്ഞെങ്കിൽ എന്നവൾ ആഗ്രഹിച്ചുപോയി. അവർക്കൊപ്പം അവസാനമായി ഒരു തവണയെങ്കിലും ചെസ്സ് കളിക്കാൻ കഴിഞ്ഞിരുന്നെങ്കിൽ നന്നായിരുന്നേനെ എന്നവൾ ആശിച്ചു. ബെഡ്ഫോർഡിലെ ഒരു പോലീസ് സ്റ്റേഷനിൽ, ഡോറീൻ വന്ന് കൂട്ടിക്കൊണ്ടുപോകുന്നതും കാത്ത്, ജനാലകളില്ലാത്ത കുടുസ്സുമുറിയിലിരിക്കുന്ന പാവം ലിയോയെയും അവളോർത്തു.

"ഇതാണ് ഏറ്റവും നല്ല ജീവിതം," അവൾ ഒരൽപം വ്യഗ്രതയോടെ സ്വയം പറഞ്ഞു. "ഇതാണ് ഏറ്റവും നല്ല ജീവിതം. ഞാൻ ഇതിൽത്തന്നെ നിൽക്കും. ഇതാണ് എനിക്കുള്ള ജീവിതം. ഇതാണ് ഉത്തമ ജീവിതം. *ഇതാണ്* ഏറ്റവും നല്ല ജീവിതം."

പക്ഷെ തനിക്കിനി അധികനാളില്ല എന്ന് അവൾക്കറിയാമായിരുന്നു.

പൂക്കൾക്ക്, ജലമുണ്ട്

വീടിനു മുന്നിൽ വണ്ടി നിർത്തി അവൾ അകത്തേക്കോടിച്ചെന്നു. അവളെ കണ്ട പ്ലേറ്റോ സന്തോഷത്തിൽ തുള്ളിക്കുതിച്ച് അവളുടെ അടുത്തേയ്ക്കോടി.

"ഹലോ?" അവൾ വ്യഗ്രതയോടെ വിളിച്ചു, "ആഷ്? മോളീ?"

അവൾക്ക് അവരെ കാണാൻ കൊതിയായിരുന്നു. തനിക്കിനി അധികസമയം ഉണ്ടാവില്ല എന്നവൾക്കറിയാമായിരുന്നു. മിഡ്നൈറ്റ് ലൈബ്രറി അവൾക്ക് വേണ്ടി കാത്തിരിക്കുന്നത് അവളറിയുന്നുണ്ടായിരുന്നു.

"പുറത്തുണ്ട്!," പിന്നിലെ തോട്ടത്തിൽ നിന്നും ആഷ് ചുറുചുറുക്കോടെ വിളിച്ചുപറഞ്ഞു.

അവിടേയ്ക്കെത്തിയ നോറാ, പഴയ അപകടത്തിന്റെ യാതൊരു ഭയവും തീണ്ടാതെ, തന്റെ മുച്ചക്രസൈക്കിൾ ഓടിക്കുന്ന മോളിയെ കണ്ടു. ആഷ് ഒരു പൂത്തടം പരിപാലിക്കുകയായിരുന്നു.

"എങ്ങനെയുണ്ടായിരുന്നു നിന്റെ യാത്ര?"

മോളി സൈക്കിളിൽ നിന്നിറങ്ങി ഓടി വന്നു. "മമ്മി! ഞാൻ മമ്മിയെ മിസ്സ് ചെയ്തു! ഞാനിപ്പോ അടിപൊളിയായിട്ട് സൈക്കിളോടിക്കും!"

"ആണോടാ ചക്കരേ?"

അവൾ തന്റെ മകളെ നെഞ്ചോടു ചേർത്ത് ഇറുക്കി കെട്ടിപ്പിടിച്ചു. കണ്ണുകളടച്ച്, അവളുടെ മുടിയുടെയും, ദേഹത്തെ നായുടെയും, ഉടുപ്പിലെ ഫാബ്രിക് കണ്ടീഷനറിന്റെയും, അവളുടെ ബാല്യത്തിന്റെയുമൊക്കെ സമ്മിശ്രഗന്ധം ആവോളം വലിച്ചെടുത്തു. അതിന്റെ സന്തോഷം അവളെ ഇവിടെ കൂടുതൽ നേരം പിടിച്ചുനിർത്തുമെന്ന് അവൾ വെറുതെ പ്രത്യാശിച്ചു.

"എനിക്ക് നിന്നെ ഒത്തിരി ഇഷ്ടമാണ് മോളി. ഇപ്പോൾ മാത്രമല്ല; എന്നുമെന്നും. നീയത് അറിഞ്ഞിരിക്കണമെന്ന് തോന്നി. നിനക്ക് മനസ്സിലായോ?"

"ശരി മമ്മി."

"എനിക്ക് നിന്റെ ഡാഡിയെയും ഒത്തിരിയിഷ്ടമാണ്. എല്ലാം ശരിയാവും. കാരണം, എന്തു സംഭവിച്ചാലും, നിന്റെ കൂടെ ഡാഡിയുണ്ടാവും. മമ്മിയും ഉണ്ടാവും. എല്ലാം ഇപ്പോഴത്തേതുപോലെതന്നെ ഉണ്ടാവുമെന്ന്

പറയാൻ കഴിയില്ല. ഞാനിവിടെ ഉണ്ടാവും. പക്ഷെ..." മോളിയ്ക്ക് ഒരു സത്യമല്ലാതെ മറ്റൊന്നും അറിയേണ്ടതില്ലെന്ന് അവൾക്ക് തോന്നി. "എനിക്ക് നിന്നെ ഒത്തിരിയിഷ്ടമാണ്."

മോളിയുടെ മുഖത്ത് ഒരു കരുതൽ വിരിഞ്ഞു. "മമ്മി പ്ലേറ്റോയെ മറന്നു പോയി!"

"ഉവ്വ്, തീർച്ചയായും, പ്ലേറ്റോയെയും ഇഷ്ടമാണ്. ഞാനെങ്ങനെ പ്ലേറ്റോയെ മറക്കും? പ്ലേറ്റോയ്ക്കറിയാം എനിക്കവനെ ഇഷ്ടമാണെന്ന്. ഇല്ലേ പ്ലേറ്റോ? പ്ലേറ്റോ, എനിക്ക് നിന്നെ ഇഷ്ടമാണ്."

നോറാ വികാരങ്ങളടക്കി.

എന്തൊക്കെ സംഭവിച്ചാലും, അവർ സുഖമായി ജീവിക്കും. അവർ സ്നേഹിക്കപ്പെടും. അവർ പരസ്പരം തുണയായിരിക്കും. അവർ സന്തോഷത്തോടെ ജീവിക്കും.

തോട്ടത്തിൽ ഉപയോഗിക്കുന്ന കൈയുറകളോടെ ആഷ് അവൾക്കടുത്തേയ്ക്കു വന്നു. "നീ ഓക്കേ അല്ലേ നോർ? മുഖം വല്ലാതെ വിളറിയിരിക്കുന്നു. എന്തെങ്കിലും പറ്റിയോ?"

"ഞാൻ കുറച്ചു കഴിഞ്ഞു പറയാം. മോളി ഉറങ്ങിക്കഴിഞ്ഞ്."

"ശരി. കുറച്ചു കച്ചവടക്കാർ പുറത്ത് വരാറായെന്നു തോന്നുന്നു... ലോറിയുടെ ശബ്ദം കേൾക്കുന്നുണ്ടോയെന്ന് ശ്രദ്ധിക്കണേ."

"ഉറപ്പായും. ഉവ്വ്."

വെള്ളമൊഴിക്കുന്ന തൊട്ടി എടുത്തുകൊണ്ടു വന്നോട്ടെയെന്ന് മോളി ചോദിച്ചു. ഈ ദിവസങ്ങളിൽ നന്നായി മഴ പെയ്യുന്നതു കൊണ്ട് വെള്ളമൊഴിക്കേണ്ട ആവശ്യമില്ലായെന്നും, ആകാശം പൂക്കളെ നന്നായി നോക്കുന്നുണ്ടെന്നും ആഷ് അവൾക്ക് പറഞ്ഞുകൊടുത്തു. "അവയ്ക്ക് ഒന്നും പറ്റില്ല. അവരെയൊക്കെ നന്നായി നോക്കുന്നുണ്ട്. പൂക്കൾക്ക്, ജലമുണ്ട്." ആ വാക്കുകൾ നോറായുടെ ഹൃദയത്തിൽ തറച്ചു. *അവർക്ക് ഒന്നും പറ്റില്ല. അവരെ നന്നായി നോക്കുന്നുണ്ടെന്നും...* അതിനു ശേഷം അന്ന് രാത്രി സിനിമയ്ക്ക് പോകുന്നതിനെപ്പറ്റിയും, മോളെ നോക്കാൻ ആളിനെ ഏർപ്പാടാക്കിയിട്ടുണ്ട് എന്നതിനെപ്പറ്റിയുമൊക്കെ ആഷ് സംസാരിച്ചു. നോറാ അതെല്ലാം പാടെ മറന്നുപോയിരുന്നുവെങ്കിലും, അവൾ പുഞ്ചിരിച്ചുകൊണ്ട്, പിടിച്ചുനിൽക്കാൻ കിണഞ്ഞു ശ്രമിച്ചു. പക്ഷെ അതു സംഭവിച്ചുകൊണ്ടിരിക്കുകയായിരുന്നു. അതെ, അത് സംഭവിച്ചുകൊണ്ടിരിക്കുകയായിരുന്നു. സ്വന്തം സ്വത്വത്തിന്റെ ഓരോ അണുവിൽ നിന്നും അവൾക്കത് മനസ്സിലാവുന്നുണ്ടായിരുന്നു. അതിനെ പിടിച്ചുനിർത്താൻ വേണ്ട ഒന്നും അവളുടെ പക്കലുണ്ടായിരുന്നില്ല.

ഇറങ്ങാൻ ഒരിടമില്ലാതെ

"ഇല്ല!"

സംശയലേശമെന്യേ, അത് സംഭവിച്ചു കഴിഞ്ഞു.

അവൾ തിരികെ മിഡ്നൈറ്റ് ലൈബ്രറിയിൽ എത്തി.

ശ്രീമതി എൽമ് കംപ്യൂട്ടറിനു മുന്നിലായിരുന്നു. തലയ്ക്ക് മുകളിലെ വിളക്കുകൾ, ആടുകയും, വിറയ്ക്കുകയും, വെട്ടിവെട്ടി മിന്നുകയും ചെയ്തു. "നോറാ, നിർത്ത്. സമാധാനപ്പെടൂ. നല്ല കുട്ടിയാകൂ. എനിക്കിതൊന്ന് ശരിയാക്കണം."

ഉത്തരത്തിൽ കണ്ണടച്ച് തുറക്കുന്ന വേഗത്തിൽ, ചിലന്തിവല പോലെ വ്യാപിക്കുന്ന ചെറിയ വിടവുകളിലൂടെ പൊടിപടലം ആവിപോലെ താഴേയ്ക്ക് വീണു. പെട്ടെന്ന് പൊട്ടുന്ന ഒച്ചകളും മറ്റും കാതടപ്പിക്കുന്നതായിരുന്നെങ്കിലും, ദുഃഖഭാരത്തിലും കോപത്തിലും നീറി നിൽക്കുകയായിരുന്ന നോറാ അതൊക്കെ എങ്ങനെയോ അവഗണിച്ചു.

"നിങ്ങൾ ശ്രീമതി എൽമ് അല്ല. ശ്രീമതി എൽമ് മരിച്ചുപോയി... ഞാൻ മരിച്ചോ?"

"നമ്മളിത് ഇതിനോടകം സംസാരിച്ചു കഴിഞ്ഞതാണ്. എന്തായാലും നീയിപ്പോൾ സൂചിപ്പിച്ചതുകൊണ്ട് പറയാം, ചിലപ്പോൾ നീ മരിക്കാൻ തുടങ്ങുകയാവും..."

"ഞാനെന്താ ഇപ്പോഴും അവിടെയല്ലാത്തത്? ഞാനെന്താ അവിടെയല്ലാത്തത്? ഇത് സംഭവിക്കാൻ പോകുകയാണെന്ന് എനിക്കറിയാമായിരുന്നു. പക്ഷെ എനിക്കിത് സംഭവിക്കണം എന്നില്ലായിരുന്നു. എനിക്ക് ജീവിക്കാൻ ഇഷ്ടമുള്ള ഒരു ജീവിതം ഞാൻ കണ്ടെത്തുകയാണെങ്കിൽ – എനിക്ക് *ശരിക്കും* ജീവിക്കാൻ ഇഷ്ടമുള്ള ഒന്നാണെങ്കിൽ – എങ്കിൽ, എനിക്കതിൽ ജീവിക്കാം എന്ന് നിങ്ങൾ പറഞ്ഞിരുന്നു. ഈ നശിച്ച സ്ഥലത്തെക്കുറിച്ച് ഞാൻ മറന്നുപോകുമെന്നും നിങ്ങൾ പറഞ്ഞു. എനിക്കു വേണ്ട ജീവിതം കണ്ടെത്തിക്കോളാൻ നിങ്ങൾ എന്നോട് പറഞ്ഞു. അതായിരുന്നു എനിക്ക് വേണ്ട ജീവിതം. അതായിരുന്നു ആ ജീവിതം!"

നിമിഷങ്ങൾക്ക് മുൻപ്, സ്നേഹവും, ഓജസ്സും നിറഞ്ഞു കളിയാടിയിരുന്ന ആ പൂന്തോട്ടത്തിൽ ആഷിനും, മോളിയ്ക്കും, പ്ലേറ്റോയ്ക്കുമൊപ്പം നിൽക്കുകയായിരുന്നു അവൾ. ഇപ്പോൾ അവൾ ഇവിടെയാണ്.

"എന്നെ തിരിച്ചയക്കൂ..."

"അതിന് സാധ്യതയില്ല എന്ന് നിനക്കറിയാം."

"എങ്കിൽ, അതിനോട് ഏറ്റവും അടുത്ത് നിൽക്കുന്ന മറ്റൊന്നിലേക്ക് എന്നെ അയക്കൂ. ആ ജീവിതത്തിനോട് ഏറ്റവും അടുത്തു നിൽക്കുന്ന മറ്റൊരു ജീവിതത്തിലേയ്ക്ക്. അത് ഉറപ്പായും സാധ്യമായിരിക്കും, ശ്രീമതി എൽമ്. ദയവായി ശ്രമിക്കൂ. ആഷിനൊപ്പം കോഫി കുടിക്കാൻ പോയി, മോളിയും പ്ലേറ്റോയും ഒക്കെയുള്ള ജീവിതത്തിൽ... അതിൽത്തന്നെ ഞാൻ എന്തെങ്കിലുമൊന്ന് വ്യത്യസ്തമായി ചെയ്യുന്ന ഒന്നുണ്ടാവില്ലേ? അങ്ങനെ വരുമ്പോൾ ആ ജീവിതം തന്നെ പുതിയ ഒന്നായി തോന്നില്ലേ? ഞാൻ പ്ലേറ്റോയ്ക്ക് വ്യത്യസ്തമായ ഒരു കോളർ തിരഞ്ഞെടുത്തത് പോലെയോ... അല്ലെങ്കിൽ... അല്ലെങ്കിൽ... അല്ലെങ്കിൽ, ഞാൻ... എനിക്കറിയില്ല... ഞാൻ യോഗയ്ക്ക് പകരം പിലാറ്റിസ് ചെയ്യുന്നതോ? അല്ലെങ്കിൽ ഞാൻ കേംബ്രിഡ്ജിന് പകരം മറ്റൊരു കോളേജിൽ പോകുന്നതോ? അതല്ല, കുറച്ചുകൂടി പുറകിലേയ്ക്ക് പോകണമെങ്കിൽ, ഞാൻ കോഫിയ്ക്ക് പകരം ചായ കുടിക്കാൻ പോകുന്നതോ? ആ ജീവിതം. ആ ജീവിതത്തിലേയ്ക്ക് എന്നെ അയക്കൂ. ദയവു ചെയ്ത് എന്നെയൊന്നു സഹായിക്കൂ. അതിലൊരു ജീവിതം ഞാൻ ശ്രമിച്ചുനോക്കാം."

കമ്പ്യൂട്ടറിൽനിന്നും പുക ഉയരാൻ തുടങ്ങി. അതിന്റെ സ്ക്രീൻ നിശ്ചലമായി. ആ മോണിറ്റർ കഷണങ്ങളായി ചിതറിവീണു.

"നിനക്ക് മനസ്സിലാകുന്നില്ല," പരാജിതയായി, കസേരയിലേയ്ക്ക് വീഴുമ്പോൾ, ശ്രീമതി എൽമ് പറഞ്ഞു.

"പക്ഷെ അതങ്ങനെ തന്നെയല്ലേ സംഭവിക്കാറ്? ഞാൻ ഏതെങ്കിലുമൊരു കുറ്റബോധം തിരഞ്ഞെടുക്കും. വ്യത്യസ്തമായി ചെയ്തിരുന്നെങ്കിൽ എന്ന് ഞാൻ ആഗ്രഹിക്കുന്ന ഒന്ന്.... നിങ്ങൾ അതിന്റെ പുസ്തകം കണ്ടുപിടിച്ചു തരും. ഞാൻ ആ പുസ്തകം തുറക്കും. ഞാൻ ആ പുസ്തകത്തിലുള്ളത് പോലെ *ജീവിക്കും*. അങ്ങനെയാണ് ഈ ലൈബ്രറി പ്രവർത്തിക്കുന്നത്, അല്ലെ?"

"അത്ര ലളിതമല്ല അത്."

"അതെന്താ? എന്നെ അങ്ങോട്ടേയ്ക്ക് സ്ഥലം മാറ്റുന്നതുമായി സംബന്ധിച്ച് എന്തെങ്കിലും പ്രശ്നമുണ്ടോ? മുൻപുണ്ടായിരുന്നതു പോലെ?"

ശ്രീമതി എൽമ് ദുഃഖത്തോടെ അവളെ നോക്കി. "ഇത് അതിനേക്കാളൊക്കെ ഉപരിയാണ്. നിന്റെ പഴയ ജീവിതം അവസാനിക്കും എന്നതിന് എപ്പോഴും ശക്തമായ സാധ്യതകളുണ്ടായിരുന്നു. ഞാനത് നിന്നോട് പറഞ്ഞിട്ടില്ലേ? നിനക്ക് മരിക്കണം എന്നായിരുന്നു. ചിലപ്പോൾ നീ മരിച്ചേക്കും."

"അതെ. പക്ഷെ എനിക്ക് പോകാൻ ഒരിടം വേണമെന്ന് നിങ്ങളെന്നോട് പറഞ്ഞിരുന്നു. 'ചവിട്ടി നിൽക്കാനൊരിടം'. അതായിരുന്നു നിങ്ങളെന്നോട് പറഞ്ഞത്. 'മറ്റൊരു ജീവിതം'. അതേ വാക്കുകളായിരുന്നു നിങ്ങൾ പറഞ്ഞത്. നല്ലപോലെ ആലോചിച്ച്, ശരിയായ ഒരു ജീവിതം

തിരഞ്ഞെടുക്കുക എന്നത് മാത്രമേ ഞാൻ ചെയ്യേണ്ടതുണ്ടായിരുന്നുള്ളൂ. എന്നിട്ട് ---"

"എനിക്കറിയാം. എനിക്കറിയാം. പക്ഷെ അത് ശരിയായില്ല."

ഒരു വിവാഹ കേക്കിന്റെ മുകളിലെ ഐസിംഗ് പോലെ ലോലമായി ത്തീർന്ന മച്ച്, പൊളിഞ്ഞു വീഴാൻ തുടങ്ങുകയായിരുന്നു അപ്പോൾ.

അസ്വസ്ഥതപ്പെടുത്തുന്ന മറ്റൊന്നു കൂടി നോറാ കണ്ടു. ഒരു ലൈറ്റിൽ നിന്നും ചിതറിയ തീപ്പൊരി പുസ്തകങ്ങളിലൊന്നിൽ പതിക്കുകയും, അതൊരു തീഗോളമായി മാറുകയും ചെയ്തു. അധികം വൈകാതെ, തട്ടുകളി ലിരുന്ന പുസ്തകങ്ങളെല്ലാം പെട്രോളിൽ കുതിർന്നിട്ടെന്നപോലെ, തീ അവ യിലൂടെ അതിവേഗം പടർന്നു പിടിച്ചു. ചൂടേറിയ, ആളിപ്പടരുന്ന, ആളി ക്കത്തുന്ന, ഒരു തീപ്പുഴ. അതിൽ നിന്നും ഒരു തീപ്പൊരി, മറ്റൊരു തട്ടിലേയ്ക്ക് വീണ്, അതിലും പടർന്നുപിടിച്ചു. ഏകദേശം അതേ സമയത്തു തന്നെ, ഉത്തരത്തിൽനിന്നും പൊടിഞ്ഞ ഒരു വലിയ കഷ്ണം നോറായുടെ കാലിന ടുത്തു വന്നു വീണു.

"മേശയ്ക്കടിയിലേയ്ക്ക് കയറൂ," ശ്രീമതി എൽമ് ഉത്തരവിട്ടു. "വേഗം."

നോറാ കുനിഞ്ഞ്, നാല് കാലിൽ നീങ്ങുന്ന ശ്രീമതി എൽമിനു പിന്നാലെ, മേശയ്ക്കടിയിലേയ്ക്ക് കയറി. അവിടെ മുട്ടുകുത്തിയിരിക്കുകയായി രുന്ന അവളുടെ തല താഴ്ത്തിവയ്ക്കാൻ ശ്രീമതി എൽമ് നിർബന്ധിച്ചു.

"നിങ്ങൾക്കിതൊന്നു തടഞ്ഞുകൂടെ?"

"ഇതൊരു ശൃംഖലാ പ്രവർത്തനമാണിപ്പോൾ. അവ പെട്ടെന്ന് പൊട്ടിമുളയ്ക്കുന്ന തീപ്പൊരികളല്ല. പുസ്തകങ്ങളെല്ലാം നശിക്കാൻ പോവുക യാണ്. പിന്നീട്, ഒഴിവാക്കാനാവാത്ത ഒന്നെന്നപോലെ, ഈ സ്ഥലം മുഴുവൻ തകരും."

"എന്തുകൊണ്ട്? എനിക്ക് മനസ്സിലാകുന്നില്ല. ഞാൻ അവിടെയായി രുന്നു. ഞാൻ എനിക്ക് വേണ്ട ജീവിതം കണ്ടെത്തിയിരുന്നു. എന്റെ ഒരേ യൊരു ജീവിതം. ഇവിടെയുള്ളതിൽ ഏറ്റവും നല്ലത്..."

"പക്ഷെ അതാണ് പ്രശ്നം," ശ്രീമതി എൽമ് പറഞ്ഞു. മേശയുടെ തടി ക്കാലുകൾക്കിടയിലൂടെ, കൂടുതൽ തട്ടുകളിലേയ്ക്ക് തീ പടർന്നുപിടിക്കുന്നതും, അതിന്റെ അവശിഷ്ടങ്ങൾ അവിടമെല്ലാം വീഴുന്നതും നോക്കിക്കൊണ്ട് അവർ തുടർന്നു. "എന്നിട്ടും, അത് പോരായിരുന്നു. നോക്ക്!"

"എന്ത് നോക്കാൻ?"

"നിന്റെ വാച്ചിലേയ്ക്ക്. ഇനി ഏതു നിമിഷവും അത് സംഭവിക്കാം."

നോറാ നോക്കി. ആദ്യം ഒന്നും തന്നെ സംഭവിച്ചില്ല. പക്ഷെ പിന്നീടത് നടന്നു. അത് ഒരു വാച്ചുപോലെതന്നെ പ്രവർത്തിച്ചു തുടങ്ങി. അതിന്റെ ഡിസ്പ്ലേ ചലിക്കാൻ തുടങ്ങി.

00:00:00

00:00:01

00:00:02

"എന്താണ് സംഭവിക്കുന്നത്?" നടക്കുന്നതൊന്നും എന്തായാലും നല്ലതിനല്ല എന്ന് തിരിച്ചറിഞ്ഞ നോറാ ചോദിച്ചു.

"സമയം. അതാണ് സംഭവിക്കുന്നത്."

"എങ്ങനെയാണ് നമ്മൾ ഇവിടെ നിന്നും രക്ഷപ്പെടുന്നത്?"

00:00:09

00:00:10

"*നമ്മൾ* അല്ല," ശ്രീമതി എൽമ് പറഞ്ഞു. "ഇവിടെ *നമ്മൾ* ഇല്ല. എനിക്ക് ഈ ലൈബ്രറി വിട്ട് വരാനാവില്ല. ലൈബ്രറിയ്ക്കൊപ്പം ഞാനും അപ്രത്യക്ഷമാവും. പക്ഷെ നിനക്ക് വേണമെങ്കിൽ രക്ഷപ്പെടാൻ ഒരു വഴിയുണ്ട്. പക്ഷെ അതിന് അധികം സമയം ബാക്കിയില്ല. കഷ്ടിച്ച് ഒരു നിമിഷം..."

ഒരു ശ്രീമതി എൽമിനെ നഷ്ടപ്പെട്ടു പോയതിന്റെ സങ്കടത്തിൽ നിന്നിരുന്ന നോറായ്ക്ക്, മറ്റൊരു ശ്രീമതി എൽമിനെക്കൂടി നഷ്ടപ്പെടുന്നത് ചിന്തിക്കാൻ കഴിയുമായിരുന്നില്ല. അവളുടെ ആ അവസ്ഥ ശ്രീമതി എൽമിനു മനസ്സിലായിരുന്നു.

"നോക്കു. ഞാൻ ഈ ലൈബ്രറിയുടെ ഒരു ഭാഗമാണ്. പക്ഷെ ഈ ലൈബ്രറി മുഴുവനും നിന്റെ ഭാഗമാണ്. നിനക്ക് മനസ്സിലായോ? നീ നിലനിൽക്കുന്നത് ഈ ലൈബ്രറി കാരണമല്ല. മറിച്ച്, ഈ ലൈബ്രറി നിലനിൽക്കുന്നത് നീ കാരണമാണ്. ഹ്യൂഗോ പറഞ്ഞതോർമ്മയില്ലേ? ഈ പ്രപഞ്ചത്തിന്റെ വിചിത്രവും വൈവിധ്യപൂർണ്ണവുമായ യാഥാർത്ഥ്യങ്ങളെ നിന്റെ തലച്ചോർ ഏറ്റവും ലളിതമായ ഭാഷയിലേയ്ക്ക് മൊഴിമാറ്റം ചെയ്യുന്ന പ്രക്രിയയാണിത്. അതായത്, ഇത് നിന്റെ തലച്ചോറിന്റെ ഒരു മൊഴിമാറ്റ പ്രക്രിയ മാത്രമാണ്. അർത്ഥപൂർണ്ണവും, അപകടകരവുമായ ഒന്ന്."

"അതെനിക്ക് മനസ്സിലായിരുന്നു."

"പക്ഷെ ഒന്ന് വ്യക്തമായിരുന്നു : നിനക്കായ് ജീവിതം ആവശ്യമില്ലായിരുന്നു."

"അത് എല്ലാം തികഞ്ഞ ഒരു ജീവിതമായിരുന്നു."

"അങ്ങനെയാണോ നിനക്ക് തോന്നിയിരുന്നത്? എപ്പോഴും?"

"അതെ. എന്ന് വെച്ചാൽ... അങ്ങനെയായിരുന്നു എനിക്ക് വേണ്ടിയിരുന്നത്. എനിക്ക് മോളിയെ ഒത്തിരിയിഷ്ടമായിരുന്നു. ആഷിനെയും എനിക്ക് ഇഷ്ടമായിരുന്നിരിക്കണം. പക്ഷെ എനിക്ക് തോന്നുന്നു, ഒരു പക്ഷെ... *അതെന്റെ* ജീവിതമായിരുന്നിരിക്കില്ല. അത് ഞാൻ ഉണ്ടാക്കിയെടുത്ത ഒന്നായിരുന്നില്ല. ആ ഒരു ജീവിതത്തിലേയ്ക്ക് ഞാൻ നടന്നുകയറി ചെല്ലുകയായിരുന്നു. ആ എല്ലാം തികഞ്ഞ ജീവിതത്തിലേയ്ക്ക് എന്നെ പകർത്തിവയ്ക്കുകയായിരുന്നു. പക്ഷെ അത് ഞാനായിരുന്നില്ല."

00:00:15

"*എനിക്ക് മരിക്കണ്ട,*" പെട്ടെന്ന് ഇടറിയ സ്വരത്തിൽ നോറാ പറഞ്ഞു. അവൾ അടിമുടി വിറയ്ക്കുകയായിരുന്നു. "എനിക്ക് മരിക്കണ്ട."

ശ്രീമതി എൽമ് വിടർന്ന കണ്ണുകളോടെ അവളെ നോക്കി. ഒരു ചെറിയ ആശയത്തിന്റെ തിളക്കം ആ കണ്ണുകളിൽ മിന്നി. "നീ ഇവിടെ നിന്നും പുറത്തു കടക്കണം."

"കഴിയില്ല! ലൈബ്രറി എന്നെന്നേയ്ക്കുമായി നശിക്കുകയാണ്. ഞാൻ ഉള്ളിലേയ്ക്ക് കടന്നയുടനെ, ഇതിന്റെ വാതിൽ അപ്രത്യക്ഷമായി."

"എങ്കിൽ നീയത് വീണ്ടും കണ്ടെത്തണം."

"എങ്ങനെ? ഇവിടെ വേറെ വാതിലുകളില്ല."

"ഒരു പുസ്തകം കൈയിലുള്ളപ്പോൾ, വാതിലുകൾ ആർക്കുവേണം?"

"പുസ്തകങ്ങൾക്കെല്ലാം തീ പിടിക്കുകയാണ്."

"തീ പിടിക്കാത്ത ഒന്നുണ്ടാവും. അതാണ് നീ കണ്ടുപിടിക്കേണ്ടത്."

"*കുറ്റബോധത്തിന്റെ പുസ്തകമാണോ?*"

ശ്രീമതി എൽമിന് ചിരിവന്നു. "അല്ല. നിനക്കാവശ്യമുള്ളവയിൽ അവസാനത്തെ പുസ്തകമാണത്. ഇതിനോടകം തന്നെ അത് ചാരമായിട്ടുണ്ടാവും. ആദ്യം കത്തിയ പുസ്തകവും ഒരുപക്ഷെ അതാവും. നീ ആ വഴി പോകണം!" അവരുടെ ഇടതുവശത്ത്, തീയുടെയും, പൊട്ടിത്തെറിയുടെയും, വീഴുന്ന അവശിഷ്ടങ്ങളുടെയും ഇടയിലേയ്ക്ക് അവർ കൈചൂണ്ടി. "ഇവിടെ നിന്നും പതിനൊന്നാമത്തേത്. താഴെ നിന്നും മൂന്നാമത്തെ തട്ടിൽ."

"ഇവിടം മുഴുവൻ പൊളിഞ്ഞുവീഴാൻ പോവുകയാണ്."

00:00:21

00:00:22

00:00:23

"നിനക്ക് മനസ്സിലാകുന്നില്ലേ നോറാ?"

"എന്ത് മനസ്സിലാകുന്നില്ലേന്ന്?"

"ഇതിനൊക്കെ അർത്ഥമുണ്ട്. ഇത്തവണ നീ ഇവിടെ തിരികെ വന്നത് മരിക്കാനാഗ്രഹിച്ചല്ല; *ജീവിക്കാനാഗ്രഹിച്ചാണ്.* നിന്നെ കൊല്ലാൻ വേണ്ടിയല്ല ഈ ലൈബ്രറി പൊളിഞ്ഞുവീഴുന്നത്. നിനക്ക് മടങ്ങിപ്പോകാൻ ഒരവസരം തരുന്നതിനുവേണ്ടിയാണ് ഇത് പൊളിഞ്ഞുവീഴുന്നത്. നിർണ്ണായകമായ ഒന്ന് സംഭവിച്ചുകഴിഞ്ഞിരിക്കുന്നു. ജീവനോടെയിരിക്കണം എന്ന് നീ തീരുമാനിച്ചിരിക്കുന്നു. ആ അവസരം നിലനിൽക്കുമ്പോൾ തന്നെ, *ജീവിക്ക്*, ചെല്ല്."

"പക്ഷെ... നിങ്ങളോ? നിങ്ങൾക്കെന്തു സംഭവിക്കും?"

"എന്നെക്കുറിച്ചോർത്ത് വിഷമിക്കണ്ട. എനിക്കിതൊന്നും ഒരു വിഷയമേയല്ല എന്ന് ഞാൻ വാക്കു തരുന്നു," അവർ പറഞ്ഞു. എന്നിട്ട്, നോറായുടെ അച്ഛൻ മരിച്ച ദിവസം സ്കൂൾ ഗ്രന്ഥശാലയിൽ വച്ച് അവളെ ആശ്ലേഷിച്ച യഥാർത്ഥ ശ്രീമതി എൽമ് പറഞ്ഞ വാക്കുകൾ, അവർ ആവർത്തിച്ചു. "എല്ലാം ശരിയാവും നോറാ. എല്ലാം പതുക്കെ ശരിയായിക്കൊള്ളും."

ശ്രീമതി എൽമ് മേശയ്ക്ക് മുകളിലേയ്ക്ക് കൈ വച്ച്, തിടുക്കപ്പെട്ട് എന്തോ തിരഞ്ഞു. ഒരു സെക്കൻഡിന് ശേഷം അവർ ഓറഞ്ചു നിറത്തിലെ ഒരു പ്ലാസ്റ്റിക് ഫൗണ്ടൻ പേന അവൾക്ക് കൈമാറി. സ്കൂൾ കാലത്ത് നോറാ

യുടെ കൈയിൽ ഉണ്ടായിരുന്നതു പോലെ ഒരെണ്ണം. കാലങ്ങൾക്ക് മുൻപ് അവൾ ശ്രദ്ധിച്ച ഒരെണ്ണം.

"നിനക്കിത് ആവശ്യം വരും."

"എന്തുകൊണ്ട്?"

"ഇത് എഴുതപ്പെട്ടതല്ല. നീ അത് തുടങ്ങണം."

നോറാ ആ പേനയെടുത്തു.

"ബൈ ശ്രീമതി എൽമ്."

അടുത്ത ക്ഷണം, ഉത്തരത്തിന്റെ ഒരു കുറ്റൻ കഷണം, മേശയ്ക്ക് മുകളിലേയ്ക്ക് വീണു. പൊടിയുടെ കനത്ത ആവരണം അവിടെ ഉയരുമ്പോഴേയ്ക്ക് അവർ ചുമയ്ക്കാൻ തുടങ്ങിയിരുന്നു.

00:00:34

00:00:35

"പോയ്ക്കോളൂ," ശ്രീമതി എൽമ് ചുമച്ചുകൊണ്ട് പറഞ്ഞു. "ജീവിക്ക്."

ഒരു കാരണവശാലും തോറ്റു പോകരുത്, നോറാ സീഡ്

തകർന്നു വീണുകൊണ്ടിരിക്കുന്ന ഉത്തരത്തിന്റെയും, ഉയരുന്ന പൊടിപടലത്തിന്റെയും, പടരുന്ന പുകയുടെയും ഇടയിലൂടെ, ശ്രീമതി എൽമ് ചൂണ്ടിക്കാണിച്ച ദിക്കിലേയ്ക്ക് നോറാ സീഡ് നടന്നു.

ശ്വസിക്കാനും, കാണാനും അങ്ങേയറ്റം ബുദ്ധിമുട്ടിയെങ്കിലും, അവൾ എണ്ണം തെറ്റാതെ മുന്നോട്ടു നടന്നു. ലൈറ്റുകളിൽ നിന്നുള്ള തീപ്പൊരികൾ അവളുടെ തലയിൽ വീഴുന്നുണ്ടായിരുന്നു.

പൊടി തൊണ്ടയിൽ തട്ടി അവൾക്ക് ഓക്കാനിച്ചു. ആ പൊടിപടലങ്ങൾക്കിടയിലൂടെയും, മിക്ക പുസ്തകങ്ങളും കത്തിയെരിയുന്നത് അവൾക്ക് കാണാമായിരുന്നു. സത്യത്തിൽ, കേടുപറ്റാത്ത ഒരു പുസ്തകം പോലും ഉണ്ടായിരുന്നില്ല എന്നു തോന്നി. അസഹനീയമായ ചൂടായിരുന്നു അവിടം മുഴുവൻ. ആദ്യം തീ പടർന്ന തട്ടുകളിലും പുസ്തകങ്ങളിലും ചിലത് പൂർണ്ണമായും ചാരമായി മാറിക്കഴിഞ്ഞിരുന്നു.

പതിനൊന്നാമത്തെ അലമാരയ്ക്ക് സമീപം അവൾ എത്തിയതും, വലിയൊരു കോൺക്രീറ്റ് പാളി അവളുടെ മേലേയ്ക്ക് പതിച്ചു.

ആ കരിങ്കല്ലിനടിയിൽ കിടക്കുമ്പോൾ, പേന കൈയിൽ നിന്നും ഊർന്നു തെന്നിമാറുന്നത് അവളറിഞ്ഞു.

അതിനടിയിൽ നിന്നും രക്ഷപ്പെടാനുള്ള അവളുടെ ആദ്യത്തെ ശ്രമം പരാജയപ്പെട്ടു.

കഴിഞ്ഞു. എനിക്ക് ആഗ്രഹമുണ്ടെങ്കിലും ഇല്ലെങ്കിലും, ഞാൻ മരിക്കാൻ പോവുകയാണ്. ഞാൻ മരിക്കാൻ പോവുകയാണ്.

പുസ്തകപ്പുര ഒരു തരിശുനിലമായിരുന്നു.

00:00:41

00:00:42

എല്ലാം കഴിഞ്ഞു.

അവൾക്ക് ഒരിക്കൽക്കൂടി ഉറപ്പായി. എല്ലാ ജീവിതസാധ്യതകളും അപഹരിക്കപ്പെട്ട്, താനിവിടെ കിടന്ന് മരിക്കാൻ പോവുകയാണ് എന്ന് അവൾക്ക് തീർച്ചയായി.

അപ്പോഴാണ്, തെല്ലൊന്ന് മാറിയ പുകയ്ക്കിടയിലൂടെ അവളത് കണ്ടത്. അവിടെ, പതിനൊന്നാമത്തെ അലമാരയിലെ, താഴെ നിന്നും മൂന്നാമത്തെ തട്ട്.

ആ തട്ടിലെ എല്ലാ പുസ്തകങ്ങളെയും തീ കാർന്നു തിന്നുന്നതിനിടയിൽ, ഒരിടത്ത് ഒരു വിടവ്.

എനിക്ക് മരിക്കണ്ട.

അവൾ ഒന്നുകൂടി പരിശ്രമിക്കേണ്ടതുണ്ടായിരുന്നു. ഇല്ല എന്ന് അവൾ സ്വയം കരുതിയിരുന്ന ജീവിതത്തെ അവൾ മനസ്സറിഞ്ഞ് ആഗ്രഹിക്കേണ്ടതുണ്ടായിരുന്നു. കാരണം, ഈ ലൈബ്രറി അവളുടെ ഭാഗമാണെന്നത് പോലെതന്നെ, ആ ജീവിതങ്ങളൊക്കെയും അവളുടെ ഭാഗങ്ങളായിരുന്നു. ആ ജീവിതങ്ങളിൽ അനുഭവിക്കേണ്ടവയിൽക്കൂടിയെല്ലാം അവൾ കടന്നുപോയിട്ടുണ്ടാവില്ല. പക്ഷെ അതിനെല്ലാമുള്ള പ്രാപ്തി അവൾക്കുണ്ടായിരുന്നു. ഒരു ഒളിമ്പിക് നീന്തൽക്കാരിയാകാനോ, സഞ്ചാരിയാകാനോ, മുന്തിരിത്തോട്ടത്തിന്റെ ഉടമയാകാനോ, റോക്ക് താരമാകാനോ, ഭൂമിയെ സംരക്ഷിക്കുന്ന ഗ്ലേഷിയോളജിസ്റ്റ് ആകാനോ, കേംബ്രിഡ്ജ് ബിരുദധാരിയാകാനോ, അമ്മയാകാനോ, അങ്ങനെ ലക്ഷക്കണക്കിനുള്ള പലതുമായിത്തീരാൻ തക്കതായ അവസരങ്ങൾ അവൾ നഷ്ടപ്പെടുത്തിയിട്ടുണ്ടാകാം. പക്ഷെ എന്നിട്ടും, ഏതൊക്കെയോ തരത്തിൽ, അവൾ അതെല്ലാമായിരുന്നു. അവരെല്ലാം അവളുമായിരുന്നു. അവൾക്ക് അതെല്ലാമായിത്തീരാമായിരുന്നു. അവളൊരിക്കൽ കരുതിയിരുന്നത് പോലെ, അതൊന്നും അവളെ വിഷാദത്തിലാക്കിയില്ല. ഒട്ടും തന്നെയില്ല. അത് പ്രചോദനം നൽകുന്ന ഒന്നായിരുന്നു. കാരണം, ശ്രമിച്ചാൽ തനിക്കെന്തൊക്കെ ആയിത്തീരാൻ കഴിയും എന്ന് അവൾ കണ്ടു. ശരിക്കു പറഞ്ഞാൽ, അവളുടെ ശരിക്കുമുള്ള ജീവിതത്തിന് ഒരു യുക്തിയുണ്ടെന്ന് അവൾക്ക് തോന്നി. അവളുടെ സഹോദരൻ അതിൽ ജീവനോടെയുണ്ടായിരുന്നു. ഇസ്സി അതിൽ ജീവനോടെയുണ്ടായിരുന്നു. ഒരു കൊച്ചു പയ്യനെ പ്രശ്നങ്ങളിൽ നിന്നും അകറ്റി നിർത്താൻ അവൾക്ക് കഴിഞ്ഞു. ചിലപ്പോഴെങ്കിലും, നമുക്ക് കെണി എന്ന് തോന്നുന്നവ, മനസ്സിന്റെ കളിയാണ്. സന്തോഷമായിരിക്കാൻ, ഒരു മുന്തിരിത്തോട്ടമോ, കാലിഫോർണിയൻ സന്ധ്യയോ ഒന്നുമവൾക്ക് വേണ്ടിയിരുന്നില്ല. ഒരു വലിയ വീടോ, എല്ലാം തികഞ്ഞ ഒരു കുടുംബമോ പോലും വേണ്ടിയിരുന്നില്ല. അവൾക്ക് ആകെ വേണ്ടിയിരുന്നത് പ്രാപ്തിയായിരുന്നു. അതില്ലാതെ അവൾ ഒന്നുമായിരുന്നില്ല. ഇത്രയും നാൾ അത് മനസ്സിലാക്കാഞ്ഞതെന്തുകൊണ്ടാവും എന്നവൾ അതിശയിച്ചു.

ആ ബഹളങ്ങൾക്കിടയിൽ, പിന്നിൽ, ദൂരെയെവിടെ നിന്നോ, മേശയ്ക്കടിയിൽ നിന്നും ശ്രീമതി എൽമിന്റെ ശബ്ദം അവൾ കേട്ടു.

"തോറ്റു പോകരുത്! ഒരു കാരണവശാലും തോറ്റു പോകരുത്, നോറാ സീഡ്!"

അവൾക്ക് മരിക്കണ്ടായിരുന്നു. മാത്രവുമല്ല, അവളുടെ സ്വന്തമല്ലാത്ത ഒരു ജീവിതവും അവൾക്ക് ജീവിക്കണ്ടായിരുന്നു. ആകെ അലങ്കോലപ്പെട്ടു

കിടക്കുന്ന ഒരു പോരാട്ടമാകാം ആ ജീവിതം. പക്ഷേ, അതവളുടെ സ്വന്തം അലങ്കോലജീവിതപോരാട്ടമായിരുന്നു. മനോഹരമായ അലങ്കോലജീവിതപോരാട്ടങ്ങളായിരുന്നു.

00:00:52

00:00:53

ആ ഭാരത്തിനു കീഴിൽക്കിടന്ന് അവൾ ഞെളിയുകയും പുളയുകയും ചെറുക്കാൻ ശ്രമിക്കുകയും ചെയ്തു. സമയം കഴിയവേ, സർവ്വശക്തിയുമെടുത്ത് അവൾ വല്ലവിധവും അതിനടിയിൽ നിന്നും പുറത്തിറങ്ങി.

നിലത്തു പരതി, പൊടിപടലങ്ങളാൽ മൂടപ്പെട്ടു കിടന്ന പേന കണ്ടെത്തിയ ശേഷം, കനത്ത പുകയ്ക്കുള്ളിലൂടെ പതിനൊന്നാമത്തെ അലമാരയ്ക്കടുത്തെത്തി.

അവിടെ അതുണ്ടായിരുന്നു.

തീ പിടിക്കാത്ത ഒരേയൊരു പുസ്തകം. ഇപ്പോഴും, ഒരു പോറൽ പോലും മേൽക്കാത്ത പച്ച നിറമുള്ള പുസ്തകം.

അസഹനീയമായ ചൂടിൽ മുഖം ചുളിച്ചുകൊണ്ട്, ചൂണ്ടുവിരൽ സൂക്ഷ്മതയോടെ പുസ്തകത്തിന്റെ ചട്ടയിൽ കൊരുത്തുകൊണ്ട്, അവൾ തട്ടിൽ നിന്നും അത് വലിച്ചെടുത്തു. എപ്പോഴും ചെയ്യാറുള്ളതു പോലെ, അത് തുറന്ന്, അതിന്റെ ആദ്യത്തെ പേജ് കണ്ടുപിടിക്കാൻ ശ്രമിച്ചു. പക്ഷെ അതിന് ആദ്യപേജ് എന്നൊന്നുണ്ടായിരുന്നില്ല. ആ പുസ്തകത്തിൽ ഒരു വാക്കു പോലും എഴുതിയിരുന്നില്ല. അത് ശൂന്യമായിരുന്നു. മറ്റുള്ള പുസ്തകങ്ങൾ പോലെ, ഇതും അവളുടെ ഭാവിയുടെ പുസ്തകമായിരുന്നു. എന്നാൽ, മറ്റുള്ളവയെ അപേക്ഷിച്ച്, ഇതിൽ ആ ഭാവി എഴുതിയിട്ടില്ലായിരുന്നു.

അപ്പോൾ, ഇതാണത്. ഇത് *അവളുടെ* ജീവിതമാണ്. ഇത് അവളുടെ മൂലജീവിതമാണ്.

അതൊരു ശൂന്യമായ പേജാണ്.

തന്റെ സ്കൂൾ പേനയും കൈയിൽ പിടിച്ച്, നോറാ ഒരു ഞൊടി അവിടെ നിന്നു. അപ്പോഴേയ്ക്കും സമയം പാതിരാത്രി കഴിഞ്ഞ് ഒരു നിമിഷത്തോളമായിരുന്നു.

ആ തട്ടിലെ മറ്റു പുസ്തകങ്ങളെല്ലാം അപ്പോഴേയ്ക്കും കരിക്കട്ടകളായിക്കഴിഞ്ഞിരുന്നു. തലയ്ക്കു മുകളിൽ തൂങ്ങിയാടുന്ന ബൾബിലെ വെട്ടിവെട്ടി തെളിയുന്ന പ്രകാശം, ആ പൊടിയ്ക്കിടയിലൂടെ, വിണ്ടുകീറുന്ന ഉത്തരത്തിലേയ്ക്ക് വെളിച്ചം നീട്ടി. ആ ബൾബിനു ചുറ്റുമുള്ള ഒരു ഭാഗമപ്പാടെ – ഏകദേശം ഫ്രാൻസിന്റെ ഭൂപടം പോലെയുള്ളത് – എപ്പോൾ വേണമെങ്കിലും പൊളിഞ്ഞ് അവളുടെ മേലേ വീഴുമെന്നു തോന്നിപ്പിച്ചു.

നോറാ പേനയുടെ മൂടിതുറന്ന ശേഷം, പുസ്തകത്തട്ടിലെ കരിഞ്ഞിരുന്ന അവശിഷ്ടങ്ങൾക്ക് മേലേയ്ക്ക് പുസ്തകം വച്ചു.

മച്ചിൽ എന്തൊക്കെയോ ശബ്ദങ്ങൾ കേട്ടു.

ഇനി അധികനേരമില്ല.

അവൾ എഴുതാൻ തുടങ്ങി. *നോറായ്ക്ക് ജീവിക്കണം.*

എഴുതിക്കഴിഞ്ഞ്, അവളൊരു ഞൊടി കാത്തുനിന്നു. നിരാശയാ യിരുന്നു ഫലം. അപ്പോൾ, ശ്രീമതി എൽമ് ഒരിക്കൽ പറഞ്ഞത് അവ ളോർത്തു. *വേണം, എന്നത് രസകരമായ ഒരു വാക്കാണ്. എന്തിന്റെയോ അഭാവത്തിനെയാണ് അത് സൂചിപ്പിക്കുന്നത്.* അതുകൊണ്ട് അവളത് വെട്ടിക്കളഞ്ഞിട്ട് വീണ്ടും എഴുതാൻ തുടങ്ങി.

നോറാ ജീവിക്കാൻ തീരുമാനിച്ചു.

ഒന്നും സംഭവിച്ചില്ല. അവൾ വീണ്ടും ശ്രമിച്ചു.

നോറാ ജീവിക്കാൻ തയ്യാറായിരുന്നു.

എന്നിട്ടും ഒന്നും സംഭവിച്ചില്ല. അവൾ *'ജീവിക്കാൻ'* എന്ന വാക്കിന് അടിവരയിട്ടും നോക്കി. എന്നിട്ടും ഒന്നും സംഭവിച്ചില്ല.

അവൾക്ക് ചുറ്റും എല്ലാം തകരുകയും നശിക്കുകയുമായിരുന്നു. ഓരോ പുസ്തക അലമാരയെയും നിലംപരിശാക്കിക്കൊണ്ട്, ഉത്തരത്തിന്റെ ഭാഗങ്ങൾ അടർന്നു വീണുകൊണ്ടിരുന്നു. എത്തി നോക്കിയപ്പോൾ, നോറായെ സംരക്ഷിച്ചു വച്ചിരുന്ന മേശയ്ക്കടിയിൽ നിന്നും പുറത്തിറങ്ങി ധൈര്യസമേതം നിൽക്കുന്ന ശ്രീമതി എൽമിന്റെ രൂപം അവൾ കണ്ടു. അടുത്ത നിമിഷം, അവൾ ഇരിക്കുകയായിരുന്ന ഇടമൊഴിച്ച്, ബാക്കി എല്ലാ ഇടങ്ങളിലും മേൽക്കൂര തകർന്നു വീണു. അവർ അതിനുള്ളി ലെവിടെയോ മാഞ്ഞുപോയി.

ശ്വാസം മുട്ടി ചുമക്കുകയായിരുന്ന നോറായ്ക്ക് ഒന്നും തന്നെ കാണാൻ സാധിച്ചിരുന്നില്ല.

പക്ഷെ ലൈബ്രറിയുടെ അവളിരുന്ന ഭാഗം മാത്രം ഒരു കുഴപ്പവു മില്ലാതെ നിൽക്കുകയായിരുന്നു.

ഇനി ഏതു നിമിഷവും എല്ലാം മണ്ണടിയും എന്ന് അവൾക്കറിയാമാ യിരുന്നു.

പ്രക്ഷുബ്ധതയുടെ പാരമ്യത്തിൽ എത്തിയ അവൾ, എന്തെഴുതണം എന്ന് ചിന്തിക്കുന്നത് നിർത്തി, പകരം, മനസ്സിൽ ആദ്യം തോന്നിയത് അവൾ എഴുതിവെച്ചു. പുറമേയുള്ള ഏത് ഉന്മൂലനാശനത്തിനെയും ചെറുക്കാൻ തക്ക ശേഷിയുള്ള ആന്തരികമായ ഒരു നിശബ്ദ ഗർജ്ജനമായിരുന്നു അത്. അവളുടെ കൈവശമുണ്ടായിരുന്ന ഒരേയൊരു സത്യം. ഇപ്പോഴവൾ അഭിമാനിക്കുന്ന, സന്തോഷിക്കുന്ന ഒരു സത്യം. പൊരുത്തപ്പെടുക മാത്രമല്ല, മറിച്ച്, തുറന്ന മനസ്സോടെ, ആത്മാവിന്റെ അന്തരാളങ്ങൾ കൊണ്ടു പോലും അവൾ സ്വാഗതം ചെയ്യുന്ന ഒരേയൊരു സത്യം. തിടുക്കപ്പെട്ട്, പേപ്പറിൽ ആ പേന കൊണ്ട് അമർത്തിപ്പിടിച്ച്, വലിയ അക്ഷരങ്ങളിൽ അവൾ കുത്തിക്കുറിച്ചിട്ട സത്യം.

സാധ്യമായ എല്ലാത്തിന്റെയും തുടക്കവും, വിത്തുമായ സത്യം. മുൻപ് ശാപമായിരുന്ന, ഇപ്പോൾ അനുഗ്രഹമായി മാറിയ സത്യം.

ഒരു മൾട്ടിവേഴ്സിന്റെ എല്ലാ ശക്തിയും, പ്രാപ്തിയും അടങ്ങിയ മൂന്നു വാക്കുകൾ.

ഞാൻ ജീവനോടെ ഇരിക്കുന്നു.

അതോടെ, ഭൂമി രൗദ്രഭാവത്തിൽ വിറയ്ക്കാൻ തുടങ്ങി. മിഡ്നൈറ്റ് ലൈബ്രറിയുടെ അവശേഷിച്ച ഭാഗങ്ങളെല്ലാം മണ്ണടിഞ്ഞു.

ഉണർവ്വ്

പാതിരാത്രി കഴിഞ്ഞ്, കൃത്യം ഒരു നിമിഷവും ഇരുപത്തിയേഴ് സെക്കൻ ഡുകളും ആയപ്പോൾ, തന്റെ കമ്പിളിപ്പുതപ്പിനു മേലാകെ ഛർദ്ദിച്ചുകൊണ്ട്, നോറാ സീഡ് ജീവിതത്തിലേയ്ക്കുള്ള മടങ്ങിവരവ് അടയാളപ്പെടുത്തി.

കഷ്ടിച്ച് ജീവനോടെയുണ്ട്.

ശ്വാസം കിട്ടാതെ ചുമച്ച്, തളർന്ന്, ശരീരത്തിലെ ജലാംശം നഷ്ടപ്പെട്ട്, വിറച്ചുവിറച്ച്, ശരീരത്തിന് ഘനം കൂടി, പിച്ചും പേയും പറഞ്ഞ്, നെഞ്ചി നുള്ളിൽ വേദനിച്ച്, തലയ്ക്കുള്ളിൽ അതിനേക്കാൾ വേദനിച്ച്, ജീവിതത്തിലെ ഏറ്റവും മോശം ജീവിതം ഇതാണ് എന്നു തോന്നിപ്പിക്കുന്ന അവസ്ഥ. എങ്കിലും, അത് ജീവിതമായിരുന്നു. മാത്രവുമല്ല, അവൾക്ക് വേണ്ടിയിരുന്നത് കൃത്യമായും ജീവിതമായിരുന്നു.

കട്ടിലിൽനിന്നും എഴുന്നേൽക്കുക എന്നത് ഒരിക്കലും നടക്കാത്ത ഒരു കാര്യമാണെന്ന് അവൾക്ക് തോന്നിയിരുന്നു എങ്കിലും, നിവർന്നു നിന്നേ തീരൂ എന്നവൾക്കറിയാമായിരുന്നു.

എങ്ങനെയൊക്കെയോ അവൾ എഴുന്നേറ്റു നിന്ന് ഫോൺ കൈയി ലെടുത്തെങ്കിലും, അതിന്റെ ഭാരം കൈയിലുറയ്ക്കാതെ അത് കൈയിൽ നിന്നും വഴുതി എങ്ങോട്ടോ വീണു.

“രക്ഷിക്കൂ,” മുറിയിൽ നിന്നും പുറത്തേയ്ക്ക് വേച്ചു വേച്ചു നടക്കുന്നതി നിടയിൽ അവൾ തൊണ്ടയിടറിക്കരഞ്ഞു.

കൊടുങ്കാറ്റിലകപ്പെട്ട കപ്പലെന്ന പോലെ അവളുടെ സ്വീകരണമുറി ആടിയുലയുന്നതായി അവൾക്കു തോന്നി. പക്ഷെ, ബോധം നശിക്കാതെ അവൾ എങ്ങനെയൊക്കെയോ വാതിൽക്കലെത്തി, അതിന്റെ കുറ്റിയെടുത്ത്, കുറേ നേരത്തെ കഠിനശ്രമത്തിനൊടുവിൽ വാതിൽ തുറന്നു.

“എന്നെ രക്ഷിക്കൂ.”

കഷ്ടിച്ച് ഒരു ദിവസം മുൻപ്, പൂച്ച ചത്തു പോയി എന്നു പറയാൻ വന്ന ആഷ് നിന്ന ആ പടിയും താണ്ടി, ഛർദ്ദിൽ നിറഞ്ഞ വസ്ത്രങ്ങളിൽ മുന്നോട്ടുനടക്കുമ്പോൾ, മഴ പെയ്യുന്നുണ്ട് എന്നുപോലും അവൾക്ക് മനസ്സിലാ കുന്നില്ലായിരുന്നു.

ചുറ്റും ആരുമുണ്ടായിരുന്നില്ല.

അവളുടെ കണ്ണെത്തുന്ന ദൂരത്തെങ്ങും ആരുമുണ്ടായിരുന്നില്ല. അവൾ മിസ്റ്റർ ബാനർജിയുടെ വീട്ടുപടിക്കലേയ്ക്ക് നീങ്ങി. തപ്പിയും തടഞ്ഞും വീണു മൊക്കെ ബദ്ധപ്പെട്ട്, വല്ല വിധേനയും അവിടെയെത്തി അവൾ ബെല്ലടിച്ചു.

മുന്നിലത്തെ ജനലിലൂടെ, വെളിച്ചത്തിന്റെ ഒരു ചതുരം പുറത്തേയ്ക്ക് തെറിച്ചുവീണു.

കതകു തുറന്നു.

അദ്ദേഹം കണ്ണട ധരിച്ചിട്ടുണ്ടായിരുന്നില്ല. ആ സമയവും, അവളുടെ അവസ്ഥയുമൊക്കെ അദ്ദേഹത്തെ ഒട്ടൊന്നു കുഴപ്പിച്ചു.

"എന്നോട് ക്ഷമിക്കു മിസ്റ്റർ ബാനർജി. ഞാനൊരു അബദ്ധം കാണിച്ചു. ഒരു ആംബുലൻസ് വിളിക്കാമോ..."

"എന്റെ ദൈവമേ. ഇതെന്തു പറ്റിയതാണ്?"

"ദയവു ചെയ്ത് വിളിക്കു."

"ശരി. ഞാനിപ്പോൾത്തന്നെ വിളിക്കാം."

00:03:48

അത്രയും നേരം പിടിച്ചു നിന്ന അവൾ, അപ്പോൾ മാത്രമാണ് തളർന്നു വീഴാൻ തയ്യാറായത്. മുന്നിലെ മിസ്റ്റർ ബാനർജിയുടെ ചവിട്ടിയിലേയ്ക്ക് ശക്തിയിൽ അവൾ പതിച്ചു.

ആകാശത്തിൽ ഇരുട്ട് പരന്നിരിക്കുന്നു,
കറുപ്പ് നീലാകാശത്തെ പൊതിഞ്ഞിരിക്കുന്നു,
എങ്കിലും നക്ഷത്രങ്ങൾ ധൈര്യം സംഭരിച്ചിരിക്കുന്നു,
നിനക്കുവേണ്ടി തിളങ്ങുവാൻ.

നിരാശയുടെ മറുവശം

"ജീവിതം തുടങ്ങുന്നത്, നിരാശയുടെ മറുവശത്തുനിന്നുമാണ്." സാർത്ര് ഒരിക്കൽ പറഞ്ഞു.

അപ്പോൾ മഴയില്ലായിരുന്നു.

അവൾ ആശുപത്രിയ്ക്കുള്ളിൽ, ഒരു കിടക്കയിൽ ഇരിക്കുകയായിരുന്നു. അവളെ വാർഡിലേയ്ക്ക് മാറ്റിയിരുന്നു. ഭക്ഷണമൊക്കെ കഴിച്ച്, ആരോഗ്യം വളരെയധികം മെച്ചപ്പെട്ടിരുന്നു. അവളെ പരിശോധിച്ച ആരോഗ്യപ്രവർത്തകർ തൃപ്തി രേഖപ്പെടുത്തി. എന്നിരുന്നാലും, വയറിന് ലേശം പ്രശ്നം. കുറച്ചുദിവസം കൂടി പ്രതീക്ഷിക്കാം എന്നവർ പറഞ്ഞു. ഓരോ നാലുദിവസം കൂടുമ്പോഴും വയറിന് പുതിയൊരു ആവരണം കൈവരും എന്ന ആഷ് പറഞ്ഞുകൊടുത്ത വസ്തുത പങ്കുവച്ച് ഡോക്ടറുടെ പ്രീതി പിടിച്ചുപറ്റാൻ അവളൊരു ശ്രമം നടത്തി.

അതിനുശേഷം, ഒരു നേഴ്സ് അവൾക്കരികിൽ വന്നിരുന്ന്, കൈയിലെ ക്ലിപ്പ്ബോർഡിലുണ്ടായിരുന്ന ചോദ്യങ്ങൾ ചോദിക്കാൻ തുടങ്ങി. അവയെല്ലാം അവളുടെ മാനസികാവസ്ഥയുമായി ബന്ധപ്പെട്ടവയായിരുന്നു. സൈക്ക്യാട്രിയുമായി ബന്ധപ്പെട്ട ഒരു ചോദ്യാവലിയിൽ അത്ര നല്ല സ്ഥാനമായിരിക്കില്ല കിട്ടുക എന്ന് തോന്നിയതിനാൽ, മിഡ്നൈറ്റ് ലൈബ്രറിയെക്കുറിച്ചുള്ള അനുഭവങ്ങൾ പങ്കുവയ്ക്കണ്ട എന്നവൾ തീരുമാനിച്ചു. മൾട്ടിവേഴ്സിന്റെ, അധികമാർക്കും അറിയാത്ത യാഥാർത്ഥ്യങ്ങളെ, ഇതുവരെ നാഷണൽ ഹെൽത്ത് സർവീസിന്റെ ശുശ്രൂഷാ-പദ്ധതികളിൽ ഉൾപ്പെടുത്തിയിട്ടില്ല എന്ന് കരുതുന്നതാണ് സുരക്ഷിതം.

ഏകദേശം ഒരു മണിക്കൂറോളം അവരുടെ ചോദ്യോത്തര പരിപാടി തുടർന്നു. കഴിച്ചുകൊണ്ടിരിക്കുന്ന മരുന്നുകളെക്കുറിച്ചും, അമ്മയുടെ മരണത്തെക്കുറിച്ചും, വോൾട്ടയറിനെക്കുറിച്ചും, ജോലി നഷ്ടപ്പെട്ടതിനെക്കുറിച്ചും, സാമ്പത്തിക പ്രശ്നങ്ങളെക്കുറിച്ചും, സിറ്റുവേഷണൽ ഡിപ്രഷൻ ആണെന്ന് കണ്ടുപിടിച്ചതിനെക്കുറിച്ചുമെല്ലാം അവർ സംസാരിച്ചു.

"മുൻപ് എപ്പോഴെങ്കിലും ഇങ്ങനെ എന്തെങ്കിലും ശ്രമിച്ചിട്ടുണ്ടോ?" നേഴ്സ് ചോദിച്ചു.

"ഈ ജീവിതത്തിലില്ല."

"ഇപ്പോൾ എന്തു തോന്നുന്നു?"

"എനിക്കറിയില്ല. എന്തൊക്കെയോ മാറ്റങ്ങൾ തോന്നുന്നു. പക്ഷെ ഇനിയൊരിക്കലും ഞാൻ മരിക്കാൻ ശ്രമിക്കില്ല."

നേഴ്സ്, തന്റെ കൈയിലെ പേപ്പറിൽ എന്തൊക്കെയോ കുത്തിക്കുറിച്ചു.

നേഴ്സ് പോയതിനു ശേഷം, അവൾ ജനാലയിലൂടെ പുറത്തേയ്ക്ക് നോക്കിയിരുന്നു. അവിടെയിരുന്നാൽ, ഉച്ചക്കാറ്റിൽ മരങ്ങൾ മെല്ലെയാടുന്നതും, അകലെ ബെഡ്ഫോർഡ് റിങ്റോഡിലെ ഗതാഗതക്കുരുക്കിലൂടെ വാഹനങ്ങൾ മെല്ലെ ഇഴഞ്ഞുനീങ്ങുന്നതും കാണാമായിരുന്നു. മരങ്ങളും, ഗതാഗതക്കുരുക്കും, ഇടത്തരം കെട്ടിടങ്ങളും മാത്രമേ അവിടെയുണ്ടായിരുന്നുള്ളുവെങ്കിലും, അത് തന്നെ ധാരാളമായിരുന്നു.

അതായിരുന്നു ജീവിതം.

അൽപനേരം കഴിഞ്ഞ് അവൾ തന്റെ ആത്മഹത്യ സംബന്ധപ്പെട്ട പോസ്റ്റുകളൊക്കെ നീക്കം ചെയ്തു. എന്നിട്ട്, ഒരു നിമിഷത്തിന്റെ ആത്മാർത്ഥമായ മനോവികാരത്തിൽ, അവൾ മറ്റൊന്ന് എഴുതി. അതിനവൾ നൽകിയ തലക്കെട്ട് – 'ഞാൻ പഠിച്ച ഒരു കാര്യം (എല്ലാവരുമായി മാറിയ, ആരുമല്ലാത്ത ഒരാൾ എഴുതിയത്)' – എന്നായിരുന്നു.

ഞാൻ പഠിച്ച ഒരു കാര്യം

(എല്ലാമായി മാറിയ, ആരുമല്ലാത്ത ഒരാൾ എഴുതിയത്)

നമുക്ക് ലഭിക്കാത്ത ജീവിതങ്ങളെക്കുറിച്ചോർത്ത് വിലപിക്കാൻ എളുപ്പമാണ്. മറ്റുള്ള കഴിവുകൾ വികസിപ്പിച്ചേനെ എന്നും, പല വാഗ്ദാനങ്ങൾക്കും നമ്മൾ സമ്മതം മൂളിയേനെ എന്നുമൊക്കെ ആഗ്രഹിക്കാൻ എളുപ്പമാണ്. കുറച്ചുകൂടി കഠിനാധ്വാനം ചെയ്തിരുന്നെങ്കിൽ എന്ന്, കുറച്ചുകൂടി നന്നായി സ്നേഹിച്ചിരുന്നെങ്കിൽ എന്ന്, നമ്മുടെ സാമ്പത്തിക കാര്യങ്ങൾ കുറച്ചുകൂടി കൃത്യമായി കൈകാര്യം ചെയ്തിരുന്നെങ്കിൽ എന്ന്, കുറച്ചുകൂടി ജനപ്രീതി ഉണ്ടായിരുന്നെങ്കിൽ എന്ന്, ബാൻഡിൽത്തന്നെ നിന്നിരുന്നെങ്കിൽ എന്ന്, ഓസ്ട്രേലിയയിലേയ്ക്ക് പോയിരുന്നെങ്കിൽ എന്ന്, കോഫിയ്ക്കുള്ള ക്ഷണത്തിനെ സ്വീകരിച്ചിരുന്നെങ്കിൽ എന്ന്, കുറച്ചുകൂടി കൂടുതൽ യോഗ ചെയ്തിരുന്നെങ്കിൽ എന്ന് – എന്നൊക്കെ ആഗ്രഹിക്കാൻ എളുപ്പമാണ്.

നമ്മൾ ഉണ്ടാക്കിയെടുക്കാത്ത സുഹൃത്തുക്കളും, ചെയ്യാത്ത ജോലികളും, വിവാഹം കഴിക്കാത്ത ആളുകളും, ഇല്ലാത്ത കുട്ടികളുമൊക്കെ നമുക്കില്ലല്ലോ എന്നോർത്ത് സങ്കടപ്പെടാൻ അത്ര പ്രയത്നമൊന്നും ആവശ്യമില്ല. മറ്റുള്ളവരുടെ കണ്ണിലൂടെ നമ്മളെ നോക്കിക്കാണാനും, അവർ ഓരോരുത്തർക്കും നമ്മളെക്കുറിച്ചുള്ള ചിന്തകൾ സമ്മേളിക്കുന്ന ഒരു ബഹുവിചിത്ര വർണ്ണരൂപദർശിനിയായിരുന്നു നമ്മളെങ്കിൽ എന്ന് ആഗ്രഹിക്കാനും അത്ര ബുദ്ധിമുട്ടൊന്നുമില്ല. കുറ്റബോധം തോന്നാനും, അത് തോന്നിക്കൊണ്ടേയിരിക്കുവാനും, എന്നെന്നേക്കുമായി നമ്മുടെ കൈയിലെ സമയം കഴിയുന്നത് വരെ തോന്നാനും, വളരെ എളുപ്പമാണ്.

പക്ഷെ ജീവിക്കാൻ കഴിഞ്ഞില്ലല്ലോ എന്നോർത്ത് നമ്മൾ പരിതപിക്കുന്ന ജീവിതങ്ങളല്ല യഥാർത്ഥ പ്രശ്നം. ആ പരിതാപം തന്നെയാണ് പ്രശ്നം. നാം സങ്കോചപ്പെടുകയും, വാടുകയും ചെയ്യുന്നതും, മറ്റുള്ളവരുടെ പ്രധാന ശത്രുവാണ് താൻ എന്ന് സ്വയം തോന്നാൻ കാരണമാകുകയും ചെയ്യുന്നത് ഈ കുറ്റബോധം കൊണ്ടാണ്.

നമ്മൾ കരുതുന്ന മറ്റു ജീവിതങ്ങൾ നല്ലതാണോ മോശമാണോ എന്ന് മുൻകൂട്ടി പറയാൻ നമുക്കൊരിക്കലും സാധിക്കില്ല. ആ ജീവിതങ്ങളും സംഭവിക്കുന്നുണ്ട് എന്നുള്ളത് ശരി തന്നെ. പക്ഷെ നിങ്ങളും സംഭവിച്ചു

കൊണ്ടിരിക്കുകയാണ്. ആ സംഭവവികാസങ്ങളിലാണ് നാം ശ്രദ്ധ ചെലുത്തേണ്ടത്.

നമുക്ക് എല്ലാ സ്ഥലങ്ങളും കാണാനോ, എല്ലാ ആളുകളെയും കാണാനോ, എല്ലാ ജോലികളും ചെയ്യാനോ സാധ്യമല്ല എന്നത് തീർച്ചയാണ്. എന്നിരിക്കിലും, ഏതു ജീവിതത്തിലായാലും നമുക്ക് അനുഭവിക്കാനാവുന്ന വയുടെ മുക്കാൽ പങ്കും അപ്പോഴും ലഭ്യമാകും. ജയം എന്താണെന്ന് അറിയാൻ, എല്ലാ കളിയും കളിച്ചുനോക്കണമെന്നില്ല. സംഗീതമെന്തെന്നറിയാൻ, ലോകത്തിലുള്ള എല്ലാ പാട്ടും കേട്ടു നോക്കണമെന്നില്ല. വൈനിന്റെ സുഖമറിയാൻ, ലോകത്തിലെ എല്ലാ തോട്ടത്തിലെയും വിവിധതരം മുന്തിരികൾ സ്വാദു നോക്കണമെന്നില്ല. സ്നേഹം, പൊട്ടിച്ചിരി, ഭയം, വേദന എന്നിവ സാർവ്വലൗകികമായി ഉപയുക്തമാക്കാവുന്ന നാണയത്തുട്ടുകൾ പോലെയാണ്.

കണ്ണുകളടച്ച്, നമുക്കു മുന്നിലെ പാനീയത്തിന്റെ രുചി ആസ്വദിച്ച്, അവിടെ നിറയുന്ന സംഗീതത്തിൽ ലയിച്ച് ഇരുന്നാൽ മാത്രം മതിയാവും. മറ്റേതൊരു ജീവിതത്തിലും ഉണ്ടായിരിക്കാവുന്ന പോലെതന്നെ പൂർണ്ണമായും, തീർത്തും നമ്മൾ ജീവസ്സുറ്റവരാണ്. അതേ വൈകാരികതലങ്ങൾ നമുക്ക് ലഭ്യമാണ് താനും.

നമ്മൾ ഒരേയൊരാളായാൽ മതിയാവും.

നമുക്ക് ഒരേയൊരാളിന്റെ നിലനിൽപ്പ് അറിഞ്ഞാൽ മതിയാവും.

എല്ലാം ആയിരിക്കാൻ വേണ്ടി, നമ്മൾ എല്ലാം ചെയ്യണമെന്നില്ല. കാരണം, നമ്മൾ ഇതിനകംതന്നെ അനന്തമായ ജീവിതങ്ങളിലാണ്. ജീവനോടെയിരിക്കുമ്പോൾത്തന്നെ, ബഹുമുഖമായ സാധ്യതകളുടെ ഒരു ഭാവിയും നമ്മളിൽ അടങ്ങിയിരിക്കുന്നു.

അതുകൊണ്ട്, നമ്മുടെ ജീവിതത്തിലുള്ള മറ്റുള്ളവരോട് നമുക്ക് കരുണയോടെ പെരുമാറാം. ഇടയ്ക്കിടെ നിൽക്കുന്നയിടത്തുനിന്നും, നമുക്ക് തലയുയർത്തി മുകളിലേയ്ക്ക് നോക്കാം. കാരണം, നമ്മൾ നിൽക്കുന്നതെവിടെയാണെങ്കിലും, മുകളിലെ ആകാശം എന്നെന്നേയ്ക്കും അതേപടി പൊയ്ക്കൊണ്ടേയിരിക്കും.

എന്റെ ജീവിതം ഇങ്ങനെതന്നെ അംഗീകരിക്കാൻ യാതൊരു കാരണവശാലും എനിക്ക് കഴിയില്ല എന്നും, എനിക്കൊരു ഭാവിയില്ലെ എന്നും ഇന്നലെ ഞാൻ കരുതിയിരുന്നു. എന്നിട്ടും, ഇന്ന്, അലങ്കോലപ്പെട്ടു കിടന്ന അതേ ജീവിതം തന്നെ, കൺമുന്നിൽ നിറയെ പ്രതീക്ഷകളോടെ വിരിഞ്ഞു നിൽക്കുന്നു. പ്രാപ്തി.

അസാധ്യമായത് സംഭവിക്കുന്നത് ജീവിക്കുന്നതിലൂടെയാണ് എന്ന് ഞാൻ കരുതുന്നു.

വേദന, നിരാശ, വേർപാട്, നെഞ്ചു പിളരൽ, കഷ്ടപ്പാട്, ഏകാന്തത, വിഷാദം എന്നിവയിൽ നിന്നൊക്കെ എന്റെ ജീവിതം അത്ഭുതകരമായി സ്വാതന്ത്ര്യമാകുമോ? ഇല്ല.

പക്ഷെ, എനിക്കിനി ജീവിക്കണോ?

വേണം. വേണം.

ഒരായിരം തവണ, വേണം.

ജീവിക്കലും മനസ്സിലാക്കലും തമ്മിൽ

കുറച്ച് നിമിഷങ്ങൾക്ക് ശേഷം, അവളുടെ സഹോദരൻ അവളെ കാണാൻ വന്നു. അവളയച്ച വോയ്സ് മെസ്സേജ് കേട്ട അവൻ, അവൾക്ക് തിരിച്ചൊരു സന്ദേശം അയച്ചിരുന്നു. "നീ ഒക്കെയാണോ അനിയത്തീ?" എന്ന ആ സന്ദേശം അവൻ അയക്കുമ്പോൾ, സമയം പാതിരാത്രി കഴിഞ്ഞ് ഏഴു മിനിറ്റായിരുന്നു. പിന്നീട്, ആശുപത്രി അധികൃതർ അവനുമായി ബന്ധപ്പെട്ട ഉടനെതന്നെ ലണ്ടനിൽ നിന്നുമുള്ള ആദ്യത്തെ തീവണ്ടിയിൽ അവനവിടെ എത്തുകയായിരുന്നു. തീവണ്ടിയ്ക്ക് വേണ്ടി കാത്തിരുന്ന സെയിന്റ് പാൻ ക്രാസ് സ്റ്റേഷനിൽ നിന്നും, അവൻ അവൾക്ക് വേണ്ടി *നാഷണൽ ജിയോ ഗ്രാഫിക്കി*ന്റെ ഏറ്റവും പുതിയ ലക്കം വാങ്ങിയിരുന്നു.

ആശുപത്രിക്കിടക്കയിൽ അവൾക്കരികിലേയ്ക്കുള്ള വരുമ്പോൾ, "നിന ക്കിത് വലിയ ഇഷ്ടമായിരുന്നല്ലോ" എന്നവൻ പറഞ്ഞു.

"എനിക്കിപ്പോഴും ഇഷ്ടമാണ്."

അവനെ കണ്ടപ്പോൾ സന്തോഷം തോന്നി. ആ കട്ടികൂടിയ പുരിക ങ്ങളും, മടിച്ചുമടിച്ചുള്ള ചിരിയുമൊക്കെ അതുപോലെതന്നെയുണ്ട്. തല കുനിച്ച് പരുങ്ങലോടെയാണ് അവൻ ഉള്ളിലേയ്ക്ക് കയറിവന്നത്. കഴിഞ്ഞ രണ്ടു ജന്മങ്ങളിലും കണ്ടിരുന്നതിനേക്കാൾ മുടിയ്ക്ക് നീളം കൂടുതലായിരുന്നു.

"അടുത്തിടെയായി ഞാൻ അധികം സംസാരിക്കാൻ കഴിയാത്ത ഒരു സാഹചര്യത്തിലായിരുന്നു. എന്നോട് ക്ഷമിക്കൂ," അവൻ പറഞ്ഞു. "രവി പറഞ്ഞതൊന്നുമായിരുന്നില്ല കാര്യം. ഞാൻ ദി ലാബിറിന്ത്സി നെക്കുറിച്ച് ഇപ്പോഴൊന്നും ആലോചിക്കാറുപോലുമില്ല. ഞാൻ ഒരു വല്ലാത്ത അവസ്ഥയിലായിരുന്നു. അമ്മയുടെ മരണശേഷം ഞാൻ ഒരാളുമായി അടുപ്പത്തിലായിരുന്നു. പക്ഷെ തീരെ സുഖകരമല്ലാത്ത രീതിയിൽ ഞങ്ങൾക്ക് പിരിയേണ്ടിവന്നു. എനിക്ക് നിന്നോടോ, അല്ലെങ്കിൽ മറ്റാരോ ടെങ്കിലുമോ, അതിനെക്കുറിച്ചു സംസാരിക്കാൻ തന്നെ കഴിയുമായിരുന്നില്ല. വെറുതേയിരുന്നു കുടിക്കാൻ മാത്രമാണ് തോന്നിയത്. ഞാൻ ശരിക്കു കുടിച്ചു. അതായിരുന്നു ശരിക്കുമുള്ള പ്രശ്നം. പക്ഷെ ഞാൻ അതിൽ നിന്നും കരകയറാൻ സഹായമെടുക്കുന്നുണ്ടിപ്പോൾ. ആഴ്ചകളായി ഞാൻ മദ്യം

കൈകൊണ്ടു തൊട്ടിട്ടില്ല. ഇപ്പോൾ ഞാൻ ജിമ്മിലൊക്കെ പോകുന്നുണ്ട്. ഞാൻ ക്രോസ്സ് ട്രെയിനിങ് വർക്കൗട്ടൊക്കെ തുടങ്ങി."

"അയ്യോ, പാവം ജോ. നിന്റെ പ്രണയബന്ധം തകർന്നതും, അതിനെ ത്തുടർന്നുണ്ടായതുമൊക്കെ കേൾക്കുമ്പോൾ വിഷമമുണ്ട്."

"എനിക്ക് നീ മാത്രമേയുള്ളൂ അനിയത്തീ," പറയുമ്പോൾ അവന്റെ തൊണ്ടയിടറി. "നിനക്ക് ഞാൻ അത്ര വിലയൊന്നും തന്നിട്ടില്ല എന്ന് എനിക്കറിയാം. ചെറുതിലേ, ഞാൻ അത്ര നന്നായിട്ടല്ല പെരുമാറിയത് എന്നറിയാം. പക്ഷെ എനിക്ക് എന്റേതായ പ്രശ്നങ്ങളുണ്ടായിരുന്നു. അച്ഛനെ ക്കാരണമാണ് അങ്ങനെയൊക്കെ പെരുമാറേണ്ടി വന്നത്. അതുകൊണ്ടാണ് എന്റെ ലൈംഗികത്വം എനിക്ക് മറച്ചു വയ്ക്കേണ്ടി വന്നത്. നിനക്കത് ബുദ്ധിമുട്ടുകളുണ്ടാക്കിയിട്ടുണ്ടെന്ന് എനിക്കറിയാം. എനിക്കും അതേ. നീ *എല്ലാത്തിലും* മിടുക്കിയായിരുന്നു. സ്കൂളിൽ, നീന്തലിൽ, സംഗീതത്തിൽ. എനിക്ക് നിന്റെ അടുത്തെത്താൻ പോലും കഴിഞ്ഞിരുന്നില്ല... പിന്നെ അച്ഛൻ. അദ്ദേഹത്തിനു വേണ്ടി, അദ്ദേഹത്തിന്റെ സങ്കല്പത്തിലുള്ള മകന്റെ മിഥ്യാരൂപം ആകേണ്ടി വന്നു എനിക്ക്." അവൻ ദീർഘമായി ഒന്നു നിശ്വസിച്ചു. "ഇതൊരൽപം വിചിത്രമായിരിക്കാം. നമ്മൾ രണ്ടും ഇതൊക്കെ ഓർക്കുന്നത് തികച്ചും വ്യത്യസ്തമായ രീതികളിലായിരിക്കാം. പക്ഷെ ഒരിക്കലും എന്നെ വിട്ടു പോകരുത്. കേട്ടോ? ബാൻഡ് വിടുന്നത് ഒരു കാര്യം. പക്ഷെ നിലനിൽപ്പിനെ ഒരിക്കലും വിടരുത്. അതെനിക്ക് താങ്ങാനാവില്ല."

"നീ വിട്ടില്ലെങ്കിൽ ഞാനും വിടില്ല," അവൾ പറഞ്ഞു.

"ഞാൻ എവിടെയും പോകില്ല. ഉറപ്പ്."

സൗ പൗലോയിൽ വച്ച് അമിതമായ അളവിൽ മരുന്നുകൾ കഴിച്ച് ജോ മരണപ്പെട്ടു എന്ന വാർത്ത തന്നെ എത്ര തകർത്തുകളഞ്ഞുവെന്ന് അവളോർത്തു. തന്നെയൊന്നു കെട്ടിപ്പിടിക്കാമോ എന്നവൾ അവനോട് ചോദിച്ചു. അവൻ അവളെ മെല്ലെ നെഞ്ചോടു ചേർത്തു. അവനിൽ തുളുമ്പുന്ന ജീവൻ അവളറിഞ്ഞു.

"നീ എനിക്ക് വേണ്ടി പുഴയിൽ ചാടാൻ ശ്രമിച്ചതിന് നന്ദിയുണ്ട്," അവൾ പറഞ്ഞു.

"എന്താ?"

"നീ അങ്ങനെ ചെയ്തിട്ടുണ്ടാവില്ല എന്നാണ് ഞാൻ കരുതിയിരുന്നത്. പക്ഷേ നീ ശ്രമിച്ചിരുന്നു. അവരെല്ലാം കൂടി നിന്നെ പിടിച്ചു മാറ്റിയതാണ്. നന്ദി."

അവളെന്തിനെക്കുറിച്ചാണ് പറഞ്ഞുകൊണ്ടിരിക്കുന്നതെന്ന് പെട്ടെന്ന വന് ഓർമ്മ വന്നു. എങ്കിലും, താൻ നിന്നിരുന്നയിടത്തു നിന്നും ദൂരേയ്ക്ക് നീന്തുകയായിരുന്ന അവൾക്കതെങ്ങനെ മനസ്സിലായി എന്നറിയാതെ അവനൽപം കുഴങ്ങി. "എനിക്ക് നിന്നെ ഒത്തിരിയിഷ്ടമാണ് പെങ്ങളേ. നമ്മളാണ് വെറും വിഡ്ഢികുശ്മാണ്ഡങ്ങളായ യുവാക്കളായിരുന്നു."

ഇടയ്ക്ക് ഒരു മണിക്കൂർ നേരത്തേയ്ക്ക് ജോ ഒന്നു പുറത്തിറങ്ങി. വീട്ടു

ടമയിൽ നിന്നും താക്കോൽ വാങ്ങിയ ശേഷം, വീട്ടിൽ പോയി അവളുടെ വസ്ത്രങ്ങളും ഫോണും എടുത്തു.

ഇസ്സി സന്ദേശമയച്ചിട്ടുണ്ട് എന്നവൾ കണ്ടു. *ഇന്നലെ രാത്രിയിലും ഇന്ന് രാവിലെയും മറുപടി അയക്കാഞ്ഞതിന് എന്നോടു ക്ഷമിക്കൂ. ഇതിനെക്കുറിച്ച് നന്നായി ചർച്ച ചെയ്യാം എന്നു കരുതി! തീസിസ് ആന്റി തീസിസ് സിന്തെസിസ്. എല്ലാം ഇവിടെ ശരിയാണ്. നിനക്ക് സുഖമാണോ? ഞാൻ നിന്നെ ഒരുപാട് മിസ്സ് ചെയ്യുന്നു. ഓ, പിന്നെ ഒരു കാര്യം കേൾക്കണോ? ഞാൻ ജൂണിൽ യുകെയിലേക്ക് തിരികെ വരുന്ന കാര്യം ആലോചിക്കുന്നുണ്ട്. നല്ല മാറ്റം ആയിരിക്കട്ടെ അത്. നിന്നെ ഒരുപാടു മിസ്സ് ചെയ്യുന്നു ചങ്ങാതീ. നിനക്കുവേണ്ടി ഒരു ലോഡ് ഹംപ്ബാക്ക് തിമിംഗലങ്ങളുടെ പടങ്ങൾ ഉടനെ അയക്കുന്നുണ്ട്.*

അവളറിയാതെ തന്നെ സന്തോഷത്തിന്റെ ഒരല അവളുടെ തൊണ്ടക്കുഴിയിലേക്ക് നുരഞ്ഞുപൊന്തിവന്നു.

അവൾ അതിനു മറുപടി സന്ദേശമയച്ചു. നമ്മൾ കാണുന്നിടം വരെ ക്ഷമയോടെ കാത്തിരുന്ന്, ജീവിതം നമുക്കൊരു പുതിയ കാഴ്ചപ്പാട് സമ്മാനിക്കുന്നത് എത്ര രസകരമാണെന്നാലോചിച്ച് അവൾ സ്വയം ഊറിച്ചിരിച്ചു.

അവൾ, ഇന്റർനാഷണൽ ധ്രുവ ഗവേഷണ ഇൻസ്റ്റിറ്റ്യൂട്ടിന്റെ ഫേസ്ബുക്ക് പേജിലേക്ക് കയറി. അവിടെ അവൾ മുറി പങ്കുവച്ചിരുന്ന ഇൻഗ്രിഡ് എന്ന സ്ത്രീയുടെ ചിത്രം അതിലുണ്ടായിരുന്നു. അവർക്കൊപ്പം ഫീൽഡ് മേധാവിയായ പീറ്ററും ഉണ്ടായിരുന്നു. കടലിലെ മഞ്ഞുകട്ടിയുടെ കനം അളക്കുന്നതിനുപയോഗിക്കുന്ന, കനം കുറഞ്ഞ ഒരു ഉപകരണം അവരുടെ കൈയിൽ ഉണ്ടായിരുന്നു. 'ആർട്ടിക് പ്രദേശത്ത് ഇതുവരെ ഉണ്ടായിട്ടുള്ളതിൽ വച്ച് ഏറ്റവും ഊഷ്മാവ് കൂടിയ ദശാബ്ദമായിരുന്നു ഇപ്പോൾ കഴിഞ്ഞത് എന്ന് IPRI നടത്തിയ പഠനങ്ങൾ സ്ഥിരീകരിക്കുന്നു', എന്ന തലക്കെട്ടോടു കൂടിയ ലിങ്കും അതിലുണ്ടായിരുന്നു. അവൾ ആ ലിങ്കെടുത്ത് തന്റെ ഫേസ്ബുക്കിൽ ഷെയർ ചെയ്തു. അതിനൊപ്പം, 'ഈ പഠന മികവ് എന്നും നിലനിൽക്കട്ടെ' എന്ന് കുറിക്കുകയും ചെയ്തു. എന്നെങ്കിലും സാമ്പത്തിക സ്ഥിതി മെച്ചപ്പെടുമ്പോൾ, ഈ പഠനങ്ങൾക്ക് വേണ്ടി കുറച്ചു പണം സംഭാവന ചെയ്യണം എന്നവൾ തീരുമാനമെടുത്തു.

നോറായെ വീട്ടിൽ പോകാൻ അനുവദിച്ചു. സഹോദരൻ ഒരു യൂബർ ടാക്സി ഏർപ്പാടാക്കി. അവർ പുറത്തെ കാർ പാർക്കിങ്ങിലേക്ക് നടക്കുമ്പോൾ, ആഷ് അങ്ങോട്ടേക്ക് വണ്ടി ഓടിച്ചു വരുന്നത് നോറാ കണ്ടു. ജോലി വൈകി തുടങ്ങുന്ന സമയക്രമമായിരിക്കണം ആഷിന്. ഈ ജീവിതത്തിൽ വ്യത്യസ്തമായ ഒരു കാറായിരുന്നു അദ്ദേഹത്തിന്റേത്. അവൾ ചിരിച്ചെങ്കിലും, അദ്ദേഹം അവളെ കണ്ടില്ല. അദ്ദേഹം സന്തോഷമായിരിക്കുന്നുണ്ടാവും എന്നവൾ പ്രത്യാശിച്ചു. പിത്തസഞ്ചികളുമായുള്ള ജീവിതം ബുദ്ധിമുട്ടുകളില്ലാത്തതാവട്ടെ എന്നവൾ മനസ്സിൽ നേർന്നു. ഞായറാഴ്ച അദ്ദേഹം ഹാഫ്-മാരത്തോൺ ഓടുമ്പോൾ പറ്റിയാൽ കാണാൻ പോകാം. സാധിച്ചാൽ ഒരു കോഫി കുടിക്കാൻ പോയാലോ എന്ന് *അദ്ദേഹത്തിനോട്* ചോദിക്കാം.

സാധിച്ചാൽ.

കാറിന്റെ പിന്നിലിരിക്കുമ്പോൾ, താൻ എവിടെയെങ്കിലും ഫ്രീലാൻസ് ആയി എന്തെങ്കിലും ചെയ്യാൻ കിട്ടുമോ എന്ന് ശ്രമിക്കാൻ പോവുകയാണ് എന്ന് സഹോദരൻ അവളോട് പറഞ്ഞു.

"ഒരു സൗണ്ട് എൻജിനിയർ ആയാലോ എന്നാലോചിക്കുകയാണ്," അവൻ പറഞ്ഞു.

അതു കേട്ടപ്പോൾ നോറായ്ക്ക് ഒത്തിരി സന്തോഷമായി. "നീ അത് ഉറപ്പായും ചെയ്യണം എന്നാണ് എന്റെ അഭിപ്രായം. നിനക്കത് ഇഷ്ടമാകും എന്ന് തോന്നുന്നു. എന്തുകൊണ്ടാണെന്നറിയില്ല, മനസ്സ് അങ്ങനെയാണ് പറയുന്നത്."

"ശരി."

"എന്നുവെച്ചാൽ, ഒരു അന്താരാഷ്ട്ര പോപ്പ് ഗായകൻ എന്ന് പറയുന്നത്ര ഗമയൊന്നും അതിനു കാണുകയില്ല. പക്ഷെ, അത് കുറച്ചുകൂടി സുരക്ഷിതമാണ്. ചിലപ്പോൾ കുറച്ചുകൂടി സന്തോഷമുള്ളതാവും അത്."

അതത്ര വിശ്വസനീയമായിരുന്നില്ല. ജോ അതത്ര കണക്കിലെടുത്തതുമില്ല. പക്ഷെ അവൻ പുഞ്ചിരിച്ചുകൊണ്ട് തലയാട്ടി. "അവിടെ ഹാമർസ്മിത്തിലെ ഒരു സ്റ്റുഡിയോയ്ക്ക് സൗണ്ട് എഞ്ചിനിയർമാരെ വേണം. എനിക്കത് അഞ്ചു നിമിഷം നടക്കാനുള്ള ദൂരമേയുള്ളൂ."

"ഹാമർസ്മിത്തോ? അതെ. അതുതന്നെ."

"നീയെന്താ ഉദ്ദേശിച്ചത്?"

"അത് കേട്ടിട്ട് കൊള്ളാമെന്ന് തോന്നുന്നു എന്ന് പറഞ്ഞതാണ്. ഹാമർസ്മിത്ത്. സൗണ്ട് എൻജിനിയർ. നിനക്കവിടെ സന്തോഷമായിരിക്കും എന്നൊരു തോന്നൽ."

അവൻ അവളെ നോക്കി ചിരിച്ചു. "ഓക്കേ നോറാ. ശരി. ഞാൻ പറഞ്ഞ ആ ജിം, വീടിന് തൊട്ടടുത്താണ്."

"അത് നന്നായി. അവിടെ നല്ല പയ്യന്മാര് വല്ലതും ഉണ്ടോ?"

"സത്യം പറഞ്ഞാൽ, ഒരാളുണ്ട്. അവന്റെ പേര് ഇവാൻ എന്നാണ്. ആളൊരു ഡോക്ടറാണ്. പുള്ളിയും ക്രോസ്സ് ട്രെയിനിങ് ചെയ്യുന്നുണ്ട്."

"ഇവാൻ! അതെ!"

"ആരാ?"

"നീ ഒരുദിവസം അയാളെ പുറത്ത് കറങ്ങാൻ പോകാൻ ക്ഷണിക്കണം."

നോറാ കളിപറയുകയാണ് എന്നു കരുതി, ജോ പൊട്ടിച്ചിരിച്ചു. "അവനൊരു സ്വവർഗ്ഗാനുരാഗിയാണ് എന്നതിന് എനിക്കൊരു ഉറപ്പുമില്ല."

"ആണ്. അവനൊരു സ്വവർഗ്ഗാനുരാഗിയാണ്. *നൂറു ശതമാനം.* എന്നു മാത്രമല്ല, അവന് നിന്നോട് ഒരു താൽപര്യം ഉണ്ടെന്നുള്ളതും നൂറു ശതമാനം. ഡോക്ടർ ഇവാൻ ലാങ്ഫോർഡ്. അവനെ ക്ഷണിക്ക്. എന്നെ നിനക്ക് വിശ്വസിക്കാം! നീ ഇതുവരെ ചെയ്തിട്ടുള്ളതിൽ ഏറ്റവും നല്ല കാര്യമായിരിക്കും അത്..."

കാറ്, 33A ബാൻക്രോഫ്റ്റ് അവന്യുവിന് മുന്നിൽ നിൽക്കുമ്പോൾ അവൻ ചിരിക്കുകയായിരുന്നു. നോറായുടെ കൈയിൽ പേഴ്സും പണവും ഒന്നുമില്ല എന്നതുകൊണ്ടു തന്നെ, അവൻ കാറിന്റെ കൂലി നൽകി.

ജനാലയ്ക്കൽ എന്തോ വായിച്ചുകൊണ്ട് മിസ്റ്റർ ബാനർജി ഇരിക്കുന്നുണ്ടായിരുന്നു.

നടക്കാൻ തുടങ്ങുമ്പോഴാണ്, ഫോണിൽ നോക്കി അന്തം വിട്ടു നിൽക്കുന്ന തന്റെ സഹോദരനെ നോറാ കണ്ടത്.

"എന്തു പറ്റി ജോ?"

അവന് സംസാരിക്കാൻ പോലും കഴിയുന്നുണ്ടായിരുന്നില്ല. "ലാങ്ഫോർഡ്..."

"എന്താ?"

"ഡോക്ടർ ഇവാൻ ലാങ്ഫോർഡ്. അയാളുടെ മുഴുവൻ പേര് ലാങ്ഫോർഡ് എന്നാണെന്ന് പോലും എനിക്കറിയില്ലായിരുന്നു. പക്ഷെ ഇത് ആ പുള്ളി തന്നെയാണ്."

നോറാ ചുമൽ കുലുക്കി. "സഹോദരങ്ങളുടെ ജ്ഞാനോദയം. അവനെ ഓൺലൈനിൽ സുഹൃത്താക്ക്. ഫോളോ ചെയ്യ്. മെസ്സേജ് അയക്ക്. നിന്നെക്കൊണ്ട് ചെയ്യാൻ പറ്റുന്നതൊക്കെ ചെയ്യ്. എന്തായാലും, നിന്റെ തുണിയില്ലാത്ത പടങ്ങളൊന്നും, ഇങ്ങോട്ട് ചോദിക്കാതെ അയച്ചുകൊടുത്തേക്കരുത്. പക്ഷെ, ഞാൻ പറയുന്നു, ഇതാണ് നിന്റെ ആള്. ഇത് തന്നെയാണ് നിന്റെ ആള്."

"പക്ഷെ ഇയാളാണ് കക്ഷി എന്ന് നിനക്കെങ്ങനെ മനസ്സിലായി?"

അവൾ, കൈമുട്ടുകൾ കൊരുത്ത് അവനെ ചേർത്തു പിടിച്ചു. അതിന് കൊടുക്കാൻ പറ്റിയ കൃത്യമായ ഒരു മറുപടി അവളുടെ പക്കൽ അപ്പോഴുണ്ടായിരുന്നില്ല. "ഇത് നോക്ക് ജോ," മിഡ്നൈറ്റ് ലൈബ്രറിയിൽ വച്ച് ശ്രീമതി എൽമ് പറഞ്ഞ തത്വശാസ്ത്ര-വിരുദ്ധ വാചകം അവളോർത്തു. "നീ ജീവിതം *മനസ്സിലാക്കേണ്ടതില്ല*. നീ ജീവിതം *ജീവിച്ചാൽ* മതി."

അവൻ 33A ബാൻക്രോഫ്റ്റ് അവന്യുവിന്റെ വാതിൽ തുറക്കാൻ പോയപ്പോൾ, അവൾ ചുറ്റുമുള്ള വീടുകളും, വിളക്കുകാലുകളും, ആകാശത്തിനു കീഴിലെ മരങ്ങളുമെല്ലാം കണ്ണു വിടർത്തി കണ്ടു രസിച്ചു. ഇതൊക്കെ ആദ്യമായി കാണുന്ന ഒരാളെപ്പോലെ, സന്തോഷം കൊണ്ട് അവളുടെ ഉള്ള് തുടുത്തു. ചിലപ്പോൾ ഇതിൽ ഏതെങ്കിലുമൊരു വീട്ടിൽ മറ്റൊരു ഒഴുക്കുകാരനോ ഒഴുക്കുകാരിയോ ഉണ്ടാകാം. അവർ ചിലപ്പോൾ, അവരുടെ മൂന്നാമത്തെയോ, പതിനേഴാമത്തെയോ, അവസാനത്തെയോ ജീവിതത്തിലാവാം. അവരെ കാണാൻ പറ്റുമോയെന്നു നോക്കാം.

അവൾ 31-ാം നമ്പർ വീട്ടിലേയ്ക്ക് നോക്കി.

നോറാ സുരക്ഷിതയായി, ആരോഗ്യവതിയായി തിരിച്ചെത്തി എന്നു കണ്ട മിസ്റ്റർ ബാനർജിയുടെ മുഖം പതുക്കെ സന്തോഷം കൊണ്ടു പ്രകാശിച്ചു. അവൾ ജീവിച്ചിരിക്കുന്നതു തന്നെ തനിക്ക് അങ്ങേയറ്റം നന്ദിയുള്ള ഒരു കാര്യമാണെന്ന മട്ടിൽ, അയാൾ പുഞ്ചിരിച്ചുകൊണ്ട്,

ചുണ്ടുകൾ കൊണ്ട് ശബ്ദമില്ലാതെ 'നന്ദി' എന്നു പറഞ്ഞു. നാളെ എങ്ങനെയെങ്കിലും കുറച്ചു പണം സ്വരൂപിച്ച്, അടുത്തുള്ള കടയിൽ നിന്നും അദ്ദേഹത്തിന്റെ പൂന്തോട്ടത്തിലേയ്ക്ക് ഒരു ചെടി വാങ്ങണം എന്നവൾ കരുതി. ഫോക്സ്ഗ്ലോവുകൾ വാങ്ങാമായിരിക്കും. അദ്ദേഹത്തിന് ഫോക്സ്ഗ്ലോവുകൾ ഇഷ്ടമാണ് എന്നവൾക്ക് ഉറപ്പായിരുന്നു.

"അല്ല," വായുവിലൂടെ ഒരു ഉമ്മ പറത്തി നൽകിക്കൊണ്ട് അവൾ വിളിച്ചു പറഞ്ഞു. "*നിങ്ങൾക്കാണ്* നന്ദി, മിസ്റ്റർ ബാനർജി! എല്ലാത്തിനും നന്ദി!"

അദ്ദേഹത്തിന്റെ മുഖത്തെ ചിരി കുറച്ചുകൂടി വിടർന്നു. ആ കണ്ണുകളിൽ കരുണയും, കരുതലും നിറഞ്ഞു നിൽക്കുന്നുണ്ടായിരുന്നു. സ്നേഹിക്കേണ്ടതും, സ്നേഹിക്കപ്പെടേണ്ടതും എങ്ങനെയുണ്ടാവുമെന്ന് നോറാ ഓർത്തു. വൃത്തിയാക്കാൻ ഫ്ളാറ്റിനുള്ളിലേയ്ക്ക് കയറുന്നതിനിടയിൽ, മിസ്റ്റർ ബാനർജിയുടെ തോട്ടത്തിലെ ഐറിസ് പൂക്കളുടെ വൃന്ദത്തിൽ അവളുടെ കണ്ണുടക്കി. മുൻപ് അവൾ അത്രകണ്ട് രസിച്ചിട്ടില്ലായിരുന്ന അവ, ഇന്ന്, അവൾ കണ്ടിട്ടുള്ളതിൽ വച്ചേറ്റവും മാസ്മരിക ഭംഗിയുള്ള പർപ്പിൾ നിറങ്ങൾ കാട്ടി അവളുടെ മനം മയക്കി. പൂക്കൾ വെറും വർണ്ണപ്രപഞ്ചങ്ങൾ മാത്രമല്ലാ എന്നും, അവയിൽ സംവേദനശക്തിയുള്ള ഒരു ഭാഷ തന്നെ അന്തർലീനമായിരിക്കുന്നു എന്നതും പോലെ. ചോപ്പിന്റെ പാട്ടുകൾക്കൊപ്പം പ്രബലമായ, അതിസുന്ദരമായ പുഷ്പരാഗങ്ങളുടെ സ്വരങ്ങൾ, ജീവിതത്തിന്റെ ഗാംഭീര്യത്തെ നിശബ്ദം പ്രഘോഷിക്കുന്നതു പോലെ.

അഗ്നിപർവ്വതം

നിങ്ങൾ എങ്ങോട്ടേയ്ക്ക് രക്ഷപ്പെടണം എന്നാഗ്രഹിച്ചോ, അവിടെ നിന്നു തന്നെയാണ് നിങ്ങൾ രക്ഷപ്പെട്ടത് എന്നുള്ളത് തികച്ചും ഒരു വെളിപാടായിരുന്നു. കാരാഗൃഹമായിരുന്നില്ല, മറിച്ച്, കാഴ്ചപ്പാടായിരുന്നു ആ ഇടം. താൻ കടന്നുപോയ എല്ലാ വൈവിധ്യപൂർണ്ണമായ ജീവിതങ്ങളിലും, ഏറ്റവും മൗലികമായ മാറ്റങ്ങൾ സംഭവിച്ചത് അതേ ജീവിതത്തിനുള്ളിൽ തന്നെയായിരുന്നു എന്നതാണ് നോറാ കണ്ടെത്തിയ ഏറ്റവും വലിയ സംഗതി. അവൾ തുടങ്ങുകയും, അവസാനിപ്പിക്കുകയും ചെയ്ത ജീവിതത്തിൽ.

ഏറ്റവും വലിയ, ഏറ്റവും തീവ്രമായ ഈ മാറ്റം നടന്നത്, പണം സമ്പാദിച്ചതുകൊണ്ടോ, വിജയിച്ചതുകൊണ്ടോ, കൂടുതൽ പ്രസിദ്ധിയാർജ്ജിച്ചതുകൊണ്ടോ, സ്വാൽബാഡിലെ ഹിമാനികൾക്കും ധ്രുവക്കരടികൾക്കുമിടയിൽ ഉണ്ടായിരുന്നതുകൊണ്ടോ അല്ല. പൊട്ടിപ്പൊളിഞ്ഞ സോഫായും, യക്ക ചെടിയും, കുഞ്ഞൻ കള്ളിമുൾച്ചെടിയും, പുസ്തക അലമാരകളും, ഇതുവരെ ശ്രമിച്ചുനോക്കാത്ത യോഗയുടെ ലഘുലേഖകളും നിറഞ്ഞ അതേ മെനകെട്ട അപ്പാർട്ട്മെന്റിലെ അതേ കട്ടിലിൽ ഉറക്കമുണർന്നതു കൊണ്ടാണത് സംഭവിച്ചത്.

അതേ ഇലക്ട്രിക് പിയാനോയും പുസ്തകങ്ങളും അവിടെയുണ്ടായിരുന്നു. ഒരു പൂച്ചയുടെയും ഒരു ജോലിയുടെയും അഭാവം അതേപോലെതന്നെ അവിടെയുണ്ടായിരുന്നു. മുന്നോട്ടുള്ള ജീവിതത്തെക്കുറിച്ചുള്ള *അറിയാൻപാടില്ലായ്ക* അവിടെ അപ്പോഴുമുണ്ടായിരുന്നു.

എന്നിട്ടും, എല്ലാം വ്യത്യസ്തമായി അവൾക്ക് തോന്നി.

മറ്റുള്ളവരുടെ സ്വപ്നങ്ങൾ സാക്ഷാത്കരിക്കാൻ വേണ്ടി മാത്രമാണ് താനുള്ളത് എന്ന തോന്നൽ മാറിയപ്പോഴാണ്, എല്ലാം വ്യത്യസ്തമായി അവൾക്ക് തോന്നിയത്. തന്റേതു മാത്രമായ ഭ്രമണപഥത്തിലൂടെ സഞ്ചരിക്കുന്ന, തന്നോടു മാത്രം മറുപടി പറയേണ്ടതായിട്ടുള്ള ഒരു വ്യക്തിയാണ് താനെന്ന് അവൾ ചിന്തിച്ചു. ആരുടെയെങ്കിലുമൊക്കെ സങ്കൽപ്പത്തിലുള്ള മകളോ, സഹോദരിയോ, പങ്കാളിയോ, ഭാര്യയോ, അമ്മയോ, ജീവനക്കാരിയോ ഒക്കെയുള്ള രൂപങ്ങൾക്ക് നിറവ് നൽകേണ്ടത് താനായിരിക്കണം എന്ന ചിന്ത ഇനി വേണ്ട എന്നവൾ തീരുമാനിച്ചു.

മരണത്തിന് തൊട്ടടുത്തു നിൽക്കുമ്പോഴും, അവൾ ജീവനോടെയുണ്ടായിരുന്നു എന്നതുകൊണ്ടു കൂടിയാണത്. അതവളുടെ തീരുമാനമാണ് എന്നതുകൊണ്ടുകൂടിയാണത്. ജീവിക്കാനുള്ള തീരുമാനം. കാരണം, ജീവിതത്തിന്റെ അനന്തതയിൽ തൊട്ടവളാണവൾ. ആ അനന്തതയ്ക്കുള്ളിൽ നിൽക്കുമ്പോൾ, തനിക്ക് എന്തൊക്കെ ചെയ്യാം എന്ന് മാത്രമല്ല, തനിക്ക് എന്തൊക്കെ അനുഭവിക്കാൻ കഴിയും എന്നുമുള്ളതിന്റെ സാദ്ധ്യതകൾ അവൾ കണ്ടു. ചെറുത് മുതൽ ഇടത്തരം വരെയുള്ള വിഷാദങ്ങളും, ഇടയ്ക്കിടെ പൊട്ടിമുളയ്ക്കുന്ന നിരാശകളും നിറഞ്ഞ വിരസമായ ജീവിതം മാത്രമല്ല ഉള്ളത്. രാഗങ്ങളും, സ്വരങ്ങളും വേറെയുമുണ്ട്. അതവളിൽ പ്രതീക്ഷ നിറച്ചു. ഒപ്പം, പ്രകാശം തുളുമ്പുന്ന ആകാശവും, റയാൻ ബെയ്‌ലിയുടെ തമാശപ്പടങ്ങളും ആസ്വദിക്കാനും; സംഗീതവും, സംഭാഷണങ്ങളും, സ്വന്തം ഹൃദയതാളവും ആനന്ദിക്കുവാനും തക്ക പ്രാപ്തി തനിക്കുണ്ടെന്ന് അറിവ് അവളിൽ ഉൽക്കടമായ കൃതജ്ഞത ഉണ്ടാക്കി.

മറ്റെല്ലാറ്റിനുമുപരിയായി, ഭാരമേറിയ, വേദനാജനകമായ *കുറ്റബോധത്തിന്റെ* പുസ്തകം കത്തിച്ചാമ്പലായി എന്നതും കാരണമായിരുന്നു.

"ഹായ് നോറാ. ഇത് ഡോറീനാണ്."

പിയാനോ ക്ലാസ്സുകൾ എടുത്തുകൊടുക്കപ്പെടും എന്നറിയിക്കുന്ന ഒരു പരസ്യം വൃത്തിയായി എഴുതുന്നതിനിടയിൽ വന്ന ആ ഫോൺകോൾ അവളെ സന്തോഷിപ്പിച്ചു. "ഓ ഡോറീൻ! അന്നത്തെ ആ ക്ലാസ് എടുക്കാഞ്ഞതിന് ഞാൻ ഒന്ന് ക്ഷമ ചോദിച്ചോട്ടെ?"

"അതൊക്കെ കഴിഞ്ഞ കഥയാണ്."

"ഞാനെന്തായാലും അതിന്റെ കാരണങ്ങളിലേയ്ക്കൊന്നും കടക്കുന്നില്ല," നോറാ ശ്വാസം വിടാതെ തുടർന്നു. "പക്ഷെ ഞാനിനി ഒരിക്കലും അത്തരമൊരു സാഹചര്യത്തിൽ എത്തില്ല എന്ന് ഞാൻ ഉറപ്പു തരുന്നു. ഭാവിയിൽ, ലിയോയുടെ പിയാനോ ക്ലാസ്സുകൾ തുടരണം എന്ന് നിങ്ങൾക്ക് തോന്നുകയാണെങ്കിൽ, ഞാൻ നിങ്ങൾക്കൊപ്പമുണ്ടാകും എന്നത് എന്റെ വാക്കാണ്. ഞാൻ നിങ്ങളെ നിരാശപ്പെടുത്തില്ല. ഇനി ഞാൻ ലിയോയുടെ പിയാനോ അധ്യാപികയായി തുടരുന്നതിൽ നിങ്ങൾക്ക് വിരോധമുണ്ടെങ്കിൽ, എനിക്കത് പൂർണ്ണമായും മനസ്സിലാകും. പക്ഷെ, ലിയോ അസാധ്യ കഴിവുള്ള ഒരു കുട്ടിയാണ് എന്ന് നിങ്ങൾ മനസ്സിലാക്കണം. അവൻ പിയാനോയുടെ മർമ്മം അറിയുന്നുണ്ട്. അവന് അതൊരു ജീവിതോപാധിയായി തുടരാൻ തന്നെ സാധിക്കും. റോയൽ കോളേജ് ഓഫ് മ്യൂസിക്കിൽ പോലും അവൻ എത്തിച്ചേരും. അതുകൊണ്ട്, അവൻ എന്റടുത്തല്ലെങ്കിലും, മറ്റെവിടെയെങ്കിലും അവന്റെ പഠനം തുടരണം എന്ന് തന്നെയാണ് എനിക്ക് പറയാനുള്ളത്. അത്രയേ ഉള്ളൂ."

ഒരു നീണ്ട മൗനം നിറഞ്ഞു. ഫോണിന്റെ ശബ്ദമില്ലാതെ മറ്റൊന്നുമില്ലാത്ത കുറച്ചു ഞൊടികൾ. പിന്നെ :

"നോറാ, അതൊന്നും സാരമില്ല. എനിക്കീ ഏകാങ്കത്തിന്റെയൊന്നും

ആവശ്യമില്ല. സത്യത്തിൽ ഇന്നലെ ഞങ്ങൾ രണ്ടുപേരും പട്ടണത്തിൽ വന്നിട്ടുണ്ടായിരുന്നു. അവനൊരു ഫേസ്‌വാഷ് വാങ്ങാൻ വേണ്ടി. ഞങ്ങളവിടെ ബൂട്ട്സ് ഫാർമസിയിൽ നിൽക്കുമ്പോൾ അവൻ ചോദിച്ചു, 'ഞാൻ പിയാനോ ക്ലാസ്സ് തുടരുന്നുണ്ടല്ലോ, അല്ലെ?' എന്ന്. അവിടെ, ബൂട്ട്സിൽ നിൽക്കുമ്പോൾത്തന്നെ. അടുത്ത ആഴ്ച മുതൽ നമുക്ക് ക്ലാസ്സ് തുടർന്നാലോ?"

"ശരിക്കും? അത് കലക്കി. എങ്കിൽ നമുക്ക് അടുത്തയാഴ്ച തന്നെ തുടങ്ങാം."

ഫോൺ വച്ചയുടനെ പിയാനോയ്ക്കരുകിൽ വന്നിരുന്ന നോറാ, അതുവരെ വായിച്ചിട്ടില്ലാത്ത ഒരു ട്യൂൺ വായിച്ചു. അവൾക്കത് ഒത്തിരിയിഷ്ടമായി. അത് ഓർത്തുവയ്ക്കുമെന്നും, അതിനു ചേരുന്ന കുറച്ചു വരികൾ എഴുതിച്ചേർക്കുമെന്നും അവൾ ദൃഢനിശ്ചയം ചെയ്തു. ചിലപ്പോൾ, അതൊരു നല്ല പാട്ടായി മാറ്റി, ഓൺലൈനിൽ ഇടാൻ സാധിച്ചേക്കും. ചിലപ്പോൾ അവൾ കൂടുതൽ പാട്ടുകൾ എഴുതിയേക്കും. ഇല്ലെങ്കിൽ ചിലപ്പോൾ, അവൾ പൈസ ചേർത്തുവച്ച് മാസ്റ്റേഴ്സ് ബിരുദത്തിന് അപേക്ഷിച്ചേക്കും. അതുമല്ലെങ്കിൽ, ചിലപ്പോൾ, അവൾ അത് രണ്ടും ഒന്നിച്ചു ചെയ്തേക്കും. ആർക്കറിയാം? പിയാനോ വായിച്ചുകൊണ്ടിരിക്കുന്നതിനിടയിൽ തിരിഞ്ഞു നോക്കിയപ്പോൾ, ജോ വാങ്ങിക്കൊണ്ടുവന്ന മാസിക അവിടെ കിടക്കുന്നത് അവൾ കണ്ടു. അത് തുറന്നപ്പോൾ, ഇൻഡോനേഷ്യയിലെ ക്രാക്കറ്റോവ അഗ്നിപർവ്വതത്തിന്റെ ചിത്രം അവൾ കണ്ടു.

സർവ്വനാശത്തിന്റെയും ജീവന്റെയും പ്രതീകമാണ് എന്നതാണ് അഗ്നിപർവ്വതങ്ങളുടെ വിരോധാഭാസം. അതിന്റെ ലാവ വേഗത കുറഞ്ഞ്, തണുത്തുകഴിഞ്ഞാൽ, അത് കട്ടിയായി, കാലക്രമത്തിൽ പൊടിഞ്ഞ് വളക്കൂറുള്ള മണ്ണായി മാറുന്നു.

താനൊരു തമോഗർത്തമല്ല എന്ന് അവൾ തീരുമാനിച്ചു. അവളൊരു അഗ്നിപർവ്വതമായിരുന്നു. അതുകൊണ്ടു തന്നെ, അവൾക്ക് തന്നിൽ നിന്നും ഓടി രക്ഷപ്പെടാനാവില്ലായിരുന്നു. അവിടെത്തന്നെ നിന്നുകൊണ്ട്, ആ പാഴ്ഭൂമിയിൽ വരുന്നവയെ നേരിടേണ്ടതുണ്ടായിരുന്നു.

തനിക്കുള്ളിൽ ഒരു പച്ചിലക്കാട് നട്ടുവളർത്താൻ അവൾക്ക് കഴിയുമായിരുന്നു.

പര്യവസാനം

മിഡ്നൈറ്റ് ലൈബ്രറിയിൽ കണ്ടതിനേക്കാൾ ഒരുപാട് പ്രായാധിക്യം തോന്നിച്ചിരുന്ന ശ്രീമതി എൽമിന്. മുൻപ് വെള്ളിനിറത്തിൽ കണ്ട തലമുടി മുഴുവനും ഇപ്പോൾ, ശുവെള്ള നിറത്തിൽ, കനം കുറഞ്ഞു കിടന്നിരുന്നു. ഒരു ഭൂപടം പോലെ വരകൾ നിറഞ്ഞ ആ മുഖത്തു ക്ഷീണം തങ്ങി നിന്നിരുന്നു. പ്രായത്തിന്റെ പുള്ളിക്കുത്തുകൾ ആ കൈകളിലെമ്പാടു മുണ്ടായിരുന്നു. പക്ഷെ ഹേസൽഡീൻ സ്കൂൾ ഗ്രന്ഥശാലയിലുണ്ടായിരുന്ന അതേ ചെസ്സ് പാടവം അവർ ഇപ്പോഴും നിലനിർത്തിയിരുന്നു.

ഓക്ക് ലീഫ് കെയർ ഹോമിന് സ്വന്തമായി ഒരു ചെസ്സ്ബോർഡൊക്കെ ഉണ്ടായിരുന്നു എങ്കിലും, അതൊന്നു പൊടിതട്ടിയെടുക്കേണ്ടതുണ്ടായിരുന്നു.

"ഇവിടാരും ഇത് കളിക്കാറില്ല," അവർ നോറായോട് പറഞ്ഞു. "നീയെന്നെ കാണാൻ വന്നതിൽ എനിക്കൊത്തിരി സന്തോഷമായി. അതൊരു ഭയങ്കര അതിശയമായിപ്പോയി."

"നിങ്ങൾക്ക് വേണമെങ്കിൽ ഞാൻ ഇനി എന്നും വരാം ശ്രീമതി എൽമ്."

"ലൂയി. എന്നെ ലൂയി എന്ന് വിളിച്ചോളൂ. നിനക്ക് ജോലിയൊന്നുമില്ലേ?"

നോറാ പുഞ്ചിരിച്ചു. തന്റെ പോസ്റ്റർ സ്ട്രിംഗ് തിയറിയിൽ ഇടാൻ നീലിനോട് ആവശ്യപ്പെട്ടിട്ട് ഇരുപത്തിനാല് മണിക്കൂറേ ആയിരുന്നുള്ളൂ എങ്കിലും, ക്ലാസ്സ് ആവശ്യപ്പെട്ട് ഒരുപാട് പേർ അവളെ വിളിച്ചു. "ഞാൻ പിയാനോ പഠിപ്പിക്കുകയാണ്. കൂടാതെ, അശരണരുടെ കേന്ദ്രത്തിൽ ഒന്നിടവിട്ടുള്ള ചൊവ്വാഴ്ച്ചകളിൽ ഞാൻ സഹായിക്കാൻ പോകാറുണ്ട്. പക്ഷെ, എന്തായാലും ഒരു മണിക്കൂറൊക്കെ മാറ്റിവയ്ക്കാൻ എനിക്ക് കഴിയും... മാത്രവുമല്ല, സത്യം പറഞ്ഞാൽ, എനിക്ക് ചെസ്സ് കളിക്കാൻ ഒരു കൂട്ടില്ലാതെ ഇരിക്കുകയായിരുന്നു."

ക്ഷീണം പുരണ്ട ഒരു പുഞ്ചിരി ശ്രീമതി എൽമിന്റെ മുഖത്തു പടർന്നു. "അത് എന്തായാലും നല്ല കാര്യമായിരിക്കും." തന്റെ മുറിയിലെ ചെറിയ ജനലിലൂടെ അവർ പുറത്തേയ്ക്ക് നോക്കിയപ്പോൾ, നോറായും ആ നോട്ടത്തെ പിന്തുടർന്നു. നോറാ തിരിച്ചറിഞ്ഞ ഒരു നായും, അതിനൊപ്പം ഒരു

മനുഷ്യനും അവിടെയുണ്ടായിരുന്നു. സാലി എന്ന ബുൾമാസ്റ്റിഫിനെയും കൊണ്ട് നടക്കാനിറങ്ങിയ ഡൈലനായിരുന്നു അത്. സിഗരറ്റ് പൊള്ളലു കളുള്ള, ഏതിനോടും ഭയമുള്ള, എന്നാൽ അവളോട് അടുപ്പം കാണിച്ച സാലി. അവളൊരു പട്ടിയെ വീട്ടിൽ കൊണ്ടുവന്നാൽ, വീട്ടുടമ അനുവദി ക്കുമോ എന്നവൾ വെറുതെ ഒന്നാലോചിച്ചു. ഒന്നുമില്ലെങ്കിലും, അദ്ദേഹം ഒരു പൂച്ചയെ വളർത്താൻ അനുവദിച്ചല്ലോ. പക്ഷെ വാടക കുടിശ്ശിക മുഴുവൻ കൊടുത്തു തീരുന്നതു വരെ അവൾ കാത്തിരിക്കേണ്ടി വരും.

"ഇവിടെ ഇങ്ങനെ ഇരിക്കുന്നത് വല്ലാത്ത ഏകാന്തതയാണ് ചില പ്പോഴൊക്കെ," ശ്രീമതി എൽമ് പറഞ്ഞു. "വെറുതെ ഇങ്ങനെ ഇരിക്കുക യാണ്. എനിക്ക് തോന്നി കളി കഴിഞ്ഞു എന്ന്. കളത്തിൽ അവശേഷിച്ച ഏകാകിയായ രാജാവിനെപ്പോലെ. നോക്ക്, നീ എങ്ങനെയാണ് എന്നെ ഓർക്കുന്നതെന്ന് എനിക്കറിയില്ല. പക്ഷെ സ്കൂളിന് പുറത്ത്, ഞാനൊരു—" അവരൊന്നു മടിച്ചു. "ഞാൻ ആളുകളെ നിരാശപ്പെടുത്തി യിട്ടുണ്ട്. എളുപ്പത്തിൽ ഇടപഴകാൻ പറ്റിയ ഒരാളായിരുന്നില്ല ഞാൻ. കുറ്റബോധമുണ്ടാക്കുന്ന കാര്യങ്ങൾ ഞാൻ ചെയ്തിട്ടുണ്ട്. ഞാനൊരു മോശം ഭാര്യയായിരുന്നു. അത്ര നല്ലൊരു അമ്മയുമായിരുന്നില്ല. ആളുകളൊക്കെ എന്നെ കൈയൊഴിഞ്ഞ മട്ടായിരുന്നു. അതിന് അവരെ കുറ്റം പറയാനും പറ്റില്ല."

"എന്തായാലും നിങ്ങൾ എന്നോട് കരുണയോടെയേ പെരുമാറി യിട്ടുള്ളൂ ശ്രീമതി... ലൂയി. സ്കൂളിൽ എനിക്ക് ബുദ്ധിമുട്ടുണ്ടായിട്ടുള്ള സമയ ങ്ങളിലൊക്കെ, എന്താണ് പറയേണ്ടതെന്ന് നിങ്ങൾക്ക് കൃത്യമായി അറിയാമായിരുന്നു."

ശ്രീമതി എൽമ് ശ്വാസഗതി നേരെയാക്കി. "നന്ദി നോറാ."

"ഈ കളത്തിൽ നിങ്ങളിപ്പോൾ തനിച്ചല്ല. ഒരു കാലാൾ ദേ വന്ന്, നിങ്ങൾക്കൊപ്പം ചേർന്നിരിക്കുന്നു."

അവർ കളി തുടങ്ങി. ശക്തമായ നീക്കം നടത്തുന്ന ആനപ്പോരാളി. അവരുടെ ചുണ്ടിന്റെ കോണിൽ ചെറിയൊരു പുഞ്ചിരി തത്തിക്കളിച്ചു.

"ഇത് നിങ്ങൾ ജയിക്കുമല്ലോ," നോറാ നിരീക്ഷിച്ചു.

പെട്ടെന്ന് ജീവൻ വീണതുപോലെ ശ്രീമതി എൽമിന്റെ കണ്ണുകൾ തിളങ്ങി. "അതാണ് ശരിക്കും ഇതിന്റെ രസം, അല്ലെ? ഇത് അവസാനി ക്കുന്ന വിധം ആർക്കും പറയാനാവില്ല."

കളത്തിൽ അവശേഷിച്ച കരുക്കൾ നോക്കി, തന്റെ അടുത്ത നീക്ക ത്തിനായി തയ്യാറെടുക്കുമ്പോൾ, നോറാ ഒന്നു പുഞ്ചിരിച്ചു.

ഹരിത സി കെ

കൊല്ലം ജില്ലയിലെ ചാത്തന്നൂരിൽ ജനനം. കൊല്ലം ഫാത്തിമാ കോളേജിൽനിന്നും ഇംഗ്ലീഷ് സാഹിത്യത്തിൽ ബിരുദം. കൊച്ചി രാജഗിരി കോളേജിൽ നിന്നും സോഷ്യൽവർക്കിൽ ബിരുദാനന്തരബിരുദം. കോയമ്പത്തൂരിൽ 'സിരുതുളി' എന്ന സംഘടനയിൽ അഞ്ചു വർഷത്തോളം പ്രവർത്തിച്ചു. ശേഷം, യുഎഇയിലും ഇന്ത്യയിലുമായി കുട്ടികൾക്കായുള്ള സ്കിൽ ഡെവലപ്മെന്റ് പ്രോഗ്രാമുകളുടെ കോർഡിനേറ്റർ ആയും, കണ്ടെന്റ് റൈറ്റർ ആയും, സോഷ്യൽ മീഡിയ സ്ട്രാറ്റജിസ്റ്റ് ആയും ജോലി ചെയ്തുവരുന്നു. സ്കൂൾ കാലം മുതൽ ആനുകാലികങ്ങളിലും മറ്റും ലേഖനങ്ങളും കഥകളും എഴുതാറുണ്ട്. ഷാർജാ ഇന്റർനാഷണൽ ബുക്ക് ഫെസ്റ്റിവലിൽ, മാതൃഭൂമി-ക്ലബ് എഫ്എം പ്രസിദ്ധീകരിച്ച 'കിതാബ്' എന്ന സമാഹാരത്തിൽ, 'ജലം പോലൊരുത്തി', 'പ്രണയത്തിന്റെ ഭസ്മപ്പൊട്ടുകാർ' എന്നീ ചെറുകഥകൾ, തുടർച്ചയായി രണ്ടു വർഷങ്ങൾ പ്രസിദ്ധീകരിച്ചു. 'അരുന്ധതിയുടെ നാലാം വിവാഹം' എന്ന ഷോർട്ട്ഫിലിമിന് സബ്ടൈറ്റിൽ ഒരുക്കിയിട്ടുണ്ട്. ആനന്ദ് നീലകണ്ഠന്റെ 'നളന്റെ ദമയന്തി' എന്ന ഓഡിയോഡ്രാമ, സുഹൃത്തുക്കൾക്കൊപ്പം ചേർന്ന് വിവർത്തനം ചെയ്തു. ചന്ദ്രശേഖരൻ നായർ, കാഞ്ചനവല്ലി എന്നിവരാണ് മാതാപിതാക്കൾ.

harithaa.0085@gmail.com